ഗ്രീൻ ബുക്സ്

പറുദീസ

അബ്ദുൾറസാഖ് ഗുർന

പ്രൊഫസർ, നോവലിസ്റ്റ്.
ആഫ്രിക്കൻ രാജ്യമായ ടാൻസാനിയയിലെ
സാൻസിബാറിൽ 1948ൽ ജനനം.
ബ്രിട്ടീഷുകാരനായ അബ്ദുൾറസാഖ് ഗുർന
2021ലെ സാഹിത്യത്തിനുള്ള നോബൽ സമ്മാനം
നേടിയതോടെ ലോകശ്രദ്ധ പിടിച്ചുപറ്റി.
ഏറ്റവും ശ്രദ്ധേയ രചനയാണ് പറുദീസ (Paradise - 1994).
1960കളിൽ സാൻസിബാർ വിപ്ലവകാലത്ത്
അഭയാർത്ഥിയായി യുകെയിലേക്ക് പോയി.
കൊളോണിയലിസത്തിന്റെ പ്രത്യാഘാതങ്ങളും
ഗൾഫിലെ അഭയാർത്ഥികളുടെ പ്രശ്നങ്ങളും
ചർച്ച ചെയ്യുന്ന ഈ നോവലിനാണ് 2021ൽ അദ്ദേഹത്തിന്
സാഹിത്യത്തിനുള്ള നോബൽ സമ്മാനം ലഭിച്ചത്.
വിരമിക്കുന്നതുവരെ കെന്റ് സർവ്വകലാശാലയുടെ
ഇംഗ്ലീഷ് വിഭാഗത്തിൽ പ്രൊഫസറായിരുന്നു.
ആഫ്രിക്കൻ എഴുത്തിനെക്കുറിച്ചുള്ള രണ്ട് വാല്യങ്ങൾ
എഡിറ്റ് ചെയ്തിട്ടുണ്ട്. വി.എസ്. നയ്പാൾ, സൽമാൻ
റുഷ്ദി, സോ വി കോംബ് എന്നിവർ അദ്ദേഹത്തിന്റെ
സമകാലീനരാണ്. അവരെക്കുറിച്ചുള്ള ലേഖനങ്ങളും
പ്രസിദ്ധീകരിച്ചിട്ടുണ്ട്. 1987 മുതൽ വാസഫിയുടെ എഡിറ്ററാണ്.
Memory of Departure, Pilgrims Way, Dottie, Admiring Silence,
By the Sea, Desertion, The Last Gift, Gravel Heart, Afterlives തുട
ങ്ങിയ നോവലുകളും ധാരാളം ചെറുകഥകളും
ഉപന്യാസങ്ങളും വിമർശനഗ്രന്ഥങ്ങളും രചിച്ചിട്ടുണ്ട്.

സുരേഷ് എം.ജി.: 1962ൽ തൃശൂർ ജില്ലയിലെ
ചൊവ്വന്നൂർ പഞ്ചായത്തിൽ പുതുശ്ശേരിയിൽ ജനനം.
ഇംഗ്ലീഷ് സാഹിത്യത്തിൽ ബിരുദം.
നിരവധി കൃതികളുടെ പരിഭാഷകനാണ്.

ഗ്രീൻ ബുക്സ് പ്രസിദ്ധീകരിച്ച
ഗ്രന്ഥകർത്താവിന്റെ ഇതര കൃതി

ജന്മാന്തരങ്ങൾ
(നോവൽ)

നോവൽ

പറുദീസ

അബ്ദുൾറസാഖ് ഗുർന

വിവർത്തനം
സുരേഷ് എം.ജി.

ഗ്രീൻബുക്സ്

green books private limited
gb building, civil lane road, ayyanthole,
thrissur- 680 003, kerala, ph: +91 487-2381066, 2381039
website: www.greenbooksindia.com
e-mail: info@greenbooksindia.com

original english title
paradise
novel
by
abdulrazak gurnah

malayalam
parudeesa

translated by
suresh m.g.

published january 2022

cover design : mansoor cheruppa

printed in india
manipal technologies ltd, manipal

branches:
thrissur 0487-2422515
thiruvananthapuram 0471-2335301
calicut 0495 4854662

isbn : 978-93-91072-51-3

₹ 355.00
GBPL/1206/2022

മുഖക്കുറി

വ്യത്യസ്തമായ ലോകജീവിതത്തെ പ്രതിനിധാനം ചെയ്യുന്ന എഴുത്തിന്റെ പ്രതിനിധിയാണ് ഗുർന. ജീവിതത്തിന്റെ നരകക്കുഴികളിൽ നിന്നും ഒരിക്കൽ മനുഷ്യകുലം രക്ഷപ്പെടുമെന്ന പ്രത്യാശയാണ് അദ്ദേഹത്തിന്റെ കൃതികൾ അനാവരണം ചെയ്യുന്നത്. ലോക സാമൂഹിക, സാമ്പത്തിക ക്രമങ്ങളെ കൃത്യമായി അടയാളപ്പെടുത്തുന്ന നോവലാണിത്. 2021ലെ സാഹിത്യത്തിനുള്ള നോബൽ സമ്മാനം നേടിയ അബ്ദുൾറസാഖ് ഗുർനയുടെ പറുദീസ എന്ന കൃതി അതീവ ചാരിതാർത്ഥ്യത്തോടെയാണ് ഗ്രീൻ ബുക്സ് പ്രസിദ്ധീകരിക്കുന്നത്.

എഡിറ്റർ

വിവർത്തകന്റെ കുറിപ്പ്

അധിനിവേശം എന്നാൽ യൂറോപ്യൻ രാജ്യങ്ങൾ നടത്തിയ പിടിച്ചടക്കലുകൾ മാത്രമല്ല എന്ന് അടിവരയിടുകയാണ് ഗുർന തന്റെ 'പറുദീസ' എന്ന നോവലിൽ.

ടാൻസാനിയയിലെ കാവ എന്ന സാങ്കല്പിക പട്ടണമാണീ നോവലിന്റെ ഭൂമിക. ഇരുപതാം നൂറ്റാണ്ടിന്റെ പ്രാരംഭത്തിലാണ് കഥ നടക്കുന്നത്. വാങ്ങിയ കടം തിരികെക്കൊടുക്കാനാകാതാകുമ്പോൾ സ്വന്തം മക്കളെ പണയമായി, ഈടായി, അടിമയായി, നൽകേണ്ടി വരുന്ന സാമ്പത്തിക, സാമൂഹിക അത്യാചാരത്തിൽ നിന്നാണ് കഥ തുടങ്ങുന്നത്. ഇവിടെ അങ്ങനെ ദുര്യോഗം നേരിടേണ്ടി വന്നത് കഥാനായകനായ യൂസുഫിനാണ്. ആ മകന്റെ കഥയാണ് പറുദീസ. അക്കാലങ്ങളിൽ ആ പ്രദേശങ്ങളിൽ ഇതൊരു സർവ്വസാധാരണമായ ഇടപാടായിരുന്നു എന്ന് കഥയിൽ സൂചനയുണ്ട്. അറബി വ്യാപാരികളാണ് പണം കടം കൊടുക്കുന്നവരും ഇങ്ങനെ കുട്ടികളെ ബന്ദിയായി, അടിമയായി, പണയമായി ഏറ്റെടുക്കുന്നതും. അങ്ങനെ ഏറ്റെടുക്കുന്നത് പെൺകുട്ടിയെയാണെങ്കിൽ അവർ പ്രായപൂർത്തിയായാൽ ചിലപ്പോൾ ആ വ്യാപാരിയുടെ ഭാര്യയാക്കാനുള്ള ഉടമ്പടി പോലുമുണ്ട്.

യൂസുഫിന്റെ ഉടമ അസീസ് അമ്മാവൻ എന്ന് വിളിക്കുന്ന അവൻ വ്യാപാരിയാണ്. അമ്മാവൻ എന്നാണവൻ വിളിച്ചിരുന്നതെങ്കിലും അത് തന്റെ അമ്മാവനല്ല എന്നറിയാൻ അവനും സമയമെടുത്തു. യൂസുഫ് സുന്ദരനാണ്. വ്യാപാരി അയാളുടെ യാത്രാസംഘത്തിലെ ഒരംഗമായി അവനെ ഉൾനാടുകളിലേക്ക് കൊണ്ടുപോകുന്നു. അവിടത്തെ പ്രാദേശിക വർഗ്ഗക്കാരുമൊത്തും കുലങ്ങളുമൊത്തും കച്ചവടം നടത്താനുള്ള ശ്രമത്തിനിടയിൽ അവർക്ക് പല

വിധ അനുഭവങ്ങളുമുണ്ടാകുന്നു. വലിയ ദുരന്തങ്ങളെ നേരിടേണ്ടി വരുന്നു.

തിരിച്ചെത്തിയ യൂസുഫിനെ കാത്തിരുന്നത് തീർത്തും വ്യത്യസ്തമായ മറ്റൊരു അനുഭവമാണ്. വ്യാപാരിയുടെ രോഗിയായ ഒന്നാം ഭാര്യയ്ക്ക് അവനോടൊരു ഇഷ്ടം തോന്നുന്നു. അവൻ പ്രാർത്ഥിക്കുകയും അവരെ സ്പർശിക്കുകയും ചെയ്താൽ അവരുടെ രോഗം സുഖപ്പെടുമെന്ന് അവർ വിശ്വസിക്കുന്നു. അവരെ സ്പർശിക്കുന്നത് ആചാര ലംഘനമാണെന്ന്, അപമര്യാദയാണെന്ന്, അതിനാൽ അപകടമാണെന്ന് അവനറിയാം. അവനാകട്ടെ ഇഷ്ടം തോന്നുന്നത് വ്യാപാരിയുടെ രണ്ടാം ഭാര്യയോടാണ്. തന്നെപ്പോലെ ബന്ദിയായ, ഈടായ, പണയമായ, അടിമയായ ഖലീലിന്റെ സഹോദരിയാണ് വ്യാപാരിയുടെ രണ്ടാം ഭാര്യ. അവരേയും വ്യാപാരി ഇങ്ങനെ പണയമായെടുത്തതാണ്. അവരെ വിവാഹം കഴിച്ചപ്പോൾ ഖലീലിനെ സ്വതന്ത്രനാക്കിയെങ്കിലും, സഹോദരിയായ ആമിനയ്ക്കൊപ്പമുണ്ടാകാൻ ഖലീൽ തീരുമാനിക്കുകയായിരുന്നു. ആമിനയോടുള്ള ഈ ഇഷ്ടവും അപകടത്തിലേക്കാണ് നീങ്ങുന്നതെന്ന് യൂസുഫിനറിയാം. തന്റെ ഉടമയുടെ രണ്ടാം ഭാര്യയാണ് ആമിന. അത് അവന്റേയും അവളുടേയും ജീവനു ഭീഷണിയാകുമെന്നും അറിയാം. അതിനിടയിൽ വ്യാപാരിയുടെ ആദ്യഭാര്യയുടെ പിടിയിൽ നിന്നവൻ രക്ഷപ്പെടാൻ ശ്രമിക്കുന്നു. അതിനെ അവരെതിർക്കുകയും അവനെതിരെ തിരിയുകയും ചെയ്യുന്നു. ഇത് വ്യാപാരി മനസ്സിലാക്കി. അയാൾക്ക് പക്ഷേ സത്യം തിരിച്ചറിയാനായി.

അക്കാലങ്ങളിലാണ് ഒന്നാം ലോക മഹായുദ്ധമാരംഭിക്കുന്നത്. ജർമ്മൻ അധികാരികൾ, പലരേയും നിർബന്ധപൂർവം പട്ടാളത്തിലേക്കെടുക്കുന്നത്. അങ്ങനെ പട്ടാളത്തിലേക്ക് ചേർത്തവർ, അസ്കാരികൾ, ജർമ്മൻ പട്ടാളത്തിന്റെ ബന്ദികളാണ്. കൂലികളാണ്. അങ്ങനെ പട്ടാളത്തിലേക്കാളുകളെ നിർബന്ധപൂർവം ചേർക്കാനെത്തിയ ഒരു സംഘം തമ്പടിച്ചത് വ്യാപാരിയുടെ വീടിനു മുന്നിലാണ്. ആ സംഘം കയ്യിൽ കിട്ടിയവരെയെല്ലാം പിടികൂടി, ഒപ്പം ചേർത്ത്, തിരിച്ച് പോകുന്ന കാഴ്ച കണ്ട യൂസുഫിന് താനെന്ന ബന്ദിയേക്കാൾ സ്വാതന്ത്ര്യം ഈ അസ്കാരിപടയ്ക്കല്ലേ എന്ന ചിന്തയുണ്ടാകുന്നോ എന്ന സൂചന നൽകിക്കൊണ്ട് നോവലിസ്റ്റ് കഥ അവസാനിപ്പിച്ചിരിക്കുന്നു. അവൻ ആ പടയാളികൾക്ക് പുറകെ ഓടിപ്പോകുന്ന രംഗത്തോടെ.

അതെ, അധിനിവേശം എന്നാൽ യൂറോപ്പുകാർ നടത്തിയ അശ്വമേധം മാത്രമല്ല. യൂസുഫ് ബന്ദിയാകുന്നത്, അടിമയാകുന്നത്, മറ്റൊരു അധിനിവേശത്തിന്റെ ഫലമായാണ്. സാമ്പത്തികവും സാംസ്കാരികവുമായ അധിനിവേശത്തിന്റെ. യൂറോപ്പുകാർ ആഫ്രിക്കയിലെത്തുന്നതിനു മുമ്പേ ഈ അധിനിവേശമാരംഭിച്ചു. യൂറോപ്പുകാരെത്തിയിട്ടും നിലനിന്നു. ഒരു കൊച്ചുകുഞ്ഞിന് അടിമയാകേണ്ടി വരുന്നതെങ്ങനെ, അവരുടെ ജീവിതം ചങ്ങലക്കെട്ടുകളിൽ അമരുന്നതെങ്ങനെ എന്ന് ഇതിൽ വിവരിക്കുന്നുണ്ട്. പലയിടത്തും അതിശക്തമായി തന്നെ മതങ്ങളുടേയും സമ്പത് വ്യവസ്ഥയുടേയും ആധിപത്യത്തെ വിമർശിക്കുന്നുമുണ്ട്.

എന്തൊരു ലോകമാണിത് എന്ന് അവസാനം വരെ നമ്മെ വിമ്മിട്ടപ്പെടുത്തുന്ന ആഖ്യാന രീതിയാണിതിന്റെ പ്രത്യേകത. ഇങ്ങനെയും ഒരു ലോകമോ എന്ന്. പറുദീസയെക്കുറിച്ച് പറഞ്ഞുകൊടുക്കുകയും അത് നിങ്ങളെ കാത്തിരിക്കുന്നു എന്ന് ചൊല്ലിപഠിപ്പിക്കുകയും ചെയ്യുമ്പോഴും നിങ്ങളെല്ലാം നരകക്കുഴിയിൽ നിന്ന് ഉയിർക്കുന്നില്ലെന്ന് ഉറപ്പ് വരുത്തുന്ന സാമൂഹിക വ്യവസ്ഥിതികളെക്കുറിച്ചോർമ്മിപ്പിക്കുന്ന നോവൽ.

■

ചുറ്റുമതിലുള്ള പൂന്തോട്ടം

1

യൂസുഫ് എന്നാണവന്റെ പേര്. തന്റെ പന്ത്രണ്ടാം വയസ്സിൽ വീടുവിട്ടിറങ്ങിയവനാണ്. അത് വരൾച്ചയുടെ കാലമായിരുന്നു എന്നവനോർമ്മയുണ്ട്. ഇന്നലേയും ഇന്നും തമ്മിൽ വ്യത്യാസമില്ലാതിരുന്ന ദിവസങ്ങൾ. അപ്രതീക്ഷിതമായി ചില പൂക്കൾ വിരിയും. പിന്നെയത് ചത്തുപോകും. വിചിത്രങ്ങളായ ക്ഷുദ്രജീവികൾ പാറകൾക്കിടയിൽ നിന്ന് പുളഞ്ഞ് പുറത്തെത്തി ചത്തുപോകും. വെയിൽ കൊണ്ട് ചത്തു പോകും. അങ്ങ് ദൂരെയുള്ള വൃക്ഷങ്ങൾ വെയിലിൽ വിറച്ചു. ചുടുകാറ്റ് വീടുകളെ വിറപ്പിച്ചു. അവ ശ്വാസത്തിനായി കിതച്ചു. ഓരോ കാൽചുവടും പൊടിപടലങ്ങളുടെ മേഘങ്ങളുയർത്തി. പാതി നിശ്ചലത പകൽ വെളിച്ചത്തിനു മുകളിൽ ശവം പോലെ കിടന്നു. അത്തരം നിമിഷങ്ങൾ ആ ഋതുവിൽ ആവർത്തിച്ച് വന്നു.

അന്ന് റെയിൽവെ പ്ലാറ്റ്ഫോമിൽ അവൻ രണ്ട് യൂറോപ്പുകാരെ കണ്ടു. യൂറോപ്പുകാരെ അവൻ ആദ്യമായി കാണുകയായിരുന്നു. അവനു ഭയമൊന്നും തോന്നിയില്ല. ആദ്യമൊന്നും ഭയമേ തോന്നിയില്ല. റെയിൽവെ സ്റ്റേഷനിൽ അവൻ ഇടയ്ക്കിടെ വരാറുള്ളതാണ്. വെറുതെ, തീവണ്ടി കാണാൻ വരാറുള്ളത്. തീവണ്ടികൾ വശ്യമായി, ശബ്ദമൊക്കെയുണ്ടാക്കി വരും. പിന്നെ പുറത്ത് പോകുന്നതുവരെ കാത്ത് നിൽക്കും. എപ്പോഴും ഈർഷ്യ കാണിക്കുന്ന ഒരു ഇന്ത്യക്കാരൻ സിഗ്നൽമാൻ തന്റെ കയ്യിലെ കൊടിയും വിസിലുമൊക്കെയെടുത്താണീ വണ്ടികളെ നിയന്ത്രിക്കുന്നത്. ചിലപ്പോൾ വണ്ടി വരുന്നതിനായി മണിക്കൂറുകളോളം അവൻ കാത്ത് നിൽക്കാറുണ്ട്. ആ രണ്ട് യൂറോപ്പുകാരും കാത്തിരിക്കുകയായിരുന്നു. കാൻവാസ് കൊണ്ടുള്ള ഒരു വിരിപ്പന്തലിനു കീഴെയാണവർ ഇരിക്കുന്നത്. അവരിരിക്കുന്നതിനേതാനും അടി ദൂരെ അവരുടെ സാമാനങ്ങളെല്ലാം അടുക്കിലും ചിട്ടയിലും വച്ചിട്ടുണ്ട്. അതിലെ പുരുഷന് നല്ല ഉയരമുണ്ട്. തല കാൻവാസിൽ തട്ടാതിരിക്കാൻ അതുകൊണ്ടു തന്നെ ഒട്ടൊന്ന് വളഞ്ഞാണയാൾ ഇരിക്കുന്നത്. ആ കാൻവാസാണവരെ

വെയിലിൽ നിന്ന് സംരക്ഷിക്കുന്നത്. സ്ത്രീ കുറച്ച് പുറകിലാണ്. അവളുടെ തിളങ്ങുന്ന മുഖത്തെ രണ്ട് തൊപ്പികൾ ഭാഗികമായി മറയ്ക്കുന്നു. അലുക്കുകളുള്ള വെളുത്ത ബ്ലൗസാണവളുടെ വേഷം. അത് കഴുത്തുവരേയും കയ്യറ്റം വരേയും കുടുക്കുകളിട്ടടച്ചിട്ടുണ്ട്. നീളൻ പാവാട ഷൂസിൽ ഉരസുന്നുണ്ട്. അവൾക്കും നല്ല ആകാരമുണ്ട്. പക്ഷേ ആ പുരുഷനിൽ നിന്ന് വ്യത്യസ്തയാണവൾ. നല്ല കട്ടിയുള്ളതെങ്കിലും ആവശ്യമെങ്കിൽ അടിച്ചുപരത്താവുന്നതു പോലെ ഒരു രൂപം. വേണമെങ്കിൽ തനിക്ക് രൂപം മാറ്റാനാകും എന്നതുപോലെ. അയാളാകട്ടെ ഒരൊറ്റ മരത്തടിയിൽ നിന്ന് കൊത്തിയെടുത്തതു പോലെയുണ്ടായിരുന്നു. അവർ ഇരുവരും രണ്ട് ദിശകളിലേക്കാണ് നോക്കി ഇരിക്കുന്നത്. പരസ്പരം പരിചയമേയില്ലാത്തതുപോലെ.

ആ സ്ത്രീ തന്റെ ഉറുമാലുകൊണ്ട് ചുണ്ടുതുടയ്ക്കുന്നത് യൂസുഫ് കണ്ടു. വരണ്ട ചർമ്മം ചിതമ്പലു കെട്ടിയത് തുടച്ച് കളയുകയാണവർ. പുരുഷന്റെ മുഖത്താകെ ചുവന്ന കുത്തുകളുണ്ട്. അയാളുടെ കണ്ണുകൾ ആ ഇടുങ്ങിയ സ്റ്റേഷൻ പരിസരം നിരീക്ഷിക്കുന്നു. മരത്തടികളും വിറകുകളും സൂക്ഷിക്കുന്ന പുരയിലേക്കും വലിയ മഞ്ഞ പതാകയിലേക്കും അയാളുടെ കണ്ണുകളെത്തുന്നുണ്ട്. ആ മഞ്ഞപ്പതാകയിൽ തിളങ്ങുന്ന കറുപ്പിൽ ഒരു പക്ഷിയുടെ ചിത്രമുണ്ട്. യൂസുഫ് അയാളെ കുറേ നേരം നോക്കി നിന്നു. അയാൾ തിരിഞ്ഞപ്പോൾ യൂസുഫ് തന്നെ തുറിച്ച് നോക്കി നിൽക്കുന്നത് കണ്ടു. യൂസുഫിനപ്പോഴും കണ്ണുകൾ പറിച്ചെടുക്കാനായില്ല. അയാൾ അവനെ നോക്കി പല്ലു കാണിച്ചു. സ്വമേധയയല്ലാതെ ഒരു മുരൾച്ച വന്നു. വിരലുകൾ കൊണ്ട് വിശദീകരിക്കാനാകാത്ത ഒരു ആംഗ്യം കാണിച്ചു. യൂസുഫ് ആ സൂചകം മനസ്സിലാക്കി അവിടെ നിന്നോടി. പെട്ടെന്ന്, ഒഴിച്ചുകൂടാനാകാത്ത വിധത്തിൽ ദൈവസഹായം വേണ്ടി വന്നാൽ ഉച്ചരിക്കണമെന്ന് പറഞ്ഞ് അവനെ പഠിപ്പിച്ചിട്ടുള്ള വാക്കുകൾ ഉരുവിട്ടോടി.

ആ വർഷമാണവൻ വീടുവിട്ടത്. ആ വർഷത്തിൽ തന്നെയാണ് മരങ്ങളുടെ തടി തുളയ്ക്കുന്ന പുഴു പുറകിലെ തൂണുകളിൽ നിറഞ്ഞതും. അവന്റെ അച്ഛൻ അതുവഴി പോയപ്പോഴൊക്കെ ആ തൂണുകളിൽ കോപത്തോടെ ആഞ്ഞടിച്ചു. അവരെന്ത് കളിയാണ് കളിച്ചുകൊണ്ടിരിക്കുന്നതെന്ന് തനിക്കറിയാം എന്ന് ആ പുഴുക്കളോട് പറയും മട്ടിൽ ആഞ്ഞടിച്ചു. തടികളിലെല്ലാം പുഴുക്കൾ അവയുടെ സാന്നിദ്ധ്യമറിയിച്ചു. മൃഗങ്ങൾ, വരണ്ട അരുവി തുരന്ന് തങ്ങളുടെ പാത സൃഷ്ടിക്കുന്നതുപോലെയുള്ള അടയാളങ്ങൾ സൃഷ്ടിച്ചു. എപ്പോഴൊക്കെ യൂസുഫ് തൂണുകളിൽ തട്ടിയോ അപ്പോഴൊക്കെ അവയ്ക്ക് മൃദുത്വം വന്നതായും അവയുടെ ഉള്ള് പൊള്ളയായതായും തോന്നി. അതിനോടൊപ്പം അവയിൽ നിന്ന് പൊടിയുമുയർന്നു. ഇത്തിരി ഭക്ഷണത്തിനായി അവനെപ്പോഴൊക്കെ മുരണ്ടുവോ അപ്പോഴൊക്കെ അമ്മ ആ പുഴുക്കളെ പിടിച്ച് തിന്ന് എന്ന് പറഞ്ഞു.

''എനിക്ക് വിശക്കുന്നു'' അവൻ അമ്മയെ നോക്കി കരഞ്ഞു. ഓരോ വർഷം കഴിയുംതോറും വർദ്ധിച്ചു വന്ന കാർക്കശ്യത്തോടെ അവനാ വാക്കുകൾ, പരാതികളുടെ നീണ്ടപട്ടികയെന്ന പോലെ ആവർത്തിച്ചുകൊണ്ടിരുന്നു.

''ആ തടിതുളപ്പൻ പുഴുക്കളെ പിടിച്ച് തിന്ന്'' അമ്മ നിർദ്ദേശിച്ചു. അവന്റെ നോട്ടം, നിരാശയും തീവ്രവേദനയും കലർന്ന നോട്ടം കണ്ട് അമ്മ ചിരിച്ചു. ''നിനക്കെപ്പോൾ വേണമെങ്കിലും അവയെ പിടിച്ച് തിന്നാം. ഞാൻ തടയാൻ വരില്ല.''

അവൻ നിശ്വസിച്ചു. അമ്മയുടെ തമാശ എത്ര ദയനീയമാണെന്ന് കാണിക്കാനെന്നപോലെ വളരെ സാവധാനത്തിൽ. ക്ഷീണത്തോടെ. ചിലപ്പോഴവർ അസ്ഥികൾ ഭക്ഷിക്കാറുണ്ട്. അമ്മ അത് തിളപ്പിച്ച് കട്ടിയില്ലാത്ത സൂപ്പുണ്ടാക്കും. ആ സൂപ്പിന്റെ ഉപരിതലം വിവിധ വർണ്ണങ്ങളാൽ ഗ്രീസിട്ടതുപോലെ തിളങ്ങും. അതിന്റെ ആഴങ്ങളിൽ കറുത്ത സ്പോഞ്ച് പോലെ മജ്ജ ഓടിക്കളിക്കുന്നുണ്ടാകും. കാര്യങ്ങൾ അതിലും മോശമായാൽ വെണ്ടക്കായ കൊണ്ട് സ്റ്റൂവുണ്ടാക്കും. എത്ര വിശപ്പുണ്ടെങ്കിലും വഴുവഴുപ്പുള്ള ആ വസ്തു ഇറക്കാൻ യൂസുഫിനാകാറില്ല.

അവന്റെ അമ്മാവനായ അസീസും ഇടയ്ക്കാക്കെ അവരെ സന്ദർശിക്കാനെത്താറുണ്ട്. വന്നാലും അധിക നേരം അവർക്കൊപ്പമുണ്ടാകില്ല. രണ്ട് സന്ദർശനങ്ങൾ തമ്മിൽ നല്ല ഇടവേളയുമുണ്ടാകും. വരുമ്പോൾ കൂടെ ഒരു സംഘം തന്നെയുണ്ടാകും. യാത്രികളുടെയും ചുമട്ടുകാരുടേയും സംഗീതജ്ഞരുടേയും സംഘം. സമുദ്രതീരത്തുനിന്ന് മലനിരകളിലേക്കും തടാകങ്ങളിലേക്കും കാടുകളിലേക്കും നടത്തുന്ന ദീർഘയാത്രകൾക്കിടയിലാണിങ്ങനെ അവരെത്തേടി അയാൾ വരാറുള്ളത്. അയാളങ്ങനെ വരണ്ട സമതലങ്ങളിലും പാറക്കെട്ടുകൾ നിറഞ്ഞ കുന്നുകളിലുമൊക്കെ അലയും. അയാളുടെ യാത്രകളിലെല്ലാം ചെണ്ടകളും തംബുരികളും കൊമ്പും സീവയും കൂട്ടിനുണ്ടാകും. അയാളുടെ സംഘം അങ്ങനെ പട്ടണങ്ങളിലെത്തുമ്പോൾ മൃഗങ്ങൾ പരസ്പരം തിക്കിത്തിരക്കി അവിടെ നിന്ന് മാറി നിൽക്കും. കുട്ടികൾക്ക് നിയന്ത്രണം നഷ്ടപ്പെടും.

അസീസിൽ നിന്ന് വിചിത്രവും അസാധാരണവുമായ ഗന്ധം വരും. സുഗന്ധങ്ങളുടേയും മൃഗത്തോലിന്റേയും ഗന്ധം. പശകളുടേയും സുഗന്ധവ്യഞ്ജനങ്ങളുടേയും ഗന്ധം. അതിനോടൊപ്പം വിവരിക്കാനാകാത്ത ഒരു ഗന്ധവും. ആ ഗന്ധത്തിൽ അപകടമുണ്ടെന്ന ചിന്ത യൂസുഫിലുണ്ടാകാറുണ്ട്. വളരെ കനം കുറഞ്ഞ വസ്ത്രമാണയാൾ സാധാരണ ധരിക്കാറുള്ളത്. നല്ല പരുത്തികൊണ്ടുള്ള ഒരു കൻസു ധരിക്കും. അലങ്കാരത്തയ്യലുകളൊക്കെയുള്ള ഒരു തൊപ്പി തലയിൽ പുറകിലേക്കായി അമർത്തി വച്ചിട്ടുണ്ടാകും. അയാളുടെ നിർമ്മലമായ ഭാവവും വിനീതത്വവും ശാന്തവും നിർവ്വികാരവുമായ രീതികളും

കണ്ടാൽ ഒരു സായാഹ്ന സവാരിക്കിറങ്ങിയവനാണെന്നോ അല്ലെങ്കിൽ സായാഹ്നത്തിൽ പ്രാർത്ഥനയ്ക്കിറങ്ങിയ ഒരാളാണെന്നോ തോന്നും. അല്ലാതെ, മുൾച്ചെടികൾ വകഞ്ഞ് മാറ്റി, കുറ്റിക്കാടുകൾ കടന്ന്, വിഷസർപ്പങ്ങളെ മറികടന്നെത്തിയ ഒരു വ്യാപാരിയായി തോന്നില്ല. അയാളുടെ വരവിന്റെ ഉത്സാഹത്തിലും സാമാനങ്ങളും പൊതികളും നിറഞ്ഞ അലങ്കോലങ്ങളിലും ക്ഷീണിതരായ ചുമട്ടുകർക്കും എല്ലാം നിരീക്ഷിക്കുന്നവരായ പക്ഷിക്കണ്ണുകളുള്ള വ്യാപാരികൾക്കും നടുക്ക് അസീസ് ശാന്തതയും സമചിത്തതയും കൈവിടാറില്ല. എന്നാൽ ഇത്തവണ അയാൾ ഏകനായാണ് വന്നത്.

അയാളുടെ സന്ദർശനങ്ങൾ യൂസുഫ് എന്നും ആസ്വദിച്ചിരുന്നു. അയാൾ ധനികനും പ്രശസ്തനുമായ വ്യാപാരിയായതിനാൽ ആ സന്ദർശനങ്ങൾ തങ്ങൾക്ക് ബഹുമതിയാണെന്ന് അച്ഛൻ പറയും. 'തജീരി എംകബ്വ' എന്നാണച്ഛൻ പറയുക. അത് മാത്രമല്ല. അയാൾ വരുന്നത് സത്യമായും ബഹുമതി തന്നെയായിരുന്നു. എപ്പോഴൊക്കെ വന്നുവോ അപ്പോഴൊക്കെ അസീസ് അമ്മാവൻ അവന് പത്ത് അണയുടെ ഒരു നാണയം കൊടുക്കും. അതിനവൻ പ്രത്യേകിച്ചൊന്നും ചെയ്യേണ്ടതില്ല. ശരിയായ സമയത്ത് അദ്ദേഹത്തിനു മുന്നിൽ പ്രത്യക്ഷപ്പെട്ടാൽ മാത്രം മതി. അസീസ് അപ്പോൾ അവനെ നോക്കി പുഞ്ചിരിക്കും. എന്നിട്ട് ആ നാണയമെടുത്ത് കൊടുക്കും. തനിക്കും പുഞ്ചിരിക്കണം എന്നൊക്കെ യൂസുഫും ആഗ്രഹിക്കാറുണ്ട്. പക്ഷേ അത് ചെയ്യാറില്ല. അങ്ങനെ പുഞ്ചിരിക്കുന്നത് തെറ്റാകും എന്ന ധാരണയിലാണ് അതൊഴിവാക്കുന്നത്. അമ്മാവന്റെ തിളങ്ങുന്ന ചർമ്മവും അദ്ദേഹത്തിൽ നിന്ന് വരുന്ന നിഗൂഢമായ ഗന്ധവും യൂസുഫിനിഷ്ടമായിരുന്നു. അസീസ് തിരിച്ച് പോയാലും ആ ഗന്ധം കുറേ ദിവസം അവിടെ അലഞ്ഞ് നടക്കും.

മൂന്നാം ദിവസമായപ്പോഴേക്കും അസീസ് തിരിച്ച് പോകുകയാണെന്നുറപ്പായി. അടുക്കളയിൽ തിരക്ക് വർദ്ധിച്ചു. ഒരു വിരുന്നിന്റെ സുഗന്ധം അവിടെയൊക്കെ നിറഞ്ഞ് നിന്നു. സുഗന്ധവ്യഞ്ജനങ്ങൾ വറുക്കുന്ന ഗന്ധം, തേങ്ങയരച്ചതിലവ വേവുന്ന ഗന്ധം. പകൽ മുഴുക്കെ വീട്ടിൽ നിന്ന് ദൂരെ പോകാതിരിക്കാൻ യൂസുഫ് ശ്രദ്ധിച്ചു. അമ്മയ്ക്ക് അതൊക്കെ പാകം ചെയ്യാൻ തന്റെ സഹായമെങ്ങാനും ആവശ്യം വന്നാലോ? അതല്ലെങ്കിൽ എന്തിനെക്കുറിച്ചെങ്കിലും എന്തെങ്കിലും സംശയമുണ്ടെങ്കിലോ? അത്തരം കാര്യങ്ങളിലൊക്കെ തന്റെ അഭിപ്രായത്തിന് അമ്മ വില കല്പിക്കാറുണ്ട് എന്ന് അവനറിയാം. അമ്മ ചിലപ്പോൾ അടുപ്പത്തുള്ളത് ഇളക്കാൻ മറക്കും. അതല്ലെങ്കിൽ ചൂടായി കിടക്കുന്ന എണ്ണയിലേക്ക് പച്ചക്കറിയരിഞ്ഞത് ഇടാൻ മറക്കും. ശ്രദ്ധയാവശ്യമുള്ള കാര്യങ്ങളാണിതൊക്കെ. കണ്ണെപ്പോഴും അടുക്കളയിലായിരിക്കണം എന്ന് അവനാഗ്രഹിച്ചു. അതേസമയം

താനിങ്ങനെ അവിടെയൊക്കെ അലഞ്ഞ് നടക്കുന്നത് അമ്മ ശ്രദ്ധിക്കുകയുമരുത്. അമ്മ അത് കണ്ടാൽ നൂറുകൂട്ടം പണികൾ തന്നെയേല്പിക്കും. അതൊക്കെ ചെയ്യുന്നതത്ര സുഖമുള്ള കാര്യമൊന്നുമല്ല. മാത്രമല്ല, അതിനായി ഇറങ്ങിത്തിരിച്ചാൽ ചിലപ്പോൾ അസീസ് അമ്മാവനോടൊന്ന് യാത്ര പറയാൻ പോലും പറ്റിയെന്നുവരില്ല. അമ്മാവനിറങ്ങുന്ന ആ നിമിഷത്തിലാണ് പത്ത് അണയുടെ നാണയം കൈമാറ്റം ചെയ്യപ്പെടാറുള്ളത്. അസീസ് അമ്മാവൻ അപ്പോൾ കൈ നീട്ടും. ചുംബിക്കാനായി കൈ നീട്ടും. അതേ കൈകൊണ്ട് യൂസുഫിന്റെ പുറവും തലയും തടവും. പിന്നെ എന്നും ശീലിച്ചതുപോലെ ആ നാണയം യൂസുഫിന്റെ കയ്യിൽ വയ്ക്കും.

അച്ഛനാകട്ടെ പതിവില്ലാത്ത വിധം തിരക്കിലായിരുന്നു അന്ന്. ജോലിത്തിരക്കിൽ. അച്ഛൻ വരുമ്പോൾ ഒപ്പം അസീസ് അമ്മാവനുമുണ്ടാകും എന്ന് യൂസുഫ് ഊഹിച്ചു. അതിനിനിയും സമയം കുറേ കഴിയണം. അച്ഛൻ ഒരു ഹോട്ടൽ നടത്തുന്നുണ്ട്. അദ്ദേഹം നടത്തിയ ഒരു പറ്റം വ്യാപാരങ്ങളിൽ ഏറ്റവും പുതിയതാണിത്. പണവും പ്രശസ്തിയുമാർജ്ജിക്കാനാണദ്ദേഹം ഇങ്ങനെ വ്യാപാരങ്ങൾ ചെയ്യുന്നത്. മനസ്സിനുല്ലാസമുള്ള സമയങ്ങളാണെങ്കിൽ അച്ഛൻ തന്റെ മനസ്സിലുണ്ടായിരുന്ന മറ്റ് പദ്ധതികളൊക്കെ പങ്കുവയ്ക്കും. പണമുണ്ടാക്കാനുള്ള പദ്ധതികൾ. അതവരെ എങ്ങനെ ധനികരാക്കുമെന്ന് പ്രതീക്ഷിച്ചത്. അതൊക്കെ ഇപ്പോൾ അസംബന്ധമായി തോന്നുന്നത്. തന്റെ ജീവിതമെങ്ങനെ ഇങ്ങനെയായി എന്നദ്ദേഹം പരാതിപ്പെടുന്നത് യൂസുഫ് കേട്ടിട്ടുണ്ട്. അദ്ദേഹം എന്തൊക്കെ ശ്രമിച്ചോ അതിലൊക്കെ പരാജയപ്പെട്ടു.

കാവ എന്ന പട്ടണത്തിലാണ് ഈ ഹോട്ടൽ. താഴത്തെ നിലയിൽ ഭക്ഷണശാല. മുകളിൽ നാലു മുറികൾ. കഴിഞ്ഞ നാലുവർഷമായി അവരെല്ലാം അതിനാൽ ഇതേ കാവയിലാണ് താമസം. അതിനു മുമ്പ് തെക്കുള്ള മറ്റൊരു പട്ടണത്തിലായിരുന്നു. കൃഷിയായിരുന്നു ആ പട്ടണത്തിനും ചുറ്റിലുമുള്ളവരുടെ പ്രധാന ഉപജീവനമാർഗ്ഗം. അച്ഛനവിടെ ഒരു കട നടത്തിയിരുന്നു. പച്ചപ്പ് നിറഞ്ഞ ഒരു കുന്നും അതിനു പുറകിൽ, അങ്ങ് ദൂരെ, നിഴൽ പോലെ കാണാവുന്ന മലനിരകളും യൂസുഫിന്റെ ഓർമ്മയിലുണ്ട്.

കടയുടെ മുന്നിൽ, നടപ്പാതയിൽ ഒരു സ്റ്റൂളിന്മേലിരിക്കാറുള്ള വൃദ്ധനേയും അവനോർമ്മയുണ്ട്. ആ വൃദ്ധൻ പട്ടുനൂൽ കൊണ്ട് തൊപ്പികളിൽ തുന്നൽ വേലകൾ ചെയ്യുന്നുണ്ടാകും. മലനിരകളിലേക്കും ഉൾപ്രദേശങ്ങളിലേക്കും ജർമ്മനിക്കാർ പണിതുകൊണ്ടിരുന്ന റെയിൽവേക്കാവശ്യമായ സാധനങ്ങൾ സൂക്ഷിച്ചിരുന്ന ഡിപ്പൊ ഈ പട്ടണത്തിലായിരുന്നു. അതിനാൽ തന്നെ ഈ പട്ടണം പെട്ടെന്ന് വളർന്നു. അങ്ങനെയാണവരും അവിടെ എത്തിച്ചേർന്നത്. പക്ഷേ ഈ നല്ല കാലം അധികമൊന്നും നീണ്ട് നിന്നില്ല. ചില വണ്ടികൾ വെള്ളം

നിറയ്ക്കാൻ നിർത്തുന്നതൊഴിച്ചാൽ ഇപ്പോൾ അവിടെ തീവണ്ടികളൊന്നും നിർത്താറില്ല. കഴിഞ്ഞ യാത്രയിൽ അസീസ് അമ്മാവൻ കാവ വരെ തീവണ്ടിയിലാണ് വന്നത്. അവിടെ നിന്ന് പടിഞ്ഞാട്ട് നടന്നു പോകുകയായിരുന്നു. അടുത്ത യാത്രയിൽ തീവണ്ടിപോകുന്നിടം വരെ യാത്ര ചെയ്യണം എന്ന ആഗ്രഹം അദ്ദേഹം പ്രകടിപ്പിക്കുന്നത് കണ്ടു. അതിനു ശേഷം ഉത്തര-പശ്ചിമ ദിക്കിലേക്കോ ഉത്തര-പൂർവ്വ ദിക്കിലേക്കോ നടന്ന് പോകണം എന്ന്. ഈ രണ്ട് ദിശകളിലും ഇപ്പോഴും നല്ല വ്യാപാരസാധ്യതകൾ നിലനിൽക്കുന്നു എന്നാണദ്ദേഹം പറഞ്ഞത്. ഈ പട്ടണമാകെ വലിയൊരു നരകമായി മാറുന്നു എന്ന് അച്ഛൻ ഇടയ്ക്ക് പറയുന്നതും യൂസുഫ് കേട്ടിട്ടുണ്ട്.

തീരത്തേക്കുള്ള വണ്ടി സായാഹ്നത്തിൽ നേരത്തെ പോകും. അസീസ് അമ്മാവൻ അതിലാകും പോകുന്നതെന്ന് യൂസുഫ് കരുതി. അദ്ദേഹം തന്റെ വീട്ടിലേക്കാണ് പോകുന്നതെന്നും അവനിൽ ഒരു ചിന്തയുണ്ടായി. പക്ഷേ ആൾക്കാരുടെ കാര്യമല്ലേ? ഒന്നും ഉറപ്പിക്കാനാകില്ല. അദ്ദേഹം മലനിരകളിലേക്കുള്ള വണ്ടിയിൽ പോകാനും മതി. അത് മദ്ധ്യാഹ്നത്തിലാണ്. എന്ത് വന്നാലും നേരിടാൻ യൂസുഫ് തയ്യാറായിരിക്കുന്നു. അച്ഛനാകട്ടെ അവനോട് എന്നും ഉച്ചയ്ക്ക് നിസ്കാരസമയമാകുമ്പോൾ ഹോട്ടലിലെത്തണം എന്ന് നിഷ്കർഷിച്ചിട്ടുണ്ട്. അങ്ങനെ എന്നും വന്നാൽ വ്യാപാര കാര്യങ്ങളൊക്കെ പഠിക്കാനാകും എന്നാണ് അച്ഛൻ പറഞ്ഞിട്ടുള്ളത്. വ്യാപാരമൊക്കെ പഠിച്ചാൽ സ്വന്തം കാലിൽ നിൽക്കാനാകും എന്നും. പക്ഷേ യഥാർത്ഥ ലക്ഷ്യം മറ്റൊന്നായിരുന്നു. അവനെത്തിയാൽ അടുക്കള വൃത്തിയാക്കുകയും ഭക്ഷണം ഉപഭോക്താക്കളുടെ മേശപ്പുറത്തെത്തിക്കുകയും ചെയ്യുന്ന രണ്ട് യുവാക്കൾക്ക് ഒരു സഹായമാകും.

പാചകക്കാരൻ എപ്പോഴും മദ്യലഹരിയിലാകും. ശപിച്ചുകൊണ്ടിരിക്കുന്നുണ്ടാകും. ആരെക്കണ്ടാലും അധിക്ഷേപ വചനങ്ങൾ ചൊരിയും. യൂസുഫ് മാത്രമാണതിൽ നിന്ന് രക്ഷപ്പെടുന്നത്. അയാൾ വായ് നിറയുന്ന തെറി വിളിക്കുന്നതിനിടയിൽ യൂസുഫ് പ്രത്യക്ഷപ്പെട്ടാൽ പെട്ടെന്ന് മുഖത്തൊരു പുഞ്ചിരി വരും. എന്നാലും യൂസുഫിനയാളെ ഭയമായിരുന്നു. അയാൾക്ക് മുന്നിലെത്തിയാൽ യൂസുഫിന്റെ കാൽമുട്ടുകൾ കൂട്ടിയിടിക്കും. അസീസ് പോകുമെന്ന് ധരിച്ച ദിവസം അവൻ ഹോട്ടലിൽ പോയില്ല. നിസ്കാരത്തിനും പോയില്ല. ആ ഉച്ചച്ചൂടിൽ തന്നെത്തിരയാനൊന്നും ആരും ബുദ്ധിമുട്ടില്ല എന്നും അവൻ കരുതി. അവൻ വീടിനു പുറകിലുള്ള കോഴിക്കൂടിന്റെ തണലിൽ വിശ്രമിച്ചു. ഉച്ചയ്ക്ക് പൊടിയും ദുർഗന്ധവും സഹിക്കവയ്യാതാകുന്നതുവരെ അവനവിടെ തന്നെയിരുന്നു. അവിടെ നിന്ന് അവൻ നീങ്ങിയത് വീടിനരികിൽ മരങ്ങളൊക്കെ സൂക്ഷിക്കുന്ന പറമ്പിലേക്കാണ്. അവിടെ അവൻ ഒളിച്ചിരുന്നു. ഇളംചുവപ്പ് നിഴലുകളുണ്ടവിടെ.

ഓല മേഞ്ഞ ഒരു കൂരയുമുണ്ട്. അതിനകത്തെ പല്ലികളുടെ ചില മ്പലും കേട്ട്, തന്റെ പത്ത് അണയെപ്പോൾ കിട്ടും എന്ന് കാത്ത് അവനിരുന്നു.

വെട്ടിയ മരങ്ങൾ സൂക്ഷിക്കുന്ന ആ പറമ്പിലെ നിശ്ശബ്ദതയും മ്ലാനതയും അവന് അസഹ്യമായി തോന്നിയില്ല. ഒറ്റയ്ക്ക് കളിക്കുന്ന തവൻ എന്നേ ശീലമാക്കിയിരുന്നു. വീട്ടിൽ നിന്ന് അധികം ദൂരെ പോയി അവൻ കളിക്കുന്നത് അച്ഛനിഷ്ടമല്ലായിരുന്നു. 'ചുറ്റിലും രാക്ഷസന്മാരാണ്' എന്നാണച്ഛൻ പറയുക. ''ദൈവത്തിൽ വിശ്വാസ മില്ലാത്ത, വൃക്ഷങ്ങളിലും പാറക്കെട്ടുകളിലും വസിക്കുന്ന ഭൂത ങ്ങളേയും ചെകുത്താന്മാരേയും ആരാധിക്കുന്ന വഷേൻസികളുണ്ട്. അവർ കുട്ടികളെ തട്ടിക്കൊണ്ടുപോയി അവർക്കെന്താണോ ചെയ്യേ ണ്ടത് അതൊക്കെ ചെയ്യും. അതല്ലെങ്കിൽ നീ അലഞ്ഞ് നടക്കുന്ന വരുടെ കുട്ടികൾക്കൊപ്പം കളിക്കാൻ കൂടും. അവർക്ക് അവരുടെ കാര്യങ്ങളിൽ തന്നെ ശ്രദ്ധയില്ല. നിന്നെയൊട്ടും ശ്രദ്ധിക്കില്ല. കാട്ടു നായ്ക്കൾ വന്ന് നിന്നെ കടിച്ച് കീറും. നീ ഇവിടെവിടെയെങ്കിലും കളിച്ചാൽ മതി. അതാണ് സുരക്ഷിതം. ഇവിടെയാകുമ്പോൾ ആരു ടെയെങ്കിലും കണ്ണുകൾ നിന്റെ മേലുണ്ടാകും.'' അയൽക്കാരനായ ഇന്ത്യൻ വ്യാപാരിയുടെ കുട്ടികൾക്കൊപ്പം അവൻ കളിക്കുന്നതാണ് അച്ഛനിഷ്ടം. പക്ഷേ ആ കുട്ടികൾ അവനടുത്ത് ചെന്നാൽ അവനെ കൂക്കുവിളിക്കും. അവന്റെ ശരീരത്തിലേക്ക് മണ്ണ് വാരിയെറിയും. ''ഗോലോ... ഗോലോ'' എന്ന് ആർപ്പ് വിളിക്കും. അവനെ നോക്കി തുപ്പും. ചിലപ്പോൾ മരത്തണലിലോ വീടുകളുടെ ഓരങ്ങളിലോ ഇരുന്ന് കളിക്കുന്ന മുതിർന്ന കുട്ടികൾക്കരികിലിരിക്കും. ആൺകുട്ടി കൾക്കൊപ്പം. ആൺകുട്ടികളുടെ കൂട്ട് അവനിഷ്ടമാണ്. കാരണം അവരെപ്പോഴും തമാശ പറയും. ചിരിക്കും. അവരുടെ മാതാപിതാക്കൾ ജർമ്മനിക്കാരുടെ തൊഴിലാളികളാണ്. റെയിൽവേയുടെ നിർമ്മാ ണത്തിലും, മറ്റ് അല്ലറ ചില്ലറ ജോലികളിലുമാണ്. അതല്ലെങ്കിൽ അവർ യാത്രികളുടേയും വ്യാപാരികളുടേയും ചുമട്ടുകാരാകും. ചെയ്ത ജോലിക്ക് മാത്രമാണവർക്ക് കൂലി ലഭിക്കുക. മിക്കപ്പോഴും ജോലിയുണ്ടാകാറുമില്ല. കഠിനമായി അദ്ധ്വാനിക്കാത്ത തൊഴിലാളി കളെ ജർമ്മനിക്കാർ തൂക്കിക്കൊല്ലാറുണ്ടെന്ന് യൂസുഫ് ഇവരിൽ നിന്നറിഞ്ഞു. വളരെ ചെറുപ്രായത്തിലുള്ളവരാണെങ്കിൽ ആ കുട്ടി കളുടെ വൃഷണം ചെത്തിക്കളയുമത്രെ. ഈ ജർമ്മനിക്കാർക്ക് ഒന്നിനേയും ഭയമില്ല. അവർക്കെന്ത് ചെയ്യണമോ അത് ചെയ്യും. അവരെ തടയാൻ ആരുമില്ല. ഒരു ജർമ്മനിക്കാരൻ ആളിക്കത്തുന്ന തീയ്യിൽ കയ്യിട്ടു എന്നും എന്നിട്ടും അയാളുടെ കയ്യിനൊരു കേടും സംഭവിച്ചില്ല എന്നും തന്റെ അച്ഛൻ പറഞ്ഞതായി ഒരിക്കൽ ഒരു കുട്ടി അവനെ അറിയിച്ചു. അവന്റെ അച്ഛൻ നേരിൽ കണ്ടതാണത്രെ അത്. ആ ജർമ്മനിക്കാരൻ ഫാന്റമാണെന്ന പോലെയാണപ്പോൾ പെരുമാറിയതത്രെ.

തൊഴിലാളികളായ അവരുടെ മാതാപിതക്കൾ പല നാടുകളിൽ നിന്നെത്തിയവരാണ്. കാവയുടെ വടക്കുള്ള ഉസംബാര മലനിരകളിൽ നിന്ന്, മലനിരകളുടെ പടിഞ്ഞാറുള്ള തടാകങ്ങളുടെ കരയിൽ നിന്ന്, യുദ്ധക്കെടുതികളിൽ ഇന്നും വീർപ്പുമുട്ടുന്ന തെക്കുള്ള പുൽമൈതാനങ്ങളിൽ നിന്ന്. മാതാപിതാക്കളെക്കുറിച്ച് പറയുമ്പോൾ അവർ ചിരിക്കും. അവർ ജോലിയിലായിരിക്കുമ്പോൾ പാടുന്ന ഗാനങ്ങളെ കളിയാക്കും. അവർ വീട്ടിലേക്കെത്തിക്കുന്ന പുളിച്ചതും ഓക്കാനം വരുത്തുന്നതുമായ ഗന്ധങ്ങളെക്കുറിച്ച് പരസ്പരം പറഞ്ഞ് അതിനെ താരതമ്യം ചെയ്യും. മാതാപിതാക്കൾ വന്ന സ്ഥലങ്ങൾക്ക് അവർ വിവിധ പേരുകളിട്ടു. തമാശ കലർന്നതും ഒട്ടും സന്തുഷ്ടി നൽകാത്തതുമായ പേരുകൾ. ആ പേരുകൾ വിളിച്ചും അവർ പരസ്പരം കളിയാക്കി. ചിലപ്പോൾ അവർ തമ്മിൽ തമ്മിൽ വഴക്കടിക്കും. ചവിട്ടും. കെട്ടിപ്പിടിച്ചുരുളും. എതിരാളിയെ വേദനിപ്പിക്കാൻ ശ്രമിക്കും. ഇത്തിരി പ്രായമായ ആൺകുട്ടികൾ, ചിലപ്പോൾ വേലക്കാരായോ ചില ദൂതുകൾ എത്തിക്കുന്നവരായോ ജോലി ചെയ്യും. എന്നാൽ മിക്കപ്പോഴും വെറുതെ അലഞ്ഞ് നടക്കുകയാകും. പ്രായമായി, പുരുഷനായി, ജോലി ചെയ്യാൻ അനുവാദം ലഭിക്കുന്നതിനായി കാത്ത്, അലഞ്ഞ് നടക്കുകയാകും. അവർ അനുവദിക്കുമ്പോഴൊക്കെ യൂസുഫ് അവർക്കൊപ്പമിരിക്കും. അവരുടെ സംഭാഷണങ്ങൾ കേൾക്കും. അവരേല്പിക്കുന്ന ചെറിയ ദൗത്യങ്ങൾ നിറവേറ്റും.

സമയം കളയാൻ അവർ ചിലപ്പോൾ കൊച്ചുവർത്തമാനങ്ങൾ പറയും. അല്ലെങ്കിൽ ചീട്ട് കളിക്കും. അവരിൽ നിന്നാണ് പുരുഷലിംഗത്തിനകത്താണ് കുഞ്ഞുങ്ങളിരിക്കുന്നത് എന്ന് യൂസുഫ് ആദ്യമായറിയുന്നത്. ഒരു പുരുഷന് ഒരു കുഞ്ഞിനെ വേണം എന്ന് തോന്നിയാൽ അയാൾ അതിനെ ഒരു പെണ്ണിന്റെ ഉദരത്തിലേക്കിടും. പെണ്ണിന്റെ ഉദരത്തിനകത്ത് ആ കുഞ്ഞിനു വളരാൻ കൂടുതൽ സ്ഥലമുണ്ട്. ഈ ചർച്ച നടന്ന് കൊണ്ടിരുന്നപ്പോൾ ഇതൊരു അവിശ്വസനീയ കഥയാണെന്ന് കരുതിയത് അവൻ മാത്രമായിരുന്നില്ല. ചർച്ചയ്ക്ക് ചൂട് പിടിച്ചപ്പോൾ പലരുടേയും ലിംഗം പുറത്തെടുത്ത് നീളമളന്ന് നോക്കി. അധികം താമസിയാതെ അവർ ലിംഗത്തിനകത്തുള്ള കുഞ്ഞുങ്ങളെ മറന്നു. ലിംഗം തന്നെ രസകരമായ ചർച്ചാവിഷയമായി. പ്രായം ചെന്നവർക്ക് അവരുടെ ലിംഗം പ്രദർശിപ്പിക്കുന്നതിൽ അഭിമാനം തോന്നി. കൊച്ചുകുഞ്ഞന്മാരോട് തങ്ങളുടെ കൊച്ചു ലിംഗങ്ങൾ കാണിക്കാൻ അവർ ആവശ്യപ്പെട്ടു. അത് കണ്ട് അവർ ചിരിച്ചു.

ചിലപ്പോൾ അവൻ ഈ സംഘത്തിനൊപ്പം കിപാണ്ടെ കളിച്ചു. പക്ഷേ ബാറ്റ് ചെയ്യാൻ അവസരം ലഭിക്കുക വിരളമായിരുന്നു. പ്രായവും കരുത്തുമാണ് ആദ്യമാര് ബാറ്റ് ചെയ്യും എന്നത് തീരുമാനിക്കുക. എന്നാൽ എപ്പോഴൊക്കെ അനുവാദം ലഭിച്ചുവോ അപ്പോഴൊക്കെ ഫീൽഡർമാരുടെ സംഘത്തിൽ അവനുണ്ടാകുമായിരുന്നു.

ഒരു മരത്തുണ്ടിനു പുറകെ പായുന്നവനായി. പൊടി നിറഞ്ഞ മൈതാനിയിൽ മുഴുക്കെ ഓടി നടക്കുന്നവനായി. ഒരിക്കൽ അവന്റെ അച്ഛൻ ഒരു സംഘം ബാലന്മാർക്കൊപ്പം അവനും കിപാണ്ടെയ്ക്ക് പുറകെ പായുന്നത് കണ്ടു. ഭ്രാന്തെടുത്തതുപോലെ പായുന്നത് കണ്ടു. അയാൾക്ക് അത് ഇഷ്ടപ്പെട്ടില്ല. അയാളവനെ തറപ്പിച്ചൊന്ന് നോക്കി. വീട്ടിലേക്ക് തിരിച്ചയയ്ക്കുന്നതിനു മുമ്പ് ചെകിട്ടത്തൊരു അടിയും കൊടുത്തു.

അതിനാൽ യൂസുഫ് തനിക്ക് സ്വന്തമായി ഒരു കിപാണ്ടെയുണ്ടാക്കി. ഒറ്റയ്ക്കിരുന്ന് കളിക്കാവുന്ന രൂപത്തിൽ ആ കളിയെ രൂപാന്തരപ്പെടുത്തി. താൻ തന്നെയാണ് മറ്റ് കളിക്കാരും എന്ന് അഭിനയിക്കുക ഈ പുതിയ കളിയുടെ ഭാഗമായിരുന്നു. അതുകൊണ്ട് ഒരു ഗുണവുമുണ്ട്. അവന് എപ്പോൾ വേണമെങ്കിലും ബാറ്റ് ചെയ്യാം. എത്ര നേരം വേണമെങ്കിലും ബാറ്റ് ചെയ്യാം. വീടിനു മുന്നിലുള്ള വഴിയിൽ അവൻ തന്റെ കിപാണ്ടെയ്ക്ക് പുറകെയോടി. ഒച്ചയിട്ടു. അവൻ തന്നെ വായുവിലേക്കുയർത്തിയടിച്ച കിപാണ്ടെയെ പിടിക്കാൻ ഓടി. അടിക്കുമ്പോൾ തനിക്ക് അതിനു കീഴെ എത്താനാകുന്നു എന്നുറപ്പിക്കാൻ അവൻ ഉയർത്തിയടിച്ചുകൊണ്ടിരുന്നു.

2

അസീസ് അമ്മാവൻ മടങ്ങിപ്പോകുന്ന അന്ന് യൂസുഫ് തന്റെ സമയം പാഴാക്കുന്നതിൽ പശ്ചാത്തപിച്ചില്ല. പത്ത് അണ ലഭിക്കുന്ന കാര്യമാണിത്. ഉച്ചയ്ക്ക് ഒരു മണിയോടെ അച്ഛനും അസീസ് അമ്മാവനും ഒന്നിച്ചാണെത്തിയത്. അവരുടെ ശരീരത്തിൽ വെളിച്ചം ഉരുകിയൊലിക്കുന്നതുപോലെ വിയർപ്പുതുള്ളികൾ പറ്റിപ്പിടിച്ചിരുന്നു. വീട്ടിലേക്കുള്ള കല്ലുപാകിയ നടപ്പാതയിലൂടെ വളരെ സാവധാനത്തിലാണവർ വന്നത്. പരസ്പരം സംസാരിക്കാതെ, തല താഴ്ത്തിപ്പിടിച്ച്, ചൂടിനെ തടയാനെന്ന പോലെ ചുമലൊന്ന് വളച്ച്. അതിഥികളെയിരുത്തുന്ന മുറിയിൽ ഏറ്റവും നല്ല പായ വിരിച്ച് അവർക്ക് ഉച്ചഭക്ഷണം വിളമ്പി. അവസാനത്തെ ഒരുക്കങ്ങളിൽ യൂസുഫും സഹായിച്ചു. ചില വിഭവങ്ങൾ ഒരുക്കിയൊതുക്കി വയ്ക്കുന്നതിനും മറ്റും സഹായിച്ചു. അങ്ങനെ അവൻ അമ്മയിൽ നിന്ന് ഒരു പുഞ്ചിരി സ്വന്തമാക്കി. അമ്മ ക്ഷീണിച്ചിരുന്നു. അതുകൊണ്ടു തന്നെ ഈ ചെറിയ സഹായം പോലും സ്വീകാര്യമായിരുന്നു. അവിടെയിരുന്ന് യൂസുഫ് വിരുന്നിന്റെ വിഭവങ്ങളിലൂടെ സമഗ്രമായ ഒരു പരിശോധന നടത്തി. രണ്ട് തരം കറികൾ, കോഴിയും ആടും. നല്ല പേഷ്വാരി അരിയുടെ ചോറ്, അതിൽ നെയ്യൊഴിച്ച് തിളങ്ങുന്നുണ്ട്. അതിനു മുകളിൽ ബദാമും മുന്തിരിയും വിതറിയിട്ടുണ്ട്. സുഗന്ധവ്യഞ്ജനങ്ങൾ ചേർത്ത

റൊട്ടി, മാന്ദാസി, മഹാമ്രി എന്നിവ തുണിക്കൊട്ട നിറഞ്ഞ് കവിയുന്നു. ഉണങ്ങിയ മീൻ ചുട്ടെടുത്തത്. ഈ ധാരാളിത്തം കണ്ടപ്പോൾ യൂസുഫിനു കരച്ചിൽ വന്നു. ഇതെല്ലാം തനിക്കും ലഭിക്കാൻ ആഗ്രഹിച്ചു. തനിക്ക് ലഭിക്കുന്നതിലും വളരെ തുച്ഛമായ, ദരിദ്രമായ ഒന്നാണ്. അത് കണ്ട് അമ്മ നീരസം പ്രകടിപ്പിച്ചു. പക്ഷേ അവന്റെ മുഖത്തെ ദുഃഖം മാറിയില്ല. അമ്മയ്ക്ക് ചിരി വന്നു.

പുരുഷന്മാർ ഇരുവരും ഭക്ഷണത്തിനിരുന്നു. യൂസുഫ് പിച്ചള കൊണ്ടുള്ള പാത്രങ്ങളുമായി അകത്ത് പോയി. ഇടത് കയ്യിൽ വൃത്തിയുള്ള ഒരു തുണിയുമുണ്ടായിരുന്നു. അസീസ് അമ്മാവനും അച്ഛനും കൈ കഴുകാനായി അവൻ വെള്ളമൊഴിച്ചുകൊടുത്തു. അസീസ് അമ്മാവനെപ്പോലെയുള്ള അതിഥികൾക്ക് ഇങ്ങനെ ചെയ്യുന്നതിഷ്ടമാണെന്ന് അവനൂഹിച്ചു. അതിനു ശേഷം അതിഥികളിരുന്ന മുറിയുടെ വാതിലിനപ്പുറത്ത് പതുങ്ങി നിന്നു. തന്റെ സഹായം ഇനിയും ആവശ്യം വന്നേക്കാം എന്ന് പ്രതീക്ഷിച്ച് ഒതുങ്ങി നിന്നു. മുറിക്കകത്ത് തന്നെ നിൽക്കാൻ അവനിഷ്ടമായിരുന്നു. പക്ഷേ അവനവിടെ നിൽക്കുന്നത് കണ്ടപ്പോൾ അച്ഛനൊന്ന് തുറിച്ച് നോക്കി. ആ നോട്ടം അവനെ മുറിയിൽ നിന്ന് പുറത്തേക്കോടിച്ചു. അസീസ് അമ്മാവൻ വീട്ടിലുള്ളപ്പോൾ എന്തെങ്കിലുമൊക്കെ വിശേഷമായി സംഭവിച്ചുകൊണ്ടിരിക്കും. ഇവിടെ നിന്നാണ് ഭക്ഷണം കഴിക്കുക എങ്കിലും ഉറക്കം എപ്പോഴും ഹോട്ടലിൽ തന്നെയാകും. അതിനർത്ഥം അവരുടെ ഭക്ഷണം കഴിഞ്ഞാൽ അവശിഷ്ടമായി എന്തെങ്കിലുമൊക്കെ ലഭിക്കുമെന്ന് തന്നെ. അതല്ലെങ്കിൽ അമ്മ അതൊക്കെ തൂത്ത് വൃത്തിയാക്കി ഏതെങ്കിലും അയൽക്കാർക്കോ, വാതിൽക്കലെത്തിപ്പെടുന്ന യാചകർക്കോ, ഭിക്ഷുക്കൾക്കോ, നൽകിയിട്ടുണ്ടാകണം. ഈ ഭിക്ഷുക്കളപ്പോൾ ദൈവസ്തുതി ചൊല്ലും. അത്യാർത്തിയും തീറ്റിഭ്രാന്തും കാണിക്കുന്നതിനേക്കാൾ നല്ലത് ഈ ഭക്ഷണം അയൽക്കാർക്കോ ഭക്ഷണം തിരഞ്ഞ് നടക്കുന്നവർക്കോ നൽകുന്നതാണെന്നാണ് അമ്മയുടെ ന്യായം. അതിൽ അത്ര ന്യായമുണ്ടെന്നൊന്നും യൂസുഫിനു തോന്നിയില്ല. പക്ഷേ ധാർമ്മികതയ്ക്ക്, സദ്ഗുണങ്ങൾക്ക് അതിന്റേതായ ഫലങ്ങൾ ലഭിക്കാതിരിക്കില്ല എന്നാണ് അമ്മ പറയാറുള്ളത്. ഇനിയും താനിതിനെക്കുറിച്ചെന്തെങ്കിലും പറഞ്ഞാൽ അമ്മ തന്റെ കൂർത്ത സ്വരത്തിൽ ഒരു ധർമ്മ പ്രഭാഷണം തന്നെ നടത്തും എന്ന് അവനറിയാം. ഇപ്പോഴേ വിശുദ്ധ ഖുർആൻ പഠിപ്പിക്കുന്ന ഉസ്താദ് ആവശ്യത്തിനത് തരുന്നുണ്ട്.

തന്റെ ഭക്ഷണത്തിൽ ബാക്കിയുള്ളത് പങ്കുവയ്ക്കുന്നതിൽ യൂസുഫിനു വിരോധമില്ലാതിരുന്ന ഒരു ഭിക്ഷുവുണ്ട്. മൊഹമ്മദ്. ചീഞ്ഞ മാംസത്തിന്റെ ഗന്ധവും നേർത്ത സ്വരവും കുറിയ രൂപവുമുള്ള ഒരാൾ. ഒരു ദിവസം വീടിനരികിലെ മണ്ണിൽ നിന്ന് ചുവന്ന നിറമുള്ള

മണ്ണിരകളെ അടർത്തിയെടുത്തയാൾ തിന്നുന്നത് യൂസുഫ് കാണുകയുണ്ടായി. അഴുക്കും കറയും നിറഞ്ഞ ഷർട്ടാണയാൾ ധരിക്കുക. തന്റെ ജീവിതത്തിൽ ഇതിലും കീറിപ്പറിഞ്ഞ ഒരു ട്രൗസർ ഒരാൾ ധരിക്കുന്നത് യൂസുഫ് കണ്ടിട്ടില്ല. വിയർപ്പും ചളിയും ഒട്ടിപ്പിടിച്ച് അയാളുടെ തൊപ്പിയുടെ അരികൊക്കെ ഇരുണ്ട വർണ്ണമായിരിക്കുന്നു. ഏതാനും നിമിഷങ്ങൾ യൂസുഫ് അയാളെ നോക്കി നിന്നു. ഇതിലും വൃത്തികെട്ട ഒരു രൂപത്തെ താനിതിനു മുമ്പ് കണ്ടിട്ടുണ്ടോ എന്നാലോചിക്കുകയായിരുന്നു യൂസുഫ്. അതിനു ശേഷം വീട്ടിനകത്ത് ചെന്ന് കപ്പ വേവിച്ചതിൽ ഇനിയെന്തെങ്കിലും ബാക്കിയുണ്ടോ എന്ന് തിരഞ്ഞു. അത് അയാൾ ആർത്തിയോടെ തിന്നു. അങ്ങനെ വാരിവലിച്ച് വായിലിടുന്നതിനിടയിൽ അയാൾ ഞരങ്ങുകയും മൂളുകയും ചെയ്തുകൊണ്ടിരുന്നു. കഞ്ചാവാണ് തന്നെ ഈവിധമാക്കിയതെന്ന് അതിനിടയിൽ അയാൾ പറയുന്നുണ്ടായിരുന്നു. ഒരു കാലത്ത് അയാൾ ധനികനായിരുന്നുവത്രെ. നീരോട്ടമുള്ള മണ്ണും ഏതാനും മൃഗങ്ങളും അയാളെ സ്നേഹിക്കുന്ന അമ്മയും സ്വന്തമായുണ്ടായിരുന്നു. അന്നൊക്കെ പകൽ മുഴുക്കെ അയാൾ പണിയെടുക്കും. വിയർപ്പൊഴുക്കും. സായാഹ്നമായാൽ അമ്മയ്ക്കൊപ്പമിരുന്ന് ദൈവസ്തുതികൾ പാടും. അമ്മ മഹത്തായ ഈ ലോകത്തെക്കുറിച്ചുള്ള കഥകൾ പറയും.

അപ്പോഴാണ് തിന്മകൾ അയാളെ തേടിയെത്തുന്നത്. അതിശക്തമായാണവ വന്നത്. ആ കരുത്തിൽ അയാൾ അമ്മയേയും സ്വന്തം നാടും ഉപേക്ഷിച്ചു. കഞ്ചാവ് തിരഞ്ഞ് നടന്ന് തുടങ്ങി. ഇപ്പോഴയാൾ കഞ്ചാവ് വലിച്ചും മണ്ണ് തിന്നും അലയുന്നു. അമ്മയുടെ പാചകഗുണം അതേ പടി പകർത്തുന്ന ഒരു ഭക്ഷണം പിന്നെ അയാൾ കഴിച്ചിട്ടില്ല. ഒരുപക്ഷേ ഇതായിരിക്കണം ആദ്യമായി ലഭിക്കുന്നത്. ഈ വേവിച്ച കപ്പ. അയാൾ യൂസുഫിനോട് തന്റെ അലച്ചിലിന്റെ കഥകൾ പറഞ്ഞു. അവരിരുവരുമപ്പോൾ വീടിന്റെ ചുമർ ചാരിയിരിക്കുകയായിരുന്നു. കൂർത്തു നേർത്ത സ്വരത്തിൽ അയാൾ അവന്റെ ശോഷിച്ച മുഖത്ത് പുഞ്ചിരി വരുത്തി. ‘‘എന്റെ ഭീകരമായ ഉദാഹരണം നിനക്കൊരു പാഠമായിരിക്കണം സുഹൃത്തേ. കഞ്ചാവിന്റെ ലഹരിയിലേക്കൊരു കാലത്തും ആകർഷിക്കപ്പെടരുതെന്ന് ഞാൻ അഭ്യർത്ഥിക്കുന്നു.’’ അയാൾ അപേക്ഷിച്ചു. അയാളങ്ങനെ അധികസമയമൊന്നും ചിലവിട്ടില്ല. പക്ഷേ പിന്നീടുവന്ന ഓരോ സന്ദർശനവും യൂസുഫിനെ ആഹ്ലാദചിത്തനാക്കി. അയാളുടെ സാഹസങ്ങൾ കേൾക്കുക യൂസുഫിനിഷ്ടമായിരുന്നു. വീറ്റു പട്ടണത്തിനു തെക്ക് അയാൾക്കുണ്ടായിരുന്ന നീരോട്ടമുള്ള മണ്ണിനെക്കുറിച്ച് കേൾക്കുന്നതവനിഷ്ടമായിരുന്നു. അക്കാലങ്ങളിലെ അയാളുടെ സന്തോഷത്തിന്റെ ജീവിതകഥകൾ കേൾക്കുന്നതും ഇഷ്ടമായിരുന്നു. പിന്നെ

അവനിഷ്ടപ്പെട്ടത് മൊഹമ്മദിനെ മൊംബാസൈലെ ഭ്രാന്താലയ ത്തിലേക്ക് കൊണ്ടുപോയ കഥയാണ്. ''വലാഹി....ഞാൻ നിന്നോട് പറയുന്നതൊന്നും നുണയല്ല. അവർ എനിക്ക് ഭ്രാന്താണെന്ന് കരുതി. നിനക്കത് വിശ്വസിക്കാമോ?'' അവർ അയാളുടെ വായിൽ ഉപ്പ് നിറച്ചു. അയാൾ അത് തുപ്പാൻ ശ്രമിച്ചപ്പോൾ മുഖത്ത് ആഞ്ഞടിച്ചു. വായിൽ ഉപ്പുകട്ടകൾ അലിഞ്ഞുകൊണ്ടിരിക്കുമ്പോൾ അയാൾ അനങ്ങാതെ യിരുന്നാൽ മാത്രമേ അവർ ശാന്തി നൽകിയുള്ളൂ. അതയാളുടെ വായിൽ കിടന്നലിഞ്ഞ് ഉദരം വരെ ദ്രവിപ്പിച്ചു. ആ പീഡനത്തെ ക്കുറിച്ച് പറയുമ്പോൾ മൊഹമ്മദ് വിറയ്ക്കും. അയാളുടെ കൈവശം പിന്നേയും കഥകളുണ്ടായിരുന്നു. അവയൊന്നും പക്ഷേ യൂസുഫി നിഷ്ടമല്ല. അന്ധത ബാധിച്ച നായയെ കല്ലെറിഞ്ഞ് കൊല്ലുന്ന കഥയും, കുട്ടികൾക്ക് മേൽ കാണിച്ചിരുന്ന ക്രൂരതകളുടെ കഥകളു മൊന്നും അയാൾക്ക് ഇഷ്ടമല്ല. ഒരിക്കൽ വീറ്റുവിൽ വച്ച് പരിചയ മുണ്ടായിരുന്ന ഒരു യുവതിയുടെ കഥ പറഞ്ഞു. ആ യുവതിയെ അയാൾ വിവാഹം കഴിക്കണം എന്ന് അമ്മ ആഗ്രഹിച്ചിരുന്നു എന്നാ ണയാൾ പറയുന്നത്. അത് പറഞ്ഞ് ഒരു വിഡ്ഢിയെപ്പോലെ അയാൾ ചിരിക്കും.

അമ്മ അയാളെ കണ്ടാൽ വിരട്ടിയോടിക്കും എന്ന ഭയത്താൽ ആദ്യമൊക്കെ യൂസുഫ് അയാളെ ഒളിപ്പിച്ചിരുത്താൻ ശ്രമിക്കാറു ണ്ടായിരുന്നു. അമ്മയെത്തിയാൽ അയാൾ കെഞ്ചാനും മുരളാനും തുടങ്ങും. അത് അമ്മ സന്തോഷത്തോടെ സ്വീകരിച്ചു. മൊഹമ്മദ് അമ്മയുടേയും ഇഷ്ട ഭിക്ഷുക്കളിൽ, ഇഷ്ട യാചകരിൽ, ഒരാളായി. ''അമ്മയെ ബഹുമാനിക്കണം എന്ന് ഞാൻ അപേക്ഷിക്കുന്നു.'' അമ്മ കേൾക്കെ അയാൾ അവനോട് പറയും. ''എന്റെ ഭീകരമായ ഉദാഹ രണം നിനക്കൊരു പാഠമായിരിക്കണം. ജ്ഞാനികളും സുൽത്താ ന്മാരും പ്രവാചകരും ഇങ്ങനെ യാചകരുടേയും ഭിക്ഷുക്കളുടേയും വേഷം കെട്ടി സാധാരണക്കാരുമായി ഇടപഴകുന്നത് ഒരു സാധാരണ സംഭവമാണെന്ന് അമ്മ യൂസുഫിനോടൊരിക്കൽ പറയുകയുണ്ടായി. അതിനാൽ അവരെയൊക്കെ ബഹുമാനത്തോടെ പരിചരിക്കണം. പക്ഷേ, യൂസുഫിന്റെ പിതാവെപ്പോഴൊക്കെ പ്രത്യക്ഷപ്പെട്ടോ അപ്പോ ഴൊക്കെ മൊഹമ്മദ് അവിടെ നിന്ന് പോകും. തനിക്കിനി ഇവിടെ യിരിക്കാനാകില്ല എന്ന് വിനീതനായി പറയും.

ഒരിക്കൽ യൂസുഫ് അച്ഛന്റെ കീശയിൽ നിന്നൊരു നാണയം കട്ടെടുത്തു. അതെന്തിന് ചെയ്തു എന്ന് അവനറിയില്ല. ജോലി കഴിഞ്ഞ് വന്ന അച്ഛൻ കുളിക്കാൻ പോയപ്പോൾ യൂസുഫ് അച്ഛന്റെ വിയർപ്പ് മണക്കുന്ന ജാക്കറ്റിന്റെ കീശയിൽ കയ്യിട്ടു. ചുമരിൽ ഒരാ ണിയിൽ ഞാന്ന് കിടക്കുകയായിരുന്നു അത്. അതങ്ങനെ ചെയ്യണം എന്ന് മുൻകൂട്ടി പദ്ധതിയിട്ടതൊന്നുമല്ല. കുറച്ച് കഴിഞ്ഞാണവൻ ആ നാണയത്തിലേക്ക് നോക്കിയത്. അപ്പോഴാണത് ഒരു വെള്ളി

നാണയമാണെന്ന് മനസ്സിലായത്. ഒരു വെള്ളി രൂപ. അത് ചിലവിടാൻ അവൻ ഭയന്നു. താൻ ചെയ്തത് കണ്ടെത്തപ്പെട്ടില്ല എന്നതിൽ അവനത്ഭുതപ്പെട്ടു. കണ്ടെത്തപ്പെടാത്തതിനാൽ അത് തിരികെ വച്ചാലോ എന്നും ആഗ്രഹിച്ചു. പലപ്പോഴും അത് മൊഹമ്മദിനു നൽകിയാലോ എന്നും ആലോചിക്കുകയുണ്ടായി. പക്ഷേ അങ്ങനെ ചെയ്താൽ ഒരു പക്ഷേ അയാൾ തന്നെ ശപിക്കുമെന്നും ഭയന്നു. തന്റെ കൈവെള്ള സ്പർശിച്ചിട്ടുള്ള ഏറ്റവും മൂല്യം കൂടിയ പണമാണീ വെള്ളി രൂപ. അത് അവൻ ചുമരിനടിയിലുള്ള ഒരു വിള്ളലിൽ ഒളിപ്പിച്ചു. ചിലപ്പോൾ അതിന്റെയൊരു മൂല, ഒരു വടികൊണ്ട് തോണ്ടി പുറത്തിട്ട്, അതിനെ കളിയാക്കി. കളിച്ചു.

3

മദ്ധ്യാഹ്നശേഷമുള്ള സമയം അസീസ് അമ്മാവൻ അതിഥികളുടെ മുറിയിൽ തന്നെയായിരുന്നു. ഉച്ചയുറക്കത്തിലായിരുന്നു. അത് തന്റെ കാര്യങ്ങൾ വൈകിക്കുകയാണെന്ന് യൂസുഫ് കരുതി. അച്ഛനും തന്റെ മുറിയിലേക്ക് പിൻവലിഞ്ഞിരിക്കുന്നു. അച്ഛന്റെ പതിവ് ഉച്ചയുറക്കത്തിലേക്ക്. ഉച്ചയ്ക്കിവരൊക്കെ എന്തിനുറങ്ങാൻ ആഗ്രഹിക്കുന്നു എന്ന് യൂസുഫിന് മനസ്സിലായിട്ടില്ല. അനുസരിക്കേണ്ടുന്ന ഒരു നിയമം പോലെയാണിവരെല്ലാം അത് പാലിച്ചുകൊണ്ടുപോകുന്നത്. ഒന്ന് വിശ്രമിക്കട്ടെ എന്നാണവർ പറയുക. ചിലപ്പോൾ അമ്മയും അങ്ങനെ വിശ്രമിക്കുന്നത് കണ്ടിട്ടുണ്ട്. അവരുടെ മുറിയിലേക്കൊളിച്ച് പർദ്ദകളെല്ലാം വലിച്ചിട്ട് ''വിശ്രമി''ക്കുന്നത്. ഒന്ന് രണ്ട് തവണ അവനും അതിനു ശ്രമിച്ചതായിരുന്നു. വല്ലാതെ മുഷിഞ്ഞു. അപ്പോഴുറങ്ങിയാൽ പിന്നെ ഒരിക്കലും ഉണരുകയില്ല എന്നൊക്കെ അവന് തോന്നി. രണ്ടാമത്തെ ശ്രമത്തിൽ ഇതാണ് മരണം എന്ന് വരെ ചിന്തയെത്തി. മെത്തയിൽ ഉണർന്ന് കിടക്കുക, എന്നാൽ ഒരു ശിക്ഷപോലെ ചലിക്കാനാകാതിരിക്കുക എന്നത്.

അസീസ് അമ്മാവൻ ഉറങ്ങിക്കൊണ്ടിരിക്കുന്നതിനിടയിൽ യൂസുഫിനു ചില ജോലികൾ ചെയ്ത് തീർക്കേണ്ടതുണ്ടായിരുന്നു. അടുക്കളയും മുറ്റവുമെല്ലാം വൃത്തിയാക്കേണ്ടതുണ്ടായിരുന്നു. ഭക്ഷണാവശിഷ്ടങ്ങളിൽ അവകാശം സ്ഥാപിക്കാൻ അത് അത്യന്താപേക്ഷിതമായിരുന്നു. ആശ്ചര്യമെന്ന് പറയട്ടെ, അന്ന്, അമ്മ ആ ജോലികൾ അവനെയേല്പിച്ച് അച്ഛനുമായി സംസാരിക്കാൻ മുറിയ്ക്കകത്ത് കയറി. സാധാരണ അമ്മയുടെ കൃത്യതയാർന്ന മേൽനോട്ടമുണ്ടാകാറുള്ളതാണ്. മറ്റൊരു നേരത്ത് വിളമ്പാനാകുന്നവയെ അവശിഷ്ടങ്ങളിൽ നിന്ന് അമ്മ അടർത്തിമാറ്റി സൂക്ഷിക്കാറുള്ളതാണ്.

അവനാകട്ടെ, ഭക്ഷണം എത്ര കണ്ട് 'അവശിഷ്ട'മാക്കാമോ അത്രയുമാക്കി. സാധ്യമായത് മാത്രം വൃത്തിയാക്കി സൂക്ഷിച്ചു. പാത്രങ്ങളെല്ലാം കഴുകി വച്ചു. നിലവും മുറ്റവും തൂത്ത് തുടച്ച് വൃത്തിയാക്കി. വീണ്ടും ആ വാതിലിനു പുറകിൽ കാവലിരുന്നു. തനിക്ക് ചെയ്ത് തീർക്കാനുള്ള ജോലിഭാരമോർത്ത് നിശ്വസിച്ചു.

അവനെന്താണ് ചെയ്യുന്നതെന്ന് അമ്മ വിളിച്ചു ചോദിച്ചു. വിശ്രമിക്കുന്നു എന്നവൻ ഉത്തരവും നൽകി. മറ്റുള്ളവർ ആ വാക്കിനു നൽകുന്ന പൊങ്ങച്ചമൊന്നും അവൻ നൽകിയില്ല. പക്ഷേ ആ വാക്കാണ് പുറത്ത് വന്നത്. അത് അമ്മയിലൊരു പുഞ്ചിരി വരുത്തി. അമ്മ പെട്ടെന്ന് അവനരികിലെത്തി അവനെ ആലിംഗനം ചെയ്തു. എടുത്തുയർത്തി. അവൻ കുതറി. തന്നെ ഒരു കൊച്ചുകുഞ്ഞായി കണക്കാക്കുന്നത് അവനിഷ്ടമല്ല. അത് അമ്മയ്ക്കും അറിയാം. അവന്റെ പാദങ്ങൾ മണ്ണിൽ സ്പർശിക്കാൻ കൊതിച്ചു. അതിനായി പുളഞ്ഞു. ചെറുകോപത്താൽ പുളഞ്ഞു. അവനവന്റെ പ്രായത്തിനനുസരിച്ച വളർച്ചയില്ലാത്തതിനാലാണ് അമ്മ ഇങ്ങനെയൊക്കെ ചെയ്യുന്നത്. അമ്മ അവനെ എടുത്തുയർത്തും. കവിളിൽ നുള്ളും. ആലിംഗനം ചെയ്യും. ഉമ്മവയ്ക്കും. പിന്നെ കൊച്ചു കുഞ്ഞാണെന്ന പോലെ അവനെ നോക്കി ചിരിക്കും. അവനാകട്ടെ, തനിക്കിപ്പോൾ പന്ത്രണ്ട് വയസ്സായി എന്ന ഓർമ്മയുണ്ട്. അവനെ ആശ്ചര്യപ്പെടുത്തിക്കൊണ്ട് ഇത്തവണ അവനെന്ത് ചെയ്തിട്ടും അമ്മ പിടി വിട്ടില്ല. മുമ്പൊക്കെ അവൻ കോപാക്രാന്തനായി കുതറിയാൽ അമ്മ പിടി വിടാറുണ്ട്. അവനപ്പോൾ കാലൊന്ന് അമർത്തി ചവുട്ടി ഓടിപ്പോകും. എന്നാൽ ഇപ്പോൾ അമ്മ അവനെ വിടാനൊരുക്കമല്ലായിരുന്നു. അമ്മയുടെ മൃദുശരീരത്തിലേക്ക് അവനെ അമർത്തിപ്പിടിക്കുകയായിരുന്നു. അമ്മ ഒന്നും പറയുന്നില്ല. ചിരിക്കുന്നുമില്ല. അമ്മയുടെ ബോഡീസിന്റെ പുറംഭാഗം ഇപ്പോഴും വിയർപ്പിനാൽ നനഞ്ഞിരിക്കുന്നു. ശരീരത്തിൽ നിന്ന് പുകയും വിയർപ്പും കലർന്ന ഗന്ധം വരുന്നു. അവൻ കുതറുന്നതവസാനിപ്പിച്ചു. അമ്മയെ അങ്ങനെ ഇറുകെപ്പിടിച്ച് നിൽക്കുന്നതിനു സമ്മതിച്ചു.

അപ്പോഴാണവന് ആദ്യ അശുഭ സൂചന ലഭിച്ചത്. അമ്മയുടെ കണ്ണ് നിറഞ്ഞൊഴുകുന്നു. അത് കണ്ടപ്പോൾ അവൻ ഭയന്നു. ഹൃദയമിടിപ്പ് വർദ്ധിച്ചു. അമ്മ ഇങ്ങനെ കണ്ണുനിറയ്ക്കുന്നത് ഇതിനു മുമ്പ് അവൻ കണ്ടിട്ടില്ല. ഒരിക്കൽ ഒരു അയൽക്കാരി മരിച്ചപ്പോൾ അമ്മ വാവിട്ട് കരഞ്ഞിരുന്നു. നിയന്ത്രണം നഷ്ടപ്പെട്ടതുപോലെ ഉറക്കെ കരഞ്ഞിരുന്നു. അന്ന് നമ്മളൊക്കെ ഇപ്പോഴും ജീവിച്ചിരിക്കുന്നതിന് ദൈവത്തിനോട് നന്ദി പറയുന്നതും കേട്ടു. അമ്മ ദൈവത്തിനോട് യാചിക്കുന്നതുപോലെയാണപ്പോൾ കരഞ്ഞിരുന്നത്. എന്നാൽ ഇങ്ങനെ നിശ്ശബ്ദം കരയുന്നത് ഒരിക്കലും കണ്ടിട്ടില്ല. അവനിൽ വന്ന ആദ്യ ചിന്ത അമ്മയും അച്ഛനുമായി വഴക്കുണ്ടായിട്ടുണ്ടാകും

എന്നാണ്. അച്ഛൻ അമ്മയോട് വളരെ പരുഷമായി സംസാരിച്ചിട്ടുണ്ടാകും. ഒരുപക്ഷേ അസീസ് അമ്മാവനു വിളമ്പിയ ആഹാരം അത്ര രുചികരമായിട്ടുണ്ടാകില്ല.

''മാ....'' അവൻ യാചിക്കുന്നത് പോലെ വിളിച്ചു. അമ്മ പക്ഷേ അവന്റെ ചുണ്ടുകൾ കൂട്ടിയടച്ചു.

തന്റെ രണ്ടാമത്തെ ഭാര്യ തന്നോട് എത്ര നന്നായാണ് പെരുമാറുന്നതെന്നോ മറ്റോ അച്ഛൻ പറഞ്ഞിട്ടുണ്ടാകും. എപ്പോഴൊക്കെ അച്ഛൻ കോപിച്ചോ അപ്പോഴൊക്കെ അങ്ങനെ പറയുന്നത് യൂസുഫ് കേട്ടിട്ടുണ്ട്. പിന്നെയൊരിക്കൽ അവൾ തൈതയുടേ പുറകിൽ താമസിക്കുന്ന മലവാസികളിലൊരാളുടെ മകളാണെന്നും പുകനിറഞ്ഞ ഒരു കുടിലിൽ, ദുർഗന്ധം വമിക്കുന്ന ആട്ടിൻ ചർമ്മം കൊണ്ടുള്ള വസ്ത്രം ധരിച്ച് ജീവിക്കുന്നവളാണെന്നുമൊക്കെ അമ്മയോട് പറയുന്നതും അവൻ കേട്ടിട്ടുണ്ട്. അഞ്ച് ആടും രണ്ട് ചാക്ക് ധാന്യവും ഒരു പെണ്ണിന് നല്ല വിലയായി എന്നാണച്ഛൻ കരുതുന്നതെന്നും കേട്ടിട്ടുണ്ട്. ''നിനക്കെന്തെങ്കിലും പറ്റിയാൽ അതുപോലെ മറ്റൊന്നിനെ അവർ എനിക്ക് വിൽക്കും'' അച്ഛനന്ന് പറഞ്ഞു. സംസ്കാര സമ്പന്നരായ തീരദേശവാസികൾക്കൊപ്പം വളർന്നു എന്നതുകൊണ്ട് അമ്മ അധികം അച്ഛനുമേൽ അധികാരം സ്ഥാപിക്കാൻ ശ്രമിക്കരുത് എന്നാണതിനർത്ഥം. അവർ തമ്മിൽ വഴക്ക് തുടങ്ങിയാൽ ഭയക്കുക യൂസുഫാണ്. അവർ പരസ്പരം വാഗ്വാദം തുടങ്ങിയാൽ ആ വാക്കുകൾ തന്നെയാണ് വെട്ടിമുറിക്കുന്നതെന്ന പോലെ യൂസുഫ് ഭയക്കും. വാക്കുകൾക്ക് വളരെ മൂർച്ചയുണ്ടെന്നപോലെ. അപ്പോഴവന് മറ്റ് കുട്ടികൾ പറയാറുള്ള അക്രമത്തിന്റേയും നിരാസത്തിന്റേയും കഥകൾ ഓർമ്മവരും.

അച്ഛന്റെ ആദ്യ ഭാര്യയുടെ കഥ പറഞ്ഞ് കൊടുത്തതും അമ്മ തന്നെയാണ്. ആ കഥ പറയുമ്പോൾ അമ്മയുടെ മുഖത്തൊരു പുഞ്ചിരിയുണ്ടാകും. യക്ഷിക്കഥകൾ പറയുന്ന അതേ സ്വരത്തിലാണമ്മ ഈ ഓർമ്മകളും പങ്കിടുക. അവളൊരു അറബി പെണ്ണായിരുന്നു. ഒരു കിൽവ കുടുംബക്കാരി. എന്നാൽ ബഹുമാന്യമായ പൂർവ്വഗാമികളുള്ള ഒരു രാജകുമാരിയൊന്നുമല്ല. അവരുടെ മാതാപിതാക്കൾക്ക് യൂസുഫിന്റെ പിതാവിനെ ഇഷ്ടമായില്ല. ആ ഇഷ്ടം വകവയ്ക്കാതെയാണവൾ അദ്ദേഹത്തെ വിവാഹം കഴിച്ചത്. തങ്ങൾക്ക് യോജിച്ച മരുമകനല്ല എന്നായിരുന്നു അവരുടെ മാതാപിതാക്കളുടെ അഭിപ്രായം. യൂസുഫിന്റെ പിതാവിനൊരു സൽപേരൊക്കെയുണ്ടായിരുന്നു. പക്ഷേ അയാളുടെ അമ്മ നിഷ്ഠൂരയും കിരാതയുമായിരുന്നു എന്ന് എല്ലാവർക്കുമറിയാം. മാത്രമല്ല ഐശ്വര്യവും സമൃദ്ധിയും അയാളെ ഒരിക്കലും അനുഗ്രഹിച്ചിട്ടില്ല എന്നും. അമ്മയുടെ പേരു ചേർത്ത് അയാളുടെ സൽപേരിനെ കളങ്കപ്പെടുത്താനാകില്ല എങ്കിലും അവർ ജീവിച്ചിരുന്ന ലോകത്തിൽ ചില പ്രായോഗിക ആവശ്യങ്ങളുണ്ടായിരുന്നു.

ആ മാതാപിതാക്കൾക്ക് തങ്ങളുടെ മകളെപ്രതി വലിയ സ്വപ്നങ്ങളുണ്ടായിരുന്നു. അവളെ കിരാതമുഖങ്ങളുള്ള കുട്ടികളുടെ അമ്മയാകാൻ അനുവദിക്കാൻ അവർക്കാകില്ലായിരുന്നു. "താങ്കളുടെ സ്നേഹത്തിനു നന്ദി സർ. പക്ഷേ ഞങ്ങളുടെ മകൾക്കിപ്പോൾ വിവാഹപ്രായമായിട്ടില്ല. അവൾ കൊച്ചു കുട്ടിയാണ്. ഞങ്ങളുടെ മകളേക്കാൾ മികച്ച ഭാര്യയെ നിങ്ങൾക്ക് ഈ പട്ടണത്തിൽ നിന്ന് തന്നെ ലഭിക്കുമല്ലോ" എന്നവർ അച്ഛനെ അറിയിച്ചു.

പക്ഷേ യൂസുഫിന്റെ പിതാവിന്റെ മനസ്സിൽ നിന്ന് അവൾ ഇറങ്ങിപ്പോയില്ല. അയാൾക്കവളെ മറക്കാനായില്ല. അയാൾക്കവളോട് പ്രണയമായിരുന്നു. ആ പ്രണയം അയാളെ വിഡ്ഢിയും വീണ്ടുവിചാരമില്ലാത്തവനുമാക്കി. അവളെ സ്വന്തമാക്കാൻ എന്ത് ചെയ്യാം എന്ന ചിന്തയായി. കിൽവയിൽ അയാൾ അപരിചിതനായിരുന്നു. തന്റെ തൊഴിലുടമയുടെ ഏജന്റായി വന്നതാണയാൾ. മണ്ണുകൊണ്ടുള്ള കൂജയുടെ വിതരണമായിരുന്നു ജോലി. ഒരു അറബി പായ്ക്കപ്പലിന്റെ സ്രാങ്കുമൊത്ത് അയാൾ സൗഹൃദം സ്ഥാപിച്ചിരുന്നു. ഒരു നഹോധ വംശജൻ. ആ നഹോധക്കാരൻ അയാളുടെ പ്രണയത്തെ ആളിക്കത്തിച്ചു. അവളെ സ്വന്തമക്കാൻ സഹായിക്കാമെന്നേറ്റു. ആത്മലഹരിയിലായിരിക്കുന്ന ആ കുടുംബത്തിനൊരു പ്രഹരം നൽകാനും അതിനാലാകും എന്നും ആ നഹോധക്കാരൻ കരുതി.

യൂസുഫിന്റെ പിതാവ് ആ യുവതിയെ രഹസ്യമായി സന്ദർശിച്ചു. അവളെ കട്ടുകൊണ്ടുപോന്നു. പശ്ചിമ തീരം മുഴുക്കെ അറിയാവുന്നവനാണ് ആ നഹോധ. അങ്ങ് വടക്കുള്ള ഫാസ മുതൽ തെക്കുള്ള മടവാര വരെ. അയാളവരെ വൻകരയിലെ ബഗമോയോയിലെത്തിച്ചു. അവിടെ ഒരു ഇന്ത്യൻ വ്യാപാരിയുടെ ആനക്കൊമ്പുകൾ സൂക്ഷിക്കുന്ന പാണ്ടികശാലയിൽ യൂസുഫിന്റെ പിതാവിനു ജോലി ലഭിച്ചു. ആദ്യം കാവൽക്കാരനായി, പിന്നെ ഗുമസ്തനായി, ദല്ലാളായി. എട്ട് വർഷം കഴിഞ്ഞപ്പോൾ അയാൾ വിവാഹം കഴിച്ചവൾ കിൽവയിലേക്ക് മടങ്ങിപ്പോകാൻ തീരുമാനിച്ചു. അതിനുമുമ്പ് അവളുടെ മാതാപിതാക്കൾക്ക് മാപ്പപേക്ഷിച്ച് കത്തെഴുതി. അവളുടെ രണ്ട് പുത്രന്മാരും ഒപ്പം പോയി. മാതാപിതാക്കൾക്ക് എന്തെങ്കിലും എതിർപ്പുകൾ ഇപ്പോഴുമുണ്ടെങ്കിൽ അതില്ലാതാക്കാൻ ഈ കുട്ടികൾ സഹായിക്കും എന്നവർ കരുതി. അവൾ മടങ്ങിപ്പോയത്, കണ്ണ് എന്നർത്ഥം വരുന്ന ജീചൊ എന്ന് പേരുള്ള ഒരു അറബി പായ്ക്കപ്പലിലായിരുന്നു. ബാഗമോയോ വിട്ടതിനു ശേഷം പിന്നെ ആ പായ്ക്കപ്പലിനെക്കുറിച്ച് ഒരു വിവരവും ലഭിച്ചില്ല. അച്ഛനും തന്റെ ഈ ഭാര്യയേയും മക്കളേയും കുറിച്ച് പറയുന്നത് യൂസുഫും കേട്ടിട്ടുണ്ട്. പ്രത്യേകിച്ചും ഒരു നിരാശയ്ക്ക് ശേഷം വരുന്ന കോപത്തിൽ. ആ ഓർമ്മകൾ അച്ഛനെന്നും വേദന നൽകിയെന്നും ആ വേദന പിന്നെ അതിശക്തമായ കോപമാകുന്നു എന്നും യൂസുഫിനറിയാം.

അച്ഛനുമമ്മയും തമ്മിൽ കടിച്ച് കീറുന്ന വാഗ്വാദങ്ങളിലാകുമ്പോൾ അവൻ വാതിലിനു പുറത്തുള്ളത് അവർ മറക്കും. അപ്പോൾ അച്ഛൻ ''എനിക്കവളോടുള്ള സ്നേഹത്തിനാശീർവാദങ്ങൾ ലഭിച്ചില്ല. അതിന്റെ വേദന എന്തെന്ന് നിനക്കറിയാം'' എന്ന് മുരളുന്നത് കേൾക്കാം.

''ആർക്കാണ് മനസ്സിലാകാത്തത്. അതിന്റെ വേദന ആർക്കാണ് മനസ്സിലാകാത്തത്? ലഭിക്കാത്ത സ്നേഹം എന്തൊക്കെ വേദന നൽകുമെന്ന് എനിക്കറിയില്ലേ? എനിക്കൊരു വികാരവുമില്ല എന്നാണോ കരുതുന്നത്?''

''എന്നെയങ്ങനെ കുറ്റപ്പെടുത്തണ്ട. നീ അതിനായിട്ടില്ല.'' അച്ഛൻ ഒച്ചയിടും. കോപത്താൽ ശബ്ദം മുറിയും. ''എന്നെ കുറ്റപ്പെടുത്തണ്ട. വീണ്ടും വഴക്കിനു വരണ്ട.''

''ഞാൻ വരുന്നില്ല.'' അമ്മ ശബ്ദം താഴ്ത്തും.

അവർ ഇന്നും ഇതുപോലെ വഴക്കടിക്കുകയായിരുന്നോ എന്നവൻ അമ്പരന്നു. അമ്മയൊന്ന് സംസാരം തുടങ്ങാനായി കാത്തു. എന്താണ് പ്രശ്നം എന്നവനറിയണം. എന്നാൽ അമ്മ എന്തിനാണിങ്ങനെ കരഞ്ഞത് എന്ന് ചോദിക്കാനുള്ള കരുത്ത് അവനിലില്ല. ആ കരുത്തില്ലായ്മ അവനെ അലോസരപ്പെടുത്തുന്നുണ്ട്.

''അച്ഛൻ പറയും.'' അമ്മ അവസാനം അവനെ അറിയിച്ചു. അവന്റെ മേലുള്ള പിടിവിട്ടു. വീടിനകത്തേക്ക് പോയി. അടുത്ത ക്ഷണത്തിൽ ഇടനാഴിയിലെ വിഷാദം അമ്മയെ വിഴുങ്ങി.

4

അച്ഛൻ അവനെ തിരഞ്ഞെത്തി. അച്ഛൻ അപ്പോൾ ഉച്ചയുറക്കത്തിൽ നിന്നുണർന്നതേയുണ്ടായിരുന്നുള്ളൂ. കണ്ണുകളിലെ ചുവപ്പ് വിട്ടുപോയിട്ടില്ല. ഇടത് കവിൾ ചുട്ടുപൊള്ളുന്നുണ്ടായിരുന്നു. ഒരു പക്ഷേ ആ വശം ചരിഞ്ഞ് കിടന്നതിനാലാകാം. അച്ഛൻ തന്റെ ഷർട്ടൊന്ന് ഉയർത്തി വയറിൽ ചൊറിഞ്ഞു. മറുകൈകൊണ്ട് താടിയിലെ കുറ്റിരോമങ്ങളും ചൊറിഞ്ഞു. എന്നും ഉച്ചയുറക്കം കഴിഞ്ഞാൽ അച്ഛന്റെ താടിയിലെ കുറ്റിരോമങ്ങൾക്ക് നീളം വയ്ക്കും. അച്ഛൻ യൂസുഫിനെ നോക്കി പുഞ്ചിരിച്ചു. ഒരു നിമിഷത്തിനു ശേഷം അതൊരു വിശാലമായ പുഞ്ചിരിയായി. യൂസുഫ് അപ്പോഴും ആ വാതിലിനരികിൽ ഇരിപ്പായിരുന്നു. അമ്മ അവനെ എവിടെ ഉപേക്ഷിച്ചോ അവിടെ. അച്ഛൻ അവനരികിൽ ചമ്രം പടഞ്ഞിരുന്നു. അച്ഛനിൽ എന്തോ പിരിമുറുക്കമുണ്ടെങ്കിലും അത് മറയ്ക്കാനുള്ള ശ്രമത്തിലാണെന്ന് അവനു തോന്നി.

“ഒരു കൊച്ചുയാത്രയ്ക്ക് പോകണമെന്നുണ്ടോ നിനക്ക്?” അച്ഛൻ ചോദിച്ചു. അവനെ ചേർത്ത് പിടിച്ച് ചോദിച്ചു. അച്ഛന്റെ കയ്യിന്റെ ഭാരം തന്റെ തോളിൽ പതിച്ചത് യൂസുഫറിഞ്ഞു. അച്ഛന്റെ നെഞ്ചിൽ അവന്റെ മുഖമമരുന്നതിനെ അവൻ തടഞ്ഞു. അങ്ങനെയൊക്കെ ചെയ്യാനുള്ള പ്രായമൊക്കെ കടന്ന് പോയില്ലേ. അവന്റെ കണ്ണുകൾ അച്ഛന്റെ മുഖത്ത് തറച്ചു. അച്ഛനെന്താണുദ്ദേശിച്ചതെന്ന് മനസ്സിലാക്കാൻ ശ്രമിച്ചു. അച്ഛൻ ഒരു നിമിഷത്തേക്ക് അവനെ അമർത്തി ആലിംഗനം ചെയ്തു. “എന്താ ഇത് ചോദിച്ചിട്ടും നിന്റെ മുഖത്തൊരു സന്തോഷമില്ലാത്തത്?”

“എപ്പോളാണ് പോകുന്നത്?” യൂസുഫ് അച്ഛനിൽ നിന്ന് കുതറി. സ്വതന്ത്രനായി.

“ഇന്ന്.” അച്ഛൻ സ്വരത്തിൽ സന്തോഷം വരുത്തി. ഒന്ന് പുഞ്ചിരിച്ചു. “ഇപ്പോൾ തന്നെ.“

യൂസുഫ് നിവർന്ന് നിന്നു. കാൽമുട്ടൊന്ന് മടക്കി നിവർത്തി. പെട്ടെന്ന് അവനിൽ മലവിസർജ്ജനത്തിന്റെ സമ്മർദ്ദം വന്നു. അവൻ അച്ഛനെ തുറിച്ച് നോക്കി. ശേഷിച്ചതുകൂടി കേൾക്കാനാഗ്രഹിച്ചു. “എവിടേക്കാണ് ഞാൻ പോകുന്നത്? അപ്പോൾ അസീസ് അമ്മാവനോ?” തനിക്ക് ആ പത്ത് അണ നഷ്ടമാകുമോ എന്നാണ് പെട്ടെന്ന് വന്ന ചിന്ത. അത് കയ്യിൽ വരാതെ ഇവിടെ നിന്ന് എവിടേക്കും പോകാനാകില്ല.

“അസീസ് അമ്മാവനൊപ്പമാണ് നീ പോകുന്നത്“ അച്ഛൻ പറഞ്ഞു. വീണ്ടും പുഞ്ചിരിച്ചു. അതത്ര പ്രസന്നമായ പുഞ്ചിരിയായിരുന്നില്ല. സാധാരണ യൂസുഫ് എന്തെങ്കിലും വിഡ്ഢിത്തരങ്ങൾ പറയുമ്പോഴാണച്ഛൻ ഇങ്ങനെ പുഞ്ചിരിക്കാറുള്ളത്. അച്ഛൻ ഇനിയും എന്തെങ്കിലും പറയാനായി യൂസുഫ് കാത്തു. പക്ഷേ അച്ഛനൊന്നും പറഞ്ഞില്ല. കുറച്ച് കഴിഞ്ഞപ്പോൾ അച്ഛൻ ഉറക്കെ ചിരിച്ചു. അവനെ വീണ്ടും ആലിംഗനം ചെയ്തു. യൂസുഫ് അവിടെ നിന്ന് പുറത്തേക്കോടി. അവനും ചിരിച്ചു. “തീവണ്ടിയിലാകും നീ പോകുന്നത്” അച്ഛൻ വിളിച്ച് പറഞ്ഞു. “കടൽത്തീരത്തേക്ക്. നിനക്ക് തീവണ്ടികളെ ഒരുപാടിഷ്ടമാണല്ലോ അല്ലേ? കടൽ കാണാനുള്ള യാത്ര എന്തായാലും നീ ആസ്വദിക്കും.” അച്ഛൻ ആ വാർത്തയുടെ കൂടുതൽ വിശദാംശങ്ങൾ തരും എന്ന പ്രതീക്ഷയിൽ യൂസുഫ് കാത്തു. എന്തിനായിരിക്കും ഈ യാത്ര എന്നവനു മനസ്സിലായില്ല. അച്ഛൻ അരികിൽ വന്ന് അവന്റെ തുടയിൽ തട്ടി. അമ്മയ്ക്കരികിൽ പോയി അവശ്യം വേണ്ടതൊക്കെ പാക്ക് ചെയ്യാൻ ഉപദേശിച്ചു.

യാത്രയ്ക്ക് സമയമായി. ഇതൊരു സ്വപ്നമാണോ എന്നൊരു ചിന്ത അവനിലുണ്ടായി. അമ്മയോട് മുൻവാതിൽക്കലിൽ വച്ച് യാത്ര പറഞ്ഞു. അച്ഛനോടും അസീസ് അമ്മാവനോടുമൊപ്പം സ്റ്റേഷനിലേക്ക് യാത്രയായി. അമ്മ അവനെ ആലിംഗനം ചെയ്യുകയോ, ഉമ്മ

വയ്ക്കുകയോ, കണ്ണീർവാർക്കുകയോ ചെയ്തില്ല. അങ്ങനെയൊക്കെ അമ്മ ചെയ്യുമോ എന്നവൻ ഭയന്നിരുന്നു. പക്ഷേ അമ്മയ്ക്ക് സുഖമില്ലെന്ന് തോന്നി. വാതിലിൽ ചാരി നിൽക്കുകയായിരുന്നു അമ്മ. യാത്രയ്ക്കുള്ള സമയമായപ്പോൾ അവന്റെ മനസ്സിൽ വന്നത് മുന്നിലെ വഴിയിലെ ചുട്ടുപൊള്ളുന്ന ചൂടാണ്. മുന്നിൽ നടന്ന് പോകുന്ന മനുഷ്യരൂപങ്ങളെ അവൻ കണ്ടു. അവർക്കെല്ലാം മുന്നിൽ ഒരു ചുമട്ടുകാരൻ അസീസ് അമ്മാവന്റെ സാധനങ്ങളെല്ലാം തലയിലും ചുമലിലുമേറ്റി നടക്കുന്നുണ്ട്. തന്റെ സമാനങ്ങൾ യൂസുഫ് തന്നെയാണ് ചുമക്കുന്നത്. രണ്ട് ജോടി ട്രൗസറുകൾ, കഴിഞ്ഞ ഈദിനു വാങ്ങിയ, അപ്പോഴും പുതിയതയായ, ഒരു കൻസു, ഒരു ഷർട്ട്, വിശുദ്ധ ഖുറാന്റെ ഒരു പകർപ്പ്, അമ്മയുടെ ജപമാല. ആ ജപമാലയൊഴികെ ബാക്കിയെല്ലാം അമ്മ ഒരു പഴയ ഷാളിലാണ് പൊതിഞ്ഞത്. പൊതിഞ്ഞ്, അതിന്റെ അരികുകൾകൊണ്ട് തന്നെ കെട്ടുകയായിരുന്നു. എന്നിട്ട് ആ കെട്ടിനിടയിലൂടെ ഒരു ചൂരൽ കടത്തി. അങ്ങനെയാകുമ്പോൾ യൂസുഫിനത് ചുമലിൽ ഞാത്തിയിടനാകും. ചുമട്ടുകാരൊക്കെ ചെയ്യുന്നതുപോലെ. അവസാനമാണമ്മ ആ ജപമാല അവന്റെ കയ്യിൽ കൊടുത്തത്. ആരുമറിയാതെ, അവന്റെ കയ്യിൽ.

ഇനി ദീർഘകാലം തനിക്ക് മാതാപിതാക്കളെ കാണാനാകില്ല എന്ന ചിന്ത ഒരു നിമിഷത്തേക്ക് പോലും അവന്റെ മനസ്സിലപ്പോൾ വന്നില്ല. അതല്ലെങ്കിൽ അവനിനി ഒരിക്കലും അവരെ കാണില്ല എന്ന്. താനെന്ന് തിരിച്ച് വരണം എന്ന് ചോദിക്കാൻ അവനു തോന്നിയില്ല. താനെന്തിനാണിപ്പോൾ അസീസ് അമ്മാവനൊപ്പം പോകുന്നതെന്ന് ചോദിക്കാനും തോന്നിയില്ല. അതിലെല്ലാം ഉപരി പെട്ടെന്നിങ്ങനെ ഒരു തീരുമാനത്തിനെന്ത് കാരണം എന്ന് ചോദിക്കണമെന്നും തോന്നിയില്ല. സ്റ്റേഷനിലെത്തിയപ്പോൾ, അവിടെ എന്നും കാണാറുള്ള കറുത്ത് കോപിച്ച പക്ഷിയുടെ ചിത്രമുള്ള മഞ്ഞ കൊടി കൂടാതെ മറ്റൊന്നു കൂടിയുണ്ടെന്ന് അവൻ കണ്ടു. വെള്ളിനിറത്തിൽ അരികുകളും നടുക്ക് കറുത്ത കുരിശുമുള്ള ഒന്ന്. പ്രധാനപ്പെട്ട ജർമ്മൻ ഓഫീസർമാർ തീവണ്ടിയിലുണ്ടെങ്കിലാണവർ ആ പതാക ഉപയോഗിക്കുക. അച്ഛൻ കുനിഞ്ഞ് അവന്റെ കൈ പിടിച്ച് കുലുക്കി. കുറേ സംസാരിച്ചു. ആ സംസാരം അവസാനിക്കാറായപ്പോഴേക്കും അച്ഛന്റെ കണ്ണ് നിറയാൻ തുടങ്ങി. അത്രയുമായപ്പോഴേക്കും അച്ഛനെന്തൊക്കെയാണ് പറഞ്ഞതെന്നോ പറയുന്നതെന്നോ യൂസുഫിനോർത്തിരിക്കാനാകാതായി. ഓരോ വാക്കിലേക്കും ദൈവം കയറി വന്നു.

തീവണ്ടി കുറച്ചോടിയപ്പോൾ അതിന്റെ പുതുമ യൂസുഫിൽ ഇല്ലാതായി തുടങ്ങി. താൻ വീടുവിട്ടിരിക്കുന്നു എന്ന ചിന്ത സഹിക്കാനാകാതായി. അമ്മയുടെ ചിരി ഓർമ്മ വന്നു. കരച്ചിൽ വന്നു. അരികിലെ ബഞ്ചിൽ അസീസ് അമ്മാവനുണ്ട്. യൂസുഫ് കുറ്റബോധത്തോടെ അയാളെ നോക്കി. അയാൾ ഉറങ്ങുകയായിരുന്നു. ബഞ്ചിനും തന്റെ

ലഗ്ഗേജിനും ഇടയിലിരുന്ന് ഉറങ്ങുകയായിരുന്നു. കുറച്ച് കഴിഞ്ഞപ്പോൾ അവന്റെ കണ്ണുകളിലെ ഈറൻ വറ്റിയിരിക്കുന്നു എന്നവനറിഞ്ഞു. എന്നാലും മനസ്സിലെ ദുഃഖം മാറുന്നില്ല. അവൻ കണ്ണൊന്ന് തുടച്ച് അസീസ് അമ്മാവനെ നിരീക്ഷിച്ചു. അങ്ങനെ അമ്മാവനെ നോക്കിയിരിക്കാൻ അവന് ഇതിനു മുമ്പും പല അവസരങ്ങളും ലഭിച്ചിട്ടുണ്ട്. പക്ഷേ അമ്മാവന്റെ മുഖത്തേക്കിങ്ങനെ തുറിച്ച് നോക്കിയിരിക്കാൻ അവനാകും എന്നറിയുന്ന ആദ്യ സന്ദർഭമാണത്. തീവണ്ടിയിൽ കയറിയ ഉടൻ തന്നെ അമ്മാവൻ തൊപ്പിയൂരിയിരിക്കുന്നു. തൊപ്പിയില്ലാത്ത ആ രൂപം വളരെ പരുക്കനാണെന്ന് യൂസുഫ് കരുതി. തൊപ്പിയില്ലാതായപ്പോൾ ആ മുഖം പതിഞ്ഞതുപോലെ. മുഖത്തിന്റെ അനുപാതം ശരിയല്ലാത്തതുപോലെ. അമ്മാവൻ പുറകിലേക്ക് ചാരിയിരുന്ന് ഉറങ്ങുകയാണ്. അമ്മാവന്റെ വശ്യമായ പെരുമാറ്റങ്ങൾ ഇല്ലാതായിരിക്കുന്നു. എന്നാലും അമ്മാവനിൽ നിന്ന് വരുന്ന ഗന്ധത്തിനു മാറ്റമില്ല. അസീസ് അമ്മാവനിലെ യൂസുഫിനേറ്റവും ഇഷ്ടപ്പെട്ട ഭാഗവും ഈ ഗന്ധമായിരുന്നു. അതിനോടൊപ്പം അദ്ദേഹം ധരിക്കുന്ന കനം കുറഞ്ഞ കൻസുവും പട്ടിന്റെ തുന്നൽവേലകളുള്ള തൊപ്പിയും. എപ്പോഴൊക്കെ അദ്ദേഹം മുറിയിൽ പ്രവേശിച്ചുവോ അപ്പോഴൊക്കെ ആ സാന്നിദ്ധ്യം, അമിത ആഢ്യത്വവും ധീരതയും വിളംബരം ചെയ്ത്, മുറി നിറഞ്ഞു. എന്നാൽ ഇപ്പോൾ ലഗ്ഗേജിൽ ചാരിയിരുന്ന് ഉറങ്ങുമ്പോൾ ഒരു ചെറിയ കുടവയർ നെഞ്ചിനു കീഴെ തെറിച്ച് നിൽക്കുന്നു. അങ്ങനെയൊന്ന് ഇതിനു മുമ്പ് യൂസുഫിന്റെ ശ്രദ്ധയിൽ പെട്ടിട്ടില്ല. ആ കുംഭ ഉയർന്ന് താണുകൊണ്ടിരിക്കുന്നത് യൂസുഫ് കണ്ടു. ശ്വസനത്തിനൊപ്പം ഉയരുന്നതും താഴുന്നതും. ഒരിക്കൽ ആ കുംഭയിലൂടെ ഒരു കൊച്ചു തിരമാല പോയതും യൂസുഫ് കണ്ടു.

മൃഗചർമ്മം കൊണ്ട് നിർമ്മിച്ച പണസഞ്ചി പതിവുപോലെ അസീസ് അമ്മാവൻ അരയിൽ കെട്ടി ഉറപ്പിച്ചിരുന്നു. അരയിലൂടെ കെട്ടി, തുടയ്ക്കിടയിലൂടെ വട്ടം ചുറ്റുന്ന വള്ളിയിൽ ഒരു കവചം പോലെ നിൽക്കുകയാണത്. ഉച്ചയ്ക്കുറങ്ങുമ്പോഴും അതങ്ങനെ അവിടെ തന്നെയുണ്ടാകും. യൂസുഫിന് താൻ ചുമരിന്റെ വിടവിൽ ഒളിപ്പിച്ച വെള്ളി രൂപ ഓർമ്മ വന്നു. അതാരെങ്കിലും കണ്ടെത്തുമെന്നും തന്നെ കുറ്റപ്പെടുത്തുമെന്നുമുള്ള ചിന്തയിൽ അവനൊന്ന് വിറച്ചു.

തീവണ്ടിയ്ക്കകം മുഖരിതമായിരുന്നു. തുറന്നിട്ട ജാലകത്തിലൂടെ പൊടിയും പുകയും അകത്ത് വന്നുകൊണ്ടിരുന്നു. അതിനോടൊപ്പം തീയിന്റേയും കരിഞ്ഞ മാംസത്തിന്റേയും ഗന്ധവും. അവരപ്പോൾ യാത്ര ചെയ്തിരുന്നത് ഒരു സമതലത്തിലൂടെയാണ്. വലതുഭാഗത്തെ ജാലകത്തിലൂടെ അത് കാണാം. അവിടെ സന്ധ്യയിൽ നിഴലുകൾക്ക് നീളം വയ്ക്കുന്നു. ആ സമതലത്തിൽ അവിടവിടെയായി ചില കൃഷിയിടങ്ങളും വീടുകളും കാണാനുണ്ട്. ഭൂമിയിൽ അള്ളിപ്പിടിച്ചിരിക്കുകയാണാ വീടുകൾ എന്ന തോന്നലുണ്ടാക്കുന്നു. മറുഭാഗത്ത് മലനിരകളുടെ

നിഴൽ രൂപങ്ങൾ കാണാം. അസ്തമയ സൂര്യൻ ഉച്ചിയിൽ ദീപ്തി വലയങ്ങൾ സൃഷ്ടിക്കുന്നു. തീവണ്ടിക്ക് മുന്നോട്ട് പോകാൻ തിരക്കൊന്നുമുണ്ടായിരുന്നില്ല. അതങ്ങനെ ഇഴഞ്ഞ്, മുരണ്ട് തീരദേശത്തു കൂടെ നീങ്ങിക്കൊണ്ടിരുന്നു. ചിലപ്പോൾ അത് നിശ്ചലമായതിനു തുല്യം വേഗം കുറയ്ക്കും. പിന്നെ പെട്ടെന്നൊന്ന് കുതിക്കും. അപ്പോൾ അതിന്റെ ചക്രങ്ങൾ ഉച്ചത്തിൽ പ്രതിഷേധിക്കും. വഴിയിലെവിടെയെങ്കിലും ഏതെങ്കിലും സ്റ്റേഷനിൽ, ആ വണ്ടി നിർത്തിയോ എന്ന് യൂസുഫിനോർമ്മയില്ല. പക്ഷേ അങ്ങനെ സംഭവിച്ചിട്ടുണ്ടാകാം. അസീസ് അമ്മാവനായി അമ്മ പൊതിഞ്ഞു കൊടുത്ത ഭക്ഷണത്തിൽ നിന്ന് അവനും ഒരു പങ്ക് ലഭിച്ചു. വേവിച്ച ഇറച്ചി, ബീൻസ് പിന്നെ മാൻഡാസിയും. വളരെ ശ്രദ്ധിച്ചാണ് അമ്മാവൻ ആ ഭക്ഷണപ്പൊതിയഴിച്ചത്. അതഴിക്കുമ്പോൾ അദ്ദേഹം ബിസ്മി ചൊല്ലുന്നുണ്ടായിരുന്നു. പുഞ്ചിരിക്കുന്നുണ്ടായിരുന്നു. കൈകൾ നിവർത്തിപ്പിടിച്ച് അമ്മാവൻ അവനെ ഭക്ഷണത്തിനു ക്ഷണിച്ചു. സ്വാഗതം ചെയ്തു. അവൻ ഭക്ഷിച്ചുകൊണ്ടിരുന്നപ്പോൾ അയാൾ കരുണയോടെ അവനെ നോക്കി. പുഞ്ചിരിച്ചു.

അവനന്ന് ഉറക്കം വന്നില്ല. ബഞ്ചിലെ അഴികൾ അവന്റെ ശരീരത്തിൽ കുത്തിക്കയറുന്നതുപോലെ തോന്നി. അതവന്റെ ഉറക്കം കെടുത്തി. ഇടയ്ക്ക് അവൻ പാതി മയക്കത്തിലേക്ക് വഴുതും. അങ്ങനെ ഉറക്കക്ഷീണത്തെ ഇല്ലാതാക്കും. രാത്രിയിലെപ്പോഴോ അവൻ കണ്ണു തുറന്നു. വണ്ടിക്കകത്തപ്പോൾ പാതിയിലേറെ ആളുണ്ടായിരുന്നു. മങ്ങിയ വെളിച്ചമുണ്ടായിരുന്നു. അവനു വീണ്ടും കരച്ചിൽ വന്നു. പുറത്തെ ഇരുട്ട് അളന്നെടുക്കാനാകാത്ത ആഴമുള്ള ശൂന്യതപോലെ തോന്നി. തീവണ്ടി ആ ആഴങ്ങളിലേക്ക് കൂപ്പുകുത്തിയിരിക്കുന്നു എന്നും അതിനിനി ആ ശൂന്യതയിൽ നിന്ന് പുറത്ത് കടക്കാനാകില്ല എന്നും അവനു തോന്നി. ചക്രങ്ങളുടെ സ്വരത്തിൽ ശ്രദ്ധ കേന്ദ്രീകരിക്കാൻ അവൻ ശ്രമിച്ചു. അതിന്റെ താളം ഭ്രാന്തമായിരുന്നു. അതവനെ ഉണർന്നിരിക്കാനല്ലാതെ മറ്റൊന്നിനും സഹായിച്ചില്ല. പിന്നെ വീണ്ടും ഉറക്കം വന്നപ്പോൾ അവനൊരു സ്വപ്നം കണ്ടു. തന്റെ അമ്മ ഒരു ഒറ്റക്കണ്ണുള്ള നായയാണെന്നും അത് ഒരു തീവണ്ടിയുടെ ചക്രങ്ങളിൽ കുടുങ്ങി ചതഞ്ഞരഞ്ഞുപോയി എന്നും സ്വപ്നം കണ്ടു. പിന്നെയൊരിക്കൽ നിലാവിൽ തന്റെ ഭീരുത്വം തിളങ്ങുന്നതായി സ്വപ്നം കണ്ടു. മറുപിള്ളയുടെ വഴുവഴുപ്പിൽ പുതഞ്ഞ് കിടക്കുകയാണത്. അത് തന്റെ ഭീരുത്വമാണെന്ന്, പൗരുഷമില്ലായ്മയാണെന്ന്, അവനറിഞ്ഞത്, അതിനരികിൽ നിന്നിരുന്ന ആരോ അവനോട് പറഞ്ഞതിനാലാണ്. അവൻ സൂക്ഷിച്ച് നോക്കിയപ്പോൾ അത് ശ്വസിക്കുന്നത് കണ്ടു.

പിറ്റേന്ന് പ്രഭാതത്തിൽ അവർ അവരുടെ ലക്ഷ്യത്തിലെത്തി. സ്റ്റേഷനകത്തും പുറത്തും ഒച്ചയും ബഹളവും വച്ചിരുന്ന വ്യാപാരികളുടെ കൂട്ടത്തിനിടയിലൂടെ അസീസ് അമ്മാവൻ ശാന്തമായി

യൂസുഫിനെ മുന്നിലേക്ക് നയിച്ചു. തെരുവിലൂടെ നടക്കുന്നതിനിടയിൽ അദ്ദേഹം അവനോട് സംസാരിച്ചില്ല. അടുത്തയിടെ നടന്ന ഒരാഘോഷത്തിന്റെ അവശിഷ്ടങ്ങൾ തെരുവിലെമ്പാടും കാണാമായിരുന്നു. പല വീടുകൾക്കും മുന്നിൽ കുരുത്തോലകൾ ഞാത്തിയിട്ടിട്ടുണ്ട്. ചിലതെല്ലാം അർദ്ധവൃത്താകൃതിയിൽ അലങ്കരിച്ചിട്ടുണ്ട്. ചെട്ടിപ്പൂവും ജമന്തിയുമെല്ലാം വഴിയിൽ ചതഞ്ഞരഞ്ഞ് കിടപ്പുണ്ട്. അഴുകിത്തുടങ്ങിയ പഴത്തൊലികളും നിറയെ കാണാനുണ്ട്. മുന്നിൽ ഒരു ചുമട്ടുകാരൻ അവരുടെ സാമാനങ്ങളുമായി നടക്കുന്നു. അയാൾ ആ ചെറുചൂടിലും വിയർക്കുകയും ഞരങ്ങുകയും ചെയ്യുന്നു. ലഗ്ഗേജിനരികിൽ വന്ന് ചിരിച്ചുകൊണ്ട് നിന്ന മനുഷ്യനോട് ‘‘അതൊക്കെ ചുമട്ടുകാരൻ എടുത്തോളും’’ എന്ന് അമ്മാവൻ പറയുകയായിരുന്നു. ആ ചുമടുമായി നടക്കുന്നതിനിടയിൽ ചുമട്ടുകാരൻ ഇടയ്ക്ക് ചാടുന്നുണ്ട്. ഭാരം ഒരു ചുമലിൽ നിന്ന് മറ്റൊന്നിലേക്ക് മാറ്റാൻ ശ്രമിക്കുന്നുണ്ട്. വഴിക്ക് നല്ല ചൂടുണ്ട്. തനിക്കും ഇതുപോലെ ചാടിച്ചാടി നടക്കാനായെങ്കിൽ എന്ന് യൂസുഫ് ആഗ്രഹിച്ചു. അവനും പാദരക്ഷകളില്ലായിരുന്നു. എന്നാൽ അങ്ങനെ ചാടിച്ചാടി നടക്കാൻ യൂസുഫ് അമ്മാവൻ സമ്മതിക്കില്ല എന്നവനോട് ആരും പറയേണ്ടതില്ല. വഴിയിൽ പലരും യൂസുഫ് അമ്മാവനെ അഭിവാദ്യം ചെയ്യുന്നത് കണ്ടു. അമ്മാവൻ അവിടെ പ്രമുഖനും പ്രശസ്തനുമാണെന്ന് കാണിക്കുന്നവയായിരുന്നു ആ അഭിവാദ്യങ്ങൾ. ചുമട്ടുകാരൻ മുന്നിലെ ജനക്കൂട്ടത്തിനോട് വഴിമാറിത്തരണം എന്നാർത്ത് വിളിച്ചാണ് മുന്നോട്ട് നീങ്ങുന്നത്. ‘‘സെയ്യിദിനു വഴിമാറൂ, വൗങ്ങ്വാനാ*...’’ എന്നാണയാൾ വിളിച്ച് കൂവുന്നത്. അയാൾ അഴുകിയ വസ്ത്രമാണ് ധരിച്ചിരിക്കുന്നതെങ്കിലും ഒരു രോഗിയെപ്പോലെയുണ്ടായിരുന്നെങ്കിലും ഈ വാക്കുകൾ കേട്ട ആരും അയാൾക്ക് വഴിമാറാതിരുന്നില്ല. ഇടയ്ക്കിടെ പല്ലിളിച്ച് അയാൾ ചുറ്റിലും നോക്കും. അത് കണ്ടപ്പോൾ ഈ ചുമട്ടുകാരന് അപകടകരമായ എന്തോ അറിയാം എന്നൊരു ചിന്ത യൂസുഫിനുണ്ടായി. തനിക്കറിയാത്ത എന്തോ ഒന്ന് അയാൾക്ക് അറിയാം എന്ന്.

അധികം ഉയരമില്ലാത്ത ഒരു നീളൻ കെട്ടിടമാണ് അസീസ് അമ്മാവന്റെ വീട്. പട്ടണത്തിന്റെ അവസാനത്തിൽ. വഴിയിൽ നിന്ന് ഏതാനും വാര ദൂരെയാണത്. അതിനു മുന്നിൽ ഒട്ടൊന്ന് വിശാലമായ, വൃക്ഷങ്ങളൊന്നുമില്ലാത്ത ഒരു സ്ഥലമാണ്. എന്നാൽ ആ വിശാലതയ്ക്കരികു പാകാൻ വൃക്ഷങ്ങളുണ്ട്. ചെറിയ വേപ്പുമരങ്ങൾ, തെങ്ങ്, ഒരു സൂഫിവർഗ്ഗത്തിൽ പെട്ട മരം പിന്നെയൊരു മൂലയിൽ ഒരു വലിയ മാവും. യൂസുഫിതിനു മുമ്പ് കണ്ടുപരിചയമില്ലാത്ത മറ്റ് വൃക്ഷങ്ങളും അവിടെയുണ്ട്. മാവിന്റെ ചുവട്ടിൽ ഒരുപറ്റമാളുകളിരിക്കുന്നു. അമ്മാവന്റെ വീടിന്റെ ഓരത്തുകൂടി കോട്ടപോലെ ഒരു ചുമർ പോകുന്നു. വെളുത്ത നിറമുള്ള ഒരു നീളൻ ചുമർ.

---

* ചുമട്ടുകാരൻ എന്നർത്ഥം)

അതിന്റെ അപ്പുറത്തുള്ള വൃക്ഷങ്ങളുടേയും പനകളുടേയും തെങ്ങുകളുടേയുമൊക്കെ ഉച്ചി മതിലിനു മുകളിൽ കാണാം. അവർ വരുന്നത് കണ്ടപ്പോൾ മാവിൻചുവട്ടിലിരുന്നവർ എഴുന്നേറ്റ് നിന്നു. കൈ ഉയർത്തി അഭിവാദ്യമർപ്പിച്ചു.

ഖലീൽ എന്ന് പേരുള്ള ഒരു യുവാവ് അവരെ കണ്ടതും ബംഗ്ലാവിനു തൊട്ടുമുന്നിലുള്ള ഒരു കടയിൽ നിന്ന് ഓടിയിറങ്ങി, അവരെ ഉച്ചത്തിൽ അഭിവാദ്യം ചെയ്തു. സ്വാഗതം ചെയ്തു. അയാൾ ഭക്തിയോടെ അസീസ് അമ്മാവന്റെ കൈ ചുംബിച്ചു. അമ്മാവൻ കൈ പിൻവലിച്ചില്ലായിരുന്നെങ്കിൽ അയാൾ ആ ചുംബനം തുടർന്നു കൊണ്ടേയിരിക്കുമായിരുന്നു. അമ്മാവൻ തന്റെ നീരസം പ്രകടിപ്പിക്കുന്ന ചില വാക്കുകൾ ഉച്ചരിക്കുകയും ചെയ്തു. ഖലീൽ അവർക്ക് മുന്നിൽ നിശ്ശബ്ദനായി. കൈകൾ കൂട്ടികെട്ടി. അല്ലെങ്കിൽ തന്റെ കൈകൾ വീണ്ടും അസീസ് അമ്മാവന്റെ കൈ തേടി പോകുമോ എന്ന് ഭയക്കുന്നതുപോലെ അച്ചടക്കം പാലിച്ചു. അറബിയിലായിരുന്നു അവർ തമ്മിലുള്ള സംസാരം. അവർ വാർത്തകൾ പങ്കുവച്ചു. യൂസുഫ് അവർ സംസാരിക്കുന്നത് നോക്കി നിന്നു. ഖലീലിന് പതിനേഴോ പതിനെട്ടോ വയസ്സ് പ്രായം കാണും. മെലിഞ്ഞ ശരീരം. പിരിമുറുക്കമുള്ള പ്രകൃതം. മേൽചുണ്ടിനു മുകളിൽ ഇത്തിരിരോമം വളർന്ന് തുടങ്ങിയിരിക്കുന്നു. അവരുടെ സംസാരത്തിനിടയിൽ തന്നെക്കുറിച്ചും പ്രതിപാദ്യമുണ്ടായെന്ന് യൂസുഫിനു മനസ്സിലായി. അതുകൊണ്ടാകണം ഖലീൽ വലിയ ആവേശത്തോടെ അവനെ നോക്കിയത്. വീടിന്റെ ഒരു വശത്തൊരു വാതിൽ തുറന്ന് കിടക്കുന്നതിലേക്ക് അസീസ് അമ്മാവൻ നടന്ന് കയറി. വെള്ളപൂശിയ ചുമരിലായിരുന്നു ആ വാതിൽ. ആ വാതിലിലൂടെ നോക്കിയപ്പോൾ ഒരു പൂന്തോട്ടം കണ്ടു. അവിടെ പഴങ്ങൾ വിളഞ്ഞ് നിൽക്കുന്ന വൃക്ഷങ്ങളുണ്ട്. പൂച്ചെടികളുണ്ട്. വെള്ളവുമുണ്ട്. അമ്മാവനു പുറകെ നടക്കാനായി യൂസുഫ് ഒന്ന് രണ്ട് ചുവടുകൾ വച്ചു. പെട്ടെന്ന് അമ്മാവൻ തന്റെ കൈ നീട്ടിപ്പിടിച്ചു. തടഞ്ഞു. അങ്ങനെയൊരു ആംഗ്യം അതിനു മുമ്പ് യൂസുഫ് കണ്ടിട്ടില്ല. അമ്മാവൻ നടന്ന് നീങ്ങി. തനിക്ക് അമ്മാവനു പുറകെ പോകാൻ അനുവാദമില്ല എന്ന് യൂസുഫിനു മനസ്സിലായി. അവൻ ഖലീലിനെ നോക്കി. ഖലീൽ വിടർന്ന പുഞ്ചിരിയുമായി അവനെതന്നെ നോക്കി നിൽക്കുന്നു. അവനെ കൈമാടി വിളിച്ചു. കടയിലേക്ക് നടന്നു. യൂസുഫ് തന്റെ ഭാണ്ഡക്കെട്ടെടുത്തു. ചുമട്ടുകാരൻ അതവിടെ ഉപേക്ഷിച്ചിരുന്നു. അസീസ് അമ്മാവന്റെ സാമാനങ്ങൾ മാത്രമാണയാൾ അകത്തേക്ക് കൊണ്ടുപോയത്. യൂസുഫ് ഖലീലിനെ പിന്തുടർന്നു. അമ്മ തന്ന ജപമാല തീവണ്ടിയിൽ വച്ച് തന്നെ നഷ്ടപ്പെട്ടിരുന്നു. കടയ്ക്ക് മുന്നിൽ ഒരു മട്ടുപ്പാവിൽ മൂന്ന് വൃദ്ധരിരിക്കുന്നു. അവരുടെ നോട്ടം യൂസുഫിലാണ്. യൂസുഫ് കടയ്ക്കകത്തേക്ക് കയറി.

5

“ഇതെന്റെ അനുജനാണ്. നമുക്കൊപ്പം ജോലി ചെയ്യാൻ വന്ന താണ്.'' ഖലീൽ അവിടെയുണ്ടായിരുന്ന ഇടപാടുകാരെ അറിയിച്ചു. “വന്യമായ നാടുകളിൽ നിന്ന് ഇപ്പോഴെത്തിയതേയുള്ളൂ ഇവൻ. അതിനാലാണിങ്ങനെ ശരീരപുഷ്ടിയില്ലാതിരിക്കുന്നത്. ആ മലനിര കൾക്കൊക്കെ അപ്പുറത്തുനിന്നാണിവൻ വരുന്നത്. അവിടെ തിന്നാൻ കപ്പയും പുല്ലും മാത്രമേ ലഭിക്കൂ. അതുകൊണ്ട് തന്നെ ഇവന്റെ ശരീരം കണ്ടില്ലേ. നുണയൊന്നുമല്ല ഞാൻ പറയുന്നത് ഇവന്റെ കൈകാലുകൾ നോക്കൂ. പാവം. മെലിഞ്ഞ് നീണ്ട കൈകൾ. നമ്മളി വനെ എന്നും മീനും ഇറച്ചിയും തേനുമൊക്കെ കൊടുത്ത് തടിയ നാക്കും. കുറച്ച് കഴിയുമ്പോഴേക്കും നിങ്ങളുടെയൊക്കെ പെൺമക്കളെ കെട്ടാൻ കെല്പുള്ളവനാകും ഇവൻ. ഇവരെയൊക്കെ അഭിവാദ്യം ചെയ്യ്. ഇവരെ നോക്കി ഒന്ന് പുഞ്ചിരിക്ക്.''

ആദ്യമൊക്കെ എല്ലാവരും അവനെക്കണ്ടാൽ പുഞ്ചിരിക്കുമായി രുന്നു. അസീസ് അമ്മാവൻ മാത്രമായിരുന്നു അതിനൊരു അപവാദം. അമ്മാവനെ ദിവസത്തിൽ ഒന്നോ രണ്ടോ തവണ മാത്രമേ യൂസുഫ് കാണാറുള്ളൂ. അസീസ് നടന്ന് വരുന്നത് കണ്ടാൽ ജനങ്ങൾ അയാൾ ക്കരികിലേക്ക് നീങ്ങും. അയാളുടെ കൈ പിടിച്ച് ചുംബിക്കും. അതി നവർക്ക് അയാളിൽ നിന്ന് അനുവാദം ലഭിച്ചാൽ മാത്രമേ അങ്ങനെ ചുംബിക്കുകയുള്ളൂ. അതല്ലെങ്കിൽ ഒന്ന് രണ്ട് വാര ദൂരെ നിന്ന് വണങ്ങും. അടുത്ത് ചെല്ലാനാകുമോ എന്ന് അയാളുടെ മുഖഭാവം കണ്ടാലേ അവർക്കറിയാം. ആര് അഭിവാദ്യം ചെയ്താലും അയാ ളിൽ ഒരു മാറ്റവും സംഭവിക്കാറില്ല. പലരേയും അയാൾ ദീർഘ നേരം കേട്ട് നിൽക്കും. താൻ മര്യാദകേട് കാണിക്കുന്നു എന്ന തോന്നലുണ്ടാകാതിരിക്കാൻ കേട്ട് നിൽക്കും. പിന്നെ നടന്ന് നീങ്ങും. അതിനിടയിൽ തനിക്കരികിൽ നിൽക്കുന്നവരിലെ ഏറ്റവും നികൃ ഷ്ടരുടെ കൈകളിലേക്ക് ഒരു പിടി നാണയം വാരിയിടും.

യൂസുഫ് എപ്പോഴും ഖലീലിനൊപ്പമായിരുന്നു. ഖലീലാണവനു വേണ്ട നിർദ്ദേശങ്ങൾ നൽകിക്കൊണ്ടിരുന്നത്. പുതിയ ജീവിതത്തിനു വേണ്ട നിർദ്ദേശങ്ങൾ. അതിനോടൊപ്പം പഴയതിനെക്കുറിച്ചുള്ള ചോദ്യങ്ങളുമുണ്ടാകും. കട നടത്തുന്നത് ഖലീലാണ്. അതിനകത്ത് തന്നെയാണവൻ താമസിക്കുന്നതും. അതല്ലാതെ അവന് മറ്റ് താത്പ ര്യങ്ങളൊന്നുമില്ലെന്ന് തോന്നി. കടയിലെ ഓരോ കാര്യങ്ങളും ആകാം ക്ഷയോടെ ഖലീൽ ചെയ്തുകൊണ്ടിരുന്നു. ഒന്നിൽ നിന്ന് മറ്റൊന്നി ലേക്ക് സഞ്ചരിച്ചുകൊണ്ടിരുന്നു. അതേ ഊർജ്ജത്തോടെ. അതേ താത്പര്യത്തോടെ. സന്തോഷത്തോടെയാണവൻ എല്ലാ കാര്യങ്ങളും സംസാരിക്കുക. വളരെ വേഗത്തിലാണവന്റെ സംസാരം. ഇടയ്ക്കൊന്ന് ശ്വാസത്തിനായി ഇടവേളയെടുത്താൽ എന്തെങ്കിലും അത്യാപത്ത്

വരുമോ എന്ന് ഭയക്കുന്നതുപോലെ അതിവേഗം. ഇങ്ങനെ സംസാരിച്ചാൽ നീ ഛർദ്ദിക്കാൻ തുടങ്ങും. ചിലപ്പോൾ ഇടപാടുകാർ മുന്നറിയിപ്പ് നൽകും. ഇത്ര തിരക്ക് കൂട്ടണ്ട, ചെക്കാ. ഇങ്ങനെ തിരക്കിട്ടാൽ പ്രായമാകുന്നതിനു മുമ്പേ ചത്തുപോകും. ഖലീൽ അത് കേട്ട് പുഞ്ചിരിക്കുകയേയുള്ളൂ. സംസാരത്തിന്റെ ശൈലിയിൽ ഒരു മാറ്റവും വരുത്തില്ല. അറബി സംസാരിക്കുന്നവരുടെ ഉച്ചാരണത്തിലാണവൻ മിക്കപ്പോഴും സംസാരിക്കുക. അതിനർത്ഥം അവന്റെ കിസ്വാഹിലിക്ക് സ്ഫുടതയോ സ്വാഭാവികതയോ ഇല്ലെന്നല്ല. അക്ഷരങ്ങളിൽ എന്തൊക്കെ സ്വാതന്ത്ര്യമെടുക്കാമോ അതൊക്കെയെടുക്കുകയാണവൻ. അതിനോടൊപ്പം ഒട്ടൊന്ന് ഉന്മാദിയുമാണ്. വല്ലാതെ കോപിക്കുകയോ ആകാംക്ഷയിലാകുകയോ ചെയ്താൽ അറബിയിലാകും പെരുമഴ പെയ്യുന്നത്. അത് ഇടപാടുകാരെ നിശ്ശബ്ദരാക്കും. അവർ പിൻവലിയും.

ആദ്യതവണ ഖലീൽ തനിക്ക് മുന്നിൽ അങ്ങനെ ചെയ്തപ്പോൾ യൂസുഫ് പൊട്ടിച്ചിരിച്ചു. അത് കണ്ട ഖലീൽ മുന്നിലേക്ക് വന്ന് അവന്റെ ഇടത് കവിളിൽ ആഞ്ഞടിച്ചു. അപ്പോൾ മട്ടുപ്പാവിൽ തമ്പടിച്ചിരുന്ന വൃദ്ധർ ചിരിച്ചു. അടക്കിപ്പിടിച്ച ചിരി. പരസ്പരം അർത്ഥം വച്ചുള്ള നോട്ടം സമ്മാനിച്ചതിനു ശേഷമുള്ള ചിരി. ഇതെന്തായാലും സംഭവിക്കും എന്ന് തങ്ങൾക്കറിയാമായിരുന്നു എന്ന മട്ടിലൊരു ചിരി. അവർ എന്നും വരും. ബഞ്ചിലിരിക്കും. സംസാരിക്കും. ഖലീലിന്റെ കോമാളിത്തങ്ങൾ കണ്ട് ചിരിക്കും. കടയിൽ ഇടപാടുകാരില്ലെങ്കിൽ ഖലീൽ തന്റെ ശ്രദ്ധ പൂർണ്ണമായും അവരിലേക്ക് തിരിക്കും. തന്റെ കോമാളിത്തങ്ങൾ വർദ്ധിപ്പിക്കും. അവരുടെ താഴ്ന്ന സ്വരത്തിലുള്ള വാർത്തകളും യുദ്ധത്തെക്കുറിച്ചുള്ള കിംവദന്തികളും പങ്കുവയ്ക്കുന്നതിനെ തടസ്സപ്പെടുത്തും. അതിനിടയിൽ പല ചോദ്യങ്ങളും തിരുകിക്കയറ്റി തടസ്സപ്പെടുത്തും.

യൂസുഫിന്റെ പുതിയ അദ്ധ്യാപകൻ അവനെ പല കാര്യങ്ങൾ ഒന്നിച്ചേല്പിക്കുന്നതിനൊട്ടും കാലവിളംബം വരുത്തിയില്ല. സൂര്യനുദിക്കും മുമ്പേ ദിവസം തുടങ്ങും. ദിവസമവസാനിച്ചു എന്ന് ഖലീൽ പറഞ്ഞാലേ ദിവസമവസാനിക്കുകയുള്ളൂ. പേടിസ്വപ്നങ്ങളും ഉറക്കത്തിൽ കരച്ചിലുമൊക്കെ വിഡ്ഢിത്തങ്ങളായി കണക്കാക്കപ്പെട്ടു. അതിനാൽ അതെല്ലാം ഒഴിവാക്കപ്പെട്ടു. അങ്ങനെ ചെയ്താൽ അവനിൽ ഭൂതബാധയുണ്ടായിരിക്കുന്നു എന്ന് ആരെങ്കിലും കരുതും. അവനെ മന്ത്രവാദിക്കരികിലേക്ക് പറഞ്ഞയയ്ക്കും. മന്ത്രവാദി ഭൂതത്തെ ആട്ടിപ്പായിക്കാനായി അവന്റെ പുറത്ത് ചൂടാക്കിയ ഇരുമ്പ് വയ്ക്കും.

കടയിൽ പഞ്ചസാരച്ചാക്കിൽ ചാരിയിരുന്ന് ഉറക്കം തൂങ്ങുന്നത് കനത്ത രാജ്യദ്രോഹമാണ്. അവനൊന്ന് വിയർത്ത് ആ വിയർപ്പ് പഞ്ചസാരയിൽ അലിഞ്ഞ് ചേർന്നാലോ? ഒരു ഉപഭോക്താവ് എന്തെങ്കിലും തമാശ പറഞ്ഞാൽ നിങ്ങൾ പുഞ്ചിരിക്കണം. കീഴ്ശ്വാസം

പോകുന്നത് വരെ പുഞ്ചിരിക്കണം. എന്നാൽ ആ പുഞ്ചിരിയിൽ ഒരിക്കലും മുഷിപ്പ് കയറി വരാൻ പാടില്ല. ''പിന്നെയുള്ളത് അസീസ് അമ്മാവന്റെ കാര്യമാണ്. അദ്ദേഹം നിന്റെ അമ്മാവനല്ല എന്നങ്ങ് വിശ്വസിക്കുക. അങ്ങനെ കരുതുന്നതിന് വലിയ പ്രാധാന്യമുണ്ട്. ഞാൻ പറഞ്ഞത് കേൾക്ക് കൃമികീടമേ. അദ്ദേഹം നിന്റെ അമ്മാവനല്ല.'' കൃമികീടം എന്നാണ് ഖലീൽ അക്കാലത്ത് അവനെ വിളിച്ചിരുന്നത്. ജീവനുള്ള മരണം എന്നും വിളിക്കും.

കടയുടെ മുന്നിൽ മണ്ണിൽ കിടന്നാണുറക്കം. അവരങ്ങനെ പകൽ മുഴുക്കെ കട നടത്തുന്നവരും രാത്രിയിൽ കാവൽക്കാരുമാകും. പരുക്കൻ ചീട്ടിത്തുണികൊണ്ട് പുതയ്ക്കും. തല മുട്ടിച്ച് ശരീരം അകലം പാലിച്ചാണവർ കിടക്കുക. അങ്ങനെ കിടക്കുമ്പോൾ അവർക്ക് മൃദുസ്വരത്തിൽ സംസാരിക്കാനാകും. യൂസുഫ് ഉറക്കത്തിലുരുണ്ട് അടുത്തെത്തിയാൽ ഖലീൽ അവനെ രാക്ഷസീയമായി ചവുട്ടി അകറ്റും. അവർ കിടക്കുന്നതിനു ചുറ്റിലും കൊതുകുകൾ മൂളിപ്പാട്ട് പാടി വട്ടമിടും. നിങ്ങളിൽ ആരുടെ രക്തത്തിനാണ് രുചികൂടുതൽ എന്നന്വേഷിക്കുകയാകുമവർ. പുതപ്പൊന്ന് ശരീരത്തിൽ നിന്ന് വഴുതിയാൽ കൊതുകൂട്ടം വിരുന്നാഘോഷിക്കാനായി ശരീരത്തിൽ പറ്റിപ്പിടിക്കും. അവയുടെ വാളുപോലെ കൂർത്ത കൊമ്പുകൾ തന്റെ മാംസത്തിൽ കുത്തിക്കയറുന്നത് പലപ്പോഴും യൂസുഫ് സ്വപ്നം കണ്ടിട്ടുണ്ട്.

''നിന്റെ ബാ അദ്ദേഹത്തിനു പണം കൊടുക്കാനുണ്ട്. അതാണ് നിന്നെ ഇങ്ങോട്ട് കൊണ്ടുവരാനുള്ള കാരണം. ഞാനിവിടെ എത്തിയതും അങ്ങനെ തന്നെ. എന്റെ ബാ അദ്ദേഹത്തിനു പണം കൊടുക്കാനുണ്ട്. പക്ഷേ എന്റെ ബാ മരിച്ചുപോയി. അല്ലാഹു അദ്ദേഹത്തിന്റെ ആത്മാവിന് നിത്യശാന്തി നൽകട്ടെ.'' ഖലീൽ അവനോട് പറഞ്ഞു.

''അല്ലാഹു അദ്ദേഹത്തിന്റെ ആത്മാവിന് നിത്യശാന്തി നൽകട്ടെ'' യൂസുഫ് ആവർത്തിച്ചു.

''നിന്റെ ബാ ഒരു വളരെ മോശം വ്യാപാരിയായിരുന്നുവല്ലേ... അങ്ങനെയാകാനേ സാധ്യതയുള്ളൂ...''

''അല്ലല്ല.'' യൂസുഫ് കരഞ്ഞു. അതിനെക്കുറിച്ചൊന്നും അവനറിയില്ലായിരുന്നു. പക്ഷേ ഇത്തരം വാക്കുകൾ സ്വീകരിക്കാൻ അവൻ തയ്യാറല്ലായിരുന്നു.

''എന്തായാലും എന്റെ അച്ഛന്റെയത്ര മോശമാകില്ല. അദ്ദേഹം മരിച്ചുപോയല്ലോ. അല്ലാഹു അദ്ദേഹത്തിന്റെ ആത്മാവിനു നിത്യശാന്തി നൽകട്ടെ.'' യൂസുഫിന്റെ വാക്കുകളെ അവഗണിച്ച് ഖലീൽ തുടർന്നു. ''ഒരാൾക്കും അത്രയും മോശം കച്ചവടക്കാരനാകാനാകില്ല.''

''അയാൾക്ക് എത്ര പണം നൽകാനുണ്ടായിരുന്നു?''

‘‘അത് ചോദിക്കുന്നത് മര്യാദയല്ല.’’ ഖലീൽ തമാശരൂപത്തിൽ പറഞ്ഞു. എന്നിട്ട് അങ്ങനെയൊരു വിഡ്ഢിത്തമവതരിപ്പിച്ചതിന് കൈ നീട്ടി അവനെ അടിച്ചു. ‘‘അയാൾ എന്ന് പറയരുത്. സയ്യിദ് എന്ന് വിളിക്കണം’’ എന്ന് പറഞ്ഞു. അതൊന്നും യൂസുഫിനറിയി ല്ലായിരുന്നു. പക്ഷേ തന്റെ പിതാവ് എത്ര പണം നൽകാനുണ്ട് എന്ന് അസീസ് അമ്മാവനോട് ചോദിക്കുന്നതിലെ മര്യാദകേടെന്തെന്ന് യൂസുഫിനു മനസ്സിലായില്ല. അതെല്ലാം കൊടുത്ത് തീർത്താൽ അവന് വീട്ടിൽ പോകാനാകും. തന്റെ മാതാപിതാക്കൾക്ക് ഇതിനെ ക്കുറിച്ച് ഒരു സൂചനയൊക്കെ നൽകാമായിരുന്നു. അവർ കടം എന്ന വാക്ക് ഉച്ചരിച്ചതായേ അവനോർമ്മയില്ല. അയൽക്കാരെ അപേക്ഷിച്ച് കുറച്ചുകൂടി നല്ല രീതിയിലായിരുന്നു അവരുടെ ജീവിതം. അങ്ങനെ അവൻ പറഞ്ഞപ്പോൾ ഖലീൽ ദീർഘനേരം നിശ്ശബ്ദനായിരുന്നു.

‘‘ഞാനൊരു കാര്യം പറയാം.’’ കുറേ കഴിഞ്ഞ് ഖലീൽ പറഞ്ഞു. ‘‘നീ ഒരു വിഡ്ഢിയാണ്. നിനക്ക് ഒന്നും അറിയില്ല. രാത്രി മുഴുക്കെ കിടന്ന് കരയുന്നവനാണ് നീ. സ്വപ്നത്തിൽ തേങ്ങുന്നവൻ. നിന്റെ കാര്യത്തിൽ അവരൊരു തീരുമാനമെടുത്തുകൊണ്ടിരിക്കുമ്പോൾ നിന്റെ ശ്രദ്ധ എവിടെയായിരുന്നു? നിന്റെ അച്ഛൻ അദ്ദേഹത്തിന് ഒരുപാട് പണം കൊടുക്കാനുണ്ട്. അല്ലെങ്കിൽ നീ ഇവിടെ എത്തുക യില്ല. നിന്റെ ബാ, അതൊക്കെ കൊടുത്ത് തീർത്തിരുന്നു എങ്കിൽ നിനക്ക് എന്നും പ്രാതൽ വീട്ടിൽ നിന്ന് തന്നെ കഴിക്കാനാകുമായി രുന്നല്ലോ? അമ്മയെ സഹായിക്കാനാകുമായിരുന്നല്ലോ? നിന്നെ അദ്ദേഹത്തിന്, സയ്യിദിന്, ഇവിടെ ആവശ്യമൊന്നുമില്ല. അത്രയ്ക്ക ധികം ജോലിയൊന്നും ഇവിടെയില്ല.‘‘

ഒരു നിമിഷത്തിനു ശേഷം അയാൾ പിന്നെയും സ്വരം താഴ്ത്തി. തനിക്ക് കേൾക്കാനായല്ല ഖലീൽ അപ്പോൾ സംസാരിക്കുന്നതെന്ന് യൂസുഫിനു മനസ്സിലായി. ‘‘നിനക്ക് ഒരു സഹോദരി ഇല്ല അല്ലേ? അതായിരിക്കണം കാരണം. അതല്ലെങ്കിൽ അദ്ദേഹം അവളെ കൊണ്ടു വരുമായിരുന്നു.’’

യൂസുഫ് നിശ്ശബ്ദത തുടർന്നു. ഖലീലിന്റെ വാക്കുകളിൽ തനിക്ക് പ്രത്യേകാൽ താത്പര്യങ്ങളൊന്നുമില്ല എന്ന് കാണിക്കാനായി ദീർഘ മൗനത്തിലായി. പക്ഷേ മനസ്സിൽ അതിലൊരു താത്പര്യമുണ്ടായി രുന്നു. അമ്മ അവനോട് ഇടക്കിടെ അയൽക്കാരെക്കുറിച്ച് ചോദിച്ച റിയുന്നതിനെ വിലക്കിയിരുന്നു. അതുപോലെ ഒളിഞ്ഞുനോട്ടത്തേയും. അമ്മ പക്ഷേ എന്ത് ചെയ്യുകയായിരുന്നു എന്നൊരു ആശ്ചര്യം അവ നിലുണ്ടായി. ‘‘നിനക്ക് അസീസ് അമ്മാവനൊപ്പം എത്ര കാലം ജോലി ചെയ്യേണ്ടി വരും.’’

‘‘അദ്ദേഹം നിന്റെ അമ്മാവനൊന്നുമല്ല.’’ ഖലീൽ പരുഷമായി പറഞ്ഞു. ഇതാ ഒരു അടികൂടി വരുന്നു എന്ന് യൂസുഫിന്റെ മനസ്സ് പറഞ്ഞു. ഒരു നിമിഷം കഴിഞ്ഞപ്പോൾ ഖലീൽ ഒന്ന് ചിരിച്ചു. എന്നിട്ട്

പുതപ്പിനടിയിൽ നിന്ന് കൈ വലിച്ചെടുത്തു. അത് വീണ്ടും യൂസുഫിന്റെ ചെവി ലക്ഷ്യമിട്ടു. ''ഇതൊക്കെ പെട്ടെന്ന് മനസ്സിലാക്കിയാൽ നിനക്ക് നല്ലത് കൃമികീടമേ. നിന്നെ സംബന്ധിച്ചിടത്തോളം വലിയ പ്രാധാന്യമുള്ളതാണത്. നിന്നെപ്പോലെയുള്ള തെണ്ടികൾ അമ്മാവാ എന്നൊക്കെ വിളിക്കുന്നതൊന്നും അദ്ദേഹത്തിനിഷ്ടപ്പെടില്ല. നീ അദ്ദേഹത്തിന്റെ കൈ ചുംബിക്കുന്നതും സയ്യിദ് എന്ന് വിളിക്കുന്നതുമൊക്കെയാണദ്ദേഹത്തിനിഷ്ടം. അതിനർത്ഥം എന്താണെന്ന് അറിയില്ലെങ്കിൽ ഞാൻ പറയാം. സയ്യിദ് എന്നാൽ എന്റെ യജമാനൻ എന്നാണ്. മനസ്സിലായോ കൃമികീടമേ? സയ്യിദ് എന്ന് വിളിക്കണം അദ്ദേഹത്തിനെ. സയ്യിദ് എന്ന്.''

''ശരി.'' യൂസുഫ് സമ്മതിച്ചു. അവസാനം കിട്ടിയ അടിയുടെ വേദന ഇപ്പോഴും ചെവിവട്ടത്തിലുണ്ട്. ''എന്നാലും, നിനക്ക് ഇവിടെ നിന്ന് പോകാനാകുന്നതിനു മുമ്പ് എത്ര കാലം ഇങ്ങനെ അദ്ദേഹത്തിനു വേണ്ടി ജോലി ചെയ്യേണ്ടി വരും? എനിക്കെത്ര കാലം ഇവിടെ കഴിയേണ്ടി വരും?''

''നിന്റെ ബാ കടമെല്ലാം വീട്ടുന്നത് വരെ. അതല്ലെങ്കിൽ അദ്ദേഹം മരിക്കുന്നത് വരെ.'' ഖലീൽ സന്തോഷത്തോടെ പറഞ്ഞു. ''അതിലെന്തിരിക്കുന്നു? അദ്ദേഹം ഒരു നല്ല മനുഷ്യനാണ്. സയ്യിദിന്റെ കാര്യമാണ് ഞാൻ പറയുന്നത്. അദ്ദേഹം നിന്നെ വെറുതെ തല്ലുകയൊന്നുമില്ല. നീ അദ്ദേഹത്തിനോട് ബഹുമാനം കാണിച്ചാൽ അദ്ദേഹം നിന്റെ കാര്യങ്ങളും ശ്രദ്ധിക്കും. തെറ്റായ മാർഗ്ഗത്തിലൂടെ നീ പോകുന്നില്ല എന്നുറപ്പിക്കും. നിന്റെ ജീവിതം മുഴുക്കെ സുഖമായിരിക്കും. എന്നാൽ രാത്രിയിൽ കരച്ചിലും ഈ പേക്കിനാവു കാണലുമൊക്കെയാണെങ്കിൽ... നീ അറബി പഠിക്ക്. അപ്പോൾ അദ്ദേഹത്തിന് നിന്നെ കൂടുതൽ ഇഷ്ടമാകും.''

6

ചില രാത്രികളിൽ തെരുവുനായ്ക്കളുടെ ശല്യം അധികമാകും. സംഘമായാണവ തെരുവിൽ പ്രത്യക്ഷപ്പെടുക. നാലുപാടും നടന്ന് അവ ബഹളം വയ്ക്കും. കടിപിടി കൂടും. അവ വഴിയിൽ കാലിട്ടുരസുന്ന സ്വരം കേട്ടാണ് യൂസുഫ് ഉണർന്നത്. തന്നെ കടന്നോടിപ്പോകുന്ന അവയുടെ ഒട്ടും ദയയില്ലാത്ത രൂപം അവൻ കണ്ടു. ഒരു രാത്രിയിൽ ഉറക്കത്തിനിടയിലെപ്പോഴോ കണ്ണൊന്ന് തുറന്നപ്പോൾ അവർ കിടന്നിരുന്നതിനപ്പുറത്ത്, വഴിയിൽ നാലു നായ്ക്കൾ അവരെ നോക്കി ചലനമില്ലാതെ നിൽക്കുന്നത് കണ്ടു. യൂസുഫ് ഭയന്നു. അവൻ എഴുന്നേറ്റ് ഇരുന്നു. അവയുടെ കണ്ണുകളാണവനെ ഭയപ്പെടുത്തിയത്. അതവന്റെ ഉറക്കം കെടുത്തി.

നിലാവിൽ അവയുടെ കണ്ണുകൾ ജീവനില്ലാതെ തിളങ്ങുന്നുണ്ടായിരുന്നു. ആ കണ്ണുകളിൽ ആകെ ഒരൊറ്റയറിവേയുള്ളൂ എന്നതുപോലെ തിളങ്ങുന്നുണ്ടായിരുന്നു. ആ കണ്ണുകളിൽ വളരെ കണക്ക് കൂട്ടിയ ഒരു ക്ഷമയുണ്ട്. തന്റെ ജീവൻ ഇല്ലാതാക്കാനായി കാത്തിരിക്കാനുള്ള ക്ഷമ. അവൻ പെട്ടെന്ന് എഴുന്നേറ്റിരുന്നപ്പോൾ നായ്ക്കൾ കുരച്ചുകൊണ്ട് തിരിഞ്ഞോടി. പിറ്റേന്ന് രാത്രിയിലും അവയെത്തി. നിശ്ശബ്ദം നിന്നു. കുറച്ച് നേരം അങ്ങനെ അനങ്ങാതെ നിന്നതിനു ശേഷം ഒന്നും സംഭവിക്കാത്തതുപോലെ തിരിഞ്ഞ് നടന്നു. തങ്ങൾക്കങ്ങനെ പ്രത്യേക പദ്ധതികളൊന്നുമുണ്ടായിരുന്നില്ല എന്നതുപോലെ. പിന്നെ എല്ലാ രാത്രികളിലും അവ പ്രത്യക്ഷപ്പെടാൻ തുടങ്ങി. നിലാവിൽ അവയുടെ ആകാംക്ഷ ഓരോ ദിവസവും വർദ്ധിച്ച് വരുന്നതായി അവനു തോന്നി. ഓരോ രാത്രിയിലും അവ കൂടുതൽ അടുത്തേക്ക് വന്നു. കുറ്റിച്ചെടികളുടെ മറവ് പിടിച്ച് ഓരിയിട്ടു. അവനെ വട്ടം ചുറ്റി. യൂസുഫിന്റെ മനസ്സിലും പേക്കിനാവുകളിലും അവ നിറഞ്ഞ് നിന്നു. അവനവന്റെ ഭീതിയിൽ ലജ്ജ തോന്നി.

ഖലീൽ അവയെ ശ്രദ്ധിക്കുന്നുപോലുമുണ്ടായിരുന്നില്ല. അവ അവനരികിലെങ്ങാനെത്തിയാൽ ഖലീൽ ഒരു കല്ലെടുത്തെറിയും. നായ്ക്കൾ ഓടിപ്പോകും. വളരെ അടുത്തെത്തിയാൽ അവൻ ഒരു പിടി പൊടിയെടുത്ത് അവയുടെ കണ്ണിലേക്കെറിയും. എന്നാൽ രാത്രികളിൽ അവ യൂസുഫിനെ ലക്ഷ്യമിട്ടാണ് വരുന്നതെന്ന് തോന്നി. അവന്റെ സ്വപ്നങ്ങളിൽ നായ്ക്കൾ രണ്ടുകാലിൽ അവനു മുന്നിൽ നിന്നു. നീളൻ വായ് തുറന്ന്, കിതച്ച് നിന്നു. അവയുടെ ദയയില്ലാത്ത കണ്ണുകൾ അവന്റെ ശരീരത്തിലാകെ ഉഴിഞ്ഞ് നടന്നു.

ഒരു രാത്രിയിൽ അവ അവനിലേക്ക് കുതിച്ചു. അങ്ങനെ സംഭവിക്കും എന്നവനറിയാമായിരുന്നു. അവ തമ്മിൽ തമ്മിൽ ദൂരം കാത്തിരുന്നു. യൂസുഫിന്റെ കണ്ണുകൾ ഒന്നിൽ നിന്ന് മറ്റൊന്നിലേക്ക് അലഞ്ഞ് നടന്നു. നല്ല നിലാവുള്ള രാത്രിയായിരുന്നു. പകൽ പോലെ വെളിച്ചമുള്ള നിലാവ്. അതിലേറ്റവും വലിയ നായയാണേറ്റവും അടുത്തേക്ക് വന്നത്. കടയ്ക്ക് മുന്നിലുള്ള ഒഴിഞ്ഞ സ്ഥലത്ത് അത് നിന്നു. നീളത്തിലൊന്ന് മുരണ്ടു. അത് കേട്ട് മറ്റ് നായ്ക്കൾ അവയുടെ പാദം മണ്ണിലുരസി. സാവധാനത്തിൽ മുറ്റം മുറിച്ച് കടക്കാൻ തുടങ്ങി. അവയുടെ കിതപ്പ് യൂസുഫിനു കേൾക്കാമായിരുന്നു. അവ മുരളുമ്പോൾ വായ് തുറന്ന് നാക്ക് നീട്ടിപ്പിടിച്ചിരിക്കുന്നത് അവൻ കണ്ടു. മുന്നാലോചനകളൊന്നുമില്ലാതെ അവൻ വിസർജ്ജിച്ചു. അതിനൊപ്പം ഉച്ചത്തിൽ കരഞ്ഞു. നേതൃത്വമേറ്റെടുത്ത നായ അപ്പോഴേക്കും അടുത്തെത്തിയിരുന്നു. അവന്റെ കരച്ചിൽ കേട്ടാണ് ഖലീൽ ഉണർന്നത്. അവൻ ചാടിയെഴുന്നേറ്റപ്പോഴാണ് നായ്ക്കൾ വളരെ അടുത്തെത്തിയിരിക്കുന്നു എന്ന് മനസ്സിലായത്. നായ്ക്കൾ കോപത്തോടെ മുരളുന്നുണ്ടായിരുന്നു. ആക്രമിക്കാനുള്ള തയ്യാറെടുപ്പിലായിരുന്നു. ഖലീൽ ഒച്ചയിട്ടു. കയ്യിൽ കിട്ടിയതെല്ലാമെടുത്ത് അവയെ

എറിഞ്ഞു. കല്ലും മണ്ണും പൊടിയുമെല്ലാമെടുത്തെറിഞ്ഞു. നായ്ക്കൾ തിരിഞ്ഞോടി. ഓടുന്നതിനിടയിൽ പരസ്പരം കൂട്ടിയിടിച്ചു. അവ ഭയന്നിരുന്നു. പരസ്പരം മുറുമുറുക്കുന്നുണ്ടായിരുന്നു. ഖലീൽ കുറേ നേരം നിലാവിൽ നിന്ന് അറബിയിൽ തെറി വിളിച്ചു. നായ്ക്കളെ തെറി വിളിച്ചു. അവയെ പിന്നെയും എറിയുന്നതായി ആംഗ്യം കാണിച്ചു. പിന്നെയവൻ തിരിച്ചോടി വന്നു. അവന്റെ കൈകൾ വിറയ്ക്കുന്നത് യൂസുഫ് കണ്ടു. യൂസുഫിനെ അവൻ മുഷ്ടി ചുരുട്ടിയിടിച്ചു. ഒന്നല്ല, രണ്ട് തവണ. അറബിയിൽ അതിദ്രുതം സംസാരിക്കാൻ തുടങ്ങി. അതിന്റെ അർത്ഥം മനസ്സിലാക്കിക്കാനെന്നവണ്ണം പലവിധ ആംഗ്യങ്ങൾ കാണിച്ചു. നായ്ക്കളെ ചൂണ്ടിക്കാണിച്ച് കുറ്റപ്പെടുത്തി.

"നീയെന്താ അവയുടെ കടിയേൽക്കാൻ കാത്തിരിക്കുകയായിരുന്നോ? നിന്നോടൊപ്പം കളിക്കാനാണവ വന്നതെന്ന് കരുതിയോ? ഒരു കൃമികീടത്തിനേക്കാൾ മോശമാണ് നിന്റെ കാര്യം. ഒരു ഓജസ്സുമില്ലാത്ത, മനസ്സിനൊരു ധൈര്യവുമില്ലാത്തവനാണ് നീ. എന്തിനാണ് നീ കാത്തിരിക്കുന്നുണ്ടായിരുന്നത്? പറയ് ശപിക്കപ്പെട്ടവനേ."

കുറേ പറഞ്ഞ് ഖലീൽ നിർത്തി. ഒന്ന് മണത്ത് നോക്കി. യൂസുഫിനെ പ്രവേശനമില്ലാത്ത തോട്ടത്തിന്റെ മതിലിനോരത്തെത്തിച്ചു. അവിടെ ഒരു ഷെഡ്ഡുണ്ട്. ഒരു വീടിന്റെ അരികിൽ. അതവർ ശൗചാലയമായി ഉപയോഗിക്കുന്നതാണ്. എന്നാൽ ഇരുട്ടിൽ അതിനകത്ത് കയറാൻ യൂസുഫിനു സമ്മതമുണ്ടായില്ല. ഇരുട്ടിൽ കാലൊന്ന് വഴുതിയാൽ അവൻ കക്കൂസുകുഴിയിൽ വീഴും. യൂസുഫ് കരഞ്ഞു. ഖലീൽ ചുണ്ടിൽ വിരൽ വച്ച് അരുതെന്ന് വിലക്കി. യൂസുഫിന്റെ തലയിൽ തടവി. എന്നിട്ടും യൂസുഫിന്റെ കരച്ചിലവസാനിച്ചില്ല. ഖലീലപ്പോൾ അവന്റെ കണ്ണുനീർ തുടച്ചുകൊടുത്തു. അവന്റെ വസ്ത്രമഴിക്കാൻ സഹായിച്ചു. അവനരികിൽ നിന്നു. യൂസുഫ് പൈപ്പിൽ നിന്ന് വെള്ളമെടുത്ത് എത്ര ശുദ്ധിയാകാമോ അത്രയും ചെയ്തു.

അതിനു ശേഷവും പല രാത്രികളിലും നായ്ക്കൾ വന്നു. അവ കടയുടെ മുറ്റത്തിനപ്പുറത്ത് വന്ന് നിൽക്കും. മുരളും. കിതയ്ക്കും. അവയെ കാണാനാകാത്ത രാത്രികളിലും നായ്ക്കളുടെ മുരൾച്ച കേൾക്കാം. കുറ്റിച്ചെടികൾക്കപ്പുറത്ത് അവയുടെ ബഹളം കേൾക്കാം. മനുഷ്യക്കുഞ്ഞുങ്ങളെ തട്ടിക്കൊണ്ടുപോയി സ്വന്തമെന്ന പോലെ വളർത്തുന്ന ചെന്നായ്ക്കളുടേയും കുറുക്കന്മാരുടേയും കഥകൾ ഖലീൽ യൂസുഫിനു പറഞ്ഞുകൊടുത്തു. അവ ആ കുഞ്ഞുങ്ങളെ സ്വന്തം മുലയൂട്ടി. കേടുവന്ന പച്ച മാംസം തിന്നാൻ കൊടുത്തു. അവരുടെ ഭാഷ പഠിപ്പിച്ചു. നായാടാൻ പഠിപ്പിച്ചു. ആ കുഞ്ഞുങ്ങൾ വളർന്നപ്പോൾ അവരുമൊത്ത് ഇണചേരാൻ പഠിപ്പിച്ചു. അങ്ങനെ ചെന്നായ്മനുഷ്യരുണ്ടായി. ആ ചെന്നായ്മനുഷ്യരെല്ലാം ഉൾക്കാടുകളിലാണ് താമസിക്കുന്നത്. പച്ചയിറച്ചിയല്ലാതെ മറ്റൊന്നും അവർ

ഭക്ഷിക്കില്ല. രാക്ഷസന്മാരും ഇതുപോലെ ചത്തവയുടെ മാംസം തിന്നും. മനുഷ്യ മാംസത്തിനോടാണവയ്ക്ക് ഇഷ്ടം കൂടുതൽ. പക്ഷേ മരിച്ച് കഴിഞ്ഞാൽ ആത്മാവിനു വേണ്ടി പ്രാർത്ഥിക്കാത്തവരുടെ മാംസം മാത്രമേ അവർ ഭക്ഷിക്കുകയുള്ളൂ. അവർ അഗ്നിയിൽ നിന്നു ത്ഭവിച്ച ജിന്നുകളാണ്. അവരേയും ചെന്നായ്മനുഷ്യരേയും തമ്മിൽ തെറ്റിദ്ധരിക്കരുത്. ആശയക്കുഴപ്പത്തിലാകരുത്. ചെന്നായ്മനുഷ്യർ മറ്റ് മൃഗങ്ങളെപ്പോലെ മണ്ണുകൊണ്ടുണ്ടാക്കപ്പെട്ടവരാണ്. മാലാഖ മാർ വെളിച്ചത്താൽ നിർമ്മിക്കപ്പെട്ടവരാണ്. അതുകൊണ്ടാണവരെ നമുക്കൊന്നും കാണാനാകാത്തത്. ചിലപ്പോഴൊക്കെ ഈ ചെന്നായ് മനുഷ്യർ സാധാരണ മനുഷ്യർക്കിടയിലേക്ക് ഇറങ്ങി വരാറുണ്ട്.

''നീ അവരെ കണ്ടിട്ടുണ്ടോ?'' യൂസുഫിനാകാംക്ഷയായി.

ഖലീൽ കുറച്ച് നേരം ആലോചിച്ചു. ''ഉറപ്പില്ല. കണ്ടിട്ടുണ്ട് എന്ന് തോന്നുന്നു. വേഷം മാറിയാണവർ വരിക എന്ന് നിനക്കറിയാമല്ലോ. ഒരു രാത്രിയിൽ നല്ല ഉയരമുള്ള ഒരാൾ ആ മരത്തിൽ ചാരി നിൽക്കുന്നത് ഞാൻ കണ്ടു. ഒരു വീടിന്റെ ഉയരമുണ്ടായിരുന്നു അയാൾക്ക്. നല്ല വെളുത്ത നിറമായിരുന്നു. ശരീരം മുഴുക്കെ തിളങ്ങുന്നുണ്ടായിരുന്നു. എന്നാൽ അത് തീയ്യിന്റേയോ വെളിച്ചത്തിന്റേയോ തിളക്കമല്ല.''

''ഒരു പക്ഷേ അതൊരു മാലാഖയാകും.'' യൂസുഫ് അങ്ങനെ പ്രതീക്ഷിച്ചു.

''ദൈവം നിനക്ക് മാപ്പ് നൽകട്ടെ. ഒരു മാലാഖയെ നിനക്ക് കാണാനാകില്ല. അയാൾ ചിരിക്കുന്നുണ്ടായിരുന്നു. ആ മരത്തിൽ ചാരി നിന്ന് ആർത്തിയോടെ ചിരിക്കുന്നുണ്ടായിരുന്നു.''

''ആർത്തിയോടെയോ?''

''ഞാൻ കണ്ണടച്ച് പ്രാർത്ഥിക്കാൻ തുടങ്ങി. ഒരു ചെന്നായ്മനുഷ്യന്റെ കണ്ണിലേക്ക് നോക്കാൻ പാടില്ല. നോക്കിയാൽ അതോടെ നിന്റെ കഥ കഴിയും. ഞാൻ കണ്ണ് തുറന്ന് നോക്കിയപ്പോഴേക്കും അയാൾ പോയിട്ടുണ്ടായിരുന്നു. പിന്നെയൊരിക്കൽ ഒരു കുട്ട എനിക്ക് പുറകെ വന്നു. ഒരു മണിക്കൂറോളം അതെന്റെ പുറകിൽ നിന്ന് മാറിയില്ല. ഞാൻ നിന്നാൽ അതും നിൽക്കും. ഞാൻ എങ്ങോട്ടെങ്കിലും തിരിഞ്ഞാൽ അതും തിരിയും. നടന്നാൽ ഒരു നായ മുരളുന്ന സ്വരം പുറകിൽ നിന്ന് വരും. തിരിഞ്ഞ് നോക്കിയാൽ ഒഴിഞ്ഞ ഒരു കുട്ട എനിക്ക് പുറകെ വരുന്നത് കാണാം.''

''ഓടാമായിരുന്നില്ലേ?'' യൂസുഫിനത്ഭുതം അടക്കാനായില്ല. അതിനാൽ അവന്റെ സ്വരം വല്ലാതെ താഴ്ന്നിരുന്നു.

''അതുകൊണ്ടൊരു ഗുണവുമില്ല. ചെന്നായ്മനുഷ്യർ സീബ്രകളേക്കാൾ വേഗത്തിൽ ഓടും. നമുക്കൊക്കെ ചിന്തിക്കാനാകുന്നതിലും

വേഗത്തിൽ. ഈ ചെന്നായ്മനുഷ്യരേക്കാൾ വേഗമുള്ളത് പ്രാർത്ഥനയ്ക്ക് മാത്രമാണ്. നീ ഓടിയാൽ അവ ഒരു മൃഗത്തിന്റെ അല്ലെങ്കിൽ അടിമയുടെ രൂപമെടുക്കും. ഖിയാമത്ത് നാളുകഴിഞ്ഞാൽ, അതായത് ലോകം അവസാനിച്ചാൽ ദൈവം എല്ലാവരേയും അവനരികിലേക്ക് വിളിക്കും. ഖിയാമത്ത് നാളുകഴിഞ്ഞാൽ നരകത്തിന്റെ ആദ്യ നിലയിൽ ഈ ചെന്നായ്മനുഷ്യരാകും. ആയിരക്കണക്കിനുണ്ടാകും അവർ. അല്ലാഹുവിനെ അനുസരിക്കാത്ത പാപികളെല്ലാം അവരുടെ ഭക്ഷണമാകും.''

''വേതാളങ്ങളും അവിടെയാകുമോ?''

''ആകാം.'' കുറേ ആലോചിച്ചതിനു ശേഷമാണ് ഖലീൽ മറുപടി പറഞ്ഞത്.

''പിന്നെ ആരൊക്കെയുണ്ടാകും?''

''എനിക്കറിയില്ല. എന്തായാലും ആ സ്ഥലം നമ്മൾ ഒഴിവാക്കണം. മറ്റ് നിലകളൊക്കെ ഇതിലും മോശമാണ്. അതുകൊണ്ട് അവിടെ നിന്ന് തന്നെ ഒഴിഞ്ഞ് നിൽക്കുന്നതാണ് നല്ലത്. നീ ഉറങ്ങിക്കോ. അല്ലെങ്കിൽ ജോലിയെടുക്കുന്നതിനിടയിൽ ഉറക്കം തുടങ്ങും.''

കടയിൽ ഖലീൽ അവനു പല പരിശീലനങ്ങളും നൽകി. ശരീരത്തിനു പരിക്കേൽക്കാതെ ചാക്കുകൾ എങ്ങനെ ഉയർത്തണം. ധാന്യം തൂവിപ്പോകാതെ ചാക്കിൽ നിന്നെങ്ങനെ പാത്രത്തിലാക്കണം എന്നൊക്കെ കാണിച്ചു. പഠിപ്പിച്ചു. പണം എങ്ങനെ പെട്ടെന്ന് എണ്ണിയെടുക്കാമെന്നും, ബാക്കി കൊടുക്കേണ്ടതെത്ര എന്ന് എങ്ങനെ കണക്ക് കൂട്ടാമെന്നും പഠിപ്പിച്ചു. നാണയങ്ങൾ തിരിച്ചറിയാൻ പഠിപ്പിച്ചു. വലിയ നാണയങ്ങളേത് ചെറിയതേത് എന്നൊക്കെ പഠിപ്പിച്ചു. ഇടപാടുകാരിൽ നിന്ന് പണം എങ്ങനെ സ്വീകരിക്കണം എന്ന് യൂസുഫ് പഠിച്ചു. തന്റെ വിരലുകൾക്കിടയിൽ ഒരു നോട്ട് എങ്ങനെ സുരക്ഷിതമായി പിടിക്കണം എന്ന് പഠിച്ചു. വെളിച്ചെണ്ണ അളന്നെടുക്കുമ്പോൾ കൈ വിറയ്ക്കാതിക്കാൻ ആദ്യമൊക്കെ ഖലീൽ ഒപ്പം നിന്ന് അവന്റെ കൈ പിടിച്ചു. അതുപോലെ നീളൻ ബാർ സോപ്പ് കൈവിറയ്ക്കാതെ തുണ്ടുകളാക്കാനും പഠിപ്പിച്ചു. യൂസുഫ് പഠിച്ചു എന്നുറപ്പിച്ചാൽ ചിരിച്ചുകൊണ്ട് ഖലീൽ അതംഗീകരിക്കും. പഠിക്കുന്നതിൽ പരാജയപ്പെട്ടാൽ കവിളിൽ ആഞ്ഞടിക്കും. ചിലപ്പോൾ ഇടപാടുകാർക്ക് മുന്നിൽ വച്ചാകും അങ്ങനെ അടിക്കുന്നത്.

ഖലീൽ എന്ത് ചെയ്താലും ഇടപാടുകാർ ചിരിക്കും. ആ ചിരി ഒരിക്കലും ഖലീലിനെ അലോസരപ്പെടുത്തിയില്ല. അവർ അവന്റെ ഭാഷയും ശൈലിയും അനുകരിച്ച് ചിരിച്ചു. അവന്റെ കൊച്ചനുജൻ അവനെ നന്നായി സംസാരിക്കേണ്ടതെങ്ങനെ എന്ന് പഠിപ്പിക്കുന്നുണ്ടെന്നാണവൻ അപ്പോൾ പറയുക. അങ്ങനെ നന്നായി സംസാരിക്കാനാകുമ്പോൾ താനൊരു തടിച്ച മസ്വാഹിലി ഭാര്യയെ കണ്ടെത്തും.

എന്നിട്ട് ദൈവവിചാരത്തോടു കൂടി ഒരു ജീവിതമാരംഭിക്കും. മട്ടുപ്പാവിൽ വന്നിരിക്കുന്ന വൃദ്ധർക്ക് തടിച്ച യുവതികളെക്കുറിച്ച് പറയുന്നതിഷ്ടമായിരുന്നു. അവരെ സന്തോഷിപ്പിക്കാൻ ഖലീലും ഒരുക്കമായിരുന്നു. അവനു സംസാരിക്കാൻ ബുദ്ധിമുട്ടുള്ള വാക്കുകളും വാക്യങ്ങളും ഉപഭോക്താക്കൾ അവനെക്കൊണ്ട് പലയാവർത്തി പറയിപ്പിക്കും. ഒട്ടും മടിയില്ലാതെ ഖലീൽ അനുസരിക്കും. എന്നിട്ട് അവരുടെ ചിരിയിൽ പങ്കുചേരും. അപ്പോൾ സന്തോഷം കൊണ്ട് അവന്റെ കണ്ണുകൾ തിളങ്ങും.

അടുത്ത ചുറ്റുവട്ടങ്ങളിൽ താമസിക്കുന്നവരാണ് മിക്കവാറും ഇടപാടുകാർ. അല്ലെങ്കിൽ പട്ടണത്തിൽ നിന്ന് ഗ്രാമത്തിലേക്ക് പോകുന്നവർ. അവർ അവരുടെ ദാരിദ്ര്യത്തെക്കുറിച്ചും എല്ലാതിനും വില കൂടുന്നതിനെക്കുറിച്ചും മുറുമുറുക്കും. എന്നാൽ അവരുടെ നുണകളെക്കുറിച്ചോ അവർ ചെയ്യുന്ന ക്രൂരതകളെക്കുറിച്ചോ സംസാരിക്കില്ല. അത് തന്നെയാണല്ലോ എല്ലാവരും ചെയ്യുന്നത്. വൃദ്ധർ മട്ടുപ്പാവിലെ ബഞ്ചിലുണ്ടെങ്കിൽ പല ഇടപാടുകാരും അവർക്കരികിൽ ചെന്ന് കുശലം ചോദിക്കും. ചിലപ്പോൾ കാപ്പി വില്പനക്കാരനെ വിളിച്ച് അവരുമൊത്ത് ഒരു കാപ്പി പങ്കിടും. കടയിലേക്ക് വരുന്ന സ്ത്രീകൾക്ക് യൂസുഫിനോടൊരു ഇഷ്ടമൊക്കെ തോന്നിത്തുടങ്ങി. ഒരു മാതൃസ്നേഹം. അവന്റെ ഉപചാരങ്ങളെക്കുറിച്ച് പറഞ്ഞും ഭംഗിയെക്കുറിച്ച് പറഞ്ഞും അവർ അവസരം കിട്ടുമ്പോഴൊക്കെ സന്തോഷിക്കും. ചിരിക്കും. അവരിൽ ചർമ്മത്തിനു നല്ല തിളക്കവും കറുപ്പുമുള്ള, മുഖകാന്തിയുള്ള ഒരുവൾക്ക് അവനോടിത്തിരി ആകർഷണമുണ്ട്.

മാ അജൂസ എന്നാണവളുടെ പേര്. നല്ല ആരോഗ്യമുള്ളവൾ. ഏത് ജനക്കൂട്ടത്തിലും എടുത്തറിയാവുന്ന സ്വരമുള്ളവൾ. യൂസുഫിനെ അപേക്ഷിച്ച് നല്ല പ്രായമുണ്ടവൾക്ക്. തടിച്ചിയാണ്. മുഖത്തെപ്പോഴും ഒരു ക്ലേശഭാവമുണ്ടവൾക്ക്. അവനെ കണ്ടാൽ അവളറിയാതെ അവളുടെ ശരീരമൊന്ന് വിറയ്ക്കും. ഒന്ന് വിറച്ച് നിവരും. അവളിൽ നിന്ന് ഒരു ചെറുകരച്ചിൽ പുറത്ത് വരും. യൂസുഫ് അവളെ കണ്ടില്ലെങ്കിൽ അവൾ കൂടുതൽ അരികിലേക്ക് നീങ്ങും. എന്നിട്ട് അവനെ തന്റെ കൈപ്പിടിയിലൊതുക്കും. അവനപ്പോൾ കുതറും. അവളെ ചവിട്ടും. അത് കണ്ട് അവൾ സന്തോഷത്തോടെ ഓലിയിടും. അവനിലേക്കങ്ങനെ അരികിൽ വരാനാകാത്ത അവസരങ്ങളിൽ അവൾ ഉന്മാദിയാകും. എന്റെ ഉടമ, എന്റെ ഭർത്താവ് എന്ന് വിളിച്ച് ഉന്മാദിയാകും. പിന്നെയവൾ അവനെ അഭിനന്ദനങ്ങളാലും വാഗ്ദാനങ്ങളാലും മോഹിപ്പിക്കാനും വശീകരിക്കാനും ശ്രമിച്ചു തുടങ്ങി. മധുരങ്ങൾ കൊടുത്തു തുടങ്ങി. വീട്ടിൽ വന്നാൽ അവന് ചിന്തിക്കാനാകുന്നതിലും ഉപരിയായുള്ള ആനന്ദങ്ങൾ നൽകാമെന്ന് വാഗ്ദാനം ചെയ്ത് തുടങ്ങി. എന്നോട് ദയ കാണിക്കണേ ഭർത്താവേ എന്നപ്പോൾ

അവൾ കരയും. അവനു പകരം ഞങ്ങൾ വരാം എന്ന് അപ്പോൾ അവിടെയുള്ള ചിലർ പറയും. അവളുടെ ദുഃഖം തങ്ങൾക്ക് കണ്ട് നിൽക്കാനാകുന്നില്ല എന്നറിയിക്കും. അവൾ അവരെ വെറുപ്പോടെ, ധിക്കാരത്തോടെ നോക്കും. ശകാരിക്കും. അവളുടെ നിഴൽ കണ്ടാൽ യൂസുഫ് ഓടിയൊളിക്കാൻ തുടങ്ങി. കടയിൽ ഏറ്റവും ഇരുട്ടുള്ളിട ത്തേക്കവൻ ഒളിക്കും. അവളപ്പോൾ അവനെ കാണാതെ ഓരിയിട്ട് കരയും. ആ സ്ത്രീയെ തനിക്കാവും വിധത്തിൽ സഹായിക്കാൻ ഖലീൽ ശ്രമിച്ചുകൊണ്ടേയിരിക്കും. അറിയാതെയെന്നമട്ടിൽ കടയ്ക്ക കത്തേക്ക് പ്രവേശിക്കാനുള്ള വാതിൽ അവൻ തുറന്നിടും. അതി ലൂടെ അവൾ അകത്ത് കയറും. എന്നിട്ട് ചാക്കുകൾക്കും ടിന്നുകൾ ക്കുമിടയിൽ എവിടെയാണ് യൂസുഫ് ഇരിക്കുന്നതെന്ന് തിരയും. ചിലപ്പോൾ ഖലീൽ അവനെ അടുത്ത കടയിലേക്ക് എന്തെങ്കിലും ആവശ്യത്തിനെന്ന് പറഞ്ഞ് അയക്കും. അവിടെ അവൾ യൂസുഫിനെ കാത്ത് നില്പുണ്ടാകും. അവനെ കണ്ടാൽ അവൾ അവനുമേലേക്ക് ചാടി വീഴും. ഒച്ചയിടും. ശരീരം ഒന്നാകെ വിറയ്ക്കും. അവൾക്ക് തുമ്മൽ വരും. അവളരികിൽ വന്നാൽ ഒരു പുകയില മണമുണ്ടാകും. അവളുടെ വായിൽ എപ്പോഴും ഒരു തുണ്ട് പുകയിലയുണ്ടാകും. അവളുടെ ആലിംഗനവും ബഹളവുമെല്ലാം അവന് അലോസരമു ണ്ടാക്കി. പക്ഷേ ശേഷിച്ചവർക്കെല്ലാം അതൊരു തമാശയായിരുന്നു. യൂസുഫിനൊരിക്കലും അതൊരു തമാശയായി തോന്നിയില്ല. അതിനാൽ അവരെല്ലാം മാ അജൂസയ്ക്ക് അവന്റെ ഒളിസ്ഥലങ്ങൾ കാണിച്ച് കൊടുത്തുകൊണ്ടിരുന്നു.

‘‘വൃദ്ധയാണവർ.’’ യൂസുഫ് പരാതിപ്പെട്ടു.

‘‘വൃദ്ധയോ? പ്രണയത്തിനെന്ത് പ്രായം? ആ സ്ത്രീക്ക് നിന്നെ ഇഷ്ടമാണ്. എന്നിട്ടും അവളെ നീ നിരന്തരം അവഗണിക്കുന്നു. അവരെ പീഡിപ്പിക്കുന്നു. അവരുടെ ഹൃദയം തകരുന്നത് നീ കാണു ന്നില്ലേ? നിനക്കെന്താ കണ്ണില്ലേ? വികാരങ്ങളൊന്നുമില്ലേ? നീ ഒരു വിഡ്ഢി കൃമികീടം തന്നെ. ഭീരുവാണ് നീ. വൃദ്ധ എന്നതുകൊണ്ട് എന്താണ് നീ ഉദ്ദേശിച്ചത്? ആ ശരീരമൊന്ന് കാണ്. അവളുടെ നിതംബം കാണ്... ഒരുപാട് കാണാനുണ്ട് നിനക്ക്. നിനക്ക് യോജിച്ച പെണ്ണ് തന്നെയാണവർ.’’

‘‘മുടിയൊക്കെ നരച്ചിരിക്കുന്നു.’’

‘‘കുറച്ച് ഹെന്നയിട്ടാൽ മതി... അപ്പോൾ നരച്ച മുടി ഒന്നുപോലു മുണ്ടാകില്ല. എന്തിനാണിങ്ങനെ മുടിയെക്കുറിച്ചൊക്കെ നീ വേവ ലാതിപ്പെടുന്നത്? സൗന്ദര്യം എന്നത് ഒരു മനുഷ്യന്റെ ഉള്ളിലാണ്. ആത്മാവിൽ. അല്ലാതെ ശരീരത്തിലല്ല.’’

‘‘അവരുടെ പല്ലെല്ലാം പുകയില തിന്ന് ചുവന്നിരിക്കുന്നു. വൃദ്ധ കളെപ്പോലെ. എന്താണവർ അതൊന്നും നോക്കാതിരുന്നത്?’’

''അവർക്കൊരു ടൂത്ത് ബ്രഷ് വാങ്ങിക്കൊടുക്ക്.''

''എന്തൊരു വലിയ വയറാ.'' ഇനിയെങ്കിലും ഇവർ കളിയാക്കുന്ന തൊന്ന് അവസാനിപ്പിക്കട്ടെ എന്ന് മട്ടിൽ യൂസുഫ് പറഞ്ഞു.

''ഗംഭീരം.'' ഖലീൽ കളിയാക്കി. ''ഒരു ദിവസം നന്നെ മെലിഞ്ഞ ഒരു പേർഷ്യൻ രാജകുമാരി ഇവിടെ ഈ കടയിൽ വന്ന് നിന്നെ അവളുടെ കൊട്ടാരത്തിലേക്ക് ക്ഷണിക്കുമായിരിക്കും. എന്റെ കൊച്ചനുജാ, ആ സുന്ദരിപെണ്ണിനിപ്പോൾ നിന്നോട് പ്രണയമാണെന്ന് മറക്കരുത്.''

''ധനികയാണോ അവർ?''

ഖലീൽ ചിരിച്ചു. യൂസുഫിനെ ആലിംഗനം ചെയ്തു. ''നിന്നെ ഈ ദ്വാരത്തിൽ നിന്ന് പുറത്ത് കടത്താൻ മാത്രം പണം അവരുടെ കൈവശമില്ല'' എന്ന് പറഞ്ഞു.

7

നിത്യവും ഒരു തവണയെങ്കിലും അവർ അസീസ് അമ്മാവനെ കാണാറുണ്ട്. സായാഹ്നത്തിൽ അന്ന് പിരിഞ്ഞ കാശ് വാങ്ങാനെ ത്തുമ്പോഴായിരിക്കും മിക്കപ്പോഴും ആ കൂടിക്കാഴ്ച. ഖലീൽ അസീ സിനെ ഏല്പിക്കുന്ന പണസഞ്ചിയിലേക്കൊന്ന് അദ്ദേഹം ഒളികണ്ണിട്ട് നോക്കും. ആ കണക്കുകളൊക്കെ എഴുതിവയ്ക്കാൻ ഖലീലിനൊരു നോട്ടുബുക്കുമുണ്ട്. അതും അദ്ദേഹം പരിശോധിക്കും. രണ്ടും ഒത്തു നോക്കും. ചിലപ്പോൾ അദ്ദേഹം അതുവഴി കടന്ന് പോകുന്നതും കാണാറുണ്ട്. എപ്പോഴും തിരക്കുള്ള ഒരു മനുഷ്യനാണദ്ദേഹം. പ്രഭാതത്തിൽ കടയുടെ മുന്നിലൂടെ പട്ടണത്തിലേക്ക് പോകുന്നത് കാണാം. വലിയ ചിന്തയിലാകും അദ്ദേഹമപ്പോൾ. തിരിച്ച് വരുമ്പോഴും അതുപോലെ ചിന്തിച്ചായിരിക്കും നടക്കുന്നത്. വലിയ ഭാരം മനസ്സി ലുള്ളതുപോലെ. അസീസ് അമ്മാവൻ അങ്ങനെ ഭാരിച്ച ചിന്തകളു മായി പോകുമ്പോൾ മട്ടുപ്പാവിലിരിക്കുന്ന വൃദ്ധർ ശാന്തരാകും. അദ്ദേഹം കടന്ന് പോകാനായി കാത്തിരിക്കും. അവരുടെയൊക്കെ പേരിപ്പോൾ യൂസുഫിനറിയാം. ബാ ടെമ്പൊ, മസീ ടാമിം, അലി മഫൂത. എന്നാൽ അവരൊക്കെ ഒരൊറ്റ പ്രതിഭാസമാണെന്ന് പല പ്പോഴും അവൻ മനസ്സിൽ കരുതാറുണ്ട്. അവർ സംസാരിക്കുന്നതി നിടയിൽ അവൻ കണ്ണടച്ച് പിടിച്ചാൽ ആരാണ് സംസാരിക്കുന്നതെന്ന് അവനു പറയാനാകില്ല.

അസീസ് അമ്മാവനെ അപ്പോഴും അവന് സയ്യിദ് എന്ന് വിളി ക്കാനാകുന്നില്ല. ഓരോ തവണ അമ്മാവൻ എന്നവൻ അഭിസംബോധന

ചെയ്യുമ്പോഴും ഖലീൽ അവന്റെ മുഖത്ത് ആഞ്ഞടിക്കും. ‘‘അദ്ദേഹം നിന്റെ അമ്മാവനല്ല വിഡ്ഢി മസ്വാഹിലി. നീ എത്രയും പെട്ടെന്ന് അദ്ദേഹത്തിന്റെ കൈ ചുംബിക്കാൻ പഠിക്കണം. സയ്യിദ്. ഓർമ്മയുണ്ടാകണം. സയ്യിദ്. അല്ലാതെ അമ്മാവനല്ല. എന്റെ മുന്നിൽ വച്ച് നീ ഇപ്പോൾ ഒരു തവണ പറയ്...സയ്യിദ്’’ പക്ഷേ യൂസുഫ് അങ്ങനെ പറഞ്ഞില്ല. അസീസ് അമ്മാവനെക്കുറിച്ച് പറയേണ്ടി വരുമ്പോഴൊക്കെ അവൻ അദ്ദേഹം എന്ന് പറഞ്ഞു. അല്ലെങ്കിൽ അവിടെ സംസാരത്തിൽ ഒരു വിടവിട്ടു. ആ വിടവ് ഖലീൽ ദേഷ്യത്തോടെ പൂരിപ്പിച്ചു.

യൂസുഫ് അവിടെയെത്തി കുറേ മാസങ്ങൾ കഴിഞ്ഞിരിക്കുന്നു. അതെത്രയെന്ന് എണ്ണാനൊക്കെ സ്വയം മറക്കാൻ അവൻ പഠിപ്പിച്ചിരിക്കുന്നു. അവന്റെ വിലക്ഷണമായ വിജയം ഇച്ഛകളൊന്നുമില്ലെങ്കിൽ ദിവസങ്ങൾക്ക് ആഴ്ചകളുടെ നീളമുണ്ടാകും എന്ന് പഠിപ്പിച്ചിരിക്കുന്നു. അങ്ങനെ മാസങ്ങൾ കഴിഞ്ഞപ്പോൾ അവിടെ നിന്ന് ഉൾപ്രദേശങ്ങളിലേക്കൊരു യാത്രയ്ക്കുള്ള തയ്യാറെടുപ്പുകൾ തുടങ്ങി. സായാഹ്നത്തിൽ അസീസ് അമ്മാവനെത്തി ഖലീലുമായി ദീർഘസംഭാഷണമുണ്ടായി. പകൽ വൃദ്ധർ കരസ്ഥമാക്കിയിരുന്ന ആ ബഞ്ചിലായിരുന്നു അപ്പോൾ അസീസ് അമ്മാവൻ. അവരിരിക്കുന്നതിനിടയിൽ ഒരു വിളക്ക് കത്തിച്ച് വച്ചിരുന്നു. ആ വെളിച്ചം അവരുടെ മുഖത്ത് നിഷ്കപടതയുടെ ഒരു മൂടുപടം ചാർത്തി. ചില അറബി വാക്കുകളൊക്കെ തനിക്ക് മനസ്സിലാകും എന്നായിരുന്നു യൂസുഫിന്റെ ധാരണ. ഖലീൽ കണക്കെഴുതുന്ന പുസ്തകമെല്ലാം അവർ മറിച്ച് നോക്കി. താളുകൾ മുന്നോട്ടും പുറകിലേക്കും മറിച്ച്, കണക്കുകൾ കൂട്ടി നോക്കി. യൂസുഫ് അവർക്കരികിൽ ചമ്രം പടഞ്ഞിരുന്നു. അവർ ഇരുവരും തങ്ങളുടെ സുരക്ഷിതത്വത്തിൽ ആകാംക്ഷയുള്ളതുപോലെയാണ് സംസാരിക്കുന്നത്. അവരുടെ സ്വരത്തിൽ അതിന്റെ പ്രതിഫലനങ്ങളുണ്ടായിരുന്നു. ഈ സംസാരത്തിലുടനീളം ഖലീൽ അസ്വസ്ഥനായിരുന്നു. അവന്റെ കണ്ണുകൾ ജ്വരം ബാധിച്ചവനെപ്പോലെ തിളങ്ങുന്നുണ്ടായിരുന്നു. സ്വരം നിയന്ത്രിക്കാനാകുന്നുണ്ടായിരുന്നില്ല. ചിലപ്പോൾ അസീസ് അമ്മാവൻ അപ്രതീക്ഷിതമായി ചിരിക്കും. അത് കേട്ടാൽ ഖലിൽ സംഭ്രമത്തോടെ ഞെട്ടും. അതല്ലെങ്കിൽ അവൻ തന്റേതായ ശൈലിയിൽ കേട്ടുകൊണ്ടിരിക്കുകയാകും. ചലനങ്ങളൊന്നുമുണ്ടാകില്ല. മനസ്സ് മറ്റെന്തിലോ വ്യാപൃതമാണെന്നപോലെയുണ്ടാകും. സംസാരിക്കുമ്പോൾ സ്വരത്തിൽ ശാന്തതയുണ്ടാകും. പക്ഷേ ആവശ്യമുള്ളപ്പോഴൊക്കെ അതൊന്ന് കനക്കും.

അതിനു ശേഷം തയ്യാറെടുപ്പുകൾ ആരംഭിച്ചു. ആ തയ്യാറെടുപ്പുകൾ പലതിനേയും അലങ്കോലമാക്കി. ഒട്ടും പ്രതീക്ഷിക്കാത്ത സമയങ്ങളിൽ ചരക്കുകളെത്തും. അത് വീടിന്റെ ഓരത്തുള്ള പാണ്ടികശാലയിലേക്ക് മാറ്റും. കടയിൽ ചാക്കുകളും തുന്നികെട്ടിയ സഞ്ചികളും നിറഞ്ഞു. വിവിധ ആകൃതികളും ഗന്ധങ്ങളും മട്ടുപ്പാവിലും

നിറഞ്ഞ് തുടങ്ങി. അതിനു മുകളിൽ കാൻവാസും ചാക്കും വിരിച്ച് അവയെ പൊടിയിൽ നിന്ന് സംരക്ഷിച്ചു. ഈ ചരക്കുകൾക്കൊപ്പം പലവിധ ഭൃത്യരുമെത്തി. അവർ അതിനൊക്കെ കാവലിരുന്നു. മുമ്പ് ബഞ്ചിലിരിക്കാറുണ്ടായിരുന്ന വൃദ്ധർ അങ്ങനെ നിഷ്കാസിതരായി. ഇത്രയധികം സാമാനങ്ങൾ കടയിൽ കുന്നുകൂടുന്ന കാഴ്ച കണ്ടാ സ്വദിക്കാൻ വന്ന കുട്ടികളെയും ഉപഭോക്താക്കളേയും അവർ ആട്ടി യോടിച്ചു. ഈ ഭൃത്യരിൽ അധികവും വാസൊമാലിക്കാരും വാന്യാം വേസിക്കാരുമായിരുന്നു. അവരുടെ കൈവശം കനമില്ലാത്ത ചൂരലും ചാട്ടയുമുണ്ട്. അവരൊന്നും അങ്ങനെ നിശ്ശബ്ദരായിരുന്നില്ല. പക്ഷേ അവർ ഉച്ചരിച്ച വാക്കുകൾ അവർക്ക് മാത്രമേ മനസ്സിലാകുന്നുള്ളു. രൗദ്രഭാവക്കാരും ദുഷ്ടരുമാണവർ എന്ന് യൂസുഫ് കരുതി. യുദ്ധ ത്തിനു പോലും തയ്യാറാകുന്നവർ.

അവരുടെ മുഖത്ത് നോക്കാൻ അവൻ ധൈര്യപ്പെട്ടില്ല. അവരാ കട്ടെ അവനെ കണ്ടിട്ടേയില്ല എന്നതുപോലെയായിരുന്നു. യാത്ര യുടെ മുഖ്യ ചുമതലയുള്ളയാൾ ഉൾപ്രദേശങ്ങളിലൊരിടത്ത് കാത്ത് നില്പുണ്ടാകും. മ്ന്യാപര വ സഫാരി എന്നാണവർ അയാളെ വിളി ക്കുന്നത്. അങ്ങനെയാണ് ഖലീൽ അവനോട് പറഞ്ഞിരിക്കുന്നത്. ഇങ്ങനെയൊരു യാത്ര സ്വയം സംഘടിപ്പിക്കാനുള്ള സമയമൊന്നും ധനികനായ സയ്യിദിന്റെ കൈവശമില്ല. സാധാരണ നിലയിൽ മ്ന്യാപര യാത്രയുടെ തുടക്കം മുതൽ ഒപ്പമുണ്ടാകാറുണ്ട്. അയാ ളാണ് ചുമട്ടുകാരെ തിരഞ്ഞെടുക്കുന്നതും യാത്രയ്ക്കാവശ്യമായ സാധനങ്ങൾ വാങ്ങുന്നതുമെല്ലാം. പക്ഷേ ഇത്തവണ അയാൾക്ക് മറ്റ് ചില കാര്യങ്ങൾ പൂർത്തീകരിക്കാനുണ്ട്. അത് പറഞ്ഞപ്പോൾ ഖലീൽ തന്റെ കണ്ണുകളൊന്ന് മുകളിലേക്കാക്കി. അത്ര എളുപ്പം ചെയ്ത് തീർക്കാവുന്നല്ല അയാളുടെ കൈവശമുള്ള ആ ജോലി. അല്ലെങ്കിൽ അയാൾ ഇതിനകം എന്തായാലും എത്തിച്ചേരുമായി രുന്നു. മാത്രമല്ല അത്ര ശ്ലാഘനീയമായ കാര്യവുമല്ല അത്. അതൊ ന്നുകിൽ പഴയ ചില കണക്കുകൾ തീർക്കുകയാകാം, അല്ലെങ്കിൽ ചില നിരോധിത വ്യാപാരങ്ങളാകാം. എന്തായാലും അത്ര സുഖ കരമല്ലാത്ത എന്തോ ആണത്. അയാൾ ഒപ്പമുള്ളപ്പോൾ എപ്പോഴും ഇത്തരത്തിൽ എന്തെങ്കിലും വക്രബുദ്ധികളുണ്ടാകും. മൊഹമ്മദ് അബ്ദുള്ള എന്നാണയാളുടെ പേര് എന്നും ഖലീൽ പറഞ്ഞു. അത് പറഞ്ഞപ്പോഴേ അവൻ നാടകീയമായൊന്ന് വിറച്ചു. "ചെകുത്താ നാണയാൾ. ആത്മാവിനെ എങ്ങനെ വേണമെങ്കിലും വളച്ചൊടിക്കു ന്നവൻ. ഒരു ദയയുമില്ലാത്തവൻ. വിവേകവുമില്ല. എന്നാൽ സയ്യിദിന് അയാളെ വലിയ കാര്യമാണ്. ഇത്രയൊക്കെ ദ്രോഹചിന്തകളുള്ള വനെങ്കിലും സയ്യിദിന് അയാളെ ഇഷ്ടമാണ്."

"അവരെവിടേക്കാണ് പോകുന്നത്?" യൂസുഫ് ചോദിച്ചു.

"കാടന്മാരുമൊത്ത്, കാട്ടാളന്മാരുമൊത്ത് വ്യാപാരത്തിന്. സയ്യി ദിന്റെ ജീവിതം അങ്ങനെയൊക്കെയാണ്. അതാണദ്ദേഹം ചെയ്തു

കൊണ്ടിരിക്കുന്നത്. അദ്ദേഹം ആ കാട്ടാളന്മാർക്കരികിലെത്തി അവർക്കാവശ്യമുള്ള സാധനങ്ങളെല്ലാം വിൽക്കുന്നു. അവരിൽ നിന്ന് കിട്ടാവുന്നത് വാങ്ങുന്നു. എന്തും വാങ്ങും... അടിമകളെ ഒഴികെ. സർക്കാർ അടിമവ്യാപാരം നിർത്തണം എന്ന് ആവശ്യപ്പെടുന്നതിനു മുമ്പേ സയ്യിദ് അതിലൊന്നും ഏർപ്പെടാറില്ലായിരുന്നു. അടിമവ്യാപാരം അപകടം പിടിച്ച പണിയാണ്. ബഹുമാന്യവുമല്ല.''

''എത്രകാലത്തേക്കാണീ യാത്ര?''

''മാസങ്ങളെടുക്കും. ചിലപ്പോൾ വർഷങ്ങൾ തന്നെയെടുക്കും.'' അത് പറയുമ്പോൾ അവന്റെ മുഖത്ത് അഭിമാനത്തിന്റെ ചിരിയുണ്ടായിരുന്നു. ''അതാണ് സത്യത്തിൽ വ്യാപാരം. ആ യാത്ര എത്ര കാലത്തേക്കാണെന്ന് അവരൊരിക്കലും പറയാറില്ലല്ലോ. അവരങ്ങനെ മല കയറി പോകും. വ്യാപാരം മുഴുവനാകാതെ തിരിച്ചെത്തില്ല. സയ്യിദ് ഇതിൽ ചാമ്പ്യനാണ്. അതിനാൽ എപ്പോഴും നല്ല വ്യാപാരം ചെയ്യാനാകുന്നു എന്ന് മാത്രമല്ല, പെട്ടെന്ന് തിരിച്ചെത്താനുമാകുന്നു. ഇതത്ര ദീർഘമായ ഒരു യാത്രയാണെന്ന് എനിക്ക് തോന്നുന്നില്ല. ഇതിപ്പോൾ കുറച്ച് പണം ചിലവിടാൻ ലഭിക്കണം, അതിനുള്ളതേ ഉണ്ടാകൂ.''

പകൽ സമയത്ത് ചിലർ ജോലിയന്വേഷിച്ചെത്തി. അസീസ് അമ്മാവനുമായി അവർ ചർച്ചയിലായി. ചിലർ അവരുടെ മുൻകാല പ്രവർത്തി പരിചയം കാണിക്കുന്ന കത്തുകളുമായെത്തി. അവരിൽ വൃദ്ധരെ തിരിച്ചയച്ചപ്പോൾ അവർ യാചിക്കാൻ തുടങ്ങി. കണ്ണു തുടയ്ക്കാനും.

ചുറ്റിലുമുള്ള അലങ്കോലങ്ങളും ബഹളങ്ങളും അസഹനീയമായിത്തുടങ്ങിയ ഒരു ദിവസം അവർ യാത്ര തുടങ്ങി. ഒരു ചെണ്ട, ഒരു കൊമ്പ്, ഒരു തംബൂരി എന്നിവ ആ സന്തോഷം പങ്കിട്ട് ഉച്ചത്തിൽ മീട്ടിക്കൊണ്ടിരുന്നു. അവരാണ് സംഘത്തെ നയിച്ചത്. സംഗീതജ്ഞർക്ക് പുറകെ ഒരു വരി ചുമട്ടുകാർ. അവർ ചാക്കുകളും മറ്റ് സമാനങ്ങളും ചുമക്കുന്നു. പരസ്പരം തെറി വിളിച്ച് സന്തോഷിക്കുന്നു. ആ തെറിവിളി ചിലപ്പോഴൊക്കെ കാഴ്ച കാണാൻ വന്നവർക്ക് നേരെയാകുന്നു. അതും സന്തോഷത്തിന്റെ ഒരു ഭാഗം തന്നെ. ഈ ചുമട്ടുകാർക്കൊപ്പം വാസൊമാലികളും വന്യംവേസികളും ചൂരൽ ചുഴറ്റി തങ്ങളുടെ അധികാരം കാണിച്ച് നടക്കുന്നു. ഈ ജനക്കൂട്ടം തന്നെ കടന്ന് നീങ്ങുന്നത് നോക്കി നിൽക്കുകയാണ് അസീസ് അമ്മാവൻ. സന്തോഷം നിറഞ്ഞ ഒരു പുഞ്ചിരി മുഖത്തുണ്ട്. ആ പുഞ്ചിരിയിൽ സന്തോഷത്തിനൊപ്പം ഇത്തിരി വേദനയുമുണ്ട്. സംഘം മിക്കവാറും കണ്ണിൽ നിന്ന് മറഞ്ഞപ്പോൾ അയാൾ ഖലീലിനേയും യൂസുഫിനേയും നോക്കി. ഒരു നിമിഷത്തേക്ക് അവരുടെ ചുമലുകൾക്ക് മുകളിലൂടെ തന്റെ പൂന്തോട്ടത്തിന്റെ പടിവാതിൽക്കലേക്കും ആ നോട്ടം പോയി. ആരോ വിളിച്ചത് കേട്ടു എന്നപോലെ.

അതിനു ശേഷം യൂസുഫിനെ നോക്കി പുഞ്ചിരിച്ചു. ചുംബിക്കാനായി കൈ നീട്ടിക്കൊടുത്തു. യൂസുഫ് ശരീരം വളച്ച് ആ കയ്യിൽ ചുംബിച്ചു. യൂസുഫ് അങ്ങനെ വളഞ്ഞ് അസീസ് അമ്മാവനിൽ നിന്ന് വന്നിരുന്ന സുഗന്ധങ്ങളെ ആസ്വദിക്കുന്നതിനിടയിൽ അയാളുടെ മറ്റേ കൈ യൂസുഫിന്റെ ചുമലിലേക്ക് നീണ്ടു. അതവന്റെ കഴുത്തിന്റെ പിൻഭാഗം തലോടി. പെട്ടെന്ന് യൂസുഫിനോർമ്മവന്നത് തനിക്ക് ലഭിക്കാറുണ്ടായിരുന്ന പത്ത് അണയുടെ നാണയത്തെയാണ്. അതിനോടൊപ്പം അവനിലേക്ക് നനഞ്ഞ മരത്തടികളുടേയും കോഴിക്കൂടിന്റേയും ഗന്ധമെത്തി. അവസാന നിമിഷത്തിൽ, തന്നെ ബാധിക്കുന്നതല്ല എന്ന മട്ടിൽ, അസീസ് അമ്മാവൻ ഖലീലിന്റെ പരുഷസ്വരത്തിലുള്ള യാത്രാമംഗളങ്ങൾ സ്വീകരിച്ചു. ചുംബിക്കാനായി അവനും കൈ നീട്ടിക്കൊടുത്തു. യാത്രയ്ക്കായി ഒരുങ്ങി.

തങ്ങളുടെ യജമാനൻ നടന്ന് നീങ്ങുന്നതും കണ്ണിൽ നിന്ന് മറയുന്നതും അവർ നോക്കി നിന്നു. അതിനു ശേഷം ഖലീൽ ചുറ്റിലുമൊന്ന് കണ്ണോടിച്ചു. യൂസുഫിനെ നോക്കി പുഞ്ചിരിച്ചു. ഒരു പക്ഷേ തിരിച്ച് വരുമ്പോൾ മറ്റൊരു കൊച്ചുപയ്യനെക്കൂടി കൊണ്ടുവരുമായിരിക്കും. അതല്ലെങ്കിൽ ഒരു കൊച്ചു പെൺകുട്ടിയെ എന്ന് പറഞ്ഞു.

അസീസ് അമ്മാവന്റെ അസാന്നിദ്ധ്യത്തിൽ ഖലീലിന്റെ പരിഭ്രമത്തിനും കുറവ് വന്നു. വൃദ്ധർ ആ മട്ടുപ്പാവിലേക്ക് തിരിച്ചെത്തി. അവർ പരസ്പരം കളിയാക്കിയും ജ്ഞാനത്തിന്റെ ചെറുതുണ്ടുകൾ വിളമ്പിയും സമയം ചിലവിട്ടു. ഖലീലിനെ, അവനാണിപ്പോൾ യജമാനൻ എന്ന് പറഞ്ഞ് കളിയാക്കി. വീടിന്റെ നടത്തിപ്പ് കാര്യങ്ങളും ഇപ്പോൾ അവൻ തന്നെയാണ് നോക്കുന്നത്. അതിനായി എന്നും അവൻ വീടിനകത്തേക്ക് പോകും. പക്ഷേ യൂസുഫ് അതിൽ താത്പര്യം പ്രകടിപ്പിച്ചാൽ അതിനെക്കുറിച്ച് സംസാരിക്കുകയില്ല. എന്നും വരുന്ന പച്ചക്കറിക്കാരൻ വൃദ്ധനവൻ പണം നൽകി. തോട്ടത്തിന്റെ വാതിലിലൂടെ അകത്ത് കടന്നു. അപ്പോൾ ചുമലിൽ പച്ചക്കറി കുട്ടകളുണ്ടാകും. ചില ദിവസങ്ങളിൽ ഒരു ബാലനെ വിളിച്ച് പണം നൽകി അങ്ങാടിയിൽ നിന്ന് കൊണ്ടുവരേണ്ടതെന്തൊക്കെ എന്ന് പറഞ്ഞേല്പിക്കും. കിസിമമാജൊൻഗൂ എന്നാണാ ബാലന്റെ പേര്. ജോലി ചെയ്തുകൊണ്ടിരിക്കുന്നതിനിടയിൽ അവൻ ചൂളം വിളിക്കും. മൂക്കിലൂടെ ചൂളം വിളിക്കാൻ അവനറിയാം. അതിൽ പല രാഗങ്ങളുമുണ്ടാകും. ആരെങ്കിലുമേല്പിക്കുന്ന ജോലി ചെയ്യുന്നതിനിടയിൽ അവനങ്ങനെ ചൂളം വിളിച്ച് പാട്ടുപാടിക്കൊണ്ടിരിക്കും. അതിനിടയിൽ പാരഡി ഗാനങ്ങളാലപിക്കും. അങ്ങനെ എല്ലാവരേയും ചിരിപ്പിക്കും. കുറിയ രൂപമാണവന്റേത്. രോഗിയെപ്പോലെയുണ്ടവനെ കണ്ടാൽ. കീറിപ്പറിഞ്ഞ വസ്ത്രങ്ങളിലാണവൻ പ്രത്യക്ഷപ്പെടുക. തെരുവിൽ മറ്റ് കുട്ടികൾ അവനെ കണ്ടാലപ്പോൾ മർദ്ധിക്കുക പതിവായിരുന്നു. അവൻ എവിടെയാണുറങ്ങുന്നതെന്ന് ആർക്കുമറിയില്ല. അവന്

വീടില്ല എന്ന് മാത്രം അവർക്കറിയാം. ഖലീൽ അവനെ തൊട്ടാവാടി എന്നർത്ഥം വരുന്ന കിഫ ഉറോംഗൊ എന്നാണ് വിളിച്ചിരുന്നത്. 'ഇത് സത്യമായും യഥാർത്ഥം തന്നെ' എന്നും പറയും.

എന്നും പ്രഭാതത്തിൽ ഹംദാനി എന്ന വൃദ്ധൻ തോട്ടക്കാരൻ വൃക്ഷപരിചരണത്തിന് പുറത്ത് വരും. വെള്ളം കെട്ടി നിർത്താനു പയോഗിക്കുന്ന ചെറുകുളങ്ങളും നീർച്ചാലുകളും വൃത്തിയാക്കും. അയാൾ ആരോടും സംസാരിക്കുകയില്ല. ഒന്ന് പുഞ്ചിരിക്കുക പോലു മില്ല. ജോലിക്കിടയിൽ ചില പ്രാർത്ഥനകൾ ഉരുവിട്ടുകൊണ്ടിരിക്കും. ഉച്ചയോടെ അംഗശുദ്ധിവരുത്തലും നിസ്കാരവുമെല്ലാം തോട്ടത്തിൽ തന്നെ കഴിക്കും. കുറച്ച് കഴിഞ്ഞാൽ വന്നതുപോലെ നിശ്ശബ്ദനായി മടങ്ങിപ്പോകും. കടയിൽ വരുന്ന ഇടപാടുകാർ പറയുന്നത് പലവിധ ഔഷധങ്ങളെക്കുറിച്ചും ചികിത്സകളെക്കുറിച്ചും അറിയാവുന്ന ഒരു സന്ന്യാസിവര്യനാണയാൾ എന്നാണ്.

ഉച്ചയായാൽ ഖലീൽ വീടിനകത്തുപോയി അവർ ഇരുവർക്കു മുള്ള ഭക്ഷണം രണ്ട് തളികകളിലാക്കി കൊണ്ടുവരും. ഭക്ഷണം കഴിഞ്ഞാൽ ഒഴിഞ്ഞ തളികകൾ തിരികെ കൊണ്ടുചെന്ന് കൊടുക്കും. സായാഹ്നത്തിൽ കാൻവാസ് സഞ്ചിയിലെ പണവും നോട്ടുബുക്കും വീട്ടിലേക്ക് കൊണ്ടുപോകും. ചിലപ്പോൾ രാത്രിയേറെ വൈകി യൂസുഫ് ചില ബഹളങ്ങൾ കേൾക്കാറുണ്ട്. കൂർത്ത സ്വരങ്ങൾ. ആ വീട്ടിൽ സ്ത്രീകൾ ഒളിച്ചിരിപ്പുണ്ട് എന്ന് യൂസുഫിനറിയാം. അതെ ന്തായാലും ഉണ്ടാകുമല്ലോ. എന്നാൽ യൂസുഫ് ആ മതിലിനരികി ലുള്ള വെള്ളത്തിന്റെ ടാപ്പിനപ്പുറത്തേക്ക് ഇതുവരെ പോയിട്ടില്ല. അവിടെ നിൽക്കുമ്പോൾ പലപ്പോഴും അയയിൽ തൂങ്ങിയാടുന്ന, ഉണക്കാനിട്ട, വിവിധ വർണ്ണങ്ങളിലുള്ള ലിനൻ വസ്ത്രങ്ങൾ അവൻ കണ്ടിട്ടുണ്ട്. അയഞ്ഞ കുപ്പായങ്ങളും പുതപ്പുകളുമെല്ലാം. അകത്തു നിന്ന് കേൾക്കാറുള്ള അതേ സ്വരങ്ങളുടെ ഉടമകളാകുമോ ഇതൊക്കെ ഇങ്ങനെ ഉണക്കാനിടുന്നതെന്ന് അവൻ അത്ഭുതപ്പെടാറുമുണ്ട്. സ്ത്രീ സന്ദർശകർ അടിമുടി കറുത്ത ബെബൂയി പൊതിഞ്ഞാണ് പ്രത്യക്ഷപ്പെടുക. കടന്ന് പോകുന്നതിനിടയിൽ അവർ അറബിയിൽ ഖലീലിനെ അഭിവാദ്യം ചെയ്യും. യൂസുഫിനെക്കുറിച്ച് ചോദിക്കും. അവരിലേക്ക് നേരെ നോക്കാതെയാണ് ഖലീൽ ഉത്തരം പറയുക. ചിലപ്പോൾ ആ കറുത്ത വസ്ത്രത്തിനുള്ളിൽ നിന്ന് ഹെന്ന തേച്ച് ഭംഗി വരുത്തിയ ഒരു കൈ പുറത്ത് വരും. ആ കൈ യൂസുഫിന്റെ കവിൾ തടവും. ആ സ്ത്രീകളിൽ നിന്ന് സുഗന്ധദ്രവ്യങ്ങളുടെ കനത്ത ഗന്ധം വരുന്നുണ്ടാകും. യൂസുഫിനു പലപ്പോഴും അത് തന്റെ അമ്മ യുടെ വസ്ത്രങ്ങൾ സൂക്ഷിക്കുന്ന പെട്ടിയെക്കുറിച്ചുള്ള ഓർമ്മകളെ ത്തിക്കും. ഊദി എന്നാണമ്മ ഈ സുഗന്ധങ്ങളെ വിളിക്കാറുള്ളത്. കറ്റാർവാഴ, കുന്തിരിക്കം, കസ്തൂരി എന്നിവയൊക്കെ ചേർത്തുണ്ടാ ക്കുന്ന സുഗന്ധദ്രവ്യമാണത് എന്നാണമ്മ പറഞ്ഞിട്ടുള്ളത്. ആ വാക്കുകൾ കേട്ടാൽ തന്നെ യൂസുഫിന്റെ ഹൃദയമിടിപ്പ് വർദ്ധിക്കും.

''അവിടെ ആരൊക്കെയാണ് താമസിക്കുന്നത്.'' ഒരു ദിവസം യൂസുഫ് ഖലീലിനോട് ചോദിച്ചു. അസീസ് അമ്മാവനുള്ളപ്പോൾ ഇത്തരം ചോദ്യങ്ങൾ ഉന്നയിക്കാൻ അവനു മടിയായിരുന്നു. അവർ അപ്പോൾ എങ്ങനെ ജീവിക്കുന്നോ അതിലുപരി ആഗ്രഹങ്ങൾ പ്രകടിപ്പിക്കണം എന്ന ചിന്തയില്ലായിരുന്നു. ആ ജീവിതത്തിനൊരു പെട്ടെന്നുള്ള മാറ്റം സംഭവിക്കും എന്ന പ്രതീക്ഷയുമില്ലായിരുന്നു. ആ ജീവിതത്തിന്റെ മദ്ധ്യത്തിലുള്ളത് അസീസ് അമ്മാവനാണ്. അദ്ദേഹത്തിനു ചുറ്റിലുമാണെല്ലാം വട്ടം കറങ്ങുന്നത്. ആ ആലിംഗനത്തിനു പുറത്തുള്ള അസീസ് അമ്മാവനെ എങ്ങനെ വിവരിക്കണം എന്ന് യൂസുഫിനുമറിയില്ല. ഇപ്പോൾ അയാളുടെ അസാന്നിദ്ധ്യത്തിൽ മാത്രമാണ് അയാളിൽ നിന്ന് വേറിട്ടുള്ള ചിന്തകൾ അവനിലുണ്ടാകുന്നത്.

''ആരൊക്കെയാണ് അകത്ത് താമസിക്കുന്നത്?'' അവൻ ചോദിച്ചു. രാത്രിയായിട്ടുണ്ടായിരുന്നു. കടയടച്ചിരുന്നു എങ്കിലും അവരപ്പോഴും അതിനകത്ത് തന്നെയായിരുന്നു. പഞ്ചസാരയുടെ ഭാരം നോക്കി പൊതിഞ്ഞ് കെട്ടിവയ്ക്കുകായിരുന്നു. യൂസുഫ് പഞ്ചസാര വലിയ തവികൊണ്ടെടുത്ത് തുലാസിലിട്ടുകൊണ്ടിരുന്നു. ഭാരം കൃത്യമായാൽ ഖലീൽ കടലാസെടുത്ത് അത് പൊതിഞ്ഞു കെട്ടും. ഒരു നിമിഷത്തേക്ക് യൂസുഫ് ആവർത്തിച്ച ചോദ്യം താൻ കേട്ടിട്ടില്ല എന്ന് ഖലീൽ നടിച്ചു. പിന്നെ ചെയ്തുകൊണ്ടിരുന്ന പ്രവൃത്തി നിർത്തി സംശയത്തിന്റെ ലാഞ്ഛനയുള്ള ഒരു നോട്ടം യൂസുഫിലേക്കയച്ചു. അവൻ ഉന്നയിക്കാൻ പാടില്ലാത്ത ഒരു ചോദ്യമായിരുന്നു അതെന്ന് യൂസുഫിനപ്പോൾ മനസ്സിലായി. തന്റെ തെറ്റുകളെ തുടർന്ന് വരുന്ന ആ കനത്ത അടി അവൻ പ്രതീക്ഷിച്ചു. പക്ഷേ ഇത്തവണ അത് വന്നില്ല. ഖലീൽ പുഞ്ചിരിച്ചു. യൂസുഫിൽ നിന്ന് നോട്ടം പിൻവലിച്ചു. ''യജമാനത്തി'' എന്ന് പറഞ്ഞു. കൂടുതൽ ചോദ്യങ്ങൾ വേണ്ട എന്ന് കാണിക്കാനായി ചുണ്ടിൽ വിരൽ വച്ചു. ഒരു മുന്നറിയിപ്പെന്ന നിലയിൽ കടയുടെ പിന്നിലെ ചുമരിലേക്ക് നോക്കി. അവർ പഞ്ചസാര പൊതികളാക്കുന്ന ജോലി തുടർന്നു.

അത് കഴിഞ്ഞപ്പോൾ അവർ ആ സൂഫി മരച്ചുവട്ടിലെത്തി. അവരുടെ കൈവശമുണ്ടായിരുന്ന വിളക്കിന്റെ വെളിച്ചം സൃഷ്ടിച്ച ഗുഹയിലിരുന്നു. വിളക്കിന്റെ ചില്ലുപ്രതലത്തിലേക്ക് പലയിനം പൂച്ചികൾ പറന്നെത്തി. അവയ്ക്ക് ആ തീനാളത്തിലേക്കെത്തണമായിരുന്നു. പക്ഷേ അതിനെ ആവരണം ചെയ്തിരുന്ന ചില്ലുപ്രതലം അവയെ തടഞ്ഞു. ''യജമാനത്തിക്ക് ഭ്രാന്താണ്.'' ഖലീൽ പെട്ടെന്ന് പറഞ്ഞു. ചിരിച്ചു. യൂസുഫ് അത്ഭുതപ്പെട്ടു. ''നിന്റെ അമ്മായി. നിനക്കവരെ അമ്മായി എന്ന് വിളിച്ചുകൂടേ? ധനികയാണവർ. എന്നാൽ രോഗിണിയായ വൃദ്ധയാണ്. നീ അവരെ ശരിക്കൊന്ന് അഭിവാദ്യം ചെയ്താൽ ഒരു പക്ഷേ ആ പണമൊക്കെ നിന്റെ പേരിലാക്കുമായിരിക്കും. സയ്യിദ് വർഷങ്ങൾക്ക് മുമ്പാണവരെ വിവാഹം കഴിച്ചത്. അപ്പോൾ അദ്ദേഹം

പെട്ടെന്ന് ധനികനായി. അവരാകട്ടെ വിരൂപയാണ്. രോഗിണിയുമാണ്. വർഷങ്ങളായി പല ഡോക്ടർമാരും ചികിത്സിക്കാനെത്തുമായിരുന്നു. നരച്ച് നീണ്ട താടിയുള്ള ജ്ഞാനികളായ ഹക്കീമുകൾ വന്ന് പ്രാർത്ഥന ചൊല്ലുമായിരുന്നു. മലമുകളിൽ നിന്നും മംഗൻഗ പലവിധ മരുന്നുകളുമായെത്തി. അതൊന്നും ഒരു ഫലവും ചെയ്തില്ല. പശുവിനേയും ഒട്ടകങ്ങളേയും ചികിത്സിക്കുന്നവരും പരിശോധിച്ചു. ഒരു ഫലവുമുണ്ടായില്ല. ഹൃദയത്തിലേറ്റ മുറിവ് പോലെയാണവരുടെ അസുഖം. ഏതോ മനുഷ്യന്റെ കൈകൊണ്ടേറ്റ മുറിവ് പോലെ. മനസ്സിലാകുന്നുണ്ടോ നിനക്ക്? ചീത്തയായ എന്തോ അവരെ സ്പർശിച്ചിരിക്കുന്നു. അവർ ജനങ്ങളിൽ നിന്ന് ഒളിച്ചിരിക്കുകയാണിപ്പോൾ.''

ഖലീൽ നിർത്തി. അതിനപ്പുറം ഒന്നും പറയാൻ തയ്യാറല്ല എന്ന പോലെ നിർത്തി. ഖലീലിന്റെ കളിയാക്കലുകൾ ഒരു പീഡയായി അവനെതന്നെ പിടികൂടുന്നു എന്ന് യൂസുഫറിഞ്ഞു. അവനെ ഉന്മേഷവാനാക്കാൻ ഏതൊക്കെ വാക്കുകൾ ഉപകരിക്കും എന്ന് ചിന്തിക്കാൻ തുടങ്ങി. ആ വീടിനകത്തുള്ള ഭ്രാന്തിയായ വൃദ്ധ അവനെ ഒട്ടും അത്ഭുതപ്പെടുത്തുന്നില്ല. പണ്ട് അമ്മ പറയാറുള്ള കഥകളിലെല്ലാം ഇത്തരമാളുകളെ അവൻ കണ്ടിട്ടുണ്ട്. അതിലൊക്കെ ഒന്നുകിൽ പ്രണയം തകർന്നതിനാൽ, അല്ലെങ്കിൽ ഭൂതബാധയുണ്ടായതിനാലാകും ഇങ്ങനെ ഭ്രാന്താകുന്നത്. ഭൂതബാധ സംഭവിക്കുന്നത് സ്വത്ത് തട്ടിയെടുക്കാൻ ചെയ്യുന്ന മന്ത്രവാദത്തിന്റെ ഫലമായാണ്. അല്ലെങ്കിൽ എന്തെങ്കിലും പ്രതികാരത്തിനായി ചെയ്യുന്നതാണ്. അതൊക്കെ ശരിയാക്കുന്നത് വരെ അങ്ങനെയുള്ള ഭ്രാന്തിനെ ഭേദപ്പെടുത്താനാകില്ല. ആ ശാപം ഇല്ലാതാക്കണം. അത് ഖലീലിനോട് പറയണം എന്നവനുണ്ടായിരുന്നു. ഇതിനെക്കുറിച്ചൊന്നും വിഷമിക്കേണ്ടതില്ല. കഥയവസാനിക്കുമ്പോഴേക്കും എല്ലാം നേരെയാകും, എന്ന് പറയണമെന്ന്. അതിനോടൊപ്പം എന്നെങ്കിലും എപ്പോഴെങ്കിലും ആ ഭ്രാന്തി യജമാനത്തിക്ക് മുന്നിൽ ചെന്ന് പെടുകയാണെങ്കിൽ താൻ തല തിരിച്ച് പ്രാർത്ഥന ചൊല്ലാൻ തുടങ്ങും എന്നും അവൻ ഇപ്പോഴേ തീരുമാനിച്ചിരിക്കുന്നു. അമ്മയെക്കുറിച്ചുള്ള ചിന്തകൾ മനസ്സിൽ നിന്നകറ്റാൻ അവൻ ശ്രമിച്ചു. അമ്മ എങ്ങനെയാണ് കഥ പറഞ്ഞ് തരാറുള്ളത് എന്നതൊക്കെ മറക്കാൻ. ഖലീലിന്റെ ദുഃഖം അവനെ അസ്വസ്ഥനാക്കി. ഖലീലിനെക്കൊണ്ട് വീണ്ടും സംസാരിപ്പിക്കാനായി അപ്പോൾ അവൻ ചോദിച്ചു. ''നിനക്ക് നിന്റെ അമ്മ കഥയൊക്കെ പറഞ്ഞ് തരാറുണ്ടായിരുന്നോ?''

''എന്റെ അമ്മയോ?'' ഖലീൽ അത്ഭുതപ്പെട്ടു.

ഖലീൽ പിന്നെയും നിശ്ശബ്ദനായി എന്നറിഞ്ഞ യൂസുഫ് തന്റെ ചോദ്യം ആവർത്തിച്ചു. ''പറയാറുണ്ടായിരുന്നോ?''

''അമ്മയെക്കുറിച്ച് എന്നോട് ചോദിക്കരുത്. അവർ പോയി. മറ്റുള്ളവരെയൊക്കെപോലെ അവരും പോയി.'' ഖലീൽ നിർത്തി.

പെട്ടെന്ന് സംസാരം അറബിയിലേക്ക് മാറ്റി. അവനിപ്പോൾ യൂസുഫിന്റെ കവിളത്ത് ആഞ്ഞടിക്കും എന്ന് തോന്നി. ''പോയി! വിഡ്ഢി കൃമികീടമേ! എല്ലാവരും അറേബ്യയിലേക്ക് പോയി. എന്നെ ഇവിടെ ഉപേക്ഷിച്ച് അവരൊക്കെ പോയി. എന്റെ സഹോദരങ്ങൾ... അമ്മ.... എല്ലാവരും....''

യൂസുഫിന്റെ കണ്ണ് നിറഞ്ഞു. അവനിൽ ഗൃഹാതുരത്വം നിറഞ്ഞു. ഉപേക്ഷിക്കപ്പെട്ടവൻ എന്ന ചിന്തയുണ്ടായി. കരയാതിരിക്കാൻ അവൻ ശ്രമിച്ചുകൊണ്ടേയിരുന്നു. കുറച്ച് കഴിഞ്ഞപ്പോൾ ഖലീൽ ഒന്ന് നിശ്വസിച്ചു. യൂസുഫിന്റെ തലയിൽ കൈവച്ചു. എന്റെ കൊച്ചനുജനൊഴികെ എല്ലാവരും. എന്ന് പറഞ്ഞു. എന്നിട്ട് ഉറക്കെ ചിരിച്ചു. അത് കേട്ട് യൂസുഫ് ഉറക്കെ കരയാൻ തുടങ്ങി.

വെള്ളിയാഴ്ചകളിൽ ഉച്ചയ്ക്ക് ഒന്ന് രണ്ട് മണിക്കൂർ അവർ കട അടച്ചിടാറുണ്ട്. അസീസ് അമ്മാവനില്ലാത്തതിനാൽ അന്ന് മദ്ധ്യാഹ്ന ശേഷമുള്ള സമയം മുഴുക്കെ പട്ടണത്തിൽ ചിലവിട്ടാലോ എന്ന് യൂസുഫ് ഖലീലിനോട് ചോദിച്ചു. കടൽ ഒരു നോട്ടം മാത്രം അവൻ കണ്ടിട്ടുണ്ട്. ഓരോ ദിവസവും മുക്കുവർ കൊണ്ടുവരുന്ന അത്ഭുതങ്ങളെക്കുറിച്ച് കടയിൽ വരുന്നവർ പറയുന്നത് കേട്ടിട്ടുണ്ട്. തനിക്ക് പട്ടണത്തിൽ ആരേയും പരിചയമില്ല എന്ന് ഖലീൽ പറഞ്ഞു. തുറമുഖം ആകെ ഒരിക്കലേ കണ്ടിട്ടുള്ളൂ. ആദ്യതവണ ബോട്ടിൽ അവിടെ വന്നിറങ്ങിയപ്പോൾ. അതൊരു രാത്രിയിലായിരുന്നു. അവിടെ വച്ചാണ് സയ്യിദ് അവനെ കൂടെക്കൂട്ടിയത്.

ഇത്ര കാലമായിട്ടും തനിക്ക് സന്ദർശിക്കാനായി അവിടെ ആരുമില്ല. ആരുടേയും വീടിനകത്തേക്ക് അവനിതുവരെ കയറിയിട്ടില്ല. എല്ലാ ഈദിനും അവൻ സയ്യിദിനൊപ്പം പള്ളിയിലേക്ക് ജുമുഅയ്ക്ക് പോകും. ഒരിക്കൽ അവനെ ഒരു ശവസംസ്കാരത്തിനും സയ്യിദ് ഒപ്പം കൊണ്ടുപോയി. അതാരുടേതായിരുന്നു എന്നൊന്നും അവനറിയില്ല.

''അങ്ങനെയെങ്കിൽ നമ്മളൊന്ന് നടന്ന് കാണണം. നമുക്ക് തുറമുഖത്തേക്കൊക്കെ പോകാം.'' യൂസുഫ് നിർദ്ദേശിച്ചു.

''വഴി തെറ്റിയാലോ?'' ഖലീലിനു പിരിമുറുക്കമുണ്ടായിരുന്നു. അവൻ ചിരിച്ചു.

''തെറ്റില്ല.'' യൂസുഫിനുറപ്പുണ്ട്.

''ഗംഭീരം. എന്റെ അനുജനു ധൈര്യം വന്നിരിക്കുന്നു.'' ഖലീൽ യൂസുഫിന്റെ പുറത്തടിച്ചു. ''നീ എന്നെ ശ്രദ്ധിക്കുമല്ലോ അല്ലേ?''

കടയിൽ നിന്നിറങ്ങിയ അവർ ചില ഇടപാടുകാരെ വഴിയിൽ കണ്ടു. അവരെ അഭിവാദ്യം ചെയ്തു. പിന്നെ തെരുവിലെ ജനക്കൂട്ടത്തിന്റെ ഭാഗമായി. ആ ജനക്കൂട്ടം ജുമുഅ പ്രാർത്ഥനയ്ക്കായി പള്ളിയിലേക്കൊഴുകുകയായിരുന്നു. ശരിയായ വാക്കുകളും പ്രവർത്തികളും

എന്തെന്നുറപ്പില്ലാത്തവനെപ്പോലെയാണപ്പോൾ ഖലീൽ എന്ന് യൂസുഫ് ശ്രദ്ധിക്കാതിരുന്നില്ല. ജുമുഅ കഴിഞ്ഞപ്പോൾ അവർ ബോട്ടുകളും നൗകകളും കാണാൻ പോയി. യൂസുഫ് ആദ്യമായാണ് കടലിനിത്രയരികെ വരുന്നത്. അതിന്റെ വിശാലത അവനെ മൗനിയാക്കി. കടലിനരികിലാകുമ്പോൾ വായു ശുദ്ധമായിരിക്കും എന്നാണവൻ കരുതിയിരുന്നത്. എന്നാൽ ഇവിടെ ചാണകത്തിന്റേയും പുകയിലയുടേയും നനഞ്ഞ മരത്തിന്റേയും ഗന്ധമടിക്കുന്നു. അത് കൂടാതേയും ചില രൂക്ഷഗന്ധങ്ങൾ വരുന്നുണ്ട്. അത് കടൽപായൽ ചീഞ്ഞ ഗന്ധമാണെന്ന് വളരെക്കഴിഞ്ഞാണവനു മനസ്സിലായത്. കടൽക്കരയിൽ മരത്തുണ്ടുകൾ തെറിച്ച് വീണ് കിടപ്പുണ്ട്. കുറച്ചപ്പുറത്ത് മുക്കുവർ പന്തൽ കെട്ടി പാചകം ചെയ്യുന്നുണ്ട്. വേലിയിറക്കത്തിനായി കാത്തിരിക്കുകയാണ് എന്നാണവർ പറഞ്ഞത്. സൂര്യാസ്തമയത്തിനു രണ്ട് മണിക്കൂർ മുമ്പാണത് സംഭവിക്കുക. അവർക്കൊപ്പമിരിക്കാൻ മുക്കുവർ ക്ഷണിച്ചു. ഒരു ബുദ്ധിമുട്ടുമില്ലാതെ ഖലീൽ അവിടെയിരുന്നു. യൂസുഫിനെ പിടിച്ചിരുത്തി. രണ്ട് കറുത്ത ചട്ടികളിലാണവർ പാചകം ചെയ്യുന്നത്. ചോറും ചീരയും. പൊട്ടിയതും തേഞ്ഞതുമായ പാത്രങ്ങളിൽ അത് വിളമ്പി. അവരെല്ലാം ഒന്നിച്ച് കഴിച്ചു.

''ഇവിടെ നിന്ന് തെക്ക് മാറി ഒരു മുക്കുവഗ്രാമത്തിലാണ് ഞാൻ താമസിച്ചിരുന്നത്.'' അവിടെ നിന്നിറങ്ങിയപ്പോൾ ഖലീൽ പറഞ്ഞു.

മദ്ധ്യാഹ്നം മുഴുക്കെ അവർ അവിടെ അലഞ്ഞ് നടന്നു. എന്ത് കണ്ടാലും ചിരിച്ചു. അങ്ങനെ നടക്കുന്നതിനിടയിൽ ഒരു കരിമ്പിൻ തണ്ടും കുറച്ച് കടലയും വാങ്ങി. കുട്ടികൾ കിപാണ്ടെ കളിക്കുന്നത് കണ്ട് നിന്നു. നമുക്കും ഒപ്പം ചേർന്ന് കളിച്ചാലോ എന്ന് യൂസുഫ് ചോദിച്ചു. തങ്ങളെപ്പോലെ പ്രധാനികൾ ഇങ്ങനെയുള്ള കളികളിലേർപ്പെടാറില്ല എന്ന മട്ടിൽ ഖലീൽ വേണ്ടെന്ന് തലയാട്ടി. അവന് ഇതെങ്ങനെ കളിക്കണം എന്നറിയില്ലായിരുന്നു. എന്നാലും കുറച്ച് നേരം കണ്ട് നിന്നപ്പോൾ ഒരു ഏകദേശ ധാരണയായി. അവനുടൻ തന്റെ സരൂണി മടക്കി കോണകം പോലെയാക്കി. ഭ്രാന്തനെപ്പോലെ കിപാണ്ടെയ്ക്ക് പുറകെ പായാൻ തുടങ്ങി. കുട്ടികൾ അത് കണ്ട് ചിരിച്ചു. അവനെ പല പേരുകളിൽ വിളിച്ചു. ആദ്യാവസരത്തിൽ തന്നെ അവൻ ഊർജ്ജസ്വലതയോടെ ബാറ്റ് വാങ്ങി. അത് യൂസുഫിനു കൈമാറി. യൂസുഫ് തുടരെത്തുടരെ അടിച്ച് സ്കോർ ഉയർത്തി. ഓരോ അടിയേയും ഖലീൽ പ്രോത്സാഹിപ്പിച്ചുകൊണ്ടിരുന്നു. അവസാനം അവൻ പുറത്തായപ്പോൾ ഖലീൽ അവനെ എടുത്തുയർത്തി. തോളിലെടുത്ത് കളിസ്ഥലത്തുനിന്ന് പുറത്തെത്തിച്ചു. യൂസുഫ് അപ്പോൾ താഴെയിറങ്ങാനായി കുതറുന്നുണ്ടായിരുന്നു.

തിരിച്ച് വരുന്ന വഴിയിൽ അവർ നായ്ക്കളെ കണ്ടു. സായാഹ്നമാകും മുമ്പേ വന്ന നായ്ക്കൾ. സന്ധ്യാവെളിച്ചത്തിൽ അവയുടെ ശരീരത്തിലെ പുണ്ണുകൾ വ്യക്തമായി കാണാനുണ്ട്. ശരീരമാകെ

ചൊറിയുണ്ട്. ക്രൂരമായിരുന്നു അവയുടെ കണ്ണുകൾ. ആ കണ്ണുകളിൽ പീള കെട്ടിയിട്ടുണ്ട്. അതിൽ നിന്ന് വെള്ളമൊലിക്കുന്നുണ്ട്. അവയുടെ ശരീരത്തിലെ പുണ്ണിലെ ഈച്ചകൾ വട്ടമിട്ട് പറക്കുന്നു.

കടയിൽ വന്നവരോടെല്ലാം ഖലീൽ യൂസുഫിന്റെ കിപാണ്ടെ വീരകഥകൾ പറഞ്ഞു. കുറച്ച് കൂട്ടിപ്പറഞ്ഞു. ഓരോ തവണ പറയുമ്പോഴും തന്റേതായ ഭാവനകൾ കൂട്ടിച്ചേർത്തു. അത് കൂടുതൽ കോമാളിത്തങ്ങൾക്ക് കാരണമായി. തന്റെ പതിവ് ശൈലിയിൽ അവൻ ഇടപാടുകാരെ ചിരിപ്പിച്ചു. ഏതെങ്കിലും യുവതികളോ പെൺകുട്ടികളോ ഉണ്ടെങ്കിൽ അവരെ ചിരിപ്പിക്കാൻ പ്രത്യേകം ശ്രദ്ധിച്ചു. അങ്ങനെ കഥകൾ മാ അജൂസയിലേക്കെത്തിയപ്പോഴേക്കും കളി ഒരു കൂട്ടക്കൊലയുടെ ഭാവത്തിലെത്തിയിരുന്നു. ആ കൂട്ടക്കൊലയിൽ നിന്ന് വിജയിയായി പുറത്ത് കടന്നവനാണ് യൂസുഫ്. ഖലീൽ അവന്റെ കോമാളിയായി. അവനെ പുകഴ്ത്തിപ്പാടി. ദൈവത്തിന്റെ അനുഗ്രഹമുള്ള മഹാനായ യൂസുഫ്! ഗോഗ്, മഗോഗ് എന്നിവരെ കൊന്നൊടുക്കിയ പുതിയ ധുൽ ക്വർനൈൻ. യൂസുഫിന്റെ തിളങ്ങുന്ന വാൾ ഒന്നൊന്നായി സാങ്കല്പിക ശത്രുക്കളെ കൊന്നൊടുക്കിയതറിഞ്ഞ് മാ അജൂസ അത്ഭുതപ്പെട്ടു. പലയിടത്തും ചെന്ന് അവൾ അതിനെ പ്രകീർത്തിച്ചു. പിന്നെ യൂസുഫ് പ്രവചിച്ചതുപോലെ തന്നെ, അതിന്റെ അവസാനത്തിൽ, മാ അജൂസ സന്തോഷകരമായ ഓലികളോടെ അവനു പുറകെയെത്തി. മട്ടുപ്പാവിലിരുന്ന വൃദ്ധരും കടയിലുണ്ടായിരുന്ന ഇടപാടുകാരും അവളെ പ്രോത്സാഹിപ്പിച്ചു. ആർപ്പ് വിളിച്ചു. രക്ഷപ്പെടാൻ ഒരു മാർഗ്ഗവുമില്ലായിരുന്നു. അവൾ അവനെ പിടികൂടി. സൂഫി വൃക്ഷം വരെ വലിച്ചിഴച്ചു. ഉത്കർഷേച്ഛയാൽ അവൾ കിടുകിടാ വിറയ്ക്കുന്നുണ്ടായിരുന്നു. അതിനിടയിൽ എങ്ങനെയൊക്കെയോ അവൻ കുതറി രക്ഷപ്പെട്ടു.

"നീ മാ അജൂസയോട് പറഞ്ഞ ആ മജോഗുകൾ ആരൊക്കെയാണ്? ആ കഥ എന്താണ്?" പിന്നീടൊരിക്കൽ യൂസുഫ് അവനോട് ചോദിക്കുകയുണ്ടായി.

അത് കേട്ട് ഖലീൽ അവനെ നോക്കി കൈ വീശി. അവനപ്പോൾ വീടിനകത്തെ ജോലികൾ കഴിഞ്ഞ് തിരിച്ചെത്തിയിരുന്നു. പിന്നെ സ്വസ്ഥമായപ്പോൾ അവൻ കഥ പറഞ്ഞ് തുടങ്ങി.

"പറക്കാനാകുന്ന ഒരു കൊച്ചു കുതിരയാണ് ധുൽ ക്വർനൈൻ. അതിനെ പിടിച്ച്, തീയിൽ ചുട്ട് അതിന്റെ ചിറകടക്കമുള്ള ഓരോ അവയവത്തിൽ നിന്നും ഒരു തുണ്ട് തിന്നാനായാൽ നിനക്ക് യക്ഷികളേയും രാക്ഷസന്മാരേയും വേതാളങ്ങളേയുമൊക്കെ ജയിക്കാനുള്ള കരുത്ത് ലഭിക്കും. അപ്പോൾ നിന്റെ കല്പനകൾ അവ അനുസരിക്കും. അങ്ങനെയാകുമ്പോൾ നിനക്ക് ചൈനയിൽ നിന്നോ പേർഷ്യയിൽ

നിന്നോ ഇന്ത്യയിൽ നിന്നോ സുന്ദരികളായ, മെലിഞ്ഞ, രാജകുമാരിമാരെ കൊണ്ടുവരാൻ ആവശ്യപ്പെടാനാകും. എന്നാൽ അതിനൊരു വില നീ കൊടുക്കേണ്ടതുണ്ട്. ഗോഗിന്റേയും മഗോഗിന്റേയും അടിമയാകും നീ പിന്നെ ആയുസ്സ് മുഴുക്കെ.''

യൂസുഫിനതത്ര വിശ്വാസമായില്ല.

''ശരി. ഞാൻ സത്യം പറയാം.'' അപ്പോൾ ഖലീൽ ചിരിച്ചു. ''വെറുതെ പറയുന്നതല്ല. ധുൽ ഖ്വർനൈൻ എന്നാൽ രണ്ട് കൊമ്പുള്ളവൻ... ലോകം കീഴടക്കിയ ഇസ്കന്ദർ. ഇസ്കന്ദർ എന്ന ദിഗ്വിജയിയെക്കുറിച്ച് നീ കേട്ടിട്ടുണ്ടോ? ലോകം കീഴടക്കാനുള്ള അദ്ദേഹത്തിന്റെ യാത്രയ്ക്കിടയിൽ ഒരിക്കൽ കുറേയാളുകൾ അദ്ദേഹത്തിനരികിലെത്തി. അദ്ദേഹത്തിനോട് അവർ താമസിക്കുന്നതിന്റെ വടക്കുഭാഗത്ത് ഗോഗുകളും മഗോഗുകളും താമസിക്കുന്നുണ്ടെന്നും അവർ രാക്ഷസരൂപികളാണെന്നും, അവർക്ക് ഭാഷയൊന്നുമില്ലെന്നും അയൽക്കാരുടെ ഭൂമിയാകെ അവർ നശിപ്പിക്കുന്നു എന്നുമൊക്കെ പറഞ്ഞു. അതിനാൽ ധുൽ ഖ്വർനൈൻ ഒരു മതിൽ പണിതു. ഗോഗുകൾക്കും മഗോഗുകൾക്കും കടന്നിപ്പുറത്തേക്ക് വരാനാകാത്ത ഒരു മതിൽ. ആ മതിലാണീ ലോകത്തിന്റെ അവസാനം. ഏറ്റവും അറ്റം. അതിനപ്പുറം രാക്ഷസന്മാരും പിശാചുക്കളുമൊക്കെയാണ്.''

''ആ മതിൽ എന്തുപയോഗിച്ചാണ് നിർമ്മിച്ചത്? അവിടെ ഗോഗുകളും മഗോഗുകളും ഇപ്പോഴുമുണ്ടോ?''

''അതെനിക്കെങ്ങനെ അറിയാം?'' ഖലീലിന് ആ ചോദ്യം ഇഷ്ടമായില്ല.''നീ എന്നെ വെറുതെ വിടില്ല അല്ലേ? നിനക്കെപ്പോഴും കഥകൾ കേൾക്കണം. എന്നെയൊന്ന് ഉറങ്ങാൻ സമ്മതിക്കുമോ?''

അസീസ് അമ്മാവനില്ലാത്തതിനാൽ ഖലീലിന് കടയുടെ നടത്തിപ്പിൽ അത്ര താത്പര്യമൊന്നുമില്ലായിരുന്നു. അവൻ ഇടയ്ക്കിടെ ആ വീട്ടിലേക്ക്പോകും. യൂസുഫ് അലഞ്ഞ് തിരിഞ്ഞ് പൂന്തോട്ടത്തിലൊന്ന് കയറിയാലും അവൻ കോപിക്കാറില്ല. ആ തോട്ടത്തിന്റെ നാലുഭാഗത്തും മതിലുണ്ട്. ആകെയുള്ളത് വീടിന്റെ മുൻവശത്ത് മതിലിലുള്ള ഒരു പടിവാതിലാണ്. പൂന്തോട്ടത്തിലെ നിശ്ശബ്ദതയും തണുപ്പും ദൂരെ നിന്ന് തന്നെ നമുക്ക് മനസ്സിലാകും. ആദ്യം അകത്ത് കടക്കാനായപ്പോൾ തന്നെ അത് യൂസുഫിനെ വല്ലാതെ ഹർഷോന്മത്തനാക്കിയിരുന്നു. അമ്മാവൻ ഇല്ലാത്തതിനാലാണവൻ അകത്ത് കയറിയത്. അവിടെ പൂന്തോട്ടത്തെ നാലാക്കി വിഭജിച്ചിരിക്കുന്നത് കണ്ടു. അതിന്റെ നടുക്ക് ഒരു കുളമുണ്ട്. അതിൽ നിന്ന് നാലുഭാഗത്തേക്കും നീർച്ചാലുകളുണ്ട്. നാലു പങ്കുകളിലും ധാരാളം വൃക്ഷങ്ങളും കുറ്റിച്ചെടികളുമുണ്ട്. കുറ്റിച്ചെടികളിൽ പൂക്കളുണ്ട്. കർപ്പൂര

വള്ളി, മൈലാഞ്ചി, റോസ്, കറ്റാർവാഴ എല്ലാമുണ്ട്. കുറ്റിച്ചെടികൾക്കിടയിലുള്ള തുറന്ന സ്ഥലത്ത് പുല്ലുവച്ചുപിടിപ്പിച്ചിരിക്കുന്നു. അതിനിടയിൽ ലില്ലികളും അതുപോലെയുള്ള ചെടികളുമുണ്ട്. കുളത്തിനപ്പുറത്ത്, തോട്ടത്തിന്റെ ഒരരികിൽ വീട് ഉയർന്ന് നിൽക്കുന്നു. അതിന്റെ മട്ടുപ്പാവിലും പലവിധ പൂച്ചെടികളുണ്ട്. മഞ്ഞ റോസാച്ചെടികൾ, ജമന്തി എന്നിവയെല്ലാം. അവയെല്ലാം സ്വാഭാവികമായി വളർന്നവയാണെന്ന പ്രതീതി വരുത്തും പോലെയാണ് നട്ടുപിടിപ്പിച്ചിരിക്കുന്നത്. അതിൽ നിന്നുള്ള സുഗന്ധം തന്നെ തേടി വരുന്നതായും തനിക്ക് അതിനാൽ ഒരുതരം മയക്കം വരുന്നതായും ആ രാത്രിയിൽ അവൻ സ്വപ്നം കാണുകയുണ്ടായി. ആ ഹർഷോന്മാദത്തിൽ അവനു സംഗീതവും കേൾക്കാനായി.

പൂന്തോട്ടത്തിൽ ഓറഞ്ചിന്റേയും മാതളനാരകത്തിന്റേയും മരങ്ങളുണ്ട്. അവയുടെ തണൽ പറ്റി നടന്നപ്പോൾ താനൊരു കടന്നുകയറ്റക്കാരനാണെന്ന് യൂസുഫിനു തോന്നി. അവയിൽ നിന്ന് വരുന്ന ഗന്ധം അവനിൽ കുറ്റബോധമുണ്ടാക്കി. വൃക്ഷങ്ങളിൽ നിന്ന് കണ്ണാടികൾ ഞാത്തിയിട്ടിരിക്കുന്നു. നല്ല ഉയരത്തിലാണവ. അതിനാൽ യൂസുഫിനു തന്നെ അവയിൽ കാണാനായില്ല. കടയ്ക്ക് മുന്നിലുള്ള മട്ടുപ്പാവിൽ, മണ്ണിൽ, കിടന്ന് അവർ ആ പൂന്തോട്ടത്തെക്കുറിച്ചും അതിന്റെ സൗന്ദര്യത്തെക്കുറിച്ചും സംസാരിച്ചു. തുറന്ന് പറഞ്ഞില്ലെങ്കിലും അങ്ങനെ ഒരു തോട്ടത്തിൽ നിന്ന് പുറത്ത് കടക്കാനാകാതെ ദീർഘകാലം തനിക്ക് കഴിയാനായെങ്കിൽ എന്ന് യൂസുഫ് ആഗ്രഹിക്കുകയുണ്ടായി. അവിടെയുള്ള പഴവർഗ്ഗങ്ങളിൽ പ്രധാനി മാതളനാരകമാണെന്ന് ഖലീൽ അവനോട് പറഞ്ഞു. അല്ലാതെ ഓറഞ്ചോ, പീച്ച് പഴങ്ങളോ, അത്തിപ്പഴങ്ങളോ ഒന്നുമല്ല. മാതളനാരകം പുഷ്കലത്വത്തിന്റെ വൃക്ഷമാണ്. അതിന്റെ തായ്ത്തടിയും പഴങ്ങളും എല്ലാം ജീവിതത്തിന്റെ വേഗത്തെ കാണിക്കുന്നവയാണ്. ഈ സിദ്ധാന്തത്തിന്റെ സാധൂകരണത്തിനായി അവൻ യൂസുഫിന് അതിന്റെ വിത്തുകൾ സമ്മാനിച്ചു. തോട്ടത്തിൽ വീണ് കിടന്നിരുന്ന ഒരു പഴത്തിൽ നിന്ന് അടർത്തിയെടുത്തവയായിരുന്നു ആ വിത്തുകൾ. ആ വിത്തുകൾക്ക് ഓറഞ്ചിന്റെ രുചിയാണെന്നാണവൻ പറഞ്ഞത്. യൂസുഫിനു പക്ഷേ ആ രുചി ഇഷ്ടമായില്ല. പീച്ച് പഴങ്ങളെക്കുറിച്ച് അവൻ ഇതുവരെ കേട്ടിട്ടുപോലുമില്ല. ''ഈ അത്തിപ്പഴമെന്നാൽ എന്താണ്?'' എന്നും അവൻ ചോദിച്ചു.

''അവയ്ക്ക് മാതളനാരകത്തിന്റെയത്ര ഗുണമില്ല.'' ഖലീലിനാ ചോദ്യം ഇഷ്ടമായില്ല.

''അങ്ങനെയെങ്കിൽ എനിക്കും അവയെ ഇഷ്ടമില്ല.'' യൂസുഫിനക്കാര്യത്തിൽ ഒരു സംശയവുമില്ല. ഖലീൽ അവനെ അവഗണിച്ചു.

എന്നാൽ ആ വീട്ടിൽ അവൻ വളരെയധികം സമയം ചിലവിട്ടു എന്ന കാര്യത്തിൽ സംശയമില്ലായിരുന്നു. അവസരം കിട്ടുമ്പോഴൊക്കെ യൂസുഫ് പൂന്തോട്ടത്തിലേക്കെത്തി. എപ്പോൾ പുറത്ത് കടക്കണം എന്നും അവനറിയാമായിരുന്നു. വീടിനകത്തുനിന്ന് പരാതിയുടെ സ്വരങ്ങൾ വരുന്നത് അവനറിഞ്ഞു. അത് അവനെ ലക്ഷ്യമിട്ടാണെന്നും യജമാനത്തിയുടേതാണെന്നും അവനറിഞ്ഞു.

‘‘അവർ നിന്നെ കണ്ടു,’’ ഖലീൽ പറഞ്ഞു. ‘‘നീ ഒരു സുന്ദരനാണെന്നാണവർ പറയുന്നത്. അവരുടെ കണ്ണാടികളിൽ കൂടെയാണവർ നിന്നെ കണ്ടത്. വൃക്ഷങ്ങളിൽ ഞാത്തിയിട്ടിരിക്കുന്ന കണ്ണാടികളിലൂടെ. നീ പൂന്തോട്ടത്തിൽ അലഞ്ഞ് നടക്കുന്നത് അവർ കണ്ടു. ആ കണ്ണാടികൾ നീ കാണുകയുണ്ടായോ?’’

ഖലീൽ അവനെ കളിയാക്കി ചിരിക്കും എന്നാണ് യൂസുഫ് പ്രതീക്ഷിച്ചത്. മാ അജൂസയുടെ കാര്യത്തിൽ ചെയ്യുന്നതുപോലെ തന്നെ. എന്നാൽ അവൻ വിഷണ്ണനായിരുന്നു. അസ്വസ്ഥനായിരുന്നു.

‘‘അവർക്ക് കുറേ പ്രായമുണ്ടോ?’’ അവൻ ഖലീലിനോട് ചോദിച്ചു. അവനെ ചൊടിപ്പിച്ച് ആ പഴയ കളിതമാശകളിലെക്കെത്തിക്കാൻ ശ്രമിച്ചു. ‘‘യജമാനത്തിയുടെ കാര്യമാണ് ചോദിക്കുന്നത്. അവർക്ക് കുറേ പ്രായമുണ്ടോ?’’

‘‘ഉവ്വ്.’’

‘‘വിരൂപയാണോ?’’

‘‘അതെ.’’

‘‘തടിച്ചിയാണോ?’’

‘‘അല്ല.’’

‘‘ഭ്രാന്തിയാണോ.’’ യൂസുഫ് ഖലീലിനെ ശ്രദ്ധിച്ചു. അവനിലെ അശ്രദ്ധ ശ്രദ്ധിച്ചു. ‘‘അവർക്ക് വേലക്കാരിയുണ്ടോ? ആരാണ് പാചകമൊക്കെ ചെയ്യുന്നത്?’’

ഖലീൽ അവനെ തല്ലി. തുടർച്ചയായി. പലതവണ. പിന്നെ തലയിൽ ഇടിച്ചു. യൂസുഫിന്റെ തല അവന്റെ കാൽമുട്ടുകൾക്കിടയിൽ വച്ചു. ഒരു നിമിഷത്തിനു ശേഷം അവനെ തള്ളി മാറ്റി. ‘‘നീയാണവരുടെ വേലക്കാരൻ. ഞാനും. അവരുടെ അടിമകളാണ് നമ്മൾ. നിനക്കെന്താ ബുദ്ധിയില്ലേ? വിഡ്ഢി മെസ്വാഹിലി. വിഡ്ഢി... രോഗിയാണവർ. നിനക്കെന്താ കണ്ണുകാണില്ലേ? നീയൊക്കെ ജീവിച്ചിരിക്കുന്നതിലും നല്ലത് ചത്തുപോകുന്നതാണ്. നിനക്ക് അതെല്ലാം ഒരുമിച്ച് സംഭവിക്കണം എന്നാണോ? കടന്ന് പോ ഇവിടെനിന്ന്.’’ ഖലീൽ ഒച്ചയിട്ടു. അവന്റെ ചുണ്ടിൽ നിന്ന് നുരയും പതയും വന്നു. മെലിഞ്ഞ ശരീരം കോപം കൊണ്ട് വിറച്ചു. അതിനെ നിയന്ത്രിക്കാൻ അവൻ ശ്രമിച്ചുകൊണ്ടേയിരുന്നു.

മലനിരകളിലെ പട്ടണം

1

ഉൾനാടുകളിലേക്കുള്ള അവന്റെ ആദ്യ യാത്ര അവിചാരിതമായാണ് സംഭവിച്ചത്. അത്തരം അപകടങ്ങൾ അവനു പരിചിതമായിരിക്കുന്നു. താനും ആ യാത്രയിൽ പങ്കാളിയാകുന്നുണ്ടെന്ന് യൂസുഫ് അറിയുന്നതിനും മുമ്പ് തയ്യാറെടുപ്പുകളെല്ലാം പൂർത്തിയാക്കിയിരുന്നു. കടയുടെ പുറകിലും മട്ടുപ്പാവിലുമൊക്കെ അവശ്യവസ്തുക്കൾ കുന്നുകൂട്ടിയിരുന്നു. പാണ്ടികശാലയുടെ ഒരു ഭാഗത്ത് ഈന്തപ്പഴവും മറ്റ് ഉണക്കിയ പഴങ്ങളും ചാക്കിലാക്കി കുന്നുകൂട്ടിയിരിക്കുന്നു. അതിൽ നിന്നുള്ള സുഗന്ധം അവിടെയാകെ പരന്നൊഴുകുന്നുണ്ട്. ജാലകങ്ങളിലൂടെ വണ്ടുകളും ഈച്ചകളും ധാരാളമായി വിരുന്നെത്തുന്നുണ്ട്. ചാക്കിൽ നിന്ന് വരുന്ന സുഗന്ധവും മധുരവും തന്നെയാണതിനു കാരണം. മറ്റ് ചില ചാക്കുകളിൽ നിന്ന് കുളമ്പുകളുടെയും മൃഗചർമ്മങ്ങളുടേയും ഗന്ധമെത്തിയിരുന്നു. അവ നേരെ വീടിനകത്തേക്കാണ് കൊണ്ടുപോയത്. ആ ചാക്കുകൾക്കൊന്നും ഒരാകൃതിയില്ലായിരുന്നു. അഥവാ അവയുടെ ആകൃതി വിലക്ഷണമായിരുന്നു. ചണകൊണ്ട് നിർമ്മിച്ച പരുക്കൻ തുണികൊണ്ട് അവയെ പൊതിഞ്ഞ് കെട്ടിയിരുന്നു.

“മാഗെൻഡോ”, ഖലീൽ യൂസുഫിന്റെ കാലിൽ മന്ത്രിച്ചു. “അതിർത്തിയിലേക്കെത്തിക്കുന്ന കള്ളക്കടത്ത് ചരക്ക്. ധാരാളം പണം കിട്ടും.” പുരികമൊന്നുയർത്തിയാണീ ചണത്തുണി കൊണ്ട് പൊതിഞ്ഞ ചാക്കുകളെ കടയിലുണ്ടായിരുന്ന ഇടപാടുകാർ വരവേറ്റത്. അതിനോടൊപ്പം മട്ടുപ്പാവിലെ വൃദ്ധരെ നോക്കി ഒരു പുഞ്ചിരി സമ്മാനിക്കുകയും ചെയ്തു. അവർക്ക് മട്ടുപ്പാവിലെ ബെഞ്ചിൽ ഇരിക്കാൻ സ്ഥലമില്ലായിരുന്നു. അതിനാൽ അടുത്തുള്ള മരത്തിനു കീഴെയായിരുന്നു അവരപ്പോൾ. ഇതിലൊക്കെ തങ്ങൾക്കും പങ്കുണ്ടെന്ന മട്ടിലുള്ള സംതൃപ്തിയായിരുന്നു അവരുടെ പുഞ്ചിരിയിലും തലയാട്ടലിലും. എപ്പോഴൊക്കെ അതിൽ ഏതെങ്കിലും ഒരു വൃദ്ധനരികിൽ യൂസുഫ് ഒറ്റയ്ക്കായോ അപ്പോഴൊക്കെ അവർ പ്രബോധനം തുടങ്ങും.

മൂലക്കുരു, മലശോധന, മലബന്ധം തുടങ്ങിയവയാകും വിഷയങ്ങൾ. ഏത് വൃദ്ധനാണോ അവനെ പിടികൂടിയത് അതനുസരിച്ച് ഇതിലെ വിഷയത്തിൽ മാറ്റം വരും. ശാരീരിക ക്ഷമതയിൽ വരുന്ന കുറവിന്റെ പീഡകളെക്കുറിച്ച് അവർ പറയുന്നത് സഹിച്ച് കേട്ടിരുന്നാൽ അവന് അവരുടെ മറ്റ് യാത്രകളെക്കുറിച്ചുള്ള കഥകളും കേൾക്കാൻ അവസരം ലഭിക്കും. ഈ പുതിയ തയ്യാറെടുപ്പുകൾ കണ്ടുകൊണ്ടിരിക്കുമ്പോൾ ആ വൃദ്ധർക്ക് അതൊക്കെ ഓർമ്മവരും. തങ്ങളുടെ ശാരീരിക ബുദ്ധിമുട്ടുകൾ മറക്കും.

അന്തരീക്ഷത്തിൽ യാത്രയുടെ മണം നിറഞ്ഞ് നിന്നു. അതിനോടൊപ്പം നാലുപാടും പലവിധ ഉത്തരവുകൾ പാറി നടന്നു. യാത്രയ്ക്കുള്ള ദിവസം അടുത്തപ്പോൾ ഈ അലങ്കോലങ്ങൾ മനമില്ലാമനസ്സോടെ ഒതുങ്ങിത്തുടങ്ങി. അസീസ് അമ്മാവന്റെ ശാന്തമായ, അമ്പരപ്പിക്കുന്ന പുഞ്ചിരിയും അദ്ദേഹത്തിന്റെ നിർവ്വികാര മുഖവും എല്ലാവരും കാര്യങ്ങൾ മാന്യതയോടെ ചെയ്യണം എന്ന് വിളിച്ച് പറഞ്ഞു. അവസാനമായപ്പോഴേക്കും അന്തരീക്ഷം പ്രസന്നമായി. ഒരാൾ കൊമ്പുവിളിച്ച് സംഘത്തെ നയിച്ചു. ചെണ്ടക്കാരൻ പുറകെ ചെന്നു. കൊമ്പിനനുസരിച്ച് താളം പിടിച്ചു. തെരുവിൽ ജനങ്ങൾ ആ യാത്ര നോക്കി നിന്നു. പുഞ്ചിരിച്ചു. കൈ വീശി. അവരവിടെ എത്തിയതുതന്നെ ഉൾനാടുകളിലേക്ക് പോകുന്ന ഈ വ്യാപാര സംഘത്തെ കാണാനാണെന്ന വസ്തുത അവരാരും നിഷേധിക്കുകയില്ല. അത്തരം യാത്രകൾ ഒരു ആവശ്യമാണെന്ന് വരുത്തിതീർക്കാൻ വേണ്ടുന്ന വാക്കുകളേതൊക്കെ എന്നും അവർക്കറിയാമായിരുന്നു.

ഇത്തരം കുറേ യാത്രകൾക്ക് ഇതിനു മുമ്പ് യൂസുഫ് സാക്ഷിയായിട്ടുണ്ട്. ആ യാത്രകളിലെ തിരക്കും തയ്യാറെടുപ്പിന്റെ മതിഭ്രമവും അവനാസ്വദിക്കാറുണ്ട്. അവനും ഖലീലുമാണ് ചുമട്ടുകാരേയും കാവൽ സംഘത്തേയും സഹായിക്കാറുള്ളത്. എണ്ണമെടുത്തും എല്ലാറ്റിനും മേൽനോട്ടം വഹിച്ചും, ചുമട്ടുകാർക്കിടയിൽ സാധനങ്ങൾ വീതിച്ചും അവരുണ്ടാകും. ഇതിലൊന്നും അസീസ് അമ്മാവൻ അങ്ങനെ പങ്കെടുക്കാറില്ല. തന്റെ മ്ന്യാപരയ്ക്ക് അദ്ദേഹം എല്ലാ വിശദാംശങ്ങളും വിട്ടുകൊടുക്കും. അതായത് മൊഹമ്മദ് അബ്ദള്ളയ്ക്ക്. ആ ചെകുത്താന്. ഒരു ദീർഘയാത്രയ്ക്കപ്പോഴൊക്കെ അസീസ് അമ്മാവൻ തയ്യാറാകുന്നോ അപ്പോഴൊക്കെ അദ്ദേഹം ഈ മ്ന്യാപരയെ വിളിക്കും. അയാൾ ഉൾനാടുകളിലെവിടെയെങ്കിലുമാകുമപ്പോൾ. അസീസ് അമ്മാവൻ വിളിച്ചാൽ അയാളെത്തും. ഒരു ഇന്ത്യൻ പണവ്യാപാരിയിൽനിന്ന് കടമെടുക്കാതെ സാധനങ്ങൾ വാങ്ങാൻ കെല്പുള്ളവനാണ് അസീസ് എന്നതാണിതിനു കാരണം. അത്തരമാളുകളുടെ കൂടെ ജോലി ചെയ്യാനാകുന്നത് തന്നെ ബഹുമതിയാണ്. മൊഹമ്മദ് അബ്ദള്ളയാണ് പിന്നെ ചുമട്ടുകാരേയും കാവൽക്കാരേയും തിരഞ്ഞെടുക്കുക. അവരുടെ വേതനവും ലാഭവിഹിതവുമെന്തെന്ന്

നിശ്ചയിക്കുക. അവരെ നിയന്ത്രിച്ച് ഒപ്പം നടത്തിച്ചിരുന്നതും അയാൾ തന്നെ. അവരിൽ മിക്കവരും തീരദേശത്തുനിന്നുള്ളവരാകും. കിലിഫി, ലിൻഡി, മ്രീമ എന്നിവിടങ്ങളിൽ നിന്നൊക്കെയുള്ളവരുണ്ടാകും അതിൽ. മ്ന്യാപര അവരിൽ ഭയം വിതയ്ക്കും. പുരികം ചുളിച്ച്, കോപം കാട്ടി, മുരണ്ടുകൊണ്ടുള്ള നോട്ടവും കണ്ണിലെ ദയയില്ലായ്മയും അയാൾക്കെതിരെ വരുന്നവരിൽ വേദനയല്ലാതെ ഒന്നും പ്രതീക്ഷിക്കരുതെന്ന ചിന്ത വരുത്തും. ഏറ്റവും ലളിതമായ അയാളുടെ ആംഗ്യങ്ങളിൽ പോലും തന്റെ കരുത്തെന്തെന്ന അറിവിന്റെ പിൻബലമുണ്ടാകും. നല്ല ഉയരവും തടിയുമുണ്ടയാൾക്ക്. ചുമലൊന്ന് പുറകിലേക്ക് വളച്ചാണയാൾ നടക്കുക. ഒരു വെല്ലുവിളി ഏത് നിമിഷത്തിലും പ്രതീക്ഷിക്കുന്നു എന്നതുപോലെ. ഉയർന്ന കവിളെല്ലുകളുള്ള ആ മുഖത്ത് അവിടവിടെ കുഴികളുണ്ട്. കയ്യിൽ എപ്പോഴും കനം കുറഞ്ഞ ഒരു മുളവടിയുണ്ടാകും. അത് വായുവിൽ ചുഴറ്റും. കോപിച്ചാൽ പ്രത്യേകിച്ചും അത് അതിവേഗം ചുഴറ്റും. കോപം പിന്നെയും സഹിക്കാനാകാതായാൽ അലസത കാണിക്കുന്ന ഒരു നിതംബത്തിൽ അതാഞ്ഞ് പതിക്കും. ഒട്ടും ദയയില്ലാത്ത ഒരു സ്വവർഗ സംഭോഗി എന്നൊരു ഖ്യാതി അയാൾക്കുണ്ട്. പലപ്പോഴും അയാൾ സ്വന്തം വൃഷണങ്ങളിൽ തടവി നിൽക്കുന്നത് കാണാനാകും. യാത്രയ്ക്കിടയിൽ, തനിക്ക് മുന്നിൽ നാലുകാലിൽ നിൽക്കാൻ തയ്യാറുള്ളവരെ മാത്രമേ മൊഹമ്മദ് അബ്ദല്ല സംഘത്തിൽ ചേർക്കാറുള്ളൂ എന്ന് അയാളുടെ തിരഞ്ഞെടുപ്പിൽ നിന്ന് പുറത്ത് പോയവർ പറഞ്ഞ് നടക്കാറുണ്ട്.

ചിലപ്പോൾ അയാൾ ഭയപ്പെടുത്തുന്ന പുഞ്ചിരിയോടെ യൂസുഫിനെ നോക്കും. ചെറിയൊരു അത്ഭുതത്തോടെ തലയാട്ടും. മാശ അല്ലാഹ്, അയാൾ അവനെ നോക്കി ഉരുവിടും. ദൈവത്തിന്റെ ഒരു ചെറിയ അത്ഭുതം. ചിലപ്പോൾ അയാളുടെ കണ്ണുകൾ സന്തോഷത്താൽ മൃദുഭാവത്തിലേക്ക് നീങ്ങും. പതിവ് രീതിയിൽ വാ തുറന്നൊന്ന് ചിരിക്കും. അപ്പോൾ അയാളുടെ പുകയില കറ പുരണ്ട പല്ലുകൾ കാണും. അവൻ അയാളുടെ മനസ്സിൽ ഒരു കഠിനവേദനയാകുമ്പോൾ അയാൾ ദീർഘമായി നിശ്വസിക്കും. കാമത്തിന്റെ നിശ്വാസം. എന്നിട്ട് പുഞ്ചിരിച്ചുകൊണ്ട് പ്രകൃതിസൗന്ദര്യത്തെക്കുറിച്ച് ചില വരികൾ മൂളും. യൂസുഫിനോട് അവനും അവർക്കൊപ്പം വരുന്നുണ്ടെന്ന് പറഞ്ഞത് അയാളാണ്. അയാൾ അതറിയിച്ചപ്പോൾ ആ ലളിതമായ നിർദ്ദേശം പോലും ഭീഷണമായി.

വർഷങ്ങളായി യൂസുഫ് തന്റെ തടങ്കൽ ജീവിതത്തിൽ ആർജ്ജിച്ച സ്ഥിരതയിലെ സ്വാഗതമില്ലാത്ത തടസ്സമായിരുന്നു അത്. എല്ലാമുണ്ടായിരുന്നെങ്കിലും അസീസ് അമ്മാവന്റെ കടയിൽ സന്തോഷമൊട്ടുമുണ്ടായിരുന്നില്ല. താനവിടെ ഒരു പണയവസ്തുവാണെന്ന് അവനുത്തമബോധ്യമുണ്ട്. തന്റെ പിതാവിന്റെ കടങ്ങൾക്ക് പകരമായുള്ള പണയം. തന്റെ പിതാവ് പല വർഷങ്ങളായി വലിയൊരു

തുക കടം വാങ്ങിയിരിക്കുന്നു എന്ന് വ്യക്തം. നടത്തിക്കൊണ്ടിരുന്ന ഹോട്ടൽ വിറ്റാൽ പോലും വീട്ടാനാകാത്തത്ര വലിയ കടം. ഒന്നു കിൽ അദ്ദേഹം നിർഭാഗ്യവാനായിരുന്നു അല്ലെങ്കിൽ തന്റേതല്ലാത്ത പണം വിവേകശൂന്യമായി ചിലവിട്ടു. അങ്ങനെ ആവശ്യം വന്നപ്പോ ഴെല്ലാം പണം കൊടുത്തത് സയ്യിദായിരുന്നു. അതാണ് സയ്യിദിന്റെ പതിവ് രീതി എന്ന് ഖലീൽ പറഞ്ഞു. അതിനാൽ തന്നെ സയ്യിദി നെന്തെങ്കിലും ആവശ്യം വന്നാൽ അത് ചെയ്ത് കൊടുക്കാൻ ആളു ണ്ടായി. സയ്യിദിനു പണത്തിനത്യാവശ്യം വന്നാൽ അതിനുള്ള മാർഗ്ഗ ങ്ങൾ അയാൾ കാണുമെന്നായി.

ഒരു പക്ഷേ എന്നെങ്കിലും തന്റെ പിതാവിന്റെ കൈവശം പണം വന്ന് ചേർന്നാൽ അദ്ദേഹം തന്നെ മോചിപ്പിക്കാനെത്തുമായിരിക്കും. തന്റെ മാതാപിതാക്കളെയോർത്ത് അവൻ കരഞ്ഞു. ചിലപ്പോൾ ആ ഓർമ്മകൾക്ക് വ്യക്തതയില്ലാതാകുന്നല്ലോ എന്നോർത്ത് ഭയന്നു. അവരുടെ സ്വരങ്ങളുടെ വ്യക്തത, പ്രത്യേകിച്ചും അമ്മയുടെ ചിരി യുടെ, അച്ഛന്റെ മടിച്ചുമടിച്ചുള്ള പുഞ്ചിരിയുടെ, വ്യക്തത, അപ്പോൾ അവനിലേക്ക് തിരിച്ചെത്തി. അതവനെ സമാധാനിപ്പിച്ചു. അതിനെ ക്കുറിച്ച് അവൻ വല്ലാതെ ഉത്കണ്ഠപ്പെട്ടു എന്നല്ല. ഓരോ നിമിഷം കഴിയും തോറും ആ ഉത്കണ്ഠയ്ക്ക് കുറവ് വരുന്നുണ്ടായിരുന്നു. അവരിൽ നിന്ന് വേർപെടുത്തിയത്, അവന്റെ അസ്തിത്വത്തിലെ ഏറ്റവും ഓർമ്മിക്കപ്പെടുന്ന സംഭവമായി മാറുന്നുണ്ടായിരുന്നു. അവരെക്കുറിച്ച് അറിയേണ്ടതും അവരോട് ചോദിക്കേണ്ടതുമായി രുന്നതെന്തൊക്കെ എന്ന് അവനിപ്പോൾ ചിന്തിക്കാറുണ്ട്. അവർ തമ്മിലുണ്ടാകാറുള്ള വഴക്കുകൾ അവനോർമ്മ വരാറുണ്ട്. ബഗമോയോ വിട്ടതിനു ശേഷം മുങ്ങി മരിച്ച രണ്ട് ആൺകുട്ടികളെ അവനോർമ്മ വരാറുണ്ട്. അവിടെയുണ്ടായിരുന്ന വൃക്ഷങ്ങളെ ഓർക്കാറുണ്ട്. ആ വഴക്കുകളുടെ കാരണവും ആ കുട്ടികളുടേയും വൃക്ഷങ്ങളുടേയും പേരുകളുമെല്ലാം അവൻ ചോദിച്ചറിയേണ്ടതായിരുന്നു. അങ്ങനെ യെങ്കിൽ അവനിത്ര അജ്ഞനാകില്ലായിരുന്നു. എല്ലാതിൽ നിന്നും അകന്ന് പോകില്ലായിരുന്നു. തന്നെ ഏല്പിച്ച എല്ലാ ജോലിയും അവൻ ചെയ്തു. ഖലീലിന്റെ നിർദ്ദേശങ്ങളെല്ലാം കേട്ടു. തന്റെ ''സഹോ ദരനെ'' ആശ്രയിക്കാൻ പഠിച്ചു. അനുവാദം ലഭിച്ചപ്പോഴൊക്കെ തോട്ടത്തിലും പണിയെടുത്തു.

അവന് പൂന്തോട്ടത്തിലുണ്ടായിരുന്ന താത്പര്യം അതുവരെ പൂന്തോട്ടം പരിചരിച്ചിരുന്ന മസി ഹംദാനി എന്ന് പേരുള്ള വൃദ്ധനെ തൃപ്തി പ്പെടുത്തി. ആ വൃദ്ധൻ അപൂർവ്വമായേ സംസാരിക്കാറുള്ളൂ. എപ്പോ ഴെങ്കിലും ആരെങ്കിലും അയാൾ ചൊല്ലിക്കൊണ്ടിരുന്ന ദൈവസ്തുതി കൾക്ക് വിഘ്നം വരുത്തിയാലുടൻ അയാൾ കോപിക്കും. ആ സ്തുതികളിൽ ചിലതെല്ലാം അയാളുടെ സ്വന്തം രചനയാണ്. അത് നിർത്തിവച്ച് ആരെങ്കിലും സംസാരിക്കുന്നത് ശ്രദ്ധിക്കേണ്ടി വരു മ്പോഴാണയാൾ അധികവും കോപിക്കുന്നത്. എന്നും പ്രഭാതത്തിൽ അയാൾ ജോലിക്കിറങ്ങും. ആരെയും അഭിവാദ്യം ചെയ്യലൊന്നും

പതിവില്ല. ബക്കറ്റിൽ വെള്ളം നിറച്ച് പാതയിൽ കൈകൊണ്ട് മുക്കി തളിക്കും. തന്റെ ഈ ജോലിയും ഈ തോട്ടവുമല്ലാതെ ലോകത്തിൽ മറ്റൊന്നുമില്ല എന്നതുപോലെയാണയാൾ പെരുമാറുക. വെയിലിനു ചൂടേറിയാൽ അയാൾ ഒരു വൃക്ഷത്തണലിനെ അഭയം പ്രാപിക്കും. കയ്യിൽ ഒരു ചെറിയ പുസ്തകമുണ്ടാകും. അവിടെയിരുന്ന് ആടി യാടി എന്തൊക്കെയോ മന്ത്രിക്കും. ഉന്മാദം കലർന്ന ആരാധനയി ലാകും അയാളപ്പോൾ. ഉച്ചയ്ക്ക് നിസ്കാരം കഴിഞ്ഞാൽ കാലു കഴുകി അയാൾ ജോലി മതിയാക്കും. മസി ഹംദാനി തന്നെ സഹാ യിക്കാൻ യൂസുഫിനെ അനുവദിച്ചു. അവന് അതിനുള്ള നിർദ്ദേശ ങ്ങളൊന്നും നൽകിയില്ല. പക്ഷേ അവനെ ആട്ടിയോടിച്ചില്ല. സന്ധ്യ യോടടുക്കുന്ന സമയങ്ങളിൽ പൂന്തോട്ടം യൂസുഫിന്റേതാകും. അവൻ ചെടികളെ വെട്ടിയൊതുക്കും. വെള്ളം നനയ്ക്കും. മരങ്ങൾക്കും കുറ്റിച്ചെടികൾക്കും ഇടയിലൂടെ നടക്കും. അപ്പോഴും ചുമരിനപ്പുറ ത്തുനിന്നുള്ള പിറുപിറുക്കലുകൾ തുടരുന്നുണ്ടാകും. ഇരുട്ടാകുമ്പോ ഴേക്കും അവനെ ആട്ടിയോടിക്കാൻ എന്ന മട്ടിൽ അത് വർദ്ധിച്ച് വരും. അതല്ലാത്തപ്പോൾ അവൻ ചില നിശ്വാസങ്ങൾ കേൾക്കും. വിഷാദം കലർന്ന ഗാനങ്ങൾ കേൾക്കും. ഒരിക്കൽ അവനൊരു കര ച്ചിൽ കേട്ടു. എന്തോ ആഗ്രഹിക്കുന്നതുപോലെ ഒരു കരച്ചിൽ. അത വനിൽ അമ്മയുടെ ഓർമ്മ തിരികെയെത്തിച്ചു. അവൻ ആ ചുമരി നരികിൽ നിന്നു. ഭയത്തോടെ ആ കരച്ചിലെന്തിനെന്ന് ശ്രദ്ധിച്ചു.

യജമാനത്തിയെക്കുറിച്ച് ചോദിക്കുന്നത് യൂസുഫ് അവസാനിപ്പിച്ചു. അത് ചോദിച്ചാൽ ഖലീൽ കോപിക്കും. നീ അറിയേണ്ട കാര്യമല്ല അത്. അനാവശ്യ ചോദ്യങ്ങളൊന്നും വേണ്ട. നീ വെറുതെ ശാപം വാങ്ങിച്ച് കെട്ടണ്ട. നമ്മുടെ മേൽ തിന്മകൾ പതിക്കാൻ കാരണമാ ക്കണ്ട. അവരെക്കുറിച്ച് കൂടുതൽ ചോദിക്കാതിരിക്കാനാണ് ഖലീൽ ഇങ്ങനെ കോപിക്കുന്നതെന്ന് അവനറിയാം. എന്നാൽ ആ വീട്ടിലെ കാര്യങ്ങൾ കടയിലേക്ക് സാധനങ്ങൾ വാങ്ങാൻ വരുന്നവരാരെ ങ്കിലും ചോദിച്ചാൽ ഖലീൽ വിനീതനാകുന്നു എന്നും അവൻ ശ്രദ്ധി ക്കുകയുണ്ടായി. മദ്ധ്യാഹ്നങ്ങളിൽ പട്ടണത്തിലലയുന്നതിനിടയിൽ ഖലീലും യൂസുഫും നിശ്ശബ്ദതകൊണ്ട് പണിത പല വലിയ വീടു കളും കാണാറുണ്ട്. ധനികരായ ഒമാനി കുടുംബങ്ങൾ താമസിക്കുന്ന വീടുകളാണവ. “അവർ പെൺകുട്ടികളെ അവരുടെ സഹോദരന്മാ രുടെ മക്കൾക്ക് മാത്രമേ വിവാഹം ചെയ്ത് കൊടുക്കുകയുള്ളൂ.” കട യിലെ ഇടപാടുകാരിലൊരാൾ അവരെ അറിയിച്ചു. “ആ വലിയ കോട്ടകളിൽ ചിലതിൽ ഒട്ടും കരുത്തില്ലാത്ത ചില കുഞ്ഞുങ്ങളുണ്ട്. അടച്ചിട്ടിരിക്കുകയാണവരെ. അവരെക്കുറിച്ച് പിന്നെ ആരും ഒന്നും അറിയില്ല. ചിലപ്പോൾ അവർ മുഖം ജാലകപ്പാളിയിൽ അമർത്തി പുറത്തേക്ക് നോക്കി നിൽക്കുന്നത് നിങ്ങൾക്ക് കാണാനാകും. വീടിന്റെ ഏറ്റവും മുകളിലെ നിലയിൽ. നമ്മുടെ ശോച്യമായ ഈ ലോകത്തെ എന്തൊക്കെ ആശങ്കയോടേയും ആശയക്കുഴപ്പത്തോടേയുമാണ്

അവർ കാണുന്നതെന്ന് ദൈവത്തിനു മാത്രമറിയാം. അതല്ലെങ്കിൽ പിതാക്കന്മാർ ചെയ്ത പാപത്തിന്റെ ശിക്ഷയാണ് തങ്ങൾ അനുഭവിക്കുന്നതെന്ന ബോധ്യം അവർക്കുണ്ടാകാം.''

എല്ലാ വെള്ളിയാഴ്ചയും ജുമുഅയ്ക്ക് അവർ പട്ടണത്തിലെ പള്ളിയിലേക്ക് പോകും. അതിനോടൊപ്പം തെരുവിൽ കിപാണ്ടെയും ഫുട്ബോളും കളിക്കും. ഖലീലിനെ കണ്ടാൽ ചിലരൊക്കെ നീ ഇപ്പോൾ കുട്ടികൾക്കൊപ്പം കളിക്കേണ്ടവനല്ല എന്നും കുട്ടികളുടെ അച്ഛനാകാൻ പ്രായമായി എന്നുമൊക്കെ പറഞ്ഞ് കളിയാക്കും. ഇങ്ങനെ കളിക്കുന്നത് കണ്ടാൽ ജനങ്ങൾ നിനക്ക് പല ഇരട്ടപ്പേരുകളുമിടും എന്ന് വിളിച്ച് പറയും. ഒരിക്കൽ ഒരു വൃദ്ധ കളി കാണാനായി കുറച്ച് നേരം നിന്നു. ഖലീൽ അവർക്കരികിലേക്ക് ചെന്നു. അവരപ്പോൾ കാർക്കിച്ച് തുപ്പി നടന്ന് നീങ്ങി. സന്ധ്യയായപ്പോൾ അവർ കടൽക്കരയിലേക്ക് നടന്നു. അവിടെ മുക്കുവരിരിക്കുന്നത് കണ്ടു. എന്തുകൊണ്ടാണിന്ന് കടലിൽ പോകാതിരുന്നത് എന്ന് അവർ ചോദിച്ചു. മുക്കുവർ അവരെ പുക വലിക്കാൻ ക്ഷണിച്ചു. ഖലീൽ അത് സ്വീകരിച്ചു, പക്ഷേ, യൂസുഫിനെ വിലക്കി. അവൻ പുക വലിക്കേണ്ടവനല്ല. സുന്ദരനാണവൻ. ഒരു മുക്കുവൻ പറഞ്ഞു. പുകവലിച്ച് തുടങ്ങിയാൽ അവന്റെ സൗന്ദര്യം നശിക്കും. പുകവലി ചെകുത്താന്റെ പ്രേരണയാണ്. പാപമാണ്. പക്ഷേ ഈ ദരിദ്രരൊക്കെ ഇതൊന്നുമില്ലെങ്കിൽ പിന്നെ എങ്ങനെ ജീവിക്കും?

മൊഹമ്മദ് എന്ന ഭിക്ഷു, യാചകൻ, പറയാറുള്ള കഥകൾ യൂസുഫിനോർമ്മ വന്നു. തനിക്ക് തന്റെ അമ്മയുടെ സ്നേഹം എങ്ങനെ നഷ്ടപ്പെട്ടു എന്ന കഥകൾ. അമ്മയുടെ സ്നേഹം മാത്രമല്ല അയാൾക്ക് എല്ലാം നഷ്ടമായി. വീറ്റുവിനു തെക്കുള്ള അയാളുടെ കൃഷിയിടവും നഷ്ടമായി. അതിനാൽ തന്നെ തന്നെ വിലക്കിയതിനോട് അനിഷ്ടമൊന്നും അവനു തോന്നിയില്ല. മുക്കുവർ അവരുടെ സാഹസകഥകൾ പറഞ്ഞു. കടലിൽ വച്ചനുഭവപ്പെട്ട ദണ്ഡനങ്ങളെക്കുറിച്ചും പീഡകളെക്കുറിച്ചും പറഞ്ഞു. തെളിഞ്ഞ ആകാശത്തുനിന്ന് പെട്ടെന്ന് കൊടുങ്കാറ്റിന്റെ രൂപത്തിൽ അവരിലേക്കിറങ്ങി വന്ന ചെകുത്താന്മാരെക്കുറിച്ച് ആഘോഷത്തോടെ സംസാരിച്ചു. ചിലപ്പോൾ രാത്രിയിൽ കടലിൽ അവ ഭീമാകാരങ്ങളായ തിരണ്ടികളുടെ രൂപമെടുത്ത് വരുന്ന കഥളും പറഞ്ഞു. പരസ്പരം സഹായിച്ച് അവർ കഥകൾ തുടർന്നു. ധീരരായ ശത്രുക്കളെ കരുത്തോടെ നേരിട്ട കഥകൾ.

പിന്നെയവർ കഫെയ്ക്കരികിലേക്ക് നീങ്ങി. അവിടെയിരുന്ന് ചിലർ ചീട്ടുകളിക്കുന്നുണ്ടായിരുന്നു. അത് കണ്ട് നിന്നു. അല്ലെങ്കിൽ അവിടെ നിന്ന് ഭക്ഷണം വാങ്ങി, തെരുവിലിരുന്ന് തിന്നു. ചിലപ്പോൾ തെരുവിൽ ഗായകരോ നർത്തകരോ ഉണ്ടാകും. അവർ ഏതെങ്കിലും ഋതു ആഘോഷിക്കുകയോ അല്ലെങ്കിൽ ലഭിച്ച സൗഭാഗ്യത്തെ ആഘോഷമാക്കുകയോ ചെയ്യുകയാകും. പട്ടണത്തിലെത്തിയാൽ

യൂസുഫിനൊരു സൗഖ്യമൊക്കെ തോന്നാറുണ്ട്. അവിടേക്ക് ഇടയ്ക്കിടെ പോകാൻ അവൻ ആഗ്രഹിക്കാറുമുണ്ട്. എന്നാൽ ഖലീലിനതത്ര ഇഷ്ടമല്ല എന്ന് അവൻ മനസ്സിലാക്കിയിരിക്കുന്നു. ഖലീലിനേറ്റവും സന്തോഷം ആ കടയിൽ ഇരിക്കുന്നതാണ്. അവിടെയിരുന്ന് ഇടപാടുകാരുമൊത്ത് സംസാരിക്കുക. തന്റേതായ ഭാഷയിൽ സംസാരിക്കുക. അവരുമൊത്താകുമ്പോൾ അവനുള്ള സന്തോഷത്തിൽ മായമില്ലായിരുന്നു. അവർ കളിയാക്കിയാൽ അവൻ ചിരിക്കും. കളിയാക്കുന്നവർക്ക് ലഭിക്കുന്ന അതേ സന്തോഷത്തോടെ ചിരിക്കും. ഇടപാടുകാർ അനുഭവിച്ചുകൊണ്ടിരിക്കുന്ന ദുഃഖം പങ്കിട്ടാൽ അതിൽ അനുകമ്പ കൊള്ളും. താൻ യൂസുഫിനെ ഇഷ്ടമാണെന്ന് പ്രഖ്യാപിച്ചില്ലായിരുന്നെങ്കിൽ ഖലീലിനെ തിരഞ്ഞെടുക്കുമായിരുന്നു എന്ന് മാ അജൂസ ഒരിക്കൽ പറയുകയുണ്ടായി. അവന്റെ ആ രൂപവും എപ്പോഴും കാണുന്ന പിരിമുറുക്കവുമൊന്നും അതിനു തടസ്സം നിൽക്കില്ലായിരുന്നു എന്നും അവർ പറഞ്ഞു.

ഒരു സായാഹ്നത്തിൽ അവർ ഒരു ഇന്ത്യൻ കുടുംബത്തിലെ വിവാഹാഘോഷങ്ങൾ കാണാൻ പോയി. പട്ടണത്തിന്റെ ഹൃദയഭാഗത്തായിരുന്നു അത്. അതിഥികളായല്ല. അവിടെ നടക്കുന്ന ആഡംബരപൂർണ്ണമായ സ്നേഹാനുഷ്ഠാനങ്ങൾ കാണാൻ തടിച്ചുകൂടിയ അഴുക്ക് നിറഞ്ഞ ജനക്കൂട്ടത്തിന്റെ ഭാഗമായി. അതിഥികൾ ധരിച്ചിരിക്കുന്ന കസവുവസ്ത്രങ്ങളും സ്വർണ്ണാഭരണങ്ങളും അവരുടെ കണ്ണഞ്ചിപ്പിച്ചു. അതുപോലെ പുരുഷന്മാരുടെ വർണ്ണാഭമായ തലേക്കെട്ടുകളും. അന്തരീക്ഷത്തിൽ സുഗന്ധം നിറഞ്ഞ് നിന്നു. പിച്ചളപ്പാത്രങ്ങളിൽ നിന്ന് സുഗന്ധക്കൂട്ടുകളുടെ പുക ഉയർന്നുകൊണ്ടിരുന്നു. അത് വീടും കഴിഞ്ഞ് തെരുവിലേക്കെത്തി. തെരുവിലെ ഓടയിൽ നിന്ന് വരുന്ന ഗന്ധത്തെ അവ ഇല്ലാതാക്കി. വധുവിനൊപ്പം വന്ന സംഘത്തെ നയിച്ചത് രണ്ട് വലിയ പച്ച വിളക്കുകളേന്തിയ പുരുഷന്മാരായിരുന്നു. ഉള്ളിയുടെ ആകൃതിയിലുള്ള പല കുംഭഗോപുരങ്ങളുള്ള കൊട്ടാരത്തിന്റെ ചെറുരൂപങ്ങളായിരുന്നു ആ വിളക്കുകൾ.

വധുവിന്റെ ഇരുവശത്തും യുവാക്കൾ അണിനിരന്നു. അവർ മന്ത്രം ജപിക്കുകയും പനിനീർ തളിക്കുകയും ചെയ്തുകൊണ്ടിരുന്നു. തെരുവിലുള്ളവരിലേക്കെല്ലാം അവർ പനിനീർ തെളിച്ചു. അവരിൽ ചില യുവാക്കളിൽ ഇത്തിരി സംഭ്രമം കണ്ടു. കാഴ്ച കാണാൻ നിന്ന ജനക്കൂട്ടം അങ്ങനെയുള്ളവരെ തിരിച്ചറിഞ്ഞ്, അവരുടെ അസ്വാസ്ഥ്യം വർദ്ധിപ്പിക്കാനായി, കളിയാക്കി. വധു വളരെ ചെറുപ്പമായിരുന്നു. പെൺകുട്ടി എന്നേ പറയാനാകൂ അല്ലാതെ യുവതി എന്നല്ല. അവളെ അടിമുടി പട്ടുകൊണ്ട് പൊതിഞ്ഞിരുന്നു. സ്വർണ്ണം കൊണ്ടും പൊതിഞ്ഞിരുന്നു. അവളുടെ ഓരോ ചലനത്തിലും അവയെല്ലാം ഒന്നിച്ച്

വെട്ടിത്തിളങ്ങി. അവളുടെ അരയിലും കാൽക്കണ്ണിയിലുമെല്ലാം ഘന മേറിയ സ്വർണ്ണാഭരണങ്ങളുണ്ട്. വലിയ കാതണികൾ മൂടുപടത്തിൽ നിഴൽ വീഴ്ത്തുന്നുണ്ട്. തല താഴ്ത്തിയാണവൾ നടക്കുന്നത്. വിള ക്കുകളിൽ നിന്നരിച്ചെത്തുന്ന വെളിച്ചത്തിൽ ആ മുഖത്തിന്റെ ഒരു നിഴൽ രൂപം കാണാം. വരന്റെ വീടിന്റെ പടിവാതിൽ കടന്നപ്പോഴാ ണത് ഒന്നുകൂടി വ്യക്തമായത്.

കുറച്ച് കഴിഞ്ഞപ്പോൾ തെരുവിലേക്ക് ഭക്ഷണം നിറച്ച പാത്ര ങ്ങളെത്തി. കാഴ്ച കാണാനെത്തിയവർക്കുള്ളതായിരുന്നു അത്. സമോസ, ലഡ്ഡു, ഹൽവ എന്നിവയൊക്കെയുണ്ടായിരുന്നു. രാത്രി യേറെ വൈകുന്നതുവരെ സംഗീതമുണ്ടായി. ആ സംഗീതത്തിലെ വാക്കുകളൊന്നും പുറത്ത് കാഴ്ച കാണാൻ നിന്നവർക്കാർക്കും മനസ്സിലായില്ല. എന്നാലും അവർ അത് കേട്ട് നിന്നു. രാത്രി വൈകി ത്തുടങ്ങിയപ്പോൾ സംഗീതത്തിൽ ഇത്തിരി വിഷാദം വന്നു തുടങ്ങി. അപ്പോൾ പുറത്തെ ജനക്കൂട്ടം സാവധാനത്തിൽ പിരിഞ്ഞുപോയി. ഗാനങ്ങളിലെ വിഷാദാത്മകതയാകണം അതിനു കാരണം.

2

''സുന്ദരൻ ചെക്കൻ'' മൊഹമ്മദ് അബ്ദള്ള പറഞ്ഞു. അയാളപ്പോൾ യൂസുഫിന്റെ കവിളിൽ കൈ വച്ചിരിക്കുകയായിരുന്നു. അതിൽ പുള്ളികളുണ്ടെന്നും ചിതമ്പൽ കയറിയിരിക്കുന്നു എന്നതും പോലെ തടവുന്നുണ്ടായിരുന്നു. യൂസുഫ് തല കുടഞ്ഞ് സ്വതന്ത്രനാക്കാൻ ശ്രമിച്ചു. തന്റെ കവിൾ തുടിക്കുന്നതായി അവനു തോന്നി. ''നീ എനിക്കൊപ്പം വരുന്നു. പ്രഭാതമാകുമ്പോഴേക്കും തയ്യാറാകാൻ സയ്യിദ് പറഞ്ഞു. നീ ഞങ്ങൾക്കൊപ്പം വന്ന് വ്യാപാരമൊക്കെ പഠി ക്കണം. സംസ്കാരസമ്പന്നരും കാട്ടാളന്മാരും തമ്മിലുള്ള വ്യത്യാസം പഠിക്കണം. നിനക്ക് ലോകം കാണാനുള്ള സമയമൊക്കെയായി... അല്ലാതെ ഇങ്ങനെ ഇത്തരം വൃത്തികെട്ട കടകളിൽ കളിച്ച് നടക്കു കയല്ല ഇനി വേണ്ടത്.'' അത് പറയുമ്പോൾ അയാൾ പുഞ്ചിരിക്കുന്നു ണ്ടായിരുന്നു. ഒരു ഇരപിടിയന്റെ പുഞ്ചിരി. അത് കണ്ടപ്പോൾ തനിക്ക് പേക്കിനാവുകൾ സമ്മാനിച്ച തെരുവു നായ്ക്കളെ യൂസുഫിനോർമ്മ വന്നു.

യൂസുഫ് കുറച്ച് അനുകമ്പ ലഭിക്കാനായി ഖലീലിനെ സമീപിച്ചു. പക്ഷേ അവന്റെ വിധിയിൽ ദുഃഖിക്കാനോ സഹതപിക്കാനോ ഖലീൽ തയ്യാറല്ലായിരുന്നു. ഖലീൽ ഉറക്കെ ചിരിച്ചു. അവനെ കളിയാക്കി ഇടിച്ചു. പക്ഷേ ആ ഇടികൾ യൂസുഫിനു വേദനിച്ചു. ''നിനക്കെന്താ

എന്നും ഇവിടെ ഈ പൂന്തോട്ടത്തിൽ കളിച്ച് നടന്നാൽ മതിയോ? എന്നിട്ട് ഹംദാനിയെപ്പോലെ മന്ത്രം ജപിച്ച് നടക്കണോ? അവിടേയും ഇതുപോലെ കുറേ പൂന്തോട്ടങ്ങളുണ്ടാകും. വേണമെങ്കിൽ സയ്യിദിൽ നിന്ന് ഒരു മൺവെട്ടി കടം വാങ്ങിക്കോ. സയ്യിദ് എന്തായാലും അവിടത്തെ കാട്ടാളന്മാരുമൊത്തുള്ള വ്യാപാരത്തിനായി കുറേ മൺവെട്ടികൾ കൊണ്ടുപോകുന്നുണ്ടാകും. അവർക്ക് മൺവെട്ടികളൊക്കെ വളരെ ഇഷ്ടമാണത്രെ. ആ സംസ്കാരമില്ലാത്തവർക്ക്. അതെന്തുകൊണ്ടാണെന്ന് ആർക്കറിയാം? അവർക്ക് തമ്മിൽ തല്ലാനും യുദ്ധം ചെയ്യാനും ഇഷ്ടമാണെന്നും കേട്ടിട്ടുണ്ട്. അതൊക്കെ നിനക്കും അറിയാവുന്നതല്ലേ. ഞാൻ പറഞ്ഞ് തരേണ്ട കാര്യമൊന്നുമില്ലല്ലോ. നീയും അങ്ങനെയൊരു നാട്ടിൽ നിന്ന് തന്നെയല്ലേ വരുന്നത്. എന്തിനാണിങ്ങനെ ഭയക്കുന്നത്? നീ ഈ യാത്ര ആസ്വദിക്കും. നീ അവരോട് അവരുടെ ഒരു രാജകുമാരനാണു നീ, ഒരു രാജകുമാരിയെ ഭാര്യയാക്കാൻ തേടി വന്നതാണെന്ന് പറഞ്ഞാൽ മതി.'' അന്ന് രാത്രി ഖലീൽ തിരക്കഭിനയിച്ച് അവനെ ഒഴിവാക്കി. കടയിലെ തിരക്ക്. പിന്നെ ചുമട്ടുകാരുമൊത്ത് തിരക്ക്. ഉറങ്ങാൻ പായ വിരിച്ചപ്പോൾ പിന്നെ അവനെ ഒഴിവാക്കാനാകില്ല എന്നായി. അപ്പോൾ യൂസുഫ് എന്ത് ചോദിച്ചാലും കളിയാക്കി. ''ഒരു പക്ഷേ നിനക്ക് നിന്റെ മുത്തച്ഛന്മാരിൽ ആരെയെങ്കിലും ഈ യാത്രയിൽ കണ്ടുമുട്ടാനായേക്കും. അത് നല്ല രസമാകും. പിന്നെ വിചിത്രങ്ങളായ പല കാഴ്ചകളും കാണാനാകും. വന്യമൃഗങ്ങളെ കാണാനാകും. അതോ നിനക്കിപ്പോഴും നീ ഇവിടെയില്ലാത്തപ്പോൾ മാ അജൂസയെ ആരെങ്കിലും കട്ടുകൊണ്ടുപോകും എന്ന ഭയമാണോ? അതിനെക്കുറിച്ചോർത്ത് വിഷമിക്കണ്ട. അവൾ എന്നെന്നും നിന്റേതായിരിക്കും. അവളെ കാണാനാകില്ല എന്ന വിഷമത്തിൽ നീ കരയുകയായിരുന്നു എന്ന് ഞാനവളോട് പറഞ്ഞോളാം. അവിടെ ആ കാട്ടാളന്മാർക്കിടയിലാകുമ്പോൾ നിന്നെയൊന്ന് തഴുകാൻ അവളില്ലല്ലോ എന്ന ദുഃഖത്തിലാണ് നീ എന്ന് പറയാം. അവളെന്തായാലും നിനക്കായി കാത്തിരിക്കും. നീ തിരിച്ചെത്തിയാൽ നിനക്കായി പാട്ടുപാടും. അധികം താമസിയാതെ നീ ധനികനായ ഒരു വ്യാപാരിയാകും. സയ്യിദിനെപ്പോലെ പട്ടിന്റെ വസ്ത്രവും സുഗന്ധങ്ങളുമെല്ലാമണിയും. അരയിൽ പണസഞ്ചി കെട്ടി വയ്ക്കും. കൈത്തണ്ടയിൽ ഒരു ജപമാലയുമുണ്ടാകും.''

യൂസുഫിനിതൊന്നും സഹിക്കാനായില്ല. ''നിനക്കിതെന്ത് പറ്റി?'' അവന്റെ ക്ഷമ നശിച്ചു. അവന്റെ സ്വരത്തിൽ ഗദ്ഗദമുണ്ടായിരുന്നു.

''അല്ലാതെ ഞാനെന്ത് ചെയ്യണം എന്നാണ് നീ പറയുന്നത്? കരയണോ?'' ഖലീൽ ചിരിച്ചു.

''ഞാൻ നാളെ പോകുകയാണ്. ആ മനുഷ്യനും കുറേ കള്ളന്മാർക്കുമൊപ്പമാണ് പോകുന്നത്.''

ഖലീൽ പെട്ടെന്ന് യൂസുഫിന്റെ വായ് പൊത്തിപ്പിടിച്ചു. അവരപ്പോൾ കടയുടെ പുറകിലാണ് കിടന്നിരുന്നത്. സാധാരണ കിടക്കാറുള്ള മട്ടുപ്പാവ് മൊഹമ്മദ് അബ്ദുള്ള കരസ്ഥമാക്കിയിരിക്കുന്നു. അയാളും അയാളുടെയാളുകളുമാണവിടെ. അതിനപ്പുറത്തുള്ള കുറ്റിക്കാട് അവർ തുറന്ന കക്കൂസാക്കി മാറ്റിയിട്ടുണ്ട്. ഖലീൽ അവന്റെ ചുണ്ടിൽ വിരൽ വച്ച് മുന്നറിയിപ്പിന്റെ ഒരു സീൽക്കാരം പുറപ്പെടുവിച്ചു. യൂസുഫ് നിശ്ശബ്ദനായപ്പോൾ ഖലീൽ അവന്റെ വയറ്റിൽ ആഞ്ഞിടിച്ചു. യൂസുഫ് വേദന സഹിക്കവയ്യാതെ ഞരങ്ങി. തന്നെ ഇവിടെ നിന്ന് നാടുകടത്തുകയാണെന്നായിരുന്നു യൂസുഫിന്റെ ചിന്ത. ഈ ചതി എന്തുകൊണ്ടെന്ന് മനസ്സിലാകുന്നില്ല. ഖലീൽ അവനെ പെട്ടെന്ന് ചേർത്ത് പിടിച്ചു. ദീർഘനേരം ആലിംഗനം ചെയ്തു. പിന്നെ വിട്ടു. നിനക്കിതാകും നല്ലത് എന്ന് പറഞ്ഞു.

പ്രഭാതമായി. ചണത്തുണി പൊതിഞ്ഞ ഭാണ്ഡങ്ങൾ ഒരു പഴയ ലോറിയിൽ കയറ്റി. ആ ലോറിയും യാത്രയുടെ ഭാഗമാണ്. സംഘത്തിലെ മറ്റുള്ളവരെല്ലാം പിന്നീട് വരും. ലോറിയുടെ സാരഥി പാതി ഗ്രീക്കും പാതി ഇന്ത്യക്കാരനുമാണ്. ബാക്കസ്. നീണ്ട് കറുത്ത മുടിയും വെട്ടിയൊതുക്കിയ മീശയുമുണ്ട് ബാക്കസിന്. അയാളുടെ അച്ഛന് പട്ടണത്തിൽ ഐസ് നിർമ്മിക്കുന്ന ഒരു ചെറിയ സ്ഥാപനമുണ്ട്. ചിലപ്പോൾ ഈ ലോറിയും മകനേയും അവിടെയുള്ള വ്യാപാരികൾക്ക് വാടകയ്ക്ക് കൊടുക്കാറുണ്ട്. വാതിൽ തുറന്ന് ബാക്കസ് ഡ്രൈവറുടെ കാബിനിൽ കയറി. അയാളുടെ മൃദുത്വമുള്ള, ഉരുണ്ട, ശരീരം സീറ്റിൽ സൗകര്യപ്രദമായി ഇരുന്നു. അയാൾ തുടർച്ചയായി അശ്ലീലം പറയുന്നുണ്ടായിരുന്നു. താഴ്ന്ന സ്വരത്തിൽ. പുഞ്ചിരിക്കാതെ. ഇടയ്ക്കയാൾ പ്രണയഗാനങ്ങൾ ആലപിക്കുന്നുണ്ട്. ബീഡി വലിക്കുന്നുണ്ട്. "ആടുകളെ വ്യഭിചരിക്കുന്നവരേ, ഇടയ്ക്കൊക്കെ എന്നോട് ദയ കാണിക്ക്. ഇവിടെയിരുന്ന് നിങ്ങളുടെ ചന്തിക്ക് പിടിക്കുന്നതല്ലാതെ മറ്റൊന്നും ചെയ്യാൻ എനിക്ക് താത്പര്യമില്ല. എനിക്ക് ഇതല്ലാതെ വേറെയും പണിയുണ്ടിന്ന്. അതിനാൽ മറ്റാരെങ്കിലും കൂടി സഹായിക്ക്. ഒന്ന് എളുപ്പമാകട്ടെ കാര്യങ്ങൾ."

സത്യത്തെക്കുറിച്ച് ചിന്തിച്ചാൽ, നിൻ മുഖമോർമ്മവരും
മറ്റ് മുഖങ്ങളെല്ലാം നുണയല്ലാതെ മറ്റൊന്നുമല്ല.
സന്തോഷമെന്തെന്ന് സ്വപ്നം കണ്ടാൽ,
എനിക്ക് നിന്റെ ലാളന ഓർമ്മ വരും
മറ്റ് മുഖങ്ങളിലെ അസൂയ എനിക്ക് കാണാനാകുന്നു.

ഗംഭീരമായിരിക്കുന്നു ജനാബ്. ഞാൻ പാടുന്നത് ഏതെങ്കിലുമൊരു മഹാരാജാവ് കേട്ടാൽ അയാളുടെ ഇഷ്ടഭക്ഷണത്തിൽ നിന്ന് പാതി എനിക്ക് തരും. ഇവിടെ വിചിത്രമായ ഒരു ദുർഗന്ധമുണ്ട്. ചീഞ്ഞ കോഴിയുടെ ഗന്ധം. അതൊക്കെയായിരിക്കും നിങ്ങൾക്കവർ

തിന്നാൻ തരുന്നത്. ഹെയ് ബാബാ, അവരെന്താണിവിടെ നിങ്ങൾക്ക് തിന്നാൻ തരുന്നത്? നിന്റെ വിയർപ്പിലാകെ അഴുക്കായിരിക്കുന്നല്ലോ? നിങ്ങൾ പോകുന്നിടത്തുള്ളവർക്ക് കൊഴുപ്പുള്ള മാംസമാണിഷ്ടം. അതിനാൽ സ്വന്തം ലിംഗം എവിടെയാണെന്ന് ഓർമ്മയുണ്ടാകണം. സൂക്ഷിക്കണം. ഇങ്ങനെ ചൊറിഞ്ഞ് നിന്നത് മതി സഹോദരാ. ഇനി മറ്റാരെങ്കിലും ചൊറിയട്ടെ. ഇതുകൊണ്ടൊന്നും എന്തായാലും ഒരു ഗുണവുമുണ്ടാകില്ല. ഇത്തരം ചൊറിക്ക് പറ്റുന്ന ഒരേയൊരു മരുന്നേയുള്ളൂ. ആ ചുമരിനു പുറകിൽ വന്ന് എന്നെയൊന്നാകെ ഉഴിയ്. തിരുമ്മ്. നിനക്ക് ഞാൻ അഞ്ച് അണ തരാം.'' ഡ്രൈവറുടെ വാക്കുകൾ കേട്ട് ചുമട്ടുകാർ ചിരിച്ചു. ഉറക്കെയുറക്കെ ചിരിച്ചു. ഒരു വ്യാപാരിക്ക് മുന്നിൽ വച്ചാണിങ്ങനെ അശ്ലീലം പറയുന്നത്! അവനൊന്ന് പതറിയപ്പോൾ അവർ അവന്റെ മാതാപിതാക്കളെ അപമാനിച്ച് സംസാരിച്ച് ചൊടിപ്പിച്ചു. അവന്റെ സ്വന്തം മക്കളെക്കുറിച്ചും പരുഷമായ വാക്കുകളുണ്ടായി. ''വാ, വന്ന് എന്റെ ലിംഗമെടുത്ത് വായിലിട്'' അപ്പോൾ അവൻ വിളിച്ച് പറയും. എന്നിട്ട് വൃഷണത്തിൽ മുറുകെ പിടിക്കും. വീണ്ടും തെറി വിളി തുടങ്ങും.

ശേഷിച്ച സാമാനങ്ങൾ റെയിൽവെ സ്റ്റേഷനിലെത്തിക്കേണ്ടതാണ്. അത് ചുമട്ടുകാർ ഒരു കൈവണ്ടിയിലാണെത്തിക്കുക. അവസാന നിമിഷം വരെ അസീസ് അമ്മാവൻ ഖലീലിനോട് ശാന്തമായാണ് സംസാരിച്ചുകൊണ്ടിരുന്നത്. ഖലീൽ അദ്ദേഹത്തിൽ നിന്ന് വന്ന നിർദ്ദേശങ്ങൾ തലയാട്ടി സ്വീകരിച്ചു. ചുമട്ടുകാർ ക്ഷീണിതരായി സംഘം ചേർന്ന് നിന്നു. സംസാരിച്ചും തർക്കിച്ചും നിന്നു. ഇടയ്ക്ക് പൊട്ടിച്ചിരിച്ചു. കൈകൊട്ടി.

''ഹായാ, ഞങ്ങളെ കൊണ്ടുപോകൂ'' അസീസ് അമ്മാവൻ വിളിച്ച് പറഞ്ഞു. പോകാൻ സമയമായി എന്ന സൂചന നൽകി. ചെണ്ടക്കാരനും കൊമ്പുവാദ്യക്കാരനും യാത്ര നയിച്ചു. മൊഹമ്മദ് അബ്ദല്ല അവർക്ക് പുറകിൽ നടന്നു. തലയുയർത്തിപ്പിടിച്ച് ഒരു ചൂരൽ ചുഴറ്റി നടന്നു. യൂസുഫ് ഉന്തുവണ്ടികളിലൊന്ന് തള്ളാൻ സഹായിച്ചു. അതിന്റെ ചക്രത്തിൽ ആരുടെയും കാലുപെടാതിരിക്കാൻ അവൻ ശ്രദ്ധിച്ചു. ചുമട്ടുകാരുടെ താളത്തിലുള്ള മൂളലിൽ ഒപ്പം ചേർന്നു. അവസാന നിമിഷത്തിൽ ഖലീൽ അസീസ് അമ്മാവന്റെ കൈ ചുംബിക്കുന്നത് അവൻ കണ്ടു. അവസരം കിട്ടിയെങ്കിൽ ആ കൈ അവൻ വിഴുങ്ങും എന്ന മട്ടിലായിരുന്നു അത്. അവനെന്നും അങ്ങനെയാണ്. ഇന്നെന്തോ അത് കണ്ടപ്പോൾ യൂസുഫിനു വെറുപ്പ് തോന്നി. ഖലീൽ മസ്വാഹിലിയെക്കുറിച്ച് എന്തോ വിളിച്ച് പറയുന്നത് യൂസുഫ് കേട്ടു എങ്കിലും തിരിഞ്ഞ് നോക്കിയില്ല.

അസീസ് അമ്മാവൻ ഏറ്റവും പുറകിലായിരുന്നു. തെരുവിലെത്തിയിരുന്ന തന്റെ അടുത്ത അനുചരന്മാരോട് യാത്ര പറയുകയായിരുന്നു.

3

ചുമട്ടുകാരും കാവൽക്കാരും മൂന്നാം ക്ലാസ് കമ്പാർട്ട്മെന്റിലാണ് യാത്ര ചെയ്തത്. അതൊക്കെ അവരുടെ സ്വന്തമാണെന്ന മട്ടിൽ അതിനകത്തെ മരബഞ്ചുകളിൽ അവർ ഇരുന്നു. കിടന്നു. യൂസുഫ് അവർക്കൊപ്പമായിരുന്നു. മറ്റ് യാത്രികൾ അപ്പോൾ മറ്റ് കമ്പാർട്ട് മെന്റുകളിലേക്ക് നീങ്ങുകയോ അല്ലെങ്കിൽ ഏതെങ്കിലും മൂലകളിൽ ഒതുങ്ങുകയോ ചെയ്തു. ഈ സംഘമുണ്ടാക്കുന്ന ഒച്ചയും ബഹ ളവും കേട്ട് അവർ ഭയന്നു. മൊഹമ്മദ് അബ്ദള്ള തീവണ്ടിയുടെ മറ്റൊരു ഭാഗത്തുനിന്ന് അവരെ സന്ദർശിക്കാനെത്തി. അവരുടെ ഞരക്കങ്ങളും വിവേകമില്ലാത്ത സംസാരവും കേട്ട് മുരണ്ടു. ആ കമ്പാർട്ട്മെന്റിൽ നല്ല തിരക്കുണ്ടായിരുന്നു. അതിനകത്ത് നനഞ്ഞ മണ്ണിന്റേയും മരപ്പുകയുടെയും ഗന്ധമുണ്ട്. കണ്ണടച്ചപ്പോൾ യൂസു ഫിന് തന്റെ ആദ്യ തീവണ്ടിയാത്രയുടെ ഓർമ്മയെത്തി. രണ്ട് ദിവസം അവർ യാത്ര ചെയ്തു. രണ്ട് പകലും രണ്ട് രാത്രിയും. ഇടയ്ക്ക് വണ്ടി നിന്നു: എന്നാൽ ഒരിക്കലും അത് അതിവേഗത്തിൽ സഞ്ച രിച്ചില്ല.

ആദ്യമൊക്കെ ചുറ്റിലും ധാരാളം പനമരങ്ങൾ കാണാനുണ്ടായി രുന്നു. പഴങ്ങൾ നൽകുന്ന വൃക്ഷങ്ങളുണ്ടായിരുന്നു. അതിനതിരിൽ അവർക്ക് ചെറിയ കൃഷിയിടങ്ങളും പ്ലാന്റേഷനുകളും കാണാനായി. എപ്പോഴൊക്കെ തീവണ്ടി നിന്നുവോ അപ്പോഴൊക്കെ ചുമട്ടുകാരും കാവൽക്കാരും ഒന്നിച്ച് പ്ലാറ്റ്ഫോമിലേക്ക് കുത്തിയൊഴുകി. കാഴ് ചകൾ കണ്ടു. അവരിൽ ചിലർ ഇതുവഴി മുമ്പും യാത്ര ചെയ്തി ട്ടുണ്ട്. അവർക്ക് ഈ സ്റ്റേഷനിലുള്ളവരേയോ പ്ലാറ്റ്ഫോമിലെ വാണിഭ ക്കാരേയോ പരിചയമുണ്ടാകും. ആ പരിചയം അവർ പുതുക്കി. ആ വാണിഭക്കാർ അവർക്ക് അപ്പുറത്തെവിടെയെങ്കിലും എത്തിക്കാനുള്ള സന്ദേശങ്ങൾ കൈമാറി. ഒരു സ്റ്റേഷനിൽ, മദ്ധ്യാഹ്നത്തിനു മുന്നേ യുള്ള ചൂടിൽ എവിടെ നിന്നോ വെള്ളം കുത്തിയൊലിച്ച് വീഴുന്ന സ്വരം കേട്ടുവെന്ന് യൂസുഫിനു തോന്നി. മദ്ധ്യാഹ്നത്തിൽ തീവണ്ടി കാവയിൽ നിന്നു. അവനപ്പോൾ കമ്പാർട്ട്മെന്റിന്റെ തറയിൽ നിശ്ശബ്ദം ഇരുന്നു. ആരെങ്കിലും തന്നെ കണ്ട് തന്റെ മാതാപിതാക്കളെ അലോ സരപ്പെടുത്തുമോ എന്ന് ഭയന്ന് ഇരുന്നു. പിന്നീട് വണ്ടി മല കയ റാൻ തുടങ്ങി. കിഴക്കോട്ട് തിരിഞ്ഞു. അപ്പോൾ വൃക്ഷങ്ങളും കൃഷിയി ടങ്ങളും വിരളമായി തുടങ്ങി. പുല്ലുപിടിച്ച സ്ഥലങ്ങൾ അധിക മായി.

ചുമട്ടുകാരും കാവൽക്കാരും ഇടയ്ക്ക് പരസ്പരം മുരളുകളും വഴക്കടിക്കുകയും ചെയ്തുകൊണ്ടിരുന്നു. ഭക്ഷണത്തെക്കുറിച്ചായി രുന്നു മിക്കപ്പോഴും അവരുടെ സംസാരം. അവർക്ക് ലഭിക്കാറുണ്ടാ യിരുന്ന അത്ഭുതകരമായ വിഭവങ്ങളെക്കുറിച്ച്. വിവിധ പ്രദേശങ്ങളിലെ

ഭക്ഷണങ്ങളെക്കുറിച്ചുള്ള ചർച്ചകളുമുണ്ടായി. അങ്ങനെ മറ്റുള്ളവരിൽ വിശപ്പും കോപവും വർദ്ധിപ്പിച്ചതിനു ശേഷം അവർ മറ്റ് വിഷയങ്ങളിലേക്ക് പോകും. വാക്കുകളുടെ യഥാർത്ഥ അർത്ഥമെന്ത്, ഒരു പ്രമുഖ വ്യാപാരിയുടെ മകൾക്ക് ലഭിച്ച സ്ത്രീധനമെത്ര, ഒരു കപ്പിത്താന്റെ ധൈര്യം, യൂറോപ്പുകാരുടെ ചർമ്മം എന്തുകൊണ്ടിങ്ങനെയിരിക്കുന്നു തുടങ്ങിയ വിശേഷങ്ങളിലേക്ക്. വിവിധ മൃഗങ്ങളുടെ വൃഷണങ്ങളുടെ ഭാരത്തെക്കുറിച്ച് അര മണിക്കൂറോളം അവർ ചർച്ച ചെയ്തു. പക്ഷേ ഒരു ഒത്തുതീർപ്പിലെത്താനായില്ല. കാള, സിംഹം, ഗൊറില്ല എന്നിവയ്ക്കൊക്കെ പിന്തുണക്കാരുണ്ടായിരുന്നു. ഉറങ്ങാനുള്ള ഇടങ്ങളെക്കുറിച്ചും വഴക്കുകളുണ്ടായി. മറ്റൊരാൾ തന്റെയിടത്തിലേക്ക് അതിക്രമിച്ചെത്തുന്നു എന്ന വഴക്കുകൾ. ഇത്തിരി സ്ഥലത്തിനായി അവർ മുക്കിയും മൂളിയും അടുത്തുള്ളവനെ തള്ളിമാറ്റി. കൂടുതൽ ഉത്കർഷേച്ഛ വമിച്ചപ്പോൾ അവരിൽ നിന്ന് മൂത്രത്തിന്റേയും വിയർപ്പിന്റേയും സമ്മിശ്ര ഗന്ധം വന്നു. അതിനോടൊപ്പം അഴുകിയ പുകയിലയുടെയും. അധികം താമസിയാതെ വീണ്ടും വഴക്കുകൾ ആരംഭിച്ചു. യൂസുഫ് തലയ്ക്ക് മുകളിൽ കൈകൊടുത്ത് കമ്പാർട്ട്മെന്റിന്റെ ചുമരിൽ ചാരി ഇരുന്നു. ആരെങ്കിലും അടുത്ത് വന്നാൽ ആകാവുന്ന ശക്തിയോടെ ചവുട്ടി. രാവ് കനത്താൽ ചിലപ്പോൾ അവൻ ചില മന്ത്രണങ്ങൾ കേൾക്കും. ചില ചെറിയ ചലനങ്ങൾ അറിയും. കുറച്ച് കഴിഞ്ഞാൽ ഗൂഢമായ ചില ലാളനകളും അതിനെ തുടന്ന് മൃദുവായ ചിരിയും ആനന്ദത്തിന്റെ ഒച്ചയില്ലാത്ത മൃദുസ്വരങ്ങളും വരും.

പകൽ മുഴുക്കെ അവൻ ജാലകത്തിലൂടെ പുറത്തേക്ക് നോക്കി ഇരുന്നു. നാട്ടിൻപുറങ്ങൾ കണ്ട് ഇരുന്നു. പ്രകൃതിദൃശ്യങ്ങളിലെ മാറ്റങ്ങൾ കണ്ടു. ദൂരെ മലനിരകൾ ഉയർന്ന് വന്നു. പച്ചപ്പ് നിറഞ്ഞ, ഇരുണ്ട മലനിരകൾ. മലനിരകൾക്ക് മുകളിലുള്ള അന്തരീക്ഷം സുതാര്യമായിരുന്നു. വരണ്ട സമതലത്തിൽ ഉണങ്ങിയ പുല്ല് പറ്റിപ്പിടിച്ച് കിടന്നു. മഴ പെയ്താൽ ഒട്ടും കാലവിളംബമില്ലാതെ അതൊക്കെ പച്ചപ്പുല്ലുകളാകും. ഇതൊരു പുൽമൈതാനമാകും. സമതലത്തിൽ അവിടവിടെ മുള്ളു നിറഞ്ഞ മരങ്ങളുണ്ട്. അവിടവിടെ കറുത്ത പാറകളുണ്ട്. മണ്ണിൽ നിന്ന് ചൂടിന്റെ ആവിയും തിരകളും ഉയരുന്നുണ്ട്. അത് യൂസുഫിന്റെ വായിൽ നിറഞ്ഞു. അവനു ശ്വസിക്കാൻ ബുദ്ധിമുട്ട് തോന്നി. ഒരു സ്റ്റേഷനിൽ വണ്ടി കുറച്ചധികം സമയം നിന്നു. അവിടെ ഒരു പൂമരം പൂത്തുലഞ്ഞ് നിൽപ്പുണ്ടായിരുന്നു. നിലത്ത് പരവതാനി വിരിച്ചതുപോലെ ഇളം ചുവപ്പ് ഇതളുകൾ പരന്ന് കിടക്കുന്നു. ആ വൃക്ഷത്തിനരികിലാണ് രണ്ട് മുറികളുള്ള റെയിൽവെയുടെ പാണ്ടികശാല. അതിലൊന്നിൽ ഒരു വലിയ താഴിട്ടിരിക്കുന്നു. തുരുമ്പ് കയറിയ താഴ്. അതിന്റെ വെള്ള പൂശിയ ചുമരിൽ അവിടവിടെ ചളിമണ്ണ് തെറിച്ചിട്ടുണ്ട്.

അവന് പലപ്പോഴും ഖലീലിനെ ഓർമ്മ വരും. ആ സൗഹൃദത്തിന്റെ ഓർമ്മ അവനെ വിഷണ്ണനാക്കും. താനിത്ര പെട്ടെന്ന് അവനെ വിട്ടുപോന്നല്ലോ എന്ന വിഷമം. എന്നാൽ അവൻ പോകുന്നതിൽ ഖലീലിനു സന്തോഷമേയുള്ളൂ എന്ന് തോന്നി. കാവയെക്കുറിച്ചും അവിടെയുള്ള തന്റെ മാതാപിതാക്കളെക്കുറിച്ചും അവനോർത്തു. അവർക്ക് മറ്റൊരു വിധത്തിൽ പ്രവർത്തിക്കാനാകുമായിരുന്നോ എന്ന് അമ്പരന്നു.

ഒരു സായാഹ്നത്തിലാണവർ വണ്ടിയിൽ നിന്നിറങ്ങിയത്. അതൊരു ചെറിയ പട്ടണമായിരുന്നു. അരികിൽ മഞ്ഞു പുതഞ്ഞ വലിയ മലനിരകളുള്ള ഒരു ചെറിയ പട്ടണം. അന്തരീക്ഷത്തിനു തണുപ്പുണ്ടായിരുന്നു. വെയിലിനു ചൂടില്ലായിരുന്നു. വെയിൽ വെള്ളത്തിൽ നിന്ന് പ്രതിഫലിക്കുകയാണെന്ന് തോന്നി. അവിടെയിറങ്ങിയപ്പോൾ ഇന്ത്യക്കാരനായ സ്റ്റേഷൻ മാസ്റ്ററെ അസീസ് അമ്മാവൻ അയാൾ തന്റെ പഴയ ഒരു സുഹൃത്താണെന്ന മട്ടിൽ അഭിവാദ്യം ചെയ്തു.

‘‘മോഹൻ സിദ്ധ്വാ, സുഖം തന്നെയല്ലേ. കുട്ടികൾക്കും കുട്ടികളുടെ അമ്മയ്ക്കുമൊക്കെ സുഖമല്ലേ? അൽഹം ദുലില്ലാഹി റബി-ൽ അലാമിൻ. അതിലപ്പുറം നമ്മൾ എന്താണ് അല്ലാഹുവിനോട് ആവശ്യപ്പെടേണ്ടത്?’’

‘‘കരീബു, ബ്വാന അസീസ്. സ്വാഗതം. നിങ്ങളുടെ വീട്ടിലുള്ളവർക്കെല്ലാം സുഖമെന്ന് കരുതുന്നു. എന്തൊക്കെയുണ്ട് വർത്തമാനം. വ്യാപാരം എങ്ങനെ പോകുന്നു?’’ അസീസ് അമ്മവന്റെ കൈ പിടിച്ച് കുലുക്കി സ്റ്റേഷൻ മാസ്റ്റർ ചോദിച്ചു. അയാൾക്ക് അത്ഭുതവും ആവേശവും സന്തോഷവും നിയന്ത്രിക്കാനാകുന്നില്ലെന്ന് തോന്നി.

‘‘എല്ലാ അനുഗ്രഹങ്ങൾക്കും ദൈവത്തിനു നന്ദി സുഹൃത്തേ.’’ അസീസ് അമ്മാവൻ പറഞ്ഞു. ‘‘എന്റെ കാര്യം ശ്രദ്ധിക്കണ്ട. ഇവിടത്തെ കാര്യങ്ങൾ പറയൂ. നിങ്ങൾക്ക് സുഖം തന്നെയല്ലേ?’’

അവർ അധികം ഉയരമില്ലാത്ത ഒരു കെട്ടിടത്തിനകത്തേക്ക് അപ്രത്യക്ഷരായി. അത് സ്റ്റേഷൻ മാസ്റ്ററുടെ ഓഫീസായിരുന്നു. പുഞ്ചിരിച്ചും സംസാരിച്ചും ആചാരപ്രകാരം അഭിവാദ്യമർപ്പിച്ചും അവർ വ്യാപാരത്തിലേക്ക് കടന്നു. കെട്ടിടത്തിനു മുകളിൽ ഒരു മഞ്ഞ വലിയ കൊടി പാറിക്കളിക്കുന്നുണ്ട്. കാറ്റിൽ ഇളകിയാടുന്നുണ്ട്. അതങ്ങനെ ആടിയുലയുമ്പോൾ അതിലുള്ള കറുത്ത പക്ഷി കോപിക്കുകയാണെന്ന് തോന്നും. ചുമട്ടുകാർ പരസ്പരം നോക്കി പുഞ്ചിരിച്ചു. റെയിൽവേക്കാരനുമായി കൈക്കൂലിയുടെ കാര്യം സംസാരിച്ച് കടത്തുകൂലിയിൽ കുറവ് വരുത്താനാണ് തങ്ങളുടെ സയ്യിദ് പോയിരിക്കുന്നത് എന്ന് അവർക്കറിയാം. കുറച്ച് കഴിഞ്ഞപ്പോൾ സ്റ്റേഷൻ മാസ്റ്ററുടെ ഗുമസ്തനെത്തി. ചുമർ ചാരി നിന്നു. വെറുതെ കാഴ്ച കാണുന്നതുപോലെ നിന്നു. അയാളും ഇന്ത്യക്കാരനാണ്. കുറിയ, മെലിഞ്ഞ ഒരു യുവാവ്. പെട്ടെന്ന് അയാൾ ആരുടെയും കണ്ണിൽ പെട്ടില്ല. അയാളുടെ പ്രകടനം കണ്ടപ്പോൾ ചുമട്ടുകാർ പരസ്പരം

കണ്ണിറുക്കിക്കാണിച്ചു. അയാളെക്കുറിച്ച് ചില ടിപ്പണികളുണ്ടായി. അതിനിടയിൽ വണ്ടിയിൽ നിന്ന് സാമാനങ്ങളെല്ലാം ഇറക്കി വച്ചിരുന്നു. മൊഹമ്മദ് അബ്ദള്ളയും കാവൽക്കാരും അതിനു മേൽനോട്ടം വഹിച്ചു. അതെല്ലാം പ്ലാറ്റ്ഫോമിൽ കുന്നുകൂട്ടിയിട്ടു.

''ശരിക്ക് ശ്രദ്ധിക്ക് തെമ്മാടികളേ'' മൊഹമ്മദ് അബ്ദള്ള ഒച്ചയിട്ടു. ചൂരൽ വീശി ഭീഷണിപ്പെടുത്തി. തന്റെ ധിക്കാരം നിറഞ്ഞ പുഞ്ചിരിയോടെ അയാൾ എല്ലാവരേയും നോക്കി. ഖാക്കി വസ്ത്രമാണയാൾ ധരിച്ചിരിക്കുന്നത്. കാലുകൾ വിടർത്തിയാണയാൾ ഇരിക്കുന്നത്. ''ആരും ഒന്നും മോഷ്ടിക്കാൻ ശ്രമിക്കണ്ട എന്ന് ഇപ്പോഴേ ഞാൻ മുന്നറിയിപ്പ് നൽകുന്നു. അങ്ങനെ ആരെങ്കിലും പിടിയിലായാൽ അവനെ ഞാൻ തുണ്ടം തുണ്ടമാക്കി വെട്ടും. ഇപ്പോൾ എല്ലാവരും ഉണർന്നിരിക്കണം. താരാട്ടൊക്കെ പിന്നെ പാടി തരാം. നമ്മളിപ്പോൾ രാക്ഷസന്മാരുടെ നാട്ടിലാണ്. നിങ്ങളെപ്പോലെ ഭീരുത്വം നിറഞ്ഞ മണ്ണുകൊണ്ട് നിർമ്മിച്ചവരല്ല അവരൊന്നും. എന്തും മോഷ്ടിക്കുന്നവരാണ്. അരയിൽ തുണി വൃത്തിയായി കെട്ടി വച്ചിട്ടില്ലെങ്കിൽ നിങ്ങളുടെ ലിംഗം വരെ അവർ മോഷ്ടിക്കും. മനസ്സിലായോ... നമ്മളെ കാത്തിരിക്കുകയാണവർ.''

എല്ലാം തയ്യാറായപ്പോൾ അവർ ഒരു ഘോഷയാത്രപോലെ മുന്നോട്ട് നീങ്ങി. അവർക്ക് ചുമതലപ്പെടുത്തിയതെല്ലാം ചുമന്ന് നടന്നുതുടങ്ങി. സംഘത്തിന്റെ തലപ്പത്ത് ധാർഷ്ട്യക്കാരനായ ക്യാപ്റ്റനുണ്ടായിരുന്നു. അയാൾ തന്റെ ചൂരൽ വീശി നടന്നു. കടന്ന് പോകുമ്പോൾ അവരെ കണ്ട് അത്ഭുതപ്പെട്ട് നിന്ന് അവരെ തുറിച്ച് നോക്കി. അധികം ജനവാസമില്ലാത്ത ഒരു ചെറിയ പട്ടണമായിരുന്നു അത്. എന്നാൽ അതിനെ മറച്ചുപിടിച്ചെന്ന പോലെ നിന്ന വലിയ മല, അതിനൊരു നിഗൂഢതയും വിഷാദച്ഛവിയും കൊടുത്തു. അനേകം ദുഃഖകഥകൾക്ക് സാക്ഷ്യം വഹിച്ചിട്ടുണ്ടെന്നപോലെയൊരു അന്തരീക്ഷം അത് ആ പട്ടണത്തിനു നൽകി. രണ്ട് പോരാളികൾ അവരെ കടന്ന് മുന്നിലെത്തി. കരുത്തുള്ളതെങ്കിലും മെലിഞ്ഞ ശരീരമായിരുന്നു അവരുടേത്. അവർ മൃഗചർമ്മം കൊണ്ടുള്ള ചെരിപ്പുകൾ ധരിച്ചിരുന്നു. ശരീരം മുന്നോട്ടൊന്ന് വളച്ച്, കയ്യിലെ കുന്തമോങ്ങിപ്പിടിച്ച് അവർ നടന്നപ്പോൾ ആ ചെരിപ്പുകൾ മണ്ണിലടിച്ച് സ്വരമുണ്ടാക്കി. അവരുടെ നടത്തത്തിൽ കുറച്ച് തിരക്കുണ്ടായിരുന്നു. ഇടത്തോട്ടോ വലത്തോട്ടോ നോക്കാൻ അവർ തയ്യാറല്ലായിരുന്നു. അവരുടെ കണ്ണുകളിൽ ആത്മവിശ്വാസവും ലക്ഷ്യബോധവുമുണ്ട്. ഒരു തരം ആത്മസമർപ്പണമുണ്ട്. അവരുടെ മുടി ഇറുകെ കെട്ടിയിരിക്കുന്നു. ചുവന്ന മണ്ണിന്റെ നിറം അവയ്ക്ക് കൊടുത്തിരിക്കുന്നു. അതുപോലെ ചുമലിൽ നിന്ന് അരക്കെട്ടുവരെ നീളുന്ന മൃഗചർമ്മം കൊണ്ടുള്ള പട്ടയ്ക്കും അതേ നിറമാണ്. അതിന്റെ ഒരു വാൽ കാൽമുട്ടുവരെ ഞാന്ന് കിടപ്പുണ്ട്. മൊഹമ്മദ് അബ്ദള്ള തന്റെ സംഘത്തെ

തിരിഞ്ഞ് നോക്കി. ആ നോട്ടത്തിൽ പുച്ഛമുണ്ടായിരുന്നു. എന്നിട്ട് ഈ യോദ്ധാക്കളെ ചൂണ്ടി. ‘‘കാട്ടാളരാണ്. നിഷ്ഠൂരർ. നിങ്ങൾ പത്തെണ്ണത്തിനവർ ഒന്ന് മതി.’’

‘‘ദൈവം ഇങ്ങനെയുള്ള രൂപങ്ങളേയും സൃഷ്ടിക്കുന്നുണ്ടല്ലോ! പാപം കട്ടപിടിച്ചതുപോലെയുണ്ട് അവരെ കാണുമ്പോൾ.’’ ചുമട്ടു കാരിലൊരാൾ അഭിപ്രായപ്പെട്ടു. ഒരു യുവാവ്. എന്നും അപ്പോഴും അവനാണാദ്യം സംസാരം തുടങ്ങുക. ‘‘കണ്ടാലേ ദുഷ്ടന്മാരാണെന്ന് മനസ്സിലാകില്ലേ?’’

‘‘എങ്ങനെയാണിവർ ഇങ്ങനെ ചുവക്കുന്നത്?’’ മറ്റൊരു ചുമട്ടു കാരനു സംശയമായി. ‘‘രക്തം കുടിക്കുന്നതുകൊണ്ടാകും. അതല്ലേ സത്യം? അവർ രക്തം കുടിക്കുന്നവരല്ലേ?’’

‘‘ആ കുന്തത്തിന്റെ മൂർച്ചയൊന്ന് നോക്ക്.’’

‘‘അതെങ്ങനെ ഉപയോഗിക്കണം എന്നും അവർക്കറിയാം.’’ കാവൽക്കാരിൽ ഒരാൾ സ്വരം താഴ്ത്തി. ക്യാപ്റ്റന്റെ തിളങ്ങുന്ന കണ്ണുകൾ അവരിലേക്ക് വരുന്നുണ്ടെന്ന് അയാൾക്കറിയാമായി രുന്നു. ‘‘ഒട്ടും ബലമില്ലാത്ത കത്തിയോ വടിയോ ഒക്കെയാണത് എന്ന് നമുക്ക് തോന്നും. പക്ഷേ വളരെ ഉപദ്രവകാരികളാണവ. പ്രത്യേകിച്ചും അത് വച്ച് അവർ ചെയ്തിരിക്കുന്ന പരിശീലനങ്ങൾ ക്കനുസരിച്ച് ഉപയോഗിക്കുമ്പോൾ. അവർ എപ്പോഴും പരിശീലന ത്തിലാണ്. മനുഷ്യരെ ആക്രമിക്കുകയും നായാടുകയും ചെയ്തു കൊണ്ടിരിക്കുകയാണ്. ഒരു നായാട്ടുകാരൻ എന്ന ഖ്യാതി ലഭിക്കാ നായി അവർക്ക് ഒറ്റയ്ക്ക് ഒരു സിംഹത്തെ വേട്ടയാടി കൊല്ലേണ്ടതുണ്ട്. അങ്ങനെ കൊന്ന ആൺസിംഹത്തിന്റെ ലിംഗം മുറിച്ച് തിന്നണം. ഓരോ തവണ അങ്ങനെ ലിംഗം മുറിച്ച് തിന്നുമ്പോഴും അവർക്ക് ഒരു പുതിയ ഭാര്യയെ കിട്ടും. എത്ര ലിംഗം തിന്നോ അത്രയും പ്രശ സ്തരും ശക്തരുമാകും അവർ അവരുടെ കൂട്ടക്കാർക്കിടയിൽ.’’

‘‘യാ അല്ലാഹ്! നീ ഞങ്ങളെ കളിയാക്കുകയാണോ?’’ കേട്ടു നിന്നവർക്ക് വിശ്വസിക്കാനായില്ല. അവർ അവനെ നോക്കി ഗോഷ്ടി കാണിച്ചു. ഇത്തരം കഥകളൊന്നും വിശ്വസിക്കാനാകില്ല എന്ന് പറഞ്ഞു.

‘‘അത് സത്യമാണ്’’ കാവൽക്കാരിൽ ഒരാൾ പ്രതിഷേധിച്ചു. ‘‘അത് ഞാനെന്റെ കണ്ണുകൊണ്ട് കണ്ടിട്ടുണ്ട്. ഈ ഭാഗങ്ങളിലേക്ക് യാത്ര ചെയ്തിട്ടുള്ള ആരോട് വേണമെങ്കിലും ചോദിച്ചോളൂ. വാ ഇലാഹി. സത്യമാണ് ഞാൻ പറയുന്നത്. എപ്പോഴൊക്കെ അവർ ഒരു പുരു ഷനെ കൊല്ലുന്നോ അപ്പോഴൊക്കെ അവർ അയാളുടെ വൃഷണം മുറിച്ചെടുത്ത് ഒരു സഞ്ചിയിൽ സൂക്ഷിക്കും. അതിനായി അവരുടെ കൈവശം ഒരു പ്രത്യേകതരം സഞ്ചിയുണ്ട്.’’

‘‘എന്തിനാണത്?’’ ആ യുവ ചുമട്ടുകാരൻ ചോദിച്ചു.

‘‘ആ കാട്ടാളന്മാരോട് നിനക്ക് ചെന്ന് എന്തിനാണത് എന്ന് ചോദി ക്കാനാകുമോ?’’ മൊഹമ്മദ് അബ്ദള്ള അവനെ തിരിഞ്ഞ് നോക്കി

ചോദിച്ചു. "അവൻ ഒരു കാട്ടാളനായതുകൊണ്ട്. അല്ലാതെന്താ? അയാളെന്താണോ അതാണയാൾ. ഒരു സ്രാവിനോടോ സർപ്പത്തിനോടോ എന്തിനാണിങ്ങനെ നമ്മളെ ആക്രമിക്കുന്നതെന്ന് ചോദിക്കാറുണ്ടോ. അത് തന്നെയാണീ കാട്ടാളന്മാരുടേയും കാര്യം. അവരെന്താണോ അതാണവർ. നീ സംസാരം കുറച്ച് നടത്തത്തിന്റെ വേഗം വർദ്ധിപ്പിക്കാൻ ശ്രമിക്ക്. അതാകും നല്ലത്. പെണ്ണുങ്ങളുടെ സ്വഭാവം വേണ്ട."

"അതവരുടെ മതത്തിന്റെ ഭാഗമാണ്." ആ കാവൽക്കാരൻ കുറച്ച് കഴിഞ്ഞ് വീണ്ടും സംസാരം തുടങ്ങി.

"ഇങ്ങനെയും ഒരു ജീവിതമുണ്ടോ? ഒട്ടും ആദരണീയമല്ല അത്." ആ യുവാവ് പറഞ്ഞു. അവന്റെ സംസാരം കേട്ട് മൊഹമ്മദ് അബ്ദുള്ള വീണ്ടും തിരിഞ്ഞു. അവനിലേക്ക് ഒരു കൂർത്ത നോട്ടമയച്ചു.

"സംസ്കാരസമ്പന്നനായ ഒരു മനുഷ്യന് ഒരു കാട്ടാളനെ പരാജയപ്പെടുത്തുക എന്നത് അത്ര ബുദ്ധിമുട്ടൊന്നുമില്ലാത്ത കാര്യമാണ്. ആ കാട്ടാളൻ, നൂറല്ല, ആയിരം സിംഹങ്ങളുടെ ലിംഗം തിന്നിട്ടുണ്ടെങ്കിലും പരാജയപ്പെടുത്താനാകും." മറ്റൊരു കാവൽക്കാരൻ ഇടപെട്ടു. കൊമോറോയിൽ നിന്നുള്ളവനാണയാൾ. "സംസ്കാരമുള്ളവന് അവന്റെ ജ്ഞാനവും കൗശലവും ഉപയോഗിച്ച് കാട്ടാളന്മാരെ പരാജയപ്പെടുത്താനാകും."

ലക്ഷ്യത്തിലെത്താൻ ആ സംഘത്തിനധികം സമയമൊന്നും എടുത്തില്ല. ആ ചെറിയ പട്ടണത്തിന്റെ അതിരിലെ പ്രധാന വീഥിയിലുള്ള ഒരു കടയിലായിരുന്നു അവരപ്പോൾ. ആ കടയുടെ മുന്നിൽ വൃത്താകൃതിയിലുള്ള ഒരു മൈതാനമുണ്ട്. ചുറ്റിലും വൃക്ഷങ്ങൾ അരിക് പാകുന്ന ഒന്ന്. കടയുടമ ഉയരം കുറഞ്ഞ് തടിച്ച ഒരു മനുഷ്യനാണ്. വലിയ ട്രൗസറും അതുപോലെ അയഞ്ഞ വെളുത്ത ഷർട്ടുമാണയാളുടെ വേഷം. കനം കുറഞ്ഞ ഒരു മീശ അയാൾ വെട്ടിയൊതുക്കി വച്ചിട്ടുണ്ട്. അതിലെ രോമങ്ങൾ നരച്ച് തുടങ്ങിയിരിക്കുന്നു. അയാളുടെ രൂപവും ഭാഷയും അയാൾ തീരപ്രദേശത്തുകാരനാണെന്ന് തോന്നിപ്പിച്ചു. അവർക്കിടയിൽ അയാൾ ആധികാരികതയോടെ ഇടപെട്ടു. മൊഹമ്മദ് അബ്ദള്ളയെ അവഗണിച്ചു. അബ്ദള്ള അപ്പോഴും തന്റെ അധികാരം കൈവിടാതിരിക്കാൻ ശ്രമിക്കുന്നുണ്ടായിരുന്നു.

4

മലനിരകളിലെ വായുവിനു മൂർച്ച കൂടുതലുണ്ട്. വെളിച്ചത്തിനൊരു ചുവപ്പുരാശിയുണ്ട്. അങ്ങനെയൊന്ന് ഇതിനു മുമ്പ് യൂസുഫ് കണ്ടിട്ടില്ല. പ്രഭാതത്തിൽ മലനിരകളെ മേഘം പൊതിഞ്ഞിരിക്കുന്നു.

പക്ഷേ സൂര്യൻ കരുത്താർജ്ജിക്കും തോറും ആ മേഘങ്ങൾ അപ്രത്യക്ഷമായി. മഞ്ഞുമൂടിയ മലനിര പ്രത്യക്ഷമായി. മറുഭാഗത്ത് സമതലം അങ്ങ് ദൂരെവരെ പരന്ന് കിടക്കുന്നുണ്ട്. മലനിരകൾക്ക് പുറകിലാണ് യോദ്ധാക്കളെപ്പോലെയുള്ളവർ വസിക്കുന്നത് എന്നാണ് മുമ്പ് ഇവിടെ വന്നിട്ടുള്ളവർ അവനോട് പറഞ്ഞത്. അവർ കാലിമേയ്ക്കുന്നവരാണ്. മൃഗങ്ങളുടെ ചോര കുടിക്കുന്നവരാണ്. യുദ്ധം ബഹുമാന്യമാണെന്ന് അവർ കരുതുന്നു. അതിനാൽ തന്നെ അക്രമത്തിന്റെ ചരിത്രത്തിൽ അവർ അഭിമാനം കൊള്ളുന്നു. അയൽക്കാരിൽ നിന്ന് കൊള്ളയടിച്ച മൃഗങ്ങളുടെ എണ്ണമനുസരിച്ചാണ് നേതാക്കളുടെ മഹത്വം അവർ കണക്കാക്കുക. മൃഗങ്ങളെ മാത്രമല്ല സ്ത്രീകളെയും അവർ ഇങ്ങനെ പിടിച്ചുകൊണ്ടുവരാറുണ്ട്. യുദ്ധത്തിലല്ലാത്തപ്പോൾ അവർ ശരീരവും മുടിയുമെല്ലാം വേശ്യാലയത്തിലെ റാണിമാരെപ്പോലെ അലങ്കരിക്കും. മലഞ്ചെരുവിൽ താമസിക്കുന്ന കർഷകരാണവരുടെ സ്ഥിരം ഇരകൾ. ആ പ്രദേശത്ത് മഴവെള്ളം കെട്ടി നിൽക്കില്ല. അതിനാൽ കൃഷിയ്ക്കനുയോജ്യമാണ്. ഈ കർഷകർ ആഴ്ചയിൽ പലതവണ അവരുടെ ഉത്പന്നങ്ങൾ വിറ്റഴിക്കാൻ പട്ടണത്തിലെത്താറുണ്ട്. കരുത്തുള്ളവരാണവർ.

ഇരുമ്പുകൊണ്ടുള്ള കലപ്പ എങ്ങനെ ഉപയോഗിക്കാം എന്ന് അവരെ പഠിപ്പിച്ചത് ഒരു ലൂഥേറൻ വികാരിയാണ്. അതുപോലെ ചക്രങ്ങൾ എങ്ങനെ നിർമ്മിക്കാമെന്നും. ഇതെല്ലാം അയാളുടെ ദൈവത്തിൽ നിന്നുള്ള സമ്മാനമാണെന്നാണയാൾ പറഞ്ഞത്. ഈ മലനിരകളിൽ താമസിക്കുന്നവരുടെ ആത്മാവിനെ ശുദ്ധീകരിക്കാനായാണ് തന്നെ അതേ ദൈവം അയച്ചിരിക്കുന്നതെന്നും അയാൾ പറയുകയുണ്ടായി. ജോലി എന്നത് ദൈവത്തിന്റെ വിശുദ്ധ ശാസനമാണെന്ന് അയാൾ അവരോട് പ്രഖ്യാപിച്ചു. അവരുടെ തിന്മയെ ഇല്ലാതാക്കാനുള്ള മാർഗ്ഗമാണത്. അയാളുടെ പള്ളിയിൽ ആരാധനയില്ലാത്തപ്പോൾ അതൊരു സ്കൂളാകും. അവിടെയിരുന്ന് അയാൾ ഈ ജനക്കൂട്ടത്തിനെ എഴുതാനും വായിക്കാനും പഠിപ്പിച്ചു. അയാൾ നിർബന്ധിച്ചതിനാൽ ഇങ്ങനെ പ്രായോഗിക ബുദ്ധിയുള്ള വികാരികളുടെ ദൈവത്തിലേക്ക് അവിടെയുള്ളവർ തങ്ങളുടെ വിശ്വാസത്തെ പറിച്ച് നട്ടു.

ഒന്നിൽ കൂടുതൽ ഭാര്യമാരുണ്ടാകുന്നതിനെ ആ വികാരി വിലക്കി. അതിലുപരി തന്റെ പുതിയ ദൈവത്തിങ്കലേക്കായി അവരെടുത്ത പ്രതിജ്ഞയ്ക്ക് അവരുടെ മാതാപിതാക്കളുടെ മാർഗ്ഗത്തിനേക്കാൾ ദൃഢതയും ബലവുമുണ്ടെന്ന് വിശ്വസിക്കാൻ നിർബന്ധം പിടിച്ചു. അയാൾ അവരെ കീർത്തനങ്ങൾ പഠിപ്പിച്ചു. പച്ചപ്പുനിറഞ്ഞ, പഴങ്ങൾ നിറഞ്ഞ, താഴ്വാരങ്ങളെക്കുറിച്ചുള്ള കഥകൾ പറഞ്ഞുകൊടുത്തു. കുട്ടിപ്പിശാചുക്കളും വന്യമൃഗങ്ങളും ധാരാളമായുള്ള കാടുകളുടെ കഥ പറഞ്ഞുകൊടുത്തു. മഞ്ഞ് മൂടിയ മലനിരകളെക്കുറിച്ചും തണുത്തുറഞ്ഞ തടാകങ്ങളെപ്പോലെയുള്ള ഗ്രാമങ്ങളെ

ക്കുറിച്ചും പറഞ്ഞുകൊടുത്തു. തലമുറകളായി തങ്ങളുടെ ഇരകളായിരുന്ന കർഷകരെ വെറുക്കാൻ അതും ഈ കാലിമേയ്ക്കുന്നവർക്കൊരു കാരണമായി. ആ കർഷകർ മൃഗങ്ങളെയും സ്ത്രീകളെയും പോലെ മണ്ണു കുഴിക്കുന്നു. സംഘം ചേർന്ന് ഉച്ചത്തിൽ ഗാനമാലപിക്കുന്നു. പരാജിതരാക്കപ്പെട്ടവർക്കായുള്ള ഗാനം. അത് ആ മലനിരകളിലാകെ നിറഞ്ഞുനിൽക്കുന്നു.

അധികം മഴയൊന്നും പെയ്യാത്ത, മഞ്ഞുമലയുടെ മറുഭാഗത്തെ നിഴലിൽ, യോദ്ധാക്കൾ താമസിക്കുന്നിടത്ത്, ഐതിഹാസികനെന്നൊക്കെ വിളിക്കാവുന്ന ഒരു യൂറോപ്യനുണ്ട്. അതിധനികനാണയാൾ എന്ന് പറയപ്പെടുന്നു. അയാൾക്ക് മൃഗങ്ങളുടെ ഭാഷയറിയാം. അവയുമായി സംസാരിക്കാനറിയാം. അവയ്ക്ക് ഉത്തരവുകൾ നൽകി നിയന്ത്രിക്കാനറിയാം. വിശാലമായ ഭൂപ്രദേശം അയാൾക്ക് സ്വന്തമായുണ്ട്. മലമുകളിൽ ഇരുമ്പുകൊണ്ടുണ്ടാക്കിയ ഒരു കൊട്ടാരത്തിലാണയാൾ താമസിക്കുന്നത്. ആ സ്ഥലത്തിനൊരു കാന്തിക ശക്തിയുണ്ട്. ആ ശക്തി, അതുവഴി വന്ന ശത്രുക്കളിൽ നിന്ന് ആയുധങ്ങൾ പിടിച്ച് വാങ്ങി. അവരെ നിരായുധരാക്കി. പിടിച്ചുകെട്ടി. ആ പ്രദേശങ്ങളിലെ രാക്ഷസവർഗ്ഗങ്ങളിലെ മുഖ്യന്മാരൊക്കെ ഈ യൂറോപ്പുകാരന്റെ വിനീത സേവകരാണ്. അവരുടെ ക്രൂരതയും കൊടുംപകയും അയാൾക്കും ഇഷ്ടമാണ്. അയാളെ സംബന്ധിച്ചിടത്തോളം അവരെല്ലാം കുലീനരാണ്. സാഹസികരും സുഭഗരുമാണ്. സൗന്ദര്യമുള്ളവരുമാണ്. ആ പ്രദേശങ്ങളിലെ ആത്മാക്കളേയും ദേവതകളേയും ആവാഹിക്കാൻ കരുത്തുള്ള ഒരു മോതിരം ഈ യൂറോപ്പുകാരന്റെ കൈവശമുണ്ടെന്ന് പറയപ്പെടുന്നു. അയാളുടെ പ്രദേശത്തിനു വടക്ക് ഭാഗങ്ങളിൽ അഭിമാനികളായ സിംഹങ്ങൾ ഗർജ്ജിച്ച് നടന്നു. അവയ്ക്ക് മനുഷ്യമാംസത്തോട് അടക്കാനാകാത്ത ത്വരയുണ്ട്. എന്നാൽ യൂറോപ്യൻ വിളിക്കാതെ അവ ഒരിക്കലും ആ പ്രദേശങ്ങളിലേക്ക് വരികയില്ല.

കടയുടമയായ തീരപ്രദേശത്തുകാരനും യൂസുഫും വൃക്ഷച്ചുവട്ടിൽ മറ്റ് ചിലർക്കൊപ്പമിരുന്നു. ഈ കഥകൾ കേട്ടു. ഹമീദ് സുലൈമാൻ എന്ന കടയുടമ മൊംബാസയ്ക്ക് വടക്ക് കിലിഫി എന്ന പട്ടണത്തിൽ നിന്നുള്ളവനാണ്. ഇത് വീട്ടുവിനധികം തെക്കല്ല എന്ന് യൂസുഫിനറിയാം. കിലിഫിയിലെ ആഴമേറിയ നീർച്ചാൽ മുറിച്ച് കടക്കുന്നതിനിടയിൽ താൻ ഒരിക്കൽ മുങ്ങിമരിക്കേണ്ടതായിരുന്നു എന്ന് മൊഹമ്മദ് പറഞ്ഞത് അവനോർമ്മ വന്നു. മരിക്കുകയായിരുന്നു നല്ലത് എന്നാണയാൾ പറഞ്ഞത്. കഞ്ചാവിനോടുള്ള ഈ അടിമത്തത്തിൽ നിന്ന് അങ്ങനെയെങ്കിലും രക്ഷപ്പെടാമായിരുന്നു എന്ന്. അത് പറഞ്ഞപ്പോഴും അയാൾ ചിരിക്കുകയായിരുന്നു. പൊട്ടിയ പല്ലു കാണിച്ച് ചിരിക്കുകയായിരുന്നു. ക്ഷമ ചോദിക്കുന്നതുപോലെ ചിരിക്കുകയായിരുന്നു.

ഹമീദ് സുലൈമാൻ നല്ല മര്യാദയുള്ളവനായിരുന്നു. യൂസുഫി നോട് ഒരു ബന്ധുവിനെപ്പോലെ സ്നേഹം കാണിച്ചു. അവിടെ നിന്ന് പോകുന്നതിനു മുമ്പ് അസീസ് അമ്മാവൻ അയാളോട് എന്തോ പറഞ്ഞിരുന്നു. അവർ സംസാരിച്ച് നിൽക്കുന്നത് യൂസുഫ് കണ്ടിരുന്നു. അവർ ഇരുവരും തന്നെ നോക്കിയതും അവൻ കാണുകയുണ്ടായി. വിശദീകരണങ്ങളൊന്നുമുണ്ടായില്ല. അമ്മാവൻ അവന്റെ തലയൊന്ന് തടവി. ഹമീദിനൊപ്പം ഇവിടെ നിൽക്കാൻ ആവശ്യപ്പെട്ടു. അവർ നടന്ന് നീങ്ങുന്നത് സമ്മിശ്രവികാരങ്ങളോടെ അവൻ നോക്കി നിന്നു. മൊഹമ്മദ് അബ്ദുള്ളയിൽ നിന്ന് രക്ഷപ്പെടുക എന്നത് ആശ്വാസമായിരുന്നു. അതേ സമയം സംഘം ലക്ഷ്യമിട്ടിരുന്ന, ഉൾനാടുകളിലെ തടാകക്കരയിലേക്കുള്ള യാത്ര അവനിൽ ഒരാവേശമാകാൻ തുടങ്ങിയിരുന്നു. ചുമട്ടുകാരുടെ സംഘത്തിനിടയിൽ ചെന്നുപെട്ടതിന്റെ അസ്വസ്ഥത ഇല്ലാതായിക്കഴിഞ്ഞിരുന്നു. അവർ പറയുന്ന അനേകം കഥകളും വികൃത തമാശകളും അവനും ആസ്വദിക്കാൻ തുടങ്ങിയിരുന്നു.

ഹമീദിന്റെ ഭാര്യയായ മൈമുനയും തീരപ്രദേശത്തുകാരിയാണ്. മൊംബാസയിൽ നിന്ന് കുറേ വടക്കുള്ള ലാമു എന്ന ദ്വീപുകാരി. അവരുടെ സംസാര രീതി തന്നെ വ്യത്യസ്തമാണ്. ലാമുയിൽ ഉപയോഗിക്കുന്ന കിസ്വാഹിലി തീരപ്രദേശങ്ങളിലെ മറ്റ് ദിക്കുകളിലേതിനെ അപേക്ഷിച്ച് കൂടുതൽ ശുദ്ധമാണ്. അസ്സൽ കിസ്വാഹിലി എന്നെല്ലാവരും പറയും. അവർ പറയുന്നത് ലാമുവിലും അത്ര ശുദ്ധതയൊന്നുമില്ല എന്നാണ്. ഭർത്താവിനെ പോലെ അവരും തടിച്ച് ഉയരം കുറഞ്ഞവളാണ്. സംസാരിക്കാതെയിരിക്കാൻ ബുദ്ധിമുട്ടാണവൾക്ക്. കേൾക്കാവുന്ന ദൂരത്താരെങ്കിലുമുണ്ടെങ്കിൽ അവൾ സംസാരം തുടങ്ങും.

യൂസുഫിനോട് അവൾക്ക് അനേകം കാര്യങ്ങൾ ചോദിച്ചറിയാനുണ്ട്. എവിടെയാണ് ജനിച്ചത്, അവന്റെ മാതാപിതാക്കളുടെ ജനനം എവിടെയായിരുന്നു, മറ്റ് ബന്ധുക്കളൊക്കെ എവിടെയാണ്, അവനെവിടെയാണെന്ന് അവർക്കൊക്കെ അറിയുമോ, അവരെ അവൻ അവസാനം സന്ദർശിച്ചതെപ്പോഴാണ്, മാതാപിതാക്കളെയല്ലെങ്കിൽ ബന്ധുക്കളെയെങ്കിലും സന്ദർശിക്കുകയുണ്ടായോ, അത്തരം കാര്യങ്ങളുടെയൊക്കെ പ്രാധാന്യത്തെക്കുറിച്ച് ഇതുവരെ ആരും അവനെ പഠിപ്പിച്ചില്ലേ, അവന്റെ വിവാഹ നിശ്ചയം കഴിഞ്ഞതാണോ, എന്തുകൊണ്ട് ഇതുവരെ അതുണ്ടായില്ല, ഇനി എപ്പോഴാണവൻ വിവാഹം കഴിക്കാൻ ഉദ്ദേശിക്കുന്നത്, ഇനിയും വൈകിപ്പിച്ചാൽ അവനിൽ എന്തെങ്കിലും കുഴപ്പമുണ്ടെന്ന് ജനങ്ങൾ കരുതും എന്നവനറിയില്ലേ?

അവനെ കണ്ടാൽ അതിനുള്ള പ്രായമൊക്കെ തോന്നുന്നുണ്ട്. പക്ഷേ അത് ചിലപ്പോൾ വെറും തോന്നലാകാം, എന്നും അവൾ

പറഞ്ഞു. അവന് പ്രായമെത്രയായി. ഇത്തരം ചോദ്യങ്ങൾ ഒഴിവാക്കാൻ തനിക്കെന്തൊക്കെ ചെയ്യാനാകുമോ അതെല്ലാം യൂസുഫ് ചെയ്തു. പലപ്പോഴും ഇതിനു മുമ്പ് അഭിമുഖീകരിക്കേണ്ടി വന്നിട്ടില്ലാത്ത ചോദ്യങ്ങൾ ഒഴിവാക്കാനായി അവൻ വെറുതെ തോളൊന്ന് കുലുക്കും. അതല്ലെങ്കിൽ ലജ്ജിച്ച് തല താഴ്ത്തും. അങ്ങനെ ഈ ചോദ്യാവലിയെ മിക്കവാറും നല്ല രീതിയിൽ താൻ കൈകാര്യം ചെയ്തു എന്നവൻ കരുതി. അവൻ ഒഴിഞ്ഞ് മാറുന്നത് കാണുമ്പോഴൊക്കെ മൈമുന ഒന്ന് അമർത്തി മൂളും. അധികം താമസിയാതെ ഇതിനൊക്കെ ഉത്തരവുമായി അവനെത്തേണ്ടി വരും എന്ന് അവളുടെ നോട്ടം ഉറപ്പിച്ച് പറഞ്ഞു.

ഈ കടയിലും അവന് മുമ്പുണ്ടായിരുന്ന അതേ ജോലികൾ തന്നെയായിരുന്നു. ജോലി ഭാരം കുറവായിരുന്നു എന്ന് മാത്രം. പഴയ കടയുടെ അത്ര വ്യാപാരം ഇവിടെയില്ലായിരുന്നു. കടയിലെ ജോലികൾക്ക് പുറമെ അവന് പ്രഭാതത്തിലും സായാഹ്നത്തിലും മുറ്റമടിച്ചു വാരേണ്ടുന്ന ദൗത്യവുമുണ്ട്. കടയ്ക്ക് മുന്നിൽ ഒരു കടപ്ലാവുണ്ട്. അതിൽ നിന്ന് വീഴുന്ന പഴങ്ങൾ എന്നും അവൻ പെറുക്കിയെടുക്കും. അതൊരു കുട്ടയിൽ സൂക്ഷിക്കും. അങ്ങാടിയിൽ നിന്നൊരാൾ എന്നും വന്ന് അതെടുത്തുകൊണ്ടുപോകും. നിലത്ത് വീണ് പൊട്ടിയ പഴങ്ങൾ അവൻ വലിച്ചെറിയും. അവർ ഈ പഴങ്ങൾ തിന്നാറില്ല.

''അത്രയ്ക്ക് ദാരിദ്ര്യം നമുക്കായിട്ടില്ല'' എന്നാണ് മൈമുന പറയുക.

ഉൾനാടുകളിൽ നിന്ന് വരുന്ന സഞ്ചാരക്കൂട്ടങ്ങളുടെ വിശ്രമകേന്ദ്രമായിരുന്നു ഈ സ്ഥലം, ഒരിക്കൽ ഹമീദ് വിശദീകരിച്ചു. അത് അവരൊക്കെ ഇവിടെ താമസമുറപ്പിക്കുന്നതിനും വളരെ മുമ്പായിരുന്നു. അന്നിത് അഭിവൃദ്ധിപ്രാപിച്ചുകൊണ്ടിരിക്കുന്ന ഒരു സ്റ്റേഷനായിരുന്നു. ഈ കടപ്ലാവുകൾ ചുമട്ടുകാർക്കും അടിമകൾക്കും ഭക്ഷണം നൽകും. വനപ്രദേശങ്ങളിൽ നിന്ന് നടന്ന് വന്നതിനാൽ അവരൊക്കെ എന്തും തിന്നും. ആ പഴത്തിനെന്തെങ്കിലും കുഴപ്പമുണ്ട് എന്നല്ല ഇതിനർത്ഥം. വീട്ടിൽ ചിലപ്പോഴൊക്കെ നാളികേരം ചേർത്ത് ഇത് വേവിച്ചെടുക്കാറുണ്ട്. എന്നാൽ ഇപ്പോൾ ഇത് തീർത്തും എളിയ ഭക്ഷണമായിരിക്കുന്നു. അതായിരിക്കില്ല ഇതിനെ ഇങ്ങനെ അവഗണിക്കുന്നത് എന്നൊരു ചിന്ത യൂസുഫിലുണ്ടായി. കടപ്ലാവിലെ ചക്കകൾ ജനങ്ങൾക്ക് അടിമത്തത്തെ ഓർമ്മിക്കാൻ ഇട നൽകുന്നു. പ്രത്യേകിച്ചും ഈ പ്രദേശങ്ങളിൽ.

യൂസുഫിന് അവർ ഒരു ചെറിയ മുറി കൊടുത്തു. ഭക്ഷണം വീടിനകത്ത് തന്നെയായിരുന്നു. രാത്രി മുഴുക്കെ വീട്ടിൽ വിളക്കെരിഞ്ഞുകൊണ്ടിരിക്കും. ഇരുട്ടായാലുടനെ വാതിലും ജാലകങ്ങളും അടച്ച് കുറ്റിയിടും. മൃഗങ്ങളെയും കവർച്ചക്കാരേയും അകറ്റി നിർത്താനാണത് ചെയ്യുന്നത് എന്നാണവർ അവനെ അറിയിച്ചത്. ഹമീദ് പ്രാവുകളെ

വളർത്തുന്നുണ്ട്. പെട്ടികൾ പ്രാവിൻ കൂടുകളാക്കി വീടിന്റെ ഓരത്ത് വച്ചിട്ടുണ്ട്. ചില രാത്രികളിൽ അവയൊന്നിച്ച് ചിറകടിക്കുന്ന ശബ്ദം കേൾക്കാം. പിറ്റേന്ന് മുറ്റത്ത് തൂവ്വലുകളും രക്തത്തുള്ളികളുമുണ്ടാകും. വെളുത്ത പ്രാവുകളായിരുന്നു എല്ലാം. നീളൻ വാലുകളുള്ളവ. അതിൽ നിന്ന് വ്യത്യസ്തമായ ഒരു പ്രാവിൻ കുട്ടിയുണ്ടായാൽ അതിനെ ഹമീദ് ഉടൻ നശിപ്പിക്കും. പക്ഷികളെക്കുറിച്ച് സംസാരിക്കുന്നത് അയാൾക്ക് ഇഷ്ടമാണ്. സന്തോഷമാണ്. കൂട്ടിലടച്ച പക്ഷികളുടെ സ്വഭാവങ്ങളെക്കുറിച്ചും അയാൾ ഇടയ്ക്കിടെ സംസാരിക്കും. സ്വർ ഗ്ഗത്തിലെ പക്ഷികൾ എന്നാണ് പ്രാവുകളെ അയാൾ വിളിക്കുന്നത്. അവ വീടിന്റെ മേൽക്കൂരയിലും മുറ്റത്തും പൊങ്ങച്ചം കാണിച്ചും അഹങ്കാരത്തോടേയും അലഞ്ഞ് നടക്കും. സുരക്ഷയേക്കാൾ വലുത് തങ്ങളുടെ സൗന്ദര്യം പ്രദർശിപ്പിക്കുകയാണെന്ന മട്ടിൽ അലഞ്ഞ് നടക്കും. ചില സമയങ്ങളിൽ അവയുടെ കണ്ണിൽ സ്വയം പരിഹാസം കാണാനുണ്ടെന്നൊരു ചിന്തയും യൂസുഫിലുണ്ടായി.

ചിലപ്പോൾ ഭാര്യാഭർത്താക്കന്മാർ യൂസുഫ് പറഞ്ഞതിന്റെ അർത്ഥം തിരഞ്ഞ് പരസ്പരം നോക്കും. ആ നോട്ടം കാണുമ്പോൾ തനിക്ക് തന്നെക്കുറിച്ചറിയാവുന്നതിലുമധികം ഇവർക്കറിയാം എന്നൊരു ചിന്ത യൂസുഫിലുണ്ടാകാറുണ്ട്. അസീസ് അമ്മാവൻ തന്നെക്കുറി ച്ചെന്തൊക്കെ പറഞ്ഞുകൊടുത്തിട്ടുണ്ട് എന്ന് അത്ഭുതപ്പെടാറുണ്ട്. ആദ്യമൊക്കെ അവന്റെ പെരുമാറ്റ രീതികൾ വിചിത്രമാണെന്ന് അവർ ധരിച്ചിരുന്നു. എന്നാൽ അവർ അതിനെക്കുറിച്ചവനോട് സംസാരി ച്ചില്ല. അവൻ പറഞ്ഞതിനോടൊക്കെ അവരിൽ ഒരു സംശയമുണ്ടായി. അവന്റെ ലക്ഷ്യത്തിൽ തന്നെ സംശയമുള്ളതുപോലെയായി. ഈ പട്ടണത്തിലേക്കെത്താനായി വരണ്ട സമതലങ്ങൾ മുറിച്ച് കട ക്കേണ്ടി വന്നു എന്നവൻ പറഞ്ഞപ്പോൾ അവർ കോപിച്ചു. താൻ അപമര്യാദയായി, അല്ലെങ്കിൽ അരുതാത്തതെന്തോ പറഞ്ഞുവോ എന്നവനപ്പോൾ സംശയം തോന്നി. അവർ ജീവിച്ചുകൊണ്ടിരിക്കുന്ന ഒരു പരിമിതിയിലേക്ക് അവരുടെ ശ്രദ്ധ ക്ഷണിച്ചതുപോലെ.

“അതെന്തുകൊണ്ടാണ് നിനക്കൊരു അത്ഭുതമായി തോന്നി യത്? ഈ ഭാഗങ്ങളെല്ലാം വരണ്ടത് തന്നെയാണ്. ഒരു പക്ഷേ നീ ഇവിടെ അരുവികളും നിറയെ പച്ചപ്പും പ്രതീക്ഷിച്ചിട്ടുണ്ടാകാം. അങ്ങ നെയല്ല.” ഹമീദ് പറഞ്ഞ് തുടങ്ങി. “ഇവിടെ നമ്മൾ മലനിരകൾക്കരി കിലായതിനാൽ കുറച്ച് തണുപ്പൊക്കെയുണ്ട്. ചിലപ്പോൾ മഴയും ലഭിക്കാറുണ്ട്. മലഞ്ചെരുവുകളിൽ ലഭിക്കുന്നയത്ര മഴയുണ്ടാകാ റില്ല. എങ്കിലും ആവശ്യത്തിനുണ്ട്.”

“അതെ.” യൂസുഫ് പറഞ്ഞു.

“നീ എന്താണ് പ്രതീക്ഷിച്ചതെന്ന് എനിക്കറിയില്ല.” ഹമീദ് തുടർന്നു. യൂസുഫിനോട് കോപിച്ചു. “വർഷത്തിൽ ഏതാനും ആഴ്ചകൾ

ഒഴികെ ഇങ്ങനെ ഉയർന്ന പ്രദേശങ്ങളിലെല്ലാം അങ്ങനെ തന്നെയാണ്. മഴയ്ക്ക് ശേഷം ആ വരണ്ട് വിണ്ടു കിടക്കുന്ന മണ്ണൊന്ന് നീ കാണണം. ശരിക്കും കാണണം.''

''അതെ.'' യൂസുഫ് സമ്മതിച്ചു.

''അതെ. എന്ത് അതെ?'' മൈമുനയ്ക്ക് അവന്റെ പ്രതികരണം ഇഷ്ടപ്പെട്ടില്ല. ''അതെ ഹയ്നയെന്നാണോ? അതേ മൃഗമേ എന്നാണോ? ഇദ്ദേഹത്തെ അമ്മാവൻ എന്ന് വിളിക്കണം.''

''പക്ഷേ കടലോരത്ത് നല്ല പച്ചപ്പുണ്ടായിരുന്നു.'' ഒരു നിമിഷം ശങ്കിച്ചതിനു ശേഷം യൂസുഫ് പറഞ്ഞു. ''ഞങ്ങൾ താമസിച്ചിരുന്നിടത്ത് സുന്ദരമായ ഒരു പൂന്തോട്ടമുണ്ടായിരുന്നു. അതിനു ചുറ്റിലും മതിൽ കെട്ടിയിട്ടുണ്ട്. അതിനകത്ത് പനയും ഓറഞ്ച് മരങ്ങളും മാതളനാരകവുമെല്ലാമുണ്ട്. ഒരു കുളമുണ്ട്. അതിൽ നിന്ന് വെള്ളം കൊണ്ടുപോകാൻ ചാലുകളുണ്ട്. സുഗന്ധം തരുന്ന കുറ്റിച്ചെടികളുണ്ട്.''

''ആ... ശരി. അങ്ങനെയുള്ള ധനികരായ വ്യാപാരികളുമൊത്തൊന്നും ഞങ്ങൾക്ക് മത്സരിക്കാനാകില്ല.'' മൈമുനയുടെ സ്വരം ഉയർന്നു. ''ഞങ്ങൾ ദരിദ്രരായ കടയുടമകളാണ്. നീ ഭാഗ്യവാൻ. ദൈവം ഞങ്ങൾക്ക് വിധിച്ചത് ഇതാണ്. ഇവിടെ അവന്റെ ഉത്തരവുകൾ പാലിച്ച് മൃഗങ്ങളെപ്പോലെ ഞങ്ങൾ ജീവിക്കുന്നു. നിനക്കവൻ സ്വർഗ്ഗതുല്യമായ ഒരു പൂന്തോട്ടം നൽകി. ഞങ്ങൾക്കാകട്ടെ നിറയെ പാമ്പുകളും വന്യമൃഗങ്ങളുമുള്ള കുറ്റിക്കാടുകളും മുൾച്ചെടികളുമാണ് നൽകിയത്. ഇനി ഞങ്ങൾ എന്ത് ചെയ്യണം എന്ന് നീ പറയ്? ദൈവദൂഷണമോ? ഞങ്ങൾക്ക് നീതി ലഭിച്ചില്ല എന്ന് പരാതിപ്പെടണോ?''

''അവന് ഗൃഹാതുരത്വം തോന്നുന്നുണ്ടാകും.'' ഹമീദ് പുഞ്ചിരിച്ചു. രംഗം ശാന്തമാക്കാൻ ശ്രമിച്ചു. മൈമുന അതുകൊണ്ട് ശാന്തയായില്ല. അവൾ പിറുപിറുത്തുകൊണ്ടേയിരുന്നു. കോപത്തോടെ അവനെ നോക്കി. തനിക്കിനിയും പലതും പറയാനുണ്ടെന്ന പോലെ.

''ഇവിടെ എല്ലാതിനും അതിന്റേതായ വിലയുണ്ട്. ഇവൻ അധികം താമസിയാതെ അതൊക്കെ പഠിച്ചെടുക്കും എന്ന് ഞാൻ വിശ്വസിക്കട്ടെ.'' അവൾ പറഞ്ഞു.

അവരുടെ പൂന്തോട്ടവുമൊത്തൊരു താരതമ്യമായിരുന്നില്ല യൂസുഫിന്റെ ഉദ്ദേശ്യം. അവൻ നിശ്ശബ്ദത പാലിച്ചു. മസി ഹംദാനി സൃഷ്ടിച്ച തണലിനും പൂക്കൾക്കും, കുളത്തിനും പഴങ്ങൾ ഞാന്ന് കിടക്കുന്ന കുറ്റിച്ചെടികൾക്കുംപകരംഇവിടെചവറുവലിച്ചെറിയാനുപയോഗിക്കുന്ന ഒരു കുറ്റിക്കാട് മാത്രമുണ്ട്. അവരുടെ വീടിനു പുറകിലാണത്. അതിനകത്ത് അനേകം രഹസ്യ ജീവനുകളുണ്ട്. ചീഞ്ഞ ഗന്ധവും സാംക്രമിക രോഗങ്ങളും അവയിൽ നിന്ന് പുറത്ത് വന്നുകൊണ്ടിരുന്നു.

ആദ്യ ദിവസം അവനോട് അവിടേക്ക് ചെല്ലുമ്പോൾ ശ്രദ്ധിക്കണം എന്ന് മുന്നറിയിപ്പ് നൽകുകയുണ്ടായി. അവിടെ പാമ്പുകളുണ്ടാകും. ആ മുന്നറിയിപ്പ് ഒരു പ്രവചനമാണെന്ന് അവൻ കരുതി. അവനെന്തെങ്കിലും പറയാനായി ഇപ്പോൾ അവർ കാത്തിരിക്കുന്നു. വിശദീകരിക്കാൻ. അവനു പക്ഷേ ഒന്നും ചിന്തിക്കാനാകുന്നില്ല. ഒന്നും പറയാനാകുന്നില്ല. നാക്ക് കൂട്ടിക്കെട്ടി അവൻ അവിടെയിരുന്നു. അതും പ്രതിഷേധത്തിനു കാരണമായി.

''ഉച്ച കഴിഞ്ഞാൽ ഞാൻ ആ പൂന്തോട്ടത്തിൽ ജോലി ചെയ്യാറുണ്ടായിരുന്നു.'' അവസാനം അവൻ പറഞ്ഞു.

അവർ ഇരുവരും ചിരിച്ചു. മൈമുന അവന്റെ കവിളിൽ വിരലോടിച്ചു. ''നിന്നെപ്പോലെ ഒരു സുന്ദരനോട് ആർക്കെങ്കിലും കോപം തോന്നുമോ? എന്റെ തടിയൻ ഭർത്താവിനെ ഉപേക്ഷിച്ച് നിന്നെ കെട്ടിയെങ്കിലോ എന്നാലോചിക്കുകയാണിപ്പോൾ ഞാൻ. അതുവരെ നീ ഞങ്ങൾക്കായി ഒരു പൂന്തോട്ടം നിർമ്മിക്കാൻ ശ്രമിച്ച് നോക്ക്.'' അവൾ ഹമീദിനെ നോക്കി. ''ഇവനിവിടെയുള്ളപ്പോൾ ഉപകാരമുള്ള എന്തെങ്കിലും ചെയ്യിക്കാം.''

''നീ ഞങ്ങൾക്ക് ജലധാരകളും വേനൽ കൊട്ടാരങ്ങളും പണിത് തരണം. നീ പണിയുന്ന പൂന്തോട്ടത്തിൽ എല്ലാ വിധത്തിലുമുള്ള പക്ഷികളുമുണ്ടാകും.'' മൈമൂന പറഞ്ഞു. കളിയാക്കുന്ന സ്വരത്തിൽ പറഞ്ഞു. ''പാടുന്ന പക്ഷികളുണ്ടാകും. അല്ലാതെ ഹമീദിന്റെ ഇഷ്ടക്കാരികളായ, വെറുതെ ഇങ്ങനെ കുറുകുന്ന പ്രാവുകളല്ല. പുരാതന പൂന്തോട്ടങ്ങളിലൊക്കെ ചെയ്യാറുള്ളതുപോലെ അവിടെ വൃക്ഷങ്ങളിൽ നീ കണ്ണാടികൾ ഞാത്തിയിടണം. അപ്പോൾ അതിൽ വെളിച്ചം പ്രതിഫലിക്കും. പിന്നെ ആ കണ്ണാടിയിൽ സ്വന്തം രൂപം കാണുന്ന പക്ഷികൾ തലകറങ്ങി വീഴും. അങ്ങനെയൊരു പൂന്തോട്ടമാണ് നീ ഞങ്ങൾക്ക് നിർമ്മിച്ച് തരേണ്ടത്.''

''ഇവളൊരു കവിയാണ്.'' ഹമീദ് ഭാര്യയെ പുകഴ്ത്തി. ''ഇവളുടെ വീട്ടിലെ സ്ത്രീകളെല്ലാം അങ്ങനെയായിരുന്നു. ആണുങ്ങളൊക്കെ മടിയന്മാരായി. അല്ലെങ്കിൽ നല്ല വ്യാപാരികളായി.''

''ഇങ്ങനെ നുണ പറയുന്നതിന് ദൈവം നിങ്ങൾക്ക് മാപ്പ് നൽകട്ടെ. ഇദ്ദേഹമാണ് കഥകൾ സൃഷ്ടിക്കാൻ മിടുക്കൻ.'' ഹമീദിനെ ചൂണ്ടി അവൾ പറഞ്ഞു. ''ഒന്ന് തുടങ്ങിവയ്ക്കുകയേ വേണ്ടൂ. അതിനായി നീ കാത്തിരുന്നോളൂ. പിന്നെ നിനക്ക് തിന്നാനും ഉറങ്ങാനുമൊന്നുമാകില്ല. ആ കഥ കഴിയുന്നതുവരെ മറ്റൊന്നും ചെയ്യാൻ നിനക്കാകില്ല. റമദാൻ വരെ കാത്തിരിക്ക്. റമദാനിൽ രാത്രി മുഴുക്കെ നിന്നെ ഉറക്കില്ല. നല്ല തമാശക്കാരനുമാണെന്ന കാര്യത്തിൽ സംശയമില്ല.''

പിറ്റേന്ന് ഒരു വടിവാളുമായി ഹമീദ് ആ കുറ്റിക്കാടിനരികിലേക്ക് പോയി. കയ്യെത്താവുന്ന ദൂരത്തുള്ള ശിഖരങ്ങളെല്ലാം വെട്ടിക്കളഞ്ഞു.

താഴെ വീണ ശിഖരങ്ങളെടുത്ത് കത്തിക്കാൻ യൂസുഫിനെ വിളിച്ചു. ‘‘നിനക്കല്ലേ പൂന്തോട്ടം വേണ്ടത്.’’ അയാൾ അവനെ കളിയാക്കി. ‘‘ഞാനിതൊക്കെ വെട്ടിക്കളയാം. അപ്പോൾ നിനക്ക് പൂന്തോട്ടത്തിന്റെ പണി തുടങ്ങാം. ഇവിടെ നിനക്കാവശ്യമുള്ളതൊക്കെ നട്ടുപിടിപ്പിക്കാം. നീ ഒന്ന് സഹായിക്ക്. നമുക്ക് ഈ മുൾച്ചെടികളും കുറ്റിക്കാടുമൊക്കെ വെട്ടി വൃത്തിയാക്കാം.’’ ആദ്യമൊക്കെ വടിവാൾ വീശുന്നതിനൊപ്പം ഹമീദ് ഉച്ചത്തിൽ ശബ്ദമുണ്ടാക്കുകയോ പരുഷസ്വരത്തിൽ പാടുകയോ ചെയ്യുന്നുണ്ടായിരുന്നു. പാമ്പുകളെ ഭയപ്പെടുത്താനാണത് എന്നാണയാൾ പറഞ്ഞത്. അധികം താമസിയാതെ അയാളിലെ ഉന്മേഷം കുറഞ്ഞു തുടങ്ങി. അത് കണ്ട് മൈമുന കളിയാക്കി. കളിയാക്കലിലൂടെ പ്രോത്സാഹിപ്പിച്ചു. അപ്പോൾ അയാൾ അസ്വസ്ഥനായി. ‘‘എല്ലാം പെണ്ണുങ്ങൾക്ക് വിട്ടുകൊടുത്താൽ നമ്മൾ ഇപ്പോൾ എവിടെയെത്തുമായിരുന്നു?’’ അയാൾ ചോദിച്ചു. ‘‘ഇപ്പോഴും ഗുഹയിലാകുമായിരുന്നു എന്നാണെനിക്ക് തോന്നുന്നത്.’’ അയാളുടെ മുഖം വിയർത്തൊലിച്ചു. ഒരു മണിക്കൂർ കഴിഞ്ഞപ്പോൾ അതുവരെ അയാളിൽ നിന്ന് വന്നുകൊണ്ടിരുന്ന യുദ്ധകാഹളങ്ങൾ മുരൾച്ചകൾ മാത്രമായി. വെട്ടിന്റെ കരുത്ത് കുറഞ്ഞു. ഇടയ്ക്കിടെ നിന്നു. കിതച്ചു. വീണ് കിടക്കുന്ന ശിഖരങ്ങൾ എങ്ങനെ അടുക്കി വയ്ക്കണം എന്ന് യൂസുഫിനു നിർദ്ദേശം കൊടുക്കാൻ കൂടുതൽ സമയമെടുത്തു. യൂസുഫിന്റെ വിലക്ഷണതയിൽ അയാൾ ക്രുദ്ധനായി. കയ്യിൽ നല്ല മൂർച്ചയുള്ള ഒരു ശിഖരം തുളച്ചപ്പോൾ വേദനകൊണ്ട് പുളഞ്ഞു. അവസാനം ഒന്ന് നീട്ടി നിലവിളിച്ച്, വടിവാൾ വലിച്ചെറിഞ്ഞ്, വീടിനകത്തേക്ക് പോയി. ‘‘ആ കാടിനു വേണ്ടി എനിക്ക് എന്നെ കൊല്ലാനൊന്നും പറ്റില്ല.’’ ഭാര്യയ്ക്കരികിലെത്തിയപ്പോൾ അയാൾ പറഞ്ഞു. ‘‘ഒരു പാത്രം വെള്ളമെങ്കിലും കൊണ്ടുവന്ന് തരാൻ നിനക്ക് പറ്റിയില്ലേ?’’

‘‘അതൊരു കാടന്നുമല്ല. കുറച്ച് കുറ്റിച്ചെടികൾ മാത്രമാണ്, എന്റെ വയസ്സനേ. നിങ്ങൾക്ക് കരുത്തില്ലാത്തതുകൊണ്ടാണ്.’’ അവൾ പിന്നെയും കളിയാക്കി. ചിരിച്ചു. ‘‘നിങ്ങളെക്കൊണ്ട് ഇനി ഒന്നിനും കൊള്ളില്ല ഹമീദ് സുലൈമാൻ. ഞാനിനി ഒരു പുതിയ ഭർത്താവിനെ അന്വേഷിക്കുന്നതാകും നല്ലതെന്ന് തോന്നുന്നു.’’

‘‘അത് ഞാൻ പിന്നെ കാണിച്ച് തരാം’’ ഹമീദ് വിളിച്ച് പറഞ്ഞു.

മൈമുന പിൻവാങ്ങി. ‘‘കുട്ടികളെ ഭയപ്പെടുത്തരുത് സാബ്. ആ ഭീകരായുധം അവിടെ ഉപേക്ഷിച്ചിട്ടാണ് വന്നിരിക്കുന്നത്.’’ അവൾ യൂസുഫിനോട് വടിവാൾ വീടിനകത്ത് വയ്ക്കാൻ ഉത്തരവിട്ടു. ‘‘വെറുതെ തലയിൽനിന്ന് രക്തം ചിന്താൻ കാരണമാക്കണ്ട. നിന്റെ ബന്ധുക്കൾ ഇവിടേക്ക് വരാതെ തന്നെ ആവശ്യത്തിന് പ്രശ്നങ്ങളുണ്ട് നമുക്ക്. ഈ കുറ്റിക്കാടും പാമ്പുകളുമൊക്കെയായി നീയ്യും പരിചയത്തിലാകണം. എന്നിട്ട് ആ സ്വർഗ്ഗതുല്യമായ പൂന്തോട്ടത്തെ

ക്കുറിച്ച് സ്വപ്നം കാണണം. നിന്റെ അസീസ് അമ്മാവൻ തിരികെ വന്ന് നിന്നെ കൊണ്ടുപോകുന്നത് വരെ മറ്റ് മാർഗ്ഗമൊന്നുമില്ല. ഇതാ, ഈ വെള്ളമൊന്ന് നിന്റെ അമ്മാവനു കൊണ്ടുപോയി കൊടുക്ക്.''

5

അവർ രണ്ടുപേരും വിവിധ പണികൾക്കായി അവനെ ഇടയ്ക്കിടെ വിളിക്കും. ആവശ്യം വന്നാൽ ഉടൻ ഒച്ചയിടും. വിളിച്ചിടത്തെത്താൻ സമയമെടുത്താൽ കൂർത്ത നോട്ടത്താലും പരുഷ വചനങ്ങളാലും നേരിടും. കിണറിൽ നിന്ന് വെള്ളമെത്തിക്കാൻ, വിറക് വെട്ടാൻ, മുറ്റ മടിക്കാൻ. കടയിൽ നിന്ന് ഇത്തിരി സമയം ഒഴിവ് കിട്ടിയാൽ അങ്ങാടി യിൽ പോയി പച്ചക്കറിയും ഇറച്ചിയുമൊക്കെ വാങ്ങണം. പട്ടണത്തി ലേക്കയച്ചാൽ അവൻ അവന്റേതായ സമയമെടുക്കും. അവിടവിടെ അലഞ്ഞ് നടക്കും. കർഷകരേയും ഇടയന്മാരേയും നോക്കി നിൽക്കും. തെരുവിൽ അലഞ്ഞ് നടക്കുന്ന പശുക്കൾ ചാണകമിടുന്നത് കണ്ട് നിൽക്കും. ആ പശുക്കൾ അവയുടെ നനഞ്ഞ വാലാട്ടി ഈച്ചയെ യോടിക്കുന്നത് കാണും. അതിനോടൊപ്പം ആ വാലിൽ നിന്ന് ചാണക ത്തിന്റെ തരികൾ നാലുപാടും തെറിക്കും. ഇടയന്മാർ അവയെ നോക്കി ഒച്ചയിടും. അവരുടെ വഴിയിലേക്ക് തെളിച്ചെത്തിക്കാൻ ശ്രമിക്കും. ചിലപ്പോൾ വടികൊണ്ടടിച്ച് അവയെ ഒരു വരിയിൽ നടത്താൻ ശ്രമിക്കും. ചുവന്ന ചായമടിച്ച യോദ്ധാക്കളെ ഇടയ്ക്കിടെ അവൻ കാണാറുണ്ട്. നാലുഭാഗത്തേക്കും ദൃഷ്ടിപായിച്ചാണവർ മുന്നോട്ട് പോകുക. ചിലപ്പോൾ ഇന്ത്യൻ വ്യാപാരികളുടേയോ ഗ്രീക്ക് വ്യാപാരികളുടേയോ വീടുകളിലേക്ക് സാധനങ്ങളുമായി അവനു പോകേണ്ടി വരും. ഒരു നീളൻ മുളം തണ്ടിന്റെ ഇരുവശത്തും കുട്ട കൾ ഞാത്തിയായിരിക്കും അവൻ പോകുന്നത്. അപ്പോൾ അവൻ അസീസ് അമ്മാവന്റെ വീട്ടിലേക്ക് പച്ചക്കറി കൊണ്ടുവരാറുള്ള മനു ഷ്യനെ ഓർക്കും. അയാളെ മറക്കാനും ശ്രമിക്കും. ട്രക്കുകളും കാള വണ്ടികളുമൊക്കെയായാണ് യൂറോപ്യൻ കർഷകർ പട്ടണത്തിലെ ത്തുക. അവർ എന്തൊക്കെ വ്യാപാരം ചെയ്യുന്നു എന്നവന് മനസ്സി ലായിട്ടില്ല. അവർ അങ്ങനെ ആരേയും ശ്രദ്ധിക്കാറില്ല. ചുറ്റിലും കാണുന്നതിനോട് അറപ്പ് തോന്നുന്നു എന്ന മട്ടിലാണവർ സഞ്ചരി ക്കുക.

വീട്ടിൽ തിരിച്ചെത്തിയാൽ ഒരു കുട്ടിയെ ഒന്ന് ശൗചാലയത്തി ലേക്ക് കൊണ്ടുപോകൂ എന്ന ആവശ്യം വരും. അല്ലെങ്കിൽ കടയി ലേക്കയയ്ക്കും. മൂന്ന് കുട്ടികളാണവർക്കുള്ളത്. ആദ്യത്തേത് മക ളാണ്. കൗമാരക്കാരി. അവൾക്കാണ് മറ്റ് രണ്ടുപേരുടേയും ചുമതല.

എന്നാൽ അതൊന്ന് ശരിക്ക് ചെയ്ത് തീർക്കാനുള്ള സമയമൊന്നും അവളുടെ കൈവശമില്ല. സ്വന്തം കാര്യങ്ങൾ തന്നെ വേണ്ടുവോള മുണ്ട്. വീട്ടിലും മുറ്റത്തും അവൾ ഓടി നടക്കും. വാതിലിൽ ചെന്നി ടിക്കും. സ്വയം തന്നോട് തന്നെ പുഞ്ചിരിക്കും. താഴെയുള്ള രണ്ട് ആൺകുട്ടികൾ അതിനാൽ പലപ്പോഴും യൂസുഫിന്റെ ചുമതലയി ലെത്തും. അവരെ പലയിടത്തേക്കും കൊണ്ടുപോകേണ്ടി വരും. ഊർജ്ജസ്വലരാണവർ. എപ്പോഴും ശബ്ദമുണ്ടാക്കുന്നവർ. ശകാരം കേട്ട് പരിചയമുള്ളവർ. അവർക്കൊപ്പമാകുമ്പോൾ അവന് ഖലീ ലിനെ ഓർമ്മവരും. ഖലീൽ തന്നോട് എങ്ങനെ പെരുമാറി എന്ന തോർമ്മവരും. ക്ഷമയോടെ എല്ലാം ചെയ്യാൻ ശ്രമിക്കുമെങ്കിലും മിക്കപ്പോഴും പരാജയപ്പെടും.

അവൻ ഹമീദിനോട് ഖലീലിനെക്കുറിച്ച് പറഞ്ഞു. അവരൊന്നിച്ച് ചെയ്യാറുണ്ടായിരുന്ന ജോലികളെക്കുറിച്ചും പറഞ്ഞു. അവരുടെ കട മിക്കവാറും അവർ തന്നെയാണ് നടത്തിയിരുന്നത് എന്നറിയിച്ചു. തന്നെയിങ്ങനെ മറ്റ് ജോലികളേല്പിക്കുന്നതിനു പകരം, കടയ്ക്കും പാണ്ടികശാലയ്ക്കും ഇടയിലിട്ടോടിപ്പിക്കുന്നതിനും വീട്ടുവേലകളേ ല്പിക്കുന്നതിനു പകരം, പഴയതുപോലെയുള്ള ജോലികൾ നൽ കുമോ എന്നറിയാനായിരുന്നു അത്. പക്ഷേ ഹമീദ് അതൊക്കെ കേട്ട് പുഞ്ചിരിക്കുക മാത്രം ചെയ്തു. കടയിൽ എല്ലാവർക്കും കൂടി ചെയ്യാനുള്ള ജോലിയൊന്നുമില്ല എന്ന് പറഞ്ഞു. യാത്രികളോ ഉൾ നാടുകളിലേക്കുള്ള വ്യാപാരമോ ഇല്ലെങ്കിൽ അവർക്കൊന്നും ഒരു തിരക്കുമുണ്ടാകില്ല. ''നീ ഇപ്പോൾ തന്നെ ധാരാളം ജോലി ചെയ്യു ന്നില്ലേ? ഇതിലും കൂടുതൽ വേണോ? നീ അസീസ് അമ്മാവൻ എന്ന വ്യാപാരിയെക്കുറിച്ച് പറയ്. അയാൾ ഒരു നല്ല യജമാനനായിരുന്നോ? ധനവാനാണദ്ദേഹം. നല്ല മനുഷ്യനുമാണല്ലേ? ആ പേരും അദ്ദേഹ ത്തിന് യോജിക്കുന്നുണ്ട്. അദ്ദേഹത്തെക്കുറിച്ച് എനിക്ക് പല കഥ കളും അറിയാം. അത്ഭുതപ്പെടുത്തുന്ന കഥകൾ. ഒരു ദിവസം എനിക്കും അദ്ദേഹത്തിന്റെ വീടൊന്ന് കാണണം. അതൊരു കൊട്ടാരം പോലെയു ണ്ടാകും. നീ പറഞ്ഞത് കേട്ടിട്ട് എനിക്കങ്ങനെയാണ് തോന്നുന്നത്. വലിയ പൂന്തോട്ടവും മറ്റുമുണ്ടെന്ന് കേട്ടിട്ട്. അവിടെ വിരുന്നുകളും ആഘോഷങ്ങളുമൊക്കെയുണ്ടാകാറുണ്ടോ? നീയും ഖലീലുമൊക്കെ അതിനകത്തെ കൊച്ചു രാജകുമാരന്മാരാകും, ലാളിച്ച് വഷളാക്കി യവർ.''

ആ വീട്ടിൽ മൂന്നിടത്ത് കടയിലേക്കും മറ്റും ആവശ്യമുള്ള സാധന ങ്ങൾ സൂക്ഷിക്കുന്നുണ്ട്. സ്റ്റോർ എന്നാണവർ അതിനെ വിളിച്ചത്. അതിൽ ഒന്നിലേക്ക് അവന് പ്രവേശനമില്ല. അതെപ്പോഴും താഴിട്ട് പൂട്ടിയിട്ടുണ്ടാകും. ആ വാതിലിനു പുറത്ത് അവൻ പലതവണ കറങ്ങി നടന്ന് നോക്കി. അകത്തുനിന്ന് മൃഗചർമ്മത്തിന്റേയോ കുളമ്പിന്റേയോ ഗന്ധം വരുന്നുണ്ടോ എന്ന് നോക്കി. കരിഞ്ചന്തയാകും, പൂഴ്ത്തി

വയ്പ്പ്. അവൻ മനസ്സിൽ പറഞ്ഞു. കുറേ പണം സമ്പാദിക്കാം. ആ വിടുവായൻ ലോറി ഡ്രൈവർ കുറേ സാധനങ്ങൾ ഇറക്കിവച്ച് പോയ തിനെക്കുറിച്ച് ഒരിക്കൽ ഹമീദ് സൂചിപ്പിച്ചിരുന്നു. ശൗചാലയത്തിൽ നിന്ന് അരിച്ചെത്തിയ ഒരു ജീവിയെപ്പോലെയുണ്ടയാൾ, എന്നാണ് ഹമീദ് പറഞ്ഞത്. തങ്ങൾക്കൊപ്പം തീവണ്ടിയിൽ കൊണ്ടുവരാനാകാത്ത രഹസ്യ വസ്തുക്കളാകും ഈ മുറിയിൽ സൂക്ഷിച്ചിരിക്കുന്നത് എന്ന് യൂസുഫ് ഊഹിച്ചു.

ഈ മൂന്ന് സ്റ്റോറുകളും വീടിന്റെ പുറകിലാണ്. നാലുവശവും മറച്ച മുറ്റത്ത്. ആ മുറ്റത്തിന്റെ മറുഭാഗത്ത് ഉപഗ്രഹങ്ങളും അടുക്ക ളയും ശൗചാലയവുമൊക്കെയുണ്ട്. വീടിന്റെ ഒരറ്റത്താണ് അവനു കൊടുത്തിരിക്കുന്ന മുറി. ഒരു രാത്രിയിൽ അവനു പ്രവേശനമില്ലാത്ത സ്റ്റോറിൽ നിന്ന് ഹമീദിന്റെ സ്വരം കേട്ടു. ആദ്യമവൻ കരുതിയത് കവർച്ചക്കാരാരെങ്കിലും കയറിയതാകും എന്നാണ്. പിന്നെയാണത് ഹമീദിന്റെ സ്വരമാണെന്ന് തിരിച്ചറിഞ്ഞത്. അവന് പുറത്തിറങ്ങി എന്താണ് സംഭവിക്കുന്നതെന്ന് നോക്കണമെന്ന് തോന്നി. നിശ്ശബ്ദം തന്റെ മുറിയുടെ താഴ് തുറന്നു. പുറത്ത് നല്ല ഇരുട്ടായിരുന്നു. തന്റെ മുറിയുടെ വാതിൽ തുറന്നിട്ട് അവനവിടെ നിന്നു. അപ്പോൾ സ്റ്റോറിന്റെ വാതിലിനടിയിലൂടെ വെളിച്ചം കണ്ടു. ഹമീദിന്റെ പിറുപിറുക്കലു കൾ കേട്ടു. അവൻ അവിടെ നിന്നു. അയാളുടെ സ്വരം ഉയർന്നും താഴ്ന്നും വന്നുകൊണ്ടേയിരുന്നു. അതിൽ ആകാംക്ഷയുണ്ട്. യാചന യുണ്ട്. നിശ്ശബ്ദതയിൽ കുളിച്ച് കിടന്ന ആ വീട്ടിൽ നിന്നങ്ങനെ യൊരു പിറുപിറുക്കൽ വരുന്നതിൽ അസ്വാഭാവികതയുണ്ട്. ഒരേ സമയം ദുഃഖകരവും ഭയപ്പെടുത്തുന്നതുമാണത്. താനെഴുന്നേറ്റ് വരാൻ പാടില്ലായിരുന്നു എന്നവൻ കരുതി. പായയിൽ തന്നെ കിട ക്കേണ്ടതായിരുന്നു. ഒന്നും കേൾക്കരുതായിരുന്നു. ഹമീദിന്റെ സ്വരം നിലച്ചപ്പോൾ അവൻ നിശ്ശബ്ദം വാതിലടച്ച് താഴിട്ടു. പായയിലേക്ക് മടങ്ങി. പ്രഭാതത്തിൽ ഇത്തരം സംഭാഷണങ്ങൾ ഒന്നുമുണ്ടായില്ല. യൂസുഫ് പല തവണ അങ്ങോട്ട് ഒളികണ്ണിട്ട് നോക്കുകയുണ്ടായി.

ഈ പട്ടണത്തിലൂടെ പല വ്യാപാരികളും കടന്ന് പോകാറുണ്ട്. അവർ തീരപ്രദേശങ്ങളിൽ നിന്നുള്ളവരോ, അറബികളോ സൊമാ ലികളോ, ആരായാലും ഹമീദിന്റെ വീട്ടിൽ ഒന്ന് രണ്ട് ദിവസം തങ്ങും. അവിടെ വച്ച് ഭാവി പരിപാടികൾ തയ്യാറാക്കും. വിശ്രമിക്കും. പുറത്ത്, മുറ്റത്ത്, കടപ്ലാവിനു കീഴിലായിരിക്കും അവരുടെ അന്തിയുറക്കം. ഹമീ ദിന്റെ വീട്ടിൽ നിന്നുള്ള ഭക്ഷണം കഴിക്കും. പോകുമ്പോൾ ആതി ഥേയർക്ക് എന്തെങ്കിലും സമ്മാനങ്ങൾ കൊടുക്കും. അങ്ങനെ കടം വീട്ടും. ചിലപ്പോൾ യാത്ര തുടരുന്നതിനു മുമ്പ് അവർ വ്യാപാരച്ചര ക്കുകളിൽ ചിലത് അവിടെ വച്ച് കച്ചവടമാക്കും. യാത്രികൾ അവർ ക്കൊപ്പം വാർത്തകളും കൊണ്ടുവരും. ധീരതയുടേയും സഹനത്തി ന്റേയും കഥകൾ കൊണ്ടുവരും. യാത്രികളുടെ കഥകൾ കേൾക്കാനും പട്ടണത്തിൽ നിന്ന് ചിലരൊക്കെ വരാറുണ്ട്. അതിൽ ഹമീദിന്റെ

സുഹൃത്തായ ഒരു ഇന്ത്യക്കാരൻ മെക്കാനിക്കുണ്ട്. അയാൾ എപ്പോഴും ഒരു ഇളം നീല തലേക്കെട്ട് കെട്ടിയിരിക്കും. വല്ലാതെ ശബ്ദമുണ്ടാക്കുന്ന ഒരു വാനിലാണയാൾ വരിക. അത് ചിലപ്പോൾ അവിടെയുള്ള വ്യാപാരികളിൽ അമ്പരപ്പും അതിശയവുമുണ്ടാക്കും.

അധികം സംസാരിക്കുന്ന പ്രകൃതക്കാരനല്ല അയാൾ. ചിലപ്പോഴൊക്കെ അയാൾ അടക്കിപ്പിടിച്ച് ചിരിക്കുന്നത് യൂസുഫ് കണ്ടിട്ടുണ്ട്. ഒട്ടും ചിരിക്കേണ്ടതില്ലാത്തിടത്തുപോലും അയാളങ്ങനെ ചിരിക്കാറുണ്ട്. അത് കണ്ട് ചുറ്റിലുമുള്ളവർ അമ്പരക്കും. ചിലർക്ക് അതിഷ്ടപ്പെടുകയില്ല. അവർ അയാളെ തറപ്പിച്ചൊന്ന് നോക്കും. രാത്രി ഏറെ വൈകിയാൽ അവർ മുറ്റത്ത് വട്ടം കൂടും. മലനിരകളിൽ നിന്ന് വരുന്ന തണുത്ത കാറ്റിൽ വിറച്ച് വട്ടമിട്ടിരിക്കും. അവർക്ക് ചുറ്റിലും വിളക്കുകളെരിയുന്നുണ്ടാകും. ദ്രോഹചിന്തയോടെ മൃഗങ്ങൾ തങ്ങളുടെ തമ്പിനെ വളഞ്ഞ കഥകൾ പങ്കിടും. അവരുടെ കയ്യിൽ അപ്പോൾ ആയുധങ്ങളില്ലായിരുന്നെങ്കിലോ, ധൈര്യം കൈവിട്ടു എങ്കിലോ, ദൈവം അവരെ സംരക്ഷിക്കാൻ തയ്യാറായില്ല എങ്കിലോ, അവരുടെ അസ്ഥികൾ അവിടെ ചിതറിക്കിടക്കുമായിരുന്നു. ആ അസ്ഥികളെ കഴുകന്മാരും പുഴുക്കളും ചേർന്ന് വൃത്തിയാക്കുമായിരുന്നു.

അവരെവിടെപ്പോയാലും അവർക്ക് മുമ്പ് അവിടെ യൂറോപ്പുകാരെത്തിയിരിക്കുന്നത് കാണും. യൂറോപ്പുകാർ അവിടെ പട്ടാളക്കാരേയും ഉദ്യോഗസ്ഥരേയും നിർത്തിയിട്ടുണ്ടാകും. തങ്ങളെ അടിമകളാക്കുക മാത്രം ലക്ഷ്യമിടുന്ന ശത്രുക്കളിൽ നിന്ന് രക്ഷപ്പെടുത്താനും സംരക്ഷിക്കാനുമാണിങ്ങനെ പട്ടാളക്കാരേയും ഉദ്യോഗസ്ഥരേയും നിർത്തിയിരിക്കുന്നതെന്ന് അവർ നാട്ടുകാരോട് പറയും. അടിമവ്യാപാരമല്ലാതെ മറ്റൊരു വ്യാപാരത്തെക്കുറിച്ചും അവർ കേട്ടിട്ടേയില്ല എന്നതു പോലെയാകും അവരുടെ സംസാരം. അത്ഭുതത്തോടെയാണ് ഈ വ്യാപാരികൾ യൂറോപ്പുകാരെക്കുറിച്ച് സംസാരിക്കുക. അവരുടെ ക്രൗര്യവും നിഷ്ഠൂരതയും അമ്പരപ്പിക്കുന്നതാണത്രെ. ഉള്ളതിൽ ഏറ്റവും മികച്ച ഭൂമിയൊക്കെ അവർ പിടിച്ചെടുക്കും. പ്രതിഫലമൊന്നും തരില്ല. എന്നിട്ട് എന്തെങ്കിലുമൊക്കെ കൗശലം കാണിച്ച് തദ്ദേശവാസികളെക്കൊണ്ട് പണിയെടുപ്പിക്കും. എന്തും തിന്നും. എന്തും കുടിക്കും. അവരുടെ വിശപ്പിന് പരിധികളില്ല. മാന്യതയുമില്ല. വെട്ടുകിളിക്കൂട്ടങ്ങളെപ്പോലെയാണവർ. എന്തിനും ഏതിനും അവർ നികുതി ചുമത്തും. അതിനെ എതിർത്തവരെ ജയിലിലിലടയ്ക്കും. അതല്ലെങ്കിൽ ചാട്ടയ്ക്കടിക്കും. ചിലപ്പോൾ തൂക്കിക്കൊല്ലുകയും ചെയ്യും. അവരാദ്യം നിർമ്മിക്കുക ഒരു തടവറയാണ്. പിന്നെ ഒരു പള്ളി. അതിനു ശേഷം ഒരങ്ങാടി. അങ്ങനെയാകുമ്പോൾ വ്യാപാരം അവരുടെ കണ്ണിനു ചുവട്ടിലാകും. അവർക്ക് കൃത്യമായി നികുതി പിരിക്കാനാകും. അതിനു ശേഷമേ അവർ സ്വന്തമായി വീടുവയ്ക്കുന്നതിനെക്കുറിച്ച് ചിന്തിക്കുകയുള്ളു. ഇങ്ങനെയൊക്കെ ആരെങ്കിലും

കേട്ടിട്ടുണ്ടോ? ലോഹം കൊണ്ടുള്ള വസ്ത്രമാണവർ ധരിക്കുക. പക്ഷേ ആ വസ്ത്രം അവരുടെ ശരീരത്തിൽ ഉരസി ബുദ്ധിമുട്ടിക്കില്ല. ഉറങ്ങാതേയും വെള്ളം കുടിക്കാതേയും അനേക ദിവസങ്ങൾ ചില വിടാൻ അവർക്കാകും. അവരുടെ തുപ്പലിൽ വിഷമുണ്ട്. വാ ഇലാഹി! ഞാനീ പറഞ്ഞത് സത്യമാണ്. നിങ്ങളുടെ ശരീരത്തിൽ ആ തുപ്പൽ വീണാൽ പൊള്ളും. ഇടത് കക്ഷത്തിനു കീഴെ കത്തികൊണ്ട് ആഞ്ഞ് കുത്തിയാൽ മാത്രമേ അവർ മരിക്കുകയുള്ളു. അതല്ലാതെ അവരെ കൊല്ലാനേ പറ്റില്ല. അതും അത്ര എളുപ്പമൊന്നുമല്ല. അത്രയ്ക്ക് കരുത്തുള്ള, തകരാത്ത ഉടുപ്പുകളാണവർ ധരിക്കുന്നത്.

മറ്റൊരു വ്യാപാരി പറഞ്ഞ കഥ ഇങ്ങനെയായിരുന്നു. ഒരിക്കൽ ഒരു യൂറോപ്യൻ വീണ് മരിക്കുന്ന കാഴ്ച അയാൾ കണ്ടു. അത് കണ്ട വേറൊരു യൂറോപ്യൻ ഉടൻ അയാളിലേക്ക് ജീവനെ ഊതി. മരിച്ചവൻ എഴുന്നേറ്റു. പാമ്പുകൾ അങ്ങനെ ചെയ്യുന്നതും അയാൾ കണ്ടിട്ടുണ്ട്. പാമ്പുകൾക്കും വിഷം കലർന്ന ഉമിനീരുണ്ടല്ലോ. ഒരു യൂറോപ്യന്റെ ശവം കേടുവന്നിട്ടില്ലെങ്കിൽ, അഴുക്കാൻ തുടങ്ങിയിട്ടില്ലെങ്കിൽ, മറ്റൊരു യൂറോപ്യനതിലേക്ക് ജീവനെ ഊതിക്കയറ്റാനാകും. അതിനാൽ താൻ ഒരു യൂറോപ്യൻ മരിച്ച് കിടക്കുന്നത് കണ്ടാലും അതിനെ സ്പർശിക്കുകയില്ല. അതിൽ നിന്ന് ഒന്നും എടുക്കുകയില്ല. ചിലപ്പോൾ അയാൾക്ക് വീണ്ടും ജീവൻ വച്ച് തന്നെ കുറ്റപ്പെടുത്തിയേക്കാം.

''വെറുതെ ദൈവദോഷം പറയരുത്.'' ഹമീദ് ചിരിച്ചു. ''ജീവൻ നൽകാൻ ദൈവത്തിനു മാത്രമേ കഴിയൂ.''

''ഇത് ഞാൻ എന്റെ കണ്ണുകൊണ്ട് കണ്ടതാണ്. ഞാനീ പറഞ്ഞത് നുണയാണെങ്കിൽ അല്ലാഹു എന്റെ കണ്ണുകളുടെ കാഴ്ചയെടുത്തോട്ടെ.'' അയാൾക്കതിൽ ഒരു സംശയവുമില്ല. ചുറ്റിലുമുള്ള ചിരിക്കുന്ന മുഖങ്ങളെ നോക്കിയാണയാൾ അത് പറഞ്ഞത്. ''ഒരു യൂറോപ്യൻ മരിച്ചു കിടക്കുന്നു. മറ്റൊരാൾ അരികിൽ വന്ന് കിടന്ന് മരിച്ചയാളുടെ വായിലേക്ക് ശക്തമായി ഊതി. മരിച്ചവൻ ഒന്ന് വിറച്ചു. ഉണർന്നു.''

''അങ്ങനെ ജീവൻ കൊടുക്കാനായെങ്കിൽ അയാൾ ദൈവമാകും.'' ഹമീദ് പിന്നെയും പറഞ്ഞു.

''ദൈവം എന്നോട് ക്ഷമിക്കട്ടെ'' എന്നായി ആ വ്യാപാരി. അയാൾ കോപം കൊണ്ട് വിറയ്ക്കുന്നുണ്ടായിരുന്നു. ''എന്താണങ്ങനെ പറയാൻ കാരണം? അങ്ങനെയൊന്നും ഞാൻ ഉദ്ദേശിച്ചില്ലല്ലോ.''

''അയാൾക്ക് വിവരമില്ല.'' പിന്നീടൊരിക്കൽ ഹമീദ് പറഞ്ഞു. ആ വ്യാപാരി അവിടെ നിന്ന് പോയതിനു ശേഷമാണങ്ങനെ പറഞ്ഞത്. ''അയാളുടെ നാട്ടുകാരെല്ലാവരും അന്ധവിശ്വാസികളാണ്. മതവിശ്വാസം അധികമായാൽ എല്ലാവർക്കും സംഭവിക്കുന്നതാണത്.

അയാളെന്താണ് പറയാൻ ശ്രമിച്ചത്? ഈ യൂറോപ്പുകാരൊക്കെ സത്യത്തിൽ സർപ്പങ്ങൾ വേഷം മാറി എത്തിയതാണെന്നോ?''

യാത്രികളിൽ ചിലർ അസീസ് അമ്മാവന്റെ സംഘത്തെ വഴിയിൽ കാണുകയുണ്ടായി. അതവർ വിവരിച്ചു. മരുൻഗു കുന്നുകൾക്കപ്പുറത്തുള്ള തടാകവും കടന്ന് പോയിരിക്കുന്നു അസീസ് അമ്മാവനും സംഘവും എന്നാണവസാനം ലഭിച്ച വാർത്ത. മാന്യേമക്കാരുമൊത്താണപ്പോൾ വ്യാപാരം നടക്കുന്നത്. നല്ല വ്യാപാരം നടക്കുന്നുണ്ട്. വളരെ അപകടം പിടിച്ച ഒരു സ്ഥലമാണത്. എന്നാലും വ്യാപാരസാധ്യതകളുണ്ട്. റബ്ബർ, ആനക്കൊമ്പ്, അല്ലാഹുവിന്റെ സഹായമുണ്ടെങ്കിൽ കുറച്ച് സ്വർണ്ണവും കിട്ടും. തനിക്ക് സാധനങ്ങൾ വിറ്റവർക്ക് പണം നൽകണം എന്നൊരു സന്ദേശം ഒരിക്കൽ അസീസ് അമ്മാവനിൽ നിന്നെത്തുകയുണ്ടായി. പിന്നീടൊരിക്കൽ മടക്കയാത്രയിലായിരുന്ന ഒരു വ്യാപാരിയുടെ പക്കൽ അദ്ദേഹം കുറച്ച് റബ്ബർ കൊടുത്തയച്ചു. അങ്ങനെ തുടർച്ചയായി അദ്ദേഹത്തിൽ നിന്ന് വാർത്തകൾ വന്നുകൊണ്ടേയിരുന്നു. ആ വാർത്തകൾ കൊണ്ടുവന്ന ശുഭാപ്തിവിശ്വാസം മൂലം അതെത്തിച്ച യാത്രികളോട് ഹമീദ് മഹാമനസ്കനാകുകയും ചെയ്തു.

6

ഷബാൻ മാസത്തിൽ, കഠിനവ്രതത്തിന്റെ മാസമായ റമദാനിനു മുമ്പ്, ഹമീദ് മലനിരകളിലെ ഗ്രാമങ്ങൾ സന്ദർശിക്കാൻ തീരുമാനിച്ചു. ഇത് അയാൾ എല്ലാ വർഷവും ചെയ്യാറുള്ളതാണ്. അയാൾ കാത്തിരിക്കുന്ന ഒരു യാത്രയാണത്. വ്യാപാരത്തിനുള്ള ഒരു അവസരവുമാക്കി മാറ്റാറുണ്ടയാൾ അത്. ഇടപാടുകാർ അയാളെ തേടി വരാത്തതിനാൽ, അയാൾ അവരെ തേടിയിറങ്ങുന്നു. ഒപ്പം ചെല്ലാൻ യൂസുഫിനു ക്ഷണം ലഭിച്ചു. പട്ടണത്തിലെ സിക്കുകാരൻ മെക്കാനിക്കിൽ നിന്നയാൾ ഒരു വാൻ വാടകയ്ക്കെടുത്തു. യാത്രികളുടെ കഥകൾ കേൾക്കാനായി സായാഹ്നങ്ങളിൽ അവിടെയെത്താറുള്ള അതേ വ്യക്തിയിൽ നിന്ന്. ഹർബൻസ് സിങ്ങ് എന്ന് പേരുള്ള ആ സിക്കുകാരനെ കാലാസിംഗ എന്നാണ് എല്ലാവരും വിളിക്കാറുള്ളത്. അയാൾ തന്നെയാണ് വണ്ടിയോടിക്കുന്നത്. അതായിരുന്നു നല്ലതും. കാരണം ആ വണ്ടി ഇടയ്ക്കിടെ കേടുവരും. ടയറുകൾ ഇടയ്ക്കിടെ പഞ്ചറാകും. ഇതൊന്നും പക്ഷേ കാലാസിംഗയെ അലോസരപ്പെടുത്താറില്ല. അയാൾ വഴിയുടെ ദയനീയാവസ്ഥയെ കുറ്റപ്പെടുത്തും. കുത്തനെയുള്ള കയറ്റങ്ങളെ കുറ്റപ്പെടുത്തും. വളരെ സന്തോഷത്തോടെയാണയാൾ തന്റെ വാനിന്റെ അറ്റകുറ്റപ്പണികൾ ചെയ്യുക.

അതിനിടയിൽ വരുന്ന ഹമീദിന്റെ കളിയാക്കലുകൾക്കും അയാൾ തടയിടും. ഉരുളയ്ക്കുപ്പേരി പോലെ മറുപടി നൽകും. അവർ ഇരുവരും അടുത്ത കൂട്ടുകാരാണ്. യൂസുഫ് പല തവണ കാലാസിംഗയുടെ വീട്ടിൽ പോയിട്ടുണ്ട്. സാധനങ്ങൾ എത്തിച്ചുകൊടുക്കാൻ പോയിട്ടുണ്ട്. അവർ പരസ്പരം കൊണ്ടും കൊടുത്തുമിരിക്കും. അതിൽ ആനന്ദം കണ്ടെത്തിക്കൊണ്ടിരിക്കും. ഇരുവരും അധികം ഉയരമില്ലാത്തവരും തടിയുള്ളവരുമായിരുന്നു. അതിനാൽ ഒരുപോലെയിരുന്നു. പക്ഷേ ഹമീദ് സംസാരിക്കുന്നതിനിടയിൽ പുഞ്ചിരിക്കുകയോ പല്ലിളിച്ച് കാണിക്കുകയോ ചെയ്യുമെങ്കിൽ കാലാസിംഗയുടെ മുഖത്ത് ഒരു ഭാവവുമുണ്ടാകില്ല. ഏറ്റവും അസാധ്യമായ സാഹചര്യങ്ങളിൽ പോലും അതിൽ മാറ്റമുണ്ടാകില്ല.

''നീ ഒരു പിശുക്കനല്ലെങ്കിൽ ഒരു പുതിയ വാൻ വാങ്ങി നിന്റെ ഇടപാടുകാരെ ഇത്തരത്തിലുള്ള ദുരിതങ്ങളിൽ നിന്ന് രക്ഷപ്പെടുത്തുമായിരുന്നല്ലോ.'' ഹമീദ് പറഞ്ഞു. അയാളപ്പോൾ ഒരു പാറപ്പുറത്തിരിക്കുകയായിരുന്നു. കാലാസിംഗ തന്റെ രോഗിയായ വാഹനത്തെ പരിചരിക്കുകയും. ''ഞങ്ങളിൽ നിന്ന് പിടിച്ചുപറിക്കുന്ന ആ പണമൊക്കെ നീ എന്താണ് ചെയ്യുന്നത്? അതൊക്കെ ബോംബെക്കയയ്ക്കുകയാണോ?''

''ഇങ്ങനത്തെ തമാശകളൊന്നും പറയാതെ സഹോദരാ. ആരെങ്കിലും വന്ന് എന്നെ കൊല്ലുന്നത് നിനക്ക് കാണണോ. എന്ത് പണം? ഞാൻ ബോംബെയിൽ നിന്നല്ല വന്നതെന്ന് നിനക്കറിയാം. അത് ബനിയകളുടെ നാടാണ്. ആട്ടിൻ കാട്ടത്തിന്റെ വിലയില്ലാത്ത ബനിയകൾ. ഗുജറാത്തി മാലിന്യങ്ങളുടെ. പണമുള്ളവർ അവരാണ്. അവരുടെ സഹോദരങ്ങളാണീ രക്തം കുടിക്കുന്ന ബോഹ്റകൾ. അവരൊക്കെ എങ്ങനെയാണ് പണമുണ്ടാക്കുന്നതെന്ന് നിനക്കറിയാമോ? പലിശയ്ക്ക് കൊടുത്തും വഞ്ചിച്ചും. കഷ്ടപ്പെടുന്ന ഏതെങ്കിലും വ്യാപാരിക്ക് ഉയർന്ന പലിശയും കൂട്ടുപലിശയുമൊക്കെ ഈടാക്കി കടം കൊടുക്കും. ഏറ്റവും ചെറിയ ന്യായം പറഞ്ഞ് അവരുടെ വസ്തുക്കൾ പിടിച്ചെടുക്കുകയും ചെയ്യും. അതാണവരുടെ പ്രത്യേകത. വിഴുപ്പുകളാണവർ. അതിനാൽ അത്തരം കൃമികളുമൊത്ത് എന്നെ കൂട്ടിക്കെട്ടരുതെന്ന് അഭ്യർത്ഥിക്കുന്നു.''

''നിങ്ങളൊക്കെ ഒന്ന് തന്നെയല്ലേ? ഇന്ത്യക്കാരല്ലേ? എല്ലാവരും ബനിയകളും ചതിയന്മാരും നുണയന്മാരുമല്ലേ?''

അത് കേട്ട് കാലാസിംഗ വ്യസനിച്ചു. ''നീ എന്റെ സഹോദരനല്ലായിരുന്നെങ്കിൽ, വർഷങ്ങളായി പരിചയമില്ലായിരുന്നെങ്കിൽ, നിന്നെ ഞാനിപ്പോൾ തല്ലിക്കൊന്നേനേ. നീ എന്നെ പ്രകോപിപ്പിക്കാനുള്ള ശ്രമമാണെന്ന് എനിക്കറിയാം. അതിനാൽ കൂടിയാണ് ഞാൻ കോപം നിയന്ത്രിക്കുന്നത്. ഞാനങ്ങനെ അപമര്യാദയായി പെരുമാറുന്നത്

കണ്ട് ആസ്വദിക്കാനുള്ള ഒരു അവസരം നിനക്കുണ്ടാക്കില്ല. പക്ഷേ വല്ലാതെ അതിരു കടക്കരുത് സുഹൃത്തേ. ഒരു സിങ്ങിനങ്ങനെ അധിക്ഷേപങ്ങൾ അധിക നേരം കേട്ട് നിൽക്കാനാകില്ല.''

''നിന്നോടാരെങ്കിലും നിശ്ശബ്ദനായിരിക്കാൻ പറയുന്നുണ്ടോ? കാലാസിംഗമാർക്ക് ആസനത്തിൽ നീളൻ മുടിയുണ്ടാകും എന്നൊക്കെ ഞാൻ കേട്ടിട്ടുണ്ട്. ഒരു കാലാസിംഗ ഒരിക്കൽ തന്നെ പ്രകോപിപ്പിച്ച ഒരുവനെ അതിലൊന്ന് പറിച്ചെടുത്ത് വരിഞ്ഞുകെട്ടാനുപയോഗിച്ചു എന്നൊരു കഥയും കേട്ടിട്ടുണ്ട്.''

''ഞാൻ നല്ല ക്ഷമയുള്ളവനാണ് സുഹൃത്തേ. പക്ഷേ എന്നെ പ്രകോപിപ്പിക്കാൻ തന്നെയാണുദ്ദേശ്യമെങ്കിൽ പിന്നെ രക്തം രുചിക്കാതെ ഞാൻ അടങ്ങില്ല.'' കാലാസിംഗ വിഷണ്ണതയോടെ പറഞ്ഞു. യൂസുഫിനെ നോക്കി. തലയാട്ടി. അനുകമ്പ യാചിച്ചു. ''ഞാൻ കുപിതനായാൽ പിന്നെ എന്താകും എന്ന് എപ്പോഴെങ്കിലും നീ കേട്ടിട്ടുണ്ടോ?'' അയാൾ യൂസുഫിനോട് ചോദിച്ചു. ''ഞാനൊരു സിംഹമാകും. ഗർജ്ജിക്കുന്ന സിംഹം.''

''ആ പയ്യനെ വെറുതെ ഭയപ്പെടുത്തണ്ട.'' ഹമീദ് ചിരിച്ചു. ''രോമാവൃതനായ കാഫിറാണ് നീ. നിങ്ങളൊക്കെ നുണയന്മാരല്ലാതെ മറ്റൊന്നുമല്ല. ബനിയകളെല്ലാം അങ്ങനെയാണ്. ഗർജ്ജിക്കുന്ന സിംഹം വന്നിരിക്കുന്നു! ശരി ശരി. ആ സ്പാനർ താഴെ വച്ചേക്ക്. വെറുതെ തമാശ കളിച്ച് എന്റെ കുട്ടികളെ അനാഥരാക്കാൻ ഞാനില്ല. എന്തായാലും സത്യസന്ധതയോടെ ഒരു കാര്യം പറയ്. നമ്മൾ ദീർഘകാലമായി സുഹൃത്തുക്കളല്ലേ. നമ്മൾ തമ്മിൽ രഹസ്യങ്ങളുമില്ല. നീ സമ്പാദിക്കുന്ന പണമൊക്കെ എന്ത് ചെയ്യുന്നു? പെണ്ണുങ്ങൾക്ക് കൊടുക്കുകയാണോ? ഞാനുദ്ദേശിച്ചത് നീ എവിടേയും ചിലവാക്കുന്നത് ഞാൻ കണ്ടിട്ടില്ല എന്നാണ്. നിന്റെ വീടെന്ന് പറയുന്നത് കുറേ കേടുവന്ന കാറുകളാണ്. ബന്ധുക്കളൊന്നുമില്ല. നിനക്ക് ചുറ്റിലുമുള്ളതെല്ലാം ദാരിദ്ര്യം പിടിച്ചതാണെന്ന തോന്നലുണ്ടാക്കുന്നു. നിന്റെ വർക്ക്ഷോപ്പിൽ വാറ്റുന്ന വിലകുറഞ്ഞ ചാരായമല്ലാതെ ഒന്നും കുടിക്കില്ല. ചൂതാട്ടമില്ല. അപ്പോൾ പിന്നെ പെണ്ണുങ്ങൾ തന്നെയാകണ്ടെ?''

''പെണ്ണ്! എനിക്ക് പെണ്ണൊന്നുമില്ല.''

ഹമീദ് പൊട്ടിച്ചിരിച്ചു. കാലാസിംഗയുടെ സ്ത്രീ സന്ദർശനങ്ങളെക്കുറിച്ചുള്ള കഥകൾ അയാൾ കേട്ടിട്ടുണ്ട്. അതെല്ലാം കാലാസിംഗ തന്നെ പറഞ്ഞ് തുടങ്ങിയ കഥകളാണ്. മറ്റുള്ളവർ അതിനു പൊടിപ്പും തൊങ്ങലും ചാർത്തി. ഈ കഥകളിലെല്ലാം കാലാസിംഗയ്ക്ക് ഉത്തേജനം വളരെ സാവധാനത്തിലേ സംഭവിക്കൂ. അത് കൂടെക്കിടക്കുന്ന പെണ്ണിനെ നിരാശയാക്കും. എന്നാൽ ഒരിക്കൽ അയാളുടെ ലിംഗം ഉദ്ധരിച്ച് കഴിഞ്ഞാൽ പിന്നെ അതുണർന്ന് തന്നെയിരിക്കും.

“നിനക്കറിയണോ ഞാനെന്ത് ചെയ്യുന്നു എന്ന് കഴുതേ. പഞ്ചാബിലുള്ള എന്റെ സഹോദരങ്ങൾക്ക് അയച്ചുകൊടുക്കും. അവിടെ കുടുംബത്തിനിത്തിരി ഭൂമിയുണ്ട്. അവരാണത് പരിപാലിക്കുന്നത്. അതല്ലേ നിനക്കറിയേണ്ടിയിരുന്നത്? പണം എന്ത് ചെയ്യുന്നുവത്രെ. എന്ത് പണം. എന്റെ കച്ചവടമാണത്.” കാലാസിംഗ ഒച്ചയിട്ടു. വാനിന്റെ ബോണറ്റിൽ ആഞ്ഞടിച്ചു. ഹമീദ് അത് കേട്ട് സന്തോഷത്തോടെ ചിരിച്ചു. വീണ്ടും സംസാരിക്കാനൊരുങ്ങി. അതിനു മുമ്പ് കാലാസംഗ വാനിനകത്തേക്ക് ഊളയിട്ടു. എഞ്ചിൻ സ്റ്റാർട്ട് ചെയ്തു.

സായാഹ്നത്തിൽ അവർ മലനിരകൾ തുടങ്ങുന്നിടത്തുള്ള കുന്നിൻ ചരുവിലെ ഒരു ഗ്രാമത്തിലെത്തി. അന്ന് അവിടെ താമസിക്കാൻ തീരുമാനിച്ചു. പിറ്റേന്ന് യാത്ര തുടങ്ങുന്നതിനു മുമ്പ് കുറച്ച് കച്ചവടവും നടക്കും. ഒരു അത്തിമരത്തിനു കീഴെ കാലാസിംഗ വാഹനം പാർക്ക് ചെയ്തു. അതിനരികിൽ മലനിരകളിൽ നിന്നൊഴുകി വരുന്ന ഒരു അരുവിയുണ്ട്. കാൽമുട്ടുവരെ വെള്ളമുണ്ടതിന്റെ കരകളിൽ. നല്ല പച്ചപ്പുല്ലുമുണ്ട്. യുസുഫ് വസ്ത്രമുരിഞ്ഞ് നദിയിലേക്കെടുത്ത് ചാടി. വെള്ളത്തിന്റെ തണുപ്പടിച്ചപ്പോൾ ഓളിയിട്ടു. കുറച്ച് സമയം അതിനകത്ത് കിടന്നു. അധികം താമസിയാതെ ശരീരം മുഴുക്കെ മരവിക്കുന്നതറിഞ്ഞു. മലമുകളിലെ മഞ്ഞുരുകി വരുന്ന വെള്ളമാണതെന്ന് കാലാസിംഗ അവനോട് പറഞ്ഞു. അവിടെ ധാരാളം വൃക്ഷങ്ങളും പുല്ലുമുണ്ടായിരുന്നു. അവിടെ അവർ തമ്പടിച്ചു. അന്തരീക്ഷത്തിൽ കിളികളുടെ സ്വരം നിറഞ്ഞ് നിന്നു. അരുവിയുടെ സ്വരം അതിനകമ്പടിയായി.

യൂസുഫ് നദിക്കരയിലൂടെ കുറച്ച് ദൂരം നടന്നു. അരുവിയിൽ കണ്ട പാറക്കെട്ടുകളിൽ ചവുട്ടി നടന്നു. മറുകരയിൽ, തുറന്ന മൈതാനിക്കും അപ്പുറത്ത് അവൻ ഒരു വാഴത്തോട്ടത്തിന്റെ അവശിഷ്ടം കണ്ടു. കുറച്ചുകൂടി നടന്നപ്പോൾ ഒരു വെള്ളച്ചാട്ടത്തിനരികിലെത്തി. അവൻ അവിടെ നിന്നു. ആ സ്ഥലത്തിനെന്തോ മാന്ത്രികതയുണ്ട്. നിഗൂഢതയുണ്ട്. ഒരു കരുണയുണ്ട്. വലിയ ചിത്രപ്പുല്ലുകളും മുളകളും വെള്ളത്തിലേക്ക് ചാഞ്ഞ് നിൽക്കുന്നു. വെള്ളച്ചാട്ടത്തിനു പുറകിലുള്ള പാറകളിലെ വിടവ് ഒരു ഗുഹപോലെ അവനു തോന്നി. അവിടെ നിർഭാഗ്യവാന്മാരായ രാജകുമാരന്മാർ നിധികൾ ഒളിപ്പിച്ചിട്ടുണ്ടാകാം. അവൻ തന്റെ ശരീരത്തിൽ സ്പർശിച്ചു. വസ്ത്രമെല്ലാം നനഞ്ഞിരിക്കുന്നു. നനഞ്ഞ് കുതിർന്നിരിക്കുന്നു. എന്നാലും അവിടെ നിൽക്കുമ്പോൾ, അവിടേക്ക് തെറിച്ചെത്തുന്ന ജലകണങ്ങൾക്ക് കീഴെ നിൽക്കുമ്പോൾ വല്ലാത്തൊരു ആനന്ദം ലഭിക്കുന്നു. ഒന്ന് ശ്രദ്ധിച്ചാൽ ഈ വെള്ളച്ചാട്ടത്തിനപ്പുറത്തുനിന്നൊരു മൂളിപ്പാട്ട് കേൾക്കാനാകും എന്നവൻ കരുതി. നദിയുടെ ദൈവത്തിന്റെ ശ്വസനസ്വരം കേൾക്കാനാകുമെന്ന് കരുതി. കുറേ നേരം അവനവിടെ ചിലവിട്ടു.

പിന്നെ വെയിൽ മങ്ങാൻ തുടങ്ങി. വവ്വാലുകളുടേയും രാത്രിസഞ്ചാരികളായ പക്ഷികളുടേയും നിഴലുകൾ പ്രത്യക്ഷപ്പെട്ടു തുടങ്ങി. ദൂരെ നിന്ന് ഹമീദ് അവനെ മാടി വിളിക്കുന്നത് കണ്ടു.

യൂസുഫ് തിരക്കിട്ട് അയാൾക്കരികിലേക്ക് നടന്നു. പാറക്കെട്ടുകൾ ചാടിക്കടന്നു. കാലുകൊണ്ട് വെള്ളം തെറിപ്പിച്ചോടി. ഹമീദിനരികിലെത്തിയപ്പോഴേക്കും അവൻ വല്ലാതെ കിതച്ചിരുന്നു. ഹമീദിനു മുന്നിൽ നിൽക്കുകയല്ലാതെ അവന് മറ്റൊന്നും ചെയ്യാനായില്ല. കിതച്ചും ചിരിച്ചും അവനവിടെ നിന്നു.

''ആകെ നനഞ്ഞിരിക്കുന്നു നീ.'' ഹമീദ് പറഞ്ഞു. ചിരിച്ചു. യൂസുഫിന്റെ പുറത്ത് തട്ടി. ''വാ...ഭക്ഷണം കഴിക്കാം. ഇരുട്ടാകുന്നതിനു മുമ്പ് എല്ലാം പൂർത്തിയാക്കാം. രാത്രിയായൽ തണുപ്പ് കൂടും.''

''വെള്ളച്ചാട്ടമുണ്ടവിടെ?'' യൂസുഫ് പറഞ്ഞു. വീണ്ടും കിതച്ചു. ''സുന്ദരമാണത്.''

''എനിക്കറിയാം.'' ഹമീദ് പറഞ്ഞു.

അവർക്ക് മുന്നിൽ നിഴലിനു കനം വച്ചു തുടങ്ങി. ആ നിഴലിലൂടെ ഒരാൾ പ്രത്യക്ഷപ്പെട്ടു. നല്ല നീല നിറത്തിലുള്ള ജഴ്സിയും ചുമലിൽ തുകൽ ചട്ടകളും ധരിച്ചിരിക്കുന്നു അയാൾ. കാക്കി ട്രൗസറുമുണ്ട്. യൂറോപ്പുകാരുടെ ഔദ്യോഗിക വേഷം. അവർ അരികിലേക്കെത്തിയപ്പോൾ അയാൾ തന്റെ കാലിനു പുറകിൽ നിന്ന് ഒരു വടിയെടുത്തു. അയാളുടെ ഗന്ധം അറിയാവുന്നത്ര അരികിലേക്കവർ എത്തിയപ്പോൾ അയാളുടെ മുഖത്ത് വിലങ്ങനെയുള്ള പാടുകളുണ്ടെന്ന് യൂസുഫ് കണ്ടു. അതിലൊന്ന് കവിളിൽ, കണ്ണിന്റെ ഒരു മൂലയിൽ നിന്ന് ചുണ്ട് വരെ നീളത്തിലാണ്. കീറിപ്പഴകിയ വസ്ത്രങ്ങളാണയാൾ ധരിച്ചിരിക്കുന്നത്. അതിൽ നിന്ന് പുകയുടേയും ചാണകത്തിന്റേയും ഗന്ധം വരുന്നു. അയാളുടെ കണ്ണിൽ നിന്ന് വിളർത്തതും ഭയാനകവുമായ ഒരു തെളിച്ചം വരുന്നു.

ഹമീദ് അഭിവാദ്യത്തിനായി കൈ ഉയർത്തി. സലാം അലൈക്കും പറഞ്ഞു. അയാൾ മുരണ്ടു. മറുപടി പറയുന്നതിനിടയിൽ കയ്യിലെ വടിയുയർത്തി. ''എന്താണിവിടെ ചെയ്യുന്നത്. നിനക്കെന്താണ് വേണ്ടത്? മടങ്ങിപ്പോ.''

''ഞങ്ങളിവിടെ തമ്പടിച്ചു.'' ഹമീദ് പറഞ്ഞു. അയാൾ ഭയന്നിരിക്കുന്നു എന്ന് യൂസുഫിനു മനസ്സിലായി. ''ബുദ്ധിമുട്ടൊന്നുമുണ്ടാക്കില്ല സഹോദരാ. ഈ യുവാവ് ആ വെള്ളച്ചാട്ടമൊന്ന് കാണാൻ പോയതാണ്. ഞങ്ങൾ തമ്പിലേക്ക് മടങ്ങുകയാണ്.''

''നിങ്ങളെന്തിനാണിവിടേക്ക് വന്നത്? ബ്വാനയ്ക്ക് ഇവിടെ നിങ്ങൾ വരുന്നത് ഇഷ്ടമല്ല. ഇവിടെ തമ്പടിക്കുന്നതോ വെള്ളച്ചാട്ടത്തിലേക്ക് പോകുന്നതോ ഒന്നും ഇഷ്ടമല്ല. നിങ്ങൾ ഇവിടേക്ക്

വരുന്നതേ ഇഷ്ടമല്ല.''അയാൾ അവരെ തുറിച്ച് നോക്കി പറഞ്ഞു. അയാളുടെ കണ്ണിൽ വെറുപ്പുണ്ടായിരുന്നു.

''ബ്വാനയോ?'' ഹമീദിനു മനസ്സിലായില്ല.

അയാൾ തന്റെ കയ്യിലുണ്ടായിരുന്ന വടി യൂസുഫ് വന്ന വഴിയിലേക്ക് ചൂണ്ടി. അവിടെ അധികം ഉയരമില്ലാത്ത ഒരു കെട്ടിടം കണ്ടു. അവർ നോക്കി നിൽക്കെ അതിലെ ഒരു ജാലകത്തിൽ വിളക്ക് തെളിഞ്ഞു. ആ മനുഷ്യൻ അവരെ തന്നെ തുറിച്ച് നോക്കി നിൽക്കുകയായിരുന്നു. അവർ പോകാനായി കാത്ത് നില്പായിരുന്നു. അയാളുടെ കണ്ണിൽ വിഷാദമുണ്ടെന്ന് യൂസുഫ് കരുതി. അവയ്ക്ക് കാഴ്ചയേയില്ല എന്നും തോന്നി.

''പക്ഷേ, പണ്ടൊക്കെ ഇവിടെയാണ് ഞങ്ങൾ തമ്പടിക്കാറുള്ളത്.'' ഹമീദ് പ്രതിഷേധിച്ചു.

''ബ്വാനയ്ക്ക് നിങ്ങളെ ഇഷ്ടമല്ല. പുറത്ത് പോ.'' അയാൾ പരുഷസ്വരത്തിൽ ആജ്ഞാപിച്ചു.

''ഞാൻ പറയട്ടെ സുഹൃത്തേ'' ഹമീദ് പെട്ടെന്ന് വ്യാപാരിയായി. ''ഞങ്ങൾ നിന്റെ ബ്വാനയ്ക്കൊരു ശല്യവും ചെയ്യില്ല. വാ. വന്ന് ഞങ്ങൾക്കൊപ്പം ഒരു ചായ കഴിക്ക്. എന്നിട്ട് ഞങ്ങളെന്തൊക്കെ ചെയ്യുന്നു എന്നൊന്ന് കാണ്.''

അയാൾ പെട്ടെന്ന് എന്തൊക്കെയോ പറഞ്ഞു. വാക്കുകൾ അയാളിൽ നിന്ന് കുത്തിയൊഴുകി. അയാൾ അപ്പോൾ ഉപയോഗിച്ച ഭാഷ യൂസുഫിനപരിചിതമായിരുന്നു. അവർ കുറച്ച് നേരം അയാളെ നോക്കി നിന്നു. ഹമീദ് ചുമലൊന്ന് കുലുക്കി. ''ശരി. എങ്കിൽ നമുക്ക് പോകാം. ഇവന്റെ ബ്വാനയ്ക്ക് അയാൾ ഈ ലോകത്തിന്റെ അധിപനാണെന്നാണ് വിചാരം'' എന്ന് പറഞ്ഞു. അവർ തമ്പിലെത്തി. കാലാസിംഗ കുറച്ച് അരി വേവിച്ചിരുന്നു. ചായയുമുണ്ടാക്കിയിട്ടുണ്ട്. ഹമീദ് ഈന്തപ്പഴത്തിന്റെ ഒരു പൊതിയെടുത്തു. ഉണങ്ങിയ മീനെടുത്തു. അത് അവർ കനലിൽ ചുട്ടു. വടിയുമായെത്തിയ മനുഷ്യനെക്കുറിച്ച് അവർ കാലാസിംഗയോട് പറഞ്ഞു.

''മസുൻഗു ഇവിടെയാണ് താമസിക്കുന്നത്.'' കാലസിംഗ പറഞ്ഞു. ദീർഘമായ കീഴ്ശ്വാസം വിട്ടു. ''തെക്കുനിന്നുള്ള ഒരു യൂറോപ്പുകാരനാണയാൾ. സർക്കാർ ഉദ്യോഗസ്ഥനാണ്. അയാളുടെ ജനറേറ്റർ നന്നാക്കിക്കൊടുത്തത് ഞാനാണ്. വല്ലാതെ ശബ്ദമുണ്ടാക്കുന്ന ഒന്നാണത്. വളരെ പഴയത്. പുതിയതൊന്ന് വേണമങ്കിൽ ഞാൻ കൊണ്ടുവന്ന് കൊടുക്കാമെന്ന് പറഞ്ഞുനോക്കി. അതയാൾക്ക് ഇഷ്ടപ്പെട്ടില്ല. അയാൾ കോപിച്ചു. ചുവന്നു. ഒച്ചയിട്ടു. കൈക്കൂലി ലഭിക്കാൻ വേണ്ടിയുള്ള ശ്രമമാണെന്നേത് എന്ന് പറഞ്ഞു. എനിക്കതിൽ നിന്ന് ഒരു ചെറിയ കമ്മീഷൻ കിട്ടുമായിരിക്കാം. അതൊന്നും ഉറപ്പില്ല. അതിൽ തെറ്റൊന്നുമില്ലല്ലോ. അതൊരു നാട്ടുനടപ്പല്ലേ. പക്ഷേ

അയാളെന്നെ വൃത്തികെട്ട കൂലി എന്ന് വിളിച്ചു. വൃത്തികെട്ട കൂലി. കള്ളൻ. തന്തയില്ലാത്തവൻ. അപ്പോഴേക്കും അയാളുടെ നായ്ക്കളും അയാൾക്കൊപ്പം ചേർന്നു. വൂ വൂ എന്ന് ഒച്ചയുണ്ടാക്കാൻ തുടങ്ങി. കുറേയെണ്ണമുണ്ടവ. ശരീരം നിറയെ രോമമുള്ളവ. വലിയ പല്ലുള്ളവ.''

''നായ്ക്കൾ'' ഹമീദ് സ്വരം താഴ്ത്തി പറഞ്ഞു. അയാളെന്താണർത്ഥം വച്ചതെന്ന് യൂസുഫിനു മനസ്സിലായി.

''അതെ. വലിയ നായ്ക്കൾ.'' കാലാസിംഗ എഴുന്നേറ്റ് നിന്ന് കൈ നീട്ടിക്കാണിച്ചു. മുരണ്ടു. ''മഞ്ഞക്കണ്ണുകളും വെള്ളി നിറമുള്ള രോമങ്ങളുമുള്ളവ. മുസ്ലീമുങ്ങളെ നായാടൻ പരിശീലനം ലഭിച്ചവ. അവയുടെ കുരയുടെ അർത്ഥം നിനക്ക് മനസ്സിലാകുന്നെങ്കിൽ അതി ങ്ങനെയാകും... എനിക്ക് അല്ലാഹുവിന്റെയാളുകളെ ഇഷ്ടമാണ്. എനിക്ക് മുസ്ലീമുങ്ങളുടെ മാംസം കൊണ്ട് വന്ന് തരൂ.''

ആ തമാശ കാലാസിംഗ സ്വയം ആസ്വദിച്ചു. തുടക്കടിച്ചു. ഹമീദ് അയാളെ തെറിവിളിച്ചു. ഭ്രാന്തൻ, കള്ളൻ, തന്തയില്ലാത്തവൻ, രോമാവൃതനായ കാഫിർ എന്നൊക്കെ വിളിച്ചു. അതൊന്നും കാലാസിംഗയെ അധൈര്യപ്പെടുത്തിയില്ല. അയാൾ ഇടയ്ക്കിടെ മുരളാനും കുരയ്ക്കാനും തുടങ്ങി. എന്നിട്ട് വീണ്ടും ചിരിക്കാനും. ഇതിലും വലിയ തമാശ ആസ്വദിച്ചിട്ടേയില്ല എന്ന മട്ടിൽ ചിരിക്കാനും.

''നിർത്ത് വൃത്തികെട്ട കൂലീ. നീ വല്ലാതെ അതിരു കടക്കുന്നു. ഈ ശബ്ദം കേട്ടാൽ ആ യൂറോപ്പുകാരന്റെ നായ്ക്കളെല്ലാം ഒന്നിച്ചെത്തും... രണ്ടുകാലുള്ള നായയുമെത്തും. നിർത്ത് രോമം നിറഞ്ഞ ബനിയാ.'' കാലസിംഗ നിർത്തുന്നില്ലെന്ന് കണ്ടപ്പോൾ ഹമീദ് കോപിച്ചു.

''ബനിയയോ? ഞാൻ പറഞ്ഞതല്ലേ അങ്ങനെ വിളിക്കരുതെന്ന്.'' കാലാസിംഗയ്ക്കത് ഇഷ്ടമായില്ല. അയാൾ ഒരു വടിയോ അല്ലെങ്കിൽ മറ്റെന്തെങ്കിലും ആയുധമോ ലഭിക്കുമോ എന്ന് തിരഞ്ഞു. ചായ തിളയ്ക്കുന്ന പാത്രത്തിലേക്ക് കണ്ണെത്തി. ''നിങ്ങൾ മുസ്ലീമുകൾക്ക് നായ്ക്കളെ പേടിയാണെന്നത് എന്റെ കുറ്റമാണോ? അതിനർത്ഥം എന്റെ രക്തത്തെ കുറ്റപ്പെടുത്തണമെന്നാണോ? നീ എപ്പോഴൊക്കെ ആ വാക്ക് ഉച്ചരിക്കുന്നോ അപ്പോഴൊക്കെ എന്റെ കുടുംബത്തെ അപമാനിക്കുകയാണ്. ഇനി ആവർത്തിക്കരുത്.''

അത്രയുമായപ്പോഴേക്കും ശാന്തി പുനഃസ്ഥാപിക്കപ്പെട്ടു. അവർ ഉറങ്ങാൻ തയ്യാറെടുത്തു. കാലാസിംഗ തന്റെ വാനിനരികിലാണ് പായ വിരിച്ചത്. ഹമീദ് അയാൾക്കരികിൽ ചെന്ന് കിടന്നു. യൂസുഫ് തന്റെ പായ ആകാശം കാണാവുന്ന വിധത്തിൽ വിരിച്ചു. മറ്റ് രണ്ടു പേരും കിടന്നതിൽ നിന്ന് കുറച്ച് ദൂരെ. കാലാസിംഗ കീഴ്ശ്വാസം വിട്ടാൽ അതറിയാതിരിക്കാനാകുന്നത്ര ദൂരെ. എന്നാൽ അവരുടെ സംഭാഷണം കേൾക്കാനാകുന്നത്രയും അടുത്ത്. അവർ നിശ്വസിച്ചു.

സംതൃപ്തിയുടെ മുരൾച്ചയുണ്ടായി. ആ നിശ്ശബ്ദതയിൽ യൂസുഫ് ഉറക്കത്തിലേക്ക് വഴുതി.

''സ്വർഗ്ഗം എന്നാൽ ഇതുപോലെയൊക്കെയാകും എന്ന് ചിന്തിക്കുന്നത് സന്തോഷകരമല്ലേ?''

ഹമീദാണത് ചോദിച്ചത്. അരുവിയുടെ പശ്ചാത്തല സംഗീതത്തിലേക്കാണാ ചോദ്യമെറിഞ്ഞത്. ''നമുക്കാലോചിക്കാവുന്നതിലും സുന്ദരങ്ങളാണ് വെള്ളച്ചാട്ടങ്ങൾ. ഇതിലും സുന്ദരമായവയുണ്ട് യൂസുഫ്. നിനക്കവയെ ഭാവനയിൽ കാണാനാകുമോ? സ്വർഗ്ഗത്തിലെ നാലു നദികളിൽ നിന്നാണ് ഭൂമിയിലേക്കുള്ള വെള്ളമൊക്കെയെത്തുന്നത് എന്ന് നിനക്കറിയാമോ. നാലു ദിശകളിലേക്കാണവ ഒഴുകുന്നത്. തെക്ക്, വടക്ക്, കിഴക്ക്, പടിഞ്ഞാറ്. അങ്ങനെ അല്ലാഹുവിന്റെ പൂന്തോട്ടത്തെ അവ നാലായി വിഭജിക്കുന്നു. അതുകൊണ്ട് എല്ലായിടത്തും വെള്ളമുണ്ടാകും. വിശ്രമസ്ഥാനങ്ങളിൽ, പഴത്തോട്ടങ്ങളിൽ, മട്ടുപ്പാവുകളിൽ, വനത്തിൽ ഒക്കെ.''

''എവിടെയാണീ തോട്ടം?'' കാലാസിംഗ ചോദിച്ചു. ''ഇന്ത്യയിലാണോ? ഇന്ത്യയിൽ ഞാൻ കുറേയേറെ തോട്ടങ്ങളും വെള്ളച്ചാട്ടങ്ങളും കണ്ടിട്ടുണ്ട്. ഇതാണോ നിങ്ങളുടെ സ്വർഗ്ഗം? ഇവിടെയാണോ ആഗാ ഘാൻ ജീവിക്കുന്നത്?''

''ദൈവം ഏഴ് സ്വർഗ്ഗങ്ങൾ സൃഷ്ടിച്ചു.'' ഹമീദ് കാലാസിംഗയുടെ ചോദ്യം അവഗണിച്ചു. യൂസുഫ് കിടന്നിരുന്നിടത്തേക്ക് തല തിരിച്ചു. അയാളുടെ സ്വരം കൂടുതൽ മൃദുവാകുന്നുണ്ടായിരുന്നു. ''പറുദീസ ഏഴാമത്തേതാണ്. അതിനും ഏഴ് നിലകളുണ്ട്. ഏറ്റവും മുകളിൽ ജന്നത്ത് അൽ ആദ്ൻ. അത് ഏദൻ തോട്ടമാണ്. രോമം നിറഞ്ഞ അവിശ്വാസികൾക്ക് അവിടേക്ക് പ്രവേശനമില്ല. ആയിരം സിംഹങ്ങളെപ്പോലെ ഗർജ്ജിച്ചാലും പ്രവേശനം ലഭിക്കില്ല.''

''അതുപോലെയുള്ള തോട്ടങ്ങൾ ഇന്ത്യയിലുമുണ്ട്. ഏഴല്ല എട്ടും അതിലധികവും നിലകളുള്ളത്. മൊഗൾ കാടന്മാർ നിർമ്മിച്ചത്. അവർ മട്ടുപ്പാവുകളിൽ മദ്യപാനമഹോത്സവങ്ങൾ നടത്താറുണ്ട്. തോട്ടത്തിൽ മൃഗങ്ങളെ വളർത്തി, അവർക്ക് തോന്നുമ്പോൾ നായാടാറുണ്ട്. അതിനാൽ അതാകണം പറുദീസ. നിങ്ങളുടെ പറുദീസ ഇന്ത്യയിലാണ്. ഇന്ത്യ സത്യത്തിൽ വളരെ ആത്മീയമായ ഒരു സ്ഥലമാണ്.''

''പറുദീസ ഇന്ത്യയിൽ സ്ഥാപിക്കാൻ നീയെന്താ ദൈവത്തിനു ഭ്രാന്താണെന്ന് കരുതിയോ?'' ഹമീദ് ചോദിച്ചു.

''ഉവ്വ്. ഒരുപക്ഷേ അദ്ദേഹത്തിന് അതിലും സുന്ദരമായ മറ്റൊരു സ്ഥലം കണ്ടെത്താനായിട്ടുണ്ടാകില്ല. ശരിക്കുള്ള പൂന്തോട്ടങ്ങൾ ഇപ്പോഴും ഈ മണ്ണിലുണ്ട് എന്ന് ഞാൻ കേട്ടിട്ടുണ്ട്.''

‘‘കാഫിർ. ഏത് പൊട്ടക്കഥയും നീ വിശ്വസിക്കും.’’

‘‘പുസ്തകങ്ങളിൽ വായിച്ചതാണ്. ആത്മീയ പുസ്തകങ്ങളിൽ. നിനക്ക് വായിക്കാനറിയാമോ കച്ചവടക്കാരാ?’’

ഹമീദ് ചിരിച്ചു. ‘‘നൂഹ് നബിയുടെ കാലങ്ങളിൽ അല്ലാഹു വെള്ളപ്പൊക്കം സൃഷ്ടിച്ചു എന്നും പറുദീസയിലെ തോട്ടം അപ്പോൾ വെള്ളപ്പൊക്കത്തിനെത്താനാകാത്തിടത്തായിരുന്നു എന്നും ഞാൻ കേട്ടിട്ടുണ്ട്. അതിനാൽ അതിനു കേടുപാടുകളൊന്നും സംഭവിച്ചില്ല എന്ന്. അപ്പോൾ ആ തോട്ടം ഇന്നുമുണ്ടാകും. പക്ഷേ അതിന്റെ പടിവാതിൽക്കൽ കുത്തിയൊലിക്കുന്ന വെള്ളമുണ്ട്. വലിയ തീഗോളവുമുണ്ട്. അതുവഴി മനുഷ്യർക്ക് കടന്ന് ചെല്ലാനാകില്ല.’’

‘‘ആ തോട്ടം ഭൂമിയിലായിരുന്നു എങ്കിലെന്നൊന്ന് സങ്കല്പിച്ച് നോക്ക്.’’ ദീർഘമൗനത്തിനു ശേഷം കാലാസിംഗ പറഞ്ഞു. ഹമീദ് അപ്പോൾ കളിയാക്കുന്ന ഒരു സ്വരം പുറപ്പെടുവിച്ചു. കാലാസിംഗ അത് അവഗണിച്ചു. കുത്തിയൊലിക്കുന്ന ജലം, ആളിക്കത്തുന്ന അഗ്നി എന്നൊക്കെ വളരെ വിശദമായി പ്രതിപാദിക്കപ്പെട്ടതാണ്. ആധികാരികതയോടെ. അയാളാകട്ടെ ഒരു സിഖ് മത വിശ്വാസിയാണ്. യാഥാസ്ഥിതിക സിഖ് മത വിശ്വാസി. അവരുടെ വീടുകളിൽ ഗുരുവിന്റെ അഭിമാന ഗ്രന്ഥമുണ്ട്. അത് വീട്ടിലെ പൂജാമുറിയിലുണ്ടാകും. എന്നാൽ അയാളുടെ അച്ഛൻ സഹിഷ്ണുതയുള്ളവനായിരുന്നു. വീടിനകത്ത് ഗണേശന്റെ ഒരു പിച്ചള പ്രതിമയും യേശുവിന്റെ ഒരു ചിത്രവും വിശുദ്ധ ഖുറാന്റെ ഒരു ചെറുപതിപ്പും അദ്ദേഹം അനുവദിച്ചിരുന്നു. അതിനാൽ കുത്തിയൊലിക്കുന്ന ജലം, ആളിക്കത്തുന്ന തീ എന്നിവയുടെയൊക്കെ കരുത്തെന്തെന്ന് കാലാസിംഗയ്ക്കറിയാം.

‘‘ആ തോട്ടം ഭൂമിയിലാണെന്ന് ചിലരൊക്കെ പറയുന്നത് ഞാൻ കേട്ടിട്ടുണ്ട്. ഞാനത് വിശ്വസിച്ചിട്ടില്ല. അതിവിടെയാണെങ്കിലും ആർക്കും അതിലേക്ക് പ്രവേശനം ലഭിക്കില്ല. ബനിയകൾക്ക് പ്രത്യേകിച്ചും.’’ ഹമീദ് ഉറപ്പിച്ച് പറഞ്ഞു.

7

നാലു ദിവസത്തെ യാത്രയായി. വ്യാപാരസാധ്യതകളുള്ള എല്ലാ ഗ്രാമങ്ങളിലും നിർത്തിയായിരുന്നു യാത്ര. അവരങ്ങനെ ഓൾമൊറോഗിലെത്തി. മലനിരകളിലെ സർക്കാർ സ്ഥാപനങ്ങൾ ഇവിടെയാണ്. അവർ പ്രതീക്ഷിച്ചതിലും കൂടുതൽ സമയം ആ യാത്രയ്ക്കെടുത്തു. വണ്ടി ഇടയ്ക്കിടെ കേടുവന്നതാണതിനു കാരണം. അവസാനം വരെ കാലാസിംഗയ്ക്ക് അതിനൊക്കെ ന്യായീകരണമുണ്ടായിരുന്നു.

പക്ഷേ, അപ്പോഴേക്കും, അയാളെ കളിയാക്കാനുള്ള ഊർജ്ജമൊക്കെ ഹമീദിൽ നിന്ന് ചോർന്ന് പോയിട്ടുണ്ടായിരുന്നു. ''ശരി ശരി... ജല്പനങ്ങൾ അവസാനിപ്പിക്ക്. ഞങ്ങളെ എങ്ങനെയെങ്കിലും അവിടെയെത്തിക്ക്.'' ഹമീദ് പറഞ്ഞു. ഓൾമൊറോഗായിരുന്നു അവരുടെ അവസാന ലക്ഷ്യം. അവിടെ ഒരു ദിവസം ചിലവിട്ടതിനു ശേഷം മടങ്ങും. പണ്ടൊക്കെ നല്ല ജനവാസമുള്ള ഒരിടമായിരുന്നു അത്. ശരീരം മുഴുക്കെ ചുവപ്പ് ചായം തേയ്ക്കുന്ന കാലിമേയ്ക്കൽ തൊഴിലായവരുടെ സ്ഥലം. അതിനാലാണിവിടെ കാർഷിക കാര്യങ്ങൾക്കായി ഒരു സർക്കാർ ഓഫീസ് തുടങ്ങിയത്. അങ്ങനെ ഒരു സ്ഥാപനം അവിടെ തുടങ്ങിയാൽ അലഞ്ഞ് നടന്ന് കാലിമേയ്ക്കുന്നവർ, അലച്ചിലും രക്തം ചിന്തുന്നതിനോടുള്ള ഇഷ്ടവും അവസാനിപ്പിച്ച് പാലുത്പാദകരാകും എന്ന് സർക്കാർ കരുതി. അതൊന്നും സംഭവിച്ചില്ല. അതിന്റെ കാരണങ്ങളിൽ ലോകത്തിന്റെ ഈ മൂലയിൽ സമൂല പരിഷ്കരണമാഗ്രഹിച്ചെത്തിയ സർക്കാർ അധികാരികളുടെ അക്ഷമയുണ്ടാകും. ജനങ്ങൾ അവിടം വിട്ടു. അതിലവർക്ക് സന്തോഷമേ ഉണ്ടായിരുന്നുള്ളൂ. അവർ താമസം അവിടെ നിന്ന് ദൂരേക്ക് മാറ്റി. വ്യാപാര കാര്യങ്ങൾക്ക് മാത്രം ഓൾമൊറോഗിലെത്തി.

ഹുസൈൻ എന്ന് പേരുള്ള ഒരു സാൻസിബറുകാരനൊപ്പമാണ് ഇവിടെയെത്തിയാൽ ഹമീദ് താമസിക്കാറുള്ളത്. അയാൾ ഇവിടെ ഒരു കട നടത്തുന്നു. ജീവിക്കാനുള്ള വരുമാനമൊക്കെ ആ കട കൊടുക്കുന്നുണ്ട്. കടയ്ക്കകത്ത് കൈകൊണ്ട് കറക്കുന്ന ഒരു തുന്നൽ യന്ത്രമുണ്ട്. അതിൽ അയാൾ തന്റെ ഇടപാടുകാർക്ക് ഷൂക എന്ന് വിളിക്കുന്ന കോണകവും മറ്റ് വസ്ത്രങ്ങളും തുന്നിക്കൊടുക്കുന്നു. കൗണ്ടറിനരികിൽ, ചുമരിനോട് ചേർന്ന് ചായ, പഞ്ചസാര എന്നിവയുടെ പെട്ടിയും ചാക്കും കാണാം. അതുപോലെ കച്ചവടത്തിനുള്ള ചില ചെറിയ വസ്തുക്കളും. നല്ല ഉയരവും മെലിഞ്ഞ ശരീരപ്രകൃതവുമുള്ളവനാണ് ഹുസൈൻ. ജീവിതത്തിൽ അനേകം കഠിനതകളെ തരണം ചെയ്തിട്ടുള്ളവൻ. അയാളുടെ കടയും അതുപോലെ മെലിഞ്ഞ് നീണ്ടതാണ്. കടയുടെ പുറകിൽ ഒറ്റയ്ക്കാണയാൾ താമസം. അതിനാൽ അവരെത്തിയാൽ അയാൾ സാധനങ്ങൾ സൂക്ഷിക്കുന്ന സ്റ്റോർ റൂമിൽ അവർക്ക് ഉറങ്ങാനുള്ള സൗകര്യങ്ങൾ ചെയ്ത് കൊടുക്കും. സംസാരിക്കാനും ലോകവിവരങ്ങളറിയാനും തയ്യാറെടുക്കും. സായാഹ്നമായപ്പോൾ അവർ കടയുടെ പുറത്ത് വന്ന് ഇരുന്നു. സാൻസിബാറിനെക്കുറിച്ചുള്ള ഹുസൈന്റെ സംഭാഷണങ്ങൾക്ക് ചെവി കൊടുത്തു. അതെല്ലാം പറയുക എന്നത് അയാളുടെ ഒരു ആവശ്യമായിരുന്നു. അതവസാനിച്ചപ്പോൾ അവർ വ്യാപാരകാര്യങ്ങളിലേക്ക് കടന്നു. പിന്നെ മലനിരകളിൽ വെളിച്ചമണയുന്നത് കണ്ട് നിശ്ശബ്ദമിരുന്നു.

‘‘അവിടെ ആ വെളിച്ചത്തിനു പച്ച നിറമാണെന്നത് നിങ്ങൾ ശ്രദ്ധിച്ചോ?’’ കുറേ കഴിഞ്ഞപ്പോൾ ഹുസൈൻ ചോദിച്ചു. ‘‘കാലാ സിംഗയോട് ചോദിച്ചിട്ട് കാര്യമൊന്നുമില്ല. അവനൊന്നും ശ്രദ്ധിക്കില്ല. ശ്രദ്ധിക്കണമെങ്കിൽ അതിനു മുകളിൽ ഗ്രീസ് പുരണ്ടിട്ടുണ്ടാകണം. അല്ലെങ്കിലത് വല്ലാതെ ശബ്ദമുണ്ടാക്കണം. എന്താണിനി പരിപാടി സുഹൃത്തേ? കഴിഞ്ഞ തവണ വന്നപ്പോൾ ഒരു ബസ്സു വാങ്ങണ മെന്നും മലനിരകളിലെ ഗ്രാമങ്ങളിലേക്ക് അതോടിക്കണമെന്നു മൊക്കെ പറഞ്ഞതായിരുന്നല്ലോ. ആ ആശയത്തിനെന്ത് പറ്റി?’’ കാലാ സിംഗ ചുമലൊന്ന് കുലുക്കി. മറുപടിയൊന്നും പറഞ്ഞില്ല. അവരുടെ മുഖത്തേക്ക് പോലും നോക്കിയില്ല. ഒരു പാത്രത്തിൽ നിന്ന് അയാൾ യാത്രയിൽ ഒപ്പം കൊണ്ടുവന്ന, അയാൾ തന്നെ വാറ്റിയ, ചാരായം മൊത്തിക്കുടിച്ചുകൊണ്ടിരുന്നു. അവർക്ക് മുന്നിൽ അപൂർവ്വമായേ അയാൾ കുടിക്കാറുള്ളൂ. എന്നാൽ ആരുമില്ലാത്തപ്പോൾ കുപ്പി തുറന്ന് വായിലേക്ക് കമിഴ്ത്തുന്നത് യൂസുഫ് കണ്ടിട്ടുണ്ട്.

‘‘നീ അത് കണ്ടോ യുവാവേ, യൂസുഫ്? ആ വെളിച്ചം നീ ശ്രദ്ധിച്ചോ?’’ ഹുസൈൻ ചോദിച്ചു. ‘‘നിന്റെ ഈ ചന്തം കണ്ടിട്ട് അനേകം പെണ്ണുങ്ങൾക്ക് ഭ്രാന്താകുന്ന ലക്ഷണമുണ്ട്. നീ എന്നോ ടൊപ്പം ഉൻഗൂജയിലേക്ക് വാ. എന്റെ മകളെ കെട്ടിച്ച് തരാം. നീ ആ വെളിച്ചം കണ്ടോ?’’

‘‘കണ്ടു.’’ യൂസുഫ് പറഞ്ഞു. മല കയറുമ്പോൾ തന്നെ ആ മാറ്റം അവൻ ശ്രദ്ധിച്ചിരുന്നു. സാൻസിബാറിനെക്കുറിച്ചു സംസാരിക്കു ന്നതു പോലെ ഇതിനെക്കുറിച്ചും സംസാരിക്കാൻ ഇഷ്ടപ്പെട്ടിരുന്നു, ആഗ്രഹിച്ചിരുന്നു. സാൻസിബാറിനെക്കുറിച്ച് ഹുസൈൻ സംസാ രിച്ചത് കേട്ടപ്പോൾ തന്നെ താൻ ഒരു ദിവസം അവിടേക്ക് പോകും എന്നവൻ തീരുമാനിച്ചു. അതിഗംഭീരമായ ആ സ്ഥലമൊന്ന് കാണണം എന്ന് തീരുമാനിച്ചു.

‘‘മകളെ കെട്ടിച്ചുകൊടുക്കാമെന്ന് പറഞ്ഞതല്ലേ, ഇനിയിപ്പോൾ നിങ്ങളെന്ത് പറഞ്ഞാലും അവൻ ഉവ്വ് എന്നേ പറയൂ.’’ ഹമീദ് ചിരിച്ചു. ‘‘പക്ഷേ വൈകിപ്പോയി എന്ന് തോന്നുന്നു. ഞങ്ങളുടെ മകളെ ഇവന് കെട്ടിച്ചുകൊടുക്കാൻ നിശ്ചയിച്ച് കഴിഞ്ഞു. ഞാനത് പറഞ്ഞില്ലേ ഹുസൈൻ?’’

‘‘നിങ്ങൾ വേണ്ടാത്തത് പറയുന്നു. അവൾക്ക് പത്ത് വയസ്സല്ലേ ആയുള്ളൂ.’’ ഹുസൈൻ പ്രതികരിച്ചു.

‘‘പതിനൊന്ന്. വിവാഹത്തിനു പറ്റിയ പ്രയമാണത്.’’

തന്നെ കളിയാക്കുകയാണെന്ന് യൂസുഫിനു മനസ്സിലായി. എന്നാലും ആ സംസാരം അവനിഷ്ടമായില്ല. ‘‘ആ വെളിച്ചത്തിനു പച്ച നിറ മെന്തുകൊണ്ടാണ്?’’

''മലയാണത്.'' ഹുസൈൻ പറഞ്ഞുകൊടുത്തു. ''നീ എന്നെങ്കിലും ആ തടാകങ്ങളുടെ നാട്ടിലെത്തിയാൽ, ലോകം മലകളാൽ ചുറ്റപ്പെട്ടിരിക്കുകയാണെന്ന് മനസ്സിലാക്കും. ആ മലകളാണ് ആകാശത്തിനിങ്ങനെ പച്ച നിറം കൊടുക്കുന്നത്. തടാകത്തിനപ്പുറത്തുള്ള ആ മലനിരകളാണ് നമുക്കറിയാവുന്ന ലോകത്തിന്റെ അറ്റം. അതിനപ്പുറത്തെ അന്തരീക്ഷത്തിനു പ്ലേഗിന്റേയും മഹാമാരികളുടേയും നിറമാണ്. അവിടെ ഏതൊക്കെ ജീവികളുണ്ടെന്ന് ദൈവത്തിനു മാത്രമറിയാം. കിഴക്കും വടക്കും നമുക്കറിയാം. കിഴക്ക് ചൈന വരേയും വടക്ക് ഗോഗുകളുടേയും മംഗോഗുകളുടേയും കോട്ടകൾവരേയും. പടിഞ്ഞാറ് ഇരുട്ടിന്റെ നാടാണ്. ജിന്നുകളുടേയും രാക്ഷസരൂപികളുടേയും നാട്. ഈ ജിന്നുകളുടേയും വേതാളങ്ങളുടേയും നാട്ടിലേക്ക് ദൈവം മറ്റൊരു യൂസുഫിനെ തന്റെ പ്രവാചകനായി അയയ്ക്കുകയുണ്ടായി. ഒരുപക്ഷേ ഇനി നിന്റെ ഊഴമാകാം. ദൈവം നിന്നേയും അതുപോലെ അയയ്ക്കുമായിരിക്കും.''

''തടാകങ്ങളുടെ നാട്ടിലേക്ക് പോയിട്ടുണ്ടോ?'' യൂസുഫ് ചോദിച്ചു.

''ഇല്ല.''

''അതല്ലാത്തിടത്തൊക്കെ ഇദ്ദേഹം എത്തിയിട്ടുണ്ട്.'' ഹമീദ് പറഞ്ഞു. ''വീട്ടിലിരിക്കുന്നത് ഇഷ്ടമില്ലാത്ത ഒരു മനുഷ്യനാണിയാൾ.''

''എത് യൂസുഫ്?'' കാലാസിംഗ ചോദിച്ചു. അയാൾ അടക്കിപ്പിടിച്ച് ചിരിച്ചു. ഹുസൈൻ വെളിച്ചത്തെക്കുറിച്ചും തടാകങ്ങളെക്കുറിച്ചും പറഞ്ഞതുമെല്ലാം യക്ഷിക്കഥകളാണെന്ന് പറഞ്ഞ് കളിയാക്കി. എന്നാലും അയാൾക്ക് പ്രവാചകരുടെയും ജിന്നുകളുടേയും കഥ കേൾക്കുന്നതിഷ്ടമാണെന്ന് അവർക്കെല്ലാം അറിയാമായിരുന്നു.

''പ്രവാചകനായ യൂസുഫ്. അദ്ദേഹമാണ് ഈജിപ്തിനെ ദാരിദ്ര്യത്തിൽ നിന്നും പഞ്ഞകാലങ്ങളിൽ നിന്നും രക്ഷപ്പെടുത്തിയത്. അതൊന്നും നിനക്കറിയില്ലേ?''

''പടിഞ്ഞാറ് ഇരുട്ടിന്റെ അപ്പുറത്ത് എന്താണ്?'' യൂസുഫ് ചോദിച്ചു. ഇടയ്ക്ക് കയറി സംസാരിച്ചതിൽ കാലാസിംഗ നീരസം പ്രകടിപ്പിച്ചു. ഈജിപ്തിലെ പട്ടിണിക്കാലത്തെക്കുറിച്ചുള്ള കഥകൾ കേൾക്കാനാകും എന്നാണയാൾ പ്രതീക്ഷിച്ചിരുന്നത്. ആ കഥകളൊക്കെ അയാൾക്കും അറിയാവുന്നതാണ്. എങ്കിലും ഒരിക്കൽ കൂടി കേൾക്കാനൊരു ഇച്ഛ.

''അവിടെ വന്യത എത്രയുണ്ടെന്ന് ആർക്കുമറിയില്ല.'' ഹുസൈൻ പറഞ്ഞു. ''എന്നാൽ അഞ്ഞൂറുവർഷം കാൽനടയ്ക്കുള്ള സ്ഥലമുണ്ട് എന്നാണ് ഞാൻ കേട്ടിട്ടുള്ളത്. ആ വന്യതയിലുള്ള ജീവന്റെ ജലധാരയ്ക്ക് കാവൽ നിൽക്കുന്നത് വേതാളങ്ങളും സർപ്പങ്ങളുമാണ്. ഒരു ദ്വീപിനോളം വലിപ്പമുള്ള വേതാളങ്ങളും സർപ്പങ്ങളും.''

‘‘അവിടെയാണോ നരകം?’’ കാലാസിംഗ ചോദിച്ചു. തന്റെ പതിവ് കളിയാക്കൽ ശൈലിയിൽ തന്നെ ചോദിച്ചു. ‘‘നിങ്ങളുടെ ദൈവം നിങ്ങൾക്കൊക്കെ വാഗ്ദാനം ചെയ്തിട്ടുള്ള പീഡനത്തിനായുള്ള നാല് അറകളും അവിടെയാണോ?’’

‘‘നീ അറിയേണ്ടതായിരുന്നു ഇതിനകം. അവിടേക്കാണല്ലോ ചെല്ലുന്നത്.’’ ഹമീദ് ഇടപെട്ടു.

‘‘ഞാൻ വിശുദ്ധ ഖുർആൻ വിവർത്തനം ചെയ്യും.’’ കാലാസിംഗ പെട്ടെന്ന് പറഞ്ഞു. ‘‘സ്വാഹിലിയിലേക്ക്.’’ അത് കേട്ട് മറ്റുള്ളവരെല്ലാം ചിരി നിർത്തി.

‘‘നിനക്ക് കിസാഹിലി പോലും സംസാരിക്കാൻ അറിയില്ല. അറബിയുടെ കാര്യം പോകട്ടെ.’’

‘‘അതിന്റെ ഇംഗ്ലീഷ് പതിപ്പിൽ നിന്ന് ഞാൻ വിവർത്തനം ചെയ്യും.’’ കാലാസിംഗ ഉറച്ച മനസോടെ പ്രതികരിച്ചു.

‘‘എന്തിനാണത് ചെയ്യുന്നത്?’’ ഹുസൈൻ ചോദിച്ചു. ‘‘ഇതിലും വ്യർത്ഥമായ ഒന്നും ഞാൻ ഇതുവരെ കേട്ടിട്ടില്ല. എന്തിനാണു നീ അത് ചെയ്യുന്നത്?’’

‘‘നിങ്ങൾ ആരാധിക്കുന്ന ദൈവത്തിന്റെ ജല്പനങ്ങൾ എന്തായിരുന്നു എന്ന് വിഡ്ഢികളായ ഇവിടത്തുകാർ അറിയാൻ. അതെന്റെ കുരിശ് യുദ്ധമാകും. ആ അറബിയിലെന്തൊക്കെയാണ് പറഞ്ഞിരിക്കുന്നതെന്ന് നിങ്ങൾക്ക് അറിയാമോ? ചിലതൊക്കെ അറിയുമായിരിക്കും. പക്ഷേ നിങ്ങളിലെ വിഡ്ഢികളിൽ മിക്കവർക്കും ഈ പ്രദേശവാസികളായ സഹോദരന്മാർക്ക് മിക്കവർക്കും അറിയില്ല. അതുകൊണ്ടാണ് നിങ്ങൾ എന്നും വിഡ്ഢികളായ നാട്ടുകാരായി തുടരുന്നത്. അത് മനസ്സിലാക്കിക്കഴിഞ്ഞാൽ നിങ്ങളുടെ അല്ലാഹു എത്ര അസഹിഷ്ണുവാണെന്ന് ഒരുപക്ഷേ നിങ്ങൾ അറിയുമായിരിക്കും. അയാളെ ആരാധിക്കുന്നതിനു പകരം നിങ്ങൾ മറ്റെന്തെങ്കിലും മികച്ചത് കണ്ടെത്താൻ ശ്രമിക്കും.’’

‘‘വാ അല്ലാഹ്’’ ഹമീദിന്റെ സന്തോഷം കെട്ടു. ‘‘ഇങ്ങനെ മാപ്പർഹിക്കാത്ത വിധത്തിൽ അല്ലാഹുവിനെക്കുറിച്ച് സംസാരിക്കുന്നത് ശരിയല്ല എന്നാണെനിക്ക് തോന്നുന്നത്. ഈ പട്ടിയെ ഒരു പാഠം പഠിപ്പിക്കാൻ സമയമായി എന്ന് തോന്നുന്നു. ആരെങ്കിലും അത് ചെയ്യാൻ സമയമായി എന്ന്. ഇനി നീ കടയിലേക്ക് അവിടെ നടക്കുന്ന ചർച്ച കേൾക്കാനെത്തുമ്പോൾ അവിടെയുള്ളവരോടൊക്കെ നീ ഈ പറഞ്ഞത് ഞാൻ പറഞ്ഞുകൊടുക്കും. അപ്പോൾ അവർ നിന്റെ രോമം നിറഞ്ഞ ആസനത്തിൽ തീയിടും.’’

‘‘ഞാൻ ഖുർആൻ വിവർത്തനം ചെയ്യും.’’ കാലാസിംഗ ഉറപ്പിച്ച് പറഞ്ഞു. ‘‘അതിനു കാരണം എനിക്ക് എന്റെ സഹജീവികളോട്,

കൂടെയുള്ള മനുഷ്യരോട് സ്നേഹമുണ്ടെന്നതാണ്. അവർ അജ്ഞരായവരും അല്ലാഹുവിന്റെ ആൾക്കാരുമാണെങ്കിലും. മുതിർന്നവർക്ക് ഉതകുന്ന ഒരു മതമാണോ ഇത്? ഒരുപക്ഷേ ദൈവം എന്നാൽ എന്താണെന്ന് എനിക്കറിയില്ലായിരിക്കാം. അതല്ലെങ്കിൽ അദ്ദേഹത്തിന്റെ ആയിരക്കണക്കിനു പേരുകളോ അദ്ദേഹം നൽകുന്ന പതിനായിരക്കണക്കിനു വാഗ്ദാനങ്ങളോ എനിക്ക് ഓർമ്മയില്ലായിരിക്കാം. എന്നാലും നിങ്ങൾ ആരാധിക്കുന്നപോലെ ഒരു മുഠാളനാകില്ല അദ്ദേഹം എന്നെനിക്കുറപ്പുണ്ട്.''

അവരങ്ങനെ സംസാരിച്ചുകൊണ്ടിരിക്കുന്നതിനിടയിൽ ഒരു സ്ത്രീ ഉപ്പും ആട്ടയും വാങ്ങാൻ കടയിലെത്തി. അവർ അരയിൽ ഒരു തുണി ചുറ്റിയിട്ടുണ്ട്. മുത്തുമണികൾ പോലെയുള്ള ഒരു മാല കഴുത്തിലും ചുമലിലുമുണ്ട്. മാറിടം മറച്ചിട്ടില്ല. സ്തനങ്ങൾ കാണാനുണ്ട്. കാലാസിംഗ അടുത്തേക്ക് നീങ്ങിയത് അവൾ ശ്രദ്ധിച്ചില്ല. അല്ലെങ്കിൽ അവഗണിച്ചു. കാലാസിംഗ തന്റെ ഇച്ഛകൾ പ്രകടമാക്കുന്ന സ്വരം പുറപ്പെടുവിച്ചു. നിശ്വസിച്ചു. ഹുസൈൻ അവളോട് അവളുടെ ഭാഷയിൽ സംസാരിച്ചു. അവൾ വിശാലമായി പുഞ്ചിരിച്ചു. ദീർഘമായി മറുപടി പറഞ്ഞു. സംസാരിക്കുന്നതിനിടയിൽ അവൾ ആംഗ്യം കാണിക്കുകയും ചിരിക്കുകയും ചെയ്തുകൊണ്ടിരുന്നു. ഹുസൈൻ അവൾക്കൊപ്പം ചിരിച്ചു. ഇടയ്ക്കിടെ അതിശക്തമായി മൂക്കിലൂടെ ശ്വാസം വീട്ടു. അവളുടെ ചെവിയിൽ മന്ത്രിക്കുന്നതുപോലെ സംസാരിച്ചു. അവൾ പോയിക്കഴിഞ്ഞിട്ടും കാലാസിംഗയിൽ ഉണർന്ന കാമം അടങ്ങിയില്ല. അവളെ കയ്യിൽ കിട്ടിയാൽ അവൻ എന്തൊക്കെ ചെയ്യും എന്ന് വിശദീകരിക്കാൻ തുടങ്ങി. ''ഈ കാട്ടാളത്തികളിൽ നിന്ന് പക്ഷേ പശുവിൻ ചാണകത്തിന്റെ ഗന്ധം വരുന്നുണ്ടല്ലേ? അവളുടെ മുലകൾ കണ്ടുവോ? തടിച്ചു കൊഴുത്ത മുലകൾ. എനിക്ക് സഹിക്കാനായില്ല.''

''അവൾക്ക് മുല കുടി മാറാത്ത കുഞ്ഞുണ്ട്. അതിനെക്കുറിച്ചാണവൾ പറഞ്ഞത്. അവളുടെ കുഞ്ഞിനെക്കുറിച്ച്.'' ഹുസൈൻ അറിയിച്ചു. ''ഞങ്ങളുടെ ദൈവത്തിനു സഹിഷ്ണുതയില്ല എന്ന് പറഞ്ഞ് നീ ഞങ്ങളെ കളിയാക്കി. അങ്ങനെയൊരു ദൈവത്തെ സഹിക്കുന്ന ഞങ്ങളെ വിഡ്ഢികളെന്നും വിളിച്ചു. എന്നിട്ട് മനുഷ്യരെ കാട്ടാളർ എന്ന് നീ വിളിക്കുന്നു.''

കാലാസിംഗ ആ താക്കീത് അവഗണിച്ചു. ഹമീദിന്റെ പ്രോത്സാഹനം സ്വീകരിച്ച് തന്റെ ലൈംഗിക സാഹസങ്ങളെക്കുറിച്ചുള്ള കഥകൾ പറയാൻ തുടങ്ങി. അസംബന്ധങ്ങളിലാണ് അയാൾ കൂടുതൽ ഊന്നൽ നൽകിയത്. ഒരു സുന്ദരിയുടെ കഥ അയാൾ പറഞ്ഞു. തന്റെ പലവിധ പ്രലോഭനങ്ങൾക്ക് കീഴടങ്ങിയ അവൾ തന്നെ വീട്ടിലേക്ക് ക്ഷണിച്ചു. അവിടെ ചെന്നപ്പോഴാണതൊരു സ്ത്രീയല്ല

പുരുഷനാണെന്ന് മനസ്സിലായത്. ഒരു വൃദ്ധയുടെ കഥ പറഞ്ഞു. അവരുമൊത്ത് വില പേശി. അവർ കൂട്ടിക്കൊടുപ്പുകാരിയാണെന്ന് കരുതിയാണ് വില പേശിയത്. വിലയുറപ്പിച്ച് കഴിഞ്ഞപ്പോഴാണ് അവർ തന്നെയാണ് വേശ്യ എന്നറിയുന്നത്. അവൾക്കായാണ് വില പേശിയതെന്നറിയുന്നത്. വിവാഹിതയായ ഒരു സ്ത്രീയുമൊത്തുള്ള പ്രണയത്തെക്കുറിച്ചും അയാൾ പറഞ്ഞു.

ഒരു ദിവസം അവർ മെത്തയിലായിരുന്നപ്പോൾ വാതിൽക്കൽ അവളുടെ ഭർത്താവ് പ്രത്യക്ഷപ്പെട്ടു. അതെല്ലാതിന്റേയും അവസാനമാകും എന്നയാൾക്ക് ഉറപ്പായി. ശരീരാവയവങ്ങളെല്ലാം ഒന്നിച്ച് മൃദുത്വം പ്രാപിച്ചു. സ്വരം സ്ത്രൈണമായി. കൈകാലുകൾ അയഞ്ഞു. ഇടയ്ക്കപ്പോഴോ അയാൾ അയാളായി. താടി എഴുന്നേറ്റ് നിന്നു. തലേക്കെട്ട് നിവർന്നു. അയാൾ അക്രമാസക്തനായ ഒരു ജനാബായി. അത് കേട്ട് ഹമീദ് ചൂളം വിളിച്ചു. ചിരിച്ചു. ചിരിച്ച് കൂക്കുവിളിച്ചു. വാരിയിൽ കൈവച്ച് കിതച്ചു. കാലാസിംഗ ആ രംഗത്തെക്കുറിച്ച് പിന്നെയും വിവരിച്ചു. അങ്ങനെ ഹമീദിനെ വീണ്ടും പീഡിപ്പിച്ചു. ഹമീദിനതു കേട്ട് ചിരിയടക്കാനായില്ല. ഹുസൈൻ ഇത്തരം വൃത്തിഹീനമായ സംഭാഷണങ്ങൾ അംഗീകരിക്കുന്നില്ല എന്ന് യൂസുഫിനു മനസ്സിലായി. അതിനാൽ അവൻ കുറ്റബോധത്തോടെ മാത്രം ചിരിച്ചു. ഹമീദ് ആസ്വദിച്ച് ചിരിച്ചുമറിയുന്ന കാഴ്ച അവനു സഹിക്കാനായില്ല.

രാവേറെ ചെന്നപ്പോൾ, അർദ്ധരാത്രിയും കഴിഞ്ഞപ്പോൾ അവരുടെ സ്വരം തണുത്തു. ഇടയ്ക്കിടെ അവർ കോട്ടുവായിടാൻ തുടങ്ങി.

''കാലം മോശമാണെന്ന് തോന്നുന്നു.'' ഹുസൈൻ ഇടയ്ക്ക് പറഞ്ഞു. ''കാര്യങ്ങളെല്ലാം കുഴഞ്ഞ് മറിഞ്ഞതുപോലെയാണ് കിടക്കുന്നത്. ഈ യൂറോപ്പുകാർ എന്തോ നിശ്ചയിച്ചുറച്ചതുപോലെയുണ്ട്. അവർ നമ്മളെയെല്ലാം ചതച്ചരയ്ക്കാനുള്ള തയ്യാറെടുപ്പിലാണെന്ന് തോന്നുന്നു. അവർ നല്ല കാര്യങ്ങൾ ചെയ്യും എന്ന് പ്രതീക്ഷിക്കുന്നു എങ്കിൽ നിങ്ങൾ വിഡ്ഢികളാണ്. വ്യാപാരത്തിലൊന്നുമല്ല അവർക്ക് താത്പര്യം. ഭൂമിയിലാണ്. അതിലുള്ള എല്ലാതിലും.....നമ്മളിലും...''

''ഇന്ത്യയിൽ അവർ നൂറ്റാണ്ടുകളായി ഭരിക്കുന്നു.'' കാലാസിംഗ പറഞ്ഞു. ''ഇവിടെ നിങ്ങൾക്ക് സംസ്കാരമില്ലല്ലോ. അതിനാൽ അവർക്കിവിടെ അതെങ്ങനെ ചെയ്യാനാകും? ദക്ഷിണാഫ്രിക്കയിലും സ്ഥിതി വ്യത്യസ്തമല്ല. അവിടെയുള്ള സ്വർണ്ണവും രത്നങ്ങളും പക്ഷേ ജനങ്ങളെയൊക്കെ കൊന്നൊടുക്കുന്നതിനു പകരമാകുന്നുണ്ട്. ആ മണ്ണ് പിടിച്ചെടുക്കുന്നതിനൊരു കാരണമാകുന്നുണ്ട്. ഇവിടെ എന്താണുള്ളത്? അവർ അടിപിടികൂടുന്നു, വഴക്കടിക്കുന്നു, മോഷ്ടിക്കുന്നു. ഒന്നിനു പുറകെ ഒന്നായി യുദ്ധങ്ങളിലേർപ്പെടുന്നു. ക്ഷീണിച്ചാൽ വീട്ടിൽ പോകുന്നു.''

"നീ സ്വപ്നം കാണുകയാണ് സുഹൃത്തേ." ഹുസൈൻ പറഞ്ഞു. "മലനിരകളിലെ ഫലഭൂയിഷ്ഠമായ മണ്ണ് അവർ അവർക്കിടയിൽ വിഭജിച്ചെടുത്തിരിക്കുന്നത് നീ കാണുന്നില്ലേ. ഇവിടെ നിന്ന് വടക്ക് ഭാഗത്തുള്ള പ്രദേശങ്ങളിൽ താമസിക്കുന്നവരെയെല്ലാം അവർ ആട്ടിയോടിച്ചിരിക്കുന്നു. അവിടെ വളരെ ക്രൗര്യമുള്ളവരുണ്ടായിരുന്നു. അവരെപ്പോലും ആട്ടിയോടിച്ചു. എന്നിട്ട് ആ മണ്ണെല്ലാം പിടിച്ചെടുത്തു. അവരൊക്കെ കൂട്ടം കൂടി നിൽക്കുന്ന കുട്ടികളാണെന്നതു പോലെയാണവർ അവിടെ നിന്ന് ആട്ടിയോടിച്ചത്. ഒരു വിഷമവുമില്ലാതെ. നാട്ടുകാരുടെ നേതാക്കന്മാരെയൊക്കെ അവർ ജീവനോടെ കുഴിച്ചുമൂടി. അത് നീ കേട്ടില്ലേ? വേലക്കാരാകാൻ ആവശ്യമുള്ളവരെ മാത്രമാണവർ അവിടെ നിലനിർത്തിയിരിക്കുന്നത്. ആയുധങ്ങളുമേന്തി വന്ന് ഒന്ന് രണ്ട് കലഹങ്ങൾ കൊണ്ട് അവർ എല്ലാം തീർപ്പാക്കും. അത് കേട്ടിട്ട് അവരെല്ലാം ഇവിടേക്ക് വെറും സന്ദർശനത്തിനായി എത്തിയതാണെന്നാണോ കരുതുന്നത്? അവർ നിശ്ചയിച്ചുറപ്പിച്ചാണ് വന്നിരിക്കുന്നത് സുഹൃത്തേ. ഈ ലോകം മുഴുക്കെ പിടിച്ചെടുക്കാൻ നിശ്ചയിച്ചുറച്ച്."

"അവരാരാണെന്ന് ആദ്യം മനസ്സിലാക്കണം. അവരെക്കുറിച്ച് നിങ്ങൾക്ക് എന്തറിയാം? ഈ സർപ്പങ്ങളുടേയും ലോഹം തിന്നുന്ന മനുഷ്യരുടേയും കഥകളല്ലാതെ എന്തെങ്കിലുമറിയാമോ? അവരുടെ ഭാഷയറിയാമോ? അവരുടെ കഥകളറിയാമോ? അതൊന്നുമില്ലെങ്കിൽ പിന്നെ അവരൊന്നിച്ച് ഒത്തുപോകുന്നതെങ്ങനെ?" കാലാസിംഗ പറഞ്ഞു. "വെറുതെ പിറുപിറുത്തതുകൊണ്ട് ഒരു കാര്യവുമില്ല. നമ്മൾ എന്നും ഇങ്ങനെയാകും. അവർ നമ്മുടെ ശത്രുക്കളാണ്. അതുകൊണ്ടാണ് നമ്മളെല്ലാം ഒന്നാണെന്ന് പറയുന്നത്. അവരുടെ കണ്ണിൽ നമ്മൾ മൃഗങ്ങളാണ്. നമുക്കാകട്ടെ അവരുടെ ആ ചിന്തയെ അടുത്തൊന്നും തടയാനുമാകില്ല. അവർക്കിത്ര കരുത്തെന്തുകൊണ്ടെന്ന് എപ്പോഴെങ്കിലും ആലോചിച്ചിട്ടുണ്ടോ? നൂറ്റാണ്ടുകളായി അവർ ലോകത്തിന്റെ പല ഭാഗങ്ങളിൽ നിന്നും അന്നം കണ്ടെത്തുന്നവരാണ്. വെറുതെ മുറുമുറുത്തതുകൊണ്ടൊന്നും അവരെ തടയാനാകില്ല."

"അവരെ തടയാനാകുന്നതൊന്നും നമുക്ക് പഠിച്ചെടുക്കാനുമാകില്ല." ഹുസൈൻ നിരാശപ്പെട്ടു.

"നിങ്ങൾക്ക് അവരെ ഭയമാണ്." കാലാസിംഗ പ്രതികരിച്ചു.

"നീ പറഞ്ഞത് ശരിയാണ്. എനിക്ക് ഭയമാണ്. അവരെക്കുറിച്ച് മാത്രമല്ല. നമുക്ക് എല്ലാം നഷ്ടപ്പെടും. നമ്മൾ ഇപ്പോൾ ജീവിക്കുന്ന രീതികൾ പോലും നഷ്ടപ്പെടും." ഹുസൈൻ പറഞ്ഞു. "ഈ യുവാക്കൾക്കാണ് കൂടുതൽ നഷ്ടമുണ്ടാകുക. ഒരു ദിവസം അവർ ഇവരെക്കൊണ്ട് നമുക്കറിയാവുന്നതിനു മുകളിലെല്ലാം കാർക്കിച്ച് തുപ്പാൻ പറയും. അത് ചെയ്യിക്കും. അവരുടെ നിയമം ആവർത്തിച്ച് പറയാനാവശ്യപ്പെടും. അവരുടെ കഥകൾ പറയാനാവശ്യപ്പെടും. അവരുടെ

ലോകത്തെക്കുറിച്ചുള്ള കഥകൾ. അതാണ് വിശുദ്ധമെന്ന മട്ടിലുള്ള കഥകൾ. നമ്മെക്കുറിച്ചെഴുതാനവരെത്തുമ്പോൾ അവർ എന്ത് പറയും? നമ്മൾ നല്ല അടിമകളായിരുന്നു എന്നോ?''

''അങ്ങനെയെങ്കിൽ അവരെ ചെറുക്കേണ്ടതെങ്ങനെ എന്ന് പഠിക്കണം.'' കാലാസിംഗ ഒച്ചയിട്ടു. ''നിങ്ങൾ പറഞ്ഞ ഈ അപ കടങ്ങളെല്ലാം സത്യമാണെങ്കിൽ പിന്നെ എന്തിനാണിങ്ങനെ ഈ മലനിരകളിൽ കഴിയുന്നത്? ഇവിടെയിരുന്നതൊക്കെ പറയുന്നത്?''

''അല്ലാതെ ഞാൻ എവിടെ പോകണം, എവിടെ പോയി പറ യണം?'' കാലാസിംഗയുടെ കോപം കണ്ട് പുഞ്ചിരിച്ച് ഹുസൈൻ ചോദിച്ചു. ''സാൻസിബാറിലേക്കോ? അവിടെ അടിമകൾ പോലും അടിമത്തത്തെ പ്രതിരോധിക്കുന്നു.''

''എന്തിനാണിത്തരം ചർച്ചകൾ.'' ഹമീദ് പ്രതിഷേധിച്ചു. ''നമ്മുടെ ജീവിതത്തിൽ അത്ര ഗംഭീരവും ഉത്കൃഷ്ടവുമായി എന്താണുള്ളത്? ഇനിയും ഭീതിപ്പെടുത്താൻ മാത്രമുതകുന്ന പ്രവചനങ്ങൾ ഇല്ലാതെ തന്നെ നമ്മെ അടിച്ചമർത്തുന്ന പലതുമിപ്പോഴില്ലേ? നമുക്കെല്ലാം ദൈവത്തിനു വിട്ടുകൊടുക്കാം. കാര്യങ്ങളിലൊക്കെ മാറ്റം വരുമാ യിരിക്കും. എന്തായാലും സൂര്യൻ എന്നും കിഴക്കുദിച്ച് പടിഞ്ഞാറ സ്തമിക്കും. ദുഃഖം തരുന്ന ഇത്തരം ചർച്ചകൾ നമുക്ക് ഒഴിവാക്കാം.''

എല്ലാവരും നിശ്ശബ്ദരായി. കുറേ നേരം കഴിഞ്ഞു. ''നിന്റെ ആ കുടിലചിന്തയുള്ള പങ്കാളി എന്ത് ചെയ്യുന്നു ഹമീദ്? ഇത്തവണ നിന്നെ എന്ത് അബദ്ധത്തിലേക്കാണ് ചാടിച്ചിരിക്കുന്നത്?''

''ആര്?'' ഹമീദ് അറിയാത്തതുപോലെ ചോദിച്ചു. ''നിങ്ങളെന്തിനെ ക്കുറിച്ചാണ് പറയുന്നത്?''

''ആരാണെന്നോ? നിങ്ങൾക്കെല്ലാം അറിയാവുന്നതല്ലേ. നിങ്ങ ളുടെ പങ്കാളി തന്നെ. അങ്ങനെയല്ലേ നിങ്ങൾ കഴിഞ്ഞ തവണ എന്നോട് പറഞ്ഞത്? അധികം താമസിയാതെ അയാൾ നിങ്ങളെ തൂത്തുവടിച്ച് വൃത്തിയാക്കി തരും. നിന്റെ ഷർട്ടൊന്നു തുന്നാനുള്ള സൂചിയും നൂലും പോലും അയാൾ ബാക്കി വയ്ക്കില്ല.'' അവജ്ഞ യോടെ ഹുസൈൻ പറഞ്ഞു. ''അയാൾ നിങ്ങളെ ധനികനാക്കും എന്നാണല്ലോ പറഞ്ഞിരുന്നത്. ഒരു അപായസാധ്യതയുമില്ല എന്ന യാൾ പറഞ്ഞുവെന്നും. അതിലൊന്നും ഒരു സംശയവും എനി ക്കില്ല. നിങ്ങൾ വേണമെങ്കിൽ ഇപ്പോൾ തന്നെ പട്ടിന്റെ ജാക്കറ്റി നൊക്കെ ഓർഡർ കൊടുത്തോളൂ. ഒരു ദിവസം അപായസാധ്യത കളെന്തൊക്കെ എന്ന് വെളിപ്പെടും. അപ്പോൾ നിങ്ങൾക്ക് തിരിച്ച് നടക്കാനാകില്ല. വ്യാപാരത്തിലെ നിർഭാഗ്യം എന്ന് പറയും. അതി നെക്കുറിച്ചൊക്കെ നിങ്ങൾക്കും അറിയാം. അയാൾ ഇതിനകം തന്നെ പലരേയും നശിപ്പിച്ചിട്ടുള്ളതല്ലേ? നിങ്ങൾക്കാകാവുന്നതിലും അധികം തരും അയാൾ. എന്നിട്ട് തിരിച്ച് കൊടുക്കാൻ കഴിയാതെ വരുമ്പോൾ

എല്ലാം സ്വന്തമാക്കുകയും ചെയ്യും. അതാണയാളുടെ മാർഗ്ഗം. ഞാൻ പറയുന്നതൊക്കെ മനസ്സിലാകുന്നുണ്ടെന്ന് എനിക്കറിയാം.''

''ഇന്ന് നിങ്ങൾക്കെന്ത് പറ്റി?'' ഹമീദ് ചോദിച്ചു. ''ഈ മലനിരകളിൽ ആ പച്ചവെളിച്ചവും കണ്ട് ജീവിക്കുന്നതിന്റെ കുഴപ്പമാണ്.'' ഹമീദ് അസ്വസ്ഥനാകുന്നു എന്ന് യൂസുഫിനു മനസ്സിലായി. അയാൾക്ക് കോപം വരുന്നുണ്ടെന്നും. അയാൾ സംസാരം ഉടൻ അവസാനിപ്പിക്കാൻ ആഗ്രഹിച്ചു. യൂസുഫിനെ ഒന്ന് ഒളികണ്ണിട്ട് നോക്കി.

''നിങ്ങളുടെ ആ പങ്കാളിയെക്കുറിച്ച് ഞാൻ കേട്ടതൊക്കെ പറയണോ?'' ഹുസൈൻ നിർത്തിയില്ല ''അയാളുടെ പങ്കാളികൾക്ക് കടം അടച്ച് തീർക്കാനായില്ലെങ്കിൽ അവരുടെ മക്കളെ, അത് ആണായാലും പെണ്ണായാലും പണയമായി എടുക്കുമത്രെ. ഇത് അടിമത്തത്തിന്റെ ദിനങ്ങളിൽ നടന്നിരുന്നതുപോലെ തന്നെ. കുറച്ച് മാന്യതയുള്ളവർ ചെയ്യുന്ന കാര്യമല്ല ഇതൊന്നും.''

''ഇപ്പോഴേക്ക് ഇത്ര മതി ഹുസൈൻ.'' ഹമീദ് കോപിച്ചു. യൂസുഫിനഭിമുഖമായി കിടന്നു. തനിക്കും എന്തോ പറയാനുണ്ടെന്ന മട്ടിൽ കാലാസിംഗ കുറച്ച് സമയം കിടന്നു. എന്നാൽ അരുതെന്ന് ഹമീദ് അയാളോട് ആംഗ്യം കാണിച്ചു. ''എനിക്കിഷ്ടമുള്ള വിഡ്ഢിത്തങ്ങൾ ഞാൻ കാണിക്കട്ടെ. നിങ്ങൾ അങ്ങനെ തന്നെ കരുതിക്കോളൂ. നിങ്ങളെന്ത് ചെയ്യുന്നു... നമ്മളെന്ത് ചെയ്യുന്നു... ഇതിലേതാണ് നല്ലത്...? എങ്ങനെയാണൊന്ന് മറ്റൊന്നിൽ നിന്ന് നല്ലതാകുന്നത്? നമ്മൾ അദ്ധ്വാനിക്കുന്നു. എല്ലാം അപായപ്പെടുത്തി അദ്ധ്വാനിക്കുന്നു. നമ്മുടെയാളുകളെയൊക്കെ വിട്ടകന്നുള്ള ഒരു ജീവിതമാണ് നമുക്കുള്ളത്. എന്നിട്ടും നമ്മൾ എന്നും ദരിദ്രരായി തുടരുന്നു. ചുണ്ടെലികളെപ്പോലെ ഭയന്ന് ജീവിക്കുന്നു.''

''ദൈവം കല്പിച്ചതോർമ്മ വേണം.'' ഹുസൈൻ വിശുദ്ധ ഖുർആനിൽ നിന്നുദ്ധരിക്കാൻ തയ്യാറെടുത്തു.

''എനിക്കത് വേണ്ട.'' ഹമീദ് വീണ്ടും ഇടപെട്ടു. അഭ്യർത്ഥനപോലെയായിരുന്നു ആ വാക്കുകൾ.

''അധികം താമസിയാതെ അയാൾ പിടിയിലാകും.'' ഹുസൈൻ പക്ഷേ അവസാനിപ്പിച്ചില്ല. ഈ കള്ളക്കടത്തും കരിഞ്ചന്തയുമൊന്നും നല്ലതിലല്ല അവസാനിക്കുക. നിങ്ങളും അതിൽ ചെന്ന് പെടും.''

''നിന്റെ സഹോദരൻ പറഞ്ഞ് തരുന്നത് കേൾക്കണം.'' കാലാസിംഗ ഹമീദിനോട് പറഞ്ഞു. ''നമ്മളൊന്നും ധനികരല്ലായിരിക്കാം. പക്ഷേ നിയമം അനുസരിച്ച് ജീവിക്കുന്നവരാണ്. പരസ്പരം ബഹുമാനിക്കുന്നവരാണ്.''

ഹമീദ് ചിരിച്ചു. ''കുലീനരായ തത്ത്വചിന്തകരാണ് നമ്മളെല്ലാം. എന്നാണ് നീ നിയമം കണ്ടെത്തിയത്? നുണയൻ തെമ്മാടിയാണ്

നീ. നീ ആരുടെ നിയമത്തെക്കുറിച്ചാണ് പറയുന്നത്? ഏറ്റവും ചെറിയ ജോലിക്ക് പോലും നീ ഈടാക്കുന്ന കൂലിയെത്രയാണ്? അതിനെയാണോ നീ നിയമം അനുസരിച്ച് ജീവിക്കുക എന്നൊക്കെ വിളിക്കുന്നത്?'' തന്റെ സ്വരം കൊണ്ടും ഭാഷകൊണ്ടും പിരിമുറുക്കത്തിന്റെ നിമിഷങ്ങൾ അവസാനിച്ചിരിക്കുന്നു എന്ന സൂചന നൽകുന്നുണ്ടായിരുന്നു അയാൾ. ഈ ചർച്ച മറ്റേതെങ്കിലും തമാശയിലേക്ക് വഴി മാറ്റണമെന്നും അയാൾ ആഗ്രഹിച്ചിരുന്നു. ''എന്തായാലും ഇപ്പോൾ നമ്മോടൊപ്പമുള്ള യുവാവിന് നമ്മെക്കുറിച്ച് ഒരു മോശം അഭിപ്രായം നൽകേണ്ടതില്ല.''

അന്ന് യൂസുഫിന് പതിനാറായിട്ടുണ്ട്. യുവാവ് എന്ന സ്വരം അതിനാൽ തന്നെ അവന് കുലീനമായി തോന്നി. നല്ല ഉയരമുള്ളവൻ എന്നോ ഒരു തത്വചിന്തകൻ എന്നോ വിവരിക്കുന്നതുപോലെ ഒരു കുലീനത്വം. തന്റെ സന്തോഷം പെരുമാറ്റത്തിൽ പ്രകടമാകുന്നു എന്നവൻ അപ്പോൾ ഉറപ്പിച്ചു. അതൊരു കോമാളിവേഷം കെട്ടലായി. അവന്റെ വിഡ്ഢിത്തത്തെയോർത്ത് മൂന്നുപേരും ചിരിച്ചു. ചർച്ചയുടെ വിഷയം കടം വീട്ടാനാകാതെ മകനെ പണയപ്പെടുത്തുന്നതിൽ നിന്ന് ദൂരേക്ക് പോയി. പക്ഷേ, ഹുസൈൻ ഹമീദിനോട് പറഞ്ഞതിൽ ചിലതൊക്കെ തനിക്ക് മനസ്സിലായി എന്ന് യൂസുഫിനു തോന്നി. അഭിവൃദ്ധിക്ക് വേണ്ടിയുള്ള അയാളുടെ പരക്കം പാച്ചിൽ, അസീസ് അമ്മാവന്റെ യാത്രകളെക്കുറിച്ചുള്ള പിരിമുറുക്കം നിറഞ്ഞ ആശങ്കകൾ, എല്ലാം ഒരു ആത്മവിശ്വാസമില്ലായ്മയിലേക്ക് വിരൽ ചൂണ്ടുന്നു. പരാജയം അടുത്തുണ്ടെന്ന ഒരു ചിന്തയിലേക്ക്. അന്ന് സ്റ്റോറിനകത്തുനിന്ന് കേട്ട പിറുപിറുക്കലുകൾ യൂസുഫിനോർമ്മ വന്നു. അവിടെ സൂക്ഷിച്ചിരിക്കുന്ന വസ്തുക്കളിൽ നിന്ന് വന്ന ഗന്ധവും ഓർമ്മ വന്നു. യാചനയുടെ, അനുനയത്തിന്റെ സ്വരത്തിലുള്ള ഹമീദിന്റെ വാക്കുകൾ സത്യത്തിൽ പ്രാർത്ഥനകളായിരുന്നു.

8

അവർ പട്ടണത്തിലേക്ക് തിരിച്ചെത്തി ഏതാനും ദിവസങ്ങൾ കഴിഞ്ഞപ്പോൾ അസീസ് അമ്മാവനും യാത്ര കഴിഞ്ഞെത്തി. പതിവുപോലെ ചെണ്ടയും കൊമ്പും വാദ്യവുമെല്ലാം അവർക്ക് മുന്നിലുണ്ടായിരുന്നു. അതിനു തൊട്ടുപുറകിൽ അബ്ദുള്ളയുണ്ടായിരുന്നു. സന്ധ്യയോടടുത്ത സമയത്താണവർ തിരിച്ചെത്തിയത്. കാറ്റിൽ തണുപ്പില്ലാത്ത സമയത്ത്. ഇലകൾ വീണ്ടും തലയുയർത്തി നോക്കാൻ തുടങ്ങിയ സമയത്ത്. യൂസുഫാണ് ആദ്യം അവരെ കണ്ടത്. അങ്ങ് ദൂരെ പൊടിപടലങ്ങളുയരുന്നതായാണാദ്യ കാഴ്ച. പിന്നെ

ചെണ്ടയും ബഹളവും കേട്ടു. ക്ഷീണിച്ച യാത്രികളുടെ ഒരു സംഘ മായിട്ടായിരിക്കും അവർ വരുന്നതെന്ന് അവൻ കരുതി. വീട്ടിലേക്ക് ചെന്ന് ഉടൻ അവരുടെ വരവിനെക്കുറിച്ച് മുന്നറിയിപ്പ് കൊടുക്കാനും തീരുമാനിച്ചു.

കഠിനമായിരുന്നു ആ യാത്ര എന്നവർ അറിഞ്ഞു. പലവിധ അപ കടങ്ങളും പരാധീനതകളും അഭിമുഖീകരിക്കേണ്ടി വന്നു. വളരെ മോശം സന്ദർഭങ്ങളും ചിലതൊക്കെയുണ്ടായി. പക്ഷേ യുദ്ധങ്ങളോ കലഹങ്ങളോ ഉണ്ടായില്ല. രണ്ട് പേർക്ക് സാരമായ പരിക്കേറ്റു. ഒരാൾക്ക് സിംഹത്തിന്റെ ആക്രമണവും മറ്റേയാൾക്ക് പാമ്പ് കടിയും. അവർ ഇരുവരേയും തടാകക്കരയിലെ ഒരു കൊച്ചു പട്ടണത്തിൽ ഉപേക്ഷി ച്ചിരിക്കുകയാണ്. അസീസ് അമ്മാവൻ അവിടെ ഒരു വീട്ടുകാർക്ക് പണം കൊടുത്ത് ഈ പരിക്കേറ്റവരെ ശുശ്രൂഷിക്കാൻ നിർദ്ദേശിച്ചി രിക്കുന്നു. അവരുമായൊന്നും അതിനു മുമ്പ് അദ്ദേഹം വ്യാപാര ത്തിലേർപ്പെട്ടിട്ടില്ല. എന്നാലും അവർ ഈ രണ്ട് പരിക്കേറ്റവരേയും ശുശ്രൂഷിക്കും എന്നദ്ദേഹം കരുതി.

ചുമട്ടുകാരിലും കാവൽക്കാരിലും പലർക്കും രോഗങ്ങൾ വന്നു. അതിൽ അസാധാരണമായി ഒന്നുമില്ല. ആരുടേയും രോഗാവസ്ഥ ഗുരുതരമായില്ല എന്നതിനു ദൈവത്തിനോട് നന്ദി പറയാം. ഉൾ നാടുകളിലേക്കിങ്ങനെ യാത്ര പോകുമ്പോൾ ഇതൊക്കെ സാധാ രണമാണ്. ഒരു രാത്രിയിൽ മൊഹമ്മദ് അബ്ദുള്ള ഒരു കുഴിയിൽ വീണു. ചുമലിനു പരിക്കേറ്റു. അത് ഭേദമായി വരുന്നു, പക്ഷേ ഇപ്പോഴും വേദനയുണ്ട്. അയാളത് മറച്ച് പിടിക്കാൻ ശ്രമിക്കു ന്നുണ്ട്. ഇത്രയും ബുദ്ധിമുട്ടൊക്കെയുണ്ടായെങ്കിലും വ്യാപാരം മോശമായില്ല എന്ന് അസീസ് അമ്മാവൻ അറിയിച്ചു. തീരത്തുനിന്ന് വളരെ ദൂരെയാണ് തങ്ങൾ എന്ന് എപ്പോഴും ഓർമ്മയുണ്ടായിരുന്നു. അസീസ് അമ്മാവൻ എല്ലായ്പ്പോഴുമെന്നപോലെ ശാന്തചിത്തനാ യിരുന്നു. കുറച്ച് തടി കുറഞ്ഞോ എന്നും ആരോഗ്യം വർദ്ധിച്ചോ എന്നും സംശയമുണ്ട്. കുളി കഴിഞ്ഞ് തന്റെ പതിവ് സുഗന്ധ ദ്രവ്യങ്ങളെല്ലാം തേച്ചപ്പോൾ മാസങ്ങളായി അദ്ദേഹം യാത്രയിലാ യിരുന്നു എന്നത് വിശ്വസിക്കാനായില്ല.

''നദിയുടെ മുകൾ ഭാഗങ്ങളിൽ നല്ല വ്യാപാരമുണ്ടായി.'' അമ്മാ വൻ പറഞ്ഞ് തുടങ്ങി. ''നദിക്കരയിൽ അധിക സമയം ചിലവിട്ടില്ല. അടുത്ത വർഷം മാരുൻഗുവിലേക്ക് തിരിച്ച് പോകണം. വ്യാപാരി കൾ അവിടം ആക്രമിക്കാനെത്തുന്നതിനു മുമ്പേ പോകണം. യൂറോ പ്പുകാർ അധികം താമസിയാതെ അവിടെയൊക്കെ അടച്ച് കെട്ടും. ബെൽജിക്കുകാർ പ്രത്യേകിച്ചും. അവർ തടാകക്കരയ്ക്കടുത്തെത്തി തുടങ്ങി എന്നറിയാൻ കഴിഞ്ഞു. അസൂയയാണവർക്ക്. ഒന്നിനും കൊള്ളാത്ത ദരിദ്രർ. വ്യാപാരം എന്തെന്ന് പോലും അവർക്കറിയില്ല.

അവരെക്കുറിച്ച് ഞാൻ കേട്ടിട്ടുണ്ട്. ജർമ്മനിക്കാരും ഇംഗ്ലീഷുകാരും കുറച്ചുകൂടി മെച്ചമാണ്. പക്ഷേ അവരും കുടിലത നിറഞ്ഞ വ്യാപാരികളാണ്. എന്തായാലും ഇത്തവണ വിലപിടിപ്പുള്ള പലതും കൊണ്ടുവരാനായി.''

ഇതെല്ലാം ഹമീദിനു സംഗീതമായിരുന്നു. അസീസ് അമ്മാവനുമൊത്തുള്ള സഖ്യം ഉറപ്പിക്കാനുള്ള ആഗ്രഹത്തോടെ അയാൾ സംഭാഷണത്തിന് അറബി വാക്കുകൾ കൊണ്ട് ഊന്നൽ കൊടുത്തു. സാധനങ്ങൾ അടുക്കി വയ്ക്കുന്നതിനു മേൽനോട്ടം വഹിച്ചു. അതിനിടയിൽ വിശാലമായി പുഞ്ചിരിച്ചു. തുച്ഛമായ വിലയ്ക്ക് അസീസ് അമ്മാവൻ വാങ്ങിയിരുന്ന ചോളം ചാക്കുകളിലാക്കി ഹമീദിനെ ഏല്പിച്ചു. എന്നാൽ പശ, ആനക്കൊമ്പ്, സ്വർണ്ണം എന്നിവ തീവണ്ടിയിൽ കിഴക്കോട്ട് യാത്ര ചെയ്യും. നേരത്തെയെത്തിയ റബ്ബർ പട്ടണത്തിൽ നിന്ന് തന്നെയുള്ള ഒരു ഗ്രീക്ക് വ്യാപാരിക്ക് വിറ്റിരുന്നു. സായാഹ്നത്തിൽ ഹമീദ് അസീസ് അമ്മാവനെ സ്റ്റോറിലേക്ക് കൊണ്ടുപോയി. അവിടെയുള്ള സാധനങ്ങളെല്ലാം പരിശോധിച്ചു. അവർ പുസ്തകം നിവർത്തി വച്ച് എന്തൊക്കെയോ സംസാരിക്കുന്നുണ്ടായിരുന്നു. കണക്കുകൂട്ടുന്നുണ്ടായിരുന്നു.

അസീസ് അമ്മാവൻ അധിക ദിവസം അവിടെ താമസിച്ചില്ല. റമദാൻ തുടങ്ങുന്നതിനു മുമ്പ് തീരപ്രദേശത്തെത്തണം എന്ന തീരുമാനത്തിലായിരുന്നു അദ്ദേഹം. അങ്ങനെയാകുമ്പോൾ നോമ്പും വിശ്രമവും വീട്ടിൽ തന്നെയാകാം. അതിനു മുമ്പ് ഈ സാധനങ്ങളെല്ലാം വിറ്റവസാനിപ്പിച്ചാൽ ചുമട്ടുകാർക്ക് പുതുവർഷത്തിനു മുമ്പ്, ഈദിനു മുമ്പ്, അവരുടെ കൂലി കൊടുക്കാനുമാകും. യാത്രയ്ക്കുള്ള ദിവസമായിട്ടും മൊഹമ്മദ് അബ്ദുള്ളയ്ക്ക് ആ പഴയ ചുറുചുറുക്ക് വീണ്ടെടുക്കാനായിട്ടുണ്ടായിരുന്നില്ല. സംഘം റെയിൽവെ സ്റ്റേഷനിലേക്ക് നീങ്ങി. അവർക്കൊപ്പം പോകാൻ യൂസുഫിനു ക്ഷണമില്ലായിരുന്നു. അവർ പോകുന്നതിനു കുറച്ച് മുമ്പ് അസീസ് അമ്മാവൻ അവനെ വിളിച്ചു. കുറച്ച് പണം നൽകി.

''എന്തെങ്കിലും ആവശ്യം വരികയാണെങ്കിൽ അടുത്ത വർഷം ഞാൻ വരുമ്പോൾ പറഞ്ഞാൽ മതി. നീ കാര്യങ്ങളെല്ലാം നന്നായി ചെയ്യുന്നുണ്ട്.''

ഉൾനാടുകളിലേക്കൊരു യാത്ര

1

അസീസ് അമ്മാവന്റെ സന്ദർശനശേഷം ഹമീദ് സന്തോഷവാനായിരുന്നു. അവരുടെ യാത്രാവിവരണങ്ങൾ അയാളെ ആവേശം കൊള്ളിച്ചിരുന്നു. ചക്രവാളത്തിനപ്പുറത്തുള്ള ഭീകരരാജ്യങ്ങളെ അവർക്ക് ആ വിവരണങ്ങൾ പരിചയപ്പെടുത്തിക്കൊടുത്തു. വായിക്കപ്പെട്ട അക്കങ്ങളും സന്തോഷം നൽകുന്നവയായിരുന്നു. അയാളുടെ സംരക്ഷണത്തിൽ സൂക്ഷിക്കപ്പെട്ട കച്ചവട വസ്തുക്കൾ ഹമീദിനു സൗഭാഗ്യം കൊണ്ടുവരുമെന്ന് അയാൾ വിശ്വസിച്ചു. തന്റെ ഈ വിജയത്തിൽ അഹങ്കരിക്കാനായി സ്റ്റോറിനകത്ത് കയറാൻ ഹമീദ് എന്നും രാത്രി വരെ കാത്തിരിക്കാതായി. ചിലപ്പോൾ വാതിൽ തുറന്നിടുക എന്ന ഓർമ്മക്കുറവും സംഭവിച്ചുതുടങ്ങി. അങ്ങനെ വാതിൽ തുറന്നിട്ടാൽ അതിനകത്തുനിന്ന് മൃഗചർമ്മത്തിന്റെ രൂക്ഷ ഗന്ധം പുറത്തെത്തും. അതിനകത്ത് ചണത്തിന്റെ ചാക്കുകൾ അട്ടിയിട്ടിരിക്കുന്നത് യൂസുഫ് കണ്ടു. അതിൽ ചിലത് യാത്രയ്ക്ക് ശേഷം അസീസ് അമ്മാവൻ അവിടെ സൂക്ഷിക്കാനേല്പിച്ച ചോളമാണ്. ചിലതെല്ലാം വിടുവായനായ ബാക്കസ് തന്റെ ട്രക്കിൽ എത്തിച്ചതും. അതിനു ചുറ്റിലും ഓടി നടക്കുന്ന ഹമീദിനേയും അവൻ കാണുകയുണ്ടായി. ചാക്കുകളെണ്ണിയും സ്വയം സംസാരിച്ചും അയാൾ ഓടി നടക്കുന്നത്. തുറന്ന വാതിലിനു മുന്നിൽ യൂസുഫ് നിൽക്കുന്നത് കണ്ടപ്പോൾ ഭയത്തിന്റെ അലകൾ അയാളിലൂടെ കടന്നു നീങ്ങി. മുഖം വിളറി. ഭയം ആദ്യം ആശ്വാസത്തിനും പിന്നെ സംശയത്തിനും വഴിമാറി. അയാൾ പുരികം ചുളിച്ചു. കോപിച്ചു. മുഖം വക്രിച്ചു. പിന്നെ കൗശലത്തിൽ ചിരിച്ചു. പുറത്തിറങ്ങി.

“നീ എന്തിനാണ് വന്നത്? പണിയൊന്നുമില്ലേ? മുറ്റം തൂത്ത് വൃത്തിയാക്കിയോ? കടച്ചക്കകളൊക്കെ പെറുക്കിയെടുത്തോ? അതൊക്കെ ചെയ്തുവെങ്കിൽ പട്ടണത്തിലൊന്ന് പോകണം. ചില ജോലികളുണ്ട്. ഇവിടെ വന്ന് നിന്ന് ഞാനെന്ത് ചെയ്യുന്നു എന്ന് നോക്കാൻ ആരാണ് നിന്നോട് പറഞ്ഞത്? ആ ചാക്കിലൊക്കെ എന്താണെന്ന് അറിയണം

അല്ലേ? ഒരു ദിവസം നീ അതും അറിയും.'' അയാൾ പുറത്ത് കടന്ന് വാതിൽ അടച്ചു. ''നല്ല യാത്രയായിരുന്നു. ദൈവത്തിനു സ്തുതി. എല്ലാവർക്കും അത് ഭാഗ്യം കൊണ്ടുവന്നു. നിനക്കെന്തെങ്കിലും വേണോ? എന്താണ് നീ തിരയുന്നത്?''

''ഞാൻ...'' യൂസുഫ് പറഞ്ഞ് തുടങ്ങി. അത് തുടരാൻ ഹമീദ് അനുവദിച്ചില്ല. അയാൾ നടന്നു. യൂസുഫ് സ്വാഭാവികമായും അയാൾക്ക് പുറകെ വരും എന്നയാൾ പ്രതീക്ഷിക്കുന്നുണ്ടായിരുന്നു.

''വെറുതെ വന്നതാണല്ലേ? അല്ലാതെ ഒന്നു തിരഞ്ഞിട്ടല്ല. ഹുസൈൻ ഇതിനെക്കുറിച്ചെന്തായിരിക്കും പറയുക എന്ന് കേൾക്കാൻ എനിക്ക് താത്പര്യമുണ്ട്. ആ മലമുകളിൽ കഷ്ടിച്ച് ജീവിക്കാനുള്ള വരുമാന മേയുള്ളൂ അയാൾക്ക്. അത്ര മതി എന്നാണയാൾ പറയുന്നത്. എനിക്കും കുറേ പണം സമ്പാദിക്കണം എന്നൊന്നുമില്ല. ധനിക നാകണം എന്നുമില്ല. പക്ഷേ, ഇവിടെ താമസിക്കുമ്പോൾ കുറച്ച് പണമൊക്കെ സമ്പാദിക്കണ്ടേ? അയാൾക്ക് ഒരു രോഗിയെപ്പോലെ, സ്വപ്നാടകനെപ്പോലെ ജീവിക്കണമെങ്കിൽ ആയിക്കോട്ടെ. അത യാളുടെ കാര്യം. അയാൾ പറഞ്ഞതൊക്കെ നീയും കേട്ടതല്ലേ? വലിയ ആദർശവാദിയാണ്. നീ കേട്ടതല്ലേ?''

''അതെ.'' യൂസുഫു സമ്മതിച്ചു. പക്ഷേ ഹമീദിന്റെ പ്രകോപന ത്തിൽ അവൻ അസ്വസ്ഥനായി. ആ ചാക്കുകളിൽ എന്തായിരിക്കും എന്നായി അവന്റെ ചിന്ത. അത് ചോദിക്കാനുള്ള ധീരത അപ്പോൾ അവനിലില്ലായിരുന്നു. തനിക്കറിയാം എന്നാണ് ഹമീദ് കരുതുന്ന തെന്ന് അവനു മനസ്സിലായി. അതിൽ വിലപിടിപ്പുള്ളതെന്തോ ആകും. മറ്റുള്ളവരുടെ കൈപ്പിടിയിലെത്താതെ ഹമീദിന്റെ സ്റ്റോറിൽ സൂക്ഷി ക്കുന്നതാകും.

''സ്വന്തം കുടുംബത്തിന് ഒരു നല്ല ജീവിതം നൽകുന്നതിൽ പാപ മെവിടെയാണുള്ളത്?'' ഹമീദ് ചോദിച്ചു. ആ സ്വരത്തിൽ ഹുസൈ നിനോടുള്ള പുച്ഛമുണ്ടായിരുന്നു. ''അല്ലെങ്കിൽ അവർക്ക് അവരുടെ യാളുകൾക്കിടയിൽ ജീവിക്കാൻ അവസരമൊരുക്കുന്നതിൽ? അതി ലൊക്കെ എന്താണിത്ര വലിയ തെറ്റ്? അതാണ് ഞാൻ നിന്നോട് ചോദിക്കുന്നത്. എനിക്ക് എന്റെ കുടുംബത്തിനു വേണ്ടി ഒരു കൊച്ചു വീടുണ്ടാക്കാണം. എന്റെ മക്കൾക്ക് നല്ല ഭാര്യമാരേയും മകൾക്ക് നല്ല ഭർത്താവിനേയും കണ്ടെത്തണം. സംസ്കാരസമ്പന്നരായവർ ക്കൊപ്പം പള്ളിയിൽ പോകാനാകണം. എന്റെ ആഗ്രഹങ്ങൾ അധിക മല്ലെങ്കിൽ എനിക്ക് സായാഹ്നങ്ങളിൽ സുഹൃത്തുക്കൾക്കും അയൽ ക്കാർക്കുമൊപ്പമിരുന്ന്, ചായ കുടിച്ച്, കുറേ സംസാരിക്കണം... അത്രയേ യുള്ളൂ. ആരെയെങ്കിലും കൊല്ലണം എന്ന് ഞാൻ പറഞ്ഞോ? അതല്ലെങ്കിൽ ആരെയെങ്കിലും അടിമയാക്കണം എന്ന് ഞാൻ പറഞ്ഞോ? നിഷ്കളങ്കനായ ഒരു മനുഷ്യനെ കൊള്ളയടിക്കണം എന്നാവശ്യപ്പെട്ടോ? ഞാനൊരു ചെറിയ കട നടത്തുന്നു. സ്വന്തമായി

അദ്ധ്വാനിക്കുന്നു. ചെറിയ കാര്യങ്ങൾ എനിക്ക് വേണ്ടി ചെയ്യുന്നു. അതൊക്കെ ദൈവത്തിനുമറിയാം. ഇപ്പോൾ അയാൾ യൂറോപ്പുകാർക്കെതിരെ തിരിഞ്ഞിരിക്കുന്നു. അവർ എങ്ങനെ ഇവിടെയുള്ളവരെയെല്ലാം ആട്ടിയോടിക്കും എന്നാണിപ്പോൾ ചർച്ച. അവർ ജന്മനാ കൊലപാതകികളാണത്രെ. ദയ എന്നൊന്ന് അവരിലില്ലത്രെ. നമ്മൾ വിശ്വസിക്കുന്നതെല്ലാം അവർ നശിപ്പിക്കുമത്രെ. അതിനെക്കുറിച്ച് പറഞ്ഞ് ക്ഷീണിച്ചാൽ എന്റെ വ്യാപാരത്തെക്കുറിച്ച് പറഞ്ഞ് തുടങ്ങും. അയാളെക്കുറിച്ച് എനിക്കും ചിലതൊക്കെ അറിയാം. പക്ഷേ അതൊന്നും ഞാൻ നിന്നോട് പറയില്ല. എനിക്ക് സമാധാനമായിട്ട് ജീവിക്കണം. എന്നാൽ ആ കാട്ടാളന്മാർക്കിടയിൽ ചെകുത്താനെപ്പോലെ ജീവിക്കുന്ന നമ്മുടെ തത്ത്വചിന്തകനായ ഹുസൈന് അത്ര രസിക്കുന്നില്ല. അതിഷ്ടമാകുന്നില്ല. അയാൾക്കിഷ്ടമുള്ളതുപോലെ ജീവിക്കണ്ട എന്നയാളോട് ആരെങ്കിലും പറയുന്നുണ്ടോ? നമ്മൾ എന്ത് പറഞ്ഞാലും അയാൾ പ്രബോധനം തുടങ്ങും. ഉപദേശം തുടങ്ങും. വിശുദ്ധ ഖുർആനിൽ നിന്നുള്ള വാക്യങ്ങൾ ഉരുവിടും. അല്ലാഹു പറഞ്ഞിട്ടുണ്ട്! നീയും കേട്ടുവല്ലോ.''

ഹമീദ് താൻ പറഞ്ഞതെന്തൊക്കെ എന്ന് ഒരിക്കൽ കൂടി ആലോചിച്ചു. ധാർമ്മിക രോഷത്തിലായി. അദ്ദേഹം അസ്തഗ്ഫിറുല്ലാഹ് എന്ന് മന്ത്രിച്ചു. ദൈവം എന്നോട് പൊറുക്കട്ടെ എന്ന്. വിശുദ്ധ ഖുർആനെക്കുറിച്ച് അപമര്യാദയായി സംസാരിച്ചുവോ എന്നൊരു ചിന്തയിലൊന്ന് വിറച്ചു. ''കിത്താബിൽ നിന്ന് ഉദ്ധരിക്കുന്നതിൽ തെറ്റുണ്ട് എന്നല്ല ഞാൻ പറയുന്നത്. പക്ഷേ അയാളത് അതിനോടുള്ള ഭക്തികൊണ്ടൊന്നുമല്ല ചെയ്യുന്നത്. അല്ലേയല്ല. അല്ലാഹുവിന്റെ വചനങ്ങൾ എന്തെങ്കിലും തെറ്റുണ്ടെന്ന് ഒരിക്കലും ഞാൻ പറയില്ല. ആ ഭ്രാന്തൻ കാലാസിംഗ ഖുർആൻ വിവർത്തനം ചെയ്യാൻ പോകുകയാണത്രെ. ഏതൊക്കെയോ ദുരാത്മാക്കളാണവിടെ സംസാരിച്ചുകൊണ്ടിരുന്നത്. ദൈവം അത് തിരിച്ചറിയും എന്നാണെന്റെ പ്രതീക്ഷ. അയാൾ ഒരു അവിശ്വാസിയും ഭ്രാന്തനുമാണെന്ന് മനസ്സിലാക്കി ദൈവം അയാളോട് കരുണ കാണിക്കും.'' ഹമീദ് ആ സംഭാഷണങ്ങളുടെ ഓർമ്മയിൽ അടക്കിപ്പിടിച്ച് ചിരിച്ചു.

''വിശുദ്ധ ഖുർആനാണ് നമ്മുടെ മതം. അതിൽ സാന്മാർഗിക ജീവിതത്തിനുള്ള എല്ലാ ജ്ഞാനവുമുണ്ട്.'' അദ്ദേഹം കണ്ണുകൾ മുകളിലേക്കാക്കി. അവിടെ എന്തോ കാഴ്ച കാണുന്നതുപോലെ കുറച്ച് നേരം നിന്നു. യുസുഫും അത് കണ്ട് മുകളിലേക്ക് നോക്കി. പക്ഷേ ഒരു സീൽക്കാരത്തോടെ ഹമീദ് അവന്റെ ശ്രദ്ധ വീണ്ടും തന്നിലേക്ക് കൊണ്ടുവന്നു. ''എന്നാൽ അതിനർത്ഥം മറ്റുള്ളവരെ കളിയാക്കാൻ ആ ഗ്രന്ഥം ഉപയോഗിക്കണം എന്നല്ല. അത് മാർഗ്ഗദർശകമായിരിക്കേണ്ട ഒന്നാണ്. പഠിച്ചിരിക്കേണ്ടതാണ്. എപ്പോഴൊക്കെ സാധ്യമാണോ അപ്പോഴൊക്കെ അത് വായിക്കണം. പ്രത്യേകിച്ചും

ഈ റമദാൻ മാസത്തിൽ. ഈ വിശുദ്ധ മാസത്തിൽ നിങ്ങൾ ചെയ്യുന്ന ഓരോ സത്പ്രവർത്തിയും മറ്റ് മാസങ്ങളുടെ ഇരട്ടി പുണ്യം നിങ്ങൾക്ക് കൊണ്ടുവരും. ഇത് അല്ലാഹു പ്രവാചകനോട് പറഞ്ഞ താണ്. മിറാജിൽ വച്ച്. ഒരു രാത്രിയിൽ. അന്ന് രാത്രി പ്രവാചകനെ മക്കയിൽ നിന്ന് ജറുസലേമിലേക്ക് ബൊറാഖ് എന്ന ചിറകുള്ള കുതിരപ്പുറത്ത് കൊണ്ടുപോയി. അവിടെ നിന്ന് അല്ലാഹുവിന്റെ സന്നിധിയിലേക്കും. അല്ലാഹുവാണ് ഇസ്ലാമിന്റെ നിയമങ്ങൾ കല്പി ച്ചത്. റമദാൻ മാസം ഉപവാസത്തിന്റേയും പ്രാർത്ഥനയുടേയുമാകു മെന്നും ഉത്തരവുണ്ടായി. പ്രായശ്ചിത്തത്തിന്റേയും സ്വയം ശുദ്ധീ കരണത്തിന്റേയും മാസമാണത്. അസ്തിത്വത്തിന്റെ, നിലനില്പിന്റെ അടിസ്ഥാനാവശ്യങ്ങൾ നിഷേധിച്ചിട്ടല്ലാതെ പിന്നെ എങ്ങനെയാണ് നമ്മൾ ദൈവത്തിനോടുള്ള സമർപ്പണം കാണിക്കുക? ഭക്ഷണം, വെള്ളം, വൈകാരിക സന്തോഷങ്ങൾ എല്ലാം ഉപേക്ഷിച്ചിട്ടല്ലാതെ? ഇതാണ് നമ്മെ അവിശ്വാസികളിൽ നിന്നും കാട്ടാളന്മാരിൽ നിന്നും വ്യത്യസ്തരാക്കുന്നത്. അവർ ഒന്നും നിഷേധിക്കാനോ ദൈവത്തി നായി സമർപ്പിക്കാനോ തയ്യാറാകുന്നില്ല. ഈ സമയത്ത് ഖുർആൻ പാരായണം ചെയ്താൽ ആ വാക്കുകൾ നേരെ സ്രഷ്ടാവിലെത്തും. അത് നിങ്ങൾക്ക് വലിയ അനുഗ്രഹങ്ങൾക്ക് കാരണമാകും. റമദാനിൽ നിത്യവും ഒരു മണിക്കൂറെങ്കിലും അതിനായി നീക്കി വയ്ക്കണം.''

''അതെ.'' യൂസുഫ് പിൻവാങ്ങാനൊരു ശ്രമം നടത്തി. പ്രബോ ധനത്തിന്റെ അവസാനമായപ്പോഴേക്കും ഹമീദിലെ ആത്മവിശ്വാസം വർദ്ധിച്ചിരുന്നു. തന്റെ ഭക്തിക്ക് യൂസുഫിന്റെ പിന്തുണ ആവശ്യ പ്പെടുന്നുണ്ടായിരുന്നു. ഹമീദ് തീർത്തും പ്രവാചകനാകുമ്പോഴേക്കും അവിടെ നിന്ന് രക്ഷപ്പെടുകയാകും നല്ലതെന്ന് യൂസുഫിനു തോന്നി. പക്ഷേ അതിനുള്ള സാവധാനം ലഭിച്ചില്ല.

''അതിനെക്കുറിച്ചാലോചിച്ചപ്പോൾ ഒരു കാര്യം ഓർമ്മ വരുന്നു. നീ ഖുർആൻ വായിക്കുന്നത് ഞാൻ കണ്ടിട്ടേയില്ല.'' ഹമീദ് അവനെ സംശയത്തോടെ നോക്കി. ''ഇതങ്ങനെ വെറുതെ തമാശയായി എടുക്കേണ്ട കാര്യമല്ല. നിനക്കെന്താ നരകത്തിൽ പോകണോ? ഇന്ന് നമുക്കൊന്നിച്ചിരുന്ന് വായിക്കാം. ളുഹുർ നിസ്കാരം കഴിഞ്ഞിട്ട്.''

ഉച്ചയായപ്പോഴേക്കും യൂസുഫിന് വിശപ്പ് സഹിക്ക വയ്യാതായി. ക്ഷീണം തോന്നിത്തുടങ്ങി. ആദ്യത്തെ മൂന്ന് ദിവസങ്ങളിലെ നോമ്പ് അതികഠിനമാണ് എന്ന് അവനു മനസ്സിലായി. അതിനാൽ പകൽ മുഴുക്കെ മിക്കവാറും ഏതെങ്കിലും മരത്തണലിൽ പോയി കിടക്കും. ആദ്യത്തെ ഏതാനും ദിവസങ്ങൾ കഴിഞ്ഞപ്പോൾ ശരീരം ഭക്ഷണ വും വെള്ളവുമില്ലാത്ത മണിക്കൂറുകളെ സ്വീകരിക്കാൻ തുടങ്ങി. പകൽ വെളിച്ചത്തിൽ യാതനകൾ സഹനീയമായി. മലനിരകളിലെ തണുപ്പുള്ള കാലാവസ്ഥയിൽ ഈ യാതനയ്ക്കിത്ര കാഠിന്യമുണ്ടാകില്ല എന്ന് അവന് തോന്നിയിരുന്നു. പക്ഷേ അത് സത്യമല്ലായിരുന്നു.

തീരപ്രദേശങ്ങളിൽ അവന് മരവിച്ച ശരീരത്തിൽ നിന്നും ഒരുതരം ബന്ധമില്ലാതാകൽ സാധ്യമാകാറുണ്ട്. സ്വന്തം ശരീരത്തെ ഉപേക്ഷിച്ച് എല്ലാതിൽ നിന്നും രാജിയാകാൻ സാധ്യമാകാറുണ്ട്. പക്ഷേ അന്തരീക്ഷം തണുപ്പുള്ളതായി. ഒരു തരം മാസ്മരികമായ അന്ധാളിപ്പിലേക്കും ബോധക്കേടിലേക്കുമെത്താൻ സാധ്യമാകാതായി. ഉച്ചയ്ക്ക് ഹമീദിനെ കാണുമ്പോൾ അപമാനം ഉറപ്പാണെന്ന് അവൻ ഉറപ്പിച്ചു.

''എന്താണു നീ പറയുന്നത്? വായിക്കാനറിയില്ലെന്നോ?'' ഹമീദ് ചോദിച്ചു.

''അങ്ങനെയല്ല.'' യൂസുഫ് പ്രതിഷേധിച്ചു. അസീസ് അമ്മാവനൊപ്പം ജോലി ചെയ്യാൻ അയയ്ക്കുന്നതിനു മുമ്പ് ഖുർആൻ പഠനം അവസാനിച്ചിരുന്നില്ല എന്നാണവൻ പറഞ്ഞത്. അമ്മ അക്ഷരമാല പഠിപ്പിച്ചിരുന്നു. ആദ്യ മൂന്ന് സൂറകളും വായിക്കാൻ പഠിപ്പിച്ചിരുന്നു. അവ ലളിതമാണ്. ഏഴ് വയസ്സായപ്പോൾ അവനെ ഒരു അദ്ധ്യാപകനരികിലേക്കയച്ചു. അവർ അപ്പോൾ താമസിച്ചിരുന്ന പട്ടണത്തിലെ ഒരു അദ്ധ്യാപകനരികിലേക്ക്. അദ്ദേഹത്തിന് കുട്ടികൾ ഇതൊക്കെ പഠിച്ചു കാണാനൊരു തിരക്കുമില്ലായിരുന്നു. ഒരു കുട്ടി ഖുർആൻ ആദ്യാവസാനം ഓതാൻ പഠിച്ചാൽ അദ്ധ്യാപകന്റെ വരുമാനം അത്രയും കുറയും. കാരണം, പിന്നെ ആ കുട്ടി ക്ലാസിലെത്തുകയില്ല. അഞ്ച് വർഷമെങ്കിലും പഠിച്ചാലേ പഠിത്തം പൂർത്തിയാകൂ എന്നാണ് കണക്കാക്കപ്പെട്ടിരുന്നത്. ഇത് അദ്ധ്യാപകർക്കെന്നപോലെ വിദ്യാർത്ഥികൾക്കും നല്ലതായിരുന്നു.

വിദ്യാർത്ഥികൾ അദ്ധ്യാപകരെ മറ്റ് പല കാര്യങ്ങളിലും സഹായിക്കും. വീട് വൃത്തിയാക്കും. വിറക് കൊണ്ടുവരും. മറ്റ് സഹായങ്ങളും ചെയ്യും. പലപ്പോഴും വിദ്യാർത്ഥികൾ കുഴിമടിയന്മാരാകും. നല്ല തല്ലും വാങ്ങും. പെൺകുട്ടികളുടെ ഉള്ളം കയ്യിൽ മാത്രമേ അടിക്കുകയുള്ളൂ. അവരെ ആലങ്കാരികമായി പെരുമാറേണ്ടതെങ്ങനെ എന്നും അവിടെ പഠിപ്പിക്കും. ''സ്വയം ബഹുമാനിക്കുക, അപ്പോൾ മറ്റുള്ളവരും നിങ്ങളെ ബഹുമാനിക്കാനെത്തും. അത് നമുക്കൊക്കെ ബാധകമാണ്, പ്രത്യേകിച്ചും സ്ത്രീകളുടെ കാര്യത്തിൽ. അതാണ് ബഹുമതി എന്നതിനർത്ഥം'' അദ്ധ്യാപകൻ അവരോട് പറഞ്ഞ് കൊടുക്കും. എന്നും എപ്പോഴും ഈ വിദ്യഭ്യാസം ഇങ്ങനെയൊക്കെ തന്നെയായിരുന്നു. അതല്ലാതൊരു പഠനം ആരുടേയും ഓർമ്മയിലില്ല. ആൺകുട്ടികളും പെൺകുട്ടികളും അദ്ധ്യാപകരുടെ വീടിന്റെ മുറ്റത്ത് ഒന്നിച്ചിരുന്ന് ഖുർആൻ ഓതും. പ്രവചിക്കാവുന്ന നീരസത്തോടെ. സംശയത്തോടെ. കാലം ചെന്നാൽ യൂസുഫും ഈ വിദ്യാഭ്യാസം പൂർത്തിയാക്കി തന്റെ മുൻഗാമികൾക്കിടയിലും മുതിർന്നവർക്കിടയിലും ബഹുമാന്യൻ എന്ന് കണക്കാക്കപ്പെടുമായിരുന്നു. പക്ഷേ അതിനിടയിലാണ് അവനെ അവിടെ നിന്ന് ദൂരേക്കയച്ചത്.

ഖലീൽ അവന് അക്കങ്ങൾ പഠിപ്പിച്ച് കൊടുത്തു. അവനൊരിക്കൽ പോലും അവർ ഇരുവരും കിത്താബ് ഓതണം എന്ന് പറഞ്ഞിട്ടില്ല. പട്ടണത്തിലേക്കുള്ള യാത്രയ്ക്കിടയിൽ പള്ളിയിലെത്തിയപ്പോൾ, യൂസുഫ് കാര്യങ്ങൾ കുഴപ്പമില്ലാതെ കൈകാര്യം ചെയ്തു. ദീർഘ നേരം നീണ്ടു നിന്ന പ്രാർത്ഥനകൾക്കിടയിൽ അവന്റെ ശ്രദ്ധ പക്ഷേ പലയിടത്തേക്കും അലഞ്ഞ് നടന്നു. ഖുർആനിലെ അപരിചിത ഭാഗ ങ്ങളിലെത്തിയപ്പോൾ അവൻ ഉറക്കെ മൂളുക മാത്രം ചെയ്തു. അർത്ഥ മില്ലാത്ത മൂളലുകൾ. എങ്കിലും അത് അവനൊരു അപമാനമായില്ല. തന്റെ തൊട്ടടുത്തിരിക്കുന്ന ആരെങ്കിലും ഇതേ അവസ്ഥയിലുണ്ടോ എന്ന് പരിശോധിക്കാൻ മാത്രം അമാന്യത, നിർമര്യാദ, അവനിലി ല്ലായിരുന്നു. അന്ന് ഉച്ചയ്ക്ക് ഹമീദും അവനും ഒന്നിച്ചിരുന്നപ്പോൾ, പള്ളിയിൽ ചെയ്യാറുള്ളതുപോലെ ഉറക്കെ മൂളിക്കൊണ്ട് രക്ഷപ്പെ ടാനാകില്ല എന്ന് അവന് ഉറപ്പായി. യാസീൻ ഓതിക്കൊണ്ട് തുടങ്ങാം എന്ന് ഹമീദ് നിർദ്ദേശിച്ചു. രണ്ടുപേർക്കും മാറി മാറി ചൊല്ലാം എന്നും നിർദ്ദേശിച്ചു. യൂസുഫ് ഖുർആൻ തുറന്നു. താളുകൾ മറിച്ചുകൊണ്ടി രുന്നു. ഹമീസ് സംശയത്തോടെ അവനെ നോക്കി.

‘‘യാസീൻ എവിടെയാണെന്ന് നിനക്കറിയില്ലേ?’’ ഹമീദ് ചോദിച്ചു.

‘‘ഞാനിതുവരെ ഇത് മുഴുവനാക്കിയിട്ടില്ല.’’ യൂസുഫ് പറഞ്ഞു. ‘‘എനിക്കിത് ഓതാനാകും എന്ന് കരുതുന്നില്ല.’’

‘‘എന്താണുദ്ദേശിച്ചത്, വായിക്കാനറിയില്ല എന്നോ?’’ ഹമീദ് ഞെട്ടി. അയാൾക്ക് വിശ്വസിക്കാനായില്ല. അയാൾ എഴുന്നേറ്റു. യൂസുഫിൽ നിന്ന് ദൂരെ മാറി നിന്നു. ഭയത്തോടെയല്ല. മഹാവിപത്ത് സംഭവിച്ച തുപോലെ. നികൃഷ്ടമായ എന്തോ കണ്ടതുപോലെ. ‘‘വൃത്തികെട്ട വനാണ് നീ. ദരിദ്രൻ. ഇത് ശരിയല്ല. ആ വീട്ടിൽ വച്ച് നിനക്ക് ഇത് ഓതാൻ ആരും പഠിപ്പിച്ച് തന്നില്ലേ? എന്ത് തരം മനുഷ്യരാണവരൊക്കെ?’’

യൂസുഫ് നിശ്വസിച്ചു. തന്റെ പരാജയത്തിലും അപമാനത്തിലും ലജ്ജ തോന്നി. അവനും എഴുന്നേറ്റു. അവിടെ ഇനിയും ഇരിക്കു ന്നത് അപകടമാകും എന്ന് അവനു തോന്നി. അവനു വിശക്കുന്നു ണ്ടായിരുന്നു. വല്ലാത്ത ക്ഷീണമുണ്ടായിരുന്നു. ഇതിനെ തുടർന്ന് വരാനിരിക്കുന്ന നാടകങ്ങൾ എന്തൊക്കെ എന്ന് അവനറിയാം. അതൊക്കെ ഒന്ന് ഒഴിവായെങ്കിൽ എന്നവൻ ആശിച്ചു. പക്ഷേ, ഈ ലജ്ജ യിൽ താനെത്ര ഭയക്കും എന്ന് കരുതിയോ അത്രയുമുണ്ടായില്ല.

‘‘മൈമുനാ’’ ഹമീദ് ഉച്ചത്തിൽ വിളിച്ചു. താനൊരു കൊടുംവേദന യിലാണിപ്പോൾ എന്ന മട്ടിൽ വിളിച്ചു. ഹമീദിനേയും നോമ്പിന്റെ ബുദ്ധിമുട്ടുകൾ ബാധിച്ചു തുടങ്ങിയിരിക്കുന്നു എന്ന് യൂസുഫ് കരുതി. അയാൾ അവിടെയിരുന്ന് ശാന്തമായി പാഠങ്ങളെക്കുറിച്ചും കർത്ത വ്യങ്ങളെക്കുറിച്ചും സംസാരിക്കും എന്നും കരുതി. പക്ഷേ, അയാൾ പിന്നെയും ഒച്ചയിടുകയാണ് ചെയ്തത്. ‘‘മൈമുനാ...വാ...വേഗം വാ... യാ അല്ലാഹ്. ഒന്ന് വേഗം.’’

ശരീരത്തിൽ ഒരു തുണിയെടുത്ത് ചുറ്റിക്കൊണ്ടാണ് മൈമുന പ്രത്യക്ഷപ്പെട്ടത്. അവളുടെ കണ്ണിൽ ആകാംക്ഷയുണ്ടായിരുന്നു. ഹമീദിന്റെ വിളി അവളെ ഉദ്വേഗഭരിതയാക്കിയിരുന്നു. ഉറക്കക്ഷീണ മുള്ള ആ കണ്ണുകൾ വേവലാതിയിലായിരുന്നു.

''നീ കേൾക്കണം എന്റെ പ്രിയേ, ഇവന് ഖുർആൻ ഓതാൻ അറിയില്ല.'' ഹമീദ് നിരാശ കലർന്ന നോട്ടവുമായി തന്റെ ഭാര്യയി ലേക്ക് തിരിഞ്ഞു. ''ഇവന് അച്ഛനോ അമ്മയോ ഇല്ല. ദൈവം എന്ന വാക്ക് പോലും അറിയില്ല.''

അവർ അവനെ വിശദമായി ചോദ്യം ചെയ്തു. ദീർഘകാലമായി ഇങ്ങനെയൊരു അവസരത്തിനു കാത്തിരിക്കുകയായിരുന്നു എന്ന മട്ടിൽ ചോദ്യം ചെയ്തു. അവൻ ഒന്നും ഒളിക്കാൻ ശ്രമിച്ചില്ല. യജ മാനത്തി ഇതിനെക്കുറിച്ചൊക്കെ എന്ത് പറഞ്ഞു? അവരെ കാണാൻ എങ്ങനെയുണ്ടായിരുന്നു? അതവനറിയില്ല. അവരെ അവൻ കണ്ടി ട്ടേയില്ല. അവരൊരു ഭക്തയായിരുന്നില്ലേ? അതും അവനറിയില്ല. അതിനെക്കുറിച്ച് അവൻ കേട്ടിട്ടേയില്ല. വ്യാപാരി അവനോട് പള്ളി യിൽ പോകാൻ ആവശ്യപ്പെടാറില്ലേ? ഇല്ല. വ്യാപാരിയും അവനു മൊത്ത് ഒരു ഇടപാടുമില്ലായിരുന്നു. അയാൾ അവനെ കടയിൽ ജോലിക്കായി ഉപേക്ഷിച്ചു. പ്രാർത്ഥനയില്ലെങ്കിൽ സ്രഷ്ടാവിനരി കിലെത്തുമ്പോൾ അവൻ നഗ്നനായിരിക്കും എന്ന ചിന്തയുണ്ടാ യില്ലേ? ഇല്ല. അങ്ങനെ ചിന്തിച്ചിട്ടേയില്ല. സ്രഷ്ടാവിനെക്കുറിച്ച് തന്നെ അധികം ചിന്തിച്ചിട്ടില്ല. ദൈവത്തിന്റെ വാക്കുകളറിയില്ലെങ്കിൽ പിന്നെ പ്രാർത്ഥന ചൊല്ലിയതെങ്ങനെ? പ്രാർത്ഥന ചൊല്ലാറില്ല. വെള്ളിയാഴ്ച പട്ടണത്തിലെ പള്ളിയിൽ പോകുന്നത് മാത്രമാണ തിനൊരു അപവാദം. എന്തൊരു വൃത്തികേടാണിതൊക്കെ. അവ രിലെ വേദന ഉണർന്നു. അവരുടെ കുട്ടികളും ആ രംഗം കാണാൻ പുറത്ത് വന്നു. മൂത്തവൾ, ആശ, അപ്പോൾ പന്ത്രണ്ടുകാരിയാണ്.

പിതാവിനെപ്പോലെ തടിച്ച പ്രകൃതം. സന്തോഷവതി. രണ്ടാമ ത്തവൻ അലി. അവന് അമ്മയുടെ തിളക്കമാർന്ന ചർമ്മം ലഭിച്ചി ട്ടുണ്ട്. അതുപോലെ ചുരുണ്ട മുടിയും. ഏറ്റവും താഴെ സൂദ. അവനെ പ്പോഴും കരയും. ചേച്ചി എപ്പോഴും അടുത്തുണ്ടാകണം എന്ന് വാശി പിടിക്കും. അവരെല്ലാം ഒന്നിച്ച് അവനെന്ന നാണക്കേടിനെക്കുറി ച്ചുള്ള സംഘഗാനത്തിന്റെ ഭാഗമായി. മൈമുന ഒരു കൈ നെറ്റിയിൽ വച്ചു. അവിടത്തെ മിടിപ്പ് പരിശോധിക്കുകയാണെന്ന പോലെ. ഹമീദ് അതിശക്തമായി തലയാട്ടിക്കൊണ്ടിരുന്നു. ''പാവം പയ്യൻ. പാവം. നീ ഞങ്ങളുടെ വീട്ടിലേക്ക് എന്തൊരു വലിയ ദുരന്തമാണ് കൊണ്ടു വന്നിരിക്കുന്നത്. ഇതൊക്കെ ആർക്കെങ്കിലും ഊഹിക്കാവുന്ന കാര്യ ങ്ങളാണോ?''

''സ്വയം കുറ്റപ്പെടുത്തിയിട്ട് കാര്യമില്ല.'' മൈമുന തേങ്ങി. ''ഇതൊക്കെ നമുക്കെങ്ങനെ അറിയാം?''

“വിഷമം തോന്നണ്ട.” ഹമീദ് യൂസുഫിനോട് പറഞ്ഞു. അപ്പോഴേക്കും ഭീതി മല കയറി ഇറങ്ങിക്കഴിഞ്ഞിരുന്നു. “നിന്റെ കുറ്റമല്ല ഇതൊന്നും. നിന്നെ എന്തൊക്കെ പഠിപ്പിച്ചു എന്ന് ഞങ്ങൾ പരിശോധിക്കേണ്ടതായിരുന്നു. അത് ചെയ്യാത്തതിനു ദൈവം ഞങ്ങളെ പഴി ചാരും. നീ ഇവിടെ വന്നിട്ട് മാസങ്ങളായല്ലോ.”

“നിന്റെ അമ്മാവനെങ്ങനെ ഇത്രയും വർഷം നിന്നെ ഇതുപോലെ വിട്ടു?” മൈമുന ചോദിച്ചു. അവൾ കുറ്റകൃത്യത്തിന്റെ പങ്ക് മറ്റാർക്കെങ്കിലും കൂടി കൊടുക്കാനാകുമോ എന്ന് ശ്രമിക്കുകയായിരുന്നു.

“അതിനാദ്യത്തെ കാരണം അദ്ദേഹം എന്റെ അമ്മാവനല്ല എന്നതാണ്.” യൂസുഫ് മനസ്സിൽ പറഞ്ഞു. ഖലീലിനെ ഓർമ്മ വന്നു. വിടരാൻ ശ്രമിച്ച പുഞ്ചിരിയെ ഒരുവിധത്തിൽ തടഞ്ഞ് നിർത്തി. ഇവിടെ നിന്ന് എങ്ങോട്ടെങ്കിലും പോകാനായെങ്കിൽ എന്ന് അവൻ ആഗ്രഹിച്ചു. ഇവരൊക്കെ ഇവിടെയിരുന്ന് നിലവിളിച്ചോട്ടെ. പക്ഷേ എന്തോ, തന്നിലൊരു അപര്യാപ്തതയുണ്ടെന്ന ചിന്ത അവനെ അവിടെ പിടിച്ചിരുത്തി. അവർ കാണിക്കുന്ന ഭീതിയും ഞെട്ടലും അവനെ നിരാശനാക്കി. അത് കണക്ക് കൂട്ടിയുള്ള ഒരു അസംബന്ധ നാടകമാണെന്ന് അവനു തോന്നി.

“തീരപ്രദേശക്കാരായ നമ്മളെ നമ്മൾ വൗങ്ങ്വാന എന്നാണ് വിളിക്കാറുള്ളത് എന്ന് നിനക്കറിയാമോ?” ഹമീദ് ചോദിച്ചു. “അതിന്റെ അർത്ഥമെന്തെന്ന് നിനക്കറിയാമോ? ബഹുമാന്യർ എന്നാണതിനർത്ഥം. അങ്ങനെയാണ് നമ്മൾ നമ്മെക്കുറിച്ച് പറയാറുള്ളത്. പ്രത്യേകിച്ചും കാട്ടാളന്മാർക്കും മഹാദുഷ്ടന്മാർക്കും ഇടയിൽ, ഇവിടെയാകുമ്പോൾ. എന്തുകൊണ്ടാണ് നമ്മൾ നമ്മെക്കുറിച്ച് അങ്ങനെ പറയുന്നത്? ദൈവമാണ് നമുക്ക് അതിന് അധികാരം നൽകിയത്. നമ്മൾ സ്രഷ്ടാവിനടിമപ്പെട്ടവരാണ്. അതിനാൽ ബഹുമാന്യരാണ്. അവനോടുള്ള കടപ്പാടുകൾ മനസ്സിലാക്കുകയും അതനുസരിച്ച് മാത്രം ജീവിക്കുകയും ചെയ്യുന്നവരാണ്. അവന്റെ വാക്കുകൾ വായിക്കാൻ നിനക്കാകില്ലെങ്കിൽ പിന്നെ അവന്റെ നിയമം എങ്ങനെ മസ്സിലാക്കും. അങ്ങനെയെങ്കിൽ ഈ പാറകളും വൃക്ഷങ്ങളുമൊക്കെ ആരാധിക്കുന്നവർക്ക് തുല്യമാകില്ലേ. വന്യമൃഗങ്ങളേക്കാൾ ഒട്ടും മികച്ചതല്ലാതാകില്ലേ?”

“ഉവ്വ്.” കുട്ടികൾ ചിരിക്കുന്നത് കേട്ട് അവൻ വല്ലാതെ ചുരുങ്ങി.

“നിനക്ക് പതിനഞ്ചായോ?” ഹമീദ് മൃദുസ്വരത്തിൽ ചോദിച്ചു.

“കഴിഞ്ഞ റജബിൽ പതിനാറ്. നമ്മൾ മല കയറിയതിനു മുമ്പ്.”

“ഇനി നഷ്ടപ്പെടുത്താൻ സമയമില്ല. ദൈവത്തിനു മുന്നിൽ നീ ഒരു പുരുഷനായിരിക്കുന്നു. അവന്റെ നിയമങ്ങൾ പൂർണ്ണമായും അനുസരിക്കേണ്ടവനായിരിക്കുന്നു.” ഹമീദ് രക്ഷകന്റെ ഭാഗമഭിനയിക്കാനാരംഭിച്ചു. കണ്ണടച്ചു. ദീർഘനേരം പ്രാർത്ഥനയിലായി.

“ഇവനെ നോക്ക് കുട്ടികളേ. ഇവൻ നമുക്ക് തരുന്ന കാഴ്ച കാണ്.” അവസാനം അയാൾ പറഞ്ഞു. ഒരു കൈകൊണ്ട് യൂസുഫിനെ ചൂണ്ടിയാണ് അയാൾ അത് പറഞ്ഞത്. “മറ്റെല്ലാം മറന്നേക്കൂ എന്ന് ഞാൻ യാചിക്കുന്നു. എന്റെ ഭീകരമായ ഉദാഹരണം നിങ്ങൾക്കൊരു പാഠമായിരിക്കട്ടെ.”

“ഇവൻ കുട്ടികൾക്കൊപ്പം ഖുർആൻ ഓതാൻ പോകട്ടെ.” മൈമുന ഒരു തീരുമാനത്തിലെത്തി. ഹമീദിന്റെ കണ്ണിലേക്ക് നോക്കി. “ഇവനാരെയെങ്കിലും കൊന്നിട്ടുണ്ടെങ്കിൽ അതിന്റെ ഉത്തരവാദിത്വം നിങ്ങൾക്കല്ല.”

2

അതാണ് അവർ അവനിൽ അടിച്ചേല്പിച്ച അമപാനം. ആ റമദാൻ മാസത്തിൽ എന്നും മദ്ധ്യാഹ്നം കഴിഞ്ഞാൽ കുട്ടികൾക്കൊത്ത് അവൻ ഖുർആൻ ഓതുന്നത് പഠിക്കാൻ പോയിത്തുടങ്ങി. അക്കൂട്ടത്തിലെ ഏറ്റവും പ്രായം ചെന്ന വിദ്യാർത്ഥി അവനായിരുന്നു. മറ്റ് വിദ്യാർത്ഥികൾ അവനെ കളിയാക്കി. ഭ്രാന്തമായ ശാഠ്യത്തോടെ, നിർബന്ധബുദ്ധിയോടെ കളിയാക്കി. അവരത് ചെയ്യേണ്ടതാണെന്ന മട്ടിലായിരുന്നു ആ കളിയാക്കലുകൾ. അതല്ലാതെ മറ്റ് മാർഗമൊന്നും അവർക്കില്ലെന്ന മട്ടിൽ. പട്ടണത്തിലെ ഏക പള്ളിയിലെ ഇമാമായിരുന്നു അദ്ധ്യാപകൻ. അയാൾ കരുണയോടെ, അനുകമ്പയോടെയാണ് അവനോട് പെരുമാറിയത്. യൂസുഫ് പെട്ടെന്ന് പഠിച്ചെടുത്തു. അതിനായി വീട്ടിലും അവൻ സമയം ചിലവിട്ടു. ആദ്യമൊക്കെ അവനെ ഇതിലേക്ക് നയിച്ചത് ലജ്ജയായിരുന്നു. എന്നാൽ പിന്നീട് തന്റെ നിപുണതയിൽ, വളരുന്ന കഴിവിൽ അവന് ആനന്ദം വന്ന് തുടങ്ങി. അദ്ധ്യാപകനും അവനെ ഒട്ടൊന്ന് കുണ്ഠിതത്തോടെ പ്രോത്സാഹിപ്പിച്ചുകൊണ്ടിരുന്നു. ഇതൊക്കെ ഞാൻ പ്രതീക്ഷിച്ചതാണെന്ന മട്ടിൽ പ്രോത്സാഹിപ്പിച്ചുകൊണ്ടിരുന്നു. അവനെന്നും പള്ളിയിൽ പോകാൻ തുടങ്ങി. തന്നെ ഇത്രയും കാലം അവഗണിച്ച ദൈവത്തിനു മുന്നിൽ വിനീതനായി. ദൈവത്തിനു തന്നെ സമർപ്പിച്ചു. ഇമാം അവനെ ആരാധനയ്ക്കായി വന്ന മറ്റുള്ളവരുടെ മുന്നിൽ വച്ച് തന്നെ ചെറിയ ദൗത്യങ്ങൾ ഏല്പിക്കും. അത് അയാളുടെ വിശ്വാസത്തെ കാണിക്കുന്നതായിരുന്നു. വായിക്കാനുദ്ദേശിക്കുന്ന പുസ്തകമെടുത്തുകൊണ്ടുവരാൻ അവനോട് ആവശ്യപ്പെടും. അല്ലെങ്കിൽ ജപമാലയോ കുന്തിരിക്കം പുകയ്ക്കുന്ന പാത്രമോ കൊണ്ടുവരാൻ. ചിലപ്പോൾ അദ്ദേഹം യൂസുഫിനോട് ചോദ്യങ്ങൾ ഉന്നയിക്കും. അവൻ പഠിച്ചത് പ്രദർശിപ്പിക്കാൻ പ്രോത്സാഹിപ്പിക്കും.

ഒരിക്കൽ മച്ചിനു മുകളിൽ കയറി നിന്ന് ബാങ്ക് വിളിക്കാൻ അവനോട് അദ്ദേഹം ആവശ്യപ്പെട്ടു. അത് കേട്ടപ്പോൾ ആദ്യം ഹമീദ് അമ്പരന്നു. പിന്നെ അവനിൽ വന്ന അത്ഭുതകരമായ മാറ്റങ്ങളെക്കുറിച്ച് മറ്റുള്ളവരോട് ചർച്ച ചെയ്തു. താനും തന്റെ ഭാര്യയും ഇതിൽ ഭാഗധേയരാണെന്നും അത് ദൈവം കാണുമെന്നും വാദിച്ചു. റമദാൻ അവസാനിച്ചിട്ടും യൂസുഫിന്റെ ഔത്സുക്യത്തിനൊരു കുറവും വന്നില്ല. രണ്ട് മാസത്തിനുള്ളിൽ ഖുർആൻ മുഴുക്കെ ഓതാൻ അവനാകും എന്ന സ്ഥിതിയായി. ഒരു ശവസംസ്കാര ചടങ്ങിലേക്കും ഒരു നവജാത ശിശുവിന്റെ പേരിടൽ ചടങ്ങിലേക്കും അവന് ഇമാമിന്റെ ക്ഷണം ലഭിച്ചു. പഠനത്തിനും പള്ളി കാര്യങ്ങൾക്കുമായി അവൻ വീട്ടിലേയും കടയിലേയും ജോലി അവഗണിക്കാൻ തുടങ്ങി. സായാഹ്നമായാൽ ഇമാം നൽകിയ പുസ്തകങ്ങൾ നിവർത്തി ഇരിക്കാൻ തുടങ്ങി. കുറച്ച് കഴിഞ്ഞപ്പോൾ അവന്റെ ഈ ഭക്തി ഹമീദിനെ അസ്വസ്ഥനാക്കി. അത് ശല്യപ്പെടുത്തുന്നതും നികൃഷ്ടവുമാണെന്ന് അയാൾ കരുതി തുടങ്ങി. കാര്യങ്ങൾ ഇത്രത്തോളമെത്തിക്കേണ്ടതില്ല എന്നും കരുതി തുടങ്ങി.

ഇതെല്ലാം അയാൾ ഇടയ്ക്ക് കാലാസിംഗയുമൊത്ത് ചർച്ച ചെയ്യാറുണ്ട്. കാലാസിംഗയ്ക്ക് പക്ഷേ അഭിപ്രായം മറിച്ചായിരുന്നു. “ആ ബാലന് യഥാർത്ഥ ധർമ്മം എന്താണെന്ന് അറിയാനാകുന്നു എങ്കിൽ ആയിക്കോട്ടെ. നമ്മളിലെ ഈ വികാരങ്ങളൊന്നും അധികം ആയുസ്സുള്ളവയല്ല. ലോകം ഒട്ടും കാലവിളംബമില്ലാതെ നമ്മെ തിന്മയിലേക്കും വിഴുപ്പിലേക്കും വലിച്ചിഴക്കും. എന്തായാലും മതം എന്നത് വളരെ സുന്ദരമാണ്. ശുദ്ധമാണ്. സത്യമാണ്. ഇത്തരം ആത്മീയ കാര്യങ്ങളൊന്നും നിനക്ക് അറിയില്ലായിരിക്കാം. പക്ഷേ ഞങ്ങൾ പൗരസ്ത്യർ ഇതിൽ അതിനിപുണതയുള്ളവരാണ്. നീ ഒരു വെറും വിഡ്ഢിയായ വ്യാപാരിമാത്രം. നിത്യവും അഞ്ച് തവണ നിലം ചുംബിക്കുകയും റമദാനിൽ പട്ടിണി കിടക്കുകയും ചെയ്യുന്ന വിഡ്ഢി മാത്രം. ധ്യാനം, ഉത്കൃഷ്ട ആത്മീയാനുഭവം എന്നൊക്കെ പറഞ്ഞാൽ നിനക്ക് മനസ്സിലാകില്ല. അരിച്ചാക്കും പഴക്കുട്ടകളുമല്ലാതെ ഈ ലോകത്തിൽ അറിഞ്ഞിരിക്കേണ്ടതായ പലതുമുണ്ടെന്ന ചിന്ത അവനിലുണ്ടാകുന്നെങ്കിൽ അത് നല്ലതാണ്. പക്ഷേ അവന് അല്ലാഹുവിന്റെ പാഠ്യങ്ങളിലേക്ക് മാത്രമേ തിരിയാനാകുന്നുള്ളു എന്നത് കഷ്ടമാണ്.”

“പക്ഷേ അവനൊരു കൊച്ചുപയ്യനല്ലേ? ഇതിത്തിരി അധികമായില്ലേ?” ഹമീദ് കാലാസിംഗയുടെ പ്രകോപനത്തെ അവഗണിച്ചു.

“അവനൊരു കൊച്ചുപയ്യനൊന്നുമല്ല. മിക്കവാറും യുവാവായി. നിനക്ക് അവന്റെ ഭാവി നശിപ്പിക്കണം അല്ലേ. അവന്റെ ചന്തമൊക്കെ കാണുമ്പോൾ അവനെ ഒരു ബലം കുറഞ്ഞവനാക്കി കണക്കാക്കണം നിനക്ക് അല്ലേ?”

''സുന്ദരനാണവർ.'' ഹമീദ് സമ്മതിച്ചു. ''പക്ഷേ അവനവന്റെ സൗന്ദര്യത്തിലൊന്നും ഒരു ശ്രദ്ധയുമില്ല. താത്പര്യവുമില്ല. ആരെങ്കിലും അവനോട് അവന്റെ സൗന്ദര്യത്തെക്കുറിച്ച് പറഞ്ഞാൽ അവനപ്പോൾ തന്നെ വിഷയം മാറ്റും. അത്രയ്ക്ക് നിഷ്കളങ്കനാണ്. നീ ആ മതം ധർമ്മം എന്നൊക്കെ പറഞ്ഞുവല്ലോ, അതെന്തായിരുന്നു? മേലാകെ ഗ്രീസ് പുരട്ടിയ ഒരു കുരങ്ങനറിയുന്ന അത്തരം കാര്യങ്ങളൊന്നും എനിക്കറിയില്ല എന്ന് നീ കരുതിയോ? നീ ഗൊറില്ലകളേയും പശുക്കളേയുമൊക്കെയല്ലേ ആരാധിക്കുന്നത്? എന്നിട്ട് ഈ ലോകം എങ്ങനെയുണ്ടായി എന്നതിനെക്കുറിച്ച് ബാലിശമായ കഥകളും പറഞ്ഞ് നടക്കുന്നു. ഞങ്ങൾക്ക് ചുറ്റിലുമുള്ള അപരിഷ്കൃതരായ അവിശ്വാസികളേക്കാൾ ഒട്ടും മെച്ചമല്ല നീയും. നിന്നെയോർത്ത് എനിക്ക് വിഷമം തോന്നാറുണ്ട് കാലാസിംഗ. നിന്റെ രോമം നിറഞ്ഞ ആസനത്തെക്കുറിച്ചാലോചിക്കുമ്പോൾ. അത് വിധിദിനത്തിൽ നരകത്തിലെ തീയിൽ കിടന്നെരിയുമല്ലോ എന്ന് ചിന്തിക്കുമ്പോൾ.''

''ഞാനപ്പോൾ സ്വർഗ്ഗത്തിലാകും. ആസ്വദിക്കുകയാകും അല്ലാഹുവാല! നിന്റെ മരുഭൂമിയിലെ ദൈവമപ്പോൾ നിന്റെ പാപങ്ങൾക്ക് നിന്നെ പീഡിപ്പിക്കുകയും.'' കാലാസിംഗയ്ക്ക് സന്തോഷം സഹിക്കവയ്യാതായി. ''നിങ്ങളുടെ ദൈവത്തിന് മിക്കവാറും എല്ലാം പാപമാണല്ലോ. അതെന്തോ ആകട്ടെ. ആ യുവാവിന് പഠിക്കണമെങ്കിൽ പഠിക്കട്ടെ. കോഴിക്കൂട്ടിലടച്ചതുപോലെ നിന്റെ ഈ കടയിലും വീട്ടിലും അടച്ചിട്ട് അവനത് മടുത്തിട്ടുണ്ടാകും. അവന്റെ തലയിൽ എന്തെങ്കിലുമുണ്ടെങ്കിൽ അതൊക്കെ ഇപ്പോൾ നശിച്ച് തുടങ്ങിയിട്ടുണ്ടാകും. നീ അവനോട് ആകെ ആവശ്യപ്പെടുന്നത് നിനക്കരികിലിരുന്ന് നിന്റെ ആ നുണക്കഥകളൊക്കെ കേൾക്കണം എന്ന് മാത്രമല്ലേ. അതല്ലെങ്കിൽ ആ കടച്ചക്ക ശേഖരിച്ച് അങ്ങാടിയിലെത്തിക്കണം എന്ന്. ഇങ്ങനെ നിരന്തരം പീഡിപ്പിച്ചാൽ ഒരു കുരങ്ങൻ പോലും മതത്തിൽ അഭയം കണ്ടെത്തും. അവനെ എനിക്കരികിലേക്കയയ്ക്ക്. ഞാനവനെ ഇംഗ്ലീഷ് അക്ഷരമാല പഠിപ്പിക്കാം. മെക്കാനിക്കിന്റെ ജോലികൾ പഠിപ്പിക്കാം. ഒന്നുമില്ലെങ്കിലും അതവനെന്നെങ്കിലും സഹായകമാകും. ഈ കടയിലെ ജോലിയേക്കാൾ നല്ലതാകും.''

യൂസുഫിന്റെ ശ്രദ്ധ തിരിക്കാനായി ഹമീദ് തനിക്കാകാവുന്നതെല്ലാം ചെയ്തു. കൂടുതൽ ജോലിയേല്പിച്ചു. പുറകിൽ തോട്ടം പണിയുക എന്ന ആശയം വീണ്ടുമെടുത്തിട്ടു. കാലാസിംഗയുടെ നിർദ്ദേശങ്ങളെക്കുറിച്ചും പറഞ്ഞു. അങ്ങനെയാണ് യൂസുഫ് കാലസിംഗയുടെ വർക്ക്ഷോപ്പിൽ എത്തിത്തുടങ്ങുന്നത്. പല ദിവസവും മദ്ധ്യാഹ്നശേഷം അവനവിടെ എത്തുക പതിവായി. പഴയ ടയറുകൾക്ക് മുകളിലിരുന്ന് ഒരു പലകയിൽ എഴുതി പഠിച്ച് തുടങ്ങി. കാലത്ത് കടയിലേയും വീട്ടിലേയും ജോലികൾ പൂർത്തിയാക്കും. ഉച്ചയോടെ കാലാസിംഗയ്ക്കരികിലെത്തും. സായാഹ്നമായാൽ പള്ളിയിലേക്ക് നീങ്ങും.

ഇശാ നിസ്കാരത്തിനു സമയമാകുന്നത് വരെ പള്ളിയിലുണ്ടാകും. തന്റെ തിരക്കിട്ട ഈ ജീവിതം ആദ്യമൊക്കെ അവൻ ആസ്വദിച്ചിരുന്നു.

പിന്നെ പള്ളിയിൽ അല്പാല്പം നുണ പറയാനും കൂടുതൽ സമയം കാലാസിംഗയുടെ പണിശാലയിൽ ചിലവിടാനും തുടങ്ങി. അപ്പോഴേക്കും എഴുതാനും കാലാസിംഗയുടെ കൈവശമുള്ള ഒരു പുസ്തകത്തിൽ നിന്ന് ചിലതെല്ലാം വായിക്കാനും അവനായി തുടങ്ങിയിരുന്നു. ആ വാക്കുകൾ പക്ഷേ അവനോട് പ്രത്യേകിച്ചൊന്നും പറഞ്ഞില്ല. അതിനോടൊപ്പം മറ്റ് പലതും അവൻ പഠിച്ചു. വണ്ടികളുടെ ടയർ മാറ്റിയിടുക കാർ വൃത്തിയാക്കുക എന്നിവപോലെയുള്ള ജോലികൾ. ബാറ്ററി മാറ്റാനും അതിലെ തുരുമ്പെല്ലാം ഉരച്ച് കളയാനും അവൻ പഠിച്ചു. ഒരു എഞ്ചിന്റെ രഹസ്യങ്ങളെന്തൊക്കെ എന്ന് കാലാസിംഗ അവന് പറഞ്ഞ് കൊടുത്തു. അതിൽ കുറച്ചൊക്കെ യൂസുഫിനു മനസ്സിലായി. അതിലും സന്തോഷം അവന് അതിനകത്തെ പൈപ്പുകളേയും ബോൾട്ടുകളേയും താലോലിച്ച് അവയ്ക്ക് ജീവൻ വയ്ക്കുന്നത് കാണുന്നതിലായിരുന്നു. അവൻ ഇന്ത്യയെക്കുറിച്ച് കേട്ടു. കാലാസിംഗ അവിടേക്ക് പോയിട്ട് വർഷങ്ങളായി. അവിടേക്ക് തിരിച്ച് പോകണം എന്നയാൾക്കുണ്ട്. ദക്ഷിണാഫ്രിക്കയെക്കുറിച്ചും അവൻ കേട്ടു. കാലാസിംഗയുടെ കുട്ടിക്കാലം അവിടെയായിരുന്നു. ''അങ്ങ് തെക്ക് ഭ്രാന്താലയമാണ്. എല്ലാ വിധ ക്രൂരതകളും അവിടെ സത്യമാകുന്നു. ആ ആഫ്രിക്കാണ്ടർ തെമ്മാടികളെക്കുറിച്ച് ഞാൻ നിനക്ക് പറഞ്ഞ് തരാം. ഭ്രാന്താണവർക്ക്. ക്രൂരരും വന്യമായ സ്വഭാവങ്ങളുള്ളവരുമാണവർ എന്ന് മാത്രമല്ല അതിനർത്ഥം. എല്ലാം ചെയ്യും അവർ. അവരുടെ ഡച്ച് ബുദ്ധിയെ വെയിൽ വല്ലാതെ നികൃഷ്ടമാക്കിയിരിക്കുന്നു.'' യൂസുഫ് കാർ തള്ളി നീക്കാനും, ഒരു പഴയ പാത്രത്തിൽ ചായ തിളപ്പിക്കാനും പഠിച്ചു. വണ്ടിയുടെ സ്പെയർ പാർട്സ് വാങ്ങാൻ അത് വിൽക്കുന്ന കടയിൽ പോയി. പോയി വരുമ്പോഴേക്കും മിക്കപ്പോഴും കാലാസിംഗ ഒന്ന് രണ്ട് കവിൾ മദ്യം അകത്താക്കിയിരിക്കും. ഉല്ലാസമുള്ള മനോനിലയിലാണെങ്കിൽ കാലാസിംഗ അവന് ഋഷികളുടെയും യുദ്ധങ്ങളുടേയും പ്രണയലോലുപരായ ദൈവങ്ങളുടെയും കഥകൾ പറഞ്ഞ് കൊടുത്തു. പ്രതിമപോലെ അംഗലാവണ്യമുള്ള വീരനായകരെക്കുറിച്ചും വലിയ മീശയുള്ള വില്ലന്മാരെക്കുറിച്ചും പറഞ്ഞുകൊടുത്തു. യൂസുഫ് ഒരു പെട്ടിക്ക് മുകളിലിരുന്ന് അതൊക്കെ ആസ്വദിച്ചു.

കാലാസിംഗ ചിലപ്പോൾ ചിലതെല്ലാം സ്വയം അഭിനയിച്ച് കാണിച്ചു. യൂസുഫിനെ അപ്പോൾ നിശ്ശബ്ദനായ ഒരു രാജകുമാരനോ ഭയന്ന പ്രതിയോഗിയോ ആകാൻ ക്ഷണിച്ചു. പലപ്പോഴും അയാൾക്ക് വിശദാംശങ്ങൾ ഓർമ്മ വരില്ല. അപ്പോൾ അത്യന്തം രസകരമായ വിധത്തിൽ വികടഭാഷ്യങ്ങൾ ചമച്ചു. സായാഹ്നങ്ങളിൽ യൂസുഫ് ഹമീദിനൊപ്പം മട്ടുപ്പാവിൽ സമയം ചിലവിട്ടു. അവിടെ ഹമീദും ചില സുഹൃത്തുക്കളുമുണ്ടാകും. അവർക്ക് കാപ്പി കൊടുക്കുക, ഗ്ലാസിൽ

വെള്ളം കൊണ്ടുവരിക, അവരുടെ പരിഹാസപാത്രമാകുക എന്ന തൊക്കെ അവന്റെ ജോലിയായിരുന്നു. അവർ വട്ടത്തിൽ പായയിലിരിക്കും. നടുക്ക് ഒരു വിളക്ക് കത്തിച്ച് വച്ചിട്ടുണ്ടാകും.

തണുപ്പ് അധികമുള്ള രാത്രികളിൽ, അല്ലെങ്കിൽ മഴയുണ്ടെങ്കിൽ, അവൻ അതിഥികൾക്ക് പുതയ്ക്കാൻ ഷാളുകളും മറ്റും എത്തിച്ചു കൊടുക്കും. അവരേക്കാൾ പ്രായം കുറവാണെന്നതിനാൽ യൂസുഫ് അവരിൽ നിന്ന് അകന്ന് ഇരിക്കും. അവിടെയിരുന്ന് അവർ പറയുന്ന കഥകൾ കേൾക്കും. മ്രീമ, ബാഗാമോയോ, മാഫിയ ദ്വീപുകൾ ലാമു, അജേമി, ഷാംസ് എന്നിവയുടെയൊക്കെ കഥകൾ. അതുപോലെയുള്ള നൂറുകണക്കിന് സ്ഥലങ്ങളുടെ കഥകൾ. മാന്ത്രികമാണാ സ്ഥലങ്ങൾ എന്നവർ പറയും. ചിലപ്പോൾ അവർ സ്വരം താഴ്ത്തി, മന്ത്രിക്കാൻ തുടങ്ങും. യൂസുഫ് അടുത്തുണ്ടെങ്കിൽ അവനെ ആട്ടിപ്പായിക്കും. അപ്പോൾ കേൾക്കുന്നവരുടെ മുഖത്ത് അത്ഭുതവും ആകാംക്ഷയും വരുന്നത് അവൻ കാണും. പിന്നെ അവരെല്ലാം ഒന്നിച്ച് പൊട്ടിച്ചിരിക്കും.

ഒരു രാത്രിയിൽ ഒരു മൊംബാസക്കാരനെത്തി. അയാൾ, പതിനഞ്ച് വർഷങ്ങൾക്ക് ശേഷം റൂസി എന്നൊരു രാജ്യത്തുനിന്ന് ആയിടെ മടങ്ങി വന്ന അയാളുടെ അമ്മാവന്റെ കഥ പറഞ്ഞു. അങ്ങനെയൊരു രാജ്യത്തെക്കുറിച്ച് അവരാരും അതുവരെ കേട്ടിട്ടില്ല. വീറ്റുവിലുണ്ടായിരുന്ന ഒരു ജർമ്മൻ ഓഫീസറുടെ പരിചാരകനായിരുന്നു അമ്മാവൻ. ഇംഗ്ലീഷുകാർ ജർമ്മനിക്കാരെ ഓടിക്കുന്നത് വരെ ആ ജർമ്മനിക്കാരൻ വീറ്റുവിലുണ്ടായിരുന്നു. അതിനു ശേഷം അയാൾ യൂറോപ്പിലേക്ക് മടങ്ങി. പീറ്റേഴ്സ്ബർഗ് എന്നൊരു നഗരത്തിൽ തന്റെ രാജ്യത്തിന്റെ നയതന്ത്ര ഉദ്യോഗസ്ഥനായി. റൂസിയിലാണീ നഗരം. അമ്മാവനെക്കുറിച്ച് ആ വ്യാപാരി പറഞ്ഞ കഥകൾ അവരാരും വിശ്വസിച്ചില്ല. പീറ്റേഴ്സ്ബർഗ് എന്ന ഈ നഗരത്തിൽ അർദ്ധരാത്രി വരെ വെയിലുണ്ടാകും എന്നയാൾ പറഞ്ഞു. തണുപ്പ് തുടങ്ങിയാൽ വെള്ളം കട്ടപിടിച്ച് ഐസാകും. നദികൾക്കും തടാകങ്ങൾക്കും മുകളിൽ നല്ല കട്ടിയുള്ള ഐസുണ്ടാകും. അതിന്റെ മുകളിലൂടെ ഭാരം നിറച്ച വണ്ടികൾ ഓടിക്കാനാകും. അവിടെ എല്ലായ്പ്പോഴും കാറ്റ് വീശും. അത് ചിലപ്പോൾ കൊടുങ്കാറ്റാകും. ആ കൊടുങ്കാറ്റിൽ ഐസും കല്ലുമൊക്കെ പറക്കും. രാത്രിയിൽ ചെകുത്താന്മാരുടേയും ജിന്നുകളുടേയും ബഹളം കേൾക്കാം. ഭയന്ന സ്ത്രീകളുടേയോ കുട്ടികളുടേയോ സ്വരമാണവർ സ്വീകരിക്കുക. അവരെ സഹായിക്കാൻ പുറത്തിറങ്ങിയവരാരും തിരിച്ച് വന്നിട്ടില്ല.

ശിശിരം അതിന്റെ മൂർദ്ധന്യത്തിലാകുന്ന ആഴ്ചകളിൽ കടൽ പോലും മരവിച്ച് ഐസുകട്ടയായി മാറും. കാട്ടുനായ്ക്കളും ചെന്നായ്ക്കളും നഗരത്തെരുവിൽ അലഞ്ഞ് നടക്കും. ജീവനുള്ള എന്തിനെ കണ്ടാലും അവ പിടിച്ച് തിന്നും. അത് മനുഷ്യരാകട്ടെ, കുതിരകളാകട്ടെ. റൂസികൾ അത്രയ്ക്ക് സംസ്കാരമുള്ളവരൊന്നുമല്ല.

ജർമ്മനിക്കാരെപ്പോലെയല്ല എന്നാണ് അമ്മാവൻ പറഞ്ഞത്. ഒരിക്കൽ ഒരു യാത്രയ്ക്കിടയിൽ അമ്മാവനും അയാളുടെ ഓഫീസറും ഒരു പട്ടണത്തിലെത്തി. ഒരു ചെറിയ പട്ടണം. ആ പട്ടണത്തിലുള്ള എല്ലാവരും മദ്യപിച്ച് അന്ധരായിരിക്കുന്നു. സ്ത്രീകളും കുട്ടികളുമെല്ലാം. അവർക്ക് ഈ ലോകത്തെക്കുറിച്ച് ഒന്നുമറിയില്ല. അവരുടെ കാട്ടാളത്തം കണ്ടപ്പോൾ താൻ ഗോഗുകളുടേയും മഗോഗുകളുടേയും നാട്ടിലെത്തിയോ എന്ന് അമ്മാവനു തോന്നി. അവരുടെ നാടിന്റെ അതിരുകൾ ഇസ്ലാമിന്റെ മണ്ണിന്റെ അതിരാണല്ലോ. എന്നാൽ ഇവിടെ അദ്ദേഹത്തെ ഒരു അത്ഭുതം കാത്തിരിക്കുന്നുണ്ടായിരുന്നു. ഏറ്റവും വലിയ അത്ഭുതം റൂസിയിലുള്ളവരിൽ നല്ലൊരു പങ്ക് മുസ്ലീമുങ്ങളാണ്. എല്ലാ പട്ടണത്തിലും അവിടെ മുസ്ലീമുങ്ങളുണ്ട്. തർതാരി, കിർഗീസി, ഉസ്ബെക്കി, എല്ലായിടത്തും. ഈ പേരുകളൊക്കെ നമ്മളൊന്നും കേട്ടിട്ടുപോലുമില്ല. അയാളുടെ അമ്മാവന്റെ ഇക്കാര്യത്തിലുണ്ടായ അത്ഭുതം അവിടെയുണ്ടായിരുന്നവർക്കുമുണ്ടായി. ആഫ്രിക്കക്കാരനായ ഒരു കറുത്ത വർഗ്ഗക്കാരൻ മുസ്ലീമിനെ അവർ ആദ്യമായി കാണുകയായിരുന്നു. ആഫ്രിക്കക്കാരായ കറുത്തവരിൽ മുസ്ലീമുണ്ടെന്ന് അവർ ആദ്യമായറിയുകയായിരുന്നു.

മാശ അല്ലാഹ്! അവർ അത്ഭുതപ്പെട്ടു. മൊംബാസയിൽ നിന്ന് വന്ന വ്യാപാരിയോട് കൂടുതൽ വിവരങ്ങൾ ചോദിച്ചറിഞ്ഞു. തന്റെ അമ്മാവൻ ബുഖാറ, താഷ്കന്റ്, ഹെരാത് നഗരങ്ങൾ സന്ദർശിച്ചതിനെക്കുറിച്ചും അയാൾ പറഞ്ഞു. ഇതെല്ലാം പഴയ നഗരങ്ങളാണ്. അവിടെയുള്ളവർ അതിസുന്ദരമായ പള്ളികൾ പണിതിട്ടുണ്ട്. ഭൂമിയിലെ സ്വർഗ്ഗം എന്ന് തന്നെ വിളിക്കാവുന്ന തോട്ടങ്ങളുണ്ടവിടെ. ഹെരാതിൽ സുന്ദരമായ ഒരു തോട്ടത്തിലാണയാൾ അന്തിയുറങ്ങിയത്. അന്ന് രാത്രി അതിഗംഭീരമായ സംഗീതം കേൾക്കാനായി. തന്നെ ഭ്രമിപ്പിച്ച സംഗീതം. ശരത്കാലത്തിൽ ഫീവർഫ്യൂ എന്ന ചെടി നാലുഭാഗത്തും പുഷ്പിച്ച് നിൽക്കുന്നത് കാണാം. അതുപോലെ മുന്തിരിവള്ളികൾ വിളവെടുപ്പിനു പാകമായി നിൽക്കുന്നതും. നല്ല മധുരമുള്ള മുന്തിരിയാണവിടത്തേത്. അവ മണ്ണിൽ വിളയുന്നതാണെന്ന് വിശ്വസിക്കാനാകാത്ത വിധം മധുരമുള്ളത്. ശുദ്ധമാണാ മണ്ണ്. നല്ല വെളിച്ചവും. അതുകൊണ്ടു തന്നെ അവിടെയുള്ളവർ രോഗം വരാറില്ല. അവർ വൃദ്ധരാകാറുമില്ല.

കഥകളാണിതൊക്കെ, അവരൊന്നിച്ച് പറഞ്ഞു. അങ്ങനെയുള്ള സ്ഥലങ്ങളുണ്ടാകുക അസാധ്യമാണ്.

സത്യമാണിതെല്ലാം, വ്യാപാരി വാദിച്ചു.

എങ്ങനെ സത്യമാകും? ശ്രോതാക്കൾക്ക് വിശ്വാസമായില്ല. നീ ഞങ്ങളോട് കെട്ടിച്ചമച്ച ഒരു കഥ പറയുകയാണ്. യക്ഷിക്കഥയാണോ എന്ന് ഞങ്ങൾക്ക് തോന്നും വിധത്തിലാണതൊക്കെ പറയുന്നത്.

ഞാനും അമ്മാവനോട് ഇങ്ങനെയൊക്കെ തന്നെയാണ് പറഞ്ഞത്, എന്നായിരുന്നു ആ വ്യാപാരിയുടെ മറുപടി. ഇതിലും വിനീതമായാണെന്ന്

മാത്രം. ഇത്തരം കഥകളൊക്കെ സത്യമാകാൻ സാധ്യതയില്ല എന്ന് പറഞ്ഞു.

അമ്മാവന്റെ മറുപടി എന്തായിരുന്നു?

ഞാൻ പറഞ്ഞത് സത്യമാണെന്ന് ആണയിടുന്നു, എന്ന്.

അതിനർത്ഥം അത്തരം സ്ഥലങ്ങളുണ്ടാകാം എന്നാണ്. അവർ നിശ്വസിച്ചു.

അവരുടെ യാത്രയിൽ വലിയ തിരമാലകളുള്ള ഒരു കടൽ കടന്നു എന്നും അമ്മാവൻ പറയുകയുണ്ടായി. കാസ്പിയൻ എന്ന കടൽ. കടലിന്റെ മറുഭാഗത്ത് മണ്ണിൽ നിന്ന് കറുത്ത എണ്ണ തെറിച്ചുയരുന്ന കാഴ്ച അവർ കണ്ടു. അവിടെ വെള്ളത്തിനു മുകളിൽ ലോഹം കൊണ്ട് നിർമ്മിച്ച ഗോപുരങ്ങളുണ്ടായിരുന്നു. സാത്താന്റെ രാജ്യങ്ങളിലുണ്ടാകുന്നത് പോലെ. ആകാശത്തേക്ക് അഗ്നിനാളങ്ങളുയരുന്നുണ്ടായിരുന്നു. അഗ്നികൊണ്ട് കവചം തീർത്ത പടിവാതിൽ പോലെ. അവിടെ നിന്നവർ മലനിരകൾക്കപ്പുറത്തേക്ക്, താഴ്വാരങ്ങളിലൂടെ ഏറ്റവും സുന്ദരമായ ഒരു രാജ്യത്തെത്തി. അമ്മാവൻ അതുവരെ കണ്ടിട്ടുള്ളതിൽ വച്ച് ഏറ്റവും സുന്ദരം. ഹെറാത്തിനേക്കാൾ സുന്ദരം. അവിടെ പഴത്തോട്ടങ്ങളും പൂന്തോട്ടങ്ങളുമുണ്ട്. അരുവികളുണ്ട്. സംസ്കാരവും ജ്ഞാനവുമുള്ള മനുഷ്യരുണ്ട്. അവർക്ക് യുദ്ധങ്ങളിലും ഉപജാപങ്ങളിലും താത്പര്യമുണ്ട്. അതിനാൽ തന്നെ അവരുടെ രാജ്യങ്ങളിൽ എവിടേയും സമാധാനമില്ലായിരുന്നു.

"ആ രാജ്യങ്ങളുടെ പേരെന്താണ്?" അവർ ചോദിച്ചു.

വ്യാപാരി കുറേ ആലോചിച്ചു. "കസ്കാസ്," അയാൾ പറഞ്ഞു. മടിച്ചുമടിച്ചാണത് പറഞ്ഞത്. അതിനു ശേഷം അമ്മാവൻ ഷാംസിലേക്ക് പോയി. അവിടെ നിന്ന് മൊംബാസയിലേക്ക് തിരിച്ചെത്തി. കൂടുതൽ ചോദ്യങ്ങളുണ്ടാകാതിരിക്കാൻ കഥയുടെ ഈ അവസാന ഭാഗം അയാൾ വളരെ പെട്ടെന്ന് അവസാനിപ്പിക്കുകയായിരുന്നു.

3

ഈ കഥകളെല്ലാം യൂസുഫ് അന്ന് കുട്ടികളുമൊത്ത് പങ്കുവച്ചു. കളികൾ മടുത്താൽ അവർ അവന്റെ മുറിയിലെത്തും. എന്നിട്ട് അവനോട് എന്തും ചോദിക്കും. അവർക്കൊപ്പം അവൻ ഇമാമിന്റെ ഓത്തുപള്ളിയിലേക്ക് പോകാൻ നിർബന്ധിതനായതിനാൽ അവനെക്കുറിച്ചുള്ള നിരോധനങ്ങൾ അവരിൽ നിന്ന് ഇല്ലാതായിരിക്കുന്നു. ആദ്യമൊക്കെ തന്റെ മുറിയിലെ സ്വകാര്യത അവൻ ആസ്വദിച്ചിരുന്നു. എന്നാൽ പിന്നെ അത് ഏകാന്തതയായി. അതൊരു ജയിലാണെന്ന തോന്നൽ വന്ന് തുടങ്ങി. അപ്പോൾ ഖലീലുമൊത്ത് ചിലവിട്ട

നിമിഷങ്ങൾ ഓർമ്മയിലെത്തും. ചിലപ്പോൾ രണ്ട് ചെറിയവരും ഒന്നിച്ച് അവന്റെ പായയിൽ കിടന്ന് അടിപിടി കൂടും. ഉച്ചത്തിൽ അലറി വിളിക്കും. അല്ലെങ്കിൽ യൂസുഫുമൊത്ത് കളിയിൽ അങ്കം വെട്ടും. ആശയാണവനോട് കഥകൾ പറയാൻ ആവശ്യപ്പെട്ടത്. അവൻ സംസാരിക്കുമ്പോൾ അവൾ ആ മുഖത്തേക്ക് തന്നെ നോക്കിയിരിക്കും. മറ്റ് രണ്ടുപേരും അപ്പോൾ അവനെ ചാരിയിരിക്കും. അതല്ലെങ്കിൽ അവന്റെ കൈപിടിക്കും. എന്നാൽ ആശ മാത്രം അവന്റെ മുഖം കാണാവുന്നിടത്തിരിക്കും. അവളെ എന്തെങ്കിലും ആവശ്യത്തിനു വിളിച്ചാൽ, താൻ തിരിച്ചെത്തുന്നതുവരെ കഥ പറയരുതെന്ന് അവൾ നിഷ്കർഷിക്കും. ഒരു ദിവസം ഉച്ചയ്ക്ക്, തലേന്ന് അവന് പൂർത്തിയാക്കാനാകാതിരുന്ന ഒരു കഥയുടെ ബാക്കി കേൾക്കാൻ അവൾ ഒറ്റയ്ക്കെത്തി. അവന്റെ മുന്നിൽ, അവൻ പറയുന്നതിൽ ശ്രദ്ധിച്ച് ഇരുന്നു.

''നീ നുണ പറയുകയാണ്.'' കഥ കഴിഞ്ഞപ്പോൾ അവൾ കരഞ്ഞു.

ആ ആശയക്കുഴപ്പത്തിൽ അവനപ്പോൾ മറുപടിയൊന്നും പറഞ്ഞില്ല. അവൾ പെട്ടെന്ന് മുന്നോട്ടൊന്ന് വളഞ്ഞ് അവന്റെ തോളിൽ ആഞ്ഞിടിച്ചു. അവൻ അവളെ പിടിക്കാനോങ്ങി. അവൾ പ്രതിഷേധിക്കും എന്നും മറ്റ് കുട്ടികൾ ചെയ്യുന്നതുപോലെ പുളഞ്ഞ് ഒഴിഞ്ഞ് മാറും എന്നുമാണവൻ കരുതിയത്. പക്ഷേ അവൾ അവന്റെ കൈകൾക്കുള്ളിൽ സ്വേച്ഛയാ ഒതുങ്ങി. അവനിലേക്ക് ചുരുണ്ട് ഒന്ന് നിശ്വസിച്ചു. അവളുടെ ശ്വസനത്തിന്റെ ചൂട് തന്റെ നെഞ്ചിൽ വീണു. ആദ്യമുണ്ടായിരുന്ന വെപ്രാളത്തിലൊരു കുറവ് വന്നപ്പോൾ അവളുടെ തടിച്ച ശരീരം അയഞ്ഞു. അവർ ഒന്നിച്ച് നിശ്ശബ്ദം കുറേനേരം അരികുപറ്റി കിടന്നു. അവന്റെ ലിംഗം ചലിച്ചത് അവനറിഞ്ഞു. ലജ്ജിച്ചു. അവൾ അത് ശ്രദ്ധിക്കുമെന്ന് നാണിച്ചു.

''ആരെങ്കിലും വരും.'' അവസാനം അവൻ പറഞ്ഞു.

അത് കേട്ട് അവൾ ചാടിയെഴുന്നേറ്റു. ചിരിച്ചു. അവളിപ്പോഴും ഒരു കുട്ടിയാണല്ലോ, അവൻ മനസ്സിൽ പറഞ്ഞു. അവൾ മറിച്ചൊന്നും ചിന്തിച്ചിരിക്കുകയില്ല. ഇതിനെക്കുറിച്ചൊക്കെ തെറ്റായി ആര് ചിന്തിക്കാനാണ്? കുട്ടികളുടെ കാര്യത്തിൽ ഒരു ശ്രദ്ധ അവനുണ്ടാകണം എന്ന് വീട്ടുകാരും പ്രതീക്ഷിക്കുന്നുണ്ട്. അവളും അതിലൊരു കുട്ടിയാണ്. അതിനാൽ അവൻ കൈ വിടർത്തിപ്പിടിച്ചപ്പോൾ അവൾ വീണ്ടും വന്നു. അവനെ ചേർന്ന് കിടന്നു. അവളിൽ നിന്നപ്പോൾ ആനന്ദത്തിന്റെ ഒരു ചെറുകരച്ചിൽ വന്നു.

''ആ നഗരത്തിലെ തോട്ടങ്ങളെക്കുറിച്ചൊക്കെ വീണ്ടും പറയ്.'' അവൾ ആവശ്യപ്പെട്ടു.

''ഏത് നഗരം.'' അവൻ ശരീരമൊന്നിളക്കാൻ ഭയന്നു.

''രാത്രിയിൽ സംഗീതം വന്ന നഗരം.'' അവൾ ചിരിച്ചു. ആ കണ്ണുകൾ അവനിൽ തറച്ച് നിന്നു. അവൾ അവന്റെ അരികിൽ കിടന്ന് പുളഞ്ഞു. അത് അവന്റെ ലിംഗത്തിൽ വീണ്ടും ചലനങ്ങളുണ്ടാക്കി.

"ഹെരാത്." അവൻ പറഞ്ഞു. "രാത്രിയിൽ ആ യാത്രി ഒരു സ്ത്രീ പാടുന്നത് കേട്ടു. അതയാളുടെ എല്ലാ ഇന്ദ്രിയങ്ങൾക്കും സുഖം ൽകി."

"കാരണം?"

"എനിക്കറിയില്ല. ഒരു പക്ഷേ അവൾക്ക് സുന്ദരമായ സ്വരമുണ്ടായിരുന്നതിനാലാകാം. അതല്ലെങ്കിൽ സ്ത്രീസ്വരത്തിൽ അയാൾ അധികം സംഗീതം കേട്ടിട്ടില്ലാത്തതിനാലാകാം."

"അയാളുടെ പേരെന്തായിരുന്നു?"

"ഒരു വ്യാപാരി."

"അതൊരു പേരല്ലല്ലോ. അയാളുടെ പേരു പറയൂ." അവൾ അവനരികിലേക്ക് നീങ്ങി. അവൻ അവളുടെ തടിച്ച് മൃദുവായ ചുമലിൽ തടവി.

"അബുൾ റസാക്ക്." അവൻ പറഞ്ഞു. "ഇതൊന്നും അമ്മാവൻ പറഞ്ഞ വാക്കുകളല്ല. അമ്മാവൻ ഹെറാത്തിൽ താമസിച്ചിരുന്നു ഒരു കവിയുടെ വാക്കുകൾ ഉദ്ധരിക്കുകയായിരുന്നു. നൂറ്റാണ്ടുകൾക്ക് മുമ്പ് ഹെറാത്തിൽ ജീവിച്ചിരുന്ന ഒരു കവി. സുന്ദരമായ കവിതകൾ രചിച്ച ഒരു കവി."

"നിനക്കെങ്ങനെ അറിയാം?"

"അയാളുടെ അനന്തിരവനാണത് പറഞ്ഞത് എന്നതിനാൽ."

"നമുക്കെല്ലാം ഇത്രയധികം അമ്മാവന്മാരുള്ളതെന്തുകൊണ്ടാ?"

"അവരൊന്നും നമ്മുടെ അമ്മാവന്മാരല്ല." അവൻ ചിരിച്ചു. അവളുടെ ചുമലിൽ മുറുകെ പിടിച്ചു.

"നീയും ഒരു വ്യാപാരിയാകുമോ?" അവളുടെ സ്വരമുയർന്നു. അവൾ ശബ്ദമുണ്ടാക്കാതെ ചിരിച്ചു.

അവൾ എപ്പോഴൊക്കെ ഒറ്റയ്ക്ക് അവന്റെ മുറിയിലെത്തിയോ അപ്പോഴൊക്കെ അവൻ അവളെ നിശ്ശബ്ദം ചേർത്ത് പിടിക്കും. അവന്റെ കൈകളിൽ അവൾ അമർന്ന് കിടക്കും. അവന് ചലിക്കാൻ ഭയമാകും. തന്റെ ചലനം അവളെ ഭയപ്പെടുത്തുമോ എന്ന് ചിന്തിക്കും. അവളുടെ തടിച്ച ശരീരത്തിന്റെ ഗന്ധം അവനെ ചെറിയ തോതിലെങ്കിലും പ്രകോപിപ്പിക്കാറുണ്ട്. പക്ഷേ മൃദുത്വമുള്ള, ഊഷ്മളതയുള്ള ആ ശരീരം തന്നിലുരസുന്നതിനെ എതിർക്കാൻ അവനാകാറില്ല. അവനരികിൽ കിടക്കുമ്പോൾ അവൾ അവന്റെ കൈയിൽ ചുംബിക്കും. ചിലപ്പോൾ അവന്റെ വിരലുകളെടുത്ത് വായിലിടും. അതവന്റെ ലിംഗചലനങ്ങൾക്ക് കാരണമാക്കും. ആ ചലനങ്ങൾ അവളറിയാതിരിക്കാൻ അവൻ കാലുകൾ ചലിപ്പിക്കും. അവനെന്തുകൊണ്ടങ്ങനെ ചെയ്തു എന്ന് അവൾക്ക് മനസ്സിലായോ എന്നോ അവനിലെ അവൻ ചലിച്ചതവൾ അറിഞ്ഞുവോ എന്നോ അവനുറപ്പില്ല. നിശ്ശബ്ദമായ മണിക്കൂറുകളിൽ പലതിലും അവൻ തന്നോട്

തന്നെ ഞാൻ നിന്നെ വെറുക്കുന്നു എന്ന് പറഞ്ഞിട്ടുണ്ട്. അവരങ്ങനെ ചേർന്ന് കിടക്കുന്നത് ആരെങ്കിലും കണ്ടെത്തിയാൽ എന്ത് സംഭവിക്കും എന്ന് ഭയന്നിട്ടുണ്ട്. അവളുടെ സന്ദർശനങ്ങൾക്ക് ഒരു അവസാനമുണ്ടാക്കാനുള്ള പദ്ധതികളെക്കുറിച്ച് പല തവണ അവൻ ആലോചിച്ചു. അതിനായി പരിശീലിച്ചു. പക്ഷേ അവൾ അടുത്ത് വന്നാൽ അവനൊന്നും പറയാനാകാതായി.

ആദ്യം സംശയം ജനിച്ചത് മൈമുനയ്ക്കാണ്. യൂസുഫിന്റെ മുറിയിൽ അനുജന്മാർ വന്നാൽ അവൾ അവരെ ആട്ടിയോടിക്കും. അവർ അമ്മയോട് പരാതി പറഞ്ഞു. പരാതി കേട്ട് അമ്മയെത്തി. ആശയെ ഓടിച്ചു. യൂസുഫിനോടവൾ ഒന്നും പറഞ്ഞില്ല. അവനെ കുറേ നേരം തുറിച്ച് നോക്കി നിന്നു. വാതിൽക്കൽ നിന്ന് തുറിച്ച് നോക്കി. അതിനു ശേഷം അവൾ അവനോട് എല്ലാതിലും ഒരു തണുപ്പൻ പ്രതികരണം മാത്രം നൽകി. കുട്ടികളെ കൂടുതൽ ശ്രദ്ധിക്കാൻ തുടങ്ങി. അവനെ കണ്ടാൽ ആശ തല താഴ്ത്തും. അവൾ പിന്നെയൊരിക്കലും അവന്റെ മുറിയിൽ കയറിയില്ല. ഹമീദ് അവനെ കൂടെക്കൂടെ വിളിക്കും. പല പണികൾ ഏല്പിക്കും. എന്നാൽ മൈമുനയുടെയത്ര വേവലാതി അയാൾക്കില്ല എന്ന് തോന്നി. ഹമീദിനോടിതൊക്കെ പറഞ്ഞിട്ടുണ്ടോ എന്ന് പോലും അവൻ അത്ഭുതപ്പെട്ടു. പക്ഷേ കളിയാക്കലുകൾ കേട്ടപ്പോൾ അയാളുടെ മനസ്സിൽ വിവാഹം എന്നൊരു ചിന്ത വന്നിരിക്കുന്നോ എന്നും സംശയമുണ്ടായി.

4

വാഗ്ദാനം ചെയ്തതുപോലെ, ആദ്യയാത്ര കഴിഞ്ഞ് ഒരു വർഷം തികഞ്ഞപ്പോൾ, അസീസ് അമ്മാവൻ പുതിയ സംഘവുമായെത്തി. പുതിയ യാത്രയ്ക്ക് തയ്യാറായി എത്തി. കഴിഞ്ഞ വർഷത്തെ അപേക്ഷിച്ച് ഇതൊരു വലിയ സംഘം തന്നെയായിരുന്നു. നാല്പത്തിയഞ്ചോളം ചുമട്ടുകാരും കാവൽക്കാരുമുണ്ട്. കഴിഞ്ഞ നൂറ്റാണ്ടിലെ തടിച്ച് ചീർത്ത അഹംഭാവം പൂണ്ട സഞ്ചാരക്കൂട്ടങ്ങളെ അപേക്ഷിച്ച് അത്ര വലുതെന്ന് പറയുക വയ്യ. ആ സഞ്ചാരക്കൂട്ടങ്ങൾ സഞ്ചരിക്കുന്ന ഗ്രാമങ്ങൾ തന്നെയായിരുന്നു. അതിൽ അവർക്ക് അവരുടെ രാജകുമാരനുമുണ്ടാകും. ഒരു വ്യാപാരിക്കതൊക്കെ കൈകാര്യം ചെയ്യുക അത്ര എളുപ്പമല്ല. ഇത്രയധികം ചുമട്ടുകാരെയൊക്കെയുള്ളതിനാൽ അതിന്റെ പണച്ചിലവ് നേരിടുന്നതിനായി, അസീസ് അമ്മാവന് തന്റെ ലാഭത്തിന്റെ ഒരു പങ്ക് പണയപ്പെടുത്തേണ്ടി വന്നു. മറ്റ് വ്യാപാരികൾക്കാണിങ്ങനെ പണയപ്പെടുത്തിയത്. അവരുടെ കൈവശം കച്ചവട ചരക്കുകളും അധികമായിരുന്നു. അതിനു വേണ്ടി അസീസ് അമ്മാവന് ഇന്ത്യൻ പണമിടപാടുകാരിൽ നിന്ന്

കടമെടുക്കേണ്ടി വന്നു. അത് അദ്ദേഹം സാധാരണ ചെയ്യാറുള്ളതായിരുന്നില്ല. ഇരുമ്പിന്റെ പല സാധനങ്ങളും കൈവശമുണ്ടായിരുന്നു.

ഇന്ത്യയിൽ നിന്ന് കൊണ്ടുവന്ന മൺവെട്ടികളും മഴുവും അമേരിക്കയിൽ നിന്നുള്ള കത്തികൾ, ജർമ്മനിയിൽ നിന്നുള്ള ആമപ്പൂട്ടുകൾ. കാലികൊ, കാനികി, പരുത്തി, ബാഫ്ത, മസ്ലിൻ,കികോയി തുടങ്ങി അനേക തരം തുണികൾ. ബട്ടണുകൾ, മുത്തുമണികൾ, കണ്ണാടികൾ തുടങ്ങി സമ്മാനമായി നൽകാവുന്ന അനേകം വസ്തുക്കൾ. ഈ ഘോഷയാത്രയെക്കുറിച്ചും പണമിടപാടുകാരെക്കുറിച്ചും കേട്ടപ്പോൾ ഹമീദിന് ചില അങ്കലാപ്പുകളൊക്കെയുണ്ടായി. തലവേദനയുണ്ടായി. കണ്ണിൽ വെള്ളം നിറഞ്ഞു. മൂക്കടച്ചു. തലയിൽ ചൂടു പിടിപ്പിച്ചും ശക്തമായി ഇടിച്ചും അതിൽ നിന്നൊക്കെ ഒരു വിധത്തിൽ മുക്തി നേടി. അയാളിപ്പോഴും ഈ പ്രസ്ഥാനത്തിൽ പങ്കാളിയാണ്. ഇത് പരാജയപ്പെട്ടാൽ, അയാളുടെ കൈവശമുള്ളതെല്ലാം പണമിടപാടുകാർ കൊണ്ടുപോകും.

സംഘത്തെ നയിച്ചിരുന്നത് മൊഹമ്മദ് അബ്ദള്ള തന്നെയാണ്. അയാളുടെ വലത് ചുമൽ ഇപ്പോഴും പൂർണ്ണമായും സുഖപ്പെട്ടിട്ടില്ല. പ്രസിദ്ധനായ ഒരു മഗൻഗ ചികിത്സിച്ചിരുന്നു. അസ്ഥിയെ പൂർവ്വസ്ഥിതിയിലാക്കാൻ ശ്രമിച്ചിരുന്നു. അതിന്റെ വേദനയൊക്കെ അയാൾ സഹിച്ചതുമാണ്. എങ്കിലും ഇപ്പോഴും പൂർണ്ണമായും സുഖപ്പെട്ടു എന്ന് പറയാനാകില്ല. ചൂരൽ വീശുമ്പോൾ വേദന അധികമാകും. അതുകൊണ്ടു തന്നെ തന്റെ ആ പതിവ് രീതി ഉപേക്ഷിച്ചിരിക്കുന്നു. അതിനാൽ ധാർഷ്ട്യം നിറഞ്ഞ ആ പതിവ് നടത്തമില്ല. തലയൊന്ന് വെട്ടിച്ച്, ചുമൽ പുറകിലേക്കിട്ടുള്ള ഇപ്പോഴത്തെ നടത്തത്തിൽ ഒരു കപടോക്തിയുണ്ടെന്ന തോന്നലുണ്ടാകുന്നു. അതിനാൽ അസംബന്ധമെന്നും. മുമ്പൊക്കെ അയാളിലെ ആക്രമണോത്സുകത അയാളൊരു വലിയ ശല്യക്കാരൻ എന്ന പ്രതീതി ജനിപ്പിക്കുമായിരുന്നു. ഇപ്പോൾ ഉപയോഗശൂന്യനായ, പൊങ്ങച്ചമുള്ള, ഒരുവനായി കാണപ്പെടുന്നു. സംസാരത്തിൽ പോലും അതിന്റെ മാറ്റങ്ങൾ പ്രതിഫലിക്കുന്നു. സംസാരത്തിനൊരു ഭാരം വരുന്നു. പലപ്പോഴും വാക്കുകൾ മുൻകൂട്ടി നിശ്ചയിച്ചതുപോലെ ഒരു ഭാരം. മുമ്പൊക്കെ അസീസ് അമ്മാവൻ അയാളെ അവഗണിക്കുകയും അയാളുടെ ജോലിയിൽ സ്വാതന്ത്ര്യം നൽകുകയുമായിരുന്നു പതിവ്. ഇന്ന് അദ്ദേഹം അയാളോട് സൗമ്യമായും കരുണയോടേയും പെരുമാറുന്നു.

ചുമട്ടുകാരുടെ എണ്ണത്തിൽ വർദ്ധനവുണ്ടായതിനാൽ മൊഹമ്മദ് അബ്ദള്ളയ്ക്ക് ഒരു സഹായികൂടി വന്നിരിക്കുന്നു. നല്ല ഉയരവും കറുത്തുമുള്ള ഒരു മൊറോഗോറോക്കാരൻ. മവേനെ. സംഘത്തിനോടൊപ്പം ചേർന്ന ആദ്യ ദിനങ്ങളിൽ അയാൾ സംസാരിച്ചു കണ്ടവർ അപൂർവ്വമാണ്. ഉഗ്രകോപിയായതിനാൽ അയാൾക്ക് സിംബ മവേനെ എന്ന് ഇരട്ടപ്പേരും കിട്ടി. മവേനെ എന്ന സിംഹം. ആ

പേര് അന്വർത്ഥമാക്കും വിധം അയാൾ സംഘാംഗങ്ങൾക്ക് മേൽ ഇടയ്ക്കിടെ ചാടി വീണു. മുരണ്ടു. മാന്തി. ഇത്തവണ യൂസുഫിനും സംഘത്തിനോടൊപ്പം യാത്ര ചെയ്യേണ്ടി വന്നു. അസീസ് അമ്മാവൻ തന്നെയാണവനോട് അതിനെക്കുറിച്ച് പറഞ്ഞത്. വലിയ സന്തോഷത്തിൽ. പുഞ്ചിരിച്ച്. തനിക്ക് വിശ്വസിക്കാവുന്ന ഒരാൾ കൂടെയുണ്ടാകണം എന്നാണമ്മാവൻ പറഞ്ഞത്. ''ഇവിടെ താമസിക്കേണ്ട പ്രായമൊക്കെ നീ പിന്നിട്ടിരിക്കുന്നു. ഇവിടെ തുടർന്നാൽ നീ പല കുസൃതികളിലും ചെന്ന് പെടും. കൂട്ടുകെട്ടും മോശമാകും. എന്റെ കാര്യങ്ങൾ ശ്രദ്ധിക്കാൻ എനിക്കൊരു ആളുവേണം. ഇത്തിരി വകതിരിവൊക്കെയുള്ള ഒരാൾ.'' ആ അഭിനന്ദനം യൂസുഫിൽ ചില ആശയക്കുഴപ്പങ്ങളുണ്ടാക്കി.

തന്നെ ഈ യാത്രയിൽ കൂടെക്കൂട്ടണം എന്ന് ഹമീദ് ആവശ്യപ്പെടുകയായിരുന്നു എന്നവനു മനസ്സിലായി. അവർ സംസാരിക്കുന്നത് അവന്റെ കാതിലെത്തിയിരുന്നു. അതിൽ ചില വാക്കുകൾ അവനു മുഴുക്കെ കേൾക്കാനായില്ല അല്ലെങ്കിൽ മനസ്സിലായില്ല. ഇടയ്ക്കിടെ അറബിയിലേക്ക് സംസാരം മാറ്റുന്ന സ്വഭാവം അസീസ് അമ്മാവനുണ്ട്. ഹമീദും അതിനപ്പോൾ ഒപ്പം നിൽക്കാൻ ശ്രമിക്കാറുമുണ്ട്. ഇവനെ കൈകാര്യം ചെയ്യുക അത്ര എളുപ്പമല്ല എന്നും അവൻ ജീവിതം കാണാൻ സമയമായിരിക്കുന്നു എന്നും ഹമീദ് അസീസ് അമ്മാവനോട് പറയുന്നത് അവൻ കേട്ടിരുന്നു.

''പിരിമുറുക്കമുള്ള, കൈകാര്യം ചെയ്യാൻ എളുപ്പമല്ലാത്തവൻ.'' ഹമീദ് ആവർത്തിച്ചു. ''ഒന്നുകിൽ അവനെ യാത്രയിൽ ഒപ്പം കൂട്ടണം. അല്ലെങ്കിൽ അവനൊരു ഭാര്യയെ കണ്ടെത്തണം. അതിനുള്ള പ്രായമൊക്കെയായി. കഴിഞ്ഞ മാസം പതിനേഴ് തികഞ്ഞു. അവന്റെ ശരീരവും കണ്ടില്ലേ? മുതിർന്നിരിക്കുന്നു. ഇവിടെ അവനു ചെയ്യാൻ ഇപ്പോൾ ഒന്നുമില്ലതാനും.''

യാത്രയുടെ തലേന്ന് കൊടുങ്കാറ്റ് വീശി. ആദ്യം ശക്തമായ കാറ്റായാണ് അത് തുടങ്ങിയത്. ആ കാറ്റിനൊപ്പം മേഘങ്ങളും പൊടികളും അടിഞ്ഞുകൂടി. ഉണങ്ങിയ ഇലകൾ വഴിയിലും തുറസ്സായ സ്ഥലങ്ങളിലും കുന്നുകൂടി. മദ്ധ്യാഹ്നമായപ്പോഴേക്കും പൊടിപടലം ശക്തമായി. വെളിച്ചം മങ്ങി. എല്ലാതിലും അഴുക്ക് നിറഞ്ഞതുപോലെയായി. സായാഹ്നത്തിൽ കാറ്റ് പെട്ടെന്ന് നിലച്ചു. ഒരു നിശ്ശബ്ദത ചുറ്റിലും പരന്നു. ഏറ്റവും ഉച്ചത്തിലുള്ള സ്വരങ്ങളെപ്പോലും പൊടിപടലങ്ങൾ തടഞ്ഞ് നിർത്തി. സംസാരിക്കാൻ വായ് തുറന്നപ്പോൾ വായിലും പൊടി നിറഞ്ഞു. കുറച്ച് കഴിഞ്ഞപ്പോൾ കാറ്റ് വീണ്ടും തുടങ്ങി. ഇത്തവണ ഒപ്പം മഴയുമുണ്ടായിരുന്നു. അത് വീടുകളിലും വൃക്ഷങ്ങളിലും ആഞ്ഞടിച്ചു. വീടിനു വെളിയിൽ ആരെങ്കിലുമുണ്ടായിരുന്നെങ്കിൽ അവരെ പിച്ചിചീന്തി.

നിമിഷങ്ങൾക്കകം മഴയ്ക്ക് ഭ്രാന്ത് കയറി. ഇടയ്ക്ക് ഇടവേളകളെടുത്ത് അത് വൃക്ഷങ്ങളിൽ ആഞ്ഞ് പതിച്ചു. കാറ്റ് അവയുടെ

നടുവൊടിക്കാൻ ശ്രമിച്ചുകൊണ്ടിരുന്നു. ദൂരെനിന്ന് ഇടിമുഴങ്ങുന്ന സ്വരവും വന്നുകൊണ്ടിരുന്നു. ചുമട്ടുകാരും വ്യാപാര സാമഗ്രികളും വേർപെട്ടു. ചിതറി. ഒച്ചയും ബഹളവുമുണ്ടായി. ആർക്കൊക്കെയോ പരിക്ക് പറ്റി. പകൽ വെളിച്ചം ഇല്ലാതായി. എല്ലാം ഇരുട്ടിലായി. ചുമട്ടുകാർ ദൈവത്തെ വിളിച്ചു. കരുണ യാചിച്ചു. അത് കേട്ട് മൊഹമ്മദ് അബ്ദുള്ള കുപിതനായി.

''നിങ്ങളെപ്പോലെയുള്ള മൃഗങ്ങളോട് ദൈവം എന്തിന് കരുണ കാണിക്കണം?'' അയാൾ ഒച്ചയിട്ടു. പക്ഷേ ആ സ്വരം അയാൾക്ക് തൊട്ടടുത്തിരിക്കുന്നവർ മാത്രം കേട്ടു. ''ഇതൊരു കൊടുങ്കാറ്റാണ്. വെറും കൊടുങ്കാറ്റ്. എന്താണിങ്ങനെ നിങ്ങളൊക്കെ പെരുമാറുന്നത്? ഒരു സർപ്പം സൂര്യനെ തിന്നു പോയല്ലോ അല്ലേ?'' അയാൾ കളിയാക്കി. സ്ത്രൈണപ്രകൃതത്തിന്റെ അസംബന്ധ അപഹാസ്യത പോലെ നിതംബം കുലുക്കിക്കാണിച്ചു. ''ഇത് നിർഭാഗ്യമാണ്. അപകടത്തെക്കുറിച്ചൊരു മുന്നറിയിപ്പ്. വഴിയിൽ മുഴുക്കെ നമ്മെ കാത്തിരിക്കുന്നത് ശത്രുക്കളാകും. ദുർമന്ത്രവാദികൾ അകന്ന് പോകാൻ എന്തുകൊണ്ട് പ്രാർത്ഥനകൾ ചൊല്ലുന്നില്ല? അതല്ലെങ്കിൽ ഏതെങ്കിലും മന്ത്രവാദി നിങ്ങൾക്കായി നിർമ്മിച്ച മരുന്നുകൾ സേവിക്കുന്നില്ല? നിങ്ങൾക്ക് അത്തരം വിദ്യകളെന്തെങ്കിലും അറിയാമോ? ആടിനെ കൊന്ന് ലക്ഷണം പറയാമോ നിങ്ങൾക്ക് എപ്പോഴും ശകുനങ്ങളെക്കുറിച്ചും ശത്രുക്കളെക്കുറിച്ചുമുള്ള ചിന്തകളേയുള്ളൂ. എന്നിട്ട് സ്വയം ഞങ്ങൾ അഭിമാനികളാണെന്ന് പറയുകയും ചെയ്യും. പൊങ്ങച്ചം, അല്ലാതെന്താ. ആരെങ്കിലും ഉച്ചത്തിൽ പ്രാർത്ഥനകൾ ചൊല്ലാമോ? ദുർമന്ത്രവാദികളെ അകറ്റാനുള്ള പ്രാർത്ഥനകൾ.''

''ഞാൻ ദൈവത്തിൽ വിശ്വസിക്കുന്നു.'' സിംബ മവേനെ പറഞ്ഞു. ''ഇവിടെയുള്ള എല്ലാവരും ഭയന്നിട്ടൊന്നുമില്ല.''

മൊഹമ്മദ് അബ്ദള്ള അയാളെ തുറിച്ച് നോക്കി. മഴയത്ത് നിന്ന്, ദീർഘനേരം, അയാളെ തുറിച്ച് നോക്കി. സിംബ മവേനെ അപ്പോൾ പറഞ്ഞത് ശ്രദ്ധയോടെ ദഹിപ്പിച്ചെടുക്കാനുള്ള ശ്രമത്തിലാണെന്നതുപോലെയായിരുന്നു ആ നോട്ടം. കുറച്ച് കഴിഞ്ഞ് അയാളൊന്ന് പുഞ്ചിരിച്ചു. തലയാട്ടി. കൊടുങ്കാറ്റ് വീശിയപ്പോൾ മൊഹമ്മദ് അബ്ദള്ളയ്ക്ക് അയാളിലെ പഴയ അയാളെ തിരിച്ചുകിട്ടിയതുപോലെ തോന്നി. അയാൾ ആ അലങ്കോലങ്ങൾക്കിടയിൽ നൃത്തം ചെയ്തു. കാലുകൾ അമർത്തി ചവുട്ടി. ''ഹായ്, ഹായ്'' എന്നാർത്തു. ചുമട്ടുകാരെ നോക്കി ആർത്ത് വിളിച്ചു. ''എന്റെ വടി നിങ്ങളുടെ ചന്തിയിൽ വന്ന് വീഴണ്ട എങ്കിൽ ശാന്തമായിരിക്കുന്നതാണ് നല്ലത്. സയ്യിദിനെ നോക്ക്. നിങ്ങളേക്കാളൊക്കെ നഷ്ടപ്പെടാനുള്ളത് അദ്ദേഹത്തിനാണ്. നിങ്ങൾക്ക് നഷ്ടപ്പെടാൻ ഒന്നിനും കൊള്ളാത്ത നിങ്ങളുടെ ജീവൻ മാത്രമേയുള്ളൂ. ഒരാൾക്കും ഉപകാരമില്ലാത്ത നിങ്ങളുടെ ജീവൻ. അദ്ദേഹത്തിന്റെ കാര്യം അങ്ങനെയല്ല. എത്ര പണമാണ്

നഷ്ടപ്പെടുക. അതും മറ്റുള്ളവർ അദ്ദേഹത്തെ വിശ്വസിച്ചേല്പിച്ച സമ്പത്ത്. അദ്ദേഹത്തിന് സ്വന്തം കാര്യങ്ങൾക്ക് പുറമെ നിങ്ങളുടേയും ശ്രദ്ധിക്കണം. ദൈവം അദ്ദേഹത്തിനു വ്യാപാരം ചെയ്യാൻ ഒരു കഴിവ് നൽകിയിട്ടുണ്ട്. തിരിച്ച് പോകാൻ സുന്ദരമായ ഒരു വീടുണ്ട്. ഇതൊക്കെ അദ്ദേഹത്തിനു നഷ്ടമാകും. പക്ഷേ അദ്ദേഹമിങ്ങനെ മുട്ടയിടുന്ന കോഴികളെപോലെ കൊക്കിക്കൊക്കി ഇവിടെയൊക്കെ നടക്കുന്നത് നിങ്ങളാരെങ്കിലും കാണുന്നുണ്ടോ? ശത്രുക്കളുണ്ടാകുമത്രെ. ചെകുത്താന്മാരുണ്ടാകുമത്രെ. ഈ അസംബന്ധത്തിനൊരു അവസാനമുണ്ടായില്ലെങ്കിൽ ഞാൻ ഇവിടെ ആയിരക്കണക്കിനു ചെകുത്താന്മാരെ വരുത്തും. വേഗം ആ സാധനങ്ങളൊക്കെ സുരക്ഷിത സ്ഥാനത്തേക്ക് നീക്ക് വയ്ക്ക്.''

രാത്രിയേറെ ചെല്ലുന്നത് വരെ മഴയ്ക്കൊരു ശമനമുണ്ടായില്ല. അപ്പോഴേക്കും വീടുകൾ പലതും തകർന്നു. മൃഗങ്ങൾ ഒലിച്ചുപോയി. അവ വെള്ളക്കെട്ടുകളിൽ മുങ്ങിച്ചത്തു. പല വീടുകളുടേയും മേൽക്കൂരകൾ പറിഞ്ഞ് പോയി. കടപ്ലാവുകളിൽ ഒന്ന് ഒടിഞ്ഞ് വീണു. എന്നാൽ പ്രാവിൻകൂടുകളിൽ ഒന്നിനു പോലും കേടുപാടുകളുണ്ടായില്ല എന്നത് അത്ഭുതമായി. ഹമീദ് അത് എടുത്ത് പറഞ്ഞു.

പ്രഭാതത്തിൽ എല്ലാവരും തയ്യാറായി. അസീസ് അമ്മാവൻ യാത്ര പുറപ്പെടാം എന്ന സൂചന നൽകി. ''ഹായ്'' അദ്ദേഹം പറഞ്ഞു. ''ഞങ്ങളെ ഗ്രാമങ്ങളിലേക്കെത്തിക്കൂ.'' മ്ന്യാപര മുന്നിൽ നടന്നു. ചുമലിലെ വേദന അവഗണിച്ച് തലയുയർത്തി, ധാർഷ്ട്യത്തോടെ നടന്നു. പഴയ കുലീനത്വം പ്രദർശിപ്പിക്കാൻ അയാൾക്കാകുന്നുണ്ടായിരുന്നില്ല. അതയാൾക്കും അറിയാം. പക്ഷേ അയാൾ ആജാനബാഹുവായിരുന്നു. ആരും ശ്രദ്ധിക്കുന്ന ശരീരമുണ്ടായിരുന്നു. ഒപ്പമുള്ള മ്ലേച്ഛർക്കും വഴിയിൽ കണ്ടേക്കാവുന്ന കാട്ടാളർക്കുമായി അയാൾ പ്രാർത്ഥിച്ചു. ഈ യാത്രയുടെ മഹത്തായ അന്തരം എന്തെന്നതിന്റെ സൂചനയ്ക്കായി കൊമ്പുവിളിക്കാരുടെ എണ്ണം രണ്ടാക്കിയിരുന്നു. ചെണ്ടയും സീവ വാദ്യവും ഈ കൊമ്പും എല്ലാം ഒത്തുചേർന്നപ്പോൾ അതൊരു കൊച്ചു ഓർക്കസ്ട്ര തന്നെയായി. സീവയാണിത്തവണ മുന്നിൽ നടന്നത്. അതിൽ നിന്നാണാദ്യ സംഗീത ധ്വനികളെത്തിയത്. അത് എല്ലാവരിലും ഗൃഹാതുരത്വം നിറച്ചു. മറ്റുള്ളവർ ഒപ്പം ചേർന്നു. അത് യാത്രകളിൽ ഉന്മേഷം നിറച്ചു. അവർ ഉൾനാടുകളിലേക്കുള്ള, ഗ്രാമങ്ങളിലേക്കുള്ള, യാത്ര ആരംഭിച്ചു.

ഹമീദ് മട്ടുപ്പാവിൽ നിന്ന് അവരെ യാത്രയാക്കി. അയാളിൽ ആകാംക്ഷയുണ്ടായിരുന്നു. ഭയവുമുണ്ടായിരുന്നു. യൂസുഫിന് ഹമീദിനോട് ഹുസൈൻ പറഞ്ഞ വാക്കുകൾ ഓർമ്മ വന്നു. കൈവിട്ടുള്ള കളികളരുതെന്ന വാക്കുകൾ. ഹമീദിന്റെ മനസ്സിലും ഇപ്പോൾ അത് തന്നെയാണോ എന്നവൻ ചിന്തിച്ചു. മലനിരകളിലെ സന്ന്യാസി മുകളിലിരുന്ന് ഈ കാഴ്ചകളെല്ലാം കാണുന്നതും ഇവരുടെയെല്ലാം

വിഡ്ഢിത്തങ്ങളോർത്ത് തലയാട്ടുന്നതും യൂസുഫ് ഭാവനയിൽ കണ്ടു. ഹമീദിന്റെ ആൺമക്കൾ അയാൾക്കരികിൽ നില്പുണ്ടായിരുന്നു. എന്നാൽ ആശയേയോ മൈമുനയേയോ കണ്ടില്ല. കാലാസിംഗയേയും കണ്ടില്ല. അവർ യാത്രയാകുന്നത് കാണാൻ കാലാസിംഗ എത്തുമെന്നാണ് യൂസുഫ് കരുതിയിരുന്നത്. യാത്ര ചോദിക്കാൻ യുസുഫ് അയാൾക്കരികിൽ പോയിരുന്നു. യാത്രയെക്കുറിച്ച് പറഞ്ഞപ്പോൾ കാലാസിംഗ വലിയ ആവേശം കാണിച്ചു. അതിന്റെ മൂല്യത്തെക്കുറിച്ച് പ്രസംഗിച്ചു. ഉന്മത്തമായ ഉപദേശങ്ങൾ കൊണ്ട് അവന്റെ മനം നിറപ്പിച്ചു. ''ചെവിയിൽ ആഴ്ചയിലൊരിക്കൽ ഒരു തുള്ളി എണ്ണയൊഴിക്കാൻ മറക്കരുത്. അല്ലെങ്കിൽ ചിലപ്പോൾ പൂച്ചികളും പുഴുക്കളും ചെവിയിൽ മുട്ടയിട്ട് പെരുകും.'' അവസാന നിമിഷം വരെ യൂസുഫ് അയാൾ വരുമെന്ന് തന്നെ പ്രതീക്ഷിച്ചു.

ചളി നിറഞ്ഞ വഴിയിലൂടെ അതിവേഗമെത്തി വാനിൽ നിന്ന് ചാടിയിറങ്ങി, കടന്ന് പോകുന്ന അവരെ സല്യൂട്ട് ചെയ്യുന്ന കാലാസിംഗയേയും അവൻ ഭാവനയിൽ കാണുകയുണ്ടായി. പ്രധാനപ്പെട്ട നിമിഷങ്ങളിൽ കാലാസിംഗ അങ്ങനെയാണ്. സല്യൂട്ടിൽ നിൽക്കും. ഒരുപക്ഷേ അയാൾ വരാഞ്ഞതും വിവേകപൂർണ്ണമാകാം. അയാളുടെ തലേക്കെട്ടും മെടഞ്ഞിട്ട താടിയും കണ്ട് ചുമട്ടുകാരൊക്കെ കളിയാക്കി ചിരിക്കുന്ന രംഗവും യൂസുഫിന്റെ ഭാവനയിൽ വന്നു.

ആദ്യ ദിവസം അവർ അത്ര ദൂരേക്കൊന്നുമെത്തിയില്ല. പട്ടണത്തിൽ നിന്ന് പുറത്ത് കടന്നു എന്ന് മാത്രം. അതിൽ അവർ സംതൃപ്തരുമായിരുന്നു. തലേ രാത്രിയിലെ അലങ്കോലങ്ങൾക്ക് ശേഷം തങ്ങളാകെ ക്ഷീണിച്ചിരിക്കുന്നു എന്ന് ചുമട്ടുകാർ പരാതിപ്പെട്ടു. പക്ഷേ മൊഹമ്മദ് അബ്ദുള്ള ഒച്ചയും ബഹളവുമായി അവരെ മുന്നോട്ട് നടത്തിക്കൊണ്ടിരുന്നു. ഇടയ്ക്കൊക്കെ ചിലരെ അയാൾ ഭീഷണിപ്പെടുത്തുന്നതും കണ്ടു. മദ്ധ്യാഹ്നം കഴിഞ്ഞപ്പോൾ അവർ തമ്പടിച്ചു. അവരുടെ അപ്പോഴത്തെ സാഹചര്യമെന്തെന്ന് വിലയിരുത്തി. ഇനിയെന്തെന്നതിനെക്കുറിച്ചും ആലോചിച്ചു. കൊടുങ്കാറ്റ് മണ്ണിനെ നനച്ചിരിക്കുന്നു. പൊടിപടലങ്ങളടങ്ങിയിരിക്കുന്നു. കുറ്റിച്ചെടികളും വൃക്ഷങ്ങളും വെയിലിൽ തിളങ്ങാൻ തുടങ്ങിയിരിക്കുന്നു. ഭൂമിക്ക് ജീവൻ വയ്ക്കുന്നതുപോലെ, മാളങ്ങളിൽ നിന്നും, ചെറിയതും ഗോപ്യമായതുമായ വിള്ളലുകളിൽ നിന്നും ത്വരിതഗമനങ്ങളുടെ സ്വരങ്ങളെത്തുന്നുണ്ടായിരുന്നു. ഒരു ചെറിയ തടാകത്തിന്റെ കരയിലാണവർ തമ്പടിച്ചത്. അവിടെ മൃഗങ്ങളുടെ കാല്പാടുകൾ ധാരാളമായി കാണാനായി.

ആദ്യമൊക്കെ യൂസുഫ് ചുമട്ടുകാർക്കിടയിൽ ഒളിക്കാനൊരു ശ്രമം നടത്തി. അസീസ് അമ്മാവനിൽ നിന്ന് ദൂരെ. അതിന്റെ കാരണം അവനു തന്നെ അറിയില്ലായിരുന്നു. എന്നാൽ അധികം കഴിയും മുമ്പേ മൊഹമ്മദ് അബ്ദുള്ള അവനെ തേടിയെത്തി. സംഘത്തിന്റെ

പുറകിലേക്ക് കൂട്ടിക്കൊണ്ടുപോയി. ഏറ്റവും പുറകിലായിരുന്നു അസീസ് അമ്മാവൻ. അദ്ദേഹം അവന്റെ പുറത്ത് തട്ടി. പുഞ്ചിരിച്ചു. അമ്മാവൻ ചില ജോലികളേല്പിച്ചു. അപ്പോൾ ഇനി ഇതാണ് തന്റെ സ്ഥാനം എന്ന് അവനു മനസ്സിലായി. അന്ന് മദ്ധ്യാഹ്ന ശേഷം അവർ യാത്രയിൽ ഇടവേളയെടുത്തപ്പോൾ, വ്യാപാരിയുടെ ആവശ്യങ്ങളെന്തൊക്കെ എന്നവൻ മനസ്സിലാക്കി. അദ്ദേഹത്തിന് പായ് വിരിച്ച് കൊടുത്തു. വെള്ളം കൊണ്ടുവന്ന് കൊടുത്തു. പാചകം നടന്ന് കൊണ്ടിരുന്നിടത്ത് അദ്ദേഹത്തിനുള്ള ഭക്ഷണത്തിനായി കാത്ത് നിന്നു. സംഘത്തിലെ ഊർജ്ജസ്വലതയുടെ ഒച്ചയടഞ്ഞിരിക്കുന്നത് അസീസ് അമ്മാവൻ അറിഞ്ഞിട്ടില്ല എന്ന് തോന്നി. അദ്ദേഹത്തിന്റെ കണ്ണുകൾ ആ നാട്ടിൻപുറം കാണുകയായിരുന്നു. ആ ഭൂപ്രദേശമാകെ തന്റെ ശ്രദ്ധയും സൂക്ഷ്മപരിശോധനയും ആവശ്യപ്പെടുന്നു എന്നപോലെ കണ്ണോടിക്കുന്നുണ്ടായിരുന്നു.

തമ്പ് തയ്യാറായപ്പോൾ മ്ന്യാപര അസീസ് അമ്മാവനരികിലെത്തി. പായയിൽ അദ്ദേഹത്തിനെതിരെ ഇരുന്നു. അസീസ് അമ്മാവൻ സ്വേച്ഛയാലല്ലാതെ കാഴ്ചകളിൽ നിന്ന് പിൻവാങ്ങി. ''ഈ പ്രദേശങ്ങൾ കാണുമ്പോൾ അത് നിങ്ങളിൽ ഒരാഗ്രഹം ജനിപ്പിക്കുന്നു. ശുദ്ധമായ, നല്ല തെളിച്ചമുള്ള ഒരു ആഗ്രഹം. ഇവിടെയുള്ളവർക്ക് രോഗമോ വൃദ്ധാവസ്ഥയോ എന്തെന്നറിയില്ല എന്ന് ചിന്തിക്കാൻ അത് നിങ്ങളെ പ്രേരിപ്പിക്കുന്നു. അവരുടെ ദിവസങ്ങൾ ജ്ഞാനത്തിനായുള്ള തിരച്ചിലിന്റെ സംതൃപ്തിയിൽ നിറഞ്ഞവയാണെന്നും തോന്നലുണ്ടാക്കുന്നു.'' അസീസ് അമ്മാവൻ പറഞ്ഞു.

മൊഹമ്മദ് അബ്ദുള്ള അത് കേട്ട് അടക്കിപ്പിടിച്ചൊന്ന് ചിരിച്ചു. ''ഭൂമിയിൽ ഒരു പറുദീസയുണ്ടെങ്കിൽ അതിതാണ്, അതിതാണ്, അതിതാണ്.'' അയാൾ ഹാസ്യാത്മകമായി പാടി. അത് കേട്ട് അസീസ് അമ്മാവനും പുഞ്ചിരിച്ചു.

അവർ സംഭാഷണം അറബിയിലേക്ക് മാറ്റി. പോകേണ്ട മാർഗ്ഗങ്ങളെ കാണിക്കാനായി കൈകൾ പലവിധ ആംഗ്യങ്ങൾ കാണിച്ചു. പല ദിശകൾ കാണിച്ചു. യൂസുഫ് തമ്പിൽ അലഞ്ഞ് നടന്നു. വൃത്തിയിൽ ഒതുക്കി വച്ചിരിക്കുന്ന കച്ചവട സാമഗ്രികൾക്കിടയിലൂടെ. ചെറു തീയ്യിനു ചുറ്റിലും കൂട്ടം കൂടിയിരിക്കുന്ന മനുഷ്യർക്കിടയിലൂടെ. അവരവിടെയെത്തി അധികം താമസിയാതെ ആ തമ്പിനൊരു ചെറിയ ഗ്രാമത്തിന്റെ രൂപം ലഭിച്ചു. ചിലർ ചായ കുടിക്കാൻ അവനെ ക്ഷണിച്ചു. മറ്റ് ചിലർ അത്ര മര്യാദയൊന്നും കാണിച്ചില്ല. സിംബ മവേനെയ്ക്ക് ചുറ്റിലായിരുന്നു ഏറ്റവും വലിയ ജനക്കൂട്ടം. അയാൾ ചാക്കുകളിൽ ചാരി കിടക്കുകയാണ്. ജനക്കൂട്ടം അയാളിലേക്ക് ചാഞ്ഞ് അയാളിൽ നിന്ന് വരുന്ന ജർമ്മനിക്കാരെക്കുറിച്ചുള്ള കഥകൾ കേൾക്കുകയും. അവരുടെ നിശ്ചയദാർഢ്യം, കൊടുംപക എന്നിവയെക്കുറിച്ച് അയാൾ വാചാലനായി. ഏതൊരു കയ്യേറ്റവും ശിക്ഷിക്കപ്പെടും. ഇര എത്ര

കണ്ട് ദയയ്ക്ക് വേണ്ടി യാചിച്ചാലും, താനിനി ഇത്തരം പ്രവർത്തി കളിലേർപ്പെടില്ല എന്ന് വാഗ്ദാനം ചെയ്താലും ശിക്ഷിക്കപ്പെടും. അയാൾ പറഞ്ഞു.

''നമ്മളാണെങ്കിൽ ഒരു കുറ്റവാളി പശ്ചാത്തപിക്കുന്നത് കണ്ടാൽ പിന്നെ അയാളെ ശിക്ഷിക്കാൻ മടിക്കും. പ്രത്യേകിച്ചും ശിക്ഷ കഠിന മാണെങ്കിൽ. ജനങ്ങൾ അയാൾക്ക് വേണ്ടി യാചിക്കാനെത്തും. ദുഃഖി ക്കാൻ നമുക്കൊക്കെ പ്രിയപ്പെട്ടവരുണ്ടല്ലോ. എന്നാൽ ജർമ്മനിക്കാർ ഇതിന് നേരെ എതിരാണ്. ശിക്ഷ എത്ര കഠിനമാകുന്നോ അത്രയും അവരുടെ നിശ്ചയദാർഢ്യവും വർദ്ധിക്കും. അവർ മാപ്പ് കൊടുക്കുന്ന പ്രശ്നമേയില്ല. ശിക്ഷ മിക്കപ്പോഴും കഠിനം തന്നെയാകുകയും ചെയ്യും. ശിക്ഷിക്കുന്നതവർക്ക് ഇഷ്ടമായിരുന്നു എന്നാണെനിക്ക് തോന്നുന്നത്. ഒരിക്കൽ അവർ നിങ്ങൾക്കുള്ള ശിക്ഷ വിധിച്ച് കഴി ഞ്ഞാൽ, നാവ് കഴയ്ക്കുന്നത് വരെ നിങ്ങൾക്ക് യാചിക്കാം. മാപ്പ് ചോദിക്കാം. പക്ഷേ ജർമ്മനിക്കാരനിൽ അതൊന്നും ഒരു ഭാവവ്യത്യാ സവും വരുത്തില്ല. ശിക്ഷ നടപ്പാക്കുന്നതിൽ അവർക്കൊരു ലജ്ജ യുമില്ല. അവസാനം ശിക്ഷ സ്വീകരിക്കുകയല്ലാതെ മറ്റ് മാർഗ്ഗമില്ല എന്ന് നിങ്ങൾക്കും മനസ്സിലാകും. അങ്ങനെയാണവർ ഇതെല്ലാം ചെയ്ത് തീർക്കുന്നത്. അതായത് അവർ ചെയ്യുന്നതായി നമ്മൾ കാണുന്നതെല്ലാം. ഒന്ന് തുടങ്ങി വച്ചാൽ പിന്നെ അവരുടെ ശ്രദ്ധ ഒരിക്കലും അതിൽ നിന്ന് വ്യതിചലിക്കുകയില്ല.''

സന്ധ്യയായപ്പോൾ അന്തരീക്ഷത്തിൽ മൃഗങ്ങളും കരച്ചിലും ബഹളവും നിറഞ്ഞു. അവ വെള്ളം കുടിക്കാനുള്ള വരവായി. യൂസു ഫിന് ഉറക്കം വന്നില്ല. ഭയവും കിടപ്പിന്റെ അസൗകര്യങ്ങളും അവനെ അലട്ടിക്കൊണ്ടിരുന്നു. രാവിന്റെ മദ്ധ്യത്തിൽ, തണുപ്പേറിയ ഒരു മല യുടെ അടിവാരത്തിൽ, വിശന്ന മൃഗങ്ങൾ ഗർജ്ജിക്കുകയും അവരെ വട്ടം ചുറ്റുകയും ചെയ്യുന്നതിനിടയിലാണവർ അപ്പോൾ എന്നത് അവിശ്വസനീയമായി തോന്നി. എന്നാൽ കാവൽക്കാരൊഴികെ ശേഷി ച്ചവരെല്ലാം നല്ല ഉറക്കമായിരുന്നു. കാവൽക്കാർ കച്ചവട സാമഗ്രി കൾക്ക് പുറകിൽ ജാഗ്രതയിലും. ഒരുപക്ഷേ മറ്റുള്ളവരും ഉറങ്ങുക യൊന്നുമല്ലായിരിക്കാം, വെറുതെ നിശ്ശബ്ദമായി കിടക്കുകയാകാം എന്നും യൂസുഫ് കരുതി.

5

മലനിരകൾക്ക് മുകളിലെത്തി, മറുവശത്തേക്കിറങ്ങാൻ തുടങ്ങിയ പ്പോൾ ഓരോ ദിവസവും ഭൂപ്രകൃതിയിൽ വലിയ വ്യത്യാസങ്ങൾ കണ്ട് തുടങ്ങി. ജനവാസമുള്ള പ്രദേശങ്ങൾ കുറഞ്ഞു. ഗ്രാമങ്ങൾ ചെറുതായി. മണ്ണ് വരണ്ടു. ദിവസങ്ങൾ കഴിഞ്ഞപ്പോൾ അവർ

സമതലത്തിലെത്തി. യാത്രാസംഘത്തിന്റെ ഓരോ ചുവടും പൊടി മേഘങ്ങളുയർത്താൻ തുടങ്ങി. ഒറ്റപ്പെട്ട കുറ്റിച്ചെടികൾക്ക് വികൃത രൂപങ്ങൾ കൈവന്നു. നിലനിൽപ്പ് തന്നെ ഒരു പീഡയാണെന്നവ വിളിച്ച് പറയാനാഗ്രഹിക്കുന്നതുപോലെ വികൃതരൂപങ്ങൾ. ചുമട്ടു കാരുടെ ഗാനങ്ങളും ഊർജ്ജവും അതിനൊപ്പം വരണ്ടു തുടങ്ങി. കടന്ന് ചെല്ലാനിരിക്കുന്ന, ഒട്ടും ദയയില്ലാത്ത പ്രദേശങ്ങളെക്കുറി ച്ചായി അവരുടെ ചിന്ത. ദൂരെ വലിയ മൃഗക്കൂട്ടങ്ങളെ കണ്ടപ്പോൾ അവർക്ക് ജീവൻ വച്ചു. സ്വന്തം വ്യക്തിത്വത്തെക്കുറിച്ചാണ് ചർച്ച എന്നതുപോലെ ആ മൃഗങ്ങളെക്കുറിച്ച് തർക്കിച്ചു. ആ ആദ്യദിവസ ങ്ങളിൽ യൂസുഫിന് വലിയ ആകാക്ഷയുണ്ടായിരുന്നു. ശരീരം വേദ നിച്ചു. ക്ഷീണം പനിയായി. മുള്ളുകൊണ്ട് കാലും കയ്യും കീറി. മാംസത്തിൽ പൂച്ചികൾ കടിച്ച പാടുകൾ നിറഞ്ഞു. ഈ മണ്ണിൽ എന്തെങ്കിലും അതിജീവിക്കുന്നതെങ്ങനെ എന്ന് അവൻ അത്ഭുത പ്പെട്ടു. അത്ര ക്രൂരമാണീ പ്രദേശങ്ങൾ. രാത്രിയിൽ മൃഗങ്ങളുടെ രോദനവും ഗർജ്ജനവും അവനെ ഭയപ്പെടുത്തി, ഉറക്കം കെടുത്തി. പേക്കിനാവുകൾക്ക് കാരണമാക്കി. പ്രഭാതമായാൽ തലേന്ന് താൻ ഉറങ്ങിയോ എന്ന് പോലും ഉറപ്പില്ലാത്ത അവസ്ഥകളുണ്ടായി. എന്നിട്ടും ഇടയ്ക്ക് ചില മനുഷ്യരേയും ഗ്രാമങ്ങളേയും കാണുകയുണ്ടായി. അവിടെയുണ്ടായിരുന്ന കുറ്റിച്ചെടികൾ പോലെ ഉണങ്ങിയവരായി രുന്നു ആ മനുഷ്യരും. അവരുടെ ശരീരത്തിന്റെ ഓരോ സ്വഭാവ വിശേഷങ്ങളും അടിസ്ഥാന അവകാശങ്ങളിലേക്ക് ചുരുങ്ങിയിരി ക്കുന്നു. കടന്നു പോകുന്ന ഓരോ ഗ്രാമത്തിലും ഒരു ചെറിയ സമ്മാനം കൊടുക്കണം എന്ന് അസീസ് അമ്മാവൻ നിർദ്ദേശിച്ചു. അങ്ങനെ യാകുമ്പോൾ അതവരിൽ ഒരു സൗമനസ്യം സൃഷ്ടിക്കാനാകും വിവരങ്ങൾ ലഭിക്കും.

അസീസ് അമ്മാവനെ എന്തുകൊണ്ടിവർ സയ്യിദ് എന്ന് വിളി ക്കുന്നു എന്ന് യൂസുഫിനു മനസ്സിലായി തുടങ്ങി. എന്തൊക്കെ സംഭ വിച്ചാലും അദ്ദേഹം ശാന്തതയോടെ നേരിട്ടു. നിത്യവും ക്രമം തെറ്റാതെ, സമയം തെറ്റാതെ അഞ്ച് നേരം നിസ്കരിച്ചു. മറ്റുള്ള വരിൽ നിന്ന് വേറിട്ട് നിൽക്കുന്ന, ഒട്ടൊന്ന് അകലം പാലിക്കുന്ന സ്വഭാവത്തിൽ വ്യത്യാസം വരുത്തിയില്ല. ഏറ്റവും കൂടിയാൽ സമയം വൈകുന്നെങ്കിൽ ഒന്ന് കോപിക്കും. അല്ലെങ്കിൽ എന്തെങ്കിലും അത്യാ പത്തുകളെ നേരിടുകയാണെങ്കിൽ അതിനൊരു പരിഹാരമാകുന്നത് വരെ ഇളകാതെ നിൽക്കും. അധികം സംസാരമൊന്നും അദ്ദേഹ ത്തിന്റെ ഭാഗത്തുനിന്നുണ്ടാകാറില്ല. സംസാരിക്കുന്നതിലധികവും മൊഹമ്മദ് അബ്ദുള്ളയോടാണ്. അബ്ദള്ളയുമൊത്ത് ദീർഘ സംഭാ ഷണങ്ങളുണ്ടാകും. ഓരോ ദിവസവും അവസാനത്തിൽ ഈ ചർച്ച കൾ നടക്കും. അന്നത്തെ ദിവസത്തെ യാത്രയിലെ പ്രധാന സംഭവ ങ്ങളെല്ലാം അദ്ദേഹം അറിയുന്നുണ്ടെന്നൊരു ചിന്ത യൂസുഫിലു ണ്ടായി. ചിലപ്പോൾ ചുമട്ടുകാരുടെ ഗോഷ്ടികളും വെപ്രാളങ്ങളും

കണ്ട് അദ്ദേഹം മറ്റാരുമറിയാതെ അടക്കിപ്പിടിച്ച് ചിരിക്കുന്നത് കാണാം. ഒരിക്കൽ മഗ്‌രിബ് നിസ്കാരത്തിനു ശേഷം അദ്ദേഹം യൂസുഫിനെ അടുത്ത് വിളിച്ചു. പായയിൽ ഇരിക്കാനാവശ്യപ്പെട്ടു. തോളിൽ കൈ വച്ചു. ''നീ നിന്റെ അച്ഛനെ ഓർക്കാറുണ്ടോ?'' എന്ന് ചോദിച്ചു. യൂസുഫിന്റെ ശബ്ദമടഞ്ഞു. അസീസ് അമ്മാവൻ കുറച്ച് സമയം കാത്തു. പുഞ്ചിരിച്ചു.

മ്ന്യാപര യൂസുഫിന്റെ സംരക്ഷകനായി. എന്തെങ്കിലും യൂസുഫ് കാണേണ്ടതാണെന്ന് അയാൾക്ക് ചിന്തയുണ്ടായാൽ അയാൾ അവനെ വിളിക്കും. അവർ കടന്ന് പോകുന്ന പ്രദേശങ്ങളുടെ പ്രത്യേകതകൾ, ചതികൾ, പ്രലോഭനങ്ങൾ എന്തൊക്കെയെന്ന് വിശദീകരിച്ചു. യാത്ര അധികം ചെല്ലും മുമ്പ് അയാൾ നിന്നെ ഭോഗിക്കും എന്ന് അത് കണ്ട ചുമട്ടുകാർ യൂസുഫിന് മുന്നറിയിപ്പ് നൽകി. ''അയാൾക്ക് നിന്നെ ഇഷ്ടമാണ്. നിന്നെ പോലെ ഒരു സുന്ദരനെ ആർക്കാണി ഷ്ടപ്പെടാത്തത്? നിന്റെ അമ്മയെ ഏതോ മാലാഖ കടാക്ഷിച്ചതാ ണെന്ന് തോന്നുന്നു.''

''നീ നിനക്കായി ഒരു ഭർത്താവിനെ കണ്ടെത്തണം സുന്ദരാ.'' സിംബ മവേനെ പറഞ്ഞു. ഉറക്കെ ചിരിച്ചു. മുഖം കാമലോലുപ മാക്കി. ''ഞങ്ങളൊക്കെ പിന്നെ എന്ത് ചെയ്യും? ആ വൃത്തികെട്ട രാക്ഷസനു പറ്റിയവനല്ല നീ. അതിസുന്ദരനാണ്. രാത്രി എന്റെയടു ക്കൽ വാ. നിനക്ക് ഞാൻ സ്നേഹം എന്നാൽ എന്താണെന്ന് കാണിച്ച് തരാം.'' സിംബ മവെന ആദ്യമായണവനോട് സംസാരിക്കുന്നത്. അത്ഭുതത്താൽ യൂസുഫ് കോപിച്ചു.

സിംബ മവേനെ ചുമട്ടുകാർക്കും കാവൽക്കാർക്കുമിടയിൽ ജന കീയനായിട്ടുണ്ടായിരുന്നു. അയാൾക്ക് ചുറ്റിലും എപ്പോഴും കുറച്ചു പേരുണ്ടാകും. അതിൽ പ്രധാനി ഉയരം കുറഞ്ഞ്, മിക്കവാറും വൃത്താ കൃതിയിൽ എന്ന് പറയാവുന്ന ശരീരമുള്ള ന്യൂൻഡോയാണ്. ചിരി, പുകഴ്ത്തൽ എന്നിവയുടെ നേതൃത്വം അയാൾക്കാണ്. ആകാവു ന്നിടത്തോളം അയാൾ സിംബ മവേനെയ്ക്കൊപ്പം നടന്നു. സഹായി യായി. മൊഹമ്മദ് അബ്ദുള്ളയും സിംബ മവേനെയും ഒന്നിച്ചാകു മ്പോഴൊക്കെ ന്യൂൻഡൊ മൊഹമ്മദ് അബ്ദള്ളയ്ക്ക് കാണാവു ന്നിടത്ത് നിന്ന് അയാളെ അനുകരിച്ചു. അത് കണ്ട് മറ്റുള്ളവർ ചിരിച്ചു. അയാളുടെ അത്തരം തമാശകൾ തമാശകളായി തോന്നാത്തവരെ അവരെല്ലാം ഒന്നിച്ച് തുറിച്ച് നോക്കി. സിംബ മവേനെയുടെ മേൽ മൊഹമ്മദ് അബ്ദള്ളയുടെ കണ്ണുണ്ടെന്നും അയാളെക്കുറിച്ച് ദിവ സവും അസീസ് അമ്മാവന് അയാൾ റിപ്പോർട്ടുകൾ നൽകുന്നു ണ്ടെന്നും യൂസുഫിനറിയാം. എന്നും സായാഹ്നത്തിൽ അവരൊന്നി ച്ചിരുന്ന് ചർച്ച ചെയ്യുമ്പോൾ യൂസുഫ് ഒപ്പമുണ്ടാകണം എന്ന് അസീസ് അമ്മാവൻ ആവശ്യപ്പെട്ടു തുടങ്ങിയിരിക്കുന്നു. എങ്കിലും സാധ്യമാ കുമ്പോഴൊക്കെ യൂസുഫ് അവിടെ നിന്ന് വഴുതി മാറി ചുമട്ടുകാരും

മറ്റും പറയുന്ന കഥകൾ കേൾക്കാൻ പോകും. യൂസുഫിന് അറബി അറിയില്ല എന്നത് മൊഹമ്മദ് അബ്ദള്ളയെ പ്രകോപിപ്പിച്ചു. പക്ഷേ അവർ തമ്മിൽ നടക്കുന്ന ചർച്ചകളുടെ സംഗ്രഹം അയാൾ യൂസുഫിനു വിവർത്തനം ചെയ്തുകൊടുത്തു.

''ആ വിടുവായനെ ഒന്ന് ശ്രദ്ധിക്കുന്നത് നല്ലതാണ്.'' ഒരു സായാഹ്നത്തിൽ സിംബ മവേനെയ്ക്കരികിലുള്ള സംഘത്തെ നോക്കി അയാൾ പറഞ്ഞു. ''ഒരു മുള്ള് ഞാൻ കരുതിയിട്ടുണ്ട്. അനാവശ്യ ആശയങ്ങൾ എന്തെങ്കിലും അവനുണ്ടായാൽ അത് മതിയാകും. അവൻ ഒരുത്തനെ കൊന്നവനാണ്. അങ്ങനെയാണീ സംഘത്തിന്റെ ഭാഗമായെത്തിയത്. താൻ പരിക്കേല്പിച്ചവർക്ക് നഷ്ടപരിഹാരം നൽകാൻ വേണ്ട പണം സമ്പാദിക്കാൻ. അതല്ലെങ്കിൽ ദൈവേച്ഛയനുസരിച്ച് നശിക്കാൻ. ഇങ്ങനെ ഒരു അവസരം ലഭിക്കാൻ കാരണം എന്റെ വാക്കാണ്. എന്റെ ശുപാർശയാണ്. അതല്ലെങ്കിൽ കൊല്ലപ്പെട്ടവന്റെ ബന്ധുക്കൾ ഇവനെ പ്രതികാരത്തിനായി ജർമ്മനിക്കാരെ ഏല്പിക്കുമായിരുന്നു. അങ്ങനെ സംഭവിച്ചാൽ ജർമ്മനിക്കാർ ഒരു നിമിഷം പാഴാക്കാതെ ഇവനെ കെട്ടിത്തൂക്കും. അത്തരം കാര്യങ്ങളൊക്കെ അവർക്ക് വലിയ ഇഷ്ടമാണ്. ഒരു കൊലപാതകിയെ അവർക്കരികിലെത്തിച്ചാൽ അവരുടെ കണ്ണ് തിളങ്ങുന്നത് കാണാം. തൂക്കുകയർ അവർ ഉടൻ തയ്യാറാക്കും. ഇതൊക്കെ പറഞ്ഞാണവൻ എന്റെയരികിൽ വന്നത്. ഞാൻ അവനെ എടുക്കാം എന്ന് സമ്മതിച്ചു. അവനെ സൂക്ഷിക്കണം. എനിക്കെന്തോ അങ്ങനെ തോന്നിത്തുടങ്ങിയിരിക്കുന്നു. അവന്റെ കണ്ണിൽ അക്രമവാസനയുണ്ട്. ഒരു ഭ്രാന്ത്. അവൻ വിഷമാവസ്ഥകൾ സൃഷ്ടിച്ചെടുക്കുന്നവനാണ്. അത്തരം കാര്യങ്ങൾ ചെയ്യാൻ അവനിൽ ഒരു ആകാംക്ഷയും വിശപ്പുമൊക്കെയുണ്ട്. വേദനിപ്പിക്കാൻ ഒരു അത്യാർത്തി അവനിലുണ്ടെന്ന് എനിക്ക് തോന്നുന്നു. ഈ യാത്ര അവസാനിക്കുമ്പോഴേക്കും അതില്ലാതായിക്കോളും. ഒരു മനുഷ്യന്റെ ബലഹീനതയെന്തെന്നറിയാൻ കാട്ടാളന്മാർക്കിടയിൽ ഏതാനും മാസങ്ങൾ ധാരാളമാണ്. അതിലും നല്ല മാർഗ്ഗവുമില്ല.''

മൊഹമ്മദ് അബ്ദള്ള അവന് അവർ നടത്തുന്ന വ്യാപാരത്തെക്കുറിച്ചും പറഞ്ഞ് കൊടുത്തു. ''ഇതിനൊക്കെയാണ് നമ്മൾ ഈ മണ്ണിലെത്തിയിരിക്കുന്നത്. വ്യാപാരം ചെയ്യാൻ. നമ്മൾ ഏറ്റവും വരണ്ട മരുഭൂമികളിലേക്കും ഇരുണ്ട വനാന്തരങ്ങളിലേക്കും പോകുന്നു. കച്ചവടം നടത്തുന്നത് കാട്ടാളനുമൊത്താണോ രാജാവുമൊത്താണോ എന്നൊന്നും നമ്മൾ നോക്കാറില്ല. ജീവിക്കുമോ മരിക്കുമോ എന്ന് പോലും ശ്രദ്ധിക്കാറില്ല. നമുക്കെല്ലാം ഒന്ന് തന്നെ. നമ്മൾ കടന്ന് പോകുന്ന ചില സ്ഥലങ്ങൾ നിനക്ക് കാണാം. അവിടെയുള്ളവർ പൂച്ചികളെപ്പോലെയാണ് ജീവിക്കുന്നത്. അവർക്ക് വ്യാപാരം എന്തെന്ന് പോലും അറിയില്ല. വ്യാപാരികളേക്കാൾ കൗശലക്കാർ ആരുമല്ല. അതിലും കുലീനരുമില്ല. അതാണ് നമുക്ക് ജീവിതം നൽകുന്നത്.''

ഇരുമ്പും തുണിയുമാണവരുടെ മുഖ്യ വ്യാപാരം എന്നും അയാൾ വിശദീകരിച്ചു. എല്ലാതരം തുണികളും അതിലുണ്ട്. അതെല്ലാം നാറുന്ന ആട്ടിൻതോലിനേക്കാൾ മെച്ചമാണ്. കാട്ടാളരാകട്ടെ ഈ നാറുന്ന ആട്ടിൻതോൽ പുതച്ച് നടക്കുന്നവരും. അതായത് അവർ എന്തെങ്കിലും ധരിക്കാൻ തീരുമാനിച്ചാൽ. ദൈവം ഈ അപരിഷ്കൃതരെ ലജ്ജയില്ലാത്തവരായാണ് സൃഷ്ടിച്ചിരിക്കുന്നത്. അതിനാൽ അവരുമായി എങ്ങനെ ഇടപഴകണമെന്ന് വിശ്വാസികൾക്ക് എളുപ്പത്തിൽ തിരിച്ചറിയാനാകുന്നു. തടാകത്തിന്റെ ഇങ്ങേക്കരയിലെ അങ്ങാടിയിൽ തുണി ധാരാളം ലഭിക്കും. എന്നാൽ ഇരുമ്പ് ഉത്പന്നങ്ങൾക്ക് ഇപ്പോഴും ആവശ്യക്കാരുണ്ട്. പ്രത്യേകിച്ചും കർഷകർക്കിടയിൽ. ഇപ്പോൾ അവർ ലക്ഷ്യമിടുന്നത് അങ്ങേക്കരയാണ് മന്യേമകളുടെ നാടിനെ. മലനിരകളിലെ പച്ചപിടിച്ച ഇരുട്ടിന്റെ ആഴങ്ങളിലാണത്. അവിടെ തുണിക്ക് പകരം എന്ന നിലയിലാണ് കച്ചവടം. ഈ കാട്ടാളരിൽ മിക്കവരും പണത്തിനു വേണ്ടിയല്ല വ്യാപാരത്തിനെത്തുന്നത്. പണം കൊണ്ട് അവർക്കെന്ത് ചെയ്യാനാണ്? കുറച്ച് തുണിയൊക്കെ അവരുടെ പക്കലുണ്ടാകും. തുന്നുന്ന സൂചിയും മൺവെട്ടിയും കത്തിയും പുകയിലയും വെടിയുപ്പുമുണ്ടാകും. ഇതെല്ലാം അവർ ചില സുൽത്താന്മാരെ കാണാൻ പോകുമ്പോൾ കൊണ്ടുപോകുന്നതാണ്. ''എല്ലാം പരാജയപ്പെട്ടാലും വെടിമരുന്ന് വിജയിക്കും.'' മ്ന്യാപര പറഞ്ഞു.

തടാകം വരെ അവർ തെക്ക് പടിഞ്ഞാറായാണ് നീങ്ങിയത്. അവിടത്തെ ഗ്രാമങ്ങളൊക്കെ വ്യാപാരികൾക്ക് പരിചിതമാണ്. പക്ഷേ അതൊക്കെ ഇപ്പോൾ മിക്കവാറും യൂറോപ്യൻ അധികാരത്തിന്റെ നിഴലിലായിരിക്കുന്നു. അവർ പോകുന്നിടത്ത് ഈ നായ്ക്കൾ അധികമില്ല. അതിനാൽ ജനങ്ങൾ അവർക്കിഷ്ടമുള്ളതുപോലെ ജീവിക്കുന്നു. പക്ഷേ യൂറോപ്പുകാർ എന്ന് വേണമെങ്കിലും വരാം എന്ന് അവിടെയുള്ളവർക്കറിയാം. ''ഈ യൂറോപ്പുകാർ ആശ്ചര്യപ്പെടുത്തുന്നവർ തന്നെയെന്ന കാര്യത്തിൽ സംശയമില്ല.'' മൊഹമ്മദ് അബ്ദുള്ള പറഞ്ഞു. താൻ പറഞ്ഞത് ശരിയല്ലേ എന്ന മട്ടിൽ അസീസ് അമ്മാവനെ ഒന്ന് നോക്കി.

''ദൈവത്തിൽ വിശ്വാസമർപ്പിക്കൂ.'' വ്യാപാരി ശാന്തസ്വരത്തിൽ പറഞ്ഞു. മ്ന്യാപരയുടെ വാക്കുകളുടെ തീവ്രതകൾ കണ്ട് അയാളുടെ കണ്ണൊന്ന് തിളങ്ങി.

''എന്തൊക്കെ കഥകളാണ് നമ്മൾ അവരെക്കുറിച്ച് കേൾക്കുന്നത്. അങ്ങ് തെക്ക് അവർ ചെയ്ത യുദ്ധങ്ങളെക്കുറിച്ചുള്ള കഥകൾ. അവർ നിർമ്മിക്കുന്ന കഠാരകളെക്കുറിച്ചും തോക്കുകളെക്കുറിച്ചുമുള്ള കഥകൾ. അവർക്ക് ലോഹം പോലും ഭക്ഷിക്കാനാകുമെന്നാണ് കേൾക്കുന്നത്. അങ്ങനെയാണത്രെ ഭൂമിക്കുമേൽ അവർക്കിത്ര അധികാരം ലഭിച്ചത്. എനിക്ക് പക്ഷേ അതൊന്നും വിശ്വസിക്കാനാകുന്നില്ല.

അവർക്ക് ലോഹം ഭക്ഷിക്കാനാകുമെങ്കിൽ പിന്നെ നമ്മളേയും ഈ മണ്ണുമൊക്കെ തിന്നാനാകണമല്ലോ? അവരുടെ കപ്പലുകൾ അറിയാവുന്ന കടലുകളെല്ലാം താണ്ടിക്കടന്നിരിക്കുന്നു. ചില കപ്പലുകൾക്ക് ഒരു ചെറുപട്ടണത്തിന്റെ വലിപ്പമുണ്ടത്രെ. അവരുടെ കപ്പലുകളെ ങ്ങാൻ താങ്കൾ കണ്ടിട്ടുണ്ടോ സയ്യിദ്? വർഷങ്ങൾക്ക് മുമ്പ് മൊംബാസയിൽ വച്ച് ഞാനൊരെണ്ണം കണ്ടിട്ടുണ്ട്. അവരെ അതൊക്കെ ആരു പഠിപ്പിച്ചു എന്നത്ഭുതപ്പെടുകയായിരുന്നു ഞാൻ. അവരുടെ വീടുകളിൽ മാർബിൾ കൊണ്ടാണ് നിലം എന്ന് കേൾക്കുന്നു. അതങ്ങനെ വെട്ടിത്തിളങ്ങുമത്രെ. നല്ല മിനുസവുമുണ്ടാകുമെന്ന്. പെട്ടെന്ന് കാണുന്നവർ ധരിച്ചിരിക്കുന്ന തുണി നനയുമോ എന്ന് ഭയന്ന് അത് ഒന്ന് രണ്ട് ഇഞ്ച് പൊക്കി പിടിക്കും എന്നാണ് പറയുന്നത്. അത്ര മിനുസമാണതിനെന്ന്. എന്നിട്ടും അവരെ കണ്ടാൽ ചർമ്മമില്ലാത്ത പാമ്പുകളെപ്പോലെയുണ്ട്. സ്വർണ്ണത്തിന്റെ തലമുടിയും. ഒറ്റനോട്ടത്തിൽ സ്ത്രീകളെപ്പോലെ തോന്നും അവരെ കണ്ടാൽ. എന്തൊരു തമാശയാണത്. ഞാൻ അവരിൽ ഒരാളെ ആദ്യം കാണുന്നത് അയാൾ ഒരു കാട്ടിൽ വൃക്ഷത്തിനു ചുവട്ടിൽ കസേരയിലിരിക്കുന്നതാണ്. ഞാൻ അപ്പോൾ തന്നെ അല്ലാഹുവിനെ വിളിച്ചു. ഏതോ ഭൂതമാണെന്നാണ് ഞാൻ കരുതിയത്. പിന്നെയാണാ പ്രേതം ഈ രാജ്യങ്ങളെ തകർക്കുന്നതിൽ പ്രശസ്തിയാർജ്ജിച്ച ഒരുവനാണെന്നറിയുന്നത്.''

''അയാൾ എന്തെങ്കിലും പറയുകയുണ്ടായോ?'' യൂസുഫ് ചോദിച്ചു.

''മനുഷ്യനു പരിചയമുള്ള വാക്കുകളൊന്നും വന്നില്ല. എന്തൊക്കെയോ മുരണ്ടു എന്ന് തോന്നുന്നു. അയാളുടെ വായിൽ നിന്ന് പുക വരുന്നത് ഞാൻ കണ്ടു. ഒരുപക്ഷേ അവർ ജിന്നുകളുമാകും. അല്ലെങ്കിൽ അവരെ അല്ലാഹു അഗ്നികൊണ്ട് നിർമ്മിച്ചതാകും.''

മ്ന്യാപര തന്നെ കളിയാക്കുകയാണെന്ന് യൂസുഫിനു മനസ്സിലായി. അസീസ് അമ്മാവന്റെ മുഖത്ത് ഒരു പുഞ്ചിരി വന്നത് അവൻ കണ്ടു. ''ഈ പിരമിഡുകളെല്ലാം ജിന്നുകൾ നിർമ്മിച്ചതാണെങ്കിൽ പിന്നെ അവർക്ക് ഒരു പട്ടണത്തോളം വലിപ്പമുള്ള കപ്പലുകളും നിർമ്മിക്കാനാകുമല്ലോ.'' വ്യാപാരി ചോദിച്ചു.

''പക്ഷേ അവരൊക്കെ ഇതുവഴി വന്നതെന്തിനാണാവോ? ഭൂമി പിളർന്ന് അവരെയെല്ലാം പുറത്തേക്ക് തള്ളിയതുപോലെ തോന്നുന്നു. ഒരു പക്ഷേ നമ്മളുമൊത്തുള്ള അവരുടെ ഇടപാടെല്ലാം അവസാനിച്ചാൽ ഭൂമി വീണ്ടു പിളർന്ന് അവരെ അതിനകത്തേക്ക് വലിച്ചെടുക്കുമായിരിക്കും. എന്നിട്ടവരെ ഈ ലോകത്തിന്റെ മറുഭാഗത്തുള്ള അവരുടെ നാടുകളിലേക്കെത്തിക്കുമായിരിക്കും.'' മൊഹമ്മദ് അബ്ദള്ള പറഞ്ഞു.

''നീ ഒരു വൃദ്ധയെപ്പോലെ സംസാരിക്കാൻ തുടങ്ങിയിരിക്കുന്നു മൊഹമ്മദ് അബ്ദള്ള.'' അസീസ് അമ്മാവൻ ഇടപെട്ടു. പായയിൽ

നിവർന്ന് കിടന്നു. ഉറങ്ങാൻ തയ്യാറെടുത്തു. ''നീയും ഞാനും ഇവിടെ എന്തിനു വന്നോ അതിനു തന്നെയാണവരും എത്തിയിരിക്കുന്നത്.''

6

ഏതെങ്കിലും ഗ്രാമങ്ങൾക്കരികിലാണ് പരമാവധി തമ്പടിക്കാൻ അവർ തിരഞ്ഞെടുത്തത്. അങ്ങനെയാകുമ്പോൾ കച്ചവടത്തിനു കൊണ്ടുവന്ന സാധനങ്ങൾക്ക് പകരം ഭക്ഷണം എന്ന നിലയിൽ ഇടപാടുകൾ നടത്താം. കൊണ്ടുവന്ന പലവ്യഞ്ജനങ്ങളും മറ്റും ചിലവാകുകയുമില്ല. ഉൾനാടുകളിലേക്ക് നീങ്ങിയപ്പോൾ ധാന്യപ്പൊടികൾക്കും ഇറച്ചിക്കും വില വർദ്ധിച്ചു തുടങ്ങി. യാത്രയുടെ പതിനെട്ടാം ദിവസം അവർ ഒരു വൃക്ഷക്കൂട്ടത്തിനരികിലാണ് തമ്പടിച്ചത്. അന്നാദ്യമായി തമ്പിനു ചുറ്റിലും അവർ വേലികെട്ടി. അത് മൃഗങ്ങളെ ഭയന്നിട്ടായിരുന്നു. അത് കെട്ടിയുണ്ടാക്കാൻ ഉത്തരവ് വന്നപ്പോൾ ചുമട്ടുകാർ മുരളാനും പ്രതിഷേധിക്കാനും തുടങ്ങി. ദിവസാവസാനങ്ങളിൽ എന്ത് ജോലി പറഞ്ഞാലും അവർക്കതൊരു പതിവായിരുന്നു. ചുറ്റിലുമുള്ള കുറ്റിക്കാട്ടിൽ നിറയെ വിഷസർപ്പങ്ങളാണെന്നാണ് അവർ ഇത്തവണ പരാതി പറഞ്ഞത്. കയ്യിൽ ഒരു വടിവാളുമായി സിംബ മവേനെ കെട്ടിപ്പിണഞ്ഞ് കിടന്നിരുന്ന കുറ്റിക്കാട്ടിലേക്ക് വഴിവെട്ടി. അത് മറ്റുള്ളവരെ ലജ്ജിപ്പിക്കാൻ കൂടി ചെയ്തതായിരുന്നു. ചെറിയ മരങ്ങൾ അവർ വെട്ടിയെടുത്തു. അത് തലച്ചുമടായി കൊണ്ടുവന്ന് ഏകദേശം നാലടി ഉയരമുള്ള വേലി കെട്ടി. അവർ അപ്പോൾ മകാത എന്നൊരു ഗ്രാമത്തിൽ നിന്ന് അധികം ദൂരെയല്ലായിരുന്നു. അവിടേക്ക് കടക്കാൻ ഒരു നദി മുറിച്ച് കടക്കണമായിരുന്നു. നദിക്കരയിൽ വച്ച് മുമ്പ് ഈ ഗ്രാമക്കാർ ഇതുപോലൊരു സംഘത്തെ ആക്രമിച്ചു എന്നൊരു വാർത്ത അസീസിന്റെ കാതുകളിലെത്തിയിരുന്നു. അതിനാൽ തയ്യാറെടുപ്പുകളിൽ കുറവുണ്ടാകാൻ അനുവദിച്ചില്ല. മകാതയിലെ സുൽത്താന് അദ്ദേഹം ചില സമ്മാനങ്ങൾ അയച്ചു. അതിനായി രണ്ടുപേരെ ചുമതലപ്പെടുത്തി. ഗ്രാമത്തിലെ ഏറ്റവും പ്രായം ചെന്ന ആളെയാണ് സുൽത്താനെന്ന് അസീസ് അഭിസംബോധന ചെയ്തത്. അദ്ദേഹത്തോട് വിനയത്തോടെ സംസാരിക്കുകയും ചെയ്തു.

ആറ് തുണ്ട് തുണികളും രണ്ട് മൺവെട്ടികളുമാണ് സമ്മാനമായി കൊടുത്തത്. അതിനു മറുപടിയായി വ്യാപാരിയുടെ കൈവശമുള്ള എല്ലാ വസ്തുക്കളും മകാത സുൽത്താനു വേണം എന്ന സന്ദേശം ലഭിച്ചു. അപ്പോൾ അതിൽ നിന്ന് തന്റെ ജനങ്ങൾക്ക് ആവശ്യമുള്ള സമ്മാനങ്ങൾ സുൽത്താൻ തിരഞ്ഞെടുക്കും എന്ന്. പ്രത്യേകിച്ചും

അതിലൂടെ കടന്ന് പോകാനുള്ള അനുമതി എന്ന നിലയിലാണ് ഈ സമ്മാനങ്ങൾ കൊടുക്കുന്നതെങ്കിൽ. സുൽത്താന്റെ ആവശ്യം കേട്ട് അസീസ് അമ്മാവൻ ചിരിച്ചു. പക്ഷേ കൊടുത്തയച്ച സമ്മാനം ഇരട്ടിയാക്കി. സംഘം ഗ്രാമത്തിൽ നിന്ന് അര നാഴിക ഇപ്പുറത്തെ ത്തിയപ്പോഴേക്കും അവിടെയുള്ള കുട്ടികൾ അപ്പുറത്തുനിന്ന് എത്തി നോക്കാൻ തുടങ്ങിയിരുന്നു. മകാതയിലെ സുൽത്താൻ തൃപ്തനാ യില്ല എന്ന സന്ദേശവുമായി ദൂതർ തിരിച്ചെത്തി. താനൊരു ദരിദ്ര നാണെന്നും പിന്നീട് പശ്ചാത്തപിക്കാവുന്ന വിധത്തിൽ തന്നെക്കൊ ണ്ടൊന്നും ചെയ്യിക്കരുതെന്നും അയാൾ അതിനോടൊപ്പം പറ ഞ്ഞിട്ടുമുണ്ട്. വ്യാപാരി സമ്മാനങ്ങൾ വീണ്ടും ഇരട്ടിപ്പിച്ചു. ''അയാ ളോട് ഞങ്ങൾ ദരിദ്രരല്ല എന്ന് പറഞ്ഞേക്കൂ'' എന്നും പറഞ്ഞു വിട്ടു. ''എന്നാൽ സ്വർഗ്ഗത്തിലുള്ള മിക്കവരും ദരിദ്രരാണ്. നരക വാസികൾ ആർത്തിപൂണ്ടവരും'' എന്നും പറയണം എന്ന നിർദ്ദേ ശവും കൊടുത്തു.

അന്നത്തെ ദിവസം ഇങ്ങനെ സന്ദേശങ്ങൾ കൈമാറി ചിലവിട്ടു. ആർത്തിയും ബഹുമതിയും തൃപ്തമാകുന്നതുവരെ അത് തുടർന്നു. മദ്ധ്യാഹ്നശേഷം അവർ നദിക്കരയിലെത്തി. അവർ അവിടെ നിൽ ക്കുന്നതിനിടയിൽ പുഴയിലേക്ക് വെള്ളമെടുക്കാൻ വന്ന ഒരു സ്ത്രീയെ ചീങ്കണ്ണി ആക്രമിക്കുന്നത് കണ്ടു. ഗ്രാമവാസികളും വ്യാപാരസംഘ ത്തിലുള്ളവരും ഒന്നിച്ച് അവിടേക്ക് ഓടിയടുത്തു. പക്ഷേ ആ സ്ത്രീയെ രക്ഷപ്പെടുത്താനായില്ല. ഗ്രാമവാസികൾ ഒന്നടക്കം ആ സ്ത്രീയുടെ നഷ്ടത്തിൽ വാവിട്ട് കരഞ്ഞു. നദിക്കരയിലിരുന്ന് തേങ്ങിക്കരഞ്ഞു. ചീങ്കണ്ണി തിരിച്ചോടിയ അങ്ങേക്കരയിലേക്കവർ ചൂണ്ടിക്കാണിച്ചു. ആ സ്ത്രീയുടെ ചില ബന്ധുക്കൾ ദുഃഖം സഹി ക്കാതെ പുഴയിലേക്കെടുത്ത് ചാടി. മറ്റുള്ളവർ ചേർന്ന് അവരെ പിടിച്ച് കയറ്റി. കാഴ്ച കണ്ടുനിന്നവരിൽ പലരും കൂടുതൽ ചീങ്കണ്ണികൾ വരുന്നുണ്ടോ എന്ന് നിരീക്ഷിക്കുന്നുണ്ടായിരുന്നു.

വലിയ നദിയായിരുന്നു അത്. പക്ഷേ മകാതയ്ക്കരികിലെത്തു മ്പോൾ ആഴം കുറയും. ചളി നിറഞ്ഞ കരകളാണതിനുള്ളത്. അവിടെ അനേകം മൃഗങ്ങളും പക്ഷിക്കൂട്ടങ്ങളുമെത്താറുണ്ട്. രാത്രി മുഴുക്കെ കുറ്റിക്കാട്ടിൽ നിന്നും വെള്ളത്തിൽ നിന്നും അവയുടെ സ്വരങ്ങൾ വന്നുകൊണ്ടിരുന്നു. ചില ചുമട്ടുകാർ തങ്ങളെ ഈ മൃഗങ്ങൾ ആക്ര മിക്കാൻ വന്നു എന്നതുപോലെ ഒച്ചയിട്ട് മറ്റുള്ളവരെ ഭയപ്പെടുത്തി. മകാതയിലെ സുൽത്താൻ രണ്ടാടുകളെ കശാപ്പ് ചെയ്ത് വിരുന്നൊ രുക്കി. വ്യാപാരിയോട് തന്റെ സംഘത്തേയും കൂട്ടി അതിൽ പങ്കു ചേരാൻ ആവശ്യപ്പെട്ടു. ഭക്ഷണസമയത്ത് മുഴുക്കെ അയാൾ ദുർ മുഖം കാണിച്ച് ഇരുന്നു. ഒട്ടും ആതിഥ്യമര്യാദ കാണിക്കാൻ അയാൾ തയ്യാറായിരുന്നില്ല. തനിക്കാവശ്യമുള്ളതെടുത്ത് കഴിച്ച് അതിഥികളെ ശ്രദ്ധിക്കാതെ അയാളിരുന്നു. അതിഥികൾ വേണമെങ്കിൽ എടുത്തു

കഴിച്ചോട്ടെ എന്ന മട്ടിൽ. നരച്ച മുടിയും മെലിഞ്ഞ ശരീരവുമുള്ളവനായിരുന്നു ഈ സുൽത്താൻ. രാത്രിയിൽ കത്തിച്ചിരുന്ന തീയിന്റെ വെളിച്ചത്തിൽ അയാളുടെ കണ്ണുകളിൽ ചുവപ്പുരാശി കണ്ടു. വളരെ ബുദ്ധിമുട്ടിയാണയാൾ കിസ്വാഹിലി സംസാരിച്ചത്. ഉച്ചാരണവും വ്യത്യസ്തമായിരുന്നു. പക്ഷേ ശ്രദ്ധിച്ചിരുന്നാൽ യൂസുഫിന് അയാൾ പറയുന്നതിലധികവും മനസ്സിലാകുമായിരുന്നു. ‘‘നിങ്ങൾ നിങ്ങൾക്കൊപ്പം ആപത്തും കൊണ്ടാണ് വന്നിരിക്കുന്നത്. ഇന്ന് ആ മൃഗം കൊണ്ടുപോയ സ്ത്രീക്ക് വെള്ളത്തിൽ നിന്നും ചീങ്കണ്ണികളിൽ നിന്നും സംരക്ഷണമുള്ളതായിരുന്നു. ഇങ്ങനെയൊന്നും ഇവിടെ ഇതിനു മുമ്പ് സംഭവിച്ചിട്ടേയില്ല. അവളെപ്പോലെ ഒരാൾക്ക് ഇത് സംഭവിക്കാൻ പാടില്ലായിരുന്നു. എന്റെ ഓർമ്മയിൽ ഇങ്ങനെയൊന്നുണ്ടായിട്ടില്ല. എനിക്ക് മുമ്പും അങ്ങനെയൊന്നുണ്ടായതായി കേട്ടിട്ടുമില്ല.’’ ആ സ്ത്രീയെക്കുറിച്ച് അയാൾ നിർത്താതെ സംസാരിച്ചുകൊണ്ടിരുന്നു. കണ്ണുരുട്ടി കാണിച്ചു. ഗ്രാമവാസികളാരും അവരോട് സംസാരിച്ചില്ല. എന്നാൽ അവരുടെ സ്വരങ്ങൾ മൂളലുകായി ആ തീയിനെ വട്ടമിട്ടുകൊണ്ടിരുന്നു. ചിലപ്പോൾ അത് ഉച്ചത്തിലാകുകയും ചെയ്തു. സുൽത്താൻ സംസാരിച്ചുകൊണ്ടിരുന്നപ്പോൾ അസീസ് അമ്മാവൻ വിനീതനായി മുന്നോട്ടാഞ്ഞിരിക്കുന്നു എന്ന് യൂസുഫ് ശ്രദ്ധിച്ചു. പലപ്പോഴും സുൽത്താൻ പറയുന്നത് അംഗീകരിക്കുന്നു, അതിനോട് യോജിക്കുന്നു എന്ന മട്ടിൽ തലയാട്ടുകയും ചെയ്യും. ‘‘ഇതിലൂടെ പലരും കടന്ന് പോയിട്ടുണ്ട്. പക്ഷേ ഇതുപോലെ ഞങ്ങളിൽ നാശം കൊണ്ടുവന്നത് നിങ്ങൾ മാത്രമാണ്. പോകുമ്പോൾ അതും കൊണ്ട് പോകണം. അല്ലെങ്കിൽ ഞങ്ങളുടെ ജീവിതം ഒരു കാരണവുമില്ലാതെ ഗതി തെറ്റിയതാകും.’’

‘‘ദൈവത്തിൽ വിശ്വസിക്കൂ.’’ വ്യാപാരി വിനീതനായി.

‘‘നിങ്ങൾ അലങ്കോലമാക്കിയത് പുനഃസ്ഥാപിക്കാൻ എന്ത് ചെയ്യാനാകും എന്ന് പ്രഭാതമായാൽ ഒന്ന് പരിശോധിക്കണം.‘‘ അവരോട് യാത്ര ചോദിക്കുന്നതിനിടയിൽ സുൽത്താൻ പറഞ്ഞു.

‘‘വൃത്തികെട്ടവൻ, തന്തയില്ലാത്തവൻ, കാട്ടാളൻ.’’ മൊഹമ്മദ് അബ്ദല്ല പ്രതികരിച്ചു. രണ്ടുപേർ പന്തങ്ങളുമായി സംഘത്തിന്റെ ഇരുവശങ്ങളിലും നടന്നു. എല്ലാവരും ജാഗരൂകരാണെന്ന് തോന്നി. ‘‘സ്വന്തം വിവേകം എല്ലാവരും കാത്ത് സൂക്ഷിക്കണം. അല്ലെങ്കിൽ നേരം വെളുക്കുമ്പോൾ ചിലപ്പോൾ നിങ്ങളുടെ ലിംഗം കാണില്ല. നമ്മുടെ ആതിഥേയന് അയാളുടെ വൃത്തികെട്ട ആത്മാക്കൾക്ക് ബലി നൽകണമത്ര. നിങ്ങളിൽ ചിലരുടെ വൃഷണങ്ങൾ ആ ചീങ്കണ്ണികൾക്ക് എറിഞ്ഞ് കൊടുക്കാനും അയാൾ പദ്ധതിയിടുന്നുണ്ടാകും. അതും ഇന്ന് രാത്രി തന്നെ. ദൈവം നമ്മെ എല്ലാ തിന്മകളിൽ നിന്നും സംരക്ഷിക്കട്ടെ.’’

‘‘മറ്റേത് മരുന്നിനോളവും നല്ലതാണത് എന്ന് ആർക്കാണറിയാത്തത്?’’ അസീസ് അമ്മാവൻ യൂസുഫിനെ നോക്കി പുഞ്ചിരിച്ചു

കൊണ്ട് പറഞ്ഞു. ഈശ്വരനിന്ദയിൽ അവർക്കിടയിലുണ്ടായിരിക്കുന്ന എടുത്തു ചാട്ടം കണ്ട് പുഞ്ചിരിച്ചു.

അന്ന് രാത്രി യൂസുഫ് നായ്ക്കളെ സ്വപ്നം കണ്ടു. ആ പഴയ സ്വപ്നം. ഒരു വലിയ നായ അവനരികിൽ വന്ന് നീളൻ വായ് തുറന്ന് പല്ലുകാണിച്ചു. അതിന്റെ മഞ്ഞപ്പല്ലുകൾ. പിന്നെ അവന്റെ രഹസ്യ ങ്ങൾ തിരയാനായി കാലു കവച്ച് ഉദരം കാണിച്ചു.

പ്രഭാതമായപ്പോൾ തമ്പിൽ പെട്ടെന്ന് നിലവിളി ഉയർന്നു. മുരൾ ച്ചകളുണ്ടായി ഉറങ്ങിക്കിടന്നിരുന്ന ചുമട്ടുകാരിൽ ഒരാളെ ഹയ്ന ആക്രമിച്ചിരിക്കുന്നു. അയാളുടെ മുഖം മിക്കവാറും മുഴുക്കെ കടിച്ച് പൊളിച്ചിരിക്കുന്നു. ബാക്കിയുള്ളതിൽ നിന്ന് രക്തവും വഴുവഴുപ്പുള്ള ഒരു ദ്രാവകവും ഒലിക്കുന്നു. അയാൾ ഭ്രാന്തനെപ്പോലെ നിലത്ത് കിടന്നുരുണ്ടു. അയാൾക്ക് സഹിക്കാനാകാത്ത വേദനയുണ്ടായി രുന്നു. ചിന്തിക്കാൻ പോലുമാകാത്തത്ര വേദന. നാലുഭാഗത്തുനിന്നും ആളുകൾ ഓടിക്കൂടി. കുട്ടികൾ ആ ജനക്കൂട്ടത്തിനിടയിലൂടെ നുഴഞ്ഞ് മുന്നോട്ട് വന്ന് കാഴ്ച ഒന്നുകൂടി അടുത്തുനിന്ന് കാണാൻ ശ്രമിച്ചു. സുൽ ത്താനും കാഴ്ച കാണാനെത്തി. പിന്നെ അവരിൽ നിന്ന് മാറി നിന്നു. അശുദ്ധമാക്കിയത് വീണ്ടും ശുദ്ധമായിരിക്കുന്നു എന്നയാൾ പ്രഖ്യാ പിച്ചു. അതിൽ സംതൃപ്തി രേഖപ്പെടുത്തി. സംഘം തലേന്ന് കൊണ്ടു വന്ന തിന്മകളേയും പാപങ്ങളെയും തിരികെക്കൊണ്ടുപോകാനയച്ച താണീ മൃഗത്തെ. അതിനാൽ ഇനി ഈ സംഘത്തിനു മുന്നോട്ട് പോകാം. അവർ ഇനി ഈ ഗ്രാമത്തിലൂടെ വരരുത് എന്നൊരു നിബന്ധന മാത്രമേയുള്ളൂ. അയാൾ യൂസുഫിനെ നോക്കി. ഈ യുവാവിനെ ഞങ്ങൾക്ക് നൽകും എന്നാണ് ഞാൻ കരുതിയത് എന്ന് പറഞ്ഞു. വെള്ളത്തിൽ നഷ്ടപ്പെട്ട ആ സ്ത്രീക്ക് പകരമാകുമായി രുന്നു ഇവൻ, സുൽത്താൻ പറഞ്ഞു. അവളെ എല്ലാവരും സ്നേഹി ച്ചിരുന്നു.

മുറിവേറ്റ ചുമട്ടുകാരനരികിൽ രണ്ടുപേരിരുന്നു. അവരും കരയു ന്നുണ്ടായിരുന്നു. ശേഷിച്ച സംഘാംഗങ്ങളെ ഗ്രാമവാസികൾ നദി കടത്തി. മുറിവേറ്റവനെ നദി കടത്തേണ്ട സമയമായപ്പോൾ സുൽ ത്താൻ അതിനു വിസ്സമ്മതിച്ചു. വ്യാപാരി പല സമ്മാനങ്ങളും വാഗ്ദാനം ചെയ്തു. പക്ഷേ സുൽത്താൻ സംതൃപ്തനായില്ല. മുറി വേറ്റവൻ അവർക്കുള്ളതാണ്. അവനെ ഈ മണ്ണ് അവർക്ക് നൽ കിയതാണ്.

അന്ന് മദ്ധ്യാഹ്നത്തോടെ അയാൾ മരിച്ചു. അയാളുടെ അവസാ നമില്ലാത്ത ഞരക്കങ്ങൾ നിലച്ചു. അയാളുടെ തലച്ചോറുപോലും ഒലിച്ചിറങ്ങിയിരിക്കുന്നു എന്ന് തോന്നി. അയാളെ അവർ ഉടൻ തന്നെ ഗ്രാമത്തിൽ നിന്ന് കുറച്ച് ദൂരെ മറവ് ചെയ്തു. ഗ്രാമവാസികളിൽ പാപികളും പിശാചു ബാധിച്ചവരുമായവരെ മറവുചെയ്യുന്നിടമാണ തെന്ന് സുൽത്താൻ പറഞ്ഞു. അങ്ങനെ അവിടെ മറവ് ചെയ്താൽ

വിശ്രാന്തിയില്ലാത്ത അവരുടെ പ്രേതാത്മാവ് തങ്ങളെ ശല്യം ചെയ്യില്ല എന്നറിയിച്ചു. യാത്രികരിൽ അവസാനത്തെയാളും സന്ധ്യയോടെ നദി മുറിച്ച് കടക്കുമ്പോഴേക്കും സുൽത്താനും മറ്റ് ഗ്രാമവാസികളും അവരോട് വേഗം വർദ്ധിപ്പിക്കാനാവശ്യപ്പെട്ടുകൊണ്ടിരിക്കുന്നുണ്ടായിരുന്നു. വെള്ളത്തിനു മുകളിൽ ഹിപ്പോകളുടേയും ചീങ്കണ്ണികളുടേയും കണ്ണുകൾ പ്രത്യക്ഷപ്പെട്ടു തുടങ്ങിയിരുന്നു. മറുകരയിൽ നിന്ന് അപരിചിത പക്ഷികളുടെ കരച്ചിൽ കേട്ടുതുടങ്ങിയിരുന്നു. മറുകര അപ്പോഴേക്കും ഇരുളിൽ മറഞ്ഞിരുന്നു.

അന്ന് രാത്രിയിൽ കാവൽക്കാരുടെ എണ്ണം വർദ്ധിപ്പിച്ചു. കൂടുതലിടങ്ങളിൽ തീ കത്തിച്ചു. അങ്ങനെ സംഘാംഗങ്ങളുടെ ധൈര്യം വർദ്ധിപ്പിക്കാൻ ശ്രമിച്ചു. വ്യാപാരി പായ വിരിച്ച് ദീർഘനേരം അതിലിരുന്നു. മരിച്ച വ്യക്തിക്ക് വേണ്ടി പ്രാർത്ഥിച്ചു. തന്റെ പെട്ടിയിൽ നിന്നൊരു ചെറിയ ഖുറാനെടുത്ത് യാസീനോതി. ഒരു മരത്തിൽ നിന്നും ഞാത്തിയിട്ട വിളക്കിന്റെ വെളിച്ചത്തിൽ. മ്ന്യാപരയും സിംബമവേനെയും സംഘാംഗങ്ങൾക്കിടയിൽ നടന്ന് അവർക്ക് ധൈര്യം നൽകാൻ ശ്രമിച്ചു. ഭീതിയകറ്റാൻ ശ്രമിച്ചു. യൂസുഫ് ഉടൻ ഉറങ്ങാൻ കിടന്നെങ്കിലും പേക്കിനാവുകൾ അവനെ ശല്യം ചെയ്തു. രണ്ട് തവണ അവൻ കരഞ്ഞുകൊണ്ടെഴുന്നേറ്റു. ഇരുട്ടിലേക്ക് നോക്കി, തന്റെ കരച്ചിൽ ആരെങ്കിലുമറിഞ്ഞോ എന്ന് പരതി. സൂര്യനുദിച്ചാലുടൻ യാത്ര തുടങ്ങണം എന്നായിരുന്നു പദ്ധതി. മ്ന്യാപര എല്ലാവരോടുമായി ബഹളം വച്ചു. ''എന്താ, ഇന്നലെ രാത്രി നിന്നെ പാമ്പ് കടിച്ചോ? അതോ വൃത്തികെട്ട സ്വപ്നങ്ങൾ കണ്ടോ? ധൈര്യമായിരിക്ക് യുവാവേ. നീ ഇപ്പോൾ ഒരു കൊച്ചുകുട്ടിയൊന്നുമല്ല.'' അയാൾ യൂസുഫിനോട് പറഞ്ഞു.

യാത്രയ്ക്ക് തയ്യാറെടുക്കാൻ അസീസ് അമ്മാവനെ സഹായിക്കുന്നതിനിടയിൽ അമ്മാവൻ ഒന്ന് ചുമച്ചു. അവനെ തടഞ്ഞു. ''ഇന്നലെ രാത്രി നീ വീണ്ടും ആകെ അസ്വസ്ഥനായിരുന്നു. സുൽത്താന്റെ വാക്കുകളാണോ അതിനു കാരണം?''

യൂസുഫ് അത്ഭുതപ്പെട്ടു. വീണ്ടും! അസ്വസ്ഥൻ! പോംവഴികളില്ലാത്ത തന്റെ ബലഹീനത കണ്ടെത്തപ്പെട്ടിരിക്കുന്നു എന്നവനു തോന്നി. രാത്രിയിൽ അവനെ വേട്ടയാടാനെത്തുന്ന നായ്ക്കളെക്കുറിച്ചും വന്യമൃഗങ്ങളെക്കുറിച്ചും രൂപമില്ലാത്ത ജീവികളെക്കുറിച്ചുമെല്ലാം ഇവരറിഞ്ഞിരിക്കുന്നോ? ഒരുപക്ഷേ അവൻ മിക്കപ്പോഴും ഇതുപോലെ ഉറക്കത്തിൽ കരയുന്നുണ്ടാകാം. ഇവരെല്ലാം അത് കേട്ട് ചിരിക്കുന്നുണ്ടാകാം.

''ദൈവത്തിൽ വിശ്വാസമർപ്പിക്ക്. അവൻ നിനക്ക് ചില സമ്മാനങ്ങൾ നൽകിയിട്ടുണ്ട്.'' വ്യാപാരി അവനോട് പറഞ്ഞു.

നദിക്കയ്ക്കരെയുള്ള പ്രദേശം കൂടുതൽ ഫലഭൂയിഷ്ടമായിരുന്നു. ജനവാസവും കൂടുതലായിരുന്നു. പച്ചപ്പ് അവരിൽ ഉന്മേഷമെത്തിച്ചു.

കുറ്റിക്കാടുകളിൽ നിറയെ പക്ഷികളുണ്ടായിരുന്നു. തണുപ്പുള്ള സമയത്ത് അവ നിർത്താതെ പാടുന്നു. കുറ്റിക്കാടുകൾക്ക് മീതെ അതിപുരാതന മരങ്ങൾ എഴുന്ന് നിൽക്കുന്നു. അതിലൂടെ വെളിച്ചം അരിച്ചെത്തുന്നു. തിളങ്ങുന്ന കുറ്റിക്കാടിനിടയിൽ വള്ളിച്ചെടികളുണ്ട്. അവയിൽ വിഷമുള്ളവയുമുണ്ട്. തണൽ അധികമുള്ളിടത്ത് പാമ്പുകളും അധികമുണ്ടാകും. രാവെന്നോ പകലേന്നോ ഇല്ലാതെ പൂച്ചികൾ അവരെ കടിച്ചുകൊണ്ടിരുന്നു. വസ്ത്രവും മാംസവും മുൾപ്പടർപ്പുകളിൽ പെട്ട് കീറി. വിചിത്രങ്ങളായ രോഗങ്ങൾ അവരെ പിടികൂടി. എന്നും സുൽത്താന്മാർക്ക് സമ്മാനങ്ങൾ നൽകിയാലേ അവിടെ നിന്ന് കടന്ന് പോകാനാകൂ എന്ന അവസ്ഥയിലേക്കെത്തി. വ്യാപാരി നേരിട്ട് ഇത്തരം വിലപേശലുകളിൽ ഇടപെടാറില്ല. അയാൾ കഴിയാവുന്നതും ഒഴിഞ്ഞ് നിൽക്കും മൊഹമ്മദ് അബ്ദള്ളയും സിംബമവേനെയും മാർഗ്ഗം തെളിഞ്ഞ് കിട്ടാനായി പരിശ്രമിച്ചുകൊണ്ടിരിക്കുമ്പോൾ വ്യാപാരി ദൂരെ നിശ്ശബ്ദം മാറി നിൽക്കും ചിലപ്പോഴൊക്കെ മ്ന്യാപരയെ സുൽത്താന്മാർ പ്രകോപിപ്പിച്ച് ആനന്ദിക്കുകയാണെന്ന് തോന്നും. അതുപോലെ അയാളുടെ സഹായിയേയും. അതിനു വേണ്ടി മാത്രമായി അവർ ഒത്തുതീർപ്പിലെത്താത്തതാണെന്ന് തോന്നും. അവർക്ക് സന്ദർശകരോടുള്ള അനിഷ്ടമാണതിലൂടെ പ്രകടമാക്കുന്നതെന്നാണ് യൂസുഫ് കരുതിയത്.

അവരുടെ ആദ്യ ലക്ഷ്യം തയാരി എന്ന പട്ടണമായിരുന്നു. അവിടേക്കിനി ഏതാനും ദിവസങ്ങളുടെ യാത്ര മാത്രമേ ബാക്കിയുള്ളൂ. അവിടേക്കുള്ള യാത്രയിലെ കഠിനതകളെന്തൊക്കെ എന്ന് അവർക്കെല്ലാം അറിയാം. അതിനാൽ അതിനുള്ള പ്രതിഫലവും കുറവായിരിക്കില്ല എന്നവർ പ്രതീക്ഷിച്ചു. ഭക്ഷണം ധാരാളമായി കൈവശമുണ്ടായിരുന്നു. നല്ല വില കൊടുത്ത് വാങ്ങിയതാണതൊക്കെ. വ്യാപാരി ഓരോ ദിവസം ഇടവിട്ട് കോഴിയും പഴങ്ങളും വാങ്ങും. അത് കൊടുത്തില്ലെങ്കിൽ ചുമട്ടുകാർ ഗ്രാമങ്ങളിൽ കയറി മോഷ്ടിക്കും എന്ന് അയാൾക്കറിയാം. അത്തരം മോഷണങ്ങൾ വാഗ്വാദങ്ങളിലേക്കും അനാവശ്യ യുദ്ധങ്ങളിലേക്കും നയിക്കും.

മലനിരകൾക്കപ്പുറത്തുനിന്നുള്ള യോദ്ധാക്കൾ ആക്രമണത്തിനായി ഇവിടേക്കെത്താറുണ്ട്. അവരുടെ കുന്തത്തിൽ രക്തം പുരട്ടാൻ. കന്നുകാലികളേയും സ്ത്രീകളേയും പിടിച്ചുകൊണ്ടുപോകാൻ. നദിക്കരയിൽ നിന്നുള്ള യാത്രയുടെ ഏഴാം ദിവസം അവർ രണ്ട് ദിവസം മുമ്പ് ഇതുപോലെ ആക്രമിക്കപ്പെട്ട ഒരു ഗ്രാമത്തിലെത്തി. ഗ്രാമത്തിലെത്തുന്നതിനു മുമ്പ് തന്നെ അതിന്റെ ലക്ഷണങ്ങൾ അവർ കണ്ടു. മദ്ധ്യാഹ്നത്തിൽ ആകാശത്തിലേക്കുയരുന്ന പുകയും അവിടെ വട്ടമിട്ട് പറക്കുന്ന പക്ഷികളും അത് സൂചിപ്പിച്ചു. അവരെത്തിയപ്പോൾ മരത്തണലിൽ വിശ്രമിക്കുന്ന അംഗഭംഗം വന്നവരോ പരിക്കേറ്റവരോ ആയ ചിലരെ മാത്രം കണ്ടു. മിക്കവാറും എല്ലാ വീടുകളും

അഗ്നിക്കിരയാക്കിയിരുന്നു. അതിജീവിച്ചവർ തങ്ങളുടെ പ്രിയരെ നഷ്ടപ്പെട്ടതിന്റെ തീവ്രവേദനയിൽ വാവിട്ട് കരയുന്നുണ്ടായിരുന്നു. അവരിൽ പലരേയും അക്രമികൾ പിടിച്ചുകെട്ടിക്കൊണ്ടുപോയതാണ്. ആക്രമണത്തിനിടയിൽ അവരിലെ യുവാക്കളിൽ ചിലർ അവിടെ നിന്ന് ഓടിപ്പോയി. ചില കുട്ടികളെ അവർക്ക് ഒപ്പം കൊണ്ടുപോകാനായി. അവർക്കിനി തിരിച്ചുവരാനാകുമോ എന്ന് ആർക്കറിയാം? പഴുത്ത് വീർത്ത അവരുടെ മുറിവുകളിലേക്ക് നോക്കി നിൽക്കാൻ യൂസുഫിനായില്ല. അത്തരം വേദനകൾ സഹിക്കുന്നതിനേക്കാൾ നല്ലത് ജീവിതം അവസാനിക്കുന്നതാണെന്ന് അവൻ കരുതി. ഇത്തരത്തിലൊക്കെ സംഭവിക്കും എന്ന് അവൻ ഒരിക്കലും ചിന്തിച്ചിട്ടുണ്ടായിരുന്നില്ല. എല്ലായിടത്തും ശവങ്ങൾ ചിതറിക്കിടക്കുന്നു. കത്തിയെരിഞ്ഞ വീടുകളിൽ, കുറ്റിക്കാട്ടിൽ, വൃക്ഷച്ചുവട്ടിൽ എല്ലാം.

എത്രയും പെട്ടെന്ന് അവിടം വിടാൻ മൊഹമ്മദ് അബ്ദല്ല തിരക്ക് കൂട്ടി. അല്ലെങ്കിൽ പകർച്ചവ്യാധികൾ പിടിപ്പെട്ടേക്കാം. അതുമല്ലെങ്കിൽ അക്രമികൾ തിരികെയെത്തിയേക്കാം. മരിച്ചവരെയൊക്കെ തങ്ങൾ അടക്കം ചെയ്യണോ എന്ന് സിംബ മവേനെ വ്യാപാരിയോട് ചോദിച്ചു. വ്യാപാരിക്ക് വളരെ അടുത്ത് നിന്നാണയാൾ അത് ചോദിച്ചത്. ''ശേഷിച്ചവർക്ക് അത് ചെയ്യാനാകും എന്ന് തോന്നുന്നില്ല'' അയാൾ പറഞ്ഞു.

''അങ്ങനെയെങ്കിൽ അവരെ മൃഗങ്ങൾ ഭക്ഷിക്കട്ടെ.'' മൊഹമ്മദ് അബ്ദല്ല വിളിച്ച് പറഞ്ഞു. അയാൾക്ക് കോപം സഹിക്കാനാകുന്നുണ്ടായിരുന്നില്ല. ''ഇതൊന്നും നമ്മുടെ ജോലിയല്ല. മിക്ക ശവങ്ങളും അഴുകി തുടങ്ങിയിരിക്കുന്നു. മൃഗങ്ങൾ പാതി തിന്ന് തീർത്തിരിക്കുന്നു....''

''നമ്മളതൊക്കെ ഇങ്ങനെ ഉപേഷിച്ച് പോകരുത്.'' സിംബ മവേനെ ശബ്ദം താഴ്ത്തി പറഞ്ഞു.

''നമുക്ക് രോഗം പകരും.'' മൊഹമ്മദ് അബ്ദല്ല പറഞ്ഞു. അയാളുടെ കണ്ണുകൾ വ്യാപാരിയിലായിരുന്നു. ''അവരുടെ സഹോദരങ്ങൾ വന്ന് എന്താണെങ്കിൽ ചെയ്യട്ടെ. അവർ ഈ കുറ്റിക്കാടുകളിൽ ഒളിച്ചിരിപ്പുണ്ടാകും. അവരെത്തിയാൽ അവരുടെ അന്ധവിശ്വാസം നമുക്ക് നേരെ തിരിയും. നമ്മളാണിതിനൊക്കെ ഉത്തരവാദി എന്ന് പറയും. ഇതിലൊക്കെ നമ്മളെന്തിനിടപെടണം?''

''നമ്മൾ അവരുടെ സഹോദരങ്ങളാണ്. നമ്മളെല്ലാം ആദാമിന്റെ മക്കളാണ്.'' സിംബ മവേനെ പറഞ്ഞു. അത് കേട്ട് മൊഹമ്മദ് അബ്ദല്ല അത്ഭുതപ്പെട്ടു. പുഞ്ചിരിച്ചു. പക്ഷേ മറുപടിയൊന്നും പറഞ്ഞില്ല.

''നിന്റെ പ്രശ്നം എന്താണ്?'' അസീസ് അമ്മാവൻ ചോദിച്ചു.

''മരിച്ചവരെ ബഹുമാനിക്കണം.'' സിംബ മവേനെ പറഞ്ഞു.

വ്യാപാരി ചിരിച്ചു. ''ശരി. നീ അവരെ അടക്കിക്കോളൂ.''

''അല്ലാഹു എന്റെ കണ്ണിലേക്ക് ഹയ്നയുടെ കാഷ്ഠം തെറിപ്പിക്കട്ടെ.'' മ്ന്യാപര പറഞ്ഞു. ''ഇത് അസംബന്ധവും അപകടകരവുമല്ലെങ്കിൽ അല്ലാഹു എന്നെ ആയിരം തുണ്ടുകളാക്കട്ടെ. ഇത് താങ്കളുടെ ഇച്ഛയായതിനാൽ സയ്യിദ്... ഞാൻ അനുസരിക്കുന്നു. പക്ഷേ ഇതിന്റെ ആവശ്യം എനിക്ക് മനസ്സിലാകുന്നില്ല.''

''നിനക്ക് എന്ന് മുതലാണ് അന്ധവിശ്വാസങ്ങളോട് ഭയം തോന്നിത്തുടങ്ങിയത് മൊഹമ്മദ് അബ്ദള്ള?'' അസീസ് അമ്മാവൻ സൗമ്യത വിട്ടില്ല.

മ്ന്യാപര വ്യാപാരിയെ ഒന്ന് നോക്കി. ആ നോട്ടത്തിൽ വേദനയുണ്ടായിരുന്നു. ''ശരി...വേഗമാകട്ടെ'' സിംബ മവേനെയോട് അയാൾ പറഞ്ഞു. ''വലിയ അപായങ്ങൾക്കൊന്നും നിന്ന് കൊടുക്കരുത്. ഇവരെല്ലാം കാട്ടാളന്മാരാണ്. ഇവർ പരസ്പരം ഇതൊക്കെ പതിവാണ്. നമ്മൾ സന്ന്യാസികളായിയൊന്നുമല്ല ഇവിടേക്ക് വന്നത്. അങ്ങനെയൊരു ഭാഗം അഭിനയിക്കാനുമല്ല.''

''യൂസുഫ്, നീ അവർക്കൊപ്പം നിൽക്കണം. എന്നിട്ട് മാനവ പ്രകൃതം എത്ര വിഡ്ഢിത്തം നിറഞ്ഞതും അടിസ്ഥാനപരമായതുമാണെന്ന് മനസ്സിലാക്കണം.'' അസീസ് അമ്മാവൻ നിർദ്ദേശിച്ചു.

അവർ ഗ്രാമാതിർത്തിയിൽ അധികം ആഴമില്ലാത്ത ഒരു കുഴിയെടുത്തു. ഇങ്ങനെയൊരു ഭീഷണമായ ചടങ്ങിന് അവരെ അവിടെയെത്തിച്ച വിധിയെ അവർ ശപിച്ചു. അവർ ചെയ്തുകൊണ്ടിരിക്കുന്നത് ഗ്രാമീണർ കണ്ട് ഇരുന്നു. ഇടയ്ക്കിടെ അവരെ നോക്കി തുപ്പി. വെറുതെയെന്നപോലെ തുപ്പി. തങ്ങൾ എതിർക്കുകയല്ല എന്ന മട്ടിൽ. പിന്നെ അവരെല്ലാം ഭയന്ന ആ നിമിഷമെത്തി. പൊട്ടിപ്പൊളിഞ്ഞതും തുണ്ടുകളായതുമായ ശവങ്ങൾ അവർ കോരിയെടുത്തു. അതെല്ലാം ആ കുഴിയിലിട്ടു. അപ്പോൾ ഗ്രാമീണർ ഒന്നിച്ച് കരഞ്ഞു. അവരെ സാന്ത്വനിപ്പിക്കാനകാത്ത വിധം കരഞ്ഞു. കുഴി മൂടിക്കഴിഞ്ഞപ്പോൾ, സിംബ മവേനെ കുഴിമാടത്തിനരികിൽ നിന്നു. ഉറക്കെ കരയുന്ന ഗ്രാമീണരെ നോക്കി നിന്നു.

അഗ്നികൊണ്ടുള്ള പടിവാതിൽ

1

മൂന്ന് ദിവസങ്ങൾ കഴിഞ്ഞപ്പോൾ സംഘം തയാരിക്ക് പുറത്ത് നദിക്കരയിലെത്തി. അതൊരു വലിയ പട്ടണമാണെന്ന് ദൂരെ നിന്ന് തന്നെ യൂസുഫിനു മനസ്സിലാകുന്നുണ്ടായിരുന്നു. ചുമട്ടുകാർ സാധനങ്ങളെല്ലാം ഉപേക്ഷിച്ച് ആവേശത്തോടെ നദിയിലേക്കോടി. പരസ്പരം വെള്ളം തെറിപ്പിച്ചു. കുട്ടികളെപ്പോലെ പരസ്പരം അങ്കം വെട്ടി. അവരിൽ ചിലർ ഇവിടെ യാത്ര അവസാനിപ്പിക്കും. ആ പ്രതീക്ഷ മറ്റുള്ളവർക്കും ഉത്തേജനമായി. ഒരു പകർച്ചവ്യാധിപോലെ അത് എല്ലാവരിലേക്കും പടർന്നു. അവർ ശരീരം വൃത്തിയാക്കി. വിടർന്ന പുഞ്ചിരിയോടെ ചുമട്ടുകാർ തിരികെ സാധനങ്ങൾക്കരികിലെത്തി. ഇനി അധികം സമയമെടുക്കില്ല. മ്ന്യാപരയും സിംബ മവേനെയും സംഘത്തെ വീണ്ടും അണിചേർത്തു. സാധനങ്ങളെല്ലാം സുരക്ഷിതമെന്ന് ഉറപ്പ് വരുത്തി. ചെണ്ടക്കാരനും കൊമ്പുവിളിക്കാരും അവരുടെ ഉപകരണങ്ങൾ വൃത്തിയാക്കി. അവ വായിക്കാൻ തയ്യാറെടുത്തു. സീവ വാദ്യക്കാർ അതിനകമ്പടി ചേർന്നു.

സംഘത്തിലേക്കൊരു ക്രമം തിരിച്ചെത്തിയപ്പോൾ അത് സംഗീതത്തിലേക്കും ബാധിച്ചു. അങ്ങനെ പട്ടണത്തിലേക്ക് പ്രവേശിച്ച് തുടങ്ങിയപ്പോൾ യാത്രികർ സംഗീതത്തിനൊത്ത് ചുവട് വയ്ക്കുന്നുണ്ടായിരുന്നു. വഴിയിൽ കാണികൾ വർദ്ധിച്ചു. അവരിൽ ചിലർ കൈവീശുകയും കയ്യടിക്കുകയുമൊക്കെ ചെയ്തു. ആവേശം കൊള്ളിപ്പിക്കാവുന്ന വാക്കുകൾ ഉച്ചരിച്ചു. പട്ടണത്തിനു ചുറ്റിലുമുള്ള ഭൂമി വരണ്ട് വിണ്ട് കീറിയിരുന്നു. അത് മഴയെ കാത്തിരിക്കുകയായിരുന്നു. ഏറ്റവും പുറകിൽ നടന്നിരുന്ന അസീസ് അമ്മാവൻ, പതിവുപോലെ ഈ കാഴ്ചക്കാരിലേക്ക് നോക്കിയില്ല. അവരെ ശ്രദ്ധിച്ചതേയില്ല. ഇടയ്ക്കിടെ അദ്ദേഹം ഉറുമാലുയർത്തി മൂക്കിലേക്ക് പൊടിയടിച്ചു കയറുന്നതിനു തടയിട്ടു. മുന്നിൽ നടക്കുന്നവർ ഉയർത്തിവിട്ട പൊടിപടലങ്ങൾക്കിടയിൽ അദ്ദേഹം യൂസുഫിനോട് സംസാരിച്ചു തുടങ്ങി.

“അവരുടെ സന്തോഷമൊന്ന് നോക്ക്.” അദ്ദേഹം പുഞ്ചിരിക്കുന്നുണ്ടായിരുന്നില്ല. “വെള്ളത്തിനരികിലേക്കെത്തുന്ന വന്യമൃഗങ്ങളെപ്പോലെയുണ്ട് അവർ. നമ്മളൊക്കെ അങ്ങനെയാണ്. അജ്ഞതയാൽ നയിക്കപ്പെടുന്ന ചെറിയ മനസ്സുള്ള ജീവികളാണ് നമ്മൾ. എന്തിനാണവർ ഇത്ര ആവേശം കൊള്ളുന്നതെന്ന് നിനക്കറിയാമോ?”

തനിക്കറിയാം എന്ന് യൂസുഫ് കരുതി. കാരണം അതിനു സമാനമായ ഒരു വികാരം അപ്പോൾ അവനിലുമുണ്ടായിരുന്നു. എങ്കിലും അവർ സംസാരിച്ചില്ല. പിന്നീട് അവർ ഒരു വീട് വാടകയ്ക്ക് എടുത്തു. വലിയ മുറ്റമുള്ള ഒരു വീട്. ആ മുറ്റത്ത് മറ്റുള്ളവർക്ക് ഉറങ്ങാം. കച്ചവട സാമഗ്രികൾ സൂക്ഷിക്കാം. അതിനു കാവലിരിക്കാം.

“ഞാനിവിടേക്ക് ആദ്യം വന്നിരുന്ന കാലങ്ങളിൽ ഈ പട്ടണം സാൻസിബാറിലെ അറബി സുൽത്താന്റെ കീഴിലായിരുന്നു.” അസീസ് അമ്മാവൻ യൂസുഫിനോട് പറഞ്ഞ് തുടങ്ങി. “ഒമാനികളായിരുന്നു അവർ. ഒമാനികളല്ലെങ്കിൽ ഒമാനികളുടെ ഭൃത്യർ. നല്ല കഴിവുള്ളവരാണീ ഒമാനികൾ. നിപുണതയുള്ളവർ. സ്വന്തമായി ഒരു രാജ്യം സ്ഥാപിക്കാനെത്തിയവരാണവർ. സാൻസിബാറിൽ നിന്ന് ഇതുവരെ. ചിലർ ഇതിനപ്പുറത്തേക്കും പോയി. മരുൻഗുവു കടന്ന് കാട്ടിലേക്ക്. അതിനപ്പുറത്തെ നദിക്കരയിലേക്ക്. അവിടേയും അവർ രാജ്യങ്ങൾ നിർമ്മിച്ചു. ദൂരം അവർക്കൊരു പ്രശ്നമല്ലായിരുന്നു. മസ്കറ്റിൽ നിന്ന് സാൻസിബറിന്റെ യജമാനന്മാരാകാൻ എത്തിയതായിരുന്നു. ആ ദ്വീപുകളുടെ കരുത്തിൽ അവരുടെ സുൽത്താൻ സയ്ദ് ധനികനായി. അയാൾ കൊട്ടാരങ്ങൾ സൃഷ്ടിച്ചു. അതിൽ കുതിരകളും മയിലുകളുമുണ്ടായിരുന്നു. ലോകത്തിന്റെ നാനാഭാഗത്തുനിന്നും സുന്ദരങ്ങളായ പല വസ്തുക്കളും അദ്ദേഹം കൊട്ടാരത്തിലെത്തിച്ചു.

ഇന്ത്യയിൽ നിന്നും മൊറോക്കോയിൽ നിന്നും, അൽബാനിയയിൽ നിന്നും സൊഫാലയിൽ നിന്നുമൊക്കെ. എല്ലായിടത്തുനിന്നും അദ്ദേഹം സ്ത്രീകളേയും കൊണ്ടുവന്നു. ആ സ്ത്രീകൾക്കെല്ലാം നല്ല വില നൽകി. അതിൽ നിന്ന് നൂറു കുട്ടികളുണ്ടായി. കൃത്യമായി എത്ര കുട്ടികളെന്ന് അദ്ദേഹത്തിനു പോലും അറിയുമായിരുന്നു എന്നെനിക്ക് തോന്നുന്നില്ല. അത്രയും വലിയ ഒരു ജനക്കൂട്ടത്തെ നിയന്ത്രിക്കാനുള്ള ബുദ്ധിമുട്ട് നിനക്ക് ഊഹിക്കാവുന്നതല്ലേ? ഈ രാജകുമാരന്മാരും രാജകുമാരിമാരുമൊക്കെ വളർന്ന് തങ്ങളുടെ അവകാശത്തിനായി അങ്കം വെട്ടുമെന്ന് അദ്ദേഹം കരുതിയിരിക്കണം. അതോർത്ത് വിഷമിച്ചിട്ടുണ്ടാകണം. അദ്ദേഹത്തിന്റെ കൈകളിലും ഒന്ന് രണ്ട് ബന്ധുക്കളുടെ രക്തം പുരണ്ടിട്ടുണ്ടായിരുന്നുവല്ലോ. സുൽത്താന് അത് ചെയ്യാമെങ്കിൽ, അത് ചെയ്തതിനു ശേഷവും ബഹുമാന്യനെന്ന ഖ്യാതിയുണ്ടാകാമെങ്കിൽ, പിന്നെ അവർക്കെന്തുകൊണ്ടായിക്കൂടാ?

ഇവിടേക്കെത്തിയ പ്രഭുക്കൾ ഈ ചെറിയ പട്ടണത്തെ പല തുണ്ടുകളാക്കി വിഭജിച്ചു. പല ജില്ലകളാക്കി. ഓരോരുത്തരം ഓരോ തുണ്ട്

സ്വന്തമാക്കി അധികാരം സ്ഥാപിച്ചു. അതിലാദ്യത്തേത് കന്യേന്യെ യായിരുന്നു. മൂഹിന ബിൻ സലെമാൻ എൽ-ഉറൂബി എന്ന ഒരു അറബിയുടേതായിരുന്നു അത്. പട്ടണത്തിന്റെ രണ്ടാമത്തെ ഭാഗത്തെ ബഹരേനി എന്ന് വിളിച്ചു. സയ്ദ് ബിൻ അലി എന്ന ഒരു അറബി യുടെ കീഴിലായിരുന്നു അത്. മൂന്നാമത്തേത് ലുഫീറ്റ. അത് മവെന്യെ മലെന്ദയുടേതായയിരുന്നു. തീരപ്രദേശത്തെ ശ്രീമക്കാരൻ. നാലാമത്തേ തിനെ മെകോവാനി എന്ന് വിളിച്ചു. അറബിയായ സയ്ദ് ബിൻ ഹബീബ് അൽ-അതീഫിന്റേതായിരുന്നു അത്. അഞ്ചാമത്തെ മൊബാനി. അതിനെ അറബിയുടെ പേര് സെതി ബിൻ ജൂമ എന്ന്. ആറ് മെബു ഗാനി. സലീം ബിൻ അലി എന്ന അറബിയായിരുന്നു അതിന്റെ ഉടമ. ഏഴാമത്തെ ഭാഗത്തെ ചെംചെം എന്ന് വിളിച്ചു. ഒരു ഇന്ത്യക്കാരന്റേ തായിരുന്നു അത്. ജൂമ ബിൻ ദീന എന്ന ഇന്ത്യക്കാരന്റേത്. എട്ടാമ ത്തേത് മുഹമ്മദ് ബിൻ നാസർ എന്ന അറബിയുടെ എൻഗാംബൊ. ഒമ്പത് എംബിരാനി. അത് അറബിയായ അലി ബിൻ സുൽതാൻ എന്നയാളുടേതായിരുന്നു. പത്ത് മലോലൊ. അത് റാഷിദ് ബിൻ സലീം എന്ന അറബിയുടെ. പതിനൊന്ന് കിഹാര. അതിന്റെ ഉടമ യായ അറബി അബ്ദുള്ള ബിൻ നസീബുവായിരുന്നു. പന്ത്രണ്ടാമ ത്തേത് ഗാൻഗെ. താനി ബിൻ അബ്ദുള്ള എന്ന അറബിയുടേതായിരുന്നു അത്. പതിമൂന്ന് മീംബ. ഒരു അറബിയുടെ മുൻ അടിമയായ ഫർഹാനി ബിൻ ഓത്മാനിന്റേതായിരുന്നു അത്. പിന്നെയൊരു ഭാഗം ഇതൂരു വാണ്. മൊഹമ്മദ് ബിൻ ജൂമ എന്ന അറബിയുടെ. ഹമെദ് ബിൻ മുഹമ്മദിന്റെ പിതാവാണദ്ദേഹം. ഹമെദിനെ ടിപു ടിപ് എന്നും വിളി ച്ചിരുന്നു. അയാളെക്കുറിച്ച് നീ കേട്ടിട്ടുണ്ടാകും എന്ന് കരുതുന്നു.

ജർമ്മനിക്കാർ ഇവിടെ റെയിൽവെ പണിയാൻ പോകുകയാ ണെന്ന് കേൾക്കുന്നുണ്ട്. അവരാണിപ്പോൾ നിയമമുണ്ടാക്കുന്നതും കാര്യങ്ങൾ തീർപ്പാക്കുന്നതും. സത്യത്തിൽ അമീർ പാഷയുടേയും പ്രിൻസിയുടേയും കാലം തൊട്ടേ അങ്ങനെയായിരുന്നു. എന്നാൽ ജർമ്മനിക്കാർ വരുന്നതിനു മുമ്പ് ആർക്കും ഈ പട്ടണം മുറിച്ച് കടക്കാതെ തടാകക്കരയിലേക്ക് പോകാനാകാറില്ല.''

യൂസുഫ് എന്തെങ്കിലും പറയുന്നുണ്ടോ എന്നറിയാൻ വ്യാപാരി കാത്തു. അവനൊന്നും പറയുന്നില്ലെന്നായപ്പോൾ അയാൾ തുടർന്നു. ''ഇത്രയധികം അറബികൾ ഇത്രയും ചുരുങ്ങിയ കാലം കൊണ്ട് എങ്ങനെ ഇവിടെയെത്തി എന്നായിരിക്കും നീ ഇപ്പോൾ ചിന്തിക്കു ന്നത്. അവർ ഇവിടേക്ക് അടിമകളെ വാങ്ങാൻ വന്നതാണ്. ഒരു വൃക്ഷത്തിന്റെ ഫലങ്ങൾ പിഴുതെടുക്കുന്നയത്ര എളുപ്പമായിരുന്നു അത്. അവർക്ക് ഇരകളെ സ്വയം പിടികൂടേണ്ട ആവശ്യംപോലു മില്ലായിരുന്നു. എങ്കിലും അതിന്റെ ആനന്ദം ആസ്വദിക്കാനായി അവരിൽ ചിലർ അങ്ങനേയും ചെയ്തു. തങ്ങളുടെ ബന്ധുക്കളേയും അയൽക്കാരേയും തുച്ഛമായ വിലയ്ക്ക് വിൽക്കാൻ തയ്യാറുള്ള

അനേകമാളുകളുണ്ടായിരുന്നു. അതിനായി പലയിടത്തും വാണിഭ ശാലകൾ തുറക്കപ്പെട്ടു. യൂറോപ്പുകാർ കരിമ്പ് കൃഷിയിറക്കിയ തെക്കും സമുദ്രതീരങ്ങളിലും അറേബ്യയിലും പേർഷ്യയിലുമൊക്കെ. അതിനോടൊപ്പം സാൻസിബാറിലെ കരയാമ്പൂ പ്ലാന്റേഷനുകളിലും. നല്ല ലാഭമുള്ള വ്യാപാരമായിരുന്നു അത്. ആനക്കൊമ്പും അടിമ കളേയും കച്ചവടം ചെയ്യാനായി ഇന്ത്യൻ വ്യാപാരികൾ പണം പലിശ യ്ക്ക് നൽകി. ഇന്ത്യൻ മുഖികൾ യഥാർത്ഥ വ്യാപാരികളാണ്. അവർ എന്തിനും പണം കടം കൊടുക്കും. കച്ചവടത്തിൽ ലാഭമുണ്ടാകണം എന്നേയുള്ളൂ. അതുപോലെ തന്നെയായിരുന്നു മറ്റ് വിദേശികളും. പക്ഷേ അവർക്കെല്ലാം വേണ്ടി മുന്നണിയിൽ നിന്നത് ഇന്ത്യൻ മുഖി കളാണെന്നു മാത്രം. അതെന്തോ ആകട്ടെ. അറബികൾ അവരുടെ പണമെല്ലാം കട്ടെടുത്ത് ഈ പ്രദേശത്തെ കാട്ടാള സുൽത്താന്മാരിൽ ഒരാളിൽ നിന്ന് അടിമകളെ വാങ്ങി. ആ അടിമകളെക്കൊണ്ട് വയലു കളിൽ ജോലി ചെയ്യിപ്പിച്ചു. തങ്ങൾക്ക് താമസിക്കാൻ സൗകര്യപ്രദ മായ വീടുകൾ നിർമ്മിപ്പിച്ചു. അങ്ങനെയാണീ പട്ടണം വലുതായത്.''

''അമ്മാവൻ പറഞ്ഞ് തരുന്നതെല്ലാം ശ്രദ്ധയോടെ കേൾക്കണം.'' യൂസുഫിന്റെ ശ്രദ്ധ മറ്റെവിടേക്കോ അലയുന്നത് കണ്ട് മൊഹമ്മദ് അബ്ദുള്ള പറഞ്ഞു. അസീസ് അമ്മാവന്റെ വിവരണം പാതിയായ പ്പോഴാണ് അയാൾ അവിടെ എത്തിയത്. അയാൾ ഇടപെട്ടപ്പോൾ വ്യാപാരി സംഭാഷണം നിർത്തി. ഇതെന്റെ അമ്മാവനല്ല എന്ന് യൂസുഫ് മനസ്സിൽ പറഞ്ഞു.

''അയാളെ എന്തുകൊണ്ടാണ് ടിപു ടിപ് എന്ന് വിളിച്ചിരുന്നത്?'' യൂസുഫ് ചോദിച്ചു.

''അതെനിക്കറിയില്ല.'' അസീസ് അമ്മാവൻ ചുമൽ കുലുക്കി. ''എന്തായാലും ജർമ്മനിക്കാരനായ അമീർ പാഷ ഈ ഭാഗത്തെത്തി യപ്പോൾ അയാൾ തയാരിയിലെ സുൽത്താനെ ചെന്ന് കണ്ടു. ആ സുൽത്താന്റെ പേരൊക്കെ ഞാൻ മറന്നു. അറബികളാണ് അയാളെ അവിടെ സുൽത്താനാക്കി വാഴിച്ചത്. അവരുടെ അധീനതയിൽ ജീവി ക്കുന്ന ഒരാളയാതുകൊണ്ടാണത് ചെയ്തത്. അമീർ പാഷ പക്ഷേ സുൽത്താനോട് തീർത്തും പുച്ഛം കാണിച്ചു. അത് ബോധപൂർവ്വ മായിരുന്നു. സുൽത്താനെ പ്രകോപിപ്പിച്ച് യുദ്ധം തുടങ്ങിവയ്ക്കാ നായിരുന്നു അത്. അതവരുടെ ഒരു മാർഗ്ഗമാണ്. സുൽത്താൻ ജർമ്മൻ പതാക പറത്തണം എന്നയാൾ നിർബന്ധം പിടിച്ചു. അതിനോടൊപ്പം ജർമ്മൻ സുൽത്താനോട് കൂറ് പ്രഖ്യാപിക്കണമെന്നും കൈവശ മുള്ള ആയുധങ്ങളെല്ലാം ജർമ്മനിക്കാരെ ഏല്പിക്കണമെന്നും. അതെല്ലാം ജർമ്മനിക്കാരിൽ നിന്ന് മോഷ്ടിച്ചതാണെന്നായിരുന്നു അയാളുടെ ന്യായം. ഒരു യുദ്ധം ഒഴിവാക്കാൻ തയാരിയിലെ സുൽത്താൻ എല്ലാ ശ്രമങ്ങളും നടത്തി. സാധാരണ നിലയിൽ യുദ്ധത്തിനോട് വലിയ

ആഭിമുഖ്യമുള്ള ഒരു വ്യക്തിയായിരുന്നു അയാൾ. എന്നും അയൽക്കാരുമൊത്ത് യുദ്ധത്തിലേർപ്പെട്ടുകൊണ്ടിരുന്നവനുമായിരുന്നു. അപ്പോഴൊക്കെ അയാളുടെ അറബി സഖ്യകക്ഷികൾ പിന്തുണയുമായെത്തുമായിരുന്നു. എന്നാൽ ഈ യൂറോപ്പുകാർ യുദ്ധരംഗത്ത് എത്ര നിഷ്ഠൂരമായാണ് പെരുമാറുന്നതെന്ന് എല്ലാവർക്കുമറിയാം. തയാരിയിലെ സുൽത്താൻ അയാളോട് ആവശ്യപ്പെട്ടതനുസരിച്ച് ജർമ്മൻ പതാകയുയർത്തി. ജർമ്മൻ സുൽത്താനോട് കൂറ് പ്രഖ്യാപിച്ചു. അമീർ പാഷയുടെ തമ്പിലേക്ക് ഭക്ഷണവും സമ്മാനങ്ങളും അയച്ചു. എന്നാൽ കൈവശമുള്ള ആയുധങ്ങൾ ഏല്പിക്കാൻ വിസ്സമ്മതിച്ചു. അക്കാലമായപ്പോഴേക്കും അറബികളും അയാളെ പിന്തുണയ്ക്കാതായി. സുൽത്താൻ തങ്ങളെ വഞ്ചിച്ചു എന്നാണ് അറബികൾ പറഞ്ഞത്. ആവശ്യത്തിലധികം ജർമ്മനിക്കാർക്ക് നൽകി എന്ന്. അതിനാൽ അമീർ പാഷ അവിടെ നിന്ന് പോയപ്പോൾ അവർ സംഘം ചേർന്ന് സുൽത്താനെ പുറത്താക്കാനുള്ള മാർഗ്ഗങ്ങളെക്കുറിച്ച് ആലോചിക്കാൻ തുടങ്ങി.

'അതിനധികം കാത്തിരിക്കേണ്ടിയൊന്നും വന്നില്ല. അമീർ പാഷയെ തുടർന്ന് പ്രിൻസിയെത്തി. ജർമ്മൻ കമാണ്ടർ പ്രിൻസി. അയാൾ വന്നപാടെ സുൽത്താനോട് യുദ്ധം പ്രഖ്യാപിച്ചു. സുൽത്താനേയും മക്കളേയും സുൽത്താനോട് കൂറുള്ളവരെയുമെല്ലാം അയാൾ കൊന്നു. അറബികളെ ആദ്യം കാൽക്കീഴിൽ നിർത്തി പിന്നെ ആട്ടിയോടിച്ചു. അവരെ ചവുട്ടിയരച്ചു. അവരുടെ അടിമകളെക്കൊണ്ട് സ്വന്തം കൃഷിയിടങ്ങളിൽ പണിയെടുപ്പിക്കാനുള്ള അവകാശം പോലും ഇല്ലാതാക്കി. അടിമകൾ ഒന്നുകിൽ ഒളിച്ചു, അല്ലെങ്കിൽ അവിടെ നിന്ന് ഓടിപ്പോയി. അറബികൾക്ക് ഭക്ഷണമോ മറ്റ് സൗകര്യങ്ങളോ ലഭിക്കാതായി. അവിടം വിട്ടുപോകുകയല്ലാതെ മാർഗ്ഗമില്ലാതായി. ചിലർ റ്യുയെംബയിലേക്ക് പലായനം ചെയ്തു. ചിലർ ഉഗാൻഡയിലേക്കും. ഇനിയും ചിലർ സാൻസിബാറിലെ അവരുടെ സുൽത്താനരികിലേക്ക് തിരിച്ച് പോയി എന്നും പറയപ്പെടുന്നുണ്ട്. പക്ഷേ എന്ത് ചെയ്യണം എന്നറിയാതെ പകച്ച് നിന്ന അപൂർവ്വം ചിലരുമുണ്ടായിരുന്നു. അപ്പോൾ ഇന്ത്യക്കാർ രംഗം ഏറ്റെടുത്തു. അവർ ജർമ്മനിക്കാരെ തങ്ങളുടെ യജമാനന്മാരായി അംഗീകരിച്ചു. ഇവിടത്തെ കാട്ടാളന്മാരെ അവരുടെ ഇഷ്ടത്തിനുപയോഗിച്ചു.''

''ഒരു ഇന്ത്യക്കാരനെ ഒരിക്കലും വിശ്വസിക്കരുത്.'' മൊഹമ്മദ് അബ്ദള്ള കോപത്തോടെ പറഞ്ഞു. ''ലാഭം കിട്ടുകയാണെങ്കിൽ സ്വന്തം അമ്മയേയും അവൻ വിൽക്കും. പണത്തിനോടവനുള്ള ആർത്തിക്ക് പരിധികളില്ല. അവനെ കണ്ടാൽ തീരെ ശോഷിച്ചും ബലഹീനനായും തോന്നും. പാവമെന്ന് തോന്നും. പക്ഷേ പണത്തിനു വേണ്ടി അവൻ എന്തും ചെയ്യും.''

മ്ന്യാപരയെ നോക്കി അസീസ് അമ്മാവൻ തലയാട്ടി. അയാളുടെ വീണ്ടുവിചാരമില്ലായ്മയെ ഗുണദോഷിച്ചു. ''യൂറോപ്പുകാരുമൊത്ത്

എങ്ങനെ ഇടപെടണം എന്ന് ഇന്ത്യക്കാർക്കറിയാം. അവരുമൊത്ത് യോജിച്ച് പ്രവർത്തിക്കുകയല്ലാതെ നമുക്ക് മറ്റ് മാർഗ്ഗങ്ങളില്ല.''

2

തയാരിയിൽ അവർ ദീർഘകാലം തങ്ങിയില്ല. ചെറിയ തെരുവുകളുടെ ഒരു വലക്കണ്ണിപോലെയായിരുന്നു ആ നഗരം. അമ്പരപ്പിക്കുന്ന വല. ആ തെരുവുകൾ പെട്ടെന്ന് ചെറിയ തുറസ്സുകളിലേക്കും ചത്വരങ്ങളിലേക്കും തുറക്കും. ഇരുണ്ട ആ തെരുവിൽ കയറിയാൽ, ജനത്തിരക്കേറിയ ഒരു മുറിക്കകത്ത് കയറിയതുപോലെയുണ്ടാകും. അതേ ഗന്ധം വരും. വീടുകളുടെ ഇറമ്പുകൾക്കരികിൽ നിന്ന് അധികം ദൂരെയല്ലാതെ അഴുക്കുവെള്ളത്തിന്റെ ഒരു ചെറുനദി ഒഴുകുന്നത് കാണാം. രാത്രിയിൽ വീടിനകത്തുറങ്ങുമ്പോൾപോലും ശരീരത്തിലൂടെ പാറ്റകളും എലികളും ഓടി നടക്കും. അവ നിങ്ങളുടെ പെരുവിരലിൽ കടിക്കും. പലവ്യഞ്ജന സഞ്ചികൾ തുരക്കും. അവിടെ ജോലി അവസാനിപ്പിക്കുന്ന ചുമട്ടുകാർക്ക് പകരമായി മറ്റ് ചിലരെ മ്ന്യാപര തിരഞ്ഞെടുത്തു. ഏതാനും ദിവസങ്ങൾക്കകം യാത്ര തുടരാൻ തീരുമാനമായി. തയാരി വിട്ടതിനു ശേഷം അവർക്ക് നല്ല കാലമായി. ചെറിയ മഴ വന്നു. അതവരുടെ നടത്തത്തിന്റെ വേഗം വർദ്ധിപ്പിച്ചു. ശരീരം തണുത്തപ്പോൾ അവർ പാട്ടുപാടാൻ തുടങ്ങി. യാത്രാക്ഷീണത്താൽ വലഞ്ഞിരുന്നവർ പോലും അവരിലേക്ക് അവരുടെ ആ പഴയ കരുത്ത് തിരികെയെത്തുന്നതറിഞ്ഞു. ചിലരെല്ലാം വല്ലാതെ രോഗാതുരമായ അവസ്ഥയിലായിരുന്നു. സംഗീതത്തിനോ തമാശകൾക്കോ കുറ്റിക്കാടുകൾക്കിടയിലൂടെയുള്ള അവരുടെ യാത്രയുടെ പീഡയെ കുറയ്ക്കാനായില്ല. എന്നാൽ സുഹൃത്തുക്കൾ, അവരുടെ വേദന കണ്ട് നിശ്ശബ്ദരായിരിക്കേണ്ടതിനു പകരം പരിഹസിച്ച് ചിരിക്കാൻ തുടങ്ങി.

ഏതാനും ദിവസങ്ങൾക്കകം അവർ തടാകത്തിനോട് വളരെ അടുത്തെത്തി. അവർക്ക് മുന്നിലുള്ള വെളിച്ചത്തിനു കനം വർദ്ധിച്ചിരിക്കുന്നു എന്നും അത് കൂടുതൽ മൃദുത്വമാർജ്ജിച്ചിരിക്കുന്നു എന്നും തോന്നി. ആ വെളിച്ചത്തിനു കീഴെക്കിടന്ന വെള്ളപ്പരപ്പായിരുന്നു അതിനു കാരണം. തടാകം എല്ലാവരിലും സന്തോഷം കൊണ്ടുവരുന്നതായി കാണപ്പെട്ടു. കടന്നുപോയ ജനവാസകേന്ദ്രങ്ങളും ഗ്രാമങ്ങളും അവരുടെ യാത്ര നോക്കി നിന്നു. പുഞ്ചിരിയോടെ, തെരുവിൽ ഇറങ്ങി നിന്ന് ആ യാത്ര അവർ കണ്ടു. സന്തോഷത്തിനാരിലും ഒട്ടും കുറവില്ലായിരുന്നു. ചിലർ ഗ്രാമങ്ങളിൽ സ്ത്രീകളെ തിരഞ്ഞു. അതിൽ അമിതാവേശം കാണിച്ചു. അതിലൊരുത്തനെ ഗ്രാമീണർ തല്ലിച്ചതച്ചു. ഗ്രാമവാസികളുമായി വീണ്ടും സൗഹൃദത്തിലാകാൻ

വ്യാപാരി ഇടപെട്ടു. ഗ്രാമത്തിലുള്ളവർക്ക് ധാരാളം സമ്മാനങ്ങൾ നൽകി. സായാഹ്നത്തിൽ തമ്പിനു ചുറ്റിലും കുറ്റിച്ചെടികളും മുള്ളും നിരത്തി വേലികെട്ടി. അങ്ങനെ സ്വയം മൃഗങ്ങളിൽ നിന്ന് സംരക്ഷിച്ചു. പലരും രാത്രി മുഴുക്കെ കഥ പറഞ്ഞിരുന്നു. അവർക്കൊപ്പം യൂസുഫ് സമയം ചിലവിടുന്നതിനെ മ്ന്യാപര എതിർത്തു. അമ്മാവനതിഷ്ട മാകില്ല എന്ന് മുന്നറിയിപ്പ് നൽകി. അവർ നിനക്ക് ചീത്തകാര്യങ്ങള ല്ലാതെ മറ്റൊന്നും പഠിപ്പിച്ച് തരില്ല. മൊഹമ്മദ് അബ്ദുള്ള പറഞ്ഞു. യൂസുഫ് പക്ഷേ അത് അവഗണിച്ചു. യാത്രയിൽ, ഓരോ ദിവസം കഴിയുംതോറും താൻ കൂടുതൽ കരുത്തനായിക്കൊണ്ടിരിക്കുകയാ ണെന്ന ചിന്ത അവനിലുണ്ടായി. കൂടെയുണ്ടായിരുന്നവർ അപ്പോഴും അവനെ കളിയാക്കുന്നുണ്ടായിരുന്നു. എന്നാൽ ആ കളിയാക്കലിൽ സൗഹൃദാംശം അധികമായിക്കൊണ്ടിരിക്കുന്നുമുണ്ടായിരുന്നു. സായാ ഹ്നത്തിൽ അവൻ അരികിലെത്തിയാൽ അവനായി അവർ പ്രത്യേകം ഇരിപ്പിടമൊരുക്കി. അവനേയും ചർച്ചയിൽ പങ്കെടുപ്പിച്ചു. ചിലപ്പോൾ ഒരു കൈ അവന്റെ തുടയിലേക്ക് നീളും. എന്നാൽ അടുത്ത തവണ അയാൾക്കടുത്തിരിക്കുന്നത് ഒഴിവാക്കേണ്ടതെങ്ങനെ എന്ന് അവൻ പഠിച്ചു. സംഘത്തിലെ സംഗീതജ്ഞർക്ക് അത്ര ക്ഷീണമൊന്നും തോന്നുന്നുണ്ടായിരുന്നില്ല. അവർ ഉപകരണങ്ങൾ മീട്ടിക്കൊണ്ടേയി രുന്നു. സംഘാംഗങ്ങളിൽ ചിലർ അതിനോടൊപ്പം പാടി, കൈകൊട്ടി.

ഒരു സായാഹ്നത്തിൽ എല്ലാവരും അതീവ സന്തോഷത്തിലായി രുന്നപ്പോൾ മ്ന്യാപര അവർക്കിടയിലെത്തി നൃത്തം ചെയ്യാനാരംഭിച്ചു. രണ്ട് ചുവട് മുന്നിലേക്ക്, രണ്ടെണ്ണം പുറകിലേക്ക്. ചൂരൽ തലയ്ക്ക് മുകളിൽ വട്ടം കറങ്ങി. കൊമ്പുവാദ്യക്കാരൻ അവസരത്തിനൊത്ത് ഉയർന്നു. അയാൾ ശ്രുതി മാറ്റി. ഉച്ചസ്ഥായിയിൽ വായിക്കാൻ തുടങ്ങി. അത് കണ്ട് സിംബ മവേനെ ആകാശത്തേക്ക് നോക്കി ഉറക്കെ ചിരിച്ചു. മ്ന്യാപര തോൽവി സമ്മതിച്ചില്ല. അതിനൊത്ത് നൃത്തം ചെയ്തു. ഒരു വീരനായകനെ പോലെ അവസാന ചുവട് വച്ച് നിന്നു. അത് കണ്ട് അവിടെയുണ്ടായിരുന്നവരെല്ലാം ആഹ്ലാദിച്ചു.

നൃത്തം അവസാനിപ്പിക്കുന്നതിനൊപ്പം മ്ന്യാപര തന്നെ നോക്കി യൊന്ന് കണ്ണിറുക്കിയത് യൂസുഫ് കണ്ടു. അവൻ മാത്രമല്ല മറ്റ് പലരും കണ്ടു. മൊഹമ്മദ് അബ്ദുള്ളയുടെ മുഖത്തുണ്ടായിരുന്ന പുഞ്ചിരി മാഞ്ഞില്ല. മുഖമാകെ വിയർപ്പിൽ കുളിച്ചിരുന്നു.

''പണ്ടൊക്കെ ഞങ്ങൾ നൃത്തം ചെയ്യാറുണ്ടായിരുന്നു. അത് കാണേണ്ട കാഴ്ച തന്നെയായിരുന്നു.'' അയാൾ ചൂരൽ ചുഴറ്റി പറഞ്ഞു. ''ഇങ്ങനെ വടി കയ്യിൽ വച്ചല്ല. നല്ല മൂർച്ചയുള്ള വാളുകളാകും കയ്യിൽ. നാല്പതും അമ്പതുമാളുകൾ ഒന്നിച്ച് നൃത്തം ചെയ്യും.''

നടുക്ക് കത്തിക്കൊണ്ടിരുന്ന തീയിന്റെ വെളിച്ചത്തിൽ നിന്ന് പുറത്ത് കടക്കുന്നതിനു മുമ്പ്, ജനക്കൂട്ടത്തിന്റെ ആർപ്പുവിളികൾക്കും

ചൂളം വിളികൾക്കുമൊത്ത് അയാൾ ഒന്നുരണ്ട് ചുവടുകൾ കൂടി വച്ചു. അത് കണ്ട് ന്യൂൻഡൊ ചാടിയെഴുന്നേറ്റു. അയാളുടെ കൈ വശവും ഒരു ചൂരലുണ്ടായിരുന്നു. അയാൾ മ്ന്യാപരയുടെ നൃത്തം അനുകരിക്കാൻ ശ്രമിച്ചു. സംഗീതജ്ഞർ വീണ്ടും അവസരത്തി നൊത്ത് ഉയർന്നു. ന്യൂൻഡൊ തീയിനു ചുറ്റും നൃത്തം ചെയ്തു. രണ്ട് ചുവട് മുന്നിലേക്ക്, രണ്ടെണ്ണം പുറകിലേക്ക്. എന്നിട്ടൊന്ന് വളയും. ആ വളച്ചിൽ വല്ലാതെ പൊലിപ്പിച്ചതായിരുന്നതിനാൽ അശ്ലീലമായി. കയ്യിലെ വടി ഭ്രാന്തമായേതാനും തവണ ചുഴറ്റി, നാലഞ്ച് തവണ വട്ടം ചുറ്റിക്കഴിഞ്ഞപ്പോൾ അയാൾ പെട്ടെന്ന് നിന്നു. കാലുകൾ അകറ്റി വച്ച് നിന്നു. തന്റെ വൃഷണം ചൊറിഞ്ഞു.

''ഞാനൊരു കാഴ്ച കാണിച്ച് തരാം. ആർക്കൊക്കെ കാണണം? മുമ്പ് കാണിച്ചതുപോലെയല്ല. കുഴപ്പമില്ലാത്ത ഒന്ന്.'' ന്യൂൻഡോ ഉറക്കെ വിളിച്ച് ചോദിച്ചു.

എല്ലാവരും ആ ആക്ഷേപഹാസ്യത്തിൽ ചിരിച്ചു. വെളിച്ചത്തിന്റെ അരികിൽ നിന്ന് മ്ന്യാപര അയാളെന്താണുദ്ദേശിക്കുന്നതെന്ന് നോക്കി നിന്നു.

3

അസാധ്യമെന്ന് തോന്നിപ്പിക്കുന്ന തരം മൃദുത്വമുള്ള വെളിച്ചത്തി ലായിരുന്നു തടാകക്കരയിലെ ആ പട്ടണം. ചുവപ്പിന്റെ അരികുക ളിൽ വയലറ്റ് നിറം പടർന്നിരിക്കുന്നു. മലനിരകളെല്ലാം ആ നിറങ്ങ ളിൽ മുങ്ങി നിവരുന്നു. ഈ മലനിരകളാണ് തടാകത്തിന്റെ ഒരു കര. അവിടെ തവിട്ട് നിറമുള്ള ഒരു വരി വീടുകളുണ്ട്. എല്ലാം ചെറിയ വീടുകൾ. തടാകം നാലുഭാഗത്തേക്കും ചിന്നിച്ചിതറിയാണ് കിടക്കു ന്നത്. ആ കാഴ്ച അവരെ ഉന്മത്തരാക്കിയെന്നപോലെ സംഘാംഗ ങ്ങൾ താഴ്ന്ന സ്വരത്തിൽ മാത്രം സംസാരിക്കാൻ തുടങ്ങി. യാത്രികർ പട്ടണത്തിനു പുറത്ത് കാത്ത് നിന്നു. അതാണ് ആചാരം എന്ന മട്ടിൽ കാത്ത് നിന്നു. അകത്തേക്ക് പ്രവേശനാനുമതി ലഭിക്കുന്നത് വരെ കാത്തു. പ്രവേശനകവാടത്തിനരികെ ഒരു ദേവാലയമുണ്ട്. അതിന്റെ ചുറ്റിലും വിഷസർപ്പങ്ങളും മലമ്പാമ്പുകളും വന്യമൃഗ ങ്ങളുമുണ്ട്. ദേവാലയത്തിലെ ദൈവം അനുഗ്രഹിച്ചാൽ മാത്രമേ ഒരാൾക്ക് സുരക്ഷിതമായി അതിനരികിൽ എത്താനും അവിടെ നിന്ന് പുറത്ത് കടക്കാനുമാകുകയുള്ളൂ. അവർ കാത്തു നിൽക്കുന്നതിനിട യിൽ മൊഹമ്മദ് അബ്ദുള്ളയാണിത് അവരോട് പറഞ്ഞത്. അവർ വിശ്രമിച്ചിരുന്നതിൽ നിന്ന് അധികം ദൂരെയല്ലാത്ത കാവ് ചൂണ്ടി ക്കാണിച്ചാണത് പറഞ്ഞത്.

“അവിടെയാണവരുടെ ദൈവങ്ങളുള്ളത്. ഇത്തിരി ഭ്രാന്തുള്ള തിലെല്ലാം അന്ധമായി വിശ്വസിക്കുന്നവരാണിവിടത്തെ കാട്ടാളന്മാർ.” അയാൾ പറഞ്ഞു.

“ഇതെല്ലാം ബാലിശമാണെന്ന് അവരോട് പറയുന്നതിൽ ഒരർത്ഥ വുമില്ല. അവരോട് തർക്കത്തിനു നിൽക്കാൻ നിങ്ങൾക്കാകില്ല. അവർ അവരുടെ അന്ധവിശ്വാസങ്ങളെക്കുറിച്ച് അവസാനമില്ലാത്ത കഥകൾ പറഞ്ഞുകൊണ്ടേയിരിക്കും.”

കഴിഞ്ഞ യാത്രയിലും അവർ ഈ പട്ടണം കടന്നു പോയിരുന്നു എന്നയാൾ അറിയിച്ചു. ഇവിടെ നിന്നാണവർ മറുകരയിലേക്കെത്തി യത് എന്നും. മടക്കയാത്രയിൽ ഇവിടെയാണവർ അന്ന് പരിക്ക് പറ്റിയ രണ്ടുപേരെ ഉപേക്ഷിച്ചത്. അന്നിവിടെ വരണ്ട കാലാവസ്ഥയായി രുന്നു. ഏറ്റവും മോശം വരൾച്ച. അതിനാൽ ഈച്ചകളും പൂച്ചികളും ആക്രമിച്ചുകൊണ്ടുള്ള യാത്രയിൽ ആ മുറിവേറ്റവരെ തയാരി വരെ എത്തിക്കുന്നതിലും നല്ലത് ഇവിടെ തന്നെ ഉപേക്ഷിക്കുന്നതാകും എന്നവർ കരുതി. അതായിരിക്കും കൂടുതൽ സുരക്ഷിതമെന്ന്. അന്ന്, ഹമീദിന്റെ മട്ടുപ്പാവിലിരുന്ന് കേൾക്കുമ്പോൾ, ആ വാക്കുകൾ എത്ര നികൃഷ്ടവും അപരിഷ്കൃതവുമയാണ് തോന്നിയതെന്ന് യൂസുഫ് ഓർത്തു. തടാകക്കരയിൽ രണ്ടുപേരെ ഉപേക്ഷിച്ചു എന്നാണന്ന് അമ്മാവൻ പറഞ്ഞതെന്നോർമ്മയുണ്ട്. താനതുവരെ വ്യാപാരത്തി ലേർപ്പെട്ടിട്ടില്ലാത്ത ഒരു പട്ടണത്തിൽ ചിലരുടെ സംരക്ഷണത്തിലാക്കി എന്ന്. അവർ തന്റെയാളുകളെ സംരക്ഷിക്കും എന്നാണ് വിശ്വസിക്കുന്ന തെന്നും അമ്മാവൻ പറഞ്ഞിരുന്നു. ഇന്നിപ്പോൾ തടാകക്കരയിൽ വരിവച്ച വീടുകളും പട്ടണത്തിന്റെ അതിരുകളിലേക്കെത്തുന്ന ചീഞ്ഞ മീനിന്റെ ഗന്ധവും ആ വാക്കുകൾക്ക് പുതിയ അർത്ഥം നൽകുന്നു. മ്ന്യാപരയുടെ കണ്ണുകളിലേക്ക് യൂസുഫ് ഒളികണ്ണിട്ടു. അയാളുടെ കണ്ണിലുണ്ടായിരുന്ന കണക്കുകൂട്ടലുകൾ കണ്ടപ്പോൾ ആ രണ്ടു പേരേയും ഇവിടെ ഉപേക്ഷിക്കുകയായിരുന്നു എന്നവന് ഉറപ്പായി.

പട്ടണത്തിലേക്ക് സന്ദേശവാഹകനായി അയയ്ക്കപ്പെട്ടത് ന്യൂൻ ഡോയെയാണ്. ഈ പട്ടണത്തിലുള്ളവരുടെ ഭാഷ അറിയാം എന്ന് പറഞ്ഞതിനാലാണ് അയാളെ തിരഞ്ഞെടുത്തത്. സുൽത്താന് കിസ്വാ ഹിലി സംസാരിക്കാനറിയാം എന്ന് അസീസ് അമ്മാവനോർമ്മയുണ്ട്. എന്നാൽ അവരുടെ സ്വന്തം ഭാഷയിൽ അഭിസംബോധന ചെയ്യാ നാകുന്നതെങ്കിൽ അതാകും കൂടുതൽ ഉത്തമമെന്ന് അദ്ദേഹം തീരു മാനിച്ചു. ന്യൂൻഡോ സുൽത്താന്റെ സ്വാഗത വാക്യങ്ങളുമായി തിരി ച്ചെത്തി. കൊടുത്തയച്ച സമ്മാനങ്ങളിൽ സുൽത്താൻ സംതൃപ്ത നാണെന്ന് അറിയിച്ചു. അതിലുപരി അദ്ദേഹം തന്റെ പഴയ സുഹൃത്തു ക്കളെ കാണാൻ താത്പര്യപ്പെടുന്നു. എന്നാൽ അവിടേക്ക് പ്രവേശി ക്കുന്നതിനു മുമ്പ് അവർ ഒരു വലിയ ദുഃഖവുമായി പരിചയത്തിലാ കേണ്ടതുണ്ട്. സുൽത്താന്റെ ഭാര്യ, നാലുമാസം മുമ്പ് മരിച്ചുപോയി.

വ്യാപാരി തന്റെ ദുഃഖം രേഖപ്പെടുത്തി. തന്റേയും തന്റെ സംഘത്തിന്റേയും അന്ത്യാഞ്ജലി അർപ്പിച്ചു. അത് സുൽത്താനെ അറിയിക്കണം എന്ന് പറഞ്ഞു. സന്ദേശവാഹകൻ വഴി കൂടുതൽ സമ്മാനങ്ങൾ കൊടുത്തയച്ചു. വ്യക്തിപരമായി സുൽത്താനെ കണ്ട് തങ്ങളുടെ ദുഃഖം രേഖപ്പെടുത്താൻ അവസരം തരണം എന്നാവശ്യപ്പെട്ടു. അതിനു മറുപടി ലഭിക്കാനായി കാത്തു. ആ കാത്തിരിപ്പിനിടയിൽ മരിച്ചവരെ ആദരിക്കുന്ന ചടങ്ങുകളെന്തൊക്കെ എന്നതിനെക്കുറിച്ച് സംസാരിച്ചു. പ്രത്യേകിച്ചും മരിച്ചത് സുൽത്താന്റെ ഭാര്യമാരിൽ ഒരാളാണെങ്കിൽ. അവർ മരിച്ചവരെ കുഴിച്ചിടാറില്ല എന്നായി ഒരാൾ. മരിക്കാറായവരെ ചിലപ്പോൾ ജീവനോടെ ഏതെങ്കിലും കുറ്റിക്കാട്ടിലേക്ക് വലിച്ചെറിയാറുണ്ട്. ഹയ്നകൾക്കും പുള്ളിപ്പുലികൾക്കും ഭക്ഷണമാകാൻ വലിച്ചെറിയാറുണ്ട്. ശവത്തിൽ സ്പർശിക്കുന്നത് നിർഭാഗ്യം കൊണ്ടുവരും എന്നാണ് അവരുടെ വിശ്വാസം. അത് സ്വന്തം അമ്മയുടെ ശവമാണെങ്കിൽ പോലും. ചിലയിടങ്ങളിൽ, അത്തരം സന്ദർഭങ്ങളിൽ എത്തിപ്പെടുന്ന, അപരിചിതരെയെല്ലാം അവർ കൊല്ലും. സുൽത്താനപ്പോൾ വ്യാപാരം ചെയ്യാനുള്ള മാനസികാവസ്ഥയിലല്ല എങ്കിലോ. അവർ പിന്നെ എന്തൊക്കെ മന്ത്രവാദങ്ങാളും ബലികളും ചെയ്യുമെന്ന് ആർക്കറിയാം? ചിലർ മരിച്ചവരെ ആഴ്ചകളോളം മറവ് ചെയ്യാറില്ല. ഒരു പാത്രത്തിലടച്ച് ഏതെങ്കിലും വൃക്ഷച്ചുവട്ടിൽ വയ്ക്കും. അവർ അടുത്തുള്ള ആ കാവിലേക്ക് നോക്കി.

''ഒരുപക്ഷേ അതിനകത്തും നാറുന്ന ശവങ്ങളുണ്ടാകും.'' അവരിൽ ഒരാൾ പറഞ്ഞു.

അവസാനം ന്യൂൻഡൊ വീണ്ടും പ്രത്യക്ഷപ്പെട്ടു. അകത്ത് പ്രവേശിക്കാനുള്ള അനുമതിയുമായാണ് അയാൾ വന്നത്. എല്ലാവരും നിശ്ശബ്ദരായി മാത്രം നടക്കണം എന്ന് വ്യാപാരി നിർദ്ദേശിച്ചു. സംഗീതം പാടില്ല എന്നും. അത് സുൽത്താന്റെ ദുഃഖത്തിൽ പങ്കുചേരുന്നതിനാണ്. ചെറിയ പട്ടണമായിരുന്നു അത്. രണ്ട് മൂന്ന് ഡസൺ കുടിലുകൾ കൂട്ടം കൂടി നിൽക്കുന്നു. അന്തരീക്ഷത്തിൽ അഴുകുന്ന മീനിന്റെ ഗന്ധം. തടാകക്കരയിൽ മരം കൊണ്ട് നിർമ്മിച്ച മണ്ഡപങ്ങൾ. അവയ്ക്ക് വൈക്കോൽ മേഞ്ഞ മേൽക്കൂര. ചിലതിൽ നിലത്ത് പായയോ കാൻവാസോ വിരിച്ചിട്ടുണ്ട്. ഈ മണ്ഡപങ്ങളുടെ നിഴലിലേക്ക് വലയ ചങ്ങാടങ്ങൾ വലിച്ചിട്ടിരിക്കുന്നു. കളിച്ചുകൊണ്ടിരുന്ന കുട്ടികൾ വ്യാപാര സംഘത്തിന്റെ യാത്ര കാണാൻ ഓടിയെത്തി.

വ്യാപാരി വിലപേശലുകൾ അവസാനിപ്പിക്കുന്നത് വരെ സംഘാംഗങ്ങൾ ഒരിടത്ത്, നിർദ്ദേശങ്ങളനുസരിച്ച്, നിശ്ശബ്ദം നിന്നു. ഏതാനും നിമിഷങ്ങൾക്ക് ശേഷം അവരിൽ ചിലർ അലയാൻ തുടങ്ങി. പട്ടണവാസികളെ തിരഞ്ഞ് അലയാൻ തുടങ്ങി. ഇടയ്ക്ക് ആരെയൊക്കെയോ കണ്ടതിന്റെ സന്തോഷം വലിയ ശബ്ദത്തിലെത്തി. അത് കേട്ടപ്പോൾ കൂടിനിന്നവരിൽ മറ്റ് ചിലർക്കും പട്ടണത്തിലേക്കിറങ്ങാൻ ഇച്ഛയുണ്ടായി.

വ്യാപാരിയേയും സംഘത്തേയും കാണാൻ താൻ തയ്യാറായിരിക്കുന്നു എന്നൊരു സന്ദേശം സുൽത്താനിൽ നിന്നെത്തി. പക്ഷേ, ആ സന്ദേശ വുമായെത്തിയ വൃദ്ധൻ കുപിതനാണെന്ന് തോന്നി. നാലുപേർക്ക് മാത്രമേ സുൽത്താനരികിലേക്ക് പ്രവേശനമുള്ളൂ എന്നയാൾ അറി യിച്ചു. ഇപ്പോഴത്തെ മാനസികാവസ്ഥയിൽ, ദുഃഖം തളം കെട്ടി നിൽ ക്കുന്ന അന്തരീക്ഷത്തിൽ, സുൽത്താന് ഇങ്ങനെയൊരു ജനക്കൂട്ടത്തെ കാണാനോ വലിയ ശബ്ദങ്ങൾ കേൾക്കാനോ താത്പര്യമില്ല. മ്ന്യാ പരയും ന്യൂൻഡോയും അസീസ് അമ്മവനൊപ്പം സുൽത്താന്റെ വീട്ടി ലേക്ക് നീങ്ങി. യൂസുഫിനും ക്ഷണമുണ്ടായി.

ആ പണ്ഡിതനെ കൂടെ കൂട്ടാം. അവനും മണ്ണിന്റെ ഉടമകളെ എങ്ങനെ അഭിവാദ്യം ചെയ്യണം എന്നൊന്ന് പഠിക്കട്ടെ എന്നാണ് അസീസ് അമ്മാവൻ പറഞ്ഞത്. തടാകക്കരയിലെ കുടിലുകൾക്കരി കിലേക്ക് അവർ നീങ്ങി. അവിടെ കുടിലുകളുടെ എണ്ണം അധികമായി രുന്നു. ഒരു വലിയ കെട്ടിടത്തിനരികിലേക്കാണ് അവരെ നയിച്ചത്. പൂമുഖമൊക്കെയുള്ള ഒന്ന്. അകത്തെ അന്തരീക്ഷം വിഷണ്ണമായി രുന്നു. പുക നിറഞ്ഞിരുന്നു. വാതിലിനരികിൽ തീ എരിയുന്നുണ്ട്. വാതിലിലൂടെ മാത്രമാണകത്തേക്ക് വെളിച്ചമെത്തുന്നത്. അവരെ ഒരു അരികിലേക്ക് മാറ്റി നിർത്തി. അകത്ത് പ്രവേശിച്ചപ്പോൾ മുറി യിൽ വെളിച്ചം വർദ്ധിച്ചുവെന്ന സംശയമുണ്ടായി. നല്ല ആകാരമുള്ള ഒരുവനായിരുന്നു സുൽത്താൻ. തവിട്ട് നിറത്തിലുള്ള വസ്ത്രമാണ യാൾ ധരിച്ചിരുന്നത്. ആ തുണി, വൈക്കോൽ മെടഞ്ഞുണ്ടാക്കിയ ഒരു ചരടുകൊണ്ട് അരയിൽ കെട്ടിവച്ചിരിക്കുകയാണ്. അയാളുടെ അയഞ്ഞ മാറിടം ആ വെളിച്ചത്തിലും തിളങ്ങുന്നുണ്ടായിരുന്നു. അയാൾ സ്റ്റൂൾ പോലെയുള്ള ഒരു കസേരയിലിരുന്നു. തുടയിൽ കൈമുട്ടു കുത്തി ഇരുന്നു. രണ്ട് കൈകൊണ്ടും കാലുകൾക്കിടയിൽ വച്ചിരുന്ന ഒരു വടി മുറുകെ പിടിച്ച് ഇരുന്നു.

അയാൾ ആകാംക്ഷയിലാണെന്നും എല്ലാം ശ്രദ്ധിക്കുന്നുണ്ടെന്നും പെരുമാറ്റങ്ങൾ വ്യക്തമാക്കി. അയാളുടെ വലതുഭാഗത്ത് രണ്ട് യുവതി കൾ നിൽക്കുന്നു. അരവരെ നഗ്നരാണ് ആ യുവതികൾ. അവർ ഇരുവരുടെ കൈവശവും ഓരോ ചുരയ്ക്കാത്തോടുണ്ട്. അതിനക ത്തെന്തോ പാനീയമുണ്ട്. അയാൾക്ക് പുറകിലും അതുപോലെ അർദ്ധ നഗ്നയായ ഒരു സ്ത്രീ വിശറിയെടുത്ത് വീശുന്നുണ്ട്. അവൾക്കും പുറകിൽ, നിഴലിൽ ഒരു യുവാവ് നിൽക്കുന്നു. നിലത്ത് പായ വിരിച്ച് ആറുവൃദ്ധർ ഇരിക്കുന്നു. മൂന്ന് പേർ വീതം ഇരുവശത്തുമായി. അവ രിൽ ചിലർ അർദ്ധ നഗ്നരാണ്. അകത്തെ പുക മൂലം യൂസുഫ് ശ്വാസ ത്തിനു ബുദ്ധിമുട്ടി. കണ്ണിൽ വെള്ളം നിറഞ്ഞു. ഈ സുൽത്താനും സഹായികളും എത്ര എളുപ്പത്തിലാണിത് സഹിക്കുന്നത് എന്നൊരു ചിന്ത അവനിലുണ്ടായി.

“സ്വാഗതം എന്നാണദ്ദേഹം പറയുന്നത്.”

സുൽത്താൻ പുഞ്ചിരിച്ചുകൊണ്ട് പറഞ്ഞ വാക്കുകൾ ന്യൂൻഡൊ വിവർത്തനം ചെയ്തു.

''വന്ന സമയം അത്ര നല്ലതായില്ല, എന്നും പറയുന്നു. എന്നാൽ ഒരു സുഹൃത്തിന് എന്റെ വീട്ടിലേക്ക് എപ്പോഴും സ്വാഗതമുണ്ടാകും.''

അയാൾ എന്തോ ആംഗ്യം കാണിച്ചു. വലതുഭാഗത്ത് നിന്ന യുവതി കയ്യിലുള്ള ചുരയ്ക്കാത്തോട് അയാളുടെ ചുണ്ടിൽ വച്ചുകൊടുത്തു. അയാൾ അതിൽ നിന്ന് പലതവണ വലിച്ച് കുടിച്ചു. ആ സ്ത്രീ വ്യാപാരിക്കരികിലേക്ക് നീങ്ങി. അവളുടെ മാറിടത്തിൽ നിറയെ മറുകുകളുണ്ടെന്ന് അപ്പോൾ യൂസുഫ് കണ്ടു. അവളിൽ നിന്ന് പുകയുടേയും വിയർപ്പിന്റേയും ഗന്ധം വരുന്നു.

''കുറച്ച് ബിയർ കുടിക്കൂ എന്നാണദ്ദേഹം പറയുന്നത്.'' ന്യൂൻഡൊ വ്യാപാരിയോട് പറഞ്ഞു. അത് പറഞ്ഞപ്പോൾ അയാൾ പുഞ്ചിരിച്ചു.

''നന്ദിയുണ്ട്. പക്ഷേ എനിക്കത് സ്വീകരിക്കാനാകില്ല.'' വ്യാപാരി പറഞ്ഞു.

''എന്തുകൊണ്ടെന്ന് ചോദിക്കുന്നു.'' ന്യൂൻഡോ വീണ്ടും പുഞ്ചിരിച്ചു.

''നല്ല ബിയറാണത്. ഇതിൽ വിഷം കലർത്തിയിട്ടുണ്ടാകും എന്ന് കരുതുന്നതിനാലാണോ എന്നദ്ദേഹം ചോദിക്കുന്നു. നിങ്ങൾക്ക് വേണ്ടി ഞാൻ രുചിച്ച് നോക്കിയല്ലോ എന്നും പറയുന്നു. അദ്ദേഹത്തെ വിശ്വാസമില്ലേ എന്ന് ചോദിക്കുന്നുണ്ട്.''

സുൽത്താൻ പിന്നെയും എന്തോ പറഞ്ഞു. അത് കേട്ട് അവിടെയുണ്ടായിരുന്ന വൃദ്ധർ ചിരിച്ചു. നീളൻ പല്ലു കാണിച്ച് ചിരിച്ചു. വ്യാപാരി ന്യൂൻഡോയെ നോക്കി. തലയാട്ടി. ആ ആംഗ്യം അവ്യക്തമായിരുന്നു. അത് അയാൾക്ക് മനസ്സിലായില്ല. വിവർത്തനം ചെയ്യാനാകില്ല എന്നും അയാൾ കരുതിയിട്ടുണ്ടാകും.

''ഞാനൊരു വ്യാപാരിയാണ്.'' സുൽത്താനെ നോക്കി അസീസ് പറഞ്ഞു. ''നിങ്ങളുടെ നാട്ടിൽ അപരിചിതനുമാണ്. ഇവിടെ നിന്ന് ബിയർ കുടിച്ചാൽ ഒരുപക്ഷേ ഞാൻ ബഹളം തുടങ്ങും. മറ്റുള്ളവരുമൊത്ത് വഴക്കിടാനും തുടങ്ങും. വ്യാപാരിയായ ഒരു അപരിചിതൻ അങ്ങനെ പെരുമാറാൻ പാടില്ല.''

''നിങ്ങളുടെ ദൈവം അനുവദിക്കാത്തുകൊണ്ടാണ് എന്നാണദ്ദേഹം പറയുന്നത്. അതിനെക്കുറിച്ചൊക്കെ അറിയാം എന്ന്.''

ന്യൂൻഡോ അത് വിവർത്തനം ചെയ്യുമ്പോൾ സുൽത്താനും സഹായികളും ചിരിക്കുന്നുണ്ടായിരുന്നു. സുൽത്താന്റെ അടുത്ത വാക്കുകൾ വിവർത്തനം ചെയ്യുന്നതിനു മുമ്പ് ന്യൂൻഡോ കുറേ ആലോചിച്ചു. അയാളുടെ മുഖത്തെ പുഞ്ചിരി ഇല്ലാതായി. താൻ വിശ്വസ്തതയോടെ, വിശ്വാസിയെപ്പൊലെയാണ് സംസാരിക്കുന്നത് എന്നുറപ്പിക്കാൻ വളരെ ശ്രദ്ധിച്ചാണയാൾ സംസാരിച്ചത്.

"ഒരു പുരുഷനെ ബിയർ കുടിക്കാൻ പോലും അനുവദിക്കാത്ത നിങ്ങളുടെ ദൈവം എത്ര ക്രൂരനാണ് എന്നാണദ്ദേഹം ചോദിക്കുന്നത്."

"അത്തരം ആവശ്യങ്ങൾ ഉന്നയിക്കുന്ന എന്നാൽ നീതിമാനായ ദൈവം എന്ന് പറഞ്ഞേക്കൂ."

വ്യാപാരിക്ക് മറുപടിക്കായി ഒട്ടും കാത്തിരിക്കേണ്ടി വന്നില്ല.

"ശരി. ശരി. ഒരുപക്ഷേ നിങ്ങൾ രഹസ്യമായിട്ടായിരിക്കാം ബിയർ കുടിക്കുന്നത്, എന്നാണദ്ദേഹം പറഞ്ഞത്. ഇനി ബാക്കി വാർത്തകൾ പറയൂ" എന്നും സുൽത്താൻ സന്ദർശകർക്ക് പായ ചൂണ്ടിക്കാണിച്ചു. ഇരിക്കൂ എന്ന് ക്ഷണിച്ചു.

"വ്യാപാരം നന്നായിരുന്നോ? ഇത്തവണ എന്താണ് കൊണ്ടു വന്നിരിക്കുന്നത്? ഇത്തവണ താൻ സമ്മാനങ്ങളൊന്നും ആവശ്യപ്പെടുന്നില്ല എന്ന് കാണാമല്ലോ അല്ലേ? അങ്ങനെ സമ്മാനങ്ങൾ വാങ്ങാൻ പാടില്ല എന്ന് ഏതോ ഒരു വലിയ ആൾ ഉത്തരവിട്ടിട്ടുണ്ട് എന്നദ്ദേഹം കേട്ടുവത്രെ. അതിനാൽ അങ്ങനെയൊരു തെറ്റ് ചെയ്യാൻ താൻ ഉദ്ദേശിക്കുന്നില്ല. അതെങ്ങാൻ ആ വലിയ ആളുടെ ചെവിയിലെത്തിയാൽ അയാൾ തന്നെ ശിക്ഷിക്കും."

ഏത് വലിയ ആളെക്കുറിച്ചാണീ പറയുന്നതെന്ന് മനസ്സിലായോ എന്നും അദ്ദേഹം ചോദിക്കുന്നു. അത് ചോദിച്ചപ്പോൾ സുൽത്താന്റെ ശരീരം ചെറുതായൊന്ന് കുലുങ്ങി. അയാൾ ചിരിച്ചു.

"ജർമ്മനിക്കാരൻ. അയാളാണാ വലിയ മനുഷ്യൻ. അയാളാണത്രെ ഇപ്പോൾ രാജാവ്. അങ്ങനെയാണ് കേൾക്കുന്നത്. അടുത്തയിടെ അയാൾ ഇതുവരെ വന്നിരുന്നു. എന്നിട്ട് താൻ ആരാണെന്ന് എല്ലാവരോടും പറഞ്ഞു. ഇരുമ്പിന്റെ തലവൻ ജർമ്മനിക്കാരനാണെന്ന് അവരെല്ലാം കേട്ടിട്ടുണ്ട്. അത് സത്യമാണോ? അയാളുടെ കൈവശം ഈ പട്ടണത്തെ അപ്പാടെ നശിപ്പിക്കാവുന്ന ആയുധങ്ങളുണ്ട്. ഒരൊറ്റ പൊട്ടിത്തെറിയിൽ ഈ പട്ടണം ഇല്ലാതാകും. എന്റെ ആളുകൾക്ക് സമാധാനപരമായ ജീവിതമാണ് വേണ്ടത്. അല്ലാതെ ജർമ്മനിക്കാരുമൊത്ത് കലഹത്തിനു പോകാനൊന്നുമില്ല."

സുൽത്താൻ പിന്നെ പറഞ്ഞത് കേട്ട് അയാളുടെ സഹായികൾ ചിരിച്ചു.

"ഞങ്ങൾക്ക് നദി കടക്കാൻ നിങ്ങളുടെ സാഹായം. ലഭിക്കുമോ?" അവസരം വന്നപ്പോൾ വ്യാപാരി ചോദിച്ചു.

"നദിക്ക് അക്കരെ ആരെ കാണാനാണ് പോകുന്നത് എന്നാണദ്ദേഹം ചോദിക്കുന്നത്." ന്യൂൻഡോ പറഞ്ഞു.

സുൽത്താൻ അപ്പോൾ മുന്നോട്ട് വളഞ്ഞാണിരുന്നിരുന്നത്. തന്റെ ചോദ്യത്തിനു വരുന്ന ഉത്തരം ഈ വ്യാപാരി ഒന്നുകിൽ വിഡ്ഢിയാണെന്ന് തീർപ്പാക്കും. അല്ലെങ്കിൽ അയാൾ താന്തോന്നിയാണെന്ന്.

''മരുൻഗുവിലെ സുൽത്താനായ ചാതുവിനെ.'' അസീസ് അമ്മാവൻ പറഞ്ഞു.

സുൽത്താൻ നിവർന്ന് ഇരുന്നു. ശക്തമായി നിശ്വസിച്ചു.

''ചാതുവിനെ അറിയാം എന്നാണിപ്പോൾ പറഞ്ഞത്.'' ന്യൂൻഡൊ പറഞ്ഞു.

അവർ കാൺകെ സുൽത്താൻ കൂടുതൽ ബിയർ കൊണ്ടുവരാൻ ആവശ്യപ്പെട്ടു.

''തന്റെ ഭാര്യ അടുത്തയിടെ അന്തരിച്ച വിവരം പറഞ്ഞിരുന്നുവല്ലോ എന്നദ്ദേഹം ചോദിക്കുന്നു. അവളെ ഇതുവരെ സംസ്കരിക്കാനായിട്ടില്ല. അതിനാൽ മനസ്സ് അസ്വസ്ഥമാണ്.''

ഒരു നിമിഷം കഴിഞ്ഞ് സുൽത്താൻ തുടർന്നു. ''ഒരു ശവക്കച്ച യില്ലാതെ ഭാര്യയുടെ ദേഹം സംസ്കരിക്കാനാകില്ല എന്നയാൾ പറഞ്ഞു. അവൾ മരിച്ചപ്പോൾ തന്റെ മനസ്സിലെ അഗ്നി കെട്ടിരിക്കുന്നു. ആ ശവക്കച്ച എവിടെ നിന്ന് ലഭ്യമാക്കും എന്നറിയില്ല.''

''ഒരു ശവക്കച്ച നൽകൂ എന്നദ്ദേഹം ആവശ്യപ്പെടുന്നു.'' ന്യൂൻഡൊ വ്യാപാരിയോട് പറഞ്ഞു.

''ഒരാൾ തന്റെ ഭാര്യയെ സംസ്കരിക്കാൻ ഒരു ശവക്കച്ച ചോദി ച്ചാൽ അത് നിങ്ങൾ നിരസിക്കുമോ?'' പുറകിൽ, നിഴലിൽ നിന്നിരുന്ന യുവാവ് ചോദിച്ചു.

അയാൾ നിഴലിൽ നിന്ന് പുറത്ത് വന്ന് വ്യാപാരിയോട് നേരിട്ടാ ണത് ചോദിച്ചത്. അയാൾക്ക് സംസാരിക്കാൻ ന്യൂൻഡൊയുടെ ആവശ്യമില്ലായിരുന്നു. അയാളുടെ ഇടതുകാൽ വ്രണം വന്ന് പഴുത്ത് നീരുവച്ചിരിക്കിരുന്നു. ആ കാൽ വലിച്ചിഴച്ചാണയാൾ മുന്നിലേക്ക് വന്നത്. അയാളുടെ മുഖത്ത് പ്രത്യേക വികാരങ്ങൾ ഒന്നുമില്ല. എന്നാൽ ആ കണ്ണുകൾ തിളങ്ങുന്നുണ്ട്. അത്യുത്സാഹത്തിന്റെ തിളക്കം. യൂസുഫിനപ്പോൾ ആ മുറിയിൽ നിറഞ്ഞ് നിന്ന പുകമണത്തിൽ നിന്ന് അഴുകിയ മാംസത്തിന്റെ ഗന്ധം വേർതിരിക്കാനായി. സുൽ ത്താന്റെ സഭയിലെ പല വൃദ്ധരും അതിനുശേഷം സംസാരിച്ചു. വിശ്വസിക്കാനാകുന്നില്ല എന്നൊരു മുഖഭാവം അവർ വരുത്തി. സ്ത്രീ കൾ ചുണ്ട് കടിച്ചു. നിരാശയോടെ പരസ്പരം മന്ത്രിച്ചു.

''തീർച്ചയായും ഞാനത് നിഷേധിക്കില്ല.'' അസീസ് അമ്മാവൻ പറഞ്ഞു. എന്നിട്ട് തിരിഞ്ഞ് യൂസുഫിനോട് അഞ്ച് ചുരുൾ ബാഫ്ത പരുത്തിത്തുണി കൊണ്ടുവരാൻ ആവശ്യപ്പെട്ടു.

''അഞ്ച്.'' ആ യുവാവ് ആവർത്തിച്ചു.

വിലപേശലിന്റെ സാരഥ്യം അയാൾ ഏറ്റെടുത്തു. സഭയിലെ വൃദ്ധരിൽ ഒരാൾ എഴുന്നേറ്റ് നിന്ന് വ്യാപാരിയെ നോക്കി തുപ്പി. തുപ്പലിന്റെ ചില തുള്ളികൾ യൂസുഫിന്റെ കൈത്തണ്ടയിൽ വീണു.

“ഇത്രയും പ്രാധാന്യമുള്ള ഒരു സുൽത്താന് കേവലം അഞ്ച് ചുരുളോ? നിങ്ങൾ അങ്ങനെ ഈ നദി മുറിച്ച് കടക്കണ്ട. ഒരു സുൽത്താന് തന്റെ ഭാര്യയെ സംസ്കരിക്കാൻ നിങ്ങൾ കൊടുക്കുന്നത് അഞ്ച് ചുരുൾ തുണി മാത്രമോ? ഞങ്ങളെ അങ്ങനെ വിഡ്ഢിയാക്കണ്ട. ഇവിടത്തെ ജനങ്ങൾ അദ്ദേഹത്തെ സ്നേഹിക്കുന്നുണ്ട്. എന്നിട്ട് നിങ്ങൾ വന്ന് ഇങ്ങനെ അവഹേളിക്കുകയോ?”

അത് വിവർത്തനം ചെയ്തുകൊണ്ടിരിക്കുമ്പോൾ സുൽത്താനും സഭയിലെ മറ്റ് വൃദ്ധരും ചിരിക്കുന്നുണ്ടായിരുന്നു. സന്തോഷം കൊണ്ടെന്ന പോലെ സുൽത്താന്റെ ശരീരം കമ്പനം കൊണ്ടു.

“ഇതയാളുടെ മകനാണ് എന്നയാൾ പറയുന്നത് ഞാൻ കേട്ടു.” ന്യൂൻഡൊ വ്യാപാരിയുടെ ചെവിയിൽ പറഞ്ഞു.

“എന്താ നിങ്ങളൊന്നും ചിരിക്കില്ലേ, വ്യാപാരീ?” ആ യുവാവ് ചോദിച്ചു. ‘അതോ നിങ്ങളുടെ ദൈവം അതിനും അനുവദിക്കുന്നില്ലേ? ആകാവുമ്പോഴൊക്കെ ചിരിക്കണം. ചാതുവിനടുത്തെത്തിയാൽ ഇങ്ങനെ തമാശകളൊന്നുമുണ്ടാകില്ല.”

അവസാനം നൂറ്റിഇരുപത് ചുരുൾ തുണിയിൽ ഒത്തുതീർപ്പായി. സുൽത്താൻ തോക്കും സ്വർണ്ണവും ആവശ്യപ്പെട്ടു. വ്യാപാരി പുഞ്ചിരിച്ചു. അത്തരം സാധനങ്ങൾ താൻ കൈകാര്യം ചെയ്യാറില്ല എന്ന് പറഞ്ഞു. അവസാനം സുൽത്താൻ അവർക്ക് വള്ളക്കാരുമായി സംസാരിക്കാനും അവരുമൊത്ത് കടത്ത് കൂലി ചർച്ച ചെയ്ത് തീരുമാനിക്കാനും അനുമതി നൽകി.

“അവർ നമ്മെ കൊള്ളയടിച്ചു.” മൊഹമ്മദ് അബ്ദള്ള കോപത്താൽ വിറച്ചു. മന്ത്രിച്ചു.

“കഴിഞ്ഞ വർഷം വന്നപ്പോൾ ഞങ്ങളുടെ രണ്ടുപേരെ നിങ്ങളുടെ സംരക്ഷണത്തിലാക്കിയിരുന്നു.” വ്യാപാരി വീണ്ടും പുഞ്ചിരിച്ചുകൊണ്ട് പറഞ്ഞു. “അവർക്ക് സുഖമില്ലായിരുന്നു. സുഖപ്പെടുന്നത് വരെ അവരെ ശുശ്രൂഷിക്കാം എന്ന് നിങ്ങൾ പറഞ്ഞിരുന്നു. അവർക്കെങ്ങനെയുണ്ട്?”

“അവർ പോയി.” ആ യുവാവാണ് ഉത്തരം പറഞ്ഞത്. പക്ഷേ അയാളുടെ മുഖത്ത് വെറുപ്പും അനാദരവുമുണ്ടായിരുന്നു.

“അവർ എവിടേക്കാണ് പോയത്?” അസീസ് അമ്മാവൻ വീണ്ടും സൗമ്യനായി.

“ഞാനെന്താ അവരുടെ അമ്മാവനാണോ? അവർ പോയി.” അയാൾ കോപിച്ചു. “അവിടെയെവിടെയെങ്കിലും പോയി അന്വേഷിക്ക്. നിങ്ങളുടെ ആൾക്കാരെ എനിക്കറിയാം എന്ന് കരുതുന്നോ?’

“സുൽത്താന്റെ സംരക്ഷണത്തിലാണ് ഞങ്ങൾ അവരെ ഉപേക്ഷിച്ചത്.” അസീസ് അമ്മാവൻ പറഞ്ഞു. ആ സ്വരത്തിൽ നിന്ന്

അദ്ദേഹം ആ രണ്ടുപേരെക്കുറിച്ചിനി പ്രതീക്ഷകൾ വച്ചുപുലർത്തുന്നില്ല എന്ന് യൂസുഫിനു മനസ്സിലായി.

‘‘നിങ്ങൾക്ക് മരുൻഗുവിലേക്ക് പോകണോ വേണ്ടയോ?’’ യുവാവ് ചോദിച്ചു.

കാകന്യാഗ എന്നൊരു വള്ളക്കാരനെയാണവർക്ക് ലഭിച്ചത്. ഉയരം കുറഞ്ഞ്, നല്ല കരുത്തുള്ള ഒരുവൻ. അവരുടെ ആവശ്യങ്ങൾ എന്തെന്ന് ചോദിച്ചറിയുമ്പോഴും എത്രയാളുകൾ, എത്ര ഭാരം എന്നൊക്കെ ചോദിച്ചറിയുമ്പോഴും അയാൾ അവരുടെ മുഖത്തേക്ക് നോക്കിയില്ല. പകരം വെള്ളത്തിലേക്ക് കണ്ണു നട്ടു. അവർ അയാളെ സാധനങ്ങൾ സൂക്ഷിച്ചിരുന്നിടത്തേക്കെത്തിച്ചു. ചുമട്ടുകാർ കാത്തിരിക്കുന്നിടത്തേക്കെത്തിച്ചു. അങ്ങനെ അയാൾക്ക് ഒരു തീരുമാനമെടുക്കാൻ അവസരം നൽകി. അവരുടെ വലിയ നാലു ചങ്ങാടങ്ങളിലാകും നദി കുറുകെ കടക്കുന്നതെന്ന് തീരുമാനമായി. അതിനുശേഷം കടത്ത് കൂലിയെക്കുറിച്ച് സംസാരമുണ്ടായി. ഒരു തുക പറഞ്ഞതിനു ശേഷം അയാൾ തന്റെ സഹായികളുമൊത്ത് നടന്ന് നീങ്ങി. വ്യാപാരസംഘത്തിനെക്കുറിച്ച് ആലോചിക്കാൻ അവസരം നൽകി. ആ കൂലി അത്ര അധികമല്ലായിരുന്നു. മൊഹമ്മദ് അബ്ദുള്ളയ്ക്കാകട്ടെ അവിടെ നിന്ന് എത്രയും പെട്ടെന്ന് പോകണം എന്നുമുണ്ടായിരുന്നു. അതിനാൽ കടത്തുകാർ അധിക ദൂരം പോകുന്നതിനു മുമ്പ് അയാൾ അവരെ തിരികെ വിളിച്ചു.

പ്രഭാതമായാൽ അവിടെ നിന്നിറങ്ങാനാകും എന്നാണ് കടത്തുകാരൻ പറഞ്ഞത്. അതിനാൽ സാധനങ്ങളെല്ലാം അവരെ ഏല്പിക്കണം എന്നും.

‘‘എന്തുകൊണ്ട് ഇപ്പോൾ തന്നെ യാത്രയായിക്കൂടാ?’’ മൊഹമ്മദ് അബ്ദള്ള ചോദിച്ചു.

സുൽത്താൻ കുടിച്ച് തീർത്ത ബിയറിന്റെ അളവ് അയാളെ അസ്വസ്ഥനാക്കി എന്ന് തോന്നി. മദ്യപിച്ച് ലക്കുകെട്ട ഒരു കാട്ടാളനെന്തൊക്കെ സ്വപ്നങ്ങൾ കാണും എന്ന് ആർക്കറിയാം?

‘‘എന്റെയാളുകൾക്ക് തയ്യാറെടുപ്പിനു സമയം വേണം. ചാതുവിനരികിലെത്താൻ ഇത്ര തിരക്കായോ? ഇപ്പോൾ പുറപ്പെട്ടാൽ യാത്രയുടെ അധികം ഭാഗവും രാത്രിയിലാകും. ചില സമയങ്ങളിൽ ഈ നദി അത്ര സുരക്ഷിതമല്ല.’’ കടത്തുകാരൻ പറഞ്ഞു.

‘‘രാത്രിയിൽ ദുരാത്മാക്കൾ വരും എന്നാണോ?’’ മ്ന്യാപര ചോദിച്ചു.

കടത്തുകാരൻ ആ കളിയാക്കൽ കേട്ടുവെങ്കിലും മറുപടി പറഞ്ഞില്ല. പ്രഭാതത്തിൽ പുറപ്പെടാം എന്ന് മാത്രം പറഞ്ഞു.

‘‘നീ ഞങ്ങളുടെ ഭാഷ നന്നായി സംസാരിക്കുന്നല്ലോ?’’ അസീസ് അമ്മാവൻ പുഞ്ചിരിച്ചുകൊണ്ട് അന്വേഷിച്ചു. ‘‘അതുപോലെ സുൽത്താന്റെ മകനും.’’

‘‘ഞങ്ങളിൽ പലരും ഒരു മസ്വാഹിലി വ്യാപാരിയുടെ കീഴിൽ ജോലി ചെയ്തിട്ടുണ്ട്. ഹമീദി മാടൻഗ എന്നയാളുടെ കീഴിൽ. അയാൾ ഇവിടേക്കൊക്കെ വരാറുണ്ട്. അക്കരയ്ക്കും പോകാറുണ്ട്.’’ കടത്തുകാരൻ അറിയിച്ചു.

അസീസ് അമ്മാവൻ പലവിധത്തിൽ പ്രലോഭിപ്പിച്ചു എങ്കിലും അതിലപ്പുറം ഒന്നും പറഞ്ഞില്ല.

‘‘കഴിഞ്ഞ തവണ ഞങ്ങളിവിടെ വന്നപ്പോൾ നിങ്ങളുടെ സുൽത്താൻ കുറച്ചൊക്കെ കിസ്വാഹിലിയും പറഞ്ഞിരുന്നു എന്നാണെന്റെ ഓർമ്മ. എന്നാൽ അതൊക്കെ അദ്ദേഹം ഇപ്പോൾ മറന്നിരിക്കുന്നു.’’ അസീസ് പുഞ്ചിരിച്ചുകൊണ്ട് തുടർന്നു. ‘‘കാലം അങ്ങനെയാണ്. നമ്മളെയൊക്കെ ചിലപ്പോൾ വഞ്ചിക്കും. കഴിഞ്ഞ തവണ ഞങ്ങളിവിടെ ഞങ്ങളുടെ പരിക്കേറ്റ രണ്ടുപേരെ ഉപേക്ഷിച്ചിരുന്നു. അവർക്കെന്തു പറ്റി എന്നറിയാമോ? അവർക്ക് സുഖമായോ?’’ അത് ചോദിക്കുന്നതിനിടയിൽ അസീസ് കടത്തുകാരന് ഒരു ചെറിയ പുകയിലപ്പൊതി സമ്മാനിച്ചു. ആണിയുടെ ഒരു പൊതിയും കൊടുത്തു. ഇത് രണ്ടും ഇതിനിടയിൽ അയാൾ യൂസുഫിനോട് കൊണ്ടുവരാൻ ആവശ്യപ്പെട്ടിരുന്നു.

മറുപടി പറയുന്നതിനു മുമ്പ് കടത്തുകാരൻ കുറേ ആലോചിച്ചു. വ്യാപാരിയിൽ നിന്ന് നോട്ടം മ്ന്യാപരയിലേക്കും സിംബ മവേനെയിലേക്കുമെത്തി. അവസാനം യൂസുഫിലേക്കും. സംസാരിക്കുന്നതിനു മുമ്പ് ആ കണ്ണുകളൊന്നു തിളങ്ങി. താനൊരു കുസൃതി കാണിക്കാനൊരുങ്ങുന്നു എന്ന തിളക്കം.

‘‘അവർ പോയി. സുഖപ്പെട്ടു എന്നൊന്നും എനിക്ക് തോന്നുന്നില്ല. ആ കുടിലിലായിരുന്നു അവർ. വല്ലാത്ത ദുർഗന്ധം വരുന്നുണ്ടായിരുന്നു അവിടെ നിന്ന്. അവർ ഞങ്ങൾക്കെല്ലാം രോഗം വരുത്തി. മൃഗങ്ങൾ ചത്തു. പുഴയിൽ മീനില്ലാതായി. അതിനുശേഷം ഒരു യുവാവ് മരിച്ചു. പ്രത്യേകിച്ച് കാരണങ്ങളൊന്നുമില്ലാതെയാണ് അവൻ മരിച്ചത്. ഇതാ ഇവന്റെ പ്രായമായിരുന്നു ആ മരിച്ചവനും.’’യൂസുഫിനെ ചൂണ്ടിയാണ് ആ അവസാനവാക്യം പറഞ്ഞത്. ‘‘അത് സഹിക്കാവുന്നതിലും അധികമായി. അപ്പോൾ എല്ലാവരും ആ കുടിലിലുള്ളവർ പോയേ മതിയാകൂ എന്ന് പറയാൻ തുടങ്ങി.’’

കടത്തുകാരൻ പോയപ്പോൾ സിംബ ‘‘അവരിവിടെ മന്ത്രവാദം ചെയ്യാറുണ്ട്’’ എന്ന് പറഞ്ഞു.

‘‘ദൈവദോഷം പറയരുത്.’’ മൊഹമ്മദ് അബ്ദുള്ളയ്ക്ക് കോപം വന്നു. ‘‘അവർ അജ്ഞരായ കാട്ടുവർഗ്ഗക്കാരാണ്. ബാലിശമായ പേക്കിനാവുകളിൽ വിശ്വസിക്കുന്നവർ.’’

‘‘അവരെ ഇവിടെ ഉപേക്ഷിച്ച് പോകരുതായിരുന്നു. എന്റെ ഉത്തരവാദിത്വമായിരുന്നു. എന്റെ തെറ്റും.’’ അസീസ് അമ്മാവൻ പറഞ്ഞു.

''പക്ഷേ അങ്ങനെയൊക്കെ പറഞ്ഞതുകൊണ്ട് അവർക്കോ അവരുടെ ബന്ധുക്കൾക്കോ ഇനി ഗുണമൊന്നുമുണ്ടാകാൻ പോകുന്നില്ല.''

''ഈ കാട്ടാളന്മാർ അവരുടെ വിവേകമില്ലാത്ത ജീവിതരീതി പിന്തുടരുന്നതിനായി എന്തിനേയും ബലി നൽകും എന്ന് മനസ്സിലാക്കാൻ അത്രയധികം ജ്ഞാനമൊന്നും ആവശ്യമില്ലായിരുന്നു സയ്യിദ്. പക്ഷേ ഞാനാണെങ്കിലും അപ്പോൾ അങ്ങനെ തന്നെ ചെയ്യുമായിരുന്നു. അവരോട് മന്ത്രവാദം ചെയ്ത് ആ രണ്ടുപേരേയും തിരികെ കൊണ്ടുവരാൻ ആവശ്യപ്പെട്ടാലോ?'' മ്ന്യാപര സിംബ മവേനെയെ നിന്ദയോടെ ചോദിച്ചു.

സിംബ മവേനെ അത് കേട്ട് കണ്ണിറുക്കി. ''ഈ യുവാവിനെ ഒന്ന് നമ്മൾ ശ്രദ്ധിക്കുന്നത് നന്നാകും.'' യൂസുഫിനെ നോക്കി അയാൾ പറഞ്ഞു. മകാതയിൽ വച്ചും അവർ പറഞ്ഞത് നിങ്ങൾ കേട്ടില്ലേ? അതുപോലെ ഈ കടത്തുകാർ ഇവനെ നോക്കിയ നോട്ടവും.''

''അവരെന്ത് ചെയ്യും? ഇവനെ അവരുടെ വിശന്നിരിക്കുന്ന ദുർദ്ദേവതകൾക്ക് ഭക്ഷണമായി നൽകുമോ? നാറുന്ന ഈ മുക്കുവർ പറയുന്നതൊക്കെ നീ വല്ലാതെ ഗൗരവത്തിലെടുക്കുന്നുണ്ടോ എന്നാണെന്റെ സംശയം. അവർ എന്ത് വേണമെങ്കിലും ചെയ്യാൻ ശ്രമിക്കട്ടെ.'' മൊഹമ്മദ് അബ്ദുള്ള ഒച്ചയിട്ടു. കയ്യിലുള്ള ചൂരൽ വീശി. 'നീ എന്താ കരുതിയത്. ഞാൻ ആ തെണ്ടികളെ നരകവാതിൽ വരെ തല്ലിയോടിക്കും. അവരുടെ മേൽ ഛർദ്ദിക്കും. അവരുടെ ആസനത്തിൽ മന്ത്രവാദം ചെയ്യും ഞാൻ. വൃത്തികെട്ട കാട്ടാളന്മാർ.''

''മൊഹമ്മദ് അബ്ദുള്ള.'' അസീസ് അമ്മാവൻ ഒച്ചയുയർത്തി.

''എല്ലാവരും ശ്രദ്ധിക്കണം.'' മ്ന്യാപര പറഞ്ഞു. വ്യാപാരിയുടെ സ്വരം കേട്ടില്ലെന്ന് നടിച്ചു. പക്ഷേ സ്വരം വല്ലാതെ താഴ്ത്തിയാണത് പറഞ്ഞത്. ''ഇവർക്കെല്ലാം മന്ത്രവാദത്തെക്കുറിച്ചും പാപികൾ കൊണ്ടുവരുന്ന രോഗങ്ങളെക്കുറിച്ചും പറഞ്ഞ് കൊടുക്കൂ സിംബ. അതെന്താണെന്നും എങ്ങനെ വിവരിക്കണമെന്നും നിനക്കറിയാമല്ലോ. നിനക്കും അതൊക്കെ ഇഷ്ടമാണ്. പ്രകൃതിയുടെ വിളി വന്നാൽ കുറ്റിക്കാട്ടിലേക്കധിക ദൂരം പോകരുത് എന്നും പറഞ്ഞേക്കൂ. അതല്ലെങ്കിൽ ഒരു ദുരാത്മാവോ മന്ത്രവാദത്താൽ ആവാഹിക്കപ്പെട്ട വിഷസർപ്പമോ അവരുടെ ആസനം കടിച്ചുകൊണ്ടോടും. സ്ത്രീകളിൽ നിന്ന് പ്രത്യേകിച്ചും അകന്ന് നിൽക്കാൻ ഉത്തരവിടണം. നീ എപ്പോഴും സെയ്യിദിനരികിലുണ്ടാകണം യുവാവേ. അത് മറക്കണ്ട.''

''നിന്റെ ബഹളവും ഒച്ചപ്പാടും നിനക്ക് തന്നെ ദഹനക്കേടാകും മൊഹമ്മദ് അബ്ദുള്ള.'' അസീസ് അമ്മാവൻ ഓർമ്മിപ്പിച്ചു.

''ഇതൊരു മോശം സ്ഥലമാണ് സയ്യിദ്. നമുക്കെത്രയും പെട്ടെന്ന് ഇവിടെ നിന്ന് പോകണം.'' മ്ന്യാപര പറഞ്ഞു

4

പിറ്റേന്ന് അവർ പുറപ്പെടുന്നതിനു മുമ്പ് രണ്ട് ചുമട്ടുകാർ തമ്മിൽ വഴക്കുണ്ടായി. വ്യാപാരത്തിനായി കൊണ്ടുവന്ന ചരക്കിൽ നിന്ന് അവരിലൊരാൾ ഒരു മൺവെട്ടി മോഷ്ടിച്ചു. രാത്രിയിൽ ഒരു സ്ത്രീക്ക് സമ്മാനിക്കാനായാണ് അത് ചെയ്തത്. ഈ മോഷണം രണ്ടാമത്തെ ചുമട്ടുകാരൻ മ്ന്യാപരയെ അറിയിച്ചു. രണ്ട് മൺവെട്ടികളുടെ വില ആ മോഷ്ടാവിൽ നിന്ന് ഈടാക്കുമെന്നും അത് അവസാന കൂലി യിൽ നിന്ന് കുറയ്ക്കുമെന്നും മ്ന്യാപര എല്ലാവർക്കും മുന്നിൽ വച്ച് പ്രഖ്യാപിച്ചു. ഈ വിധിന്യായം പുറപ്പെടുവിക്കുന്നതിനൊപ്പം അയാൾ അതിൽ വൃത്തികെട്ട പല വാക്കുകളും തിരുകിക്കയറ്റുകയും ചെയ്തു. ഈ ചുമട്ടുകാരൻ ഇങ്ങനെ പെണ്ണുങ്ങൾക്ക് സമ്മാനിക്കാനായി ഇതാദ്യമായൊന്നുമല്ല മോഷണം നടത്തുന്നത്. അതിനാൽ തന്റെ ചൂരൽ അയാളുടെ പുറത്ത് വീഴാതിരിക്കാൻ താൻ ആത്മസംയമനം പാലിക്കുന്നു എന്നാണ് മൊഹമ്മദ് അബ്ദുള്ള പറഞ്ഞത്. മറ്റുള്ളവരും അയാളെ കളിയാക്കുന്നതിൽ ഒപ്പം കൂടി. അത് അയാൾക്ക് വലിയ നാണക്കേടായി. ഈ ആഘോഷം കഴിഞ്ഞ് ഒട്ടും താമസിയാതെ മോഷ്ടാവ് തന്റെ മോഷണവിവരം അബ്ദുള്ളയെ അറിയിച്ചവനു മേൽ ചാടി വീണു. സംഘം അവർ ഇരുവർക്കും തമ്മിൽ തല്ലാൻ പ്രോത്സാ ഹനവും സ്ഥലവും നൽകി. അത് കാണാൻ ഒരു വലിയ ജനക്കൂട്ടം തന്നെയുണ്ടായി. അവർ തടാകക്കരയിൽ കൂടി നിന്ന് പരസ്പരം അങ്കം വെട്ടുന്നവർ ആർപ്പ് വിളിച്ച് പ്രോത്സാഹിപ്പിച്ചു. അവസാനം, വ്യാപാരി, അങ്കമവസാനിപ്പിക്കാൻ സിംബ മവേനെയെ നിയോഗിച്ചു. ''നമ്മൾ നമ്മുടെ കാര്യങ്ങളുമായി മുന്നോട്ട് പോകണം'' എന്നും നിർദ്ദേശിച്ചു.

അവർ യാത്രയ്ക്ക് തയ്യാറായപ്പോഴേക്കും അതിനാൽ വൈകി. കടത്തുകാരൻ തയ്യാറായിക്കഴിഞ്ഞപ്പോൾ അവരിലെ ഉന്മേഷം ആകാംക്ഷയിലേക്ക് വഴി മാറാൻ തുടങ്ങി. കകന്യാഗ ചരക്കുകളെല്ലാം കയറ്റിയതിനു ശേഷം അസീസ് അമ്മാവനോടും യൂസുഫിനോടും തന്റെ വള്ളത്തിൽ കയറാൻ നിർദ്ദേശിച്ചു. ''ഈ യുവാവ് നമുക്ക് ഭാഗ്യം കൊണ്ടുവരും'' എന്നും അയാൾ പറഞ്ഞു. കടത്തുകാർ തുഴ യാൻ തുടങ്ങി. ചൂട് വർദ്ധിച്ചുതുടങ്ങി. കടത്തുകാരുടെ പുറത്തെ വിയർപ്പുകണങ്ങൾ ആ വെയിലിൽ വെട്ടിത്തിളങ്ങി. ചങ്ങാടങ്ങളെല്ലാം വളരെ അടുത്തത്തടുത്ത് നിർത്താൻ അവർ പ്രത്യേകം ശ്രദ്ധിച്ചിരുന്നു. അങ്ങനെയാകുമ്പോൾ അവർക്ക് പരസ്പരം ഗാനശകലങ്ങളെറിഞ്ഞ് കളിക്കാനാകും. ഉരഗങ്ങളെ കണ്ടാൽ ഉച്ചത്തിൽ ചിരിക്കാനുമാകും. യാത്രികർ മിക്കവാറും നിശ്ശബ്ദരായിരുന്നു. വലിയ ജലപ്പരപ്പായിരുന്നു അത്. ചങ്ങാടം തുഴയുന്ന ഈ കരുത്തരുടെ കൈകളിലാണപ്പോൾ അവരുടെ ജീവൻ എന്ന് യാത്രികർക്ക് നല്ല ബോധ്യമുണ്ടായിരുന്നു.

അവരിൽ മിക്കവർക്കും നീന്തലറിയില്ല. കടൽക്കരയിലാണവർ ജനിച്ചു വളർന്നതെങ്കിലും നീന്തൽ പഠിക്കേണ്ട ആവശ്യം വന്നിട്ടില്ല. അവരുടെ കാലുകൾക്ക് ഏത് വലിയ മലനിരകളേയും സമതലങ്ങളേയും ചവുട്ടി ക്കടക്കാൻ പ്രാപ്തിയുണ്ട്. എന്നാൽ അവരുടെ തീരങ്ങളിലേക്കിര ച്ചെത്തുന്ന വെള്ളത്തിൽ നിന്ന് അവ പെട്ടെന്ന് പിൻവാങ്ങും.

യാത്ര അതിന്റെ രണ്ടാം മണിക്കൂറും പിന്നിട്ടപ്പോൾ അകാശം ഇരുളാൻ തുടങ്ങി. കാറ്റിനു ശക്തി കൂടാനും തുടങ്ങി. എവിടെനിന്നാണാ മേഘങ്ങൾ വന്നതെന്നറിയില്ല. 'യാ അല്ലാഹ്' വ്യാപാരി മന്ത്രിച്ചത് യൂസുഫ് കേട്ടു. കകന്യാഗ കാറ്റിനെ അതിന്റെ പേരുചൊല്ലി വിളിച്ചു. മറ്റ് കടത്തുകാരോട് അത് വിളിച്ച് പറഞ്ഞു. കടത്തുകാരുടെ ബഹളവും അവർ തുഴയിൽ കൂടുതൽ കരുത്ത് കാണിച്ചതും കണ്ടപ്പോൾ, തങ്ങൾ അപകടത്തിലാണെന്ന് എല്ലാവരും തിരിച്ചറിഞ്ഞു. തിരകളുയരാനും അതിന്റെ കരുത്ത് വർദ്ധിക്കാനും തുടങ്ങി. അത് ചങ്ങാടത്തിലേ ക്കടിച്ചു കയറിത്തുടങ്ങി. ചങ്ങാടത്തിലുണ്ടായിരുന്ന സാമഗ്രികളും മനുഷ്യരും നനഞ്ഞു. പിരിമുറുക്കം പരാതികളായി. ശരീരം നനയാ യിതിരിക്കുകയാണേറ്റവും അത്യാവശ്യം എന്ന മട്ടിലുള്ള പരാതി കൾ. ചുമട്ടുകാരിൽ ചിലർ പ്രാർത്ഥിക്കാൻ തുടങ്ങി. ദൈവത്തി നോട് യാചിക്കാൻ തുടങ്ങി. ഏറ്റവും മുന്നിലെ വള്ളത്തിലായിരുന്നു കകന്യാഗ. അയാൾ ദിശ മാറ്റി. മറ്റ് ചങ്ങാടങ്ങൾ അയാളെ പിന്തു ടർന്നു. കടത്തുകാർ തുഴച്ചിലിന്റെ കരുത്ത് വർദ്ധിപ്പിച്ചുകൊണ്ടേയി രുന്നു. പരസ്പരം ആർപ്പ് വിളിച്ച് പ്രോത്സാഹിപ്പിച്ചുകൊണ്ടിരുന്നു. ആ ആർപ്പുവിളികൾ പലപ്പോഴും കേട്ടുനിൽക്കുന്നവർക്ക് അങ്കലാപ്പു കൾക്ക് കാരണമാക്കി. തിരമാലകൾ അതിശക്തമായിരിക്കുന്നു. അതിന് ചങ്ങാടത്തെ ഒന്നാകെ എടുത്തുയർത്താനുള്ള കരുത്തുണ്ട്. എടുത്തുയർത്തി വീണ്ടും വെള്ളത്തിലേക്കിടാൻ.

തങ്ങളിരിക്കുന്ന വള്ളം കളിവള്ളം പോലെ ലോലമാണെന്നൊരു ചിന്ത യൂസുഫിനുണ്ടായി. ഒരു ഓടയിലൊടിച്ചിട്ട ചെറുചുള്ളിക്കമ്പു പോലെയുണ്ടിതിപ്പോൾ എന്ന്. പ്രാർത്ഥനയും നിലവിളിയും ഇട വിട്ടുയരുന്നുണ്ടായിരുന്നു. അതിനിടയിൽ കാറ്റ് ആ സ്വരങ്ങളെയെല്ലാം റാഞ്ചിയെടുത്ത് പോകുന്നുമുണ്ട്. ചിലർ ഭയം കൊണ്ട് ഛർദ്ദിക്കാൻ തുടങ്ങി. കകന്യാഗ പക്ഷേ നിശ്ശബ്ദനായിരുന്നു. തന്റെ പ്രയത്നത്തെ പിന്തുണയ്ക്കാനാവശ്യമായ ആഴമേറിയ മൂളലുകളും മുരൾച്ചകളു മല്ലാതെ ഒന്നും അയാളിൽ നിന്ന് വരുന്നില്ല. അയാളിൽ നിന്ന് അരുവി പോലെ വിയർപ്പൊഴുകാൻ തുടങ്ങിയിരുന്നു. കുറേ തുഴഞ്ഞപ്പോൾ ദൂരെ ഒരു ദ്വീപ് കണ്ടു.

''അവിടെ ഒരു ബലിപീഠമുണ്ട്. നമുക്കവിടെ ബലി നൽകാം.'' അയാൾ അസീസിനോട് വിളിച്ച് പറഞ്ഞു.

ദ്വീപ് കണ്ണിൽ പെട്ടപ്പോൾ തുഴച്ചിലിന്റെ വീര്യം പിന്നെയും വർ ദ്ധിച്ചു. യാത്രക്കാരൊക്കെ ഭ്രാന്തമായ ആവേശത്തിൽ തുഴക്കാരെ

പ്രോത്സാഹിപ്പിച്ചുകൊണ്ടിരുന്നു. സുരക്ഷിതമായി എന്നുറപ്പായപ്പോൾ കടത്തുകാർ ആഹ്ലാദത്താൽ ആർപ്പുവിളിച്ചു. ദൈവത്തിനു നന്ദി പറഞ്ഞു. ചങ്ങാടം കരയ്ക്കടുപ്പിച്ച് സാധനങ്ങളെല്ലാം ഇറക്കി വയ്ക്കുന്നതുവരെ യാത്രക്കാരാരും പുഞ്ചിരിച്ചില്ല. അതിനുശേഷം കാറ്റിൽ നിന്നും മഴയിൽ നിന്നും രക്ഷ തേടി അവർ കുറ്റിക്കാട്ടിലേക്കും പാറകൾക്ക് ചുവട്ടിലേക്കും മാറി. ദീർഘനിശ്വാസങ്ങളുണ്ടായി. തങ്ങളുടെ ഭാഗ്യത്തെയോർത്തുള്ള പിറുപിറുക്കലുകളുമുണ്ടായി.

കകന്യാഗ അസീസിനോട് ഒരു കറുത്ത തുണി, ഒരു വെളുത്ത തുണി, കുറച്ച് മുത്തുമണികൾ, ഒരു സഞ്ചി ധാന്യപ്പൊടി എന്നിവ ആവശ്യപ്പെട്ടു. അതല്ലാതെ മറ്റെന്തെങ്കിലും നൽകുന്നെങ്കിൽ അതും സ്വീകാര്യമായിരുന്നു. ലോഹം ഒഴികെ. ഈ ദേവാലയത്തിൽ കുടിയിരുത്തിരിക്കുന്ന ആത്മാവിന്റെ ശരീരം ലോഹം കൊണ്ടാൽ പൊള്ളും എന്നാണ് കകന്യാഗ പറഞ്ഞത്.

‘‘നിങ്ങളും വരണം.’’ അയാൾ നിർദ്ദേശിച്ചു. ‘‘പ്രാർത്ഥന നിങ്ങൾക്കും ഈ യാത്രയ്ക്കും കൂടി വേണ്ടിയുള്ളതാണ്. ഈ യുവാവിനേയും കൊണ്ടുവരൂ. ഈ ദേവാലയത്തിലെ ആത്മാവ് പെംബെയാണ്. യുവാക്കളെ അതിനിഷ്ടമാണ്. കോവിലിനകത്ത് കടക്കുമ്പോൾ പെംബെ എന്ന പേര് ആവർത്തിച്ച് പറയണം. പക്ഷേ അത് ഞാൻ പറയുന്നത് വരെ നിങ്ങൾ ഉച്ചത്തിൽ പറയരുത്.’’

അവർ മൂർച്ചയേറിയ ഇലകളുള്ള കുറ്റിച്ചെടികളിലൂടേയും പുല്ലിലൂടേയും നടന്നു. മ്ന്യാപരയും ചില കടത്തുകാരും ഒപ്പം ചെന്നു. തുറസ്സായ ഒരു സ്ഥലത്തിനു ചുറ്റിലും വലിയ വൃക്ഷങ്ങളും അതിനു ചുവട്ടിൽ കുറ്റിച്ചെടികളും കണ്ടു. നടുക്ക് ഒരു കളിയോടം നിവർത്തി നിർത്തിയിരിക്കുന്നു. കല്ലുകൾ കൊണ്ട് താങ്ങിയാണത് നിർത്തിയിരിക്കുന്നത്. അതിനകത്ത് ഇവിടെ അർച്ചന നടത്തിയ മറ്റ് യാത്രികർ നൽകിയ ഉപഹാരങ്ങളുണ്ട്. താൻ ഉച്ചരിക്കുന്ന വാക്കുകൾ ആവർത്തിക്കാൻ കകന്യാഗ അവരോട് ആവശ്യപ്പെട്ടു. അത് അയാൾ വിവർത്തനം ചെയ്തുകൊടുക്കുകയും ചെയ്തു.

‘‘ഞങ്ങൾ നിനക്ക് ഈ ഉപഹാരങ്ങൾ കൊണ്ടുവന്നിരിക്കുന്നു. ഈ യാത്രയിൽ ഞങ്ങൾക്ക് സമാധാവും ശാന്തിയും നൽകണമെന്ന് അഭ്യർത്ഥിക്കുന്നു. അങ്ങനെ യാത്ര സുരക്ഷിതമാക്കി തിരിച്ചെത്താനാകണം എന്നും യാചിക്കുന്നു.’’

അയാൾ ഉപഹാരങ്ങളെല്ലാം ആ കളിയോടത്തിൽ വച്ചു. അതിനു ചുറ്റിലും ആദ്യം ഒരു ദിശയിലും പിന്നെ എതിർദിശയിലും പ്രദക്ഷിണം വച്ചു. താൻ കൊണ്ടുവന്നിരുന്ന ഒരു പൊതി പുകയില അസീസ് കകന്യാഗയ്ക്ക് നൽകി. അയാൾ അതും ആ കോവിലിൽ അർപ്പിച്ചു. അവർ തിരികെ ചങ്ങാടങ്ങളിലേക്കും വള്ളത്തിലേക്കും മടങ്ങിയെത്തിയപ്പോഴേക്കും കാറ്റ് ശമിച്ചിരുന്നു.

‘‘ഇത് മാജിക്കാണ്.’’ സിംബ മവേനെ ചിരിച്ചു.

മൊഹമ്മദ് അബ്ദുള്ള അത് കേട്ട് അയാളെ പരുഷമായി നോക്കി. തലയാട്ടി.

‘‘ഇതിലും മോശമാകുമായിരുന്നു. അവർ ചിലപ്പോൾ നമ്മോട് വൃത്തികെട്ടതെന്തെങ്കിലും തിന്നാനോ മൃഗങ്ങളുമൊത്ത് ഇണ ചേരാനോ ആവശ്യപ്പെടുമായിരുന്നു. ശരി... നമുക്ക് യാത്ര തുടങ്ങാം.’’

മറുകര കാണാറായപ്പോഴേക്കും സൂര്യാസ്തമയമായി. വെയിൽ മലനിരകൾക്ക് ചുവപ്പ് നിറം നൽകി. അവയ്ക്കെല്ലാം തീ പിടിച്ചതു പോലെ തോന്നി. മറുകരയിലെത്തിയപ്പോഴേക്കും അർദ്ധരാത്രിയായിട്ടുണ്ടായിരുന്നു. ആകാശത്ത് വീണ്ടും മഴമേഘങ്ങൾ ഉരുണ്ടുകൂടിയിരുന്നു. അവർ ചങ്ങാടം കരയിലേക്ക് വലിച്ചടുപ്പിച്ചു. പക്ഷേ കരയിൽ കിടന്നുറങ്ങാൻ കകന്യാഗ ആരേയും സമ്മതിച്ചില്ല. കരയിൽ, മണ്ണിൽ, രാത്രിയിൽ, എന്തൊക്കെ സഞ്ചരിക്കും എന്ന് ആർക്കറിയാം?

5

പ്രഭാതത്തിൽ തന്നെ സാധനങ്ങളെല്ലാം ഇറക്കി വച്ച് കകന്യാഗയും മറ്റ് കടത്തുകാരും തിരിച്ച് പോയി. വെളിച്ചത്തിന്റെ ആദ്യ കിരണങ്ങളെത്തിയപ്പോൾ തന്നെ അവർ മടക്കയാത്ര തുടങ്ങി. യാത്രി സംഘവും അവരുടെ സാമാനങ്ങളും മാത്രമായി അവിടെ. അധികം താമസിയാതെ അവർക്കരികിലേക്ക് ചിലരെത്തി. എന്തിനാണു നിങ്ങൾ വന്നതെന്നും എന്ത് വ്യാപാരമാണ് ചെയ്യുന്നതെന്നും ചോദിച്ചു. ആരാണവരെ കൊണ്ടുവന്നത്? എത്ര ദൂരെ നിന്നാണ് വരുന്നത്, എവിടേക്കാണ് പോകുന്നത്, എന്താണുദ്ദേശം, എന്നൊക്കെ ചോദ്യങ്ങളുണ്ടായി.

പട്ടണത്തിലെ പ്രമുഖരെ തിരഞ്ഞ് കണ്ടെത്താൻ യൂസുഫിനേയും സിംബ മവേനെയേയും നിയോഗിച്ചു. അവർ പുറകിലുപേക്ഷിച്ച പട്ടണത്തേക്കാൾ വലുതായിരുന്നു ഇത്. മാരിംബൊ എന്ന് പേരുള്ള ഒരാളുടെ വീട്ടിലേക്കാണ് അവരെ നയിച്ചത്. അയാളപ്പോൾ ഉറക്കമുണർന്നിട്ടേയുള്ളൂ. മെലിഞ്ഞ് നീണ്ട, മുഖം ചുളിഞ്ഞ് മാംസം തൂങ്ങിയ ഒരു മനുഷ്യനായിരുന്നു മാരിംബൊ. അയാളുടെ വീട് അടുത്തുള്ള മറ്റ് വീടുകളിൽ നിന്ന് ഒട്ടും വ്യത്യസ്തമല്ല. അവരെ അവിടേക്കെത്തിച്ച സ്ത്രീ വീടിന്റെ മുൻവാതിൽ വരെ നീങ്ങി. ശങ്കയൊന്നുമില്ലാതെ വാതിൽക്കൽ മുട്ടിവിളിച്ചു. അവരെ കാണാനായതിൽ മാരിംബൊ സന്തോഷവാനായി കാണപ്പെട്ടു. ആതിഥേയ മര്യാദകൾ പ്രദർശിപ്പിച്ചു. തമാശയൊക്കെ പറയുന്നു എങ്കിലും അയാൾ ശ്രദ്ധാലുവാണെന്ന് യൂസുഫിനു മനസ്സിലായി. ഒരായുസ്സിന്റെ അനുഭവസമ്പത്ത്

അയാൾക്കുണ്ടെന്ന് ഊഹിച്ചു. ന്യൂൻഡോ വിവർത്തകനായി എത്തിയിരുന്നു. എന്നാൽ അയാളുടെ ആവശ്യം വന്നില്ല.

''ചാതു.'' മാരിംബൊ പറഞ്ഞു.

ഒരു പുഞ്ചിരി അയാളുടെ മുഖത്തെത്തി. അത് അയാൾ ഉടൻ മറച്ച് പിടിച്ചു.

''ചാതുവിനെ കൈകാര്യം ചെയ്യാൻ അത്ര എളുപ്പമല്ല. വ്യാപാരമാണ് നിങ്ങളുടെ ഉദ്ദേശ്യം എന്നെനിക്ക് തോന്നുന്നു. അത്ര പെട്ടെന്ന് ഇണങ്ങുന്ന വ്യക്തിയല്ല അയാൾ. കളിതമാശകൾക്ക് നിൽക്കുന്നവനുമല്ല. അയാളുടെ പട്ടണത്തിലേക്ക് ഇവിടെ നിന്ന് ഏതാനും ദിവസങ്ങളുടെ യാത്രയേയുള്ളൂ. അയാൾ വിളിച്ചാലല്ലാതെ ഞങ്ങൾ അവിടേക്ക് പോകാറില്ല. അയാളോട് തെറ്റു ചെയ്തു എന്ന് അയാൾക്ക് തോന്നിയാൽ വല്ലാതെ ക്രൂരനാകുമയാൾ. പക്ഷേ തന്റെ ജനങ്ങളുടെ കാര്യത്തിൽ വലിയ ശ്രദ്ധാലുവാണ്. ഒരു പിതാവിനെപ്പോലെയുള്ള ശ്രദ്ധ. അവിടെ താമസിക്കാൻ എന്തായാലും എന്നെപ്പോലെയുള്ളവർ ഇഷ്ടപ്പെടില്ല. ചാതുവിന്റെ പട്ടണത്തിൽ അപരിചിതർ വരുന്നത് അവർക്കിഷ്ടമല്ല സുഹൃത്തുക്കളേ.''

''കേട്ടിട്ട് ഒരു കോമാളിയാണെന്ന് തോന്നുന്നു.'' സിംബ മവേനെ പറഞ്ഞു.

മരിംബൊ ചിരിച്ചു. ആ തമാശ ആസ്വദിച്ചു എന്ന മട്ടിൽ, പക്ഷേ ശ്രദ്ധിച്ച്.

''അയാൾക്ക് വ്യാപാരത്തിൽ താത്പര്യമില്ലേ?'' സിംബ ചോദിച്ചു.

മാരിംബൊ ചുമൽ കുലുക്കി. ''ആനക്കൊമ്പുണ്ടയാളുടെ കൈവശം. അയാൾക്ക് തോന്നുന്നെങ്കിൽ മാത്രമേ വ്യാപാരത്തിനിറങ്ങൂ.''

ഒരു വഴികാട്ടിയെ വിട്ടുകൊടുക്കാമെന്നും അവരുടെ കൈവശമുള്ള അവശ്യസാധനങ്ങൾ അവർ തിരിച്ചെത്തുന്നത് വരെ സൂക്ഷിക്കാമെന്നും അയാൾ വാഗ്ദാനം ചെയ്തു.

''ഇതിനു മുമ്പും എനിക്ക് വ്യാപാരികളുമൊത്ത് ഇടപാടുകളുണ്ടായിട്ടുണ്ട്. എനിക്ക് തുണിയൊന്നും വേണ്ട. തുണി കൈവശമില്ലെങ്കിൽ പിന്നെ നിങ്ങൾ എന്ത് വ്യാപാരം ചെയ്യാനാ? അങ്ങനെയാണല്ലോ നിങ്ങൾ ഇതുവരെ എത്തിയത്. എനിക്ക് രണ്ട് തോക്ക് വേണം. അത് കിട്ടിയാൽ എന്റെ മക്കളെ ആനക്കൊമ്പ് വേട്ടയ്ക്കയയ്ക്കാം. പട്ട് കയ്യിലുണ്ടോ? ഉണ്ടെങ്കിൽ എനിക്ക് കുറച്ച് പട്ടും വേണം. ഞാൻ തരുന്ന വഴികാട്ടിക്ക് ഈ നാടൊക്കെ നന്നായി അറിയാം. മഴ തുടങ്ങിയതിനാൽ ഇതൊരു നല്ല സമയമാണെന്നൊന്നും ഞാൻ പറയില്ല. അവന് നല്ല വേതനം നൽകിയാൽ അവനെ പൂർണ്ണമായും വിശ്വസിക്കാം.''

ധാരാളം വൃക്ഷങ്ങൾ അവിടെയുണ്ടായിരുന്നു. നദിക്കരയിൽ നിന്ന് തന്നെ മലനിരകളും തുടങ്ങുന്നുണ്ട്. മാരിംബൊയുടെ പട്ടണത്തിൽ

ആളുകൾ കുറേയുണ്ടെങ്കിലും മിക്കവരും രോഗികളെപ്പോലെ തോന്നിപ്പിച്ചു. രാത്രിയായപ്പോൾ കൊതുകുകൾ പടചേർന്ന് സംഘത്തിനെ ആക്രമിച്ചു.

അവയുടെ ഇരകൾ വേദന സഹിക്കാതെ ഉഗ്രകോപികളായി. മരിംബൊയുമൊത്തുള്ള ഇടപാടുകൾ കഴിഞ്ഞപ്പോൾ പിന്നെയവർക്ക് പട്ടണത്തിൽ തുടരേണ്ടുന്ന ആവശ്യമൊന്നുമില്ലായിരുന്നു. അയാൾ കത്തികളും മൺവെട്ടികളുമെടുത്തു. വെളുത്ത പരുത്തി തുണിയുമെടുത്തു. അവരുടെ സാധനസാമഗ്രികൾ സൂക്ഷിക്കുന്നതിനുള്ള കൂലിയായിരുന്നു അത്. തിരിച്ച് വരുമ്പോൾ കണക്കെല്ലാം തീർക്കാം എന്നും തീർപ്പായിരുന്നു. കൊതുകുകൾ അവരെ ഉന്മത്തമായി ആക്രമിച്ചിരുന്നതുകൊണ്ട് അവർക്ക് അവിടെ നിന്ന് യാത്ര തുടങ്ങുന്നതിൽ സന്തോഷമേ ഉണ്ടായിരുന്നുള്ളൂ. അസീസ് അമ്മാവനും യാത്രയ്ക്ക് തിരക്ക് കൂട്ടുന്നുണ്ടായിരുന്നു.

യാത്രയിലുടനീളം സമ്മാനങ്ങൾ നൽകേണ്ടി വന്നതിനാൽ കച്ചവടത്തിന് അവശേഷിക്കുന്ന സാമഗ്രികളിൽ സാരമായ കുറവ് വന്നിരുന്നു. ഇതുവരെ വ്യാപാരം എന്ന് പറയാൻ മാത്രം ഒന്നും നടന്നിട്ടുമില്ല. എന്നാലും ഈ യാത്ര ലാഭകരമാക്കാൻ മാത്രമുള്ളയത്ര അവരുടെ കൈവശം ഇപ്പോഴുമുണ്ടെന്നാണ് അസീസ് അമ്മാവൻ പറഞ്ഞത്. ഇവിടേക്കെത്താനാണവർ ഇത്രയും ദൂരം യാത്ര ചെയ്തത്. ചുവന്ന നിറമുള്ള ഈ മലനിരകൾക്കപ്പുറത്തെ മരുൻഗു എന്ന പട്ടണത്തിലേക്ക്.

പിറ്റേന്ന് പ്രഭാതത്തിൽ തന്നെ അവർ ചാതുവിന്റെ നാട്ടിലേക്ക് യാത്ര തുടങ്ങി. മരിംബൊ കൊടുത്ത വഴികാട്ടി ശാന്തപ്രകൃതനായ, നല്ല ഉയരമുള്ള മനുഷ്യനായിരുന്നു. അയാൾ അവരോട് സംസാരിക്കുകയോ അവരെ നോക്കി പുഞ്ചിരിക്കുകയോ ചെയ്തില്ല. യാത്രികൾ സാധനങ്ങളെല്ലാം കെട്ടിയൊതുക്കി വയ്ക്കുന്നത് വരെ അയാൾ ഒരു വശത്തേക്ക് മാറി നിന്നു.

നാട്ടിൻപുറത്തെ ഇടുങ്ങിയ പാതകളിലൂടെയാണവർ മുന്നോട്ട് നീങ്ങിയത്. നല്ല പച്ചപ്പിലൂടെ സാവധാനത്തിൽ കുന്നു കയറാൻ തുടങ്ങി. വിചിത്രങ്ങളായ ചെടികൾ അവരുടെ മുഖത്തടിച്ചു. മുഖത്ത് മുറിവുകളുണ്ടാക്കി. കാലും വിണ്ടു പൊട്ടി. പൂച്ചികളും പാറ്റകളും മേഘക്കൂട്ടങ്ങൾ പോലെ വട്ടമിട്ട് അവരെ ആക്രമിച്ചു. വിശ്രമിക്കാനായി നിന്നാൽ ഈ പൂച്ചികൾ ഒന്നാകെ അവരുടെ ശരീരത്തിൽ വന്നിരിക്കും. അവരുടെ മാംസത്തിൽ ദ്വാരങ്ങളിടും. ആദ്യ ദിവസത്തെ യാത്രയുടെ അവസാനമായപ്പോഴേക്കും പലരും രോഗികളായി. കൊതുകകളുടെ ആക്രമണം മൂലം പലരുടേയും മുഖം വികൃതമായിട്ടുണ്ടായിരുന്നു. മുഖത്താകെ പാണ്ടുകളും തിണർപ്പുകളും വന്നിട്ടുണ്ടായിരുന്നു.

അടുത്ത ദിവസവും അവർ മുന്നോട്ട് നീങ്ങാനുള്ള ഊർജ്ജം കണ്ടെത്തി. എങ്ങനെയെങ്കിലും ആ കൊടുംകാടിനു പുറത്തെത്താനുള്ള ആകാംക്ഷയിൽ നിന്നാണ് ആ ഊർജ്ജമെത്തിയത്. രാത്രിയിൽ അടിക്കാട്ടിൽ നിന്ന് മുരൾച്ചകളും മറ്റ് ശബ്ദങ്ങളും കേട്ടു. ചുള്ളിക്കമ്പുകളൊടിയുന്ന സ്വരം കേട്ടു. അത് കാട്ടുപോത്തുകളോ പാമ്പുകളോ ആകാമെന്ന ഭയത്താൽ അവർ പരസ്പരം ആലിംഗനബദ്ധരായതുപോലെ അടുത്ത് നിന്നു.

''മൂത്രമൊഴിക്കാനായി അധികം ദൂരെയൊന്നും പോകരുത്.'' സിംബ മവേനെ അവരെ കളിയാക്കി.

മ്ന്യാപര ചൂരൽ ചുഴറ്റി അവരെ മുന്നോട്ട് നയിക്കാൻ ശ്രമിച്ചുകൊണ്ടിരുന്നു. കാടിന്റെ മുഴക്കത്തിനിടയിൽ അയാൾ തെറിവിളിച്ചു. കയറ്റം യാത്രയുടെ വേഗം കുറച്ചു. സിംബ മവെനെയും ന്യൂൻഡോയും വഴികാട്ടിക്കൊപ്പം നടന്നു. പുതിയ ഭീകരതകൾ കണ്ണിൽ പെട്ടാൽ സംഘത്തിനവർ മുന്നറിയിപ്പ് നൽകി. വഴികാട്ടിയുടെ ഭാഷ ന്യൂൻഡൊയ്ക്കല്ലാതെ മറ്റാർക്കും മനസ്സിലാകുന്നുണ്ടായിരുന്നില്ല. അതിനാൽ തനിക്കാകാവുന്ന കുസൃതികളെല്ലാം അയാൾ ചെയ്തു. അത് മ്ന്യാപരയെ പലപ്പോഴും പ്രകോപിപ്പിച്ചു. മറ്റുള്ളവർ അത് കണ്ട് ചിരിച്ചു. വഴികാട്ടി അധികമൊന്നും സംസാരിച്ചില്ല. ദിവസത്തെ നടത്തം അവസാനിച്ചാൽ അയാൾ ന്യൂൻഡൊയ്ക്കരികിൽ ഇരിക്കും.

മൂന്നാം ദിവസമായപ്പോഴേക്കും ക്ലേശം പിന്നേയും വർദ്ധിച്ചു. പലരുടെയും രോഗം അധികമായി. രോഗമില്ലാത്തവരുടേയും ആരോഗ്യം നശിച്ച് തുടങ്ങിയിരുന്നു. രോഗം ഗുരുതരമായവർക്ക് ഭക്ഷണം കഴിക്കാനാകുന്നുണ്ടായിരുന്നില്ല. ചിലർക്ക് വയറിളക്കം അതിശക്തമായി. അവരുടെ നാറുന്ന ശരീരം മറ്റ് കൂട്ടാളികൾ മാറിമാറി ചുമന്നു. അവരുടെ സ്വബോധത്തിലല്ലാത്ത മുരൾച്ചകൾ അവഗണിച്ച് ചുമന്നു. അവരിൽ നിന്ന് കറുത്ത രക്തം ഒലിച്ചിറങ്ങുന്നത് തങ്ങളുടെ ശരീരത്തിലാകാതിരിക്കാൻ ശ്രമിച്ച് ചുമന്നു.

കയറ്റം കുത്തനെയായപ്പോൾ അവർക്ക് ഏതാനും അടി മാത്രം നീങ്ങാമെന്നായി. പിന്നെ വിശ്രമം വേണമെന്നായി. പലരും നാലു കാലിൽ നടന്നു. സാധനങ്ങൾ വലിച്ചിഴച്ചു. നാലാം ദിവസം രോഗികളായിരുന്ന രണ്ടുപേർ മരിച്ചു. അവരെ ഉടൻ തന്നെ മറവ് ചെയ്തു. അസീസ് നിശ്ശബ്ദം വിശുദ്ധ ഖുറാനിലെ സൂറ വായിച്ചു. വായിച്ച് കഴിയുന്നതുവരെ സംഘം കാത്ത് നിന്നു. അവരുടെയെല്ലാം ശരീരത്തിൽ പലയിടത്തും നീരുവന്ന് വീർത്തിരുന്നു. അതിൽ പലതും പൂച്ചികൾ മുട്ടയിടാനായോ രക്തം കുടിക്കാനായോ തുരന്നതിന്റെ ബാക്കിപത്രമായിരുന്നു. ഈ വഴികാട്ടി തങ്ങളെ മരണത്തിലേക്കാണ് നയിക്കുന്നതെന്ന് അവരിൽ മിക്കവരും ഉറപ്പിച്ചു. ഏതോ വൃത്തികെട്ട ജീവിയെ കാണുന്നതുപോലെ അയാളെ നോക്കി. മ്ന്യാപര

ഇടയ്ക്കിടെ വഴികാട്ടിയെ ശകാരിക്കാൻ തുടങ്ങി. ന്യൂൻഡൊ വിവർത്തനം ചെയ്തുകൊണ്ടിരുന്നപ്പോൾ തന്നിലുള്ള അനിഷ്ടം മ്നൃാപര മറച്ച് വച്ചില്ല. കഴിഞ്ഞ വർഷം ഇതുവഴിയല്ലല്ലോ വന്നത്? ഈ മനുഷ്യൻ നമ്മെ എവിടേക്കാണ് കൊണ്ടുപോകുന്നത്? കോമാളിത്തം കളഞ്ഞ് ഇതൊക്കെ മര്യാദയ്ക്ക് ചോദിച്ച് മനസ്സിലാക്ക്.

മറ്റേ വഴി മഴ പെയ്ത് തുടങ്ങിയാൽ ഒട്ടും സുരക്ഷിതമല്ല. ന്യൂൻഡോ വിവർത്തനം ചെയ്തു.

അഞ്ചാം ദിവസം പ്രഭാതത്തിൽ രണ്ടുപേർ കൂടി മരിച്ചതായി സ്ഥിരീകരിച്ചു. അപ്പോൾ എല്ലാ കണ്ണുകളും വഴികാട്ടിയിലേക്ക് തിരിഞ്ഞു. അയാൾ യാത്ര തുടങ്ങാനായി ന്യൂൻഡൊയ്ക്കരികിൽ നിൽക്കുകയായിരുന്നു. മൊഹമ്മദ് അബ്ദുള്ള വഴികാട്ടിക്കരികിലെത്തി, അയാളെ തള്ളി താഴെയിട്ടു. ചുമട്ടുകാരും കാവൽക്കാരും അത് കണ്ട് അയാളെ പ്രോത്സാഹിപ്പിച്ചു. അബ്ദുള്ള അയാളെ തന്റെ കൈവശമുള്ള ചൂരൽ കൊണ്ടടിച്ചു. ആ മനുഷ്യൻ അടികൊണ്ട് പുളഞ്ഞു. ദയയുണ്ടാകണം എന്ന് യാചിച്ചു. ന്യൂൻഡൊ ഇടപെടാൻ ശ്രമിച്ചു. പക്ഷേ അയാൾക്കും മുഖത്ത് രണ്ടടി കിട്ടി. അയാൾ ഭയന്ന് പിന്മാറി. ‘എന്റെ കണ്ണ്’ എന്ന് ഉച്ചത്തിൽ കരഞ്ഞു. മ്നൃാപര വഴികാട്ടിക്കരികിലെത്തി. അയാൾ നിലത്ത് കിടന്ന് ഉരുളുകയായിരുന്നു. ഉച്ചത്തിൽ കരയുന്നുണ്ടായിരുന്നു. ഓരോ അടിയും അയാളുടെ ശരീരത്തിൽ മുറിവുകളുണ്ടാക്കി. എന്നിട്ടും മ്നൃാപര അടി നിർത്തിയില്ല. മറ്റുള്ളവരും അയാൾക്കരികിലേക്ക് നീങ്ങാൻ തുടങ്ങി. അവരുടെ കയ്യിൽ വടികളും ചാട്ടകളുമുണ്ടായിരുന്നു.

സിംബ മവേനെ മ്നൃാപരയ്ക്കരികിലെത്തി, അയാളുടെ കൈ കടന്ന് പിടിച്ചു. ഉച്ചത്തിൽ നിലവിളിച്ചുകൊണ്ടിരുന്ന വഴികാട്ടിയെ സംരക്ഷിക്കാൻ ശ്രമിച്ചു.

“മതി. കുറേയായി.” അയാൾ അഭ്യർത്ഥിച്ചു. മൊഹമ്മദ് അബ്ദുള്ള ശ്വാസം കിട്ടാതെ വിഷമിക്കുന്നുണ്ടായിരുന്നു. ആകെ വിയർത്തിരുന്നു. സിംബ മവേനെയെ മറികടന്ന് അയാൾ പിന്നെയും വഴികാട്ടിയെ അടിക്കാനോങ്ങി.

“ഞാനാ പട്ടിയെ തല്ലിക്കൊല്ലട്ടെ. അയാൾ നമ്മളെയൊക്കെ ഈ കാട്ടിലിട്ട് കൊല്ലാൻ നോക്കുകയാണ്.” അയാൾ അലറി.

“ഒരു ദിവസം കൂടി എന്നയാൾ പറഞ്ഞു. നാളെയാകുമ്പോഴേക്കും നമ്മൾ ഈ നരകത്തിൽ നിന്ന് പുറത്ത് കടക്കും എന്ന്.” സിംബ മവേനെ മ്നൃാപരയെ അവിടെ നിന്ന് മാറ്റി നിർത്തി.

“നുണയനാണാ കള്ളൻ കാട്ടാളൻ. ആ കോമാളി ന്യൂൻഡൊയും കൂട്ടാണ്. അയാളെന്ത് ചെയ്യുന്നു എന്നവൻ നോക്കുന്നേയില്ല. അയാൾ നമ്മളോട് ഇതുവരെക്കും നുണ മാത്രമേ പറഞ്ഞിട്ടുള്ളു. കഴിഞ്ഞ വർഷം നമ്മൾ ഇതുവഴിയല്ല വന്നത്.” മൊഹമ്മദ് അബ്ദുള്ള പറഞ്ഞു.

അയാൾ പെട്ടെന്ന് സിംബയിൽ നിന്ന് കുതറി. വീണുകിടക്കുന്ന വഴികാട്ടിക്കരികിൽ വീണ്ടുമെത്തി. എത്തിയപാടെ അയാളെ മർദ്ധിക്കാനും തുടങ്ങി. സിംബ മവേനെ വീണ്ടും അയാളെ കയറിപ്പിടിച്ചു. മൊഹമ്മദ് അബ്ദുള്ളയുടെ കണ്ണിൽ നിന്ന് തീക്കട്ടകൾ വന്നു.

''നീ ചെയ്യുന്നത് ശരിയല്ല.'' സിംബ മവേനെ പിൻതിരിഞ്ഞു.

മ്ന്യാപര അയാളെ തുറിച്ച് നോക്കി. അയാളുടെ മുഖത്തുനിന്ന് ആവി പാറുന്നുണ്ടായിരുന്നു. അസീസ് ജനക്കൂട്ടത്തിൽ നിന്ന് അകന്ന് നിന്ന് മൊഹമ്മദ് അബ്ദുള്ളയോട് സൗമ്യമായും മൃദുവായ സ്വരത്തിലും സംസാരിച്ചു. അയാളുടെ കൈപിടിച്ച് നിന്ന് സംസാരിച്ചു. അതിനു ശേഷം മരിച്ച രണ്ടുപേരുടെ ശവസംസ്കാരത്തിനു വേണ്ട നടപടികളെടുക്കാൻ അയാൾ യൂസുഫിനോടാവശ്യപ്പെട്ടു. അവർക്ക് വേണ്ടി യാസിനോതി.

അന്ന്, കനം കുറഞ്ഞ് വന്ന കാട്ടിലൂടെയുള്ള യാത്രയ്ക്കിടയിലുട നീളം അവർ വഴികാട്ടിയുടെ ഞരക്കം കേട്ടു. ന്യൂൻഡൊ നിശ്ശബ്ദം അയാൾക്ക് പുറകിൽ നടന്നു. ന്യൂൻഡൊയുടെ മുഖം അടികൊണ്ട് വീർത്തിരുന്നു. മറ്റുള്ളവർ ചിരിക്കുകയും തലയാട്ടുകയും ചെയ്തു കൊണ്ടിരുന്നു. അവരുടെ ചാപല്യത്തെക്കുറിച്ചോർത്തും വഴികാട്ടിയുടെ വേദന അസഹനീയമാണെന്ന് തിരിച്ചറിഞ്ഞുമായിരുന്നു ഈ ചിരി. എന്തൊരടിയാണ് മ്ന്യാപര അയാൾക്ക് സമ്മാനിച്ചത്, അവർ പരസ്പരം പറഞ്ഞു. ഈ മൊഹമ്മദ് അബ്ദുള്ള ഒരു മൃഗമാണ്. ഒരു കൊലപാതകി. ന്യൂൻഡോയെ മ്ന്യാപര ഉന്നം വച്ചിട്ടുണ്ടെന്ന് അവൻ മനസ്സിലാക്കേണ്ടതായിരുന്നു.

ആറാം ദിവസം പ്രഭാതത്തോടെ അവർ തുറസ്സായ സ്ഥലത്തെത്തി. ഉച്ചവരെ അവിടെ വിശ്രമിച്ചു. അതിനുശേഷം ചാതുവിന്റെ പട്ടണത്തിലേക്ക് തിരിച്ചു. വയലുകളും ചെറിയ കളപ്പുരകളും കടന്ന് അവരുടെ സംഘം മുന്നോട്ട് നീങ്ങിയപ്പോൾ, ജനങ്ങൾ ഭയന്ന് ഓടിയൊളിക്കുന്നത് കണ്ടു. ക്ഷീണിതരായിരുന്നു എങ്കിലും സംഗീതജ്ഞർ തങ്ങളുടെ വരവറിയിക്കുന്ന വാദ്യഘോഷങ്ങൾ മുഴക്കി. ഓരോരുത്തരും തങ്ങൾക്കാകാവുന്നയത്ര നിവർന്ന് നടന്നു. സംഗീതജ്ഞർക്ക് പുറകിൽ മൊഹമ്മദ് അബ്ദുള്ള പൊങ്ങച്ചം കാണിച്ച് നടന്നു. നീചർ ആരെങ്കിലും കുറ്റിക്കാട്ടിൽ ഒളിച്ചിരുന്ന് അവരെ നിരീക്ഷിക്കുന്നുണ്ടെങ്കിൽ അവർ ഭയക്കട്ടെ എന്ന മട്ടിൽ തലയുയർത്തി, പൊങ്ങച്ചം കാണിച്ച്.

സുൽത്താനെ പ്രതിനിധീകരിച്ചൊരു സംഘം അവരെ വരവേറ്റു. അതിനോടൊപ്പം ഒരു ജനക്കൂട്ടവുമുണ്ടായിരുന്നു. പ്രതിനിധികളായെത്തിയ വൃദ്ധർ അവരെ തുറസ്സായ ഒരിടത്തേക്ക് കൊണ്ടുപോയി. അതിനു ചുറ്റിലും പുല്ലുമേഞ്ഞ വീടുകളുണ്ടായിരുന്നു. അതിൽ മൺചുമരുകളോടുകൂടിയ ഏറ്റവും വലിയ വീടാണ് ചാതുവിന്റേത് എന്ന്

അവർ അറിയിച്ചു. ശേഷിച്ചവരെല്ലാം നിങ്ങൾക്ക് ഭക്ഷണം വിൽക്കാനെത്തിയവരാണ് എന്നും പറഞ്ഞു.

''സുൽത്താനെ അഭിവാദ്യം ചെയ്യാൻ അനുമതിയുണ്ടോ എന്ന് ചോദിക്കൂ.'' അസീസ് ന്യൂൻഡോയ്ക്ക് നിർദ്ദേശം നൽകി.

''എന്തിനാണെന്നാണ് ചോദിക്കുന്നത്.'' വൃദ്ധരിൽ മുഖ്യനോട് സംസാരിച്ചതിനു ശേഷം ന്യൂൻഡോ അറിയിച്ചു. ആ മുഖ്യൻ നരച്ച തലയുള്ള ഒരു കുള്ളനായിരുന്നു. അയാളുടെ കണ്ണുകൾ ന്യൂൻഡൊയുടെ മുഖത്തെ മുറിവിൽ വട്ടമിടുന്നുണ്ടായിരുന്നു. കോപത്തോടെയാണയാളുടെ സംസാരം. ഇവരെയൊന്നും തനിക്കൊട്ടും ഇഷ്ടമാകുന്നില്ല എന്നൊരു ഭാവം അയാളുടെ ശരീരഭാഷയിലും സംസാരത്തിലുമുണ്ടായിരുന്നു. അയാളുടെ പേര് മഫിപൊ എന്നാണെന്ന് ന്യൂൻഡൊ അസീസിനെ അറിയിച്ചു.

''കഴിഞ്ഞ തവണ വന്നപ്പോൾ ഈ പട്ടണത്തിനരികിലൂടെ ഞങ്ങൾക്ക് പോകാനായി. അപ്പോൾ നിങ്ങളുടെ സുൽത്താനെക്കുറിച്ച് പലരും പറഞ്ഞറിഞ്ഞു. അദ്ദേഹത്തിനുള്ള സമ്മാനങ്ങളുമായി, അദ്ദേഹവുമൊത്ത് വ്യാപാരത്തിനെത്തിയതാണ് ഞങ്ങൾ.'' അസീസ് അമ്മാവൻ അറിയിച്ചു.

അത് വിവർത്തനം ചെയ്യാൻ ന്യൂൻഡോ വഴികാട്ടിയുടെ സഹായം തേടി. അവരെന്താണ് സംസാരിക്കുന്നതെന്നറിയാൻ ജനക്കൂട്ടം അവർക്കരികിലേക്ക് നീങ്ങി. പക്ഷേ മഫിപൊ അവരെയൊന്ന് തുറിച്ച് നോക്കിയപ്പോൾ പിന്മാറി. ''എന്താണ് കൊണ്ടുവന്നിരിക്കുന്നതെന്ന് മഫിപൊ ചോദിക്കുന്നു.'' പല സംഭാഷണങ്ങൾക്ക് ശേഷം ന്യൂൻഡൊ അറിയിച്ചു. ''അവ നല്ല സമ്മാനങ്ങളായിരിക്കുന്നതാകും ഉത്തമം. വിലകൂടിയവ. കാരണം ചാതു കുലീനനായ ഒരു ഭരണാധികാരിയാണ്. നിങ്ങളുടെ വിലകുറഞ്ഞ വസ്തുക്കളൊന്നും അദ്ദേഹത്തിനു വേണ്ട. എന്നൊക്കെയാണിവർ പറയുന്നത്.' ഇത് പറഞ്ഞ് ന്യൂൻഡൊ ഒന്ന് പല്ലിളിച്ച് കാണിച്ചു. മഫിപൊ അതിലപ്പുറവും പറഞ്ഞിരുന്നു എന്ന് അങ്ങനെ വ്യക്തമാക്കി.

''നമ്മുടെ കയ്യിലുള്ള സമ്മാനങ്ങൾ അദ്ദേഹത്തിനു കാഴ്ച വയ്ക്കാൻ താത്പര്യമുണ്ട്.'' കുറച്ച് ആലോചിച്ചതിനു ശേഷം അസീസ് പറഞ്ഞു. ''അത് ഞങ്ങൾക്ക് വലിയ ബഹുമതിയായിരിക്കും. ആനന്ദവും.''

മഫിപൊ വ്യാപാരിയെ പുച്ഛത്തോടെ നോക്കി. ഒന്ന് ചിരിച്ചു. സാവധാനത്തിലാണ് പിന്നെ അയാൾ സംസാരിച്ചത്. ന്യൂൻഡൊയ്ക്ക് ആവശ്യത്തിനു സമയം നൽകാൻ. ''നമ്മൾ വിശ്രമിക്കാനും മരുന്നിനുമാണിവിടെ വന്നിരിക്കുന്നത് അല്ലാതെ വ്യാപാരത്തിനല്ല, എന്നാണയാൾ പറയുന്നത്. ഒരു വൈദ്യനെ നമുക്കരികിലേക്കയയ്ക്കാം എന്ന്. ചാതുവിനുള്ള കാഴ്ചവസ്തുക്കൾ ഈ യുവാവ്

കൊണ്ടുവരട്ടെ എന്നും പറയുന്നു. യൂസുഫിനെയാണ് അയാൾ ഉദ്ദേശിച്ചത്. യൂസുഫ് ചാതുവിനരികിലേക്ക് പോകണം എന്നാണയാൾ ആഗ്രഹിക്കുന്നത്. ചാതു അവനിൽ സന്തുഷ്ടനായാൽ നിങ്ങളേയും വിളിച്ചേക്കാം. അതൊക്കെയാണയാൾ പറയുന്നതെന്ന് എനിക്ക് തോന്നുന്നു.''

''എല്ലാവർക്കും യൂസുഫിനെ വേണം.'' അസീസ് പുഞ്ചിരിച്ചു.

കൂടുതൽ സംസാരിക്കാൻ തയ്യാറാകാതെ മഫിപൊ അവിടെ നിന്ന് പോകാനൊരുങ്ങി. ഏതാനും അടി നടന്നതിനു ശേഷം തിരിഞ്ഞ് നിന്ന് വഴികാട്ടിയെ വിളിച്ചു. വ്യാപാരിയും മ്ന്യാപരയും പരസ്പരം നോക്കി. പട്ടണവാസികൾ യാത്രാസംഘത്തിനു ഭക്ഷണം വിൽക്കാനെത്തി. യാത്രാസംഘവുമായി ഇടപഴകി. അവരോട് ചോദ്യങ്ങൾ ചോദിച്ചു. തമാശ പറഞ്ഞു. അവർ സംസാരിച്ച വാക്കുകൾ ആരുടേയും കാതുകളിലെത്തിയില്ല. അത് എവിടെയൊക്കെയോ തട്ടി പ്രതിഫലിച്ചുകൊണ്ടിരുന്നു. അതല്ലെങ്കിൽ ആ വാക്കുകൾ വിവർത്തനം ചെയ്യാൻ ന്യൂൻഡൊ സന്നിഹിതനാകണം. അയാൾ അതിനു തയ്യാറാകാണം. എങ്കിലും ചിലതൊക്കെ മനസ്സിലാക്കാൻ അവർക്കായി. അവർ ആ പട്ടണത്തിന്റെ വലിപ്പത്തെക്കുറിച്ചും ഭരണാധികാരിയുടെ കരുത്തിനെക്കുറിച്ചും പറഞ്ഞു. നിങ്ങൾ എന്തെങ്കിലും കുസൃതി കാണിക്കാനാണെത്തിയിരിക്കുന്നതെങ്കിൽ അതിൽ പശ്ചാത്തപിക്കുമെന്ന് പറഞ്ഞു. ''എന്ത് തരം കുസൃതി?'' സംഘാംഗങ്ങൾ ചോദിച്ചു. ''ഞങ്ങൾ വ്യാപാരികളാണ്. ശാന്തി കാംക്ഷിക്കുന്നവർ. വ്യാപാരം മാത്രമാണ് ഞങ്ങളുടെ ലക്ഷ്യം. കുസൃതികളും ശല്യങ്ങളുമൊക്കെ ഞങ്ങൾ ഭ്രാന്തർക്കും അലസർക്കും വിട്ടുകൊടുത്തിരിക്കുന്നു.''

മൊഹമ്മദ് അബ്ദുള്ള എവിടെ നിന്നോ കുറച്ച് മരം കൊണ്ടുവന്നു. പുല്ലു കൊണ്ടുവന്നു. അതുപയോഗിച്ച് അവർ ഒരു കുടിൽ കെട്ടി. രോഗികൾക്കു വിശ്രമിക്കാനും സാധന സാമഗ്രികൾ സൂക്ഷിക്കാനുമായി അതുപയോഗിച്ചു. സന്ധ്യാസമയത്ത് അതിന്റെ നിർമ്മാണത്തിനു മേൽനോട്ടം വഹിച്ചതും അബ്ദുള്ള തന്നെയായിരുന്നു. അപ്പോഴത്തെ അയാളുടെ പ്രകടനം കണ്ട് പലരും ചിരിച്ചു. കുടിൽ പണിതു കഴിഞ്ഞപ്പോൾ അയാൾ സാധനങ്ങളെല്ലാം അടുക്കും ചിട്ടയും പാലിച്ച് അതിന്റെ നടുക്ക് സൂക്ഷിക്കണമെന്നും അതിനെപ്പോഴും കാവൽ വേണമെന്നും നിർദ്ദേശിച്ചു.

അസീസ് വുളുവെടുത്തു. നിസ്കരിച്ചു. അതിനു ശേഷം യൂസുഫിനെ അരികിൽ വിളിച്ച് ചാതുവിനരികിലേക്ക് കൊണ്ടുപോകേണ്ട കാഴ്ചദ്രവ്യങ്ങൾ എന്തൊക്കെ എന്ന് വിശദീകരിച്ചു. ഇവിടെ നല്ല വ്യാപാരം നടന്നാൽ ഈ യാത്ര ഫലപ്രദമായി എന്ന് കണക്കാക്കാം എന്ന് പറഞ്ഞു. പ്രഭാതം വരെ കാത്തിരുന്നതിനു ശേഷം മതി യൂസുഫിന്റെ സന്ദർശനം എന്ന അഭിപ്രായക്കാരനായിരുന്നു മൊഹമ്മദ്

അബ്ദുള്ള. അതുവരെ കാവൽ ശക്തിപ്പെടുത്തണം. അവരുടെ കൈവശം ഉപയോഗപ്രദമായ രണ്ട് തോക്കുകൾ മാത്രമേയുള്ളൂ. കൂടുതൽ തോക്കുകൾ തയ്യാറാക്കി വയ്ക്കേണ്ടി വരും. വ്യാപാരി അത് കേട്ട് തലയാട്ടി. കാഴ്ചദ്രവ്യങ്ങൾ അന്ന് രാത്രി തന്നെ എത്തിക്കണം എന്ന അഭിപ്രായക്കാരനായിരുന്നു അദ്ദേഹം. ഇരുട്ടാകുന്നതിനു മുമ്പ്. അതല്ലെങ്കിൽ ഒരുപക്ഷേ തങ്ങൾക്ക് മര്യാദയില്ലെന്ന് സുൽത്താൻ വ്യാഖ്യാനിക്കും.

അസീസ് അമ്മാവൻ വേവലാതിപ്പെടുന്നുണ്ടെന്ന് യൂസുഫിനു മനസ്സിലായി. അതല്ലെങ്കിൽ ആവേശം വർദ്ധിച്ചതുമാകാം. ആ മഫിപൊ സ്വയം തനിക്ക് വേണ്ടിയാണോ അതോ തന്റെ യജമാനനു വേണ്ടിയാണോ കുരച്ചിരുന്നത് എന്നൊന്നറിയണമല്ലോ. സിംബമവേനെയെ യൂസുഫിനൊപ്പം പോകാൻ നിയോഗിച്ചു. അയാൾ ഉടൻ കൊണ്ടുപോകാനുള്ളതൊക്കെ ഒതുക്കിക്കെട്ടി. അത് ചുമക്കാൻ അഞ്ച് ചുമട്ടുകാരെ നിയോഗിച്ചു. വിവർത്തകനായി ന്യൂൻഡൊ ഒപ്പം പോകും എന്നും തീരുമാനമായി. അയാൾ ഇടയ്ക്കൊക്കെ തമാശകൾ പറയും എന്നത് ഈ സന്ദർഭത്തിനനുയോജ്യമാകും എന്നും തീരുമാനമായി. പക്ഷേ അയാൾ വിവർത്തനങ്ങൾ കെട്ടിച്ചമയ്ക്കുകയാണെന്ന് കൂടെയുള്ളവർ കളിയാക്കി. മുഖത്തെ മുറിവ് സുഖപ്പെടുന്നുണ്ടോ എന്ന് അയാൾ ഇടയ്ക്കിടെ പരിശോധിക്കുന്നുണ്ടായിരുന്നു. അറിയാതെ കൈകൾ മുറിവിലേക്കു നീളുന്നുണ്ടായിരുന്നു.

ചാതുവിന്റെ വീട് നിൽക്കുന്നിടത്ത് അവരെത്തി. വീടിനു ചുറ്റിലും മതിലുണ്ട്. അതുവരെ അവരെ ആരും തടഞ്ഞില്ല. എന്നാൽ മുറ്റത്തെത്തിയപ്പോൾ ഏത് ദിശയിലേക്ക് നീങ്ങണമെന്ന് അറിയിക്കാൻ ആരെങ്കിലും വരുമെന്ന പ്രതീക്ഷയിൽ അവർ കാത്ത് നിന്നു. അധികം താമസിയാതെ രണ്ട് യുവാക്കൾ പ്രത്യക്ഷപ്പെട്ടു. ചാതുവിന്റെ മക്കളാണെന്ന് പറഞ്ഞ് പരിചയപ്പെടുത്തി. വീടിനകത്ത് ആരൊക്കെയോ ഉണ്ടെന്നവർക്ക് മനസ്സിലായി. അവരിൽ ചിലർ പുറത്ത് വന്ന് ഒരു താത്പര്യവുമില്ലാത്തതുപോലെ അവരെയൊന്ന് നോക്കി. കുട്ടികൾ ഓടിക്കളിക്കുന്നുണ്ട്. അവർക്ക് അവരുടെ കളിയിലല്ലാതെ മറ്റൊന്നിലും ശ്രദ്ധയില്ല.

"സുൽത്താന് കാഴ്ചദ്രവ്യങ്ങളുമായെത്തിയതാണ്." യൂസുഫ് പറഞ്ഞു.

"സയ്യിദിൽ നിന്ന് അഭിവാദ്യങ്ങളും. അതും പറയണം." സിംബമവേനെ യൂസുഫിലെ തെറ്റ് കണ്ടെത്തിയതുപോലെ പറഞ്ഞു.

ആ രണ്ട് യുവാക്കളും പ്രധാന വീടിന്റെ അരികിലുള്ള മറ്റൊന്നിലേക്ക് കൊണ്ടുപോയി. വിശാലമായ മട്ടുപ്പാവുള്ള ഒന്ന്. അതിൽ ഉയരം കുറഞ്ഞ ബഞ്ചുകളിൽ കുറേയാളുകൾ ഇരിക്കുന്നുണ്ട്. അക്കൂട്ടത്തിൽ മഫിപൊയും മറ്റ് മുതിർന്നവരുമുണ്ട്. അവർ അരികിലെത്തിയപ്പോൾ ഒരു മെലിഞ്ഞ മനുഷ്യൻ എഴുന്നേറ്റ് നിന്നു. പുഞ്ചിരിച്ചു.

അവർ അടുത്തെത്തിയപ്പോൾ അയാൾ കൈ നീട്ടി സ്വാഗതം ചെയ്തു. അവരെ കാണാനായതിൽ സന്തോഷമുണ്ടെന്ന പോലെ. ചാതുവിനെക്കുറിച്ച് അതുവരെ കേട്ടതിൽ നിന്ന് വ്യത്യസ്തമായിരുന്നു അതെന്നതിനാൽ യൂസുഫ് അത്ഭുതപ്പെട്ടു. അയാൾ അവരെ മട്ടുപ്പാവിലേക്ക് നയിച്ചു. സിംബ മവേനെ ന്യൂൻഡൊ വഴി അറിയിച്ച വ്യാപാരിയിൽ നിന്നുള്ള അഭിവാദ്യങ്ങൾ മുഴുവനായും ഇത്തിരി അസ്വസ്ഥതയോടെ, കേട്ടു. ചിലപ്പോഴൊക്കെ ന്യൂൻഡൊ പറഞ്ഞത് കേട്ട് അത്ഭുതം നടിച്ചു. ചിലപ്പോൾ സംശയാലുവായി.

''നമ്മൾ അദ്ദേഹത്തെ ആവശ്യത്തിലധികം ബഹുമാനിക്കുന്നു എന്നാണ് പറയുന്നത്. സമ്മാനങ്ങൾ തന്നതിലെ ഔദാര്യത്തിനു നന്ദി എന്നും. ഇരിക്കൂ എന്നും ഇനി ശബ്ദമുണ്ടാക്കരുത് എന്നും ആവശ്യപ്പെടുന്നു. എന്നോട് എന്റെ വാർത്തകൾ പറയണം എന്നാണാവശ്യപ്പെടുന്നത്.'' ന്യൂൻഡൊ അറിയിച്ചു.

''വിഡ്ഢിവേഷം കെട്ടരുത്.'' സിംബ മവേനെ അയാളെ നോക്കി മുരണ്ടു. ''നമ്മളിവിടെ കളിതമാശകൾക്കെത്തിയതല്ല. അയാൾ പറഞ്ഞത് വിവർത്തനം ചെയ്താൽ മാത്രം മതി. അയാളുടെ തമാശകളെ അവഗണിച്ചേക്കൂ.''

''ഇങ്ങനെയൊക്കെയാണയാൾ പറഞ്ഞത്.'' ന്യൂൻഡോയ്ക്ക് സിംബയുടെ വാക്കുകൾ ഇഷ്ടമായില്ല. ''എന്നോട് തട്ടിക്കയറരുത്. അല്ലെങ്കിൽ നിങ്ങൾ നേരിട്ട് സംസാരിച്ചോളൂ. എന്തായാലും നമ്മൾ ഇവിടെയെത്താൻ കാരണമെന്തെന്ന് അയാൾ ചോദിക്കുന്നുണ്ട്.''

''വ്യാപാരം.'' സിംബ മവേനെ പറഞ്ഞു. യൂസുഫിനെ നോക്കി. വിശദമായി പറയൂ എന്ന മട്ടിലൊരു നോട്ടം.

ചാതുവും പുഞ്ചിരിച്ചുകൊണ്ട് യൂസുഫിനെ നോക്കി. അയാൾ ഒന്ന് ചാരിയിരുന്ന് യൂസുഫിനെ വിശാലമായി തന്നെ കണ്ട് ആസ്വദിച്ചു. ഒരു നിമിഷത്തേക്ക് യൂസുഫിനു സംസാരിക്കാനായില്ല. അവൻ ചാതുവിന്റെ നിരീക്ഷണത്തിൽ വെപ്രാളപ്പെട്ടു. തിരിച്ച് ഒരു പുഞ്ചിരി നൽകാനൊക്കെ ശ്രമിച്ചു. പക്ഷേ അവന്റെ മുഖം അതിനനുവദിച്ചില്ല. താനൊരു വിഡ്ഢിയെപ്പോലെയാണപ്പോൾ നിൽക്കുന്നതെന്ന്, ഭയന്നിരിക്കുകയാണെന്ന് അവനറിയാം. ചാതു ചിരിച്ചു. അയാളുടെ പല്ലുകൾ തിളങ്ങി.

''വ്യാപാരത്തിനായി എന്തൊക്കെയാണുള്ളതെന്ന് ഞങ്ങളുടെ വ്യാപാരി അറിയിക്കും.'' അവസാനം യൂസുഫ് പറഞ്ഞു. അത്രയും പറഞ്ഞ് തീർത്തപ്പോൾ ആകാംക്ഷയിൽ ഒട്ടൊന്ന് കുറവ് വന്നു.

''ഞങ്ങളെ ഇവിടേക്കയച്ചത് താങ്കളോട് അദ്ദേഹത്തിനുള്ള ബഹുമാനം അറിയിക്കാനാണ്. നാളെ വന്നാൽ കാണാനാകുമോ എന്നറിയാൻ.''

ആ വാക്കുകൾ വിവർത്തനം ചെയ്തപ്പോൾ ചാതു സന്തോഷം പ്രകടിപ്പിച്ചു. ചിരിച്ചു. ''എന്ത് നന്നായാണ് നീ സംസാരിക്കുന്നത് എന്നാണയാൾ പറയുന്നത്.'' ന്യൂൻഡൊ അറിയിച്ചു.

''ഞാൻ ചില വാക്കുകളൊക്കെ മാറ്റി പറഞ്ഞിട്ടുണ്ട്. നീ ഒരു വിവേകിയാണെന്ന് അയാൾ ധരിച്ചോട്ടെ എന്ന് കരുതി. അതിനെനിക്ക് നന്ദി പറയുകയൊന്നും വേണ്ട. പിന്നെ വ്യാപാരിയുടെ സന്ദർശനത്തെക്കുറിച്ച് അയാൾ പറഞ്ഞത് ആർക്കെപ്പോൾ വേണമെങ്കിലും തന്നെ വന്ന് കാണാം എന്നാണ്. അയാൾ ജനങ്ങളുടെ ഒരു സേവകൻ മാത്രമാണെന്ന്. നീ ആ വ്യാപാരിയുടെ വേലക്കാരാണോ അതോ മകനാണോ എന്നും അയാൾ ചോദിക്കുന്നുണ്ട്.''

''ഒരു വേലക്കാരൻ.'' യൂസുഫ് വിനീതനായി.

ചാതു അവനിൽ നിന്ന് സിംബ മവേനെയിലേക്ക് തിരിഞ്ഞു. അപ്പോൾ അവർ ഉപയോഗിച്ച വാക്കുകൾ വിവർത്തനം ചെയ്യാൻ ന്യൂൻഡൊ വിഷമിച്ചു. ''മറ്റ് കുഴപ്പങ്ങളൊന്നുമില്ലെങ്കിൽ നാളെ വ്യാപാരിയെ കാണാം എന്നയാൾ പറയുന്നു. വഴികാട്ടി അവരോട് കാട്ടിലൂടെയുള്ള യാത്രയെക്കുറിച്ച് വിവരിച്ചിരിക്കുന്നു. നമ്മുടെ സഹജീവനക്കാർ പെട്ടെന്ന് സുഖപ്പെടട്ടെ എന്നയാൾ ആശംസിക്കുന്നു. ഇപ്പോൾ അയാൾ പറഞ്ഞതുകൂടി കേൾക്കൂ. ഈ സുന്ദരൻ യുവാവിനെയൊന്ന് കാണൂ എന്നാണയാൾ പറയുന്നത്. ഞാനയാളോട് അയാൾക്ക് ഒരു മകളുണ്ടോ, ഉണ്ടെങ്കിൽ ഇവനു വിവാഹം കഴിച്ചുകൊടുക്കാമോ എന്ന് ചോദിക്കണോ? അതല്ലെങ്കിൽ നിന്നെ അയാൾക്ക് സ്വന്തമാക്കാൻ വേണമായിരിക്കും. ഇവനെ ആരും കട്ടുകൊണ്ടുപോകാതെ തിരികെയെത്തിയാൽ നമ്മുടെ ഭാഗ്യം എന്ന് കരുതിയാൽ മതി സിംബ.''

സിംബ മവേനെ വളരെ ആവേശപൂർവ്വം തന്റെ റിപ്പോർട്ട് അസീസിനു സമർപ്പിച്ചു. അത് മ്ന്യാപരയിലും അസീസിലും ജിജ്ഞാസയുണ്ടാക്കി. അയാൾ വളരെ സൗഹാർദ്ദപരമായാണ് പെരുമാറിയത്. അനാവശ്യ ആവശ്യങ്ങൾ ഒന്നുമുണ്ടായില്ല.

''നമുക്കിവിടെ നിന്ന് നല്ല വ്യാപാരം ലഭിക്കും.'' അസീസ് പറഞ്ഞു. 'ഇവരുടെ കൈവശം ആനക്കൊമ്പ് ധാരാളമുണ്ടെന്ന് ഞാൻ കേട്ടിട്ടുണ്ട്.''

സംഘാംഗങ്ങൾ മിക്കവരും നിലത്ത് കിടപ്പായിട്ടുണ്ടായിരുന്നു. അധികം വൈകാതെ തമ്പ് നിശ്ശബ്ദമായി. കാവൽക്കാർ അവർക്ക് ലഭിക്കാവുന്ന സൗകര്യങ്ങൾ ഉപയോഗപ്പെടുത്താൻ തുടങ്ങി. യൂസുഫ് കിടന്ന ഉടൻ ഉറങ്ങി. എന്നാൽ അധികം താമസിയാതെ പുറത്തെ ബഹളം കേട്ട്, വെളിച്ചം കണ്ട് ഉണർന്നു.

അവനപ്പോൾ ഒരു കുന്നുകയറുകയായിരുന്നു. ചെങ്കുത്തായ കയറ്റം. നിറയെ പാറക്കെട്ടുകളും അതിനിടയിൽ വന്യമൃഗങ്ങളുമുള്ള

കുന്ന്. കുന്നിന്റെ ഒരു വശത്തെത്തിയപ്പോൾ മുന്നിൽ കുത്തിയൊലിക്കുന്ന വെള്ളം കണ്ടു. അതിനപ്പുറത്ത് നല്ല ഉയരമുള്ള ഒരു ചുമർ. അതിൽ തീ കൊണ്ടൊരു വാതിൽ. പ്ലേഗിനെ പ്രതിനിധീകരിക്കുന്ന ഇളംപച്ച നിറമായിരുന്നു ആ വെളിച്ചത്തിന്. കിളികളുടെ സ്വരം വരാനിരിക്കുന്ന മഹാമാരിയെ പ്രവചിക്കുന്നു. അവനരികിൽ ഒരു നിഴൽരൂപം പ്രത്യക്ഷപ്പെട്ടു. നീ മിടുക്കനായിരിക്കുന്നു എന്ന് പറഞ്ഞു. ഇത്തവണ പക്ഷേ അവനെ ആക്രമിക്കാനൊരു നായയില്ലല്ലോ എന്ന് അവൻ ചിന്തിച്ചു. അവനിൽ വന്ന ഭീതി പിന്നെ മെല്ലെ ഒഴിയാൻ തുടങ്ങി. യാത്രയുടെ ഈ നിശ്ശബ്ദ നിമിഷങ്ങളിൽ അവനിൽ ഉയരുന്ന ഭീതിയെ ഓർത്ത് അവൻ ലജ്ജിച്ചു. തനിക്ക് ചുറ്റിലും കിടന്നുറങ്ങുന്നവരെ നോക്കി. അറിയാവുന്ന ലോകത്തിന്റെ മിക്കവാറും അതിരിലേക്കവർ എത്തിയിരിക്കുന്നു എന്ന് മറക്കാൻ ശ്രമിച്ചു.

ചാതുവിന്റെയാളുകൾ നാലുഭാഗത്തുനിന്നും ആക്രമണമഴിച്ചുവിട്ടപ്പോൾ അവൻ നല്ല ഉറക്കമായിരുന്നു. അവർ കാവൽക്കാരെ കൊന്നു. ആയുധങ്ങൾ പിടിച്ചെടുത്തു. ഉറങ്ങിക്കിടന്നവരെ തല്ലിയുണർത്തി. പ്രതിരോധങ്ങൾ ഒന്നുമുണ്ടായില്ല. അത്രയ്ക്ക് അത്ഭുതപ്പെട്ടിരിക്കുകയായിരുന്നു അവരെല്ലാം. സംഘത്തെ അവർ തെളിച്ച് ആ തുറസ്സായ സ്ഥലത്തിനു മദ്ധ്യത്തിൽ നിർത്തി. ആർപ്പുവിളികളോടെ അവർ വിജയം ആഘോഷിച്ചു. ചുറ്റിലും പന്തങ്ങൾ തെളിഞ്ഞു. അവ തടവുപുള്ളികൾക്ക് മുകളിൽ ഉയർത്തിപ്പിടിച്ചു. തടവുപുള്ളികളോട് കൈ തലയിൽ വച്ച് ഇരിക്കാൻ ഉത്തരവുണ്ടായി. അവർ ചുമന്നുകൊണ്ടുവന്ന സാധനസാമഗ്രികളെല്ലാം അക്രമികൾ ഇരുട്ടിലേക്ക് കൊണ്ടുപോയി. അക്രമികളിൽ ആണുങ്ങളും പെണ്ണുങ്ങളുമുണ്ടായിരുന്നു. പ്രഭാതമാകുന്നത് വരെ അക്രമികൾ അവരെ വട്ടം ചുറ്റി. കളിയാക്കി. അവസരം കിട്ടിയപ്പോഴൊക്കെ മർദ്ധിച്ചു.

യാത്രാസംഘം പരസ്പരം പ്രോത്സാഹിപ്പിക്കാൻ ശ്രമിച്ചു. മൊഹമ്മദ് അബ്ദുള്ള അതിനു നേതൃത്വം നൽകി. അയാളുടെ സ്വരം എല്ലാവരുടെയും മുരൾച്ചകൾക്കും കരച്ചിലുകൾക്കും മീതെ ഉയർന്നു. അവർ പരസ്പരം ദൃഢചിത്തരാകാൻ ആവശ്യപ്പെട്ടുകൊണ്ടിരുന്നു. അവരിൽ ചിലർ ഉറക്കെ കരയുന്നുണ്ടായിരുന്നു. നാലുപേർ കൊല്ലപ്പെട്ടിരുന്നു. പലർക്കും പരിക്കുകളുണ്ട്. മ്നൃാപരയ്ക്കും പരിക്കേറ്റിട്ടുണ്ടെന്ന് യൂസുഫ് കണ്ടു. അയാളുടെ മുഖത്തും വസ്ത്രത്തിലും രക്തം പുരണ്ടിരിക്കുന്നു.

''മരിച്ചവരെ മൂടിയിടൂ.'' മൊഹമ്മദ് അബ്ദുള്ള വിളിച്ച് പറഞ്ഞു. ''ദൈവം അവരോട് കരുണയുള്ളവനായിരിക്കട്ടെ. അവർക്ക് മാന്യത നൽകൂ.''

അയാൾ യൂസുഫിനെ കണ്ടു. മുഖത്തൊരു പുഞ്ചിരി വരുത്തി.

''ചുരുങ്ങിയ പക്ഷം നമ്മുടെ സുന്ദരൻ യുവാവ് ഇപ്പോഴും നമ്മുടെ

കൂടെയുണ്ടല്ലോ. ഇവനെ നഷ്ടപ്പെട്ടെങ്കിൽ അത് നിർഭാഗ്യങ്ങൾക്ക് കാരണമാക്കുമായിരുന്നു.''

''ചെകുത്താന്റെ ഭാഗ്യം.'' ആരോ അലറി വിളിച്ചു. ''അവൻ നമുക്ക് കൊണ്ടുവന്ന ഭാഗ്യമെന്തെന്ന് നോക്കൂ. എല്ലാം എങ്ങനെ തകിടം മറഞ്ഞു എന്നൊന്ന് നോക്കൂ. നമുക്ക് എല്ലാം നഷ്ടമായിരിക്കുന്നു.''

''അവർ ഇനി നമ്മെയെല്ലാം കൊല്ലും.'' മറ്റൊരാൾ വിളിച്ച് പറഞ്ഞു

''ദൈവത്തിന്റെ കാരുണ്യത്തിൽ വിശ്വാസമർപ്പിക്കൂ.'' വ്യാപാരി പറഞ്ഞു. നിവർന്ന് നടക്കാതെ യൂസുഫ് അസീസ് അമ്മാവനരികിലേക്കെത്തി. വ്യാപാരി പുഞ്ചിരിച്ചു. അവന്റെ പുറത്ത് തട്ടി. ഭയക്കണ്ട എന്ന് പറഞ്ഞു.

കൂടുതൽ വെളിച്ചം വന്നപ്പോൾ പട്ടണവാസികൾ ബന്ദികളെ കാണാനെത്തി. അവർ ഉറക്കെ ചിരിച്ചു. കല്ലെടുത്തെറിഞ്ഞു. അവരുടെ കാര്യങ്ങളെല്ലാം മറന്ന് ബന്ദികളെ നിരീക്ഷിച്ച് ഇരുന്നു. ബന്ദികൾ വിചിത്രമോ അവിചാരിതമോ ആയ എന്തെങ്കിലും ചെയ്യും എന്നവർ പ്രതീക്ഷിക്കുന്നുണ്ടായിരുന്നു. ബന്ദികൾ ഇരുന്നിടത്ത് മലവിസർജ്ജനം ചെയ്തു. അതല്ലാതെ അവർക്ക് മറ്റ് മാർഗ്ഗമില്ലായിരുന്നു. അത് കുട്ടികളേയും നായ്ക്കളേയും ആവേശം കൊള്ളിച്ചു. കുറച്ച് കഴിഞ്ഞപ്പോൾ മഫിപൊ പ്രത്യക്ഷപ്പെട്ടു. വ്യാപാരിയെ ചാതുവിനു മുന്നിൽ ഹാജരാക്കാൻ ഉത്തരവുണ്ടെന്ന് പറഞ്ഞു. അയാൾ ഉച്ചത്തിലാണപ്പോൾ സംസാരിച്ചത്.

''ഇവനേയും കൊണ്ടുചെല്ലാൻ പറഞ്ഞിട്ടുണ്ട്.'' ന്യൂൻഡൊയാണങ്ങനെ പറഞ്ഞത്. മ്ന്യാപരയെ ചൂണ്ടിയാണത് പറഞ്ഞത്. ''അതിനോടൊപ്പം ഇന്നലെ രാത്രി ചെന്ന രണ്ടുപേരെയും.''

ചാതു മട്ടുപ്പാവിൽ തന്നെയുണ്ടായിരുന്നു. സഭയിലെ മുതിർന്നവർ ചുറ്റിലുമുണ്ട്. രാജസഭ നിറയെ ആളുണ്ട്. വിജയത്താൽ മതി മറന്നിരിക്കുകയാണവർ. എല്ലാവരും വിടർന്ന് പുഞ്ചിരിക്കുന്നു. ചാതു എഴുന്നേറ്റു. പക്ഷേ ബന്ദികൾക്കരികിലേക്ക് പോയില്ല. അയാളുടെ മുഖത്ത് ഒരു വികാരവുമില്ലായിരുന്നു. അയാൾ ന്യൂൻഡൊയെ കൈമാടി വിളിച്ചു. മടിച്ചുമടിച്ചാണ് ന്യൂൻഡൊ മുന്നോട്ട് നീങ്ങിയത്.

'വളരെ സാവധാനത്തിൽ സംസാരിക്കാമെന്നും അങ്ങനെയാകുമ്പോൾ അയാൾ പറയുന്നതെല്ലാം എനിക്ക് മനസ്സിലാക്കാനാകുമെന്നുമാണ് അയാൾ പറയുന്നത്.'' ന്യൂൻഡൊ മറ്റുള്ളവരോട് പറഞ്ഞു. ''ഞാൻ എനിക്കാകാവുന്ന വിധത്തിൽ ശ്രമിക്കാം സഹോദരങ്ങളേ. പക്ഷേ തെറ്റുപറ്റിയാൽ എന്നോട് ക്ഷമിക്കണം.''

''ദൈവത്തിൽ വിശ്വാസമർപ്പിക്ക്.'' വ്യാപാരി ശാന്തനായി പറഞ്ഞു.

ചാതു അനിഷ്ടത്തോടെ അയാളെ നോക്കി. സംസാരിക്കാൻ തുടങ്ങി. ''അയാൾ പറയുന്നതിങ്ങനെയൊക്കെയാണ്...'' ന്യൂൻഡൊ

വിവർത്തനം തുടങ്ങി. ചാതുപറഞ്ഞ് നിർത്തിയാൽ വിവർത്തനം ചെയ്തു. ചാതുവിന് വീണ്ടുമാരംഭിക്കാനായി നിർത്തി.

''ഞങ്ങൾ വിളിച്ചിട്ടല്ല നിങ്ങൾ വന്നത്. ഞങ്ങൾക്ക് നിങ്ങളെ സ്വാഗതം ചെയ്യാനാകില്ല. നിങ്ങളുടെ ലക്ഷ്യം അത്ര ഔദാര്യപൂർണ്ണ മല്ല. നിങ്ങൾ ഞങ്ങൾക്ക് തിന്മയും കലാപവും മാത്രമേ കൊണ്ടു വരുന്നുള്ളൂ. ഞങ്ങളെ ഉപദ്രവിക്കാനാണ് നിങ്ങളെത്തിയിരിക്കുന്നത്. നിങ്ങൾക്ക് മുമ്പേ വന്നവർ ഞങ്ങളെ ദ്രോഹിച്ചു. ഞങ്ങൾ അതിനു ശേഷം ഒരുപാട് ക്ലേശങ്ങൾ സഹിച്ചു. ഇനിയും പീഡകൾ സഹി ക്കാൻ ഞങ്ങൾ ഒരുക്കമല്ല. അവരൊക്കെ ഞങ്ങളുടെ അയൽക്കാർ ക്കരികിലെത്തി അവരെ പിടിച്ചുകൊണ്ടുപോയി. ഞങ്ങളുടെ നാട്ടി ലേക്ക് അവരുടെ ആദ്യ സന്ദർശനത്തിനു ശേഷം കൊടുംദുരിതങ്ങൾ മാത്രമേ ഞങ്ങൾക്കുണ്ടായിട്ടുള്ളൂ. അതിനിയും വർദ്ധിപ്പിക്കാനാണ് നിങ്ങൾ വന്നിരിക്കുന്നത്. ഞങ്ങളുടെ കൃഷി നശിക്കുന്നു. കുട്ടികൾ മുടന്തുള്ളവരായി തീരുന്നു. അവർ ജന്മനാ രോഗികളാകുന്നു. മൃഗ ങ്ങൾ ഇതുവരെ കേട്ടുകേൾവി പോലുമില്ലാത്ത രോഗങ്ങളാൽ ചത്തു പോകുന്നു. നിങ്ങൾ വന്നതിനു ശേഷം എന്തെന്ന് പറയാൻ പോലു മാകാത്ത സംഭവങ്ങളാണ് ഞങ്ങൾക്കിടയിൽ സംഭവിച്ചുകൊണ്ടിരി ക്കുന്നത്. നിങ്ങൾ ഞങ്ങളുടെ ലോകത്തിന് തിന്മയല്ലാതെ ഒന്നും കൊണ്ടുവന്നിട്ടില്ല.'' ഇതൊക്കെയാണയാൾ പറഞ്ഞത്.

''ഞങ്ങൾ കച്ചവടത്തിനു മാത്രമായി വന്നതാണ്.'' വ്യാപാരി പറഞ്ഞു. പക്ഷേ അതൊന്ന് വിവർത്തനം ചെയ്യാൻ ചാതു സമ്മതി ച്ചില്ല.

''അയാൾക്ക് താങ്കളെ കേൾക്കണ്ട എന്ന് ബ്വാന താജിരി.'' ന്യൂൻഡൊ വിശദീകരിച്ചു. ചാതുവിന്റെ വാക്കുകൾക്കൊപ്പമെത്താൻ ശ്രമിച്ചു. ''നിങ്ങൾ ഞങ്ങളെ അടിമകളാക്കുന്നതുവരെ കാത്തിരിക്കാനൊന്നും ഇനി ഞങ്ങൾ തയ്യാറല്ല എന്നാണയാൾ പറയുന്നത്. ഞങ്ങളെ അടിമ കളാക്കി ഞങ്ങളുടെ ലോകം വിഴുങ്ങുന്നത് വരെ. നിങ്ങളൊക്കെ ആദ്യമിവിടെ വന്നപ്പോൾ നഗ്നരായിരുന്നു. വിശപ്പും ദാരിദ്ര്യവുമുള്ള വരായിരുന്നു. ഞങ്ങൾ നിങ്ങൾക്ക് ഭക്ഷണം തന്നു. നിങ്ങളിൽ ചിലർ രോഗികളായിരുന്നു. ഞങ്ങൾ ശുശ്രൂഷിച്ചു. അവരെ സുഖപ്പെടുത്തി. അപ്പോൾ നിങ്ങൾ നുണ പറഞ്ഞ് ഞങ്ങളെ വഞ്ചിച്ചു. ഇതൊക്കെ യാണയാൾ പറയുന്നത്. അയാൾ സംസാരിക്കുന്നത് നോക്കൂ! ആരാ ണിപ്പോൾ നുണപറയുന്നത്? ഞങ്ങളൊക്കെ കാട്ടാളന്മാരാണെന്നാണ് നിങ്ങൾ കരുതുന്നത് എന്നാണയാൾ പറയുന്നത്. ഞങ്ങൾക്ക് നിങ്ങൾ തരുന്നത് വാങ്ങിക്കാനുള്ള അർഹത മാത്രമേയുള്ളൂ എന്ന് നിങ്ങൾ കരുതുന്നു. നിങ്ങൾ കൊണ്ടുവന്നതെല്ലാം ഞങ്ങളുടേതാണ്. കാരണം മണ്ണിൽ ഉണ്ടാകുന്നതെല്ലാം ഞങ്ങളുടേതാണ്. അതിനാൽ അതെല്ലാം ഞങ്ങളെടുക്കുന്നു.''

“അങ്ങനെയെങ്കിൽ നിങ്ങൾ ഞങ്ങളുടെ വസ്തുക്കൾ മോഷ്ടിക്കുകയല്ലേ?” അസീസ് പറഞ്ഞു. “അയാൾ ഇനിയും സംസാരിച്ച് തുടങ്ങുന്നതിനു മുമ്പ് ഇത് പറയൂ. ഞങ്ങൾ കൊണ്ടുവന്നതെല്ലാം ഞങ്ങളുടേതാണ്. വ്യാപാരത്തിനു മാത്രമായാണ് ഞങ്ങൾ വന്നത്. ആനക്കൊമ്പിനും സ്വർണ്ണത്തിനും അതുപോലെ മൂല്യമുള്ള എന്തിനും പകരം വ്യാപാരം ചെയ്യാൻ.”

ചാതു ഇടയ്ക്ക് കയറി വ്യാപാരി പറഞ്ഞത് വിവർത്തനം ചെയ്യാൻ ആവശ്യപ്പെട്ടു. അത് കേട്ടപ്പോൾ ജനക്കൂട്ടം കൂക്കുവിളിച്ചു. പരിഹസിച്ചു. അപ്പോൾ ചാതു വീണ്ടും സംസാരിക്കാൻ തുടങ്ങി. അയാൾ കുപിതനായിരുന്നു. നിന്ദയോടെയാണയാൾ സംസാരിച്ചത്. “ഇപ്പോൾ നിങ്ങളുടെ ജീവൻ മാത്രമേ നിങ്ങളുടേതായിട്ടുള്ളൂ എന്നാണയാൾ പറയുന്നത്.” ന്യൂൻഡൊ അറിയിച്ചു.

“അതിനു ഞങ്ങൾക്ക് നന്ദിയുണ്ട്.” വ്യാപാരി പുഞ്ചിരിച്ചു. ന്യൂൻഡൊ പക്ഷേ അത് വിവർത്തനം ചെയ്തില്ല. ചാതു വ്യാപാരിയുടെ അരയിലുണ്ടായ പണസഞ്ചിയിലേക്ക് ചൂണ്ടി. അയാളുടെ സഹായികളിൽ ഒരാളോട് അത് വലിച്ചെടുക്കാൻ ആവശ്യപ്പെട്ടു.

ചാതു അസീസിനെ തുറിച്ച് നോക്കുന്നത് കണ്ടപ്പോൾ ജനക്കൂട്ടം ഒന്നിച്ച് നിശ്വസിച്ചു. ഒരു നിമിഷത്തിനു ശേഷം അയാൾ വീണ്ടും സംസാരിച്ചു തുടങ്ങി. സാവധാനത്തിൽ. ഭീഷണമായി. കോപത്തോടെ പറഞ്ഞു: “കുറേയേറേ ദുരന്തങ്ങൾ ഇതിനകം തന്നെ അവരിൽ പതിച്ച് കഴിഞ്ഞു എന്നാണയാൾ പറയുന്നത്. ഇനി നിങ്ങളുടെ രക്തം എന്റെ കയ്യിൽ പതിയാൻ താത്പര്യമില്ല എന്ന്. അതല്ലെങ്കിൽ ഇനി നിങ്ങൾ മറ്റാരേയും ശല്യം ചെയ്യുന്നില്ല എന്നുറപ്പിക്കുമായിരുന്നു. എന്നാൽ നിങ്ങളെ വിട്ടയയ്ക്കുന്നതിനു മുമ്പ് നിങ്ങളുടെ വേലക്കാരിൽ ഒരാളെ കുറച്ച് മര്യാദ പഠിപ്പിക്കേണ്ട ആവശ്യമുണ്ട്. ഇതാണയാൾ പറയുന്നത്.’

ചാതുവിന്റെ ആംഗ്യത്തെ പിന്തുടർന്ന് വ്യാപാര സംഘത്തെ ഇതുവരെയെത്തിച്ച വഴികാട്ടി ജനക്കൂട്ടത്തിൽ നിന്ന് പുറത്ത് വന്നു. അയാൾ മൊഹമ്മദ് അബ്ദുള്ളയുടെ നെഞ്ചിൽ തൊട്ടു. അപ്പോൾ മ്ന്യാപര സ്വമേധയാ അല്ലാത്ത നിരാശയാൽ കണ്ണടച്ചു. ചാതു തന്റെ രണ്ട് സഹായികളെ വിളിച്ചു. അവർ മൊഹമ്മദ് അബ്ദുള്ളയെ പിടിച്ചു നിർത്തി. മറ്റുള്ളവർ അയാളെ വടിയെടുത്ത് അടിച്ചു. അബ്ദുള്ളയുടെ മൂക്കിൽ നിന്ന് രക്തം വന്നു. ശരീരം അടികൊണ്ട് വിറച്ചു. മ്ന്യാപര പുറപ്പെടുവിച്ച സ്വരങ്ങൾ ജനക്കൂട്ടത്തിന്റെ ആരവത്തിൽ മുങ്ങിപ്പോയി. അയാളുടെ പുളച്ചിൽ സംഭാഷണങ്ങളില്ലാത്ത നാടകത്തിലെ അഭിനയം പോലെ തോന്നിപ്പിച്ചു. അയാൾ നിലത്ത് വീണിട്ടും അവർ അടി അവസാനിപ്പിച്ചില്ല. കുറച്ച് കഴിഞ്ഞപ്പോൾ അയാൾ ചലിക്കാതായി. അവർ നിർത്തി. അയാളുടെ ശരീരത്തിൽ നിന്ന് ഇടവിട്ടിടവിട്ട് അലകൾ ഉയർന്നു.

അസീസ് അമ്മാവന്റെ കണ്ണു നിറഞ്ഞൊഴുകുന്നത് യൂസുഫ് കണ്ടു.

ചാതു വീണ്ടും സംസാരിക്കാനാരംഭിച്ചു. ജനക്കൂട്ടം നിരാശയുടെ മുരൾച്ച പുറപ്പെടുവിച്ചു. മുതിർന്നവരിൽ ചിലർ തങ്ങൾ ഇതിനോട് യോജിക്കുന്നില്ല എന്ന് തലയാട്ടി നിരാശപ്പെട്ടു. ചാതു പിന്നെയും സംസാരിച്ചു. ജനക്കൂട്ടത്തിൽ നിന്ന് വന്ന മർമ്മരത്തെ അടക്കാനായി സ്വരമുയർത്തി. സംസാരിച്ചുകൊണ്ടിരിക്കുമ്പോൾ അയാളുടെ കണ്ണ് ന്യൂൻഡോയിലായിരുന്നു. പക്ഷേ വിരൽ വ്യാപാരിയെ ചൂണ്ടിയിരുന്നു.

''ഇനി ആ തിന്മ നിറഞ്ഞ സംഘത്തെ ഇവിടെ നിന്ന് കൊണ്ടു പോകണം.'' ന്യൂൻഡൊ പറഞ്ഞു. ''ഇയാളുടെ ആളുകൾക്ക് അതിഷ്ട മായിട്ടില്ല. എന്നാൽ ഈ മണ്ണിൽ ഇനിയും അത്യാപത്തുകൾ കൊണ്ടു വരാൻ താത്പര്യപ്പെടുന്നില്ല എന്നയാൾ പറയുന്നു. ഇവനെപ്പോലെ യുള്ള യുവാക്കളെ കാണുമ്പോൾ, നിങ്ങളെല്ലാം ഒരുപോലെ പാപി കളായ തട്ടിപ്പുകാരും മാംസം നായാടുന്നവരുമാകും എന്ന ചിന്ത വരുന്നില്ല എന്നും അയാൾ പറയുന്നു. അതാണ് മാപ്പ് നൽകുന്നതിനു കാരണമെന്നും. ഇപ്പോൾ പോകൂ, എന്നയാൾ ഉത്തരവിടുന്നു. മനസ്സ് മാറുന്നതിനു മുമ്പ് ഇവിടെ നിന്ന് പോകൂ. മനസ്സ് മാറിയാൽ ഒരുപക്ഷേ ഈ ദയ ഇനി ലഭിച്ചില്ലെന്ന് വരാം. ഈ യുവാവ് അവസാനം നമുക്ക് ഭാഗ്യം കൊണ്ടുവന്നിരിക്കുന്നു.''

''കരുണ ദൈവത്തിന്റേതാണ്.'' വ്യാപാരി പറഞ്ഞു. ''അത് അയാ ളോട് പറയൂ. വളരെ ശ്രദ്ധിച്ച് പറയൂ. കരുണ ദൈവത്തിന്റേതാണ്. അത് നൽകേണ്ടത് ഈ മനുഷ്യനല്ല. എടുത്തുമാറ്റേണ്ടതും ഇയ്യാളല്ല. അത് ശ്രദ്ധയോടെ പറയൂ.''

ചാതു തനിക്കത് വിശ്വസിക്കാനാകുന്നില്ല എന്ന മട്ടിൽ യൂസു ഫിനെ തുറിച്ച് നോക്കി നിന്നു. ജനക്കൂട്ടം ന്യൂൻഡോയുടെ വാക്കു കൾ കേട്ട് ഉറക്കെ ചിരിക്കുകയും കൂക്കുവിളിക്കുകയും ചെയ്തു.

''നിങ്ങൾ ധീരനാണെന്നും ധീരമായ ഒരു നാക്ക് നിങ്ങളുടെ വായിലുണ്ടെന്നും അയാൾ പറയുന്നു. അതയാൾ ആവർത്തിക്കുന്നു. നിങ്ങളുടെയാളുകളേയും കൊണ്ട് ഇവിടെ നിന്ന് പോകൂ എന്നാവശ്യ പ്പെടുന്നു. അതാണയാൾ പറയുന്നത് ബ്വാന. അയാൾ വീണ്ടും കോപിക്കുകയാണെന്ന് തോന്നുന്നു.''

''നമ്മുടെ ചരക്കുകൾ കിട്ടാതെ നമ്മൾ പോകുന്നില്ല. നമ്മുടെ ജീവനാണയാൾക്ക് വേണ്ടതെങ്കിൽ എടുത്തോളാൻ പറയൂ. അവ ഉപയോഗശൂന്യമാണ്. എന്നാൽ ജീവൻ വിട്ടു തരുന്നു എങ്കിൽ ആ സാധനങ്ങളും തിരികെ തരണം. വ്യാപാരം ചെയ്യാനായില്ലെങ്കിൽ പിന്നെ നമ്മൾ എവിടേയുമെത്തില്ല. ആ സാധനങ്ങൾ കിട്ടാതെ തിരികെ പോകില്ല എന്നയാളോട് പറഞ്ഞേക്കൂ.''

6

സുൽത്താന്റെ കൊട്ടാരത്തിൽ വച്ച് എന്തൊക്കെ സംഭവിച്ചു എന്ന് അസീസ് തന്റെ ആളുകൾക്ക് വിശദീകരിച്ചു കൊടുത്തു. ചാതു അവർക്കെതിരായി എന്തൊക്കെ പറഞ്ഞു എന്നും മൊഹമ്മദ് അബ്ദ ള്ളയെ മർദ്ധിച്ചതും അയാൾ വിശദീകരിച്ചു. അവരുടെ സാധന സാമഗ്രികൾ പിടിച്ചെടുത്തതും അവരെ പട്ടണത്തിൽ നിന്ന് പുറത്താ ക്കിയതും വ്യാപാരി പോകാൻ വിസമ്മതിച്ചതുമൊക്കെ പറഞ്ഞു. ആർക്കെങ്കിലും പോകണമെങ്കിൽ അതിനനുവാദമുണ്ടെന്ന് പറഞ്ഞു. അവരെല്ലാം ഒന്നിച്ച് വ്യാപാരിയോടുള്ള കൂറ് വിളിച്ച് പറഞ്ഞു. ദൈവം എന്താണോ നിശ്ചയിക്കുന്നത് അതേറ്റുവാങ്ങാൻ തയ്യാറാണെന്ന് പറഞ്ഞു. യൂസുഫിന്റെ യൗവ്വനം അവരെ ഏറ്റവും മോശമായ അവസ്ഥയിൽ നിന്നും എങ്ങനെ രക്ഷപ്പെടുത്തി എന്ന് സിംബ മവേനെ അവരോട് പറഞ്ഞു. അത് കേട്ട് ചിലർ സന്തോഷത്തോടെ ആർപ്പ് വിളിച്ചു. ചിലർ വൃത്തികെട്ട തമാശകൾ പറഞ്ഞു. അതിനു ശേഷം എല്ലാവരും നിശ്ശബ്ദരായി. അവരെ ബന്ദികളാക്കിയവർ ആവശ്യപ്പെട്ടതു പോലെ നിശ്ശബ്ദരായി. അവർക്ക് അവരുടെ ഒഴിഞ്ഞ വയറിനെക്കുറിച്ചും രോഗികളായ സുഹൃത്തുക്കളെക്കുറിച്ചും ഓർമ്മ വന്നു. നല്ല വെയിലു ണ്ടായിരുന്നു. അതിനെ മറയ്ക്കാൻ മുകളിൽ യാതൊന്നുമില്ലായി രുന്നു. ദിവസം മുന്നോട്ട് നീങ്ങിയപ്പോൾ അവരിൽ നിന്നുള്ള മുരൾ ച്ചയും വർദ്ധിച്ചു. മുറിവേറ്റവർക്കായി അവർ സ്വന്തം വസ്ത്രമുരിഞ്ഞ് പന്തലുകൾ കെട്ടി. അതിനായി വടികളും ചരടുമെല്ലാം കണ്ടെത്തി.

മ്ന്യാപര മാനസികമായി പഴയ അവസ്ഥയിലേക്ക് തിരിച്ചെത്തി തുടങ്ങി. പക്ഷേ ശരീരം അതിനു സമ്മതിക്കുന്നുണ്ടായിരുന്നില്ല. അയാൾക്ക് പനിക്കുന്നുണ്ടായിരുന്നു. ഞരങ്ങിയും മൂളിയും അയാൾ നിലത്ത് കിടന്നു. അയാൾ എന്താണ് പറയുന്നതെന്ന് മനസ്സിലാക്കാൻ ആരും ശ്രമിച്ചുപോലുമില്ല. ഏതാനും മിനുട്ടുകൾ കൂടുമ്പോൾ അയാൾ കണ്ണൊന്ന് തുറക്കും. താനെവിടെയാണെന്നറിയാത്തതുപോലെ നാലുഭാഗത്തേക്കും കണ്ണോടിക്കും. അസീസ് ഒരു തീരുമാനമെടുക്കു ന്നതിനായി സംഘാംഗങ്ങൾ കാത്തു. അതിനിടയിൽ എന്തായിരിക്കും ഉചിത തീരുമാനം എന്ന് അവർ തമ്മിൽ തമ്മിൽ ചർച്ച ചെയ്തു. ഇപ്പോഴും സുരക്ഷിതമായിരിക്കുന്ന അവസ്ഥയിൽ ഇവിടെ നിന്ന് പോകുന്നതല്ലേ നല്ലത്? ഇനി ചാതു എന്ത് ചെയ്യും എന്ന് ആർക്കറിയാം? ഈ അവസ്ഥയിൽ അവർക്ക് എന്ത് ചെയ്യാനാകും? ഈ പട്ടണത്തിൽ തുടർന്നാൽ അവർ പട്ടിണി കിടക്കേണ്ടി വരില്ലേ? കച്ചവടത്തിനായി കൊണ്ടുവന്ന സാമഗ്രികളില്ലാതെ ഇവിടെ നിന്ന് പോയാലും അവർ പട്ടിണി കിടക്കേണ്ടി വരില്ലേ? അതല്ലെങ്കിൽ ആരെങ്കിലും അവരെ ബന്ദികളാക്കില്ലേ?

“മനുഷ്യന്റെ ശരീരം എത്ര് വിഡ്ഢിത്തം നിറഞ്ഞതാണെന്ന് കാണൂ.” അസീസ് അമ്മാവൻ യൂസുഫിനോട് പറഞ്ഞു. അദ്ദേഹത്തിന്റെ ആ

പുഞ്ചിരി സാവധാനത്തിൽ തിരിച്ചെത്താൻ തുടങ്ങിയിരുന്നു. 'നമ്മുടെ ധീരനായ അബ്ദുള്ളയെ നോക്ക്. അയാളുടെ ശരീരം എത്ര പെട്ടെന്നാണ് ലോലവും വിശ്വസിക്കാൻ കൊള്ളാത്തതുമായി മാറിയത്. ഇങ്ങനെയുള്ള മർദ്ദനങ്ങൾ ഏറ്റുവാങ്ങിയാൽ ബലഹീനനായ ഒരാൾ പിന്നെ അതിൽ നിന്ന് രക്ഷപ്പെടില്ല. എന്നാൽ ഈ മനുഷ്യൻ രക്ഷപ്പെടും. പക്ഷേ കാര്യങ്ങൾ അതിലും മോശമാണ്. നമ്മുടെ പ്രകൃതം അടിസ്ഥാനപരവും വഞ്ചകവുമാണ്. എനിക്ക് മറിച്ചറിയാമായിരുന്നില്ലെങ്കിൽ കോപാകുലനായ ആ സുൽത്താന്റെ അവകാശവാദങ്ങൾ ഞാൻ വിശ്വസിക്കുമായിരുന്നു. നമ്മളിൽ അയാൾ നശിപ്പിക്കപ്പെടേണ്ട എന്തൊക്കെയോ കാണുന്നു. അതിനായി അയാളെ തൃപ്തിപ്പെടുത്താൻ നമ്മൾ സമ്മതിക്കും എന്ന് കരുതി അയാൾ കഥകൾ മെനയുന്നു. നമ്മുടെ ശരീരങ്ങൾ അങ്ങനെ ഉപേക്ഷിക്കുകയും അവയ്ക്ക് അവയുടെ സൗഖ്യവും ആനന്ദവും എന്തെന്ന് കണ്ടെത്താൻ സാധിക്കുകയും ചെയ്താലേ കാര്യങ്ങൾ നടക്കുകയുള്ളൂ. നമ്മുടെയാളുകൾ പരാതിപ്പെടുന്നത് നിനക്ക് കേൾക്കാനുണ്ടാകും യൂസുഫ്. നമ്മൾ എന്ത് ചെയ്യണം എന്നാണ് നീ കരുതുന്നത്? ഒരുപക്ഷേ രാത്രിയിൽ നിന്നെത്തേടി എന്തെങ്കിലും സ്വപ്നങ്ങൾ വന്നിരിക്കാം. അതിനെ നിനക്ക് വ്യാഖ്യാനിക്കാനായാൽ നമുക്ക് മുക്തിമാർഗ്ഗം കണ്ടെത്താനായേക്കാം. മറ്റേ യൂസുഫ് ചെയ്തതുപോലെ തന്നെ. അസീസ് അമ്മാവൻ പുഞ്ചിരിച്ചുകൊണ്ട് പറഞ്ഞു.

യൂസുഫ് തലയാട്ടി. തനിക്കൊരു പ്രതീക്ഷയും കണ്ടെത്താനാകുന്നില്ല എന്ന് പറയുന്നതിനു പകരം തലയാട്ടി.

''അങ്ങനെയെങ്കിൽ നമ്മൾ ഇവിടെ പട്ടിണി കിടക്കുന്നതാകും നല്ലത്. അത് ആ സുൽത്താനെ ലജ്ജിപ്പിക്കുമോ?'' വ്യാപാരി ചോദിച്ചു. യൂസുഫിന് അത് കേട്ട് അയാളോട് അനുകമ്പ തോന്നു.

''സിംബ...'' വ്യാപാരി സിംബ മവേനെയെ അടുത്ത് വിളിച്ചു. ''നീ എന്ത് പറയുന്നു? ആ സാധാനങ്ങളെല്ലാം തിരിച്ച് കിട്ടാതെ നമ്മൾ ഇവിടെ നിന്ന് പോകണോ അതോ അത് ലഭിക്കുന്നത് വരെ ഇവിടെയിരിക്കണോ?''

''നമ്മൾ ഇപ്പോൾ പോകണം. തിരിച്ച് യുദ്ധത്തിനു തയ്യാറായി വരണം.'' സിംബ മവേനെ ഒട്ടും ശങ്കിക്കാതെ പറഞ്ഞു.

''ആയുധങ്ങളില്ലാതേയും ആയുധങ്ങൾ വാങ്ങാൻ കൈവശമൊന്നുമില്ലാതേയുമോ? അത്തരത്തിലൊരു യുദ്ധം എങ്ങനെ അവസാനിക്കും?'' വ്യാപാരി ചോദിച്ചു.

ഉച്ചകഴിഞ്ഞപ്പോൾ ചാതു അവർക്ക് കുറച്ച് പഴങ്ങളും വേവിച്ച ചേനയും അയച്ചുകൊടുത്തു. അതിനോടൊപ്പം ഉണങ്ങിയ മാംസവുമുണ്ടായിരുന്നു. പട്ടണവാസികളിൽ ചിലർ കുടിക്കാനും ശരീരം കഴുകാനുമുള്ള വെള്ളം കൊടുത്തു. കുറച്ച് കഴിഞ്ഞപ്പോൾ ചാതു

അസീസിനെ വീണ്ടും വിളിപ്പിച്ചു. അസീസ് ന്യൂൻഡൊയേയും സിംബമവേനെയും യൂസുഫിനേയും ഒപ്പം കൊണ്ടുപോയി. ചാതുവിന്റെ മുറ്റത്ത് ഇത്തവണ ജനക്കൂട്ടമുണ്ടായിരുന്നില്ല. മുതിർന്നവർ, വൃദ്ധർ, പതിവ് ആചാരങ്ങളൊന്നുമില്ലാതെ മട്ടുപ്പാവിൽ ഇരിക്കുന്നുണ്ടായിരുന്നു. ഒരുപക്ഷേ ഇവർ എപ്പോഴും ഇവിടെ തന്നെയുണ്ടാകുമായിരിക്കും. കടയ്ക്ക് മുന്നിലിരിക്കാറുള്ള ആ വൃദ്ധരെപ്പോലെ. യൂസുഫിന്റെ മനസ്സങ്ങനെ പറഞ്ഞു. ചാതു ശാന്തനായാണ് സംസാരിച്ചത്. ദീർഘനേരത്തെ ആലോചനയ്ക്ക് ശേഷമാണീ വാക്കുകൾ എന്ന മട്ടിൽ.

''രണ്ട് വർഷം മുമ്പ് നമ്മുടെ ഒരുകൂട്ടമാളുകൾ ഇവിടേക്ക് വന്നു എന്നാണയാൾ പറയുന്നത്.'' ന്യൂൻഡൊ സുൽത്താനിലേക്കൊന്ന് വളഞ്ഞ് ഇരുന്നു. സുൽത്താൻ സ്വരം താഴ്ത്തി എന്തെങ്കിലും പറഞ്ഞാൽ അത് പിടിച്ചെടുക്കാനാണ് അങ്ങനെ ഇരുന്നത്.

''അവരിൽ ചിലർ താങ്കളെപ്പോലെ വിളറിയ ചർമ്മമുള്ളവരായിരുന്നു ബ്വാന താജിരി. മറ്റുള്ളവർ ഇരുണ്ട നിറക്കാരും. വ്യാപാരത്തിനായാണവർ വന്നത് എന്നാണവർ പറഞ്ഞത്. നിങ്ങൾ ചെയ്തതുപോലെ തന്നെ. അവർക്ക് സ്വർണ്ണവും ആനക്കൊമ്പും നല്ല മൃഗത്തോലുമൊക്കെ നൽകി. അവരുടെ പക്കൽ ഇതിനൊക്കെ പകരം തരാൻ മാത്രം സാധനങ്ങളില്ല എന്ന് അപ്പോൾ ആ വ്യാപാരി പറഞ്ഞു. അവർ പോയി ബാക്കിയുള്ളതുമായി തിരിച്ചെത്താം എന്നും പറഞ്ഞു. അതിനുശേഷം അവർ ഇതുവരെ വന്നിട്ടില്ല. ആ വ്യാപാരി താങ്കളുടെ സഹോദരനാണ്, എന്നാണയാൾ പറയുന്നത്. അതിനാൽ ഈ സാധന സാമഗ്രികൾ സഹോദരന്റെ കടം വീട്ടാനുള്ളതായി കണക്കാക്കപ്പെടുന്നു എന്ന്.''

വ്യാപാരി സംസാരിക്കാൻ ശ്രമിച്ചു. പക്ഷേ ചാതു അതിനവസരം കൊടുത്തില്ല. ന്യൂൻഡോയ്ക്ക് ശ്രദ്ധ വീണ്ടും ചാതുവിലേക്ക് തിരിക്കേണ്ടി വന്നു. ''ഇതിനെക്കുറിച്ച് നിങ്ങളെന്ത് കരുതുന്നു എന്നൊന്നും തനിക്കറിയണ്ട എന്നാണയാൾ പറയുന്നത്. നിങ്ങളുമൊത്ത് ആവശ്യത്തിലധികം സമയം പാഴാക്കി എന്ന്. താനെന്താ ഒരു ഖോയ്ഖോയിയാണെന്ന് കരുതിയോ? ഒരു ഖോയ്ഖോയ് അപരിചർക്ക് തന്റെ വസ്തുക്കൾ മോഷ്ടിക്കാൻ അവസരം നൽകും. അങ്ങനെ മോഷ്ടിക്കപ്പെടുമ്പോഴൊക്കെ അയാൾ നിലാവിൽ നൃത്തം ചെയ്യുകയാകും. ഇനിയും മോശമായ എന്തെങ്കിലും സംഭവിക്കുന്നതിനു മുമ്പ് നിങ്ങൾ ഇവിടെ നിന്ന് പോകണം. ഈ പോംവഴി ഇവിടെയുള്ള എല്ലാവർക്കും ഇഷ്ടപ്പെട്ടിട്ടൊന്നുമില്ല. എന്നാൽ ഇതിനൊരു അവസാനമുണ്ടാക്കാൻ അയാൾ ആഗ്രഹിക്കുന്നു. വളരെ ശ്രദ്ധയോടെ ചിന്തിച്ചതിനു ശേഷമാണിങ്ങനെ ഒരു തീരുമാനത്തിൽ എത്തിയത്. വ്യാപാരത്തിനാവശ്യമായ ചില വസ്തുക്കൾ അയാൾ തിരികെ തരും. ഇവിടെ നിന്ന്

പുറത്ത് കടക്കാൻ എത്ര വേണമോ അത്ര മാത്രം. മറുപടി എന്തെങ്കിലും പറയാനുണ്ടോ എന്നയാൾ ചോദിക്കുന്നു.''

വ്യാപാരി ദീർഘ നേരം മൗനിയായി. ''ഈ തീരുമാനം അയാൾ ജ്ഞാനിയായ ഒരു ഭരണാധികാരിയാണെന്ന് കാണിക്കുന്നു എന്ന് പറഞ്ഞേക്കൂ. പക്ഷേ അത് നീതിയുക്തമല്ല എന്നും.''

അത് വിവർത്തനം ചെയ്തുകൊടുത്തപ്പോൾ ചാതു പുഞ്ചിരിച്ചു. ''നിങ്ങളെ നിങ്ങളുടെ വീട്ടിൽ നിന്ന് ഇത്രയും ദൂരത്തേക്കെത്തിച്ചതെന്താണ്? നീതിയ്ക്ക് വേണ്ടിയുള്ള തിരച്ചിലാണോ? ഇതാണയാൾ ചോദിക്കുന്നത്. അങ്ങനെയെങ്കിൽ നിങ്ങൾ അത് കണ്ടെത്തി എന്നും അയാൾ പറയുന്നു. ഞാൻ നിങ്ങളുടെ സാധനസാമഗ്രികൾ എടുക്കുന്നത് എന്റെയാളുകളിൽ നിന്ന് നിങ്ങളുടെ സഹോദരൻ തട്ടിയെടുത്തതിനു പകരം നൽകി നീതി നടപ്പാക്കുന്നതിനാണ്. നിങ്ങൾ പോയി എന്റെ സാധനങ്ങൾ മോഷ്ടിച്ച നിങ്ങളുടെ സഹോദരനെ കണ്ടെത്തി നീതി തേടൂ. അങ്ങനെയാണിപ്പോൾ അയാൾ പറഞ്ഞതെന്ന് എനിക്ക് തോന്നുന്നു.''

പിറ്റേന്ന് വീണ്ടും ചർച്ചയുണ്ടായി. വ്യാപാരിക്ക് കൊടുക്കേണ്ടുന്ന സാധനസാമഗ്രികൾ എത്ര എന്നതിനെക്കുറിച്ചായിരുന്നു ചർച്ച. അവർ എടുക്കുന്നതിന്റെ മൂല്യമെന്താകും, ചാതുവിനു ലഭിക്കാനുള്ള കടം എത്രയാണ് എന്നൊക്കെ ചർച്ചയുണ്ടായി. വൃദ്ധർ ചുറ്റിലുമിരുന്ന് ചർച്ചയ്ക്ക് അവർക്കാകാവുന്ന ജ്ഞാനം പകർന്നു. അതിൽ മിക്കതിനോടും ചാതു വിയോജിച്ചു. അവഗണിച്ചു. കാവൽക്കാരിൽ നിന്ന് പിടിച്ചെടുത്ത മുന്ന് തോക്കുകൾ വേണം എന്ന് യുവാക്കൾ ആവശ്യപ്പെട്ടു. അത് ലഭിച്ചാൽ ഉടൻ നായാട്ടിനിറങ്ങാം എന്നാണവർ പറഞ്ഞത്. ചാതു അവരേയും അവഗണിച്ചു. സ്ത്രീകൾ ആരും അടുത്തു വന്നില്ല. എന്നാൽ സ്ത്രീകൾ മുറ്റത്ത് അവരവരുടെ കാര്യങ്ങളുമായി അലയുന്നത് യൂസുഫ് കണ്ടു. എല്ലാവരേയും പരിഭാഷപ്പെടുത്താൻ ന്യൂൻഡൊ കുറേ വിഷമിച്ചു. ആ വിഷയം രണ്ട് ഭാഗത്തും അസ്വസ്ഥതയുണ്ടാക്കി. സംശയങ്ങൾക്ക് കാരണമാക്കി. തങ്ങൾ ഈ പട്ടണത്തിൽ തുടരുകയും തന്റെയാളുകൾ പൂർണ്ണമായും സുഖപ്പെടുകയും ചെയ്യുന്നത് വരെ അവർക്ക് ഇവിടെ സ്വതന്ത്രമായി നടക്കാനും ആവശ്യമെങ്കിൽ ഭക്ഷണത്തിനു പകരമായി ചെറിയ വേലകൾ ചെയ്യാനും അനുമതിയുണ്ടോ എന്ന് അസീസ് ചോദിച്ചു. യൂസുഫിനെ തന്റെ ബന്ദിയായി വിട്ട് തരാമെങ്കിൽ അതിനനുമതിയുണ്ടാകും എന്നായിരുന്നു ചാതുവിന്റെ മറുപടി. അന്ന് രാത്രി യൂസുഫ് ചാതുവിന്റെ വീടുകളിലൊന്നിന്റെ മട്ടുപ്പാവിൽ ഉറങ്ങിയപ്പോൾ യാത്രിസംഘത്തിലെ രണ്ടുപേർ ആരുമറിയാതെ, സഹായം അന്വേഷിച്ച് അവിടെ നിന്ന് രക്ഷപ്പെട്ടു

ചാതുവിന്റെ വീട്ടിൽ യൂസുഫിനു നല്ല പരിചരണം ലഭിച്ചു. സുൽത്താൻ അവനോട് നേരിട്ട് സംസാരിച്ചു. യൂസുഫിനു പക്ഷേ ഏതാനും

വാക്കുകൾ മാത്രമേ മനസ്സിലായുള്ളൂ. പല വാക്കുകളും പരിചിതങ്ങളായിരുന്നു. ചാതുവിന്റെ മുഖഭാവവും യൂസുഫിനു മനസ്സിലായ വാക്കുകളും ഉപയോഗിച്ചാണവൻ ഉത്തരം നൽകിയത്. അവർ എത്ര ദൂരം യാത്ര ചെയ്തു? അയാളുടെ നാട്ടിൽ എത്രയാളുകളുണ്ട്? അവരെന്തിനാണിത്രയും ദൂരേയ്ക്ക് യാത്ര ചെയ്തെത്തിയത്? യൂസുഫ് ഇതിനൊക്കെ ഭയഭക്തിയോടെ മറുപടി നൽകി. എന്നാൽ അയാൾ എന്താണ് പറയുന്നതെന്ന് സുൽത്താനോ അയാളുടെ ആൾക്കാർക്കോ മനസ്സിലായതായി തോന്നിയില്ല. പിറ്റേന്ന് വ്യാപാരി വീണ്ടും ചർച്ചയ്ക്കെത്തിയപ്പോൾ, അയാൾ യൂസുഫിനെ ഒന്ന് സാകൂതം വീക്ഷിച്ചു. പുഞ്ചിരിച്ചു.

''എനിക്ക് കുഴപ്പമൊന്നുമില്ല.'' യൂസുഫ് പറഞ്ഞു.

''നീ കാര്യങ്ങൾ നല്ല രീതിയിൽ കൈകാര്യം ചെയ്യുന്നുണ്ട്.'' അസീസ് അമ്മാവൻ പുഞ്ചിരിച്ചു. ''എന്റെയരികിൽ വന്ന് ഇരിക്ക്. സുൽത്താൻ നിന്നെക്കുറിച്ച് എന്തൊക്കെ കഥകളാണ് പറയുന്നതെന്ന് കേൾക്കാം.''

ആ മതിൽക്കെട്ടിനു പുറത്ത് പോകാൻ യൂസുഫിന് അനുവാദമില്ലായിരുന്നു. ചാതുവും മറ്റ് വൃദ്ധരും ഇരിക്കുന്ന മട്ടുപ്പാവിലേക്ക് അവർ വിളിക്കാതെ പോകാനും അനുമതിയില്ലായിരുന്നു. ഈ മുതിർന്നവർക്കൊന്നും ജോലിയില്ലേ? കൃഷിയോ അല്ലെങ്കിൽ മറ്റ് എന്തെങ്കിലും പ്രവർത്തികളോ ഇല്ലേ? ഒരുപക്ഷേ ഈ യാത്രാസംഘം തങ്ങളുടെ പട്ടണത്തിലെത്തിയതിനാൽ അവർക്ക് എല്ലാം ഉപേക്ഷിക്കേണ്ടി വന്നതാകാം. യൂസുഫും ഏതെങ്കിലും മരത്തണൽ കണ്ടെത്തി അവിടെയിരുന്ന് പകൽ മുഴുക്കെ സമയം കഴിച്ചു. സ്ത്രീകൾ ജോലി ചെയ്യുന്നത് കണ്ട് ഇരുന്നു. ഇവരൊക്കെ മിക്കപ്പോഴും ഏതെങ്കിലും മരത്തണലിൽ ഇരുന്ന് വെറുതെ ആകാശത്തേക്ക് തുറിച്ച് നോക്കുകയല്ലാതെ മറ്റൊന്നും ചെയ്യുന്നില്ലല്ലോ എന്ന ചിന്ത ഏതൊരു സന്ദർശകനുമുണ്ടാകും.

സ്ത്രീകൾ അവനെ കളിയാക്കി. അവനെ നോക്കി പലതും വിളിച്ച് പറഞ്ഞു. വിടർന്ന് പുഞ്ചിരിച്ചു. എന്നാൽ ആ പുഞ്ചിരിയിലോ വാക്കുകളിലോ കരുണയുണ്ടെന്ന് തോന്നിയില്ല. അവർ ചെറിയ സമ്മാനങ്ങളും ചില പ്രസ്താവങ്ങളുമായി കൊച്ചു പെൺകുട്ടികളെ അവനരികിലേക്കയച്ചു. അവ എന്തിനുള്ള പ്രസ്താവങ്ങളായിരിക്കുമെന്ന് യൂസുഫിനു മനസ്സിലായി. അതിനെ നേരം പോക്കാനായി ചിലവിടാൻ തീരുമാനിച്ചു. ഇന്ന് എന്റെ ഭർത്താവ് ഉച്ചമയക്കത്തിലാകുമ്പോൾ എന്നെയൊന്ന് വന്ന് കാണൂ. കയ്യൊന്ന് കഴുകണം എന്ന് തോന്നുന്നുണ്ടോ? എവിടെയെങ്കിലും ചൊറിയുന്നുണ്ടെങ്കിൽ ഞാൻ മാന്തിത്തരാം എന്നെല്ലാം അവർ പറഞ്ഞു. ചിലപ്പോൾ അവർ ചിരിച്ച് ചൂളം വിളിച്ചു. അവനെ നോക്കി ഒച്ചയിട്ടു. പ്രായമായ ഒരു സ്ത്രീ അവനെ നോക്കി വായുവിലൂടെ ചുടുചുംബനങ്ങളയച്ചു. അവനെ

കടന്ന് പോയപ്പോഴൊക്കെ നിതംബമൊന്ന് കുലുക്കി. അവനു ഭക്ഷണം കൊണ്ടുവന്ന പെൺകുട്ടി ഒരു നാണവുമില്ലാതെ അവന്റെ മുഖത്തേക്ക് തന്നെ നോക്കി നിന്നു. അവൻ കഴിച്ചുകൊണ്ടിരിക്കുമ്പോൾ അവനിൽ അധികം ദൂരെയല്ലാതെ ഇരുന്നു. ഇടയ്ക്കിടെ അവനോട് സംസാരിച്ചു. നീരസത്തോടെ, ഉത്കടമായി. പാതിപോലും മറയ്ക്കാത്ത അവളുടെ മാറിടത്തിൽ നിന്ന് അവൻ കണ്ണുകൾ കഴിവതും ദൂരേക്കു മാറ്റി. അവൾ കഴുത്തിലണിഞ്ഞിരിക്കുന്ന മുത്തുമാലയിലേക്കവന്റെ ശ്രദ്ധ ക്ഷണിച്ചു. അവന്റെ മതിപ്പ് ലഭിക്കാനായി അതൊന്ന് പിടിച്ചുയർത്തി.

''മുത്തുകളാണവ എന്ന് എനിക്കറിയാം. എല്ലാവർക്കും ഇത്തരം മുത്തുകളോട് എന്താണിത്ര ഇഷ്ടം എന്ന് എനിക്ക് മനസ്സിലാകുന്നില്ല. ചില സ്ഥലങ്ങളിൽ ഇത്തരം മുത്തുകൾ ലഭിക്കാൻ ചിലർ ഒരു ആടിനെ തന്നെ വിൽക്കുന്നത് ഞങ്ങൾ കണ്ടു. നിസ്സാരവസ്തുക്കളാണിവ. ഇവകൊണ്ട് എന്താണുപകാരം?''

''നിന്റെ പേരെന്താ?'' മറ്റൊരിക്കൽ അവൻ അവളോട് ചോദിച്ചു. പക്ഷേ അവൻ ചോദിച്ചതെന്തെന്ന് അവൾക്ക് മനസ്സിലായില്ല. അവൾ സുന്ദരിയാണെന്ന് അവനു തോന്നി. നീണ്ട് കൂർത്ത മുഖവും പുഞ്ചിരിക്കുന്ന കണ്ണുകളുമുണ്ടെന്ന്. ചിലപ്പോൾ അവൾ ഒന്നും മിണ്ടാതെ അവനരികിൽ വന്ന് ഇരിക്കും. താനൊരു പുരുഷനാണെന്ന് കാണിക്കണം എന്നവൻ അപ്പോൾ ആഗ്രഹിക്കും. അതേ നിമിഷത്തിൽ തന്നെ അവളോട് ബഹുമാനമില്ലാതെ പെരുമാറരുതെന്നും ചിന്തിക്കും. തനിക്ക് ചില ആവശ്യങ്ങളുണ്ടെന്നതിന്റെ സൂചന എപ്പോഴൊക്കെ അവൻ കാണിച്ചോ അപ്പോഴൊക്കെ അവളാണ് അടുത്ത് വരിക. ഇതെല്ലാം കണ്ട് ചാതുവും അവർ ഇരുവരേയും കളിയാക്കി തുടങ്ങി. അസീസ് അമ്മാവൻ ചർച്ചയ്ക്കായി എത്തിയപ്പോൾ ചാതു ഇത് പറഞ്ഞ് അവനെ കളിയാക്കി.

''നിങ്ങളുടെ യുവാവ് ഇവിടത്തെ ഒരു പെൺകുട്ടിയെ വിവാഹം കഴിച്ചിരിക്കുന്നു എന്നാണെനിക്ക് അറിയാനായത് എന്നാണയാൾ പറയുന്നത്.'' യൂസുഫിനെ നോക്കി പല്ലിളിച്ച് കാണിച്ച് ന്യൂൻഡൊ പറഞ്ഞു.

''എത്ര പെട്ടെന്നാണ് നീ കാര്യങ്ങൾ ചെയ്യുന്നത് വൃത്തികെട്ട ചെകുത്താനേ. അവൻ ഞങ്ങൾക്കൊപ്പം കഴിഞ്ഞോട്ടെ. എന്നിട്ട് ബാട്ടിക്ക് മക്കളെ നൽകട്ടെ. ഇങ്ങനെയൊരു യുവാവ് എന്തിനാണ് വ്യാപാരം എന്നൊക്കെ പറഞ്ഞ് അലയുന്നത്? അവൻ ഇവിടെ നിൽക്കട്ടെ എന്നാണയാൾ പറയുന്നത്. അപ്പോൾ ബാട്ടി അവനെ ജീവിതമെന്തെന്ന് പഠിപ്പിക്കും.''

ബാട്ടി എന്നായിരുന്നു അവളുടെ പേര്. അതിനു ശേഷം എപ്പോഴൊക്കെ ബാട്ടി അവനരികിൽ വന്നോ അപ്പോഴെല്ലാം ചുറ്റിലുമുള്ളവർ ഒളികണ്ണിട്ട് നോക്കുന്നതും പുഞ്ചിരിക്കുന്നതും യൂസുഫ് ശ്രദ്ധിച്ചു. നാലാം ദിവസം രാത്രി, ആ പെൺകുട്ടി ചാതുവിന്റെ മുറ്റത്തേക്ക്

അവനെ കാണാനെത്തി. അവന്റെ പായയിൽ ഇരുന്നു. മൂളിപ്പാട്ട് പാടി. അവളുടെ കൈകൾ അവന്റെ മുഖത്തും തലമുടിയിലും ഓടി നടന്നു. അവൻ സംസാരിച്ചില്ല. പക്ഷേ അവളുടെ ശരീരത്തിൽ മെല്ലെ തടവി ക്കൊണ്ടിരുന്നു. അവളുടെ ലാളനകൾ അവനെ മഥിച്ചു. അവൾ പക്ഷേ അധികനേരം ഇരുന്നില്ല. പെട്ടെന്ന് എഴുന്നേറ്റ് പോയി. എന്തോ ഓർത്തിട്ടെന്നപോലെ എഴുന്നേറ്റ് പോയി. പിറ്റേന്ന് മുഴുക്കെ അവന് അവളെക്കുറിച്ചുള്ള ചിന്തകളിൽ നിന്ന് മുക്തനായില്ല. അവളെയൊരു നോട്ടം കണ്ടാൽ അവൻ പുഞ്ചിരിക്കും. അവരെ കണ്ടാൽ ഉടൻ സ്ത്രീ കൾ ഒന്നിച്ച് ചിരിക്കാൻ തുടങ്ങുമെന്നായി.

അന്ന് അസീസ് അമ്മാവൻ വീണ്ടും ചാതുവിനെ കാണാനെത്തി. യൂസുഫിനോടും അദ്ദേഹം സംസാരിച്ചു. ‘‘തയ്യാറായിരിക്കുക. അധികം താമസിയാതെ ഒരു രാത്രിയിൽ നമ്മൾ യാത്ര പുറപ്പെടും. സാധന ങ്ങളെല്ലാം തിരിച്ചുപിടിച്ച് ഇവിടെ നിന്ന് രക്ഷപ്പെടണം. മുന്നിൽ അപകടമുണ്ട്.’’ അദ്ദേഹം അറിയിച്ചു.

അന്ന് രാത്രിയും അവൾ വന്നു. അവനരികിലിരുന്നു. അവർ പരസ്പരം ലാളനകളിലേർപ്പെട്ടു. പിന്നെ ഒന്നിച്ച് കിടന്നു. അവൻ ആനന്ദത്താൽ നിശ്വസിച്ചു. പക്ഷേ അവൾ പെട്ടെന്ന് പോകാനൊ രുങ്ങി. അരുത് എന്ന് അവൻ ആവശ്യപ്പെട്ടു.

അവൾ എന്തോ മന്ത്രിച്ചു. കൈകൊണ്ട് അവന്റെ വായ് പൊത്തി പ്പിടിച്ചു. അവൻ അരുതെന്ന് ഇത്തിരി ഉച്ചത്തിലാണ് പറഞ്ഞത്. ആ ഇരുട്ടിൽ അവൻ അവളുടെ പുഞ്ചിരി കണ്ടു. അടുത്ത വീട്ടിൽ നിന്നാരോ ചുമച്ചു. ബാട്ടി ഇരുട്ടിലേക്കോടി മറഞ്ഞു. യൂസുഫിനു പിന്നെ ഉറക്കം വരാൻ സമയമേറെയെടുത്തു. ആനന്ദത്തിന്റെ ആ ഹ്രസ്വനിമിഷങ്ങളി ലേക്ക് പലതവണ അവന്റെ മനസ് മടങ്ങിപ്പോയി. പ്രഭാതമാകാനും അവളെ വീണ്ടും കാണാനും അവനു തിരക്കായി. തന്റെ ശരീരം അവളെ കൊതിക്കുന്നത് കണ്ട് അവൻ അത്ഭുതപ്പെട്ടു. അവൾ പെട്ടെന്ന് പോയപ്പോൾ മനസ്സെത്ര വേദനിച്ചു എന്നറിഞ്ഞ് അത്ഭുതപ്പെട്ടു. അവനപ്പോൾ ചാതുവിനേയും അസീസ് അമ്മാവനേയും ഓർമ്മ വന്നു. താൻ ചെയ്തുകൊണ്ടിരിക്കുന്നതെന്തോ അതറിഞ്ഞാൽ ഇരു വരും കോപിക്കും എന്ന് ഊഹിച്ചു. ആ ചിന്ത അവനിൽ ആകാംക്ഷ യായി വളർന്നു. അവൻ ബാട്ടിയെ മനസ്സിൽ നിന്നൊഴിവാക്കാനെന്ന വണ്ണം അവളുണർത്തിയ അഭിനിവേശത്തെ മനപ്പൂർവ്വം ഒഴിവാക്കി. പിന്നെ തിരിഞ്ഞ് കിടന്ന് ഉറങ്ങാൻ ശ്രമിച്ചു.

പ്രഭാതമായപ്പോൾ അവളും മറ്റ് ചില സ്ത്രീകളും മുറ്റം കടന്ന് പോകുന്നത് അവൻ കണ്ടു. അവർ കൃഷിയിടങ്ങളിലേക്കുള്ള യാത്ര യിലായിരുന്നു. അവൾ അവനെ തിരിഞ്ഞ് നോക്കി. അത് കണ്ട് മറ്റ് പെണ്ണുങ്ങൾ ചിരിച്ചു. ‘പ്രണയമാണ്’ അവർ ഉറക്കെ പറഞ്ഞു. ‘കല്യാണം എന്നാ?’ അങ്ങനെയൊക്കെയാകും അവർ പറഞ്ഞിരി ക്കുക എന്ന് യൂസുഫ് ഊഹിച്ചു.

7

കുറച്ച് കഴിഞ്ഞപ്പോൾ ഒരു സംഘം പട്ടണത്തിലെത്തി. ഒരു യൂറോപ്പു കാരനായിരുന്നു നേതൃത്വം. അവർ നേരെ ചാതുവിന്റെ വീടിനു മുന്നിലുള്ള തുറസ്സിലേക്കാണ് കയറി വന്നത്. അവിടെ ഒരു വലിയ കൂടാരം പെട്ടെന്നുയർന്നു. ഒരു കൊടിമരമുയർന്നു. നല്ല ഉയരമുള്ള, കഷണ്ടിയുള്ള, താടിക്കാരനായിരുന്നു ആ യൂറോപ്യൻ. ഷർട്ടും ട്രൗസറുമായിരുന്നു വേഷം. വലിയ തൊപ്പി ധരിച്ചിരുന്നു. അയാളുടെ സഹായികൾ എവിടെനിന്നോ ഒരു മേശ കൊണ്ടുവന്നു. അതിനു പുറകിൽ അയാൾ ഇരിപ്പായി. ഒരു പുസ്തകം നിവർത്തി വച്ച് എഴു താൻ തുടങ്ങി. ആ സംഘത്തിൽ ഒരു ഡസൻ പൊലീസുകാരും ചുമട്ടുകാരുമുണ്ടായിരുന്നു. എല്ലാവരും അയഞ്ഞ ഷർട്ടുകളും ട്രൗസറും ധരിച്ചിരിക്കുന്നു. ജനങ്ങൾ അവർക്ക് ചുറ്റിലും കൂടി. എന്നാൽ പൊലീ സുകാർ അവരെ അകറ്റി നിർത്തി. ആ പൊലീസുകാരുടെ കൈവശം ആയുധങ്ങളുണ്ടായിരുന്നു.

വ്യാപാരി വാർത്തയറിഞ്ഞു. അദ്ദേഹം ഉടൻ യൂറോപ്യനെ കാണാ നെത്തി. പൊലീസുകാർ ആദ്യം അദ്ദേഹത്തെ തടഞ്ഞു എങ്കിലും യൂറോപ്യൻ തന്നെ കാണുന്നു എന്നദ്ദേഹം ഉറപ്പ് വരുത്തി. യൂറോപ്യൻ എഴുതിക്കഴിഞ്ഞപ്പോൾ വെളുത്ത് നീണ്ട കൻസു ധരിച്ചയാളിലേക്ക് തലയുയർത്തി. അയാളെ അരികിലേക്ക് വിളിച്ചു. പൊലീസുകാരിലെ മുഖ്യൻ കിസ്വാഹിലി നന്നായി സംസാരിക്കുന്നുണ്ടായിരുന്നു. അയാൾ വിവർത്തനത്തിനായി മുന്നോട്ട് വന്നു. വ്യാപാരി തന്റെ കഥ പറഞ്ഞു. തന്നിൽ നിന്ന് മോഷ്ടിച്ച വസ്തുക്കൾ തിരികെ ലഭിക്കാൻ സഹായി ക്കണം എന്നഭ്യർത്ഥിച്ചു. കഥയെല്ലാം കേട്ടപ്പോൾ യൂറോപ്യൻ കോട്ടു വായിട്ടു. തനിക്കൊന്ന് വിശ്രമിക്കണം എന്ന് പറഞ്ഞു. ഉറക്കം കഴി ഞ്ഞെഴുന്നേറ്റാലുടൻ ചാതുവിനെ തന്റെ മുന്നിൽ ഹാജരാക്കാൻ ആവശ്യപ്പെട്ടു.

വ്യാപാരിയും ചാതുവും അയാൾ ഉറക്കമുണരാനായി കാത്തു. വലിയ ഒരാൾ എത്തിയിരിക്കുന്നു. അസീസ് അമ്മാവന്റെ ആളുകൾ ചാതുവിനെ ആക്ഷേപിച്ചു. നിന്ദിച്ചു. അയാൾ നിങ്ങളെക്കൊണ്ട് തീട്ടം തീറ്റിക്കും മുഖ്യാ! ചാതു ന്യൂൻഡോയോട് ഇതിനു മുമ്പെപ്പോഴെ ങ്കിലുമയാൾ യൂറോപ്യന്മാരെ കണ്ടിട്ടുണ്ടോ എന്ന് ചോദിച്ചു. അവർ ലോഹം പോലും തിന്നുന്നവരാണെന്ന് കേട്ടിട്ടുണ്ടെന്ന് പറഞ്ഞു. അതൊക്കെ സത്യമാണോ? എന്തായലും ഉത്തരവനുസരിച്ച് അയാൾ എത്തിയിരിക്കുന്നു. ഇനി കൂടുതൽ ആപത്തുകളുണ്ടാകാതിരിക്കാ നാണെത്തിയിരിക്കുന്നത്.

"അവരൊക്കെ എന്ത് ജാതി ആളുകളാണെന്ന് താങ്കൾക്കറിയാമോ എന്നാണ് ചോദിക്കുന്നത്." ന്യൂൻഡൊ വ്യാപാരിയോട് പറഞ്ഞു.

"അധികം താമസിയാതെ അയാൾക്ക് നേരിട്ടറിയാനാകും എന്ന് പറഞ്ഞേക്കൂ. ഇന്ന് അസ്തമയത്തിനു മുമ്പ് എന്റെ സാധനങ്ങളെല്ലാം അയാൾ തിരിച്ചെന്നെ ഏല്പിക്കും എന്നും അറിയിച്ചേക്കൂ." വ്യാപാരി പറഞ്ഞു.

യൂസുഫ് തന്റെ സഹയാത്രികൾക്കൊപ്പം നിന്നു. അവർ സുൽത്താന്റെ വീട്ടിൽ അവൻ ചിലവിട്ട അവധിക്കാലത്തെക്കുറിച്ച് പറഞ്ഞ് അവനെ കളിയാക്കി. അവസാനം യൂറോപ്യൻ കൂടാരത്തിൽ നിന്ന് പുറത്ത് വന്നു. ഉറക്കം വിട്ടുപോകാഞ്ഞതിനാൽ അയാളുടെ മുഖമാകെ ചുവന്നിട്ടുണ്ടായിരുന്നു. അയാൾ മുഖം കഴുകി. ചുറ്റിലും ആരുമില്ലെന്നപോലെ ശരീരവും കഴുകി. അതിനു ശേഷം മേശയ്ക്കരികിലിരുന്ന് തന്റെ പരിചാരകൻ വിളമ്പിക്കൊടുത്ത ഭക്ഷണം കഴിച്ചു. അതും കഴിഞ്ഞപ്പോൾ വ്യാപാരിയേയും ചാതുവിനേയും അരികിൽ വിളിച്ചു.

"നീയാണോ ചാതു?' അയാൾ ചോദിച്ചു.

പൊലീസുകാരിലെ മുഖ്യൻ അത് ചാതുവിനു വേണ്ടി വിവർത്തനം ചെയ്തു. ഈ മുഖ്യന്റെ വാക്കുകൾ ന്യൂൻഡൊ വ്യപാരിക്കു വേണ്ടി വിവർത്തനം ചെയ്തു. സുൽത്താൻ തലയാട്ടി. വീണ്ടും യൂറോപ്യനെ നോക്കി. ഇത്രയും വിചിത്രരൂപിയായ, തിളങ്ങുന്ന ചുവന്ന നിറത്തിലുള്ള, ചെവിയിൽ നിന്ന് തെറിച്ച് നിൽക്കുന്ന രോമങ്ങളുള്ള ഒരു മനുഷ്യനെ ഇതിനു മുമ്പ് അയാൾ കണ്ടിട്ടില്ല എന്ന് പിന്നീട് അയാൾ പറയുകയുണ്ടായി.

"നീയെന്താ വലിയ ആളായി എന്നാണോ ധരിക്കുന്നത് ചാതു?" പൊലീസുമുഖ്യൻ ചോദിച്ചു. യൂറോപ്യൻ വീണ്ടും സംസാരിച്ചു തുടങ്ങി. "നീ ജനങ്ങളെ കവർച്ച ചെയ്യുന്നതെന്തിനാ? സർക്കാരിന്റെ നിയമങ്ങളെ നിനക്ക് ഭയമില്ലേ?"

"എന്ത് സർക്കാർ? നിങ്ങളെന്താണീ പറയുന്നത്?" ചാതു ദ്വിഭാഷിയോട് സ്വരമുയർത്തി.

"എന്ത് സർക്കാരെന്നോ? അത് നിനക്ക് കാണണോ? എന്നോട് ഒച്ചയിടാതെ സംസാരിക്കുന്നതാണ് നിനക്ക് നല്ലത് സുഹൃത്തേ. നിന്നെപ്പോലെ ഒച്ചയിട്ടവരെ സർക്കാർ പിടിച്ചു കെട്ടി ശബ്ദമടപ്പിച്ചതിനെക്കുറിച്ചൊന്നും നീ കേട്ടില്ലേ?" ദ്വിഭാഷിയും കോപിച്ചു.

ന്യൂൻഡൊ ഇതൊക്കെ ഉച്ചത്തിൽ തന്നെ വിവർത്തനം ചെയ്തു. അത് കേട്ട് വ്യാപാരിയുടെ ആളുകൾ സന്തോഷം കൊണ്ട് ആർപ്പ് വിളിച്ചു.

"ഇയാളെന്താ അടിമകളെ പിടിക്കാൻ വന്നതാണോ? ഞങ്ങളെ അടിമകളാക്കി കൊണ്ടുപോകാൻ വന്നതാണോ?" ചാതു വീണ്ടും കോപിച്ചു. "നിങ്ങളുടെ ഈ വലിയ മനുഷ്യൻ. ഞങ്ങളെ അടിമകളാക്കുമോ?"

യൂറോപ്യനും ക്ഷമ നശിച്ചു. അയാളുടെ മുഖം കൂടുതൽ ചുവന്നു.

''ഈ അനാവശ്യ സംസാരം അവസാനിപ്പിക്ക്.'' ദ്വിഭാഷി പറഞ്ഞു. ''സർക്കാർ ആളുകളെ അടിമകളാക്കാറില്ല. ഇവരൊക്കെയാണ് അടിമകളെ വാങ്ങിയിരുന്നത്. അയാളെ അതിൽ നിന്ന് തടയാനാണ് ഈ വലിയ മനുഷ്യൻ വന്നിരിക്കുനന്ത്. ഇവരിൽ നിന്ന് പിടിച്ചെടുത്ത സാധനങ്ങളൊക്കെ ഉടൻ എടുത്തുകൊണ്ടുവാ.''

''അതൊന്നും ഞാൻ വെറുതെ എടുത്തതല്ല. ഇവരുടെ സഹോദരരിൽ ഒരാൾ ഒരിക്കൽ എന്റെ കൈവശമുണ്ടായിരുന്ന ആനക്കൊമ്പും സ്വർണ്ണവുമെല്ലാം കൊണ്ടുപോയി.'' ചാതു പരാതിപ്പെട്ടു. അയാളുടെ സ്വരം വീണ്ടും ഉയർന്നു.

''ഇതൊക്കെ അദ്ദേഹം കേട്ടു.'' ദ്വിഭാഷി കാര്യങ്ങൾ സ്വന്തം കൈകളിലെടുത്തു. ''ഇനിയും അതൊന്നും കേൾക്കാൻ താത്പര്യമില്ല. ഇവരുടെ സാധനങ്ങളെല്ലാം ഉടൻ എടുത്തുകൊണ്ടുവാൻ. ഇതാണാ വലിയ മനുഷ്യന്റെ ഉത്തരവ്. അതല്ലെങ്കിൽ സർക്കാരിനെന്ത് ചെയ്യാനാകും എന്ന് നിനക്ക് കാണേണ്ടി വരും.''

ചാതു എന്തു ചെയ്യണമെന്നറിയാതെ നാലുപാടും കണ്ണോടിച്ചു. പെട്ടെന്ന് യൂറോപ്പുകാരൻ ഒന്ന് നിവർന്ന് നിന്നു. കൈകാലുകൾ വലിച്ച് നീട്ടി. ''ഇയാൾക്ക് ലോഹം തിന്നാനാകുമോ?'' ചാതു ചോദിച്ചു.

''അയാൾക്കെന്ത് തോന്നുന്നോ അത് ചെയ്യാനാകും.'' ദ്വിഭാഷി പറഞ്ഞു. ''പക്ഷേ ഇപ്പോൾ അയാൾ പറഞ്ഞത് നീ അനുസരിച്ചില്ലെങ്കിൽ നിനക്ക് നിന്റെ തീട്ടം തിന്നേണ്ടി വരും.''

അത് കേട്ട് വ്യാപാരിയുടെ ആളുകൾ വിജയാഘോഷങ്ങൾ മുഴക്കി. ചാതുവിനെ കളിയാക്കി. അവഹേളിച്ചു. ചാതുവിനെ അയാളുടെ പട്ടണത്തിൽ വച്ച് തന്നെ മതിയായ ശിക്ഷ നൽകണം എന്ന് ദൈവത്തിനോട് ഉച്ചത്തിൽ പ്രാർത്ഥിച്ചു. പിന്നെയൊട്ടും വൈകാതെ വ്യാപാരിയിൽ നിന്ന് പിടിച്ചെടുത്ത സാധനങ്ങളെല്ലാം പുറത്തെത്തി. യൂറോപ്പുകാരൻ വ്യാപാരിയോടും അയാളുടെ ആളുകളോടും ആ മൂന്ന് തോക്കുകൾ അവിടെയുപേക്ഷിച്ച് അവർ എവിടെ നിന്ന് വന്നോ അവിടേക്ക് മടങ്ങിപ്പോകാൻ ആവശ്യപ്പെട്ടു. സർക്കാർ നിയമപാലനം നടത്തിയതിനാൽ ഇനി ഈ തോക്കുകളുടെ ആവശ്യമില്ല എന്ന് അയാൾ ഉത്തരവിട്ടു.

''തോക്കുകൾ യുദ്ധമുണ്ടാക്കാനും ജനങ്ങളെ പിടികൂടാനും മാത്രമേ സഹായമാകൂ. നിങ്ങൾ പൊയ്ക്കോളൂ.'' വലിയ ആൾക്ക് ഇനി ഈ മുഖ്യനുമായി ചില ഇടപാടുകളുണ്ട്. ദ്വിഭാഷി അറിയിച്ചു.

നഷ്ടപ്പെട്ട സാധനങ്ങൾക്കായി അവിടെയുള്ള വീടുകളൊക്കെ ഒന്ന് തിരയണമെന്ന് വ്യാപാരിക്ക് ആഗ്രഹമുണ്ടായിരുന്നു. പക്ഷേ

അയാൾ തർക്കത്തിനു നിന്നില്ല. അവർ പെട്ടെന്ന് എല്ലാം കെട്ടിയൊതുക്കി. വിജയഭേരി മുഴക്കി. അവരങ്ങനെ തിരക്കിലായപ്പോൾ യൂസുഫിനെ കണ്ണുകൾ ജനക്കൂട്ടത്തിനിടയിലേക്ക് ഊളയിടുന്നുണ്ടായിരുന്നു. ബാട്ടിയെ അവസാനമായൊരു നോക്ക് കാണാനാകുമോ എന്ന് തിരയുന്നുണ്ടായിരുന്നു. രാത്രിയായപ്പോഴേക്കും അവർ അവിടെ നിന്ന് പുറത്തിറങ്ങി. മരിംബൊയുടെ പട്ടണത്തിലേക്കുള്ള ദുർഘട മാർഗ്ഗം കണ്ടെത്തി. കുത്തനെയുള്ള കയറ്റിറക്കങ്ങളിൽ പലപ്പോഴും കാലുവഴുതി. അവർ തിരക്കിലായിരുന്നു. പരിഭ്രാന്തിയുടെ വക്കിലെത്തിയ തിരക്കിൽ. സിംബ മവേനെയുടെ ഓർമ്മയായിരുന്നു വഴി കണ്ടെത്താനുള്ള ആധാരം. ഇങ്ങോട്ടുള്ള ആ യാത്ര ഭീകരമായ പേക്കിനാവെന്ന നിലയിൽ മറ്റുള്ളവരെല്ലാം മറക്കാൻ ശ്രമിച്ചിരുന്നു. സിംബയൊഴികെ.

സംഘം ചാതുവിനെക്കുറിച്ച് ഒരു ഗാനമുണ്ടാക്കി. ചെവിയിൽ രോമമുള്ള ഒരു യൂറോപ്യൻ ജിന്ന് മലമ്പാമ്പിന്റെ രൂപത്തിൽ വന്ന് ചാതുവിനെ വിഴുങ്ങി എന്നൊരു ഗാനം. പക്ഷേ അവരുടെ സ്വരമെല്ലാം കാട് പിടിച്ചെടുത്തുകൊണ്ടിരുന്നു. പ്രതിധ്വനികൾ ഒന്നും വരാതെ ആ ഗാനം കാടിനകത്ത് അലിഞ്ഞ് ചേർന്നു. കാര്യങ്ങളെല്ലാം സുൽത്താനും തങ്ങൾക്കും ഇടയിൽ തീർപ്പാക്കുകയായിരുന്നു നല്ലതെന്ന് വ്യാപാരി നിലവിളിക്കുന്നുണ്ടായിരുന്നു.

''യൂറോപ്യന്മാർ ഇവിടെയെത്തിയതിനാൽ, ഇനി ഈ മണ്ണെല്ലാം അവർ പിടിച്ചെടുക്കും' അദ്ദേഹം പറഞ്ഞു.

ആഴ്ചകളോളം അവർ മാരിംബൊയുടെ പട്ടണത്തിൽ താമസിച്ചു. അവിടെ ആകാവുന്ന കച്ചവടം ചെയ്തു. ചാതുവിന്റെ ബന്ധനത്തിലായിരുന്നപ്പോൾ രക്ഷപ്പെട്ടോടിയ രണ്ടുപേർ അവിടെ എത്തിച്ചേരും എന്നവർ പ്രതീക്ഷിച്ചു. സംഘാംഗങ്ങൾക്ക് അപ്പോൾ അധികം ജോലികളൊന്നുമുണ്ടായിരുന്നില്ല. ആദ്യമൊക്കെ ഒരു ദുരന്തത്തിൽ നിന്ന് രക്ഷപ്പെട്ടതിന്റെ സന്തോഷത്തിലായിരുന്നു അവർ. അതിനാൽ അലസരുമായിരുന്നു. നൃത്തത്തിനും ആഘോഷത്തിനും ലഹരിക്കൂത്തുകൾക്കും ഭക്ഷണത്തിനുമായി പണം ചിലവിടുകയായിരുന്നു അവർ. സായാഹ്നങ്ങളിൽ അവർ ചീട്ട് കളിച്ചു. കഥകൾ പറഞ്ഞു. അവരെ ആക്രമിക്കാനെത്തിയ കൊതുകു മേഘങ്ങളെ തല്ലിയോടിക്കാൻ ശ്രമിച്ചു. പട്ടണവാസികളിൽ നിന്ന് ബിയർ വാങ്ങി രഹസ്യമായി കുടിച്ചു. എന്നാൽ അതിന്റെ ലഹരിയിൽ തെരുവിൽ നിന്ന് കരയുകയും തേങ്ങുകയും ചെയ്തു. അവർക്ക് വന്നുപെട്ട വിധിയെ ശപിച്ചു.

മ്ന്യാപരയുടെ ശരീരം സുഖം പ്രാപിച്ചു. കാലിലുണ്ടായിരുന്ന ഒരു മുറിവ് മാത്രമേ ബാക്കിയായുള്ളൂ. എന്നാൽ അതുവരെയുണ്ടായിരുന്ന വേദനയും തല്ലുകിട്ടിയതിന്റെ അപമാനവും അയാളെ

ബലഹീനനും നിശ്ശബ്ദനുമാക്കിയിരിക്കുന്നു. ജനങ്ങളെ നിയന്ത്രിച്ച് നിർത്താൻ അയാൾ ഒരു ശ്രമവും നടത്തിയില്ല. സിംബ മവേനെ എല്ലാവരിൽ നിന്നും ദൂരം പാലിച്ചു. മീൻ പിടിക്കാൻ പോകുന്ന ഒരു വള്ളത്തിൽ താത്കാലികമായി ജോലി കണ്ടെത്തി. അധികം താമസിയാതെ സംഘാംഗങ്ങൾക്കിടയിൽ അടിപിടി തുടങ്ങി. ഭീഷണികളുണ്ടായി. പലരും കത്തിയെടുത്ത് വീശി. വ്യാപാരിയുടെ ആളുകളുടെ പെരുമാറ്റം അതിരു കവിയുന്നു എന്ന് മാരിംബൊ പരാതിപ്പെട്ടു. വ്യാപാരി അയാൾക്ക് കൂടുതൽ സമ്മാനങ്ങൾ നൽകി. അതയാളെ കൂടുതൽ ക്ഷമയുള്ളവനാക്കി. അസീസ് അമ്മാവനും ക്ഷീണിതനാകുന്നു എന്ന് യൂസുഫ് ശ്രദ്ധിച്ചു. എപ്പോഴും ഉയർന്ന് നിൽക്കുന്ന ചുമലൊന്ന് ഇടിഞ്ഞിരിക്കുന്നു. മണിക്കൂറുകളോളം സംസാരിക്കാതിരിക്കുന്നു. താൻ തന്റെ സായംസന്ധ്യയിലെത്തിയിരിക്കുന്നു എന്നൊരു ചിന്തയിലാണയാൾ എന്ന് തോന്നി. പുറംതോട് നഷ്ടപ്പെട്ട, മൃദുശരീരമുള്ള, ഒരു ജീവിയാണയാളെന്ന് യൂസുഫിനു തോന്നി. ആ ജീവി ഇപ്പോൾ തുറസ്സായ സ്ഥലത്ത് ചെന്നുപെട്ടിരിക്കുന്നു. ചലിക്കാൻ പോലും ഭയമുണ്ടതിന്. യൂസുഫിനോടെപ്പോഴൊക്കെ സംസാരിച്ചുവോ അപ്പോഴൊക്കെ ആ സ്വരം പതിവുപോലെ മൃദുത്വമാർന്നതായിരുന്നു. എന്നാൽ വാക്കുകളിൽ മൂർച്ചയോ തമാശയോ ഇല്ലാതായി. എവിടെയുമെത്താതാകുകയാണോ അവർ എന്ന് യൂസുഫ് ഭയന്നു. ചിലപ്പോൾ സന്ധ്യയിലേക്ക് നോക്കി ഇരിക്കുമ്പോൾ, അദ്ദേഹം ഒരു തീനാളത്തിലകപ്പെട്ട് കത്തി എരിഞ്ഞമരുകയാണെന്ന് യുസൂഫിനു തോന്നി.

''നമുക്ക് പുറപ്പെടേണ്ട സമയമായില്ലേ?'' യൂസുഫ് ഒരിക്കൽ മ്ന്യാപരയോട് ചോദിച്ചു. അവരപ്പോൾ ഒന്നിച്ച് ഒരു പായയിൽ ഇരിക്കുകയായിരുന്നു. മ്ന്യാപരയുടെ കാലിലെ തിളങ്ങുന്ന മുറിവിലേക്ക് കണ്ണെത്താതിരിക്കാൻ യൂസുഫ് ശ്രമിക്കുന്നുണ്ടായിരുന്നു. അവൻ ആകാശത്തേക്ക് നോക്കി. തിളങ്ങുന്ന നക്ഷത്രങ്ങൾ കണ്ട് അവന് തലകറങ്ങുന്നുണ്ടെന്ന് തോന്നി. അവയെല്ലാം അവർക്ക് നേരെ എറിയപ്പെടുന്ന തിളങ്ങുന്ന കല്ലുകളാണ് അവ എന്നും അവനു തോന്നി.

''സയ്യിദിനോട് ചോദിക്ക്.'' മൊഹമ്മദ് അബ്ദുള്ള പറഞ്ഞു. ''അദ്ദേഹമിപ്പോൾ ഞാൻ പറഞ്ഞതൊന്നും കേൾക്കാറില്ല. നമ്മളെല്ലാം ഈ നരകത്തിൽ കിടന്നഴുകുന്നതിനു മുമ്പേ ഇവിടെ നിന്ന് പോകണം എന്ന് ഞാൻ പറഞ്ഞിരുന്നു. എന്നാൽ അദ്ദേഹത്തിന്റെ മനസ്സിൽ വലിയൊരു ഭാരമുണ്ട്. ഞാൻ പറഞ്ഞത് കേൾക്കാറില്ല.''

'''ഞാനെന്ത് പറയണം? എനിക്കദ്ദേഹത്തിനോട് സംസാരിക്കാൻ ധൈര്യമില്ല.'' യുസുഫ് പറഞ്ഞു. പക്ഷേ സംസാരിക്കും എന്ന് യൂസുഫിനറിയാമായിരുന്നു.

‘‘അദ്ദേഹത്തിന്റെ ഹൃദയത്തിൽ നിനക്കൊരു സ്ഥാനമുണ്ട്. അദ്ദേഹവുമൊത്ത് സംസാരിക്ക്. എന്ത് മറുപടി പറയുന്നു എന്ന് ശ്രദ്ധിക്ക്. എന്നിട്ട് നമ്മൾ ഇവിടെ നിന്ന് പോകണം എന്നുപദേശിക്ക്. നീ ഇപ്പോൾ ഒരു കൊച്ചുകുട്ടിയൊന്നുമല്ല.’’

മൊഹമ്മദ് അബ്ദുള്ള പരുഷമായി തന്നെ പറഞ്ഞു. ‘‘നിന്നോടിത്ര ദയ അദ്ദേഹത്തിനു തോന്നുന്നതെന്തുകൊണ്ടെന്നറിയമോ? നീ ശാന്തനും ദൃഢചിത്തതയുമുള്ളവനായതിനാൽ. രാത്രിയിൽ നിനക്ക് ദർശനങ്ങളുണ്ടാകാറുണ്ട്. അതുണ്ടായാൽ നീ മുറുമുറുക്കാറുണ്ട്. ഞങ്ങൾക്കൊന്നും അതുണ്ടാകാറില്ല. ഒരുപക്ഷേ നീ അനുഗൃഹീതനാണെന്ന് അദ്ദേഹം കരുതുന്നുണ്ടാകും.’’

മ്ന്യാപരയുടെ വാക്കുകൾ കേട്ട് യൂസുഫ് പുഞ്ചിരിച്ചു. ഭ്രാന്തൻ എന്ന് വിളിക്കുന്നതിനെ ഒന്ന് മൃദുവാക്കിയതാണ് അനുഗൃഹീതൻ എന്ന്. മൊഹമ്മദ് അബ്ദുള്ള അയാളെ നോക്കി പുഞ്ചിരിച്ചു. തന്റെ തമാശ മനസ്സിലായതിലുള്ള സന്തോഷം പ്രകടമാക്കി. ഒരു നിമിഷത്തിനു ശേഷം അയാൾ യൂസുഫിന്റെ തുടയിലേക്ക് കൈ നീട്ടി. തുട പിടിച്ചമർത്തി.

‘‘ഈ യാത്ര നിന്നെയൊരാളാക്കിയിരിക്കുന്നു. നീ വലുതായിരിക്കുന്നു.’’

അയാൾ കണ്ണ് ദൂരേയ്ക്ക് നോക്കി. മൊഹമ്മദ് അബ്ദുള്ളയുടെ ലിംഗം ഉദ്ധരിച്ചത് യൂസുഫ് കണ്ടു. അവനെഴുന്നേറ്റു. അവിടെ നിന്ന് പോകാൻ തീരുമാനിച്ചു. മ്ന്യാപര അടക്കിപ്പിടിച്ച് ചിരിച്ചത് അവനറിഞ്ഞു. അയാൾ തൊണ്ടയൊന്ന് ശരിയാക്കി. യൂസുഫ് തടാകക്കരയിലേക്ക് നീങ്ങി. മുക്കുവർ മീനുമായെത്തുന്ന കാഴ്ച കണ്ടു.

പ്രഭാതം വരെ അവൻ കാത്തു. വെയിലൊന്ന് ചൂട് പിടിക്കുന്നത് വരെ. വല്ലാതെ ചൂടാകുന്നതുവരെ.

‘‘നമുക്കിവിടെ നിന്ന് പോകാൻ സമയമായോ അസീസ് അമ്മാവാ?’’ അയാളിൽ നിന്ന് ഏതാനും അടി ദൂരെ നിന്ന്, ബഹുമാനപുരസ്സരം മുന്നോട്ടൊന്ന് വളഞ്ഞ്, അവൻ ചോദിച്ചു. ഇത് നിന്റെ അമ്മാവനൊന്നുമല്ല. തന്നെ ബന്ദിയാക്കിയതിനു ശേഷം ആദ്യമായണ് അവൻ അയാളെ അമ്മാവൻ എന്ന് വിളിക്കുന്നത്. പക്ഷേ ഇപ്പോഴൊരു അനതിസാധാരണമായ സാഹചര്യമാണല്ലോ.

‘‘ദിവസങ്ങൾക്ക് മുമ്പേ പോകേണ്ടതായിരുന്നു.’’ വ്യാപാരി പറഞ്ഞു. പുഞ്ചിരിച്ചു. ‘‘നിനക്കെന്തെങ്കിലും ആശങ്കയുണ്ടോ? നീ എന്നെ ശ്രദ്ധിക്കുന്നുണ്ടെന്ന് എനിക്ക് മനസ്സിലായി. മനസ്സിൽ വലിയൊരു ഭാരം കയറിയതുപോലെ. അതുകൊണ്ടാണിവിടെ ഞാൻ തങ്ങിയത്. മാന്ദ്യം, അലസത അല്ലെങ്കിൽ ക്ഷീണം. നമ്മുടെ ഈ നായ്ക്കൾ വളരെ മോശമായി പെരുമാറുന്നതിനെക്കുറിച്ച് ഞാൻ കുറേയായി

കേൾക്കുന്നു. അതിനാൽ അവരെ ഇവിടെ നിന്ന് കൊണ്ടുപോകാനും സമയമായിരിക്കുന്നു. മ്ന്യാപരയേയും സിംബയേയും നമുക്ക് ഉടൻ വിളിക്കാം. പക്ഷേ ഇപ്പോൾ എനിക്കരികിലിരുന്ന്, ഇതിനെക്കുറിച്ചെല്ലാം നിനക്കെന്ത് തോന്നുന്നു എന്ന് പറയ്.''

അവർ ഇരുവരും നിശ്ശബ്ദരായി. കുറച്ച് സമയം അങ്ങനെ വെറുതെയിരുന്നു. തന്റെ ജീവിതം മുഴുക്കെ യൂസുഫിന്റെ മനസ്സിലേക്കോടിയെത്തി. അവൻ അതിനനുവദിച്ചു. പിന്നെ അവൻ അവിടെ നിന്ന് എഴുന്നേറ്റ് നടന്നു. കുറേ നേരം ഏകനായി ഒരിടത്തിരുന്നു. തന്റെ മാതാപിതാക്കളെക്കുറിച്ചുള്ള ഓർമ്മകൾ പുതുമയോടെ കാത്തുസൂക്ഷിക്കാനായില്ലല്ലോ എന്നതൊരു കുറ്റബോധമായി. അവരിപ്പോഴും തന്നെയോർക്കുന്നുണ്ടാകുമോ എന്നവൻ ചിന്തിച്ചു, ആശ്ചര്യപ്പെട്ടു. അവരിപ്പോഴും ജീവനോടെയുണ്ടാകുമോ എന്നും ചിന്തിക്കാതിരുന്നില്ല. അവർ ജീവനോടെയുണ്ടെങ്കിലും താൻ തിരഞ്ഞ് പോകില്ല എന്നവനറിയാം. ഈ അവസ്ഥയിൽ മറ്റ് ഓർമ്മകളും അവനിലേക്ക് മടങ്ങിയെത്തി. തന്നെയുപേക്ഷിച്ച ഓർമ്മ ഒരു പ്രളയം പോലെ അവനിലേക്ക് മടങ്ങിയെത്തി. സ്വയം ഉപേക്ഷ കാണിക്കുന്നു എന്ന് എല്ലാവരും അവനെ ശപിച്ചു. ഓരോ ദിവസവും ഓരോ സംഭവങ്ങളുണ്ടായി. അവനപ്പോഴും ചക്രവാളത്തിനുമപ്പുറത്തേക്ക് തലയുയർത്തി നിന്നു. ഇനിയെന്ത് എന്നതിനെക്കുറിച്ച് മൂല്യവത്തായ ജ്ഞാനത്തേക്കാൾ നല്ലത് അജ്ഞത നടിക്കുകയാണെന്ന് കരുതി. താനിപ്പോൾ ജീവിക്കുന്ന ബന്ദിജീവിതത്തിന്റെ ചങ്ങലകൾ അഴിക്കാൻ തനിക്ക് ഒന്നും ചെയ്യാനാകില്ല.

അയാൾ നിന്റെ അമ്മാവനൊന്നുമല്ല എന്നതാണ് ആദ്യത്തെ കാര്യം. ഖലീലിനെ അവനോർമ്മ വന്നു. ഇപ്പോഴത്തെ അവസ്ഥയിലും അതൊരു പുഞ്ചിരിയായി. ആത്മാനുകമ്പ തോന്നി. സ്വന്തം ബുദ്ധി കാത്തുസൂക്ഷിക്കുകയായിരുന്നു എങ്കിൽ താൻ എങ്ങനെയാകുമായിരുന്നു? ഖലീലിനെപ്പോലെയാകുമായിരുന്നു. പിരിമുറുക്കമുള്ളവൻ. വഴക്കുണ്ടാക്കാൻ തയ്യാറുള്ളവൻ. സന്തോഷമില്ലാത്തവൻ. നാലുഭാഗത്തും മുള്ളുവേലികൾ കെട്ടി പരാശ്രയത്തിൽ ജീവിക്കുന്നവൻ. എവിടെയുമില്ലാതെവിടേയോ കുടുങ്ങിപ്പോയവൻ. ഇടപാടുകാർ നടത്തിയ അന്തമില്ലാത്ത പരിഹാസങ്ങളും കളിയാക്കലുകളും അവനോർമ്മ വന്നു. എന്നിട്ടും അസാധ്യമായ ആനന്ദം കാത്തുസൂക്ഷിച്ചതോർമ്മ വന്നു. മുറിവുകൾ മറച്ച് പിടിക്കാനുള്ള ശ്രമം മാത്രമായിരുന്നു അതെന്ന് അവനറിയാം. സ്വന്തം വീട്ടിൽ നിന്ന് ആയിരക്കണക്കിനു നാഴിക ദൂരെ ജീവിക്കുന്ന കാലാസിംഗയെപ്പോലെ. നഷ്ടപ്പെട്ട പൂർണ്ണതയുടെ ദൃശ്യങ്ങളിൽ സൗഖ്യമന്വേഷിക്കുന്ന, ഒരു തീവ്രാഭിലാഷം അലട്ടിക്കൊണ്ടിരിക്കുന്ന, ഏതെങ്കിലുമൊക്കെ നാറുന്ന സ്ഥലങ്ങളിൽ അകപ്പെട്ടുപോയ എല്ലാവരേയും പോലെ.

8

ഈ യാത്രയിൽ ലാഭമുണ്ടായില്ലെങ്കിലും നഷ്ടമില്ലാതിരിക്കാനുള്ള ഏക മാർഗ്ഗം കൂടുതൽ ജനവാസമേഖലകളിലൂടെയുള്ള പാത മട ങ്ങാനായി തിരഞ്ഞെടുക്കുകയാണെന്ന് വ്യാപാരി അഭിപ്രായപ്പെട്ടു. കൂട്ടത്തിൽ രോഗികളുടെ എണ്ണം വർദ്ധിച്ചതിനാൽ ആ യാത്രയ്ക്കത്ര വേഗമുണ്ടാകില്ല. അവർക്കാകട്ടെ യാത്രയുടെ വേഗം അപ്പോൾ ഒരു പ്രശ്നമായിരുന്നില്ല. തുടക്കത്തിലുണ്ടായിരുന്നതിൽ നാലിലൊ ന്നാളുകളെ അവർക്ക് നഷ്ടമായിക്കഴിഞ്ഞിരുന്നു. പാതിയിലേറെ കച്ചവട സാമഗ്രികളും നഷ്ടപ്പെട്ടിരിക്കുന്നു. അതിൽ ചാതു മോഷ്ടി ച്ചതും അവർ പലർക്കായി കാഴ്ചവച്ചതുമെല്ലാം ഉൾപ്പെടും.

അവർ തെക്കോട്ടുള്ള പാത സ്വീകരിക്കാൻ തീരുമാനിച്ചു. തടാക ത്തിന്റെ തെക്കൻ തീരത്തുകൂടെ. മ്ന്യാപര ഒരിക്കൽ കൂടി സംഘ ത്തിന്റെ ഉത്തരവാദിത്വം ഏറ്റെടുത്തു. എന്നാൽ ആ പഴയ ഊർജ്ജവും ക്രൗര്യവുമില്ലായിരുന്നു. അയാളും വ്യാപാരിയും മുമ്പുണ്ടായിരുന്ന തിനേക്കാൾ കൂടുതൽ സിംബ മവേനെയെ ആശ്രയിക്കാൻ തുടങ്ങി. അവർ പോയ പ്രദേശങ്ങളിലെല്ലാം നല്ല വ്യാപാരം ചെയ്യാനായി. എന്നാൽ അവിടേക്ക് കൊണ്ടുപോയ സാധനങ്ങളൊന്നും അത്ര മൂല്യമുള്ളവയായിരുന്നില്ല. അതുപോലെ ആ പ്രദേശങ്ങളിൽ നിന്ന് വാങ്ങാനായവയ്ക്ക് ആനക്കൊമ്പിന്റെ മൂല്യമൊന്നുമുണ്ടായിരുന്നു മില്ല. ചിലയിടത്തുനിന്ന് കണ്ടാമൃഗത്തിന്റെ കൊമ്പുകൾ വാങ്ങാ നായി. പക്ഷേ മിക്കപ്പോഴും മൃഗത്തോലും പശകളുമല്ലാതെ മറ്റൊന്നും ലഭിച്ചില്ല. ഏതാനും ദിവസം കഴിഞ്ഞപ്പോൾ എല്ലാതിനും ഒരു ക്രമ മൊക്കെ വന്ന് തുടങ്ങി. അവർ വ്യാപാരത്തിനായി പലയിടത്തും കറങ്ങി. മനുഷ്യവാസമുള്ള ഇടങ്ങളും പട്ടണങ്ങളും തിരഞ്ഞിറങ്ങി.

മടക്കയാത്രയിലെ കാഴ്ചകൾ ആദ്യമൊക്കെ യൂസുഫിനെ അത്ഭുത പ്പെടുത്തുകയും ഭയപ്പെടുത്തുകയും ചെയ്തിരുന്നു. പിന്നെയത് പൊടിയും ക്ഷീണവും കലർന്ന ഒരു പേക്കിനാവായി. പൂച്ചികളും കൊതുകുകളും അവരെ സംഘം ചേർന്ന് ആക്രമിച്ചു. മൂർച്ചയുള്ള പുൽനാമ്പുകളും മുള്ളുകളും കൊണ്ട് പലരുടേയും ശരീരം കീറി. ഒരു സായാഹ്നത്തിൽ ഒരു പറ്റം വാലില്ലാക്കുരങ്ങുകൾ അവർക്ക് മേൽ ചാടി വീണു. അവ കയ്യിൽ കിട്ടിയതെല്ലാം എടുത്തുകൊണ്ടോടി. അതിനുശേഷം എവിടെയൊക്കെ വിശ്രമിക്കാൻ തീരുമാനിച്ചോ അവിടെ തമ്പിനു ചുറ്റിലും അവർ വേലികെട്ടി. തോക്കില്ലാത്തതി നാൽ രാത്രിയിൽ വരുന്ന മൃഗങ്ങളുടെ ആക്രമണങ്ങളെ ചെറുക്കാനാ യേക്കില്ല എന്നവർ കരുതി. എവിടെ ചെന്നാലും നാട്ടുകാർ ജർമ്മനി ക്കാരെക്കുറിച്ചുള്ള കഥകൾ കേൾപ്പിക്കും. ജർമ്മനിക്കാർ അവരോട്

സമ്മാനങ്ങളോ കാഴ്ചദ്രവ്യങ്ങളോ വാങ്ങരുതെന്ന് നിഷ്കർഷിച്ചിട്ടുണ്ട്. അവർക്കറിയാത്ത കാരണത്തിന് അവരിൽ ചിലരെ തൂക്കിക്കൊന്നിട്ടുണ്ട്. അങ്ങനെ ജർമ്മനിക്കാർ തമ്പടിച്ചിട്ടുണ്ടെന്ന് സൂചന ലഭിച്ച സ്ഥലങ്ങളിൽ നിന്നെല്ലാം മാറി സഞ്ചരിക്കാൻ സിംബ മവേനെ പ്രത്യേകം ശ്രദ്ധിച്ചു.

മടക്കയാത്രയ്ക്ക് അഞ്ച് മാസമെടുത്തു. സാവധാനത്തിലായിരുന്നു ആ യാത്ര. പലപ്പോഴും ഭക്ഷണത്തിനു പകരമായി വയലുകളിൽ ജോലി ചെയ്യേണ്ടി വന്നു. മെകാലികാലി എന്നൊരു പട്ടണത്തിൽ, എട്ട് ദിവസം അവരെ തടഞ്ഞ് നിർത്തി. ഒരു വലിയ നദിയുടെ കരയിലായിരുന്നു ഈ പട്ടണം. അവിടെ അവരോട് സുൽത്താന്റെ കാലികൾക്കായി ഒരു വലിയ വേലിക്കെട്ട് നിർമ്മിക്കാൻ ആവശ്യപ്പെട്ടു. അതിന്റെ നിർമ്മാണം പൂർത്തിയാക്കാതെ അവരെ അവിടെ നിന്ന് മോചിപ്പിച്ചില്ല. ആ നിർബന്ധത്തിനവർ വഴങ്ങിയതിനു ശേഷമേ സുൽത്താൻ അവർക്ക് ഭക്ഷണം വിൽക്കാൻ പോലും തയ്യാറായുള്ളൂ.

''നിങ്ങളുടെ വ്യാപാരമൊക്കെ അവസാനിച്ചതല്ലേ.'' മകാലികാലിയിലെ സുൽത്താൻ പറഞ്ഞു. ''ഈ മഡാച്ചികൾക്ക് ഒരു കരുണയുമില്ല. നിങ്ങൾ ഞങ്ങളെ അടിമകളാക്കും അതിനാൽ ഇവിടെ നിർത്തരുത് എന്നാണ് ഇവരെല്ലാം പറയുന്നത്. നമ്മെ ആരും അടിമകളാക്കില്ല എന്ന് ഞാൻ അവരോട് പറഞ്ഞു. ആർക്കും അത് ചെയ്യാനാകില്ല. തീരപ്രദേശത്തുനിന്ന് വരുന്നവർക്ക് ഞങ്ങൾ അടിമകളെ വിൽക്കാറുണ്ടായിരുന്നു. അവരെ ഞങ്ങൾക്ക് അറിയാം. അവരെ ഭയവുമില്ല.''

''യൂറോപ്പുകാരും ഇന്ത്യക്കാരും ചേർന്ന് ഇനി എല്ലാം കൊണ്ടുപോകും.'' വ്യാപാരി പറഞ്ഞു. അത് കേട്ട് സുൽത്താൻ പുഞ്ചിരിച്ചു.

കിഗോങ്ങൊയിലെത്തിയപ്പോൾ കൃഷിയിടത്തിൽ സഹായിച്ചാൽ മാത്രമേ കയ്യിലുള്ള മൺവെട്ടികൾ വിൽക്കാൻ സമ്മതിക്കൂ എന്നായി. അവിടെ വച്ച് വ്യാപാരിക്ക് അസുഖം പിടിപെട്ടു. അദ്ദേഹത്തെ ചുമന്ന് കൊണ്ടുപോകാൻ മറ്റുള്ളവർ തയ്യാറായെങ്കിലും അദ്ദേഹമത് വിസ്സമ്മതിച്ചു. മൂന്ന് ദിവസം കഴിഞ്ഞപ്പോൾ സംഘത്തിനോട് നമുക്ക് കിഗോങ്ങൊ വിട്ടുപോകാൻ സമയമായിരിക്കുന്നു എന്നദ്ദേഹം നിർബന്ധിച്ചു. എന്നും അവരിൽ നിന്ന് ആകാവുന്നത്ര പിടിച്ച് പറിക്കുകയും പകരം വളരെ നിസ്സാരമായവ തരികയും ചെയ്യുന്ന ആ മോഷ്ടാക്കൾക്കൊപ്പം ഇനിയും തുടരാൻ അദ്ദേഹത്തിനാകില്ലായിരുന്നു. അദ്ദേഹത്തിനു സുഖമില്ലാത്തതിനാൽ അവർ ഇടയ്ക്കിടെ വിശ്രമിച്ചു. യൂസുഫ് എപ്പോഴും അദ്ദേഹത്തിനൊപ്പം നടന്നു. അദ്ദേഹത്തിനു ക്ഷീണം തോന്നുമ്പോൾ സഹായിച്ചു. മെഫേലിയിലെത്തിയപ്പോൾ അവർ തീരത്തിനരികിലായിരിക്കുന്നു എന്നുറപ്പായി. അവിടെ കുറേ

ദിവസം വിശ്രമിച്ചു. പട്ടണത്തിൽ കട നടത്തിയിരുന്ന ഒരു സുഹൃത്ത് അസീസ് അമ്മാവനെ സ്വാഗതം ചെയ്തു. പരീക്ഷണങ്ങളുടെയും നിർഭാഗ്യങ്ങളുടേയും കഥ അയാൾ കണ്ണീരോടെ കേട്ടു.

''ഇന്ത്യക്കാർക്ക് തിരിച്ച് നൽകാനുള്ളതെങ്കിലും ലഭിച്ചോ?'' അയാൾ ചോദിച്ചു.

അസീസ് അമ്മാവൻ അത് കേട്ട് ചുമൽ കുലുക്കി.

മെപേലിയിൽ നിന്ന് അവർ തീരത്തേക്ക് അതിവേഗം നടന്നു. അവരുടെ പട്ടണത്തിനു പുറത്തെത്താൻ അവർക്ക് ആറു ദിവസമേ എടുത്തുള്ളൂ. എന്നാൽ ക്ഷീണവും പരാജയവും മൂലം ആഘോഷങ്ങൾക്കുള്ള മാനസികാവസ്ഥയിലായിരുന്നില്ല അവർ. അവർ ധരിച്ചിരുന്ന വസ്ത്രമൊക്കെ കീറിപ്പറിഞ്ഞിരുന്നു. വിശപ്പ് അവരുടെ മുഖത്തെ മാംസമെല്ലാം കാർന്നെടുത്തിരുന്നു. ഒരു കുളത്തിന്റെ കരയിലാണവർ തമ്പടിച്ചത്. അവിടെ അവർക്കാകാവുന്ന വിധത്തിൽ ശരീരം വൃത്തിയാക്കി. അതിനു ശേഷം വ്യാപാരി അവരെ പ്രാർത്ഥനയ്ക്ക് ക്ഷണിച്ചു. അദ്ദേഹം തന്നെയാണതിനു നേതൃത്വം നൽകിയത്. തെറ്റുകൾ എന്തെങ്കിലും സംഭവിച്ചിട്ടുണ്ടെങ്കിൽ അതിനു മാപ്പ് നൽകണമെന്ന് അവർ ദൈവത്തിനോടഭ്യർത്ഥിച്ചു. പിറ്റേന്ന് അവർ പട്ടണത്തിൽ പ്രവേശിച്ചു. കൊമ്പുവാദ്യക്കാരിലൊരാളായിരുന്നു മുന്നിൽ. ഇത്രയൊക്കെ ദുരന്തങ്ങളെ നേരിട്ടുവെങ്കിലും തനിക്ക് ഈ വാദ്യം മീട്ടണം എന്ന് അയാൾ നിർബന്ധം പിടിച്ചു. അയാളുടെ ദുർബലമായ സംഗീതം ഉല്ലാസപ്രദമാക്കാനുള്ള ശ്രമമെല്ലാം അയാൾ നടത്തുന്നുണ്ടായിരുന്നു എങ്കിലും അതൊരു വിലാപഗാനം പോലെ തോന്നിപ്പിച്ചു.

അഭിലാഷങ്ങളുടെ പൂന്തോട്ടം

1

അവിടെ എത്തിയ ആ നിമിഷം പിന്നെ യൂസുഫിനോർത്തെടുക്കാനായില്ല. അവരെത്തിയതിനു ശേഷം വീട്ടിലും മൈതാനത്തിലും നിറയെ ആളുകളുണ്ടായിരുന്നു. അവരെല്ലാം കഥ കേൾക്കാനെത്തിയവരായിരുന്നു. ചുമട്ടുകാരും കാവൽക്കാരും അവിടെ തന്നെയുണ്ടായിരുന്നു. അവർ അവരുടെ അതിജീവനത്തിന്റെ വീരനായക കഥകൾ പറയുകയായിരുന്നു. അതിനോടൊപ്പം അവരുടെ നിർഭാഗ്യത്തെക്കുറിച്ച് മുറുമുറുക്കുകയും ചെയ്യുന്നുണ്ടായിരുന്നു. സത്യത്തിൽ അവർ അവരുടെ വേതനത്തിനായി കാത്തിരിക്കുകയായിരുന്നു. വ്യാപാരിയുടെ വീടിനു പുറത്ത് കൂടാരങ്ങളുടെ ഒരു ചെറുഗ്രാമം തന്നെ ഉയർന്നു. അതിൽ വഴിവാണിഭക്കാർ നിറഞ്ഞു. അവർ ഭക്ഷണവും കാപ്പിയും ചുട്ട മാംസവും വിറ്റു. അവർക്ക് ചുറ്റിലും എപ്പോഴും ആൾക്കൂട്ടങ്ങൾ രൂപപ്പെട്ടു തുടങ്ങി. കാക്കകൾ മറ്റ് പ്രവർത്തികളെല്ലാം ഉപേക്ഷിച്ച് ചുറ്റിലുമുള്ള വൃക്ഷങ്ങളിൽ കാവലിരുന്നു. അവയുടെ കൂർത്ത് തിളങ്ങുന്ന കണ്ണുകൾ കാവലില്ലാത്ത ഉച്ഛിഷ്ടങ്ങൾക്കായി പരതി. തമ്പുകളുടെ അതിർത്തികളിൽ അവശിഷ്ടങ്ങളുടേയും ചവറുകളുടേയും ചെറുകുന്നുകൾ പ്രത്യക്ഷപ്പെട്ടു. വിഴുപ്പ് നിറഞ്ഞ ഒരു ചെറിയ ഓട അവിടെ നിന്ന് ഒഴുകാൻ തുടങ്ങി.

കടയുടെ മുന്നിലെ മട്ടുപ്പാവിലാണ് വ്യാപാരി സന്ദർശകരെ കണ്ടത്. അവിടെ സ്ഥിരപ്രതിഷ്ഠ നേടിയിരുന്ന വൃദ്ധർ അതിനായി ഇടം പകുത്തുകൊടുത്തു. എന്നാൽ തങ്ങളെ അവിടെ നിന്ന് പുറത്താക്കുമോ എന്ന ഭയം അവരിലുണ്ടായിരുന്നു. അതിനെ ചെറുക്കാനും അവർ തയ്യാറായിരുന്നു. ചിന്താകുലരായിരുന്നു വ്യാപാരിയുടെ സന്ദർശകരിൽ മിക്കവരും. അവർ അദ്ദേഹത്തിനൊപ്പം മണിക്കൂറുകൾ അനവധി ചിലവിട്ടു. യാത്രാവിവരണം കേട്ടു. സഹാനുഭൂതിയുടെ ആശ്ചര്യസ്വരങ്ങളും ചെറുകരച്ചിലുകളും പുറപ്പെടുവിച്ചു. അവർ സംസാരിക്കുകയും കാപ്പി കുടിക്കുകയും ചെയ്യുന്നതിനിടയിൽ,

കോപാകുലരായ ഒരു സംഘം അവരെ വട്ടമിട്ടു. ചിലപ്പോഴൊക്കെ സന്ദർശകർ ഒരു നോട്ടുബുക്കിൽ എന്തൊക്കെയോ കുറിച്ചെടുത്തു. അതല്ലെങ്കിൽ വീടിന്റെ ഓരത്തുള്ള സ്റ്റോറുകൾ എന്ന് വിളിക്കുന്ന പാണ്ടികശാലകളെ വട്ടം ചുറ്റി. കടകളിലൊന്നിലാണ് മൊഹമ്മദ് അബ്ദുള്ളയെ സ്ഥാപിച്ചിരുന്നത്. അയാളപ്പോഴും ക്ഷീണത്തിൽ നിന്നും പനിയിൽ നിന്നും പൂർണ്ണമായും മുക്തനായിരുന്നില്ല. ചാതുവിൽ നിന്ന് ലഭിച്ച പ്രഹരത്തിനു ശേഷം വിചിത്രങ്ങളായ വേദനകളാണ യാളെ അലട്ടിക്കൊണ്ടിരുന്നത്. അയാളുടെ മുറിയിലേക്ക് പ്രവേശിക്കു ന്നിടത്ത് ഒരു തുണി ഞാത്തിയിട്ടിരുന്നു. അത് കാറ്റിൽ ആടിയുലഞ്ഞു കൊണ്ടിരുന്നു. സന്ദർശകർ അതിനപ്പുറത്ത് നിന്ന് അയാളെ അഭി വാദ്യം ചെയ്തു. ആരോഗ്യം നേർന്നു. അതിനു ശേഷം മറ്റ് സ്റ്റോറു കളിലേക്ക് നീങ്ങി.

''സയ്യിദിന്റെ അസ്ഥി പെറുക്കിയെടുക്കാൻ വന്നവരാണവർ.'' ഖലീൽ യൂസുഫിനോട് പറഞ്ഞു.

അവന്റെ തലമുടിയിൽ ഒറ്റപ്പെട്ട നര പ്രത്യക്ഷപ്പെട്ടിരുന്നു. മുഖം യൂസുഫിന്റെ ഓർമ്മയിലുള്ളതിനേക്കാൾ കൂർത്തിരുന്നു. പരിഭ്രമവും കോപവും കലർന്ന ആഹ്ലാദത്തോടെയാണവൻ യൂസുഫിനെ എതി രേറ്റത്. ആ ആദ്യനിമിഷത്തിനു ശേഷം അവനിൽ വളരെ സന്തോഷ മുണ്ടായി. അവന്റെ ശരീരത്തിലേക്ക് ചാടിക്കയറി. ആലിംഗനം ചെയ്തു. അവന്റെ പുറത്തടിച്ചു.

''അവൻ തിരിച്ചെത്തി.'' ഇടപാടുകാരോടൊക്ക ഖലീൽ വിളിച്ച് പറഞ്ഞു. ''എന്റെ അനുജൻ തിരിച്ചെത്തി. അവനെത്ര വലുതായി എന്നൊന്ന് നോക്കൂ.''

അലങ്കോലങ്ങളുടെ ആദ്യനാളുകൾക്ക് ശേഷം അവൻ യൂസു ഫിനെ നിർബന്ധപൂർവ്വം കടയിലെത്തിച്ചു. ഒരു മാറ്റത്തിനായി നീ കുറച്ച് പണിയൊക്കെയെടുക്ക് എന്ന് ആവശ്യപ്പെട്ടു. അതിനെ അനു കൂലിക്കുന്ന വിധത്തിൽ അസീസ് അമ്മാവൻ പുഞ്ചിരിച്ചു. അത് തന്നെയാണപ്പോൾ വ്യാപാരിയും ആഗ്രഹിക്കുന്നതെന്ന് യുസൂഫിനു മനസ്സിലായി. അവൻ വിളിച്ചാൽ വിളി കേൾക്കുന്നിടത്തുണ്ടാകണം എന്നയാൾ ആഗ്രഹിക്കുന്നു. ഇടക്കിടെ തന്റെ അതിഥികൾക്ക് ചില സഹായങ്ങൾ ചെയ്യാൻ അവനെ അയാൾ വിളിപ്പിച്ചുകൊണ്ടിരുന്നു. അവനത് ചെയ്താൽ അയാൾ അഭിനന്ദിക്കും. അംഗീകരിക്കും. ഖ ലീൽ നിരന്തരം യൂസുഫിനോട് സംസാരിച്ചുകൊണ്ടേയിരുന്നു. അ തിനിടയിൽ ഇടപാടുകാരാരെങ്കിലും വന്നാൽ മാത്രം ഇടവേളയെ ടുക്കും. തിരിച്ചെത്തിയ യാത്രിയെ പുകഴ്ത്താനും ആദരിക്കാനും ഖലീൽ ഇടപാടുകാരെ ക്ഷണിച്ചു.

‘‘അവന്റെ മാംസപേശികളൊന്ന് നോക്കൂ. എന്റെ ഈ കൃമികീടം ഇങ്ങനെയാകും എന്ന് ആരെങ്കിലും കരുതിയിരുന്നോ? അവരെന്താണിവന് തിന്നാൻ കൊടുത്തിരുന്നതെന്ന് എനിക്കറിയില്ല. എന്തായാലും അതിവന്റെ തടി വർദ്ധിപ്പിച്ചു. നിങ്ങളുടെ പുത്രിമാരിൽ ആർക്കെങ്കിലും ഇവനെ തിരഞ്ഞെടുക്കാം.’’

രാത്രിയിൽ, പുറത്ത് തമ്പടിച്ചവരിൽ നിന്ന് മൂളിപ്പാട്ടുകളും സംഗീതവും മർമ്മരങ്ങളും ചിരികളും ഉയർന്നപ്പോൾ അവർ മട്ടുപ്പാവിന്റെ ഒരു മൂലയിൽ പായ വിരിച്ചു.

ഇനി യാത്രയുടെ വിശേഷങ്ങൾ പറയ്. എനിക്ക് എല്ലാം കേൾക്കണം എന്ന് ഖലീൽ പറയുന്നത് ഒരു ശീലമാക്കി.

തനൊരു പേക്കിനാവിൽ നിന്നുണരുകയാണെന്ന് അപ്പോൾ യൂസുഫിനു തോന്നും. ആ യാത്രയിലുടനീളം തുറസ്സിൽ, വെയിലത്ത് പെട്ടുപോയ, തോടുപോയ, മാംസളമായ ഒരു ജീവിയായിരുന്നു താൻ എന്ന് പല തവണ അവൻ ഖലീലിനോട് പറഞ്ഞു. മുള്ളിലൂടേയും കൂർത്ത ചരലിലൂടേയും കടന്ന് പോകുകയായിരുന്നു എന്നും ചുറ്റിലുമുള്ളതെല്ലാം ഭീകര വന്യജീവികളായിരുന്നു എന്നും അവൻ കരുതി. എവിടേക്കുമെത്താമായിരുന്ന യാത്രയായിരുന്നു അത്. അപ്പോൾ അനുഭവപ്പെട്ട ഭീതിയെ ഭയം എന്ന വാക്കിൽ ഒതുക്കാനാകും എന്നുറപ്പില്ല. അതൊന്നും സത്യമായ അനുഭവമായിരുന്നില്ല ഒരു സ്വപ്നം മാത്രമായിരുന്നു എന്ന് ഇപ്പോൾ തോന്നുന്നു. സർവ്വനാശത്തിന്റെ വക്കിലെത്തിയ ഒരു ജീവിയായിരുന്നു തങ്ങളെന്ന്. വ്യാപാരത്തിനു വേണ്ടി ഏത് ഭയത്തേയും മറികടക്കാൻ ജനങ്ങൾ ഇച്ഛിക്കുന്നതെന്തെന്ന് അവൻ അത്ഭുതപ്പെട്ടു. അതൊരു ഭീതിയേയായിരുന്നില്ല. അവൻ പറഞ്ഞു. എന്നാൽ എല്ലാതിനും രൂപം കൊടുത്ത ഭയമായിരുന്നു. തനിക്ക് ഒരിക്കലും ഊഹിക്കാനോ പ്രവചിക്കാനോ ആകാത്ത കാഴ്ചകൾ ആ യാത്രയിൽ കാണുകയുണ്ടായി.

‘‘ആ മലമുകളിലെ വെളിച്ചത്തിനു പച്ച നിറമായിരുന്നു. അങ്ങനെയൊരു വെളിച്ചം എന്റെ ഭാവനയിൽ പോലുമുണ്ടായിരുന്നില്ല. അന്തരീക്ഷം കഴുകിയെടുത്തതുപോലെ ശുദ്ധമായിരുന്നു. വൃത്തിയുള്ളതുമായിരുന്നു. പ്രഭാതത്തിൽ, ഉദയകിരണങ്ങൾ മഞ്ഞിൽ പ്രതിഫലിക്കുമ്പോൾ അതാണ് അനശ്വരത എന്ന ചിന്ത വരും. ഒരിക്കലും മാറ്റം വരാത്ത ഒരു നിമിഷമാണതെന്ന്. സായാഹ്നത്തിനോടടുത്ത് നദിക്കരയിൽ നിന്നുള്ള സ്വരം ആകാശത്തേക്കുയരും. ഒരു സായാഹ്നത്തിൽ മലകൾക്ക് മുകളിൽ ഒരു വെള്ളച്ചാട്ടത്തിനരികിൽ ഞങ്ങൾ തമ്പടിച്ചു. സുന്ദരമായിരുന്നു അത്. ഇതിലും വലിയ പൂർണ്ണതയില്ല എന്ന മട്ടിൽ. അത്രയും സുന്ദരമായ മറ്റൊരു കാഴ്ച ഞാൻ കണ്ടിട്ടില്ല. ദൈവത്തിന്റെ ശ്വാസന സ്വരം നിങ്ങൾക്കവിടെ കേൾക്കാനാകും. പക്ഷേ ഒരു മനുഷ്യൻ പെട്ടെന്ന് പ്രത്യക്ഷപ്പെട്ട് ഞങ്ങളെ അവിടെ

നിന്ന് ഓടിപ്പിക്കാൻ ശ്രമിച്ചു. രാവെന്നോ പകലെന്നോ ഇല്ലാതെ പ്രകൃതി സ്പന്ദിച്ചുകൊണ്ടിരുന്നു. ഒരു ദിവസം ഉച്ചയോടെ തടാക ക്കരയിൽ രണ്ട് കഴുകന്മാർ ഒരു റബ്ബർ മരത്തിലിരിക്കുന്നത് ഞാൻ കണ്ടു. പെട്ടെന്ന് അവരിൽ ഊർജ്ജം വർദ്ധിച്ചു. അവ രണ്ട് മൂന്ന് തവണ ഒച്ചയിട്ടു. കഴുത്തൊന്ന് പുറകിലേക്ക് വളച്ചു. ശരീരം വലിച്ച് മുറുക്കി. ഒരു നിമിഷത്തിനു ശേഷം, തടകാത്തിന്റെ മറുകരയിൽ നിന്ന് അതിനു മറുപടി വന്നു. പിന്നെയും കുറച്ച് കഴിഞ്ഞപ്പോൾ അതിലെ ആൺപക്ഷിയുടെ ശരീരത്തിൽ നിന്ന് ഒരു വെളുത്ത തൂവൽ പൊഴിഞ്ഞ് വീണു. അത് നിലത്തേക്ക് ഒഴുകിയെത്തി.''

ഖലീൽ നിശ്ശബ്ദം കഥ കേട്ടു. ഇടയ്ക്ക് ഒന്ന് മൂളി. എന്നാൽ, ഖലീൽ ഉറങ്ങിയിരിക്കുന്നു എന്ന ചിന്തയിൽ യൂസുഫ് കഥ നിർത്തി യാൽ ഇരുട്ടിൽ നിന്നൊരു ചോദ്യം വരും. കഥ തുടരാൻ ആവശ്യ പ്പെടും. ചിലപ്പോൾ അതിഭീമമായ ചുവന്ന മണ്ണിന്റെ ഓർമ്മയിൽ യൂസുഫ് നിശ്ശബ്ദനാകും. അവിടെ അനേകം ജനങ്ങളും മൃഗങ്ങളു മുണ്ട്. മലനിരകളുടെ ചിത്രം മനസ്സിൽ തെളിയും. അത് തടാകത്തിൽ നിന്ന് അഗ്നിനാളങ്ങൾ പോലെ ഉയർന്ന് നിൽക്കുന്നത് കാണും.

''പറുദീസയുടെ പടിവാതിൽ പോലെ.'' യൂസുഫ് പറഞ്ഞു.

തനിക്കത് വിശ്വാസമാകുന്നില്ല എന്നൊരു സ്വരം ഖലീലിൽ നിന്ന് വന്നു. ''എന്നിട്ട്, ഈ പറുദീസയിലാരാണ് ജീവിക്കുന്നത്? കാട്ടാള ന്മാരും മോഷ്ടാക്കളും. അവർ വ്യാപാരികളെ പിടിച്ച് പറിക്കുന്നു. നിസ്സാര പണത്തിന് സ്വന്തം സഹോദരങ്ങളെ വിൽക്കുന്നു. അവർക്ക് ദൈവമില്ല. മതമില്ല. കരുണപോലുമില്ല. കാട്ടിലെ മൃഗങ്ങളെപ്പോലെ യാണവർ. സ്വയം അവരവർക്ക് വേണ്ടി മാത്രം ജീവിക്കുന്നവർ.'' ഇങ്ങനെയാണ് ചാതുവിന്റെ കഥ അവിടെ നിന്ന് തിരിച്ചെത്തിയവ രെല്ലാം പറഞ്ഞിരിക്കുന്നതെന്ന് യൂസുഫിനറിയാം. അവൻ നിശ്ശബ്ദത പാലിച്ചു. ചാതുവിന്റെ പട്ടണത്തിലെ താമസിച്ചതിന്റെ ഓർമ്മകൾ ക്കൊപ്പം അവനിലേക്ക് ബാട്ടിയുമെത്തി. അവളുടെ ഉച്ഛ്വാസവായു വിന്റെ ചെറുചൂടെത്തി. അതവന്റെ കഴുത്തിൽ പതിച്ചു. അതൊക്കെ പറഞ്ഞാൽ ഖലീൽ അവനെ കളിയാക്കും. അതിനാൽ അവനത് പറയാൻ ലജ്ജിച്ചു.

''ആ ചെകുത്താൻ മൊഹമ്മദ് അബ്ദുള്ള എങ്ങനെയുണ്ടായിരുന്നു? കാട്ടാളന്മാരുടെ സുൽത്താൻ അയാളെ ഒരു പാഠം പഠിപ്പിച്ചു അല്ലേ? നീയും അപ്പോൾ അവിടെയുണ്ടായിരുന്നല്ലോ. പക്ഷേ, അതിനു മുമ്പ് അയാൾ എങ്ങനെയായിരുന്നു?'' ഖലീൽ ചോദിച്ചു. ''ഓരോ യാത്ര കഴിഞ്ഞാലും അയാളെക്കുറിച്ച് ഭീകരകഥകളുമായിട്ടായിരിക്കും സംഘം മടങ്ങിയെത്തുന്നത്. ആളുകൾക്കിടയിൽ അയാൾക്കുള്ള മതിപ്പെന്തെന്ന് നിനക്കുമറിയാമല്ലോ.''

''എന്നോട് ദയയോടെ പെരുമാറി.'' ഒരു നിമിഷത്തിനു ശേഷം യൂസുഫ് പറഞ്ഞു. ആ നിശ്ശബ്ദതയിൽ മ്ന്യാപര നൃത്തം ചെയ്യുന്നത്

അവൻ കണ്ടു. തീയ്ക്ക് ചുറ്റിലുമുള്ള നൃത്തം. അയാൾ ആത്മ പ്രശംസ നടത്തുന്നതും പൊങ്ങച്ചം കാണിക്കുന്നതും ധാർഷ്ട്യം കാണിക്കുന്നതും കണ്ടു. ചുമലിലെ വേദന മറയ്ക്കാൻ ശ്രമിക്കുന്നത് കണ്ടു.

''അത്രയെക്കാന്നും അയാളെ നീ വിശ്വസിക്കണ്ട.'' ഖലീലിന് അവന്റെ വാക്കുകൾ ഇഷ്ടമായില്ല. ''അപകടകാരിയാണയാൾ. അത് പോകട്ടെ. നീ ചെന്നായമനുഷ്യരെ കാണുകയുണ്ടായോ? കണ്ടിട്ടുണ്ടാകും. ഒരുപക്ഷേ അവർ കാടിന്റെയുള്ളിലാകും. അന്നാടുകളിലൊക്കെ അവർ പ്രശസ്തരാണത്രെ. വിചിത്രരൂപികളായ മൃഗങ്ങളെ കാണാനായോ?''

''ചെന്നായമനുഷ്യരെയൊന്നും ഞാൻ കണ്ടില്ല. ഒരുപക്ഷേ അവർ അവരുടെ മണ്ണിനെ ചവുട്ടി മെതിച്ച് പോയിക്കൊണ്ടിരുന്ന വന്യമൃഗങ്ങളിൽ നിന്ന് ഒളിച്ചിരിക്കുകയായിരുന്നിരിക്കാം.''

അത് കേട്ട് ഖലീൽ ചിരിച്ചു. ''നിനക്കിനി ചെന്നായ മനുഷ്യരെയൊന്നും ഭയമുണ്ടാകില്ല. നീ വലുതായല്ലോ. നിനക്കിനി ഒരു ഭാര്യയെ കണ്ടെത്തണം. മാ അജൂസ നിന്നെ കാത്തിരിക്കുന്നുണ്ട്. അവളെന്തായാലും നിന്നെ മണത്തെത്തും. നീ വലുതായോ ഇല്ലയോ എന്ന് പരിശോധിക്കും. ഇത്രയും വർഷം അവൾ നിന്നെയോർത്ത് വിഷണ്ണയായിരിക്കുകയാണ്.''

കടയിൽ അവനെ കണ്ടപ്പോൾ മാ അജൂസയുടെ വാ തുറന്നു. അതങ്ങനെ കുറേ നേരം തുറന്ന് തന്നെയിരുന്നു. അവൾ അനങ്ങാതെ നിന്നു. വാക്കുകൾ കിട്ടാൻ വിഷമിച്ചു. പിന്നെ ആനന്ദത്താൽ ചെറുതായൊന്ന് പുഞ്ചിരിച്ചു. അവൾ തന്റെ ഭാരിച്ച ശരീരം ചലിപ്പിച്ചു. അവളുടെ മുഖത്ത് ക്ഷീണമുണ്ടായിരുന്നു.

''എന്റെ ഭർത്താവ് തിരിച്ചെത്തിയല്ലോ. ദൈവത്തിനു നന്ദി. എന്തൊരു സുന്ദരനായിരിക്കുന്നു ഇവൻ. ഇനിയിപ്പോൾ ഇവനു പുറകെ വട്ടമിടുന്ന മറ്റ് പെൺകുട്ടികളെ ഞാൻ സൂക്ഷിക്കേണ്ടി വരും.'' അവൾ ഉച്ചത്തിൽ പറഞ്ഞു.

പക്ഷേ ആ കളിവചനങ്ങളിൽ യൂസഫിന് ഉത്സാഹമില്ലായിരുന്നു. അവളുടെ സ്വരത്തിൽ ക്ഷമാപണം നിഴലിച്ചു. ആദരവും. അവന് അവളോട് അനിഷ്ടം തോന്നുമോ എന്നൊരു ഭയമുള്ളതുപോലെ.

''നിങ്ങളാണ് സുന്ദരിയായിരിക്കുന്നത് മാ അജൂസ.'' ഖലീൽ പറഞ്ഞു. ''അല്ലാതെ ബലഹീനനായ ഈ യുവാവല്ല. ഇവന് യഥാർത്ഥ സ്നേഹം കണ്ടാലും മനസ്സിലാകുന്നില്ല. നിനക്ക് എന്നെ തിരഞ്ഞെടുക്കാമായിരുന്നില്ലേ പ്രിയേ. ഞാനാണെങ്കിൽ നിനക്ക് ഒരുപാട് പുകയില തരുമായിരുന്നു. ഇന്ന് എന്താ സുഖം തോന്നുന്നില്ലേ? നിന്റെ വീട്ടുകാരൊക്കെ എന്ത് പറയുന്നു?''

“എല്ലാവർക്കും സുഖം. അതിനു ദൈവത്തിനു നന്ദി. അവനാണല്ലോ ഞങ്ങൾക്കെല്ലാം തരുന്നത്.” അവളുടെ സ്വരമൊന്ന് ഉയർന്നു. അതിൽ ആത്മനിന്ദയുണ്ടായിരുന്നു. “അവൻ നമ്മളെ ധനികരോ ദരിദ്രരോ ആക്കട്ടെ, ബലഹീനരോ കരുത്തുള്ളവരോ ആക്കട്ടെ, നമുക്ക് അൽ ഹം ദുലില്ലാഹ് എന്നല്ലാതെ എന്ത് പറയാനാകും? ഞങ്ങൾ നിനക്ക് നന്ദി പറയുന്നു. നമുക്കേറ്റവും നല്ലതെന്തെന്ന് അവനറിയില്ലെങ്കിൽ പിന്നെ ആർക്കറിയാനാണ്? എന്തായാലും നീ ഇനി സംസാരിക്കരുത്. ഞാൻ എന്റെ ഭർത്താവിനോട് സംസാരിക്കട്ടെ. ഇവിടെ നിന്ന് മാറി നിന്നപ്പോൾ നീ മറ്റ് പെണ്ണുങ്ങളുമായി കളിക്കാനിറങ്ങിയിട്ടൊന്നുമില്ലല്ലോ അല്ലേ? ഇവിടെ വന്നാൽ പിന്നെ നീ എനിക്കൊപ്പം താമസിക്കണം. നിനക്കായി ഞാൻ ഒരു വിരുന്നൊരുക്കുന്നുണ്ട്.”

“അവനെ വെറുതെ പ്രകോപിപ്പിക്കരുത് മാ അജൂസ.” ഖലീൽ ഇടപെട്ടു. “അവനിപ്പോൾ ഒരു ചെന്നായമനുഷ്യനാണ്. നിന്റെ വീട്ടിൽ വന്ന് നിന്നെയവൻ പിടിച്ച് തിന്നും.”

അത് കേട്ട് മാ അജൂസ ഒന്ന് കൂക്കുവിളിച്ചു. ആ കൂക്കുവിളി കേട്ടപ്പോൾ ഖലീൽ അവന്റെ നിതംബം അശ്ലീലമാം വിധമിളക്കി. മാ അജൂസ ചോദിച്ചതിലും അധികം സാധനങ്ങൾ ഖലീൽ നൽകുന്നുണ്ടെന്ന് യൂസുഫ് കണ്ടു. ഒരു ചെറിയ പൊതി പഞ്ചസാര സൗജന്യമായും കൊടുക്കുന്നത് കണ്ടു. “ഇന്ന് രാത്രി പതിവ് സമയത്ത് കാണാം അല്ലേ?” ഖലീൽ ചോദിച്ചു. “എനിക്ക് ശരീരമാകെ ഒന്ന് തിരുമ്മണം.”

“ആദ്യം നീ എന്നിൽ നിന്ന് മോഷ്ടിക്കുന്നു. പിന്നെ എന്റെ കാര്യങ്ങളിൽ ഇടപെടുന്നു.” മാ അജൂസ ഒച്ചയിട്ടു. “എന്നിൽ നിന്ന് അകന്ന് നിൽക്കണം. നീ ഒരു ചെകുത്താനാണ്.”

“കണ്ടോ, അവൾക്കിപ്പോഴും നിന്നെ മാത്രമേ ഇഷ്ടമുള്ളൂ.” ഖലീൽ യൂസുഫിനോട് പറഞ്ഞു. അവനെ ധീരനാക്കാനെന്നവണ്ണം പുറത്ത് തട്ടി.

2

അപരിചിതർ അധികമായതിനാൽ തോട്ടത്തിന്റെ വാതിൽ അടഞ്ഞ് കിടന്നു. ഖലീൽ, അസീസ് അമ്മാവൻ, ഹംദാനി എന്നിവർക്ക് മാത്രമേ അത് തുറന്നുള്ളൂ. മതിലിനപ്പുറത്തു നിന്നുള്ള ഉയരമേറിയ മരങ്ങളുടെ ശിഖരങ്ങൾ യൂസുഫ് കണ്ടു. പ്രഭാതങ്ങളിൽ അതിനകത്തു നിന്ന് വരുന്ന കിളികൂജനങ്ങൾ കേട്ടു. അതിനകത്ത് തന്നിഷ്ടത്തിനൊന്ന് അലയാൻ ഇച്ഛിച്ചു. പ്രഭാതത്തിൽ മസി ഹംദാനി പുറത്ത്

വരുന്നതും അവിടെയുള്ള കൂടാരങ്ങളെ വലം വയ്ക്കുന്നതും ആ കൂടാരങ്ങൾക്ക് ചുറ്റിലുമുള്ള അഴുക്കിനെ ശ്രദ്ധിക്കാതിരിക്കുന്നതും അവൻ കാണാറുണ്ട്. അയാൾ ഇടത്തോട്ടോ വലത്തോട്ടോ നോക്കാറില്ല. തോട്ടത്തിന്റെ വാതിൽ കടന്നാൽ നേരെ മാത്രമാകും ആ കണ്ണുകൾ. സായാഹ്നത്തിൽ അതേ നിശ്ശബ്ദതയോടെ അയാൾ തിരിച്ച് പോകും. മസി ഹംദാനി തന്നെ കാണുന്നു എന്ന് ഉറപ്പ് വരുത്താവുന്ന അവസ്ഥയിൽ മുന്നിൽ ചെന്ന് നിൽക്കാനുള്ള ധൈര്യം സംഭരിക്കാൻ യൂസുഫിനേതാനും ദിവസങ്ങൾ വേണ്ടി വന്നു. വൃദ്ധൻ അവനെ കണ്ടിട്ടും കണ്ടതായി ഭാവിച്ചില്ല. അത് ആദ്യം യൂസുഫിനെ വേദനിപ്പിച്ചു. പിന്നെ ഒന്ന് പുഞ്ചിരിച്ച് പിൻവാങ്ങി.

പുറത്ത് തമ്പടിച്ചിരുന്നവർ ഒന്നൊന്നായി അവിടം വിട്ടു തുടങ്ങി. അസീസ് അമ്മാവൻ അപ്പോഴും പണം കടം നൽകിയവരോടും മറ്റ് വ്യാപാരികളോടും വിലപേശലുകൾ തുടരുന്നുണ്ടായിരുന്നു. പക്ഷേ അവർക്ക് മടുത്തു തുടങ്ങിയിരിക്കുന്നു. അവർ ശല്യം ചെയ്യാൻ തുടങ്ങിയിരിക്കുന്നു. അവർ വ്യാപാരിയുമൊത്തുണ്ടാക്കിയ കരാറുകളുമായെത്തി. മൊഹമ്മദ് അബ്ദുള്ളയും സിംബ മവേനെയും സാക്ഷികളായി. വ്യാപാരി തന്റെ കണക്ക് പുസ്തകത്തിൽ എല്ലാം എഴുതി ചേർത്തുകൊണ്ടിരുന്നു. അയാൾ എന്ത് നൽകിയോ അത് കടം കൊടുത്തവർ വാങ്ങി. ശേഷിച്ച തുകയ്ക്ക് മറ്റൊരു കരാറുണ്ടാക്കി. പ്രതീക്ഷിച്ച ലാഭം എവിടേയും ആർക്കും ലഭിച്ചില്ല. അസീസ് അമ്മാവൻ അതെല്ലാം എല്ലാവർക്കും വിശദീകരിച്ച് കൊടുത്തു. പണം മറ്റെവിടെ നിന്നെങ്കിലും ലഭിക്കുമോ എന്ന് പരിശ്രമിച്ചുകൊണ്ടിരിക്കുന്നു. അങ്ങനെ കടം വീട്ടാനാകുമോ എന്ന്. പക്ഷേ അവരൊന്നും അദ്ദേഹം പറഞ്ഞത് വിശസിച്ചില്ല. അവർ അത് പരസ്പരം പറഞ്ഞു.

വലിയ വ്യാപാരികൾ അവർക്കൊപ്പം യാത്ര ചെയ്തവരെ വഞ്ചിക്കുന്നതിന് കുപ്രസിദ്ധി നേടിയവരാണ്. അവർ വ്യാപാരിയോട് മുരണ്ടു. പറഞ്ഞ് പാട്ടിലാക്കാൻ ശ്രമിച്ചു. കൂടുതൽ പണത്തിനായി വിലപേശി. താനൊരു വിവർത്തകനായും ജോലി നോക്കിയിട്ടുണ്ടെന്നും അതും പരിഗണിക്കണമെന്നും ന്യൂൻഡോ അപേക്ഷിച്ചു. വ്യാപാരി അത് കേട്ട് തലയാട്ടി. അതനുസരിച്ച് അയാളുടെ കണക്കിലും കരാറിലും മാറ്റം വരുത്തി. പണം കിട്ടി ബോധിച്ചു എന്ന് കണക്ക് പുസ്തകത്തിൽ എഴുതിക്കൊടുത്തവരുടെ കരാറിൽ മൊഹമ്മദ് അബ്ദുള്ളയും സിംബ മവേനെയും അടയാളങ്ങൾ വരച്ചു. അവർ ഇരുവർക്കും എഴുത്തും വായനയും അറിയില്ലായിരുന്നു. ചിലർ അവർക്ക് ലഭിക്കാനുള്ള കരാർ തുക വാങ്ങുന്നത് വൈകിപ്പിച്ചു. കലഹങ്ങൾക്കായി നീട്ടിവച്ചു. പക്ഷേ അവസാനം വ്യാപാരിയുടെ വാക്കുകൾ അവർക്ക് സ്വീകരിക്കേണ്ടി വന്നു. അല്ലെങ്കിൽ ശൂന്യമായ കരങ്ങളുമായി ഒഴിഞ്ഞു പോകേണ്ടി വന്നു. യാത്രയ്ക്കിടയിൽ മരിച്ചവർക്കുള്ള തുക അവരുടെ

ബന്ധുക്കൾക്ക് കൈമാറി. അവരുടെ ആവശ്യങ്ങൾക്കായി ആവശ്യത്തിനു വെളുത്ത പരുത്തി തുണിയും അസീസ് അമ്മാവൻ അയച്ചു. ശവക്കച്ചയ്ക്ക് പകരമായി. അവരുടെ ശവം നൂറുകണക്കിനു നാഴിക ദൂരെ സംസ്കരിച്ചു എങ്കിലും ഇതൊരു ആചാരമായിരുന്നു. അവർക്ക് കരാർ തുക കൂടാതെ സ്വന്തം കീശയിൽ നിന്നും അയാൾ പണം നൽകി. 'മയ്യത്ത് നിസ്കാരത്തിന്' എന്ന് ആർക്കാണോ ആ പണം കൈമാറിയത് അവരോട് പറഞ്ഞു.

അന്ന് രാത്രിയിൽ കൂട്ടത്തിൽ നിന്നോടി രക്ഷപ്പെട്ട രണ്ടുപേർക്കുള്ള വേതനം അസീസ് അമ്മാവൻ തടഞ്ഞ് വച്ചു. ചാതുവിന്റെ പട്ടണത്തിൽ നിന്ന് രക്ഷപ്പെട്ടവരുടെ വേതനം. പണം അവരുടെ കുടുംബത്തിനു കൈമാറുകയും അന്നോടിപ്പോയവർ വീണ്ടും പ്രത്യക്ഷപ്പെടുകയും ചെയ്താൽ അത് ഒരായുഷ്കാല കലഹത്തിനു കാരണമായേക്കും. അയാൾ തിരിച്ചെത്തിയില്ല എങ്കിൽ അധികം താമസിയാതെ ഒരു ബന്ധു അവകാശവുമായെത്തും. വിശ്വാസവഞ്ചന എന്ന് പറഞ്ഞ് അദ്ദേഹത്തെ ശപിക്കും. അത് പക്ഷേ അത്ര വലിയ തിന്മയല്ല, എന്നാണ് വ്യാപാരി പറഞ്ഞത്.

ജനങ്ങൾ പിരിഞ്ഞ് പോയി തുടങ്ങിയപ്പോൾ വഴിവാണിഭക്കാരും അവരുടെ ചെറുകടകളും ഇല്ലാതായി. കാക്കകൾ മാത്രം വിഴുപ്പിൽ ചിക്കിപ്പരത്തി നടന്നു. 'അടുത്ത യാത്രയിൽ ഞങ്ങളെ മറക്കരുത്' യാത്ര ചോദിക്കുന്നതിനിടയിൽ അവർ മൊഹമ്മദ് അബ്ദുള്ളയോട് പറഞ്ഞു. അയാളോട് ദയ തോന്നിയതിനാലാണവർ അങ്ങനെ പറഞ്ഞത്. അയാൾ രോഗിയാകുകയാണെന്നും ക്ഷീണിതനാകുന്നു എന്നും അവർക്ക് മനസ്സിലായിരുന്നു.

''ഞങ്ങളെല്ലാം നിങ്ങൾക്ക് വേണ്ടി നല്ല രീതിയിൽ തന്നെ ജോലി ചെയ്തുവല്ലോ. യാത്ര വിജയമാകാതിരുന്നത് ദൈവാനുഗ്രഹമില്ലാത്തതിനാലാണ്. ഞങ്ങളെ മറക്കരുത് മ്ന്യാപര.''

''ഇനിയൊരു യാത്ര നിങ്ങൾക്കൊക്കെ പോകണോ? അങ്ങനെയൊന്നുണ്ടാകുമോ?'' മ്ന്യാപര ധാർഷ്ട്യം പ്രകടിപ്പിച്ചു. ക്രൂരതയോടെ കളിയാക്കി ''എല്ലാം യൂറോപ്പുകാർ കൊണ്ടുപോയില്ലേ?''

അവസാനം വേതനം ലഭിച്ചത് മൊഹമ്മദ് അബ്ദുള്ളയ്ക്കും സിംബ മവേനെയ്ക്കുമായിരുന്നു. നന്ദിയോടെ അവർ അത് സ്വീകരിച്ചു. അവർക്കെന്താണ് നൽകിയതെന്നുപോലും നോക്കിയില്ല. വേതനം കൈപ്പറ്റിയതിനു ശേഷം അവർ വ്യാപാരിയുമൊത്ത് മട്ടുപ്പാവിലിരുന്നു. അവരെക്കൊണ്ട് ഇനി എന്തെങ്കിലും ആവശ്യങ്ങളുണ്ടോ എന്നവർക്കുറപ്പില്ലായിരുന്നു. എന്നാൽ പെട്ടെന്ന് അവിടെ നിന്ന് പോകുന്നത് അപമര്യാദയായി കണക്കാക്കപ്പെടുമോ എന്നും അവർ ചിന്തിക്കാതിരുന്നില്ല. അവർ ഇരുവരും പോകാനായി എഴുന്നേറ്റപ്പോൾ വ്യാപാരി സിംബ മവേനെയുടെ കൈ പിടിച്ചു. ഒരു നിമിഷം

മൊഹമ്മദ് അബ്ദുള്ള നിശ്ചലനായി. നിലത്തേക്ക് കണ്ണ് നട്ട് നിശ്ചല നായി. പിന്നെ നടന്ന് നീങ്ങി.

മൊഹമ്മദ് അബ്ദുള്ളയുടെ നിരാശ കണ്ടപ്പോൾ ഖലീൽ യൂസു ഫിനെയൊന്ന് തോണ്ടി. എന്തോ വിജയം നേടിയതുപോലെ ഖലീ ലിന്റെ മുഖം തിളങ്ങി. താനാണീ അട്ടിമറിക്ക് നേതൃത്വം നൽകിയ തെന്ന മട്ടിൽ തിളങ്ങി.

“ഇതോടെ ആ വൃത്തികെട്ട നായ ഒഴിവായിക്കിട്ടി. ഇനി അയാൾക്ക് അയാളുടെ വന്യതയിലേക്ക് മടങ്ങി മൃഗങ്ങളെ പീഡിപ്പിക്കേണ്ടി വരും. കടന്ന് പോടാ പട്ടീ നീ.” അവൻ യൂസുഫിന്റെ കാതിൽ മന്ത്രിച്ചു.

ഖലീലിന്റെ അനിഷ്ടം യൂസുഫിനെ അത്ഭുതപ്പെടുത്തി. അതി നൊരു വിശദീകരണത്തിനായ നോക്കി നിന്നു. എന്നാൽ ഖലീൽ അവനിൽ നിന്ന് മുഖം തിരിച്ച് അരിച്ചാക്കുകൾ അട്ടിയിടാൻ തുടങ്ങി. ധാന്യങ്ങൾ ഒതുക്കി വയ്ക്കാൻ തുടങ്ങി. അവന്റെ കണ്ണുകൾ ഇട യ്ക്കിടെ അടഞ്ഞ് തുറക്കുന്നുണ്ടായിരുന്നു ചുണ്ട് കോടുന്നുണ്ടായി രുന്നു. സ്വയം നിയന്ത്രിക്കാൻ അവൻ പാടുപെടുകയാണെന്ന് യൂസു ഫിനു മനസ്സിലായി. യൂസുഫ് വീണ്ടും ചോദ്യരൂപേണ അവനെ നോക്കി. പക്ഷേ അത് കണ്ടതായി ഖലീൽ നടിച്ചില്ല. പിന്നെ അവൻ പാട്ടുപാടാൻ തുടങ്ങി. കൈകൊട്ടിത്തുടങ്ങി. കടയിലൂടെ പോകുന്നവ രിൽ തന്റെ ഇടപാടുകാരാരെങ്കിലുമുണ്ടോ എന്ന് തിരയാൻ തുടങ്ങി.

അന്ന് ഉച്ചയ്ക്ക് മൊഹമ്മദ് അബ്ദുള്ള മട്ടുപ്പാവിലെത്തി. അയാൾ അയാളുടെ സാധനങ്ങളെല്ലാം കെട്ടിപ്പൊതിഞ്ഞ് അരികിൽ വച്ചി രുന്നു. മടക്കയാത്രയ്ക്കുള്ള തയ്യാറെടുപ്പിലായിരുന്നു. വ്യാപാരി ഉച്ചമയക്കം കഴിഞ്ഞെഴുന്നേൽക്കുന്നതിനായി കാത്തിരിക്കുകയായി രുന്നു. അപ്പോൾ കടയിൽ യൂസുഫ് മാത്രമേ ഉണ്ടായിരുന്നുള്ളൂ. ഇടപാടുകാരാരുമില്ലായിരുന്നു. ഖലീൽ കടയിൽ, പുറകിൽ, ഉറക്ക ത്തിലായിരുന്നു. മൊഹമ്മദ് അബ്ദുള്ള യൂസുഫിനോട് തനിക്കരികിൽ വന്ന് ഇരിക്കാൻ ആവശ്യപ്പെട്ടു.

“നിന്റെ കാര്യമിനി എന്താകും?” അയാൾ ചോദിച്ചു. പതിവുള്ള പരുഷ സ്വരത്തിൽ തന്നെ ചോദിച്ചു. യൂസുഫ് നിശ്ശബ്ദത തുടർന്നു. മൊഹമ്മദ് അബ്ദുള്ളയ്ക്കിനിയെന്താണ് പറയാനുള്ളതെന്ന് കേൾ ക്കാൻ തയ്യാറായി ഇരുന്നു. ഒരു നിമിഷത്തിനു ശേഷം മൊഹമ്മദ് അബ്ദുള്ള ശക്തമായി ചീറ്റി. തലയാട്ടി.

“പേക്കിനാവുകൾ. ഒരു രോഗിയെപ്പോലെ ഇരുട്ടിൽ കിടന്ന് പിറു പിറുക്കൽ. നമ്മൾ കടന്ന് പോയതിലും ഭീകര ദൃശ്യങ്ങളാണോ നീ രാത്രികാലങ്ങളിൽ കാണാറുള്ളത്? അതൊഴിച്ചാൽ നീ കുഴപ്പമൊന്നു മുണ്ടാക്കിയില്ല. സുന്ദരനാണല്ലോ നീ. എല്ലാതിനും ഒപ്പം നിന്നു. നീ കണ്ണ് തുറന്ന് പിടിച്ചു. നിന്നോട് എന്താവശ്യപ്പെട്ടോ അത് ചെയ്തു.

ഇനിയൊരു യാത്ര കൂടി പോയാൽ നീ ഉരുക്ക് പോലെ ഉറയ്ക്കും. പക്ഷേ ഇനിയൊരു യാത്രയുണ്ടാകില്ലല്ലോ. എല്ലായിടത്തും ആ യൂറോപ്യൻ നായ്ക്കൾ വന്ന് കയറിയില്ലേ. അവരുടെ ആവശ്യം കഴിയുമ്പോഴേക്കും നമ്മുടെ ശരീരത്തിലെ എല്ലാ ദ്വാരങ്ങളിലും അവരുടെ ലിംഗം കയറിയിറങ്ങിയിട്ടുണ്ടാകും. നമ്മെ തിരിച്ചറിയാത്ത വിധത്തിൽ വികൃതമാക്കിയിട്ടുണ്ടാകും. നമ്മോടവർ തിന്നാനാവശ്യപ്പെടുന്ന തീട്ടത്തിലും മോശമായ അവസ്ഥയിലായിട്ടുണ്ടാകും നമ്മൾ. തിന്മകളെല്ലാം നമ്മുടേതാകും. നമ്മുടെ രക്തം പേറുന്നവരുടെ. അങ്ങനെ നഗ്നരായി നടക്കുന്ന കാട്ടാളന്മാർ പോലും നമ്മെ വെറുക്കും. നീ കാത്തിരുന്ന് കണ്ടോ?''

യൂസുഫിന്റെ കണ്ണുകൾ മൊഹമ്മദ് അബ്ദുള്ളയിൽ തന്നെയായിരുന്നു എങ്കിലും ഖലീൽ കടയുടെ പുറകിൽ നിന്ന് പ്രത്യക്ഷപ്പെട്ടിരിക്കുന്നു എന്നവനറിഞ്ഞു.

''ഈ യാത്ര കണക്കിലെടുക്കേണ്ട. സയ്യിദ് ചാമ്പ്യനാണ്.'' മൊഹമ്മദ് അബ്ദുള്ള തുടർന്നു. ''കഴിഞ്ഞ തവണ ഞങ്ങൾ അമ്യേമയിലെത്തിയപ്പോഴത്തെ അദ്ദേഹത്തിനെ നീ കാണേണ്ടതായിരുന്നു. അപായങ്ങളെ നേരിടാനൊന്നും അദ്ദേഹത്തിനൊരു ഭയവുമില്ല. ഒന്നിനേയും ഭയമില്ല. വിഡ്ഢിത്തങ്ങൾക്കൊന്നും അദ്ദേഹമില്ല. കാരണം ലോകം എങ്ങനെയാണോ അതുപോലെ അതിനെ കാണുന്നവനാണദ്ദേഹം. ഈ ലോകം വളരെ മോശമാണ്. ക്രൂരമാണ്. അതിപ്പോൾ നിനക്ക് മനസ്സിലായിട്ടുണ്ടാകും. അദ്ദേഹത്തിൽ നിന്ന് കാര്യങ്ങൾ പഠിക്കണം. സൂക്ഷ്മത വേണം. നിന്നെ ഒരു വെറും കടനടത്തിപ്പുകാരനാക്കാൻ അനുവദിക്കരുത്. അങ്ങനെ നിന്നെ വിഡ്ഢിയാക്കരുത്. ആ വലിയ ചന്തിയുള്ള ഹമീദിനെ ഓർമ്മയില്ലേ. അവന്റെ കടയിൽ ഒന്നുമില്ല. മൂങ്ഗ്വാന എന്നാണവൻ അവനെ തന്നെ വിളിക്കുന്നത്. ബഹുമാന്യൻ എന്ന്. അയാൾ സത്യത്തിൽ ഒന്നുമല്ല. ആ വെളുത്ത പ്രാവുകൾക്ക് പുറകെ നടക്കുന്നവൻ മാത്രം. സയ്യിദ് അവനെ ഒഴിവാക്കിയാൽ പിന്നെ ആരും അവനെ തിരിഞ്ഞ് നോക്കില്ല. ആരും ബഹുമാനിക്കില്ല. അതുപോലെ അവിടെയുള്ള ആ പെണ്ണിനേയും. അവനെപ്പോലെ നിന്നെയാക്കാൻ നിന്നുകൊടുക്കരുത്.''

മൊഹമ്മദ് അബ്ദുള്ള തന്റെ ചൂരലുയർത്തി കടയിലേക്ക് ചൂണ്ടി അവിടെ ഖലീലുണ്ടായിരുന്നു. ഖലീൽ അവിടെ നിന്ന് അവരെ ശ്രദ്ധിക്കുന്നുണ്ടായിരുന്നു. ഖലീൽ പ്രതിഷേധിക്കട്ടെ എന്ന മട്ടിൽ അബ്ദുള്ള അവനെ തുറിച്ച് നോക്കി. അയാൾക്ക് പിന്നെ ഒന്നും പറയാനുണ്ടായിരുന്നില്ല. യൂസുഫ് എഴുന്നേറ്റു.

''എല്ലാതിലും ശ്രദ്ധ വേണം.'' മൊഹമ്മദ് അബ്ദുള്ള വീണ്ടും ചിരിച്ചു.

3

സിംബ മവേനെ അസീസ് അമ്മാവനൊപ്പം പട്ടണത്തിലേക്ക് പോയി. പണവും സാധനങ്ങളും കടം തന്നവരോട് സംസാരിക്കാനും അതെങ്ങനെ കൊടുത്ത് തീർക്കാമെന്ന് ചർച്ച ചെയ്യാനുമായിരുന്നു ആ യാത്ര. ആ ചർച്ചകൾ നടക്കുന്നിടത്തേക്ക് പ്രവേശനമില്ലായിരുന്നെങ്കിലും എന്താണ് സംഭവിച്ചുകൊണ്ടിരിക്കുന്നത് എന്നതിന്റെ ഒരു ഏകദേശ രൂപം അവനു ലഭിച്ചു എന്നാണ് അയാൾ പറഞ്ഞത്. തിരിച്ചെത്തിയപ്പോൾ വ്യാപാരിയുടെ കച്ചവടമെങ്ങനെയാണ് നടക്കുന്നതെന്ന് തനിക്ക് മനസ്സിലായി എന്നയാൾ ഖലീലിനോടും യൂസുഫിനോടും പറഞ്ഞു. കനത്ത നഷ്ടമുണ്ടായിട്ടുണ്ടെന്നും കടം തന്നവർ അതിന്റെ ഒരു ഭാഗം പങ്കുവയ്ക്കണമെന്നും എന്നാൽ സിംഹഭാഗവും അസീസിന്റെ ചുമതലായിരിക്കുമെന്നും അറിവായി എന്നും പറഞ്ഞു.

‘‘പക്ഷേ കുശാഗ്ര ബുദ്ധിയാണദ്ദേഹത്തിന്റേത്. ഇന്ത്യക്കാരനും കുറേ പണം നഷ്ടമായിട്ടുണ്ട്. അതിനാൽ സഹായിക്കുകയല്ലാതെ അയാളുടെ കൈവശം മറ്റ് മാർഗ്ഗമില്ലായിരുന്നു. നമുക്ക് മറ്റൊരു യാത്ര പോകേണ്ടി വരും. തീവണ്ടിയിൽ. ബ്വാനയുടെ വിലപിടിപ്പുള്ള ചില വസ്തുക്കൾ അവിടെ സൂക്ഷിച്ചിട്ടുണ്ട്. അവിടേക്ക് ഞാനും ബ്വാനയും മാത്രമേ പൊകൂ.’’ സിംബ മവേനെ ഒന്ന് ചിരിച്ചു. യൂസുഫിനെ നോക്കി ചിരിച്ചു.

‘‘എവിടേക്കാണ്? വിലപിടിപ്പുള്ള വസ്തുക്കൾ എന്ന് പറഞ്ഞാൽ എന്തൊക്കെ? ഹമീദിന്റെ കടയാണോ ലക്ഷ്യമിടുന്നത്?’’ യൂസുഫ് ചോദിച്ചു.

‘‘ഇവനൊന്നുമറിയില്ല.’’ ഖലീൽ പ്രതികരിച്ചു.

മറ്റുള്ളവരെല്ലാം അവിടെ നിന്ന് പോയതിനാൽ ആളെ വിരട്ടുന്ന ചില വിദ്യകൾ സിംബ മവേനെ മറന്നുപോയെന്ന് തോന്നുന്നു. ഖലീലിന്റെ വാചാലത കൈകാര്യം ചെയ്യാൻ അയാൾക്ക് ബുദ്ധിമുട്ടനുഭവപ്പെട്ടു.

‘‘വലിയ കാര്യങ്ങൾ സംസാരിക്കുന്നു എന്നേയുള്ളൂ. അജ്ഞരായ ആ ചുമട്ടുകാർക്ക് മുന്നിൽ പൊങ്ങച്ചം കാണിച്ചുള്ള പരിചയമാണിത്. അതുപോലെ നമ്മളേയും വിഡ്ഢികളാക്കാനാകും എന്നാണിവൻ കരുതുന്നത്. മൂല്യമുള്ള വസ്തുക്കളുടെ കാര്യത്തിൽ സയ്യിദ് ഇവനെ വിശ്വസിക്കും എന്ന് നിനക്ക് തോന്നുന്നുണ്ടോ?’’

‘‘നിനക്ക് ആ സ്ഥലം അറിയാമെന്ന് എനിക്ക് തോന്നുന്നു യൂസുഫ്. ഹമീദിനെ കടയിൽ സൂക്ഷിച്ചിരിക്കുന്ന വിലപിടിപ്പുള്ള വസ്തുക്കളെക്കുറിച്ച് നിനക്കറിയാമോ? അറിയില്ലെങ്കിൽ ചോദിക്കരുത്.’’ സിംബ മവേനെ വീണ്ടും ചിരിച്ചു. ഖലീലിന്റെ വാക്കുകളെ അവഗണിച്ചു.

''എന്ത് സാധനങ്ങൾ?'' സിംബ മവേനെ സംസാരിക്കുന്നത് പ്രോത്സാഹിപ്പിക്കാനായി അവർ അജ്ഞത നടിച്ചു. ''അവിടെ ഉണങ്ങിയ ചോളത്തിന്റെ ചാക്കുകളല്ലാതെ മറ്റൊന്നുമില്ലായിരുന്നു.''

''ഒരുപക്ഷേ അവിടെ ഒരു രഹസ്യ അറയുണ്ടാകും. ഭൂഗർഭ അറ. അതിനകത്ത് സയ്യിദിന്റെ സ്വർണ്ണവും ആഭരണങ്ങളും ഒരു ജിന്ന് സൂക്ഷിച്ച് വച്ചിട്ടുണ്ടാകും.'' ഖലീൽ പറഞ്ഞു. ''ഇപ്പോൾ അതെടുത്ത് കൊണ്ടുവരാൻ ഈ വായാടി സിംബയെ ചുമതലപ്പെടുത്തിയതാകും. അങ്ങനെ സയ്യിദിന്റെ വ്യാപാരം രക്ഷപ്പെടുത്താൻ. അത് കൊണ്ടുവരാനുള്ള മാന്ത്രികമോതിരം ഇവന്റെ കയ്യിൽ മാത്രമേയുള്ളൂ. അവിടത്തെ കനമുള്ള പിച്ചളവാതിലുകൾ തുറക്കാനുള്ള മാന്ത്രിക വാക്കുകൾ ഇവനു മാത്രമേ അറിയുകയുള്ളൂ.''

സിംബ മവേനെ ചിരിച്ചു. ''ന്യൂൻഡൊ യാത്രയ്ക്കിടയിൽ പറഞ്ഞ ഒരു കഥ നിനക്കോർമ്മയുണ്ടോ? വിവാഹ നിശ്ചയത്തിന്റെയന്ന് ഒരു ജിന്ന് ഒരു രാജകുമാരിയെ കൊട്ടാരത്തിൽ നിന്ന് കട്ടുകൊണ്ടുപോയ കഥ. ഓർമ്മയുണ്ടോ? അവളെ അത് ഒരു ഭൂഗർഭ അറയിലേക്കാണ് കൊണ്ടുപോയത്. കാടിന്റെ നടുക്ക്. അവിടെ നിറയെ സ്വർണ്ണവും ആഭരണങ്ങളും വിവിധതരം ഭക്ഷണങ്ങളും എല്ലാവിധ സൗകര്യങ്ങളുമുണ്ടായിരുന്നു. പത്ത് ദിവസത്തിലൊരിക്കൽ ജിന്ന് അവളുടെ അടുത്തെത്തുമായിരുന്നു. എന്നിട്ട് ഒരു രാത്രി അവൾക്കൊപ്പം ചിലവിടും. അതിനു ശേഷം സ്വന്തം കാര്യങ്ങൾക്കായി പോകും. വർഷങ്ങളോളം രാജകുമാരി അതിനകത്ത് ജീവിച്ചു. ഒരു ദിവസം ഒരു മരംവെട്ടിയുടെ കാൽവിരൽ ആ വാതിലിൽ ഉടക്കി. വാതിൽ തുറന്നു. അയാൾ ഒരു രഹസ്യഅറയിലേക്ക് ഇറങ്ങാനുള്ള പടികൾ കണ്ടു. അതിലൂടെ ഇറങ്ങിച്ചെന്നപ്പോൾ രാജകുമാരിയെ കണ്ടു. അയാൾക്ക് അവളോട് പ്രണയമായി. രാജകുമാരിക്കും ആ മരംവെട്ടിയോട് പ്രണയം തോന്നി. അവൾ തന്റെ കഥ പറഞ്ഞു. വർഷങ്ങളായി ബന്ദിയായി കിടക്കുന്ന കഥ. അവൾ ജീവിക്കുന്നത് വലിയ ആഡംബരത്തിനു നടുക്കാണെന്ന് മരം വെട്ടി കണ്ടു. അവളുടെ കൈവശം സുന്ദരമായ ഒരു പാത്രമുണ്ടായിരുന്നു. അവൾക്ക് എപ്പോഴെങ്കിലും ജിന്നിനെ അത്യാവശ്യമായി കാണണമെന്ന് തോന്നിയാൽ അതിൽ ശക്തമായി ഉരസിയാൽ മതി എന്നവൾ പറഞ്ഞു. മരം വെട്ടി രാജകുമാരിയുമൊത്ത് നാലുപകലും നാലു രാത്രിയും ചിലവിട്ടു. തനിക്കൊപ്പം വരാൻ അയാൾ രാജകുമാരിയെ നിർബന്ധിച്ചു. എന്നാൽ അവൾ ചിരിച്ചുകൊണ്ട്, തനിക്ക് ജിന്നിൽ നിന്ന് ഒരിക്കലും രക്ഷപ്പെടാനാകില്ല എന്നറിയിച്ചു. പത്തുവയസ്സിൽ ആ ജിന്ന് തന്നെ തട്ടിക്കൊണ്ടുവന്നതാണ്. ഇനി താൻ എവിടെ പോയാലും അതിന് കണ്ടെത്താനാകും. മരം വെട്ടിക്കാകട്ടെ അവളോടുള്ള പ്രണയത്താൽ അന്ധത ബാധിച്ചിരുന്നു. അതിനോടൊപ്പം അസൂയയും

തോന്നിത്തുടങ്ങി. അവൾ വരുന്നില്ല എന്നറിഞ്ഞപ്പോൾ മരം വെട്ടി കോപിച്ചു. ആ പാത്രമെടുത്ത് ചുമരിലേക്കെറിഞ്ഞു. അടുത്ത നിമിഷത്തിൽ തന്നെ ജിന്ന് പ്രത്യക്ഷപ്പെട്ടു. അയാളുടെ കൈവശം വാളുണ്ടായിരുന്നു. അപ്പോഴുണ്ടായ ആശയക്കുഴപ്പം മുതലെടുത്ത് മരംവെട്ടി അവിടെ നിന്ന് രക്ഷപ്പെട്ടു. എന്നാൽ അയാളുടെ പാദരക്ഷകളും മഴുവും എടുക്കാൻ മറന്നു. രാജകുമാരി അവിടെ മറ്റൊരാളെ പ്രവേശിപ്പിക്കുകയും അയാളെ വിരുന്നൂട്ടുകയും ചെയ്തു എന്ന് ജിന്നിനു മനസ്സിലായി. ജിന്ന് കയ്യിലുണ്ടായിരുന്ന വാളുകൊണ്ട് രാജകുമാരിയുടെ തലയറുത്തു.''

''അപ്പോൾ മരംവെട്ടിയോ?'' ഖലീലിന് ആകാംക്ഷയായി. ''അയാൾക്കെന്ത് പറ്റി? അത് പറയൂ.''

''പാദരക്ഷയും മഴുവും കയ്യിൽ കിട്ടിയതിനാൽ ജിന്നിന് മരംവെട്ടിയെ കണ്ടെത്താൻ ബുദ്ധിമുട്ടേണ്ടി വന്നില്ല. ജിന്ന് അത് പട്ടണത്തിലുള്ളവർക്കെല്ലാം കാണിച്ചു. താനൊരു സുഹൃത്താണെന്ന് അവകാശപ്പെട്ടു. അവർ ജിന്നിനെ മരംവെട്ടിയുടെ വീട്ടിലെത്തിച്ചു. ജിന്ന് എന്ത് ചെയ്തു എന്നറിയാമോ? ജിന്ന് അയാളെ ഒരു വലിയ മലയുടെ മുകളിലേക്ക് കൊണ്ടുപോയി. എന്നിട്ട് അയാളെ ഒരു ആൾക്കുരങ്ങാക്കി മാറ്റി.''

സിംബ മവേനെ കഥ പറയുന്നത് ആസ്വദിക്കുന്നുണ്ടായിരുന്നു.

''എന്തുകൊണ്ടാണയാൾക്ക് ജിന്നില്ലാത്ത ഒമ്പത് ദിവസം രാജകുമാരിക്കൊപ്പം ചിലവഴിക്കാനാകാഞ്ഞത്? പറയാമോ?''

''അതാണയാളുടെ വിധി.'' ഖലീലിനു സംശയമില്ലായിരുന്നു.

''എന്ന് വച്ചാൽ അസീസ് അമ്മാവന് ഹമീദിന്റെ കടയിൽ അതുപോലെ ഒരു രഹസ്യ അറയുണ്ട് എന്നാണോ?'' യൂസുഫ് ചോദിച്ചു. അവന് ഹമീദിന്റെ രഹസ്യഅറയിലേക്ക്, കരിഞ്ചന്തയുടേയും പൂഴ്ത്തിവയ്പ്പിന്റേയും അറയിലേക്ക് തിരിച്ച് പോകണമായിരുന്നു. അവന്റെ ചോദ്യം കേട്ട് ഖലീൽ അത്ഭുതപ്പെട്ടതും അവൻ കണ്ടു. 'അയാൾ നിന്റെ അമ്മാവനൊന്നുമല്ല.' സയ്യിദ് എന്ന് പറയാൻ അവൻ ശ്രമിച്ചിരുന്നു. പക്ഷേ അതിനായില്ല. ''ഹമീദിന്റെ സ്റ്റോറിൽ സൂക്ഷിച്ചിരിക്കുന്ന വിലപിടിപ്പുള്ള വസ്തുക്കൾ എന്തൊക്കെയാണ്?''

''വിപൂസ.'' സിംബ മവേനെ മന്ത്രിച്ചു. കണ്ടാമൃഗത്തിന്റെ കൊമ്പ്. ''പക്ഷേ ഇത് ആരോടും പറയരുത്. പറഞ്ഞാൽ നമ്മൾ അപകടത്തിലാകും. മഡാച്ചി സർക്കാർ വിപൂസ വ്യാപാരം നിരോധിച്ചിരിക്കുകയാണ്. ലാഭമെല്ലാം സ്വന്തമാക്കാനാണ് അവർ അത് നിരോധിച്ചിരിക്കുന്നത്. അതിനാണിതിനിത്ര വില കൂടിയത്. ബ്വാന തന്റെ കൈവശമുള്ളതെല്ലാം ഒരു ഇന്ത്യക്കാരനു വിൽക്കാൻ അവസരം പാർത്തിരിപ്പാണ്. ആ വിപൂസയൊന്നും നമ്മൾ ഇവിടേക്ക് കൊണ്ടു

വരില്ല. അതാണെന്റെ ജോലി. അത് ചുമന്ന് മലനിരകൾക്കപ്പുറത്തെത്തിക്കണം. അതിർത്തി കടത്തണം. മലയുടെ മുകളിൽവരെയെത്തിക്കണം. മൊംബാസയ്ക്കരികിൽ ഒരു ഇന്ത്യക്കാരനുണ്ട്. അയാൾക്ക് കൈമാറണം. ബ്വാനയ്ക്ക് മറ്റ് വ്യാപാരങ്ങൾ നോക്കേണ്ടതുണ്ട്. അതിനാൽ ഈ കാര്യം എന്നെ ഏല്പിച്ചിരിക്കുന്നു.''

വളരെ പ്രാധാന്യത്തോടെയാണ് സിംബ ഈ വാക്കുകൾ ഉച്ചരിച്ചത്. ഒരു രഹസ്യം സൂക്ഷിക്കുന്നവനെപ്പോലെ. അയാൾ അവർ ഇരുവരേയും മാറി മാറി നോക്കി. തന്റെ വാക്കുകൾക്ക് എന്ത് പ്രഭാവമുണ്ടായി എന്ന് ശ്രദ്ധിച്ചു. ഖലീൽ അത്ഭുതത്തോടെ വായ് പൊളിച്ച് നിൽക്കുന്നത് യൂസുഫ് കണ്ടു. അവൻ സിംബയെ കളിയാക്കുകയാണെന്ന് യൂസുഫിനുറപ്പായിരുന്നു.

''അങ്ങനെയെങ്കിൽ വളരെ ധീരനായ ഒരുവനെയാണ് സയ്യിദ് ഈ ജോലിക്ക് നിയോഗിച്ചിരിക്കുന്നത്. സത്യമായും ഒരു സിംഹത്തിനെ തന്നെ.'' ഖലീൽ പറഞ്ഞു.

''പാത വളരെ ദുഷ്കരമാണ്. അപകടം നിറഞ്ഞതും.'' സിംബ മവേനെ പുഞ്ചിരിച്ചു. ഖലീൽ കളിയാക്കിയതാണെന്ന് അയാൾക്ക് മനസ്സിലായില്ല. ''പ്രത്യേകിച്ചും അതിർത്തിയിൽ. ഇപ്പോഴാകട്ടെ ഇംഗ്ലീഷുകാരും ജർമ്മനിക്കാരും തമ്മിൽ യുദ്ധം നടക്കുന്നുണ്ട് എന്നും കേൾക്കുന്നു.'

''എന്തുകൊണ്ടാണീ വിപൂസയ്ക്കിത്ര വില?'' എന്തിനാണത് ഉപയോഗിക്കുന്നത്?' യൂസുഫ് ചോദിച്ചു.

സിംബ മവേനെ ഒരു നിമിഷം ആലോചിച്ചു. ഒരു മറുപടി എങ്ങനെ കെട്ടിച്ചമയ്ക്കാം എന്നാലോചിച്ചു. അതിനുള്ള സാധ്യത മങ്ങിയപ്പോൾ ആ ശ്രമം ഉപേക്ഷിച്ചു. എനിക്കറിയില്ല എന്ന് പറഞ്ഞു. ''മരുന്നിനാകും. ഈ ലോകം എങ്ങനെയൊക്കെയാണെന്ന് ആർക്കറിയാം? ഇന്ത്യക്കാരനാണത് വാങ്ങുന്നതെന്ന് മാത്രം എനിക്കറിയാം. അയാൾ അതിനു ശേഷം എന്ത് ചെയ്യുന്നു എന്നൊക്കെ ഞാനെന്തിനറിയണം? എന്തായാലും അയാൾക്ക് തിന്നാനാകില്ല. മരുന്നിനു തന്നെയാകും എന്ന് ഞാൻ ഊഹിക്കുന്നു.''

സിംബ മവേനെ സ്റ്റോർ മുറിയിലേക്ക് പോയി. മൊഹമ്മദ് അബ്ദുള്ള പോയതിനു ശേഷം അയാളാണ് ആ മുറി ഉപയോഗിക്കുന്നത്. അയാൾ പോയിക്കഴിഞ്ഞപ്പോൾ ഖലീൽ സംസാരിച്ചു തുടങ്ങി. 'തന്നിൽ നിന്ന് കടം വാങ്ങിയവരെയൊക്കെ സയ്യിദ് വിളിക്കും. വാങ്ങിയ കടം തിരികെ തരണം എന്ന് പറയും. എപ്പോഴും സ്വന്തം കയ്യിൽ ചിലതെല്ലാം മിച്ചം പിടിക്കുന്ന ശീലം അദ്ദേഹത്തിനുണ്ട്. കാര്യങ്ങളെല്ലാം വളരെ മോശമായി എന്ന തോന്നലുണ്ടാകുമ്പോഴും അദ്ദേഹം പലയിടത്തേക്കും യാത്ര ചെയ്യാറുണ്ട്. പിന്നെ പെട്ടെന്ന്

എല്ലാം വീണ്ടും ശരിയാകും. കാര്യങ്ങൾ മെച്ചപ്പെടും. ചിലപ്പോൾ നിന്റെ ബായേയും പോയി കണ്ടെന്ന് വരാം. അവർ തമ്മിൽ തമ്മിൽ കാര്യങ്ങൾ തീർപ്പാക്കുകയാണെങ്കിൽ പിന്നെ നീ ഒരു റെഹാനി, പണയവസ്തു, ആകില്ല. നിന്റെ ബാ കടം കൊടുത്ത് വീട്ടിയാൽ സയ്യിദ് തന്റെ കടങ്ങളും വീട്ടും. നീ സ്വതന്ത്രനാകും. അപ്പോൾ പിന്നെ നീ എന്ത് ചെയ്യും? സാൻസിബാറിൽ നിന്നുള്ള ആ സന്ന്യാസി ക്കൊപ്പം മലനിരകളിൽ പോയി താമസിക്കുമോ? അങ്ങനെ സംഭ വിക്കും എന്നെനിക്ക് തോന്നുന്നില്ല. നിന്റെ ബാ ഇതിനകം തീർത്തും ദരിദ്രനായിട്ടുണ്ടാകും. എന്റെ ബാ എങ്ങനെയായിരുന്നോ അതു പോലെ. എന്റെ ബായ്ക്ക് ഈ ലോകത്തിലെന്നല്ല പരലോകത്തിലും കടങ്ങൾ വീട്ടാനായില്ല. മലനിരകളൊന്നും നിനക്ക് പിൻവാങ്ങാൻ പറ്റിയ സ്ഥലമല്ല. സയ്യിദ് ചിലപ്പോൾ നിന്റെ ബായോട് ചോദിക്കുക പോലുമില്ല. എനിക്ക് തോന്നുന്നില്ല ചോദിക്കുമെന്ന്. അദ്ദേഹത്തിന് നിന്നെ ഇഷ്ടമാണ്. ആ സിംബയേയും അവന്റെ വാചകമടിയുമൊക്കെ നോക്ക്. എന്തൊരു പൊങ്ങച്ചമാണ്. അവനെന്തെങ്കിലും പറ്റിയാലും സയ്യിദിനൊരു കുഴപ്പവുമില്ല. അതുകൊണ്ടാണവനെ ഇങ്ങനെ ദുഷ് കരമായ ഒരു കൃത്യം ഏല്പിക്കുന്നത്. അതല്ലെങ്കിൽ ആ ജോലി നിന്നെ ഏല്പിക്കുമായിരുന്നു.''

''അല്ലെങ്കിൽ നിന്നെ.'' യുസൂഫ് പറഞ്ഞു. സൗഹൃദത്തിന്റെ കൂറ് പ്രകടിപ്പിച്ചു.

ഖലീൽ പുഞ്ചിരിച്ചു. തലയാട്ടി. അതിൽ ശോകമുണ്ടായിരുന്നു. യൂസുഫിന്റെ അജ്ഞതയിലുള്ള വിലാപമുണ്ടായിരുന്നു. ''അറബി അറിയാത്ത നീ അപ്പോൾ എങ്ങനെ യജമാനത്തിയോട് സംസാരിക്കും? മാത്രമല്ല, ഈ കട നിന്നെ ഏല്പിച്ച് നശിപ്പിക്കണോ. കടമെല്ലാം കൊടുത്ത് തീർക്കാൻ സയ്യിദിനായില്ലെങ്കിൽ അദ്ദേഹത്തിനേക ഉപ ജീവനമാർഗ്ഗം ഈ കടയാകും. നിനക്ക് അദ്ദേഹം മറ്റെന്തെങ്കിലും കണ്ടെത്തിത്തരും. അദ്ദേഹത്തിനു നിന്നെ ഇഷ്ടമാണല്ലോ.''

യൂസുഫ് ഒന്ന് വിറച്ചു. ''പക്ഷേ അതിനർത്ഥം അദ്ദേഹം നിന്റെ അമ്മാവനാണെന്നല്ല.'' ഖലീൽ യൂസുഫിന്റെ തലയ്ക്ക് പുറകിലടിച്ചു. യൂസുഫ് പക്ഷേ എളുപ്പത്തിൽ ഒഴിഞ്ഞ് മാറി.

പട്ടണത്തിൽ നിന്ന് തിരിച്ചെത്തിയതിന്റെ പിറ്റേന്ന് സായാഹ്ന ത്തിൽ അസീസ് അമ്മാവൻ അവരെ അത്താഴത്തിനു ക്ഷണിച്ചു. മഗ്രിബ് നിസ്കാരത്തിനു ശേഷം ഖലീൽ സിംബ മവേനെയേയും യൂസുഫിനേയും കൂട്ടി തോട്ടത്തിലെത്തി. പ്രസന്നമായ, ഒഴുകുന്ന വെള്ളത്തിന്റെ സ്വരം അകമ്പടി സേവിച്ച ആ തോട്ടത്തിന്റെ ഏതൊ ക്കെയോ മൂലയിൽ പക്ഷേ വിഷാദം കെട്ടിനില്പുണ്ടായിരുന്നു. നിശ്ശ ബ്ദതയുണ്ടായിരുന്നു. അന്തരീക്ഷത്തിൽ പൂക്കളുടെ സുഗന്ധമുണ്ട്. സംഗീതം എവിടെനിന്നോ ഒഴുകിയെത്തുന്നുണ്ട്. തോട്ടത്തിന്റെ ഒരു ഭാഗത്ത്, വിളക്കുകൾ ഞാത്തിയിട്ടിട്ടുണ്ട്. അത് അവിടെ ഒരു

മട്ടുപ്പാവിനു വെളിച്ചം നൽകുന്നുണ്ട്. സ്വർണ്ണ വർണ്ണമുള്ള മട്ടുപ്പാവ്. വെളിച്ചം പ്രതിഫലിപ്പിക്കുന്നതിനാൽ വെള്ളച്ചാലുകൾക്ക് മങ്ങിയ ലോഹത്തിന്റെ നിറം ലഭിച്ചു. മട്ടുപ്പാവിൽ കമ്പിളി വിരിച്ചിരുന്നു. അതിൽ നിന്ന് ചന്ദനത്തിന്റേയും കർപ്പൂരത്തിന്റേയും ഗന്ധം വരുന്നുണ്ടായിരുന്നു.

അവർ ഇരുന്നതിനു തൊട്ടുപുറകെ വ്യാപാരി മുറ്റത്തുനിന്നെത്തി. കനം കുറഞ്ഞ പരുത്തി വസ്ത്രമാണദ്ദേഹം ധരിച്ചിരുന്നത്. അദ്ദേഹം നടക്കുന്നതിനൊപ്പം അതും ഒഴുകുന്നുണ്ടെന്നും അതിൽ നിന്ന് തിരമാലകൾ വരുന്നുണ്ടെന്നും തോന്നി. സ്വർണ്ണനിറമുള്ള പട്ടുകൊണ്ട് അരികു തുന്നിയ ഒരു തൊപ്പി ധരിച്ചിട്ടുണ്ട്. അദ്ദേഹം വരുന്നത് കണ്ടപ്പോൾ അവരെല്ലാം എഴുന്നേറ്റു നിന്ന് അഭിവാദ്യം ചെയ്തു. അദ്ദേഹം പുഞ്ചിരിച്ചു. ഇരിക്കാൻ ആംഗ്യം കാണിച്ചു. അവർക്കിടയിൽ തന്നെ ഇരുന്നു.

അദ്ദേഹം വീണ്ടും സയ്യിദായിരിക്കുന്നു എന്ന് യൂസുഫ് തിരിച്ചറിഞ്ഞു. തന്റെ മാതാപിതാക്കളിൽ നിന്നും വീട്ടിൽ നിന്നും തന്നെ അകറ്റിയവനായിരിക്കുന്നു. പുഞ്ചിരിച്ച്, സമചിത്തതയും മനോദാർഢ്യവും നഷ്ടപ്പെടാതെ ദുരിതം നിറഞ്ഞ നാടുകളിലൂടെ തടാകക്കരയിലേക്ക് സംഘത്തെ നയിച്ച സയ്യിദ്. ചാതുവിന്റെ പട്ടണത്തിലെ ദുഷ്കരകാലഘട്ടതിൽ പോലും ആ മനോദാർഢ്യത്തിനൊരു കുറവുമുണ്ടായിരുന്നില്ല. മറ്റുള്ളവരെയെല്ലാം ഒന്നിച്ച് നിർത്തിയതും സമാശ്വസിപ്പിച്ചതും അദ്ദേഹത്തിന്റെ ഈ മുഖഭാവമായിരുന്നു. മടക്കയാത്രയിലും അവർ ഇവിടെ എത്തിയതിനു ശേഷവും ആകാംക്ഷ എന്നൊന്ന് ആരിലുമില്ലാതായിരിക്കുന്നു. എല്ലാവരുടേയും കല്ലേറു കൊള്ളാൻ അദ്ദേഹം നിന്നു കൊടുത്തിരിക്കുന്നു. തനിക്കൊപ്പം യാത്ര ചെയ്തവരുടെ ആവശ്യങ്ങൾക്കെല്ലാം ചെവി കൊടുത്തിരിക്കുന്നു. ഇതാ അദ്ദേഹം വീണ്ടും ആ പഴയ സയ്യിദായിരിക്കുന്നു. ഉദാരചിത്തമായ ആ പുഞ്ചിരി തിരിച്ചെത്തിയിരിക്കുന്നു.

അദ്ദേഹം യാത്രയുടെ ഓർമ്മകളിലേക്കാണ് ആദ്യം പോയത്. താൻ അതിന്റെ ഭാഗമായിരുന്നില്ലെന്നും മറ്റാരോ പറഞ്ഞുകേട്ടത് ആവർത്തിക്കുകയാണെന്നുമുള്ള മട്ടിൽ. ലളിതമായി. അനായാസമായി. നിസ്സാരമായി. ലഘുവായി. ചില നോട്ടങ്ങൾ വഴിയും വാക്കുകൾ വഴിയും അദ്ദേഹം വിശദാംശങ്ങൾ ഉറപ്പിക്കുന്നതിനായി സിംബ മവേനെയുടെ സഹായം തേടി. ആ ഓർമ്മകളെ അയാൾ തിരിച്ചെത്തിച്ചപ്പോൾ നന്ദിയോടെ തലയാട്ടി. എന്താണ് സംഭവിച്ചുകൊണ്ടിരിക്കുന്നതെന്ന് സിംബ മവേനെയ്ക്ക് മനസ്സിലാകുന്നുണ്ടെന്ന് യൂസുഫ് ധരിച്ചു. എന്നാൽ അയാൾ ആനന്ദാധിക്യത്താൽ പൊട്ടിച്ചിരിക്കുന്നതും ഇടയ്ക്ക് സ്വരത്തിനാഴം വർദ്ധിക്കുന്നതും കണ്ടപ്പോൾ വ്യാപാരി തന്നെ പുകഴ്ത്തിക്കൊണ്ടിരിക്കുകയാണെന്നൊരു ധാരണ അയാളിലുണ്ടാകുന്നുണ്ട് എന്നും മനസ്സിലായി. കുറച്ച് കഴിഞ്ഞപ്പോൾ

സിംബ മവേനെ കഥ പറച്ചിൽ ഏറ്റെടുത്തതുപോലെയുമായി. ഒരു ചെറിയ സൂചന കിട്ടിയാൽ ഒരു കഥയിൽ നിന്ന് മറ്റൊന്നിലേക്ക് അയാൾ ഓടി നടക്കാൻ തുടങ്ങി. അവരങ്ങനെ സായം കാലങ്ങളിൽ തമ്പിൽ കത്തിച്ച തീയ്ക്ക് ചുറ്റിലും വീണ്ടുമെത്തി.

മുറ്റത്തേക്കുള്ള വാതിൽ ആരോ മെല്ലെ തുറന്നു. അതൊരു സൂചനയാണെന്ന മട്ടിൽ ഖലീൽ എഴുന്നേറ്റു. അവൻ അകത്തേക്ക് പോയി. കുറച്ച് കഴിഞ്ഞപ്പോൾ ഒരു തളികയിൽ ചോറുമായെത്തി. അവൻ അങ്ങനെ പലതവണ അകത്ത് പോയി വന്നു. മത്സ്യം, മാംസം, പച്ചക്കറി, റൊട്ടി, ഒരു കുട്ട പഴങ്ങൾ എന്നിവയൊക്കെ അവനൊപ്പം പുറത്ത് വന്നു. ചോറിന്റെ തളിക പുറത്തെത്തിയപ്പോൾ തന്നെ അവരുടെ സംസാരം നിലച്ചു. ഖലീൽ ബാക്കി ഭക്ഷണം കൊണ്ടുവരുന്നതിനായി അവരെല്ലാം കാത്തു. ഭക്ഷണത്തിലേക്ക് തുറിച്ച് നോക്കാതിരിക്കാൻ യൂസുഫ് ശ്രമിച്ചെങ്കിലും മുകളിൽ നെയ്യും കശുവണ്ടിയും മുന്തിരിയുമെല്ലാം വെട്ടിത്തിളങ്ങുന്ന ആ ചോറിൽ നിന്ന് കണ്ണെടുക്കാൻ അവനായില്ല. അവരങ്ങനെ നിശ്ശബ്ദരായിരിക്കുന്നതിനിടയിൽ, തന്നെ തോട്ടത്തിൽ നിന്നോടിക്കാറുള്ള ആ സ്വരം യൂസുഫ് വീണ്ടും കേട്ടു. അത് അതേ സ്വരമാണെന്ന തിരിച്ചറിവ് അവനിലേക്ക് ഊഷ്മളമായ ഓർമ്മകൾ പലതുമെത്തിച്ചു. അവസാനം ഖലീൽ പിച്ചള കൊണ്ടുള്ള ഒരു ജഗ്ഗും ഒരു കോപ്പയുമായെത്തി. അവന്റെ കയ്യിൽ ഒരു ഉറുമാലുമുണ്ടായിരുന്നു. അവൻ എല്ലാവർക്കും കൈ കഴുകാൻ വെള്ളമൊഴിച്ചുകൊടുത്തു. സിംബ മവേനെ വായ് കഴുകി. ശബ്ദത്തോടെ കുലുക്കുഴിഞ്ഞ് തോട്ടത്തിലേക്ക് തുപ്പി. ബിസ്മില്ലാഹ്... അസീസ് അമ്മാവൻ എല്ലാവരേയും ഭക്ഷണത്തിലേക്ക് ക്ഷണിച്ചു.

സിംബ മവേനെ സംസാരത്തിൽ പിശുക്ക് കാണിച്ചില്ല. ഭക്ഷണത്തിനിടയിലും അയാൾ കഥകൾ തുടർന്നു. വളരെ സ്വതന്ത്രമായി വ്യാപാരിയുമൊത്തിടപഴകി. യാത്രയുടെ പരാജയത്തിന്റെ ഉത്തരവാദിത്വം മ്നൃാപരയിൽ കെട്ടിവയ്ക്കാൻ വ്യഗ്രതപ്പെടുകയായിരുന്നു അയാൾ.

“കാട്ടിൽ വച്ച് ആ വഴികാട്ടിയെ അയാൾ മർദ്ദിച്ചില്ലായിരുന്നു എങ്കിൽ ചാതു നമുക്കെതിരെ ഇങ്ങനെ തിരിയില്ലായിരുന്നു. എല്ലാവരും അയാളുടെ വേലക്കാരും അടിമകളുമാണെന്ന മട്ടിലായിരുന്നു അയാളുടെ പെരുമാറ്റം. മുമ്പൊക്കെ അതൊരു നല്ല മാർഗ്ഗമായിരുന്നിരിക്കാം. എന്നാൽ ഇന്ന് അതൊന്നും ആരും അംഗീകരിക്കാൻ പോകുന്നില്ല. ചാതു എന്ത് കരുതിയിരിക്കും? നമ്മൾ ആളെ തട്ടിക്കൊണ്ടുപോകുന്നവരും മാംസവില്പനക്കാരുമൊക്കെയാണെന്ന് ധരിച്ചിരിക്കും. അയാൾക്ക് അത്ര സ്വാതന്ത്ര്യം കൊടുക്കരുതായിരുന്നു ബ്വാന. നല്ല മനക്കട്ടിയുള്ളവനായിരുന്നു അയാൾ. ഒട്ടും ദയയില്ലാത്തവൻ. പക്ഷേ ചാതു അതിലും കഠിനഹൃദയനായിരുന്നു എന്നെനിക്ക് തോന്നുന്നു.”

അസീസ് അമ്മാവൻ അത് കേട്ട് തലയാട്ടി. എതിർത്തില്ല. പ്രതികരിച്ചില്ല. സിംബ മവേനെ സംസാരം അവസാനിപ്പിച്ചില്ല. അയാളുടെ സംസാരത്തിൽ പുറത്തെ കാറ്റിന്റെ സ്വരം മുങ്ങിപ്പോയി. വൃക്ഷങ്ങളുടേയും ചെടികളുടെയും ശിഖരങ്ങളനങ്ങുന്ന സ്വരം ഇല്ലാതായി. അയാളെന്തൊക്കെയാണ് പറയുന്നതെന്ന് ഒരു പക്ഷേ അയാൾക്ക് പോലും മനസ്സിലാകുന്നുണ്ടാകില്ല എന്ന് യൂസുഫിനു തോന്നി. മദ്യപിച്ച് ലക്കുകെട്ടവനെപ്പോലെയാണയാൾ സംസാരിക്കുന്നത്. വ്യാപാരിയുടെ കണ്ണുകൾ അയാളിൽ തന്നെ തറച്ച് നിൽക്കുന്നു. ആ കണ്ണുകൾ ഹമീദിന്റെ സ്റ്റോറിൽ സൂക്ഷിച്ചിരിക്കുന്ന വിപൂസയെക്കതിരെ സിംബ മവേനെയെ തൂക്കിനോക്കുകയാണെന്ന് യൂസുഫിനു മനസ്സിലായി. കുറേ കഴിഞ്ഞപ്പോൾ അസീസ് അമ്മാവൻ ഖലീലിനോട് അറബിയിൽ എന്തോ പറഞ്ഞു. അവനെഴുന്നേറ്റ് ഭക്ഷണത്തളികകൾ അകത്തേക്ക് കൊണ്ടുപോകാൻ തുടങ്ങി. കൊണ്ടുപോകുന്നതിനു മുമ്പ് ഓരോന്നും അതിഥികൾക്ക് മുന്നിൽ ഒരിക്കൽ കൂടി കാണിച്ചു.

''അയാളങ്ങനെ തോട്ടത്തിലേക്ക് നീട്ടിത്തുപ്പിയപ്പോഴത്തെ സയ്യിദിന്റെ മുഖം നീ കണ്ടിരുന്നോ? അതുപോലെ യാത്രയിൽ എവിടെയാണ് പിഴച്ചതെന്ന് അയാൾ വിശദീകരിക്കുമ്പോഴും?'' ഖലീൽ പിന്നീട് സന്തോഷം അടക്കാനകാതെ യൂസുഫിന്റെ ചെവിയിൽ മന്ത്രിച്ചു.

അവർ അപ്പോൾ കടയ്ക്ക് മുന്നിലുള്ള മട്ടുപ്പാവിൽ പായ വിരിച്ച് കിടക്കുകയായിരുന്നു. തല കൂട്ടിമുട്ടിച്ച് കിടക്കുകയായിരുന്നു.

''അയാളെ വിശ്വസിക്കാൻ കൊള്ളില്ല എന്നദ്ദേഹത്തിനു മനസ്സിലായിട്ടുണ്ട്. പക്ഷേ ഇപ്പോൾ മറ്റൊന്നും ചെയ്യാനാകില്ലല്ലോ. ഒരുപാട് പ്രശ്നങ്ങളാണ് ഇപ്പോൾ നിന്റെ അമ്മാവൻ അഭിമുഖീകരിക്കുന്നത്. അതിനിടയിലാണ് അന്ധനായ ഹയ്നയെപ്പോലെ സിംബ മവേനെ കിടന്ന് കുരയ്ക്കുന്നത്.''

''അയാളത്ര വിഡ്ഢിയൊന്നുമല്ല. യാത്രയിൽ ചിലയിടങ്ങളിൽ കാര്യങ്ങൾ വിവേകപൂർവ്വം മുന്നോട്ട് കൊണ്ടുപോകാൻ അയാൾക്ക് മാത്രമേ ആയുള്ളൂ.'' യൂസുഫ് അറിയിച്ചു.

''അയാളുടെ ഒരു വിവേകം...'' ഖലീൽ ചിരിച്ചു. 'എന്താണു നീ ഉദ്ദേശിച്ചത്? ഇങ്ങനയൊക്കെ സംസാരിക്കാൻ നീ എവിടെ നിന്നാണ് പഠിച്ചത്. യാത്രയിൽ ചില കുലീനർക്കൊപ്പം നടന്നതിന്റെ ഗുണമാകും അല്ലേ? വയസ്സാകുമ്പോൾ നിനക്കൊരു ഹക്കീമാകാൻ യോഗ്യത കാണുന്നുണ്ട്. അയാളത്ര വിഡ്ഢിയൊന്നുമല്ല എന്ന് നീ പറയുന്നു. അങ്ങനെയെങ്കിൽ അയാൾ ഒരു വിഡ്ഢിയെപ്പോലെ അഭിനയിക്കുന്നതെന്തിനാ? എന്തെങ്കിലും ലക്ഷ്യമുണ്ടാകും. എന്തെങ്കിലും കുസൃതി കാണിച്ച് സയ്യിദിനെ ചിലതൊക്കെ അറിയിക്കാനാകും. നല്ല കാലമായിരുന്നെങ്കിൽ സയ്യിദും മൊഹമ്മദ് അബ്ദുള്ളയുമൊന്നിച്ച് ഈ

മനുഷ്യനെ ഇലയിൽ പൊതിഞ്ഞ് ചുട്ടെടുത്ത് തിന്നുമായിരുന്നു. ഇപ്പോൾ മൊഹമ്മദ് അബ്ദുള്ളയുടെ കാലം കഴിഞ്ഞിരിക്കുന്നു. സയ്യിദിനാകട്ടെ ഒപ്പം നീയ്യുണ്ട്. അയാളുടെ പെരുമാറ്റം അത്ര നല്ല തല്ല എന്ന് സയ്യിദിനെ നീ ധരിപ്പിക്കണം. നീ വ്യത്യസ്തനാണെന്ന് അദ്ദേഹം കരുതുന്നുണ്ടെന്നാണ് എനിക്ക് തോന്നിയത്. നീ എപ്പോഴും അദ്ദേഹത്തിലേക്ക് കണ്ണും നട്ട് ഇരിക്കുന്നു. എന്തായാലും ആ നാറുന്ന കണ്ടാമൃഗക്കൊമ്പുകൾ സുരക്ഷിതമാണെന്ന് ഉറപ്പാക്കുന്ന തുവരെ നിന്റെ അമ്മാവന് ഉറക്കമുണ്ടാകില്ല.'' ഖലീൽ സംഗ്രഹിച്ചു. ആ സംഗ്രഹത്തിൽ തൃപ്തനായി.

''ഞാൻ എപ്പോഴും അദ്ദേഹത്തെ തന്നെ നോക്കി ഇരിക്കുന്നു എന്നോ? എന്താണ് നീ ഉദ്ദേശിച്ചത്?'' യൂസുഫ് കുപിതനായി. ''ഞാനെ ന്തിനെപ്പോഴും അദ്ദേഹത്തെ നോക്കി ഇരിക്കണം. ഞാൻ നിന്നെയും അങ്ങനെ നോക്കാറുണ്ടല്ലോ.''

''നീ എല്ലാവരേയും നോക്കാറുണ്ട്. എല്ലാതിനേയും.'' ഖലീൽ രാജിയായി. ''അതാർക്കാണറിയാത്തത്? നിന്റെ ദുഃഖാർത്തമായ കണ്ണുകൾ എപ്പോഴും തുറന്നിരിക്കുകയാണെന്നും അതിൽ നിന്ന് ഒന്നും രക്ഷപ്പെടരുതെന്നാണ് നീ ആഗ്രഹിക്കുന്നതെന്നും എല്ലാ വർക്കുമറിയാം. അതെനിക്ക് മനസ്സിലാക്കാനും കാണാനാകുമെങ്കിൽ, സയ്യിദിന്റെ പോലെ കൗശലക്കാരനായ ഒരാൾ എന്തായിരിക്കും കാ ണുന്നുണ്ടാകുക? നിന്റെ കണ്ണുകൾ അദ്ദേഹത്തിലേക്ക് തുളഞ്ഞു കയറുന്നത് അദ്ദേഹമറിയുന്നുണ്ട്. അത് നിനക്ക് മനസ്സിലാകുന്നില്ലേ? ഞാൻ അദ്ദേഹത്തെ നോക്കുന്നു എന്നൊക്കെ പറഞ്ഞാൽ എന്താണ് നീ ഉദ്ദേശിച്ചത്? അന്ന് നായ്ക്കൾ വന്നപ്പോൾ നീ അപ്പിയിട്ടത് ഞാൻ മറന്നിട്ടില്ല. അതുപോലെ പൂച്ചകളേയും കൊതുകുകളേയും കണ്ട് ഭയന്നതും. അവയിലൊക്കെ നീ എന്തൊക്കെയോ കാണുകയുണ്ടാ യല്ലോ. ചെന്നായമനുഷ്യരെയാകും അന്ന് കണ്ടത്. ആ ചെകുത്താൻ മൊഹമ്മദ് അബ്ദുള്ള എന്ന വന്യമൃഗത്തെക്കുറിച്ച് പറഞ്ഞത് നീ കേൾക്കുകയുണ്ടായോ? ആ കാലമൊക്കെ കഴിഞ്ഞു എന്ന്. എന്തൊരു വിടുവായനാണ്. അയാൾ കഴിച്ച ഭക്ഷണത്തിന്റെ അളവ് നീ ശ്രദ്ധിച്ചോ?''

പ്രഭാതത്തിൽ യാത്ര ചോദിക്കാനെത്തിയ അസീസ് അമ്മാവന്റെ കൈകളിൽ ഖലീൽ ഭക്തിപൂർവ്വം ചുംബിച്ചു. അവസാന നിർദ്ദേശ ങ്ങൾക്ക് കാതോർത്തും അത് ലഭിച്ചപ്പോൾ തലയാട്ടിയും നിന്നു. അസീസ് അമ്മാവൻ യൂസുഫിനെ വിളിച്ച് തനിക്കൊപ്പം തീവണ്ടി യാപ്പീസുവരെ വരണം എന്നാവശ്യപ്പെട്ടു. സിംബ മവേനെയോട് നടന്നുകൊള്ളാൻ നിർദ്ദേശിച്ചു. അദ്ദേഹം ഏതാനും അടി പുറകിൽ നടന്നു.

''തിരിച്ചെത്തിയതിനു ശേഷം കാര്യങ്ങളൊക്കെ സംസാരിക്കാം.'' അസീസ് അമ്മാവൻ യൂസുഫിനോട് പറഞ്ഞു. ''നീ വലുതായിരി ക്കുന്നു. ഇനി അർത്ഥവത്തായ എന്തെങ്കിലും നിനക്കായി കണ്ടെത്തണം.

ഇവിടെ എനിക്കൊപ്പം നിനക്കും ഒരു വീടുണ്ട്. അത് നിനക്കറിയാമെന്ന് ഞാൻ കരുതുന്നു. അത് നിന്റെ വീടാണ്. തിരിച്ചെത്തിയിട്ട് ബാക്കിയൊക്കെ സംസാരിക്കാം.''

''നന്ദി.'' തന്നിലേക്കിരച്ച് കയറിയെത്തുന്ന വിറ നിയന്ത്രിക്കാനാകാതെ യുസുഫ് പറഞ്ഞു.

''ഹമീദ് പറഞ്ഞതിൽ കാര്യമുണ്ട് എന്നെനിക്ക് തോന്നുന്നു. നിനക്കൊരു ഭാര്യയെ കണ്ടെത്താൻ സമയമായിരിക്കുന്നു.'' അസീസ് അമ്മാവൻ പുഞ്ചിരിച്ചു. അദ്ദേഹത്തിന്റെ കണ്ണുകൾ അപ്പോൾ യൂസുഫിന്റെ മുഖഭാവം അയവിറക്കുന്നുണ്ടായിരുന്നു. അദ്ദേഹം പുഞ്ചിരി മാറ്റി വിടർന്ന് ചിരിക്കാൻ തുടങ്ങി. ''എന്റെ യാത്രകളിൽ ഞാൻ കണ്ണെപ്പോഴും തുറന്ന് വയ്ക്കാറുണ്ട്. തിരിച്ചെത്തുമ്പോൾ ഏതെങ്കിലും സുന്ദരിയുടെ കഥ ലഭിച്ചാൽ അത് നിന്നെ അറിയിക്കാം. എന്തിനാണിങ്ങനെ ഭയക്കുന്നത്?''

ചുംബിക്കാനായി അദ്ദേഹം യൂസുഫിനു കൈ നീട്ടിക്കൊടുത്തു.

4

ആദ്യം ലഭിച്ച അവസരത്തിൽ തന്നെ അവർ പട്ടണത്തിലെത്തി. മുമ്പ് അലഞ്ഞു നടക്കാറുള്ള സ്ഥലങ്ങളിലെല്ലാം പോകണം എന്ന് ഖലീൽ നിർബന്ധം പിടിച്ചു. യൂസുഫ് പോയതിനു ശേഷം അവനും പട്ടണത്തിലേക്ക് പോകാറില്ലായിരുന്നു. വെള്ളിയാഴ്ചകളിൽ അവരൊന്നിച്ച് പണ്ട് ചെയ്യാറുള്ളതുപോലെ ഒരു യാത്രയുണ്ടാകും എന്നതൊഴിച്ചാൽ.

''ഒറ്റയ്ക്ക് എവിടെ പോകാനാ, എനിക്കാരേയും പരിചയവുമില്ലല്ലോ.''

പള്ളിയിലെത്തിയപ്പോൾ വിശുദ്ധ ഖുർആനിൽ താനർജ്ജിച്ച ജ്ഞാനം പ്രദർശിപ്പിക്കാൻ യൂസുഫ് മടിച്ചില്ല. അവൻ ഖലീലിനോട് അന്നുണ്ടായ നാണക്കേടിന്റേയും തന്റെ തിരിച്ചറിവിന്റേയും കഥ പറഞ്ഞു.

''ഖുർആൻ മനസ്സിലാക്കുന്നത് എപ്പോഴും സഹായകരമാണ്.'' ഖലീൽ പറഞ്ഞു. 'ഇരുണ്ട ഗുഹയിലോ വനാന്തരത്തിലോ അകപ്പെട്ടാലും അത് നിന്നെ സഹായിക്കും. വാക്കുകളുടെയെല്ലാം അർത്ഥം മനസ്സിലാകുന്നില്ലെങ്കിലും നിന്നെ സഹായിക്കും.''

യൂസുഫ് കാലാസിംഗയെക്കുറിച്ചും അയാൾക്ക് വിശുദ്ധ ഖുർആൻ വിവർത്തനം ചെയ്യാൻ പദ്ധതിയുണ്ടെന്നതിനെക്കുറിച്ചും പറഞ്ഞു. അപ്പോൾ വാസ്വാഹിലികൾക്ക് അവർ ആരാധിക്കുന്ന ക്രൂരനായ

ദൈവത്തിനെക്കുറിച്ചറിയാനാകും എന്നാണ് അയാൾ പറയുന്ന തെന്നും പറഞ്ഞു. ഇത്തരം ദൈവദൂഷണങ്ങൾ യൂസുഫിനെങ്ങനെ നിശ്ശബ്ദം കേട്ടിരിക്കാനായി എന്ന് ഖലീലപ്പോൾ കോപിച്ചു. അതും ഒരു അവിശ്വാസിയിൽ നിന്നുള്ള ദൈവനിന്ദകൾ. അല്ലാതെ ഞാനെന്ത് ചെയ്യണമായിരുന്നു? അയാളെ കല്ലെറിഞ്ഞ് കൊല്ലണമായിരുന്നോ? യൂസുഫ് ചോദിച്ചു. പണ്ടൊരിക്കൽ ഒരു ഇന്ത്യൻ വിവാഹച്ചടങ്ങുകൾ കണ്ട അതേ തെരുവിൽ അവരെത്തി. ഇടയ്ക്കവർ കുട്ടികളെപ്പോലെ തെരുവിൽ കളിച്ചു. അഴുകിയ പഴമെടുത്ത് പരസ്പരം എറിഞ്ഞു. അപരിചിതരുടെ കൂട്ടത്തിലൂടെ ഓടി നടന്നു. കടൽക്കരയിലെത്തിയ പ്പോഴേക്കും ഇരുട്ടായിട്ടുണ്ടായിരുന്നു. പക്ഷേ കടൽ വെള്ളി നിറ ത്തിൽ തിളങ്ങുന്നുണ്ടായിരുന്നു. അവരുടെ കാൽക്കീഴിൽ പതഞ്ഞൊ ഴുകുന്നുണ്ടായിരുന്നു. മടക്കയാത്രയ്ക്കിടയിൽ അവർ ഒരു കഫെയിൽ കയറി. ആട്ടിറച്ചയും ബീൻസും റൊട്ടിയും മധുരമിട്ട ചായയും കഴിച്ചു. ഇത്രയും രുചികരമായ ബീൻസ് ഇതുവരെ കഴിച്ചിട്ടില്ലെന്ന് ഇരുവരും സമ്മതിച്ചു.

മെസി ഹംദാനിയെ ഇത്തവണ യൂസുഫ് സഹിച്ചു. അയാളോട് ക്ഷമിച്ചു. വൃദ്ധൻ തോട്ടക്കാരന് പ്രായമായിരിക്കുന്നു എന്ന് അവൻ തിരിച്ചറിഞ്ഞു. എന്നാൽ നടത്തത്തിലെ നിശ്ചയദാർഢ്യം വർദ്ധിച്ചിരി ക്കുന്നു. മറ്റുള്ളവരുമായുള്ള സൗഹൃദം ഒഴിവാക്കുന്നു. പണ്ടത്തേ തിനേക്കാൾ അതിൽ നിഷ്കർഷ പാലിക്കുന്നു. നല്ല ചൂടുള്ള ഒരു ദിവസം പാട്ടയിൽ വെള്ളം കൊണ്ടുവരാൻ അയാൾ ബുദ്ധിമുട്ടുന്നത് കണ്ടു. അതുവരെ അവൻ സഹിച്ചു. ക്ഷമിച്ചു. ഈ കാഴ്ച കണ്ട പ്പോൾ അവൻ സഹായിക്കാനായി ചെന്നു. ഒന്ന് പ്രതിഷേധിക്കാൻ പോലുമാകാത്ത വിധത്തിൽ മെസി ഹംദാനി അത് കണ്ട് അമ്പരന്നു. ഒരുപക്ഷേ അതുവരെ ചെയ്ത കഠിനാദ്ധ്വാനം, പാട്ടയിൽ വെള്ള മെത്തിക്കുന്ന അദ്ധ്വാനം, അയാളെ ക്ഷീണിപ്പിച്ചിട്ടുമുണ്ടാകാം. ഒരു വിശ്രമം അയാളും കൊതിച്ചിരുന്നിരിക്കാം. തന്റെ തന്ത്രത്തിൽ വിജ യിച്ചു എന്നൊരു ചിരി യൂസുഫ് അയാൾക്ക് സമ്മാനിച്ചു. അപ്പോൾ ആ വൃദ്ധന്റെ കണ്ണുകൾ ശൂന്യമായിരുന്നില്ല. അതിനു ശേഷം എന്നും അവൻ വൃദ്ധനായി രണ്ട് പാട്ട വെള്ളം നിറച്ച് ചുമരിനരികിലെത്തിച്ചു. ആ പൂന്തോട്ടവും വളർന്നിരിക്കുന്നു എന്നവൻ പകൽ വെളിച്ചത്തിൽ കണ്ടു. അങ്ങേയറ്റത്തെ മതിലിനരികിലുള്ള ഓറഞ്ച് ചെടിയുടെ തൈകളെല്ലാം വളർന്നിരിക്കുന്നു. മാതളനാരകവും പനമരങ്ങളും തടിച്ചുകൊഴുത്തിരിക്കുന്നു. ഇനി അനന്തകാലം അവയെല്ലാം അവിടെ തന്നെയുണ്ടാകുമെന്നപോലെ തടിച്ച് കൊഴുത്തിരിക്കുന്നു. ചെറി മരത്തിൽ നിറയെ പൂക്കളുണ്ട്. ആ മരം വൃത്താകൃതി പൂണ്ടിരിക്കുന്നു. അത്ര ഉയരം വച്ചിട്ടില്ല അത്. പുല്ലിൽ കാട്ടുചീര നിറഞ്ഞിരിക്കുന്നതും അവൻ കണ്ടു. അതുകൂടാതെ അനേകം പൂച്ചെടികളുമുണ്ട്. വെള്ള ആമ്പലുണ്ട്. നീർച്ചാലുകളുള്ള കുളത്തിന്റെ അരികിൽ പായൽ

കയറിയിരിക്കുന്നു. ആ നീർച്ചാലുകളിൽ അഴുക്ക് നിറഞ്ഞിട്ടുണ്ട്. വൃക്ഷങ്ങളിൽ ഞാത്തിയിട്ടിരുന്ന കണ്ണാടികളെല്ലാം നീക്കം ചെയ്തിരിക്കുന്നു.

എന്നും പ്രഭാതത്തിൽ അവൻ പൂന്തോട്ടത്തിലെത്തിത്തുടങ്ങി. മിക്കപ്പോഴുമത് മസി ഹംദാനി എത്തുന്നതിനും മുമ്പാകും. അവൻ തോട്ടത്തിലെ കള പറിച്ച് കളഞ്ഞു. ആമ്പൽച്ചെടികളെ പരിപാലിച്ചു. വെള്ളച്ചാലുകളിലെ അഴുക്ക് കളഞ്ഞു. വൃദ്ധൻ തോട്ടക്കാരൻ നിശ്ശബ്ദമായി അവനുമൊത്ത് സഹകരിച്ചു. അവൻ എന്തെങ്കിലും തെറ്റ് ചെയ്താൽ അത് തിരുത്താൻ മാത്രം അരികിലെത്തി. മസി ഹംദാനി പതിവിലധികം സമയം തന്റെ പ്രാർത്ഥനകൾക്ക് നീക്കി വയ്ക്കുന്നത് യൂസുഫ് കണ്ടു. അയാളുടെ ഗാനങ്ങൾക്ക് കൂടുതൽ കുണ്ഠിത ഭാവവും വ്യസനകരവുമായിരിക്കുന്നു. പലയിടത്തും വേദന തിരതല്ലിയെത്തുന്നു. സ്വരത്തിലെ ആ പഴയ നിമ്നോന്നതങ്ങൾ ഇല്ലാതായിരിക്കുന്നു.

എന്തെങ്കിലും സഹായം ആവശ്യപ്പെട്ടാൽ ഖലീൽ ഓടിയെത്തും. മാ അജൂസ കടയിൽ വന്നാലും അവനെത്തും. അതല്ലെങ്കിൽ പൂന്തോട്ടത്തിലെ ജോലികളോട് അവനുള്ള ഇഷ്ടത്തെ ഖലീൽ ആസ്വദിച്ചു. സഹിച്ചു. നിരുത്സാഹപ്പെടുത്തിയെങ്കിൽ കൂടി അത് അവനെ കരുവാക്കി ഇടപാടുകാർക്ക് മുന്നിൽ തമാശ പറയാനായി മാത്രമായിരുന്നു. സന്ധ്യയായിട്ടും യൂസുഫ് പൂന്തോട്ടത്തിലാണെങ്കിൽ മാത്രം അവന്റെ സഹിഷ്ണുതയ്ക്ക് ഭംഗം വന്നു. അപ്പോൾ അവൻ തിരഞ്ഞെത്തും.

“നിനക്കു കൂടി തിന്നാൻ തരാൻ ഞാനിവിടെ കിടന്ന് വിയർക്കുന്നുണ്ട് അജ്ഞനായ മസ്വാഹിലി. നിനക്കാകട്ടെ ആ പൂന്തോട്ടത്തിൽ ഓടിക്കളിക്കണം എന്നല്ലാതെ ഒരു ചിന്തയുമില്ല. വന്ന് ഈ മുറ്റമൊക്കെ ഒന്ന് തൂത്ത് വൃത്തിയാക്ക്. ഈ ചാക്കുകളെല്ലാം അട്ടിയിട്ടു വയ്ക്കാൻ എന്നെ സഹായിക്ക്. ഇവിടെ വരുന്നവരെല്ലാം നിന്നെ അന്വേഷിക്കുന്നുണ്ട്. വൃദ്ധർക്കൊക്കെ നിന്റെ യാത്രയുടെ കഥകൾ കേൾക്കണമെന്നുണ്ട്. ഇടപാടുകാർക്ക് നിന്നെ കണ്ട് ഒന്ന് അഭിവാദ്യമർപ്പിക്കണം. നിന്റെ അനുജനെവിടെ എന്നവർ ചോദിക്കുന്നു. അനുജനോ, അവൻ ആ പൂന്തോട്ടത്തിൽ ഓടിക്കളിക്കുന്നു എന്ന് ഞാനും. നീ ധനികനായ വ്യാപാരിയുടെ അനന്തിരവനാണെന്നാണിപ്പോൾ എല്ലാവരും കരുതുന്നത്. അതിനാൽ ഓറഞ്ച് മരങ്ങൾക്ക് ചുവട്ടിൽ മലർന്ന് കിടന്ന് പറുദീസയെക്കുറിച്ച് സ്വപ്നം കാണുന്നതിലാണ് കൂടുതൽ താത്പര്യമെന്ന്.”

അതിലുപരി, സന്ധ്യയായാൽ പിന്നെ അവൻ പൂന്തോട്ടത്തിലുണ്ടാകുന്നത് യജമാനത്തിക്കത്ര ഇഷ്ടമല്ലാത്തതുകൊണ്ടാകും ഖലീലിന്റെ ഈ വിളിച്ചു കൂവൽ എന്ന് യൂസുഫ് ഊഹിച്ചു. ഒരുപക്ഷേ

ആ സമയത്താകും അവർ പൂന്തോട്ടത്തിലേക്കിറങ്ങുന്നത്. അവൻ അവിടെയുണ്ടെങ്കിൽ അതൊരു തടസ്സമാകും.

ഒരു ദിവസം, അരുവിയിൽ നിന്നുള്ള നീർച്ചാലുകൾക്ക് വീതി വയ്പ്പിക്കുന്നതിനിടയിൽ അവൻ മണ്ണുവെട്ടിയപ്പോൾ ഒരു കറുത്ത കല്ല് കണ്ടു. അരുവിക്കരയിൽ തന്നെയായിരുന്നു അത്. അവൻ കുനിഞ്ഞ് ആ കല്ലെടുത്തു. അപ്പോഴാണതൊരു കല്ലല്ല എന്നും മൃഗചർമ്മം കൊണ്ടുണ്ടാക്കിയ ഒരു ചെറിയ സഞ്ചിയാണെന്നും മനസ്സിലായത്. മണ്ണിൽ കിടന്ന് അതിനു കട്ടികൂടിയിരിക്കുന്നു. വെള്ളം അത് നിർമ്മിക്കാനുപയോഗിച്ച മൃഗത്തോലിനെ ഇരുണ്ടതാക്കിയിരിക്കുന്നു. അതല്ലാതെ മറ്റ് കേടുപാടുകളൊന്നുമില്ല. അതിനകത്തൊരു ഏലസ്സാണെന്ന് കണ്ടെത്താൻ അവനധികം ബുദ്ധിമുട്ടുണ്ടായില്ല. ധരിക്കുന്നവർക്ക് ഗുണങ്ങൾ കൊണ്ടുവരുന്ന പ്രാർത്ഥനകൾ അടക്കം ചെയ്ത ഏലസ്സ്. അതിന്റെ തുന്നൽ ഒരു ഭാഗത്ത് അടർന്ന് പോന്നിരുന്നു. അതിനുള്ളിലൂടെ ലോഹം കൊണ്ടുണ്ടാക്കിയ ഒരു ചെറുകൂട് കാണാമായിരുന്നു. അവനതൊന്ന് കുലുക്കി നോക്കി. അതിനകത്ത് എന്തോ ചിലമ്പുന്ന സ്വരം കേട്ടു. അതിനർത്ഥം അതിനകത്തുള്ളതെന്തോ അത് അഴുകിയിട്ടില്ല എന്നാണ്. ഒരു ചെറുകമ്പൊടിച്ചെടുത്ത് അവൻ അതിലെ അഴുക്ക് ചുരണ്ടിക്കളഞ്ഞു. ആ ലോഹക്കൂടിനു മുകളിൽ ഒരു രൂപം കൊത്തിയിട്ടുണ്ട് എന്നവനു മനസ്സിലായി.

ഏലസ്സുകളിൽ മാന്ത്രിക കരുത്തുണ്ടെന്ന കഥകൾ അവൻ കേട്ടിട്ടുണ്ട്. അവയിൽ അമർത്തി തിരുമ്മിയാൽ ചിലപ്പോൾ ജിന്നുകൾ പ്രത്യക്ഷപ്പെട്ടെന്നിരിക്കും. ആ വിടവിനകത്തേക്ക് അവൻ ചെറുവിരൽ കടത്താൻ ശ്രമിച്ചു. അങ്ങനെ ആ ലോഹത്തിലേക്കെത്താനാകുമോ എന്ന്. അതിനിടയിൽ ഒരു സ്വരം വന്നു. അവൻ തലയുയർത്തി. അന്ന് അസീസ് അമ്മാവനുമൊത്ത് അത്താഴത്തിനിരുന്നപ്പോൾ ഖലീൽ ഭക്ഷണം കൊണ്ടുവരാനായി അകത്തേക്ക് പോയിരുന്ന വാതിൽ തുറന്ന് കിടക്കുന്നത് കണ്ടു. സന്ധ്യയോടടുത്തിരുന്നു എങ്കിലും അവിടെ ആരോ നിൽക്കുന്നുണ്ടെന്ന് അവനു മനസ്സിലായി. ആ സ്വരം വീണ്ടും വന്നു. അത് യജമാനത്തിയാണെന്ന് അവൻ തിരിച്ചറിഞ്ഞു. ആ നിഴൽ രൂപം അകന്നു പോയപ്പോൾ അവിടെ, വാതിൽക്കൽ വെളിച്ചം നിറഞ്ഞു. പിന്നെ വാതിലടഞ്ഞു.

അന്ന് അവർക്കുള്ള ഭക്ഷണമെടുക്കാൻ വീട്ടിൽ പോയ ഖലീൽ കുറേ വൈകിയാണ് തിരിച്ചെത്തിയത്. താൻ ആവശ്യത്തിലധികം സമയം പൂന്തോട്ടത്തിൽ ചിലവിട്ടതിനാൽ യജമാനത്തി കോപിച്ചിരിക്കും എന്നും അതെല്ലാം ഖലീലിനു കേൾക്കേണ്ടി വന്നിട്ടുണ്ടാകുമെന്നും യൂസുഫ് കരുതി. ഒരു നിശ്ചിത സമയത്തിനു ശേഷം താൻ അകത്തുണ്ടാകുന്നത് അവർക്ക് താത്പര്യമില്ലെങ്കിൽ അത് തുറന്ന്

പറഞ്ഞാൽ മാത്രം മതി. അവൻ ഈ സമയത്തിനു ശേഷം ഇതിനകത്ത് കയറരുത് എന്ന് പറഞ്ഞാൽ മാത്രം മതി. പക്ഷേ അകത്തു നിന്ന് എന്തോ രഹസ്യ സംഭാഷണം കേൾക്കുന്നു. അത് അവനെ വീണ്ടും കൊച്ചുകുഞ്ഞാക്കി. തന്റെ പാപം നിറഞ്ഞ നോട്ടത്താൽ അവർക്ക് അവമതിയുണ്ടാക്കുന്നു എന്ന ചിന്ത തന്നെ അവനെ പ്രകോപിതനാക്കി. ഖലീൽ പുറത്ത് വരുമ്പോൾ ഇനി എന്തൊക്കെ പറയും എന്ന് ആലോചിച്ച് വേവലാതിപ്പെട്ടു. അവനോട് ഇനി ഇതിനകത്ത് കയറരുത് എന്ന് ആവശ്യപ്പെടുമോ? അതല്ലാതെ എന്തൊക്കെ ഉത്തരവുകളുണ്ടാകും? അവന്റെ വിരലപ്പോഴും ആ പൊതിയിൽ നിന്നും ലോഹക്കൂട് പുറത്തെടുക്കാനുള്ള ശ്രമത്തിലായിരുന്നു. ലോഹക്കൂടിന്റെ വെള്ളിനിറം കൂടുതൽ വ്യക്തമായിക്കൊണ്ടിരിക്കുന്നു. അതിന്റെ തണുത്ത സ്പർശം അവനറിയുന്നുണ്ട്. അതുവഴി ഒരു ജിന്നിനെ പ്രത്യക്ഷപ്പെടുത്തി, തന്റെ ഇപ്പോഴത്തെ ദുരവസ്ഥയിൽ നിന്ന് രക്ഷപ്പെടുത്താനാകുമോ എന്നവൻ അത്ഭുതപ്പെട്ടു. അതല്ലെങ്കിൽ വരാനിരിക്കുന്ന അപകടത്തെ നേരിടാൻ തന്നെ സജ്ജമാക്കാനാകുമോ എന്ന്. എന്തുകൊണ്ടെന്നറിയില്ല, ചാതുവിനെ ഒരു മുരളുന്ന ജിന്നിന്റെ രൂപത്തിൽ അവൻ കണ്ടു. അങ്ങനെയൊരു കാഴ്ച അവനിൽ സന്തോഷം വരുത്തി. ബന്ദിയായ ദിവസങ്ങൾ ചിലവിട്ട മുറ്റം ഓർമ്മയിലെത്തി. അവളുടെ ചെറുചൂടുള്ള നിശ്വാസവായു വീണ്ടും കഴുത്തിൽ തട്ടി.

പുറത്ത് വന്ന ഖലീൽ കുപിതനായിരുന്നു. അവൻ തണുത്ത ചോറും ചീരയും നിറഞ്ഞ തളികകൾ മുന്നിൽ വച്ചു. ഒരക്ഷരം പറയാതെ ഭക്ഷണത്തിൽ ശ്രദ്ധിച്ചു. കടയിൽ നിന്നുള്ള വെളിച്ചത്തിനു കീഴിലിരുന്നാണവർ ഭക്ഷിച്ചിരുന്നത്. കട അപ്പോഴും തുറന്നിട്ടിരിക്കുകയായിരുന്നു. ഖലീലിന്റെ ഭക്ഷണം കഴിഞ്ഞപ്പോൾ അവൻ തളിക കഴുകി. കടയ്ക്കകത്ത് കയറി അന്നത്തെ വരവ് കണക്ക് കൂട്ടി. ഷെൽഫുകളെല്ലാം അടുക്കി വച്ചു. അപ്പോഴേക്കും യൂസുഫും കഴിച്ചുകഴിഞ്ഞിരുന്നു. അവനും തന്റെ തളിക കഴുകി. കടയിലേക്ക് സഹായിക്കാനായി കയറി. അവൻ ഭക്ഷണം കഴിച്ചവസാനിപ്പിക്കാൻ കാത്ത് നിൽക്കുകയായിരുന്നു ഖലീൽ. കഴുകിയ തളികകളെടുത്ത് അവൻ വീടിനകത്തേക്ക് പോയി. യൂസുഫിന്റെ മനസ്സിനെന്തെന്നില്ലാത്ത ഭാരം തോന്നി. അവൻ നാക്കിനെ നിയന്ത്രിച്ചു. എന്താണിവിടെ സംഭവിക്കുന്നതെന്ന് അത്ഭുതപ്പെട്ടു.

അവൻ പായ വിരിച്ച് കിടന്നു. കുറച്ച് കഴിഞ്ഞിട്ടാണ് ഖലീൽ എത്തിയത്. അവനും തന്റെ പതിവ് സ്ഥാനത്ത്, യൂസുഫിൽ നിന്ന് ഏതാനും അടി ദൂരെ പായ വിരിച്ച് കിടന്നു. ദീർഘനേരത്തെ നിശ്ശബ്ദതയ്ക്ക് ശേഷം, താണസ്വരത്തിൽ യജമാനത്തിക്ക് ഭ്രാന്തായി എന്ന് തോന്നുന്നു എന്ന് ഖലീൽ പറഞ്ഞു.

''ഞാൻ പൂന്തോട്ടത്തിൽ പതിവിലധികം സമയം ചിലവിട്ടതിനാലാണോ?'' യൂസുഫ് ചോദിച്ചു. തന്റെ ആശങ്ക സ്വരത്തിൽ പ്രകടമാകും വിധമായിരുന്നു ആ ചോദ്യം.

അത് കേട്ട് ഖലീൽ ചിരിച്ചു. ''പൂന്തോട്ടത്തിലോ? നിനക്ക് പൂന്തോട്ടം എന്നല്ലാതെ മറ്റൊരു ചിന്തയുമില്ല. നിനക്കും ഭ്രാന്താകുന്നുണ്ടോ എന്നാണിപ്പോൾ എനിക്ക് സംശയം.'' അവൻ വീണ്ടും ചിരിച്ചു. ''നീ നിന്റെ ഊർജ്ജം ഉപയോഗിക്കാൻ മറ്റെന്തെങ്കിലും മാർഗ്ഗം കണ്ടെത്തണം. നീ പെണ്ണുങ്ങളുടെ പുറകെ പോ. അല്ലെങ്കിൽ ഒരു വിശുദ്ധനാക്. അതല്ലാതെ മസി ഹംദാനിയാകണ്ട. നിനക്ക് പെണ്ണുങ്ങൾക്ക് പുറകെ പോയാലെന്താ? അത് നേരം കളയാൻ പറ്റിയ പണിയാണ്. ആസ്വദിച്ച് നേരം കളയാൻ. സുന്ദരനായ നിനക്ക് പുറകെ ഈ ലോകം മുഴുക്കെ വരും. ഇനി അതിൽ വിജയിച്ചില്ലെങ്കിൽ തന്നെ മാ അജൂസ നിന്നെ കാത്തിരിക്കുന്നുണ്ടല്ലോ. അവിടേക്ക് എപ്പോൾ വേണമെങ്കിലും ചെല്ലാം.''

''നീ ഇനിയും അതിൽ കടിച്ച് തൂങ്ങണ്ട.'' യൂസുഫ് പ്രകോപിതനായി. ''മാ അജൂസ പ്രായമായ ഒരു സ്ത്രീയാണ്. അവരോട് കുറച്ച് ബഹുമാനമൊക്കെയാകാം.''

''പ്രായമായെന്നോ? ആരാണത് പറഞ്ഞത്? ഞാനവളെ ഉപയോഗിച്ചിട്ടുണ്ട്. അത്രയ്ക്ക് പ്രായമൊന്നുമവൾക്കായിട്ടില്ല. അത് ഞാൻ ഉറപ്പ് തരാം. ഞാൻ അവൾക്കരികിൽ പല തവണ പോയിട്ടുണ്ട്.'' ഖലീൽ പറഞ്ഞു.

ഇരുവരും നിശ്ശബ്ദരായി. ആ നിശ്ശബ്ദതയിൽ ഖലീലിന്റെ ശ്വസനസ്വരം യൂസുഫ് കേട്ടു. അതിനുശേഷം അവൻ പുച്ഛത്തോടെ ചീറ്റിയതും കേട്ടു.

''നിനക്കത് അറപ്പുളവാക്കുന്നുണ്ടാകും അല്ലേ? എനിക്ക് അങ്ങനെയല്ല. ലജ്ജയുമില്ല. എനിക്കൊരു ആവശ്യമുണ്ടായിരുന്നു. അതിനാൽ അവൾക്കരികിൽ പോയി. പണം കൊടുത്ത് അവളുടെ ശരീരം ഉപയോഗിച്ചു. അവൾക്കും അവളുടേതായ ആവശ്യങ്ങളുണ്ടായിരുന്നു. അത് ക്രൂരമായിരിക്കാം. പക്ഷേ ഞങ്ങൾ ഇരുവർക്കും അതല്ലാതെ മറ്റ് മാർഗ്ഗമില്ലായിരുന്നു. അല്ലാതെ ഞാനെന്ത് ചെയ്യണമായിരുന്നു? ഒരു രാജകുമാരി, കടയിലേക്ക് ഒരു തുണ്ട് അലക്കുസോപ്പ് വാങ്ങാനെത്തി, എന്നെ പ്രണയിക്കാൻ കാത്തിരിക്കണമായിരുന്നോ? അതല്ലെങ്കിൽ സുന്ദരിയായ ഒരു പെൺജിന്ന് എന്നെ എന്റെ വിവാഹനിശ്ചയത്തലേന്ന് തട്ടിക്കൊണ്ടുപോയി അവളുടെ ലൈംഗിക അടിമയായി ഒരു നിലവറയിൽ സൂക്ഷിക്കുന്നതിനായി കാത്തിരിക്കണമായിരുന്നോ?''

യൂസുഫ് മറുപടിയൊന്നും പറഞ്ഞില്ല. ഇരുവരും വീണ്ടും നിശ്ശബ്ദരായി. കുറച്ച് കഴിഞ്ഞപ്പോൾ ഖലീൽ നിശ്വസിച്ചു.

''സാരമില്ല. നീ നിന്റെ രാജകുമാരിക്കായി എന്നും ശുദ്ധനായി തന്നെയിരിക്ക്. ഞാൻ പറയുന്നത് കേൾക്ക്. യജമാനത്തിക്ക് നിന്നെ കാണണമെന്ന്.''

''അയ്യോ, വേണ്ട.'' യൂസുഫ് പരിക്ഷീണനായി. ''അത് അതിരു കടക്കുന്നതാകും. എന്തിനാണവർ എന്നെ കാണുന്നത്? അവർക്കിഷ്ടമില്ലെങ്കിൽ ഇനി ഞാൻ തോട്ടത്തിൽ പ്രവേശിക്കുകയില്ല എന്ന് പറഞ്ഞേക്ക്.''

''നീ വീണ്ടും പൂന്തോട്ടത്തിന്റെ കാര്യം മാത്രം പറയുന്നു.'' ഖലീൽ കോപിച്ചു. കോട്ടുവായിട്ടു. തുടർന്നു. ''പൂന്തോട്ടവുമായി ഇതിനൊരു ബന്ധവുമില്ല. നീ ചിന്തിക്കുന്നതുപോലെയല്ല.''

''എനിക്കവർ പറയുന്നതൊന്നും മനസ്സിലാകില്ല.''

ഖലീൽ ചിരിച്ചു. ''ഇല്ല. നിനക്കാകില്ല. സംസാരിക്കാൻ അവർ ഉദ്ദേശിച്ചിട്ടുമില്ല. നിന്നെയൊന്ന് കാണണം. നീ പൂന്തോട്ടത്തിൽ അലയുന്നത് അവർ കണ്ടിട്ടുണ്ട്. അത് ഞാൻ മുമ്പും പറഞ്ഞിട്ടുണ്ടല്ലോ. ഇപ്പോൾ നിന്നെ അടുത്തു നിന്ന് കാണണം. അവർക്ക് മുന്നിൽ നീ നിൽക്കണം. നാളെ.''

''എന്തിന്, കാരണം?'' യൂസുഫിനാകെ ആശയക്കുഴപ്പമായി. ഖലീൽ അത് അവതരിപ്പിച്ച രീതി ആശയക്കുഴപ്പം വർദ്ധിപ്പിച്ചു. അവനിലെ ആകാംക്ഷ കൊടുമുടി കയറി. താൻ പരാജിതനാണെന്നൊരു ചിന്ത വന്നു തുടങ്ങി. ഒഴിച്ചുകൂടാനാകാത്ത വൈഷമ്യങ്ങൾ ഒരു ഭീഷണിയായി മുന്നിൽ നിൽക്കുന്നു. എന്തിനെന്ന് എന്നോട് പറയൂ എന്ന് ഒച്ചയിടണമെന്ന് യൂസുഫിനു തോന്നി. എന്തിനാണിത്? ഞാനൊരു കുട്ടിയൊന്നുമല്ല. നീ എന്നെ എവിടേക്കാണെത്തിക്കുന്നത്?

ഖലീൽ വീണ്ടും കോട്ടുവായിട്ടു. അവനരികിലേക്ക് നീങ്ങിക്കിടന്നു. വീണ്ടും കോട്ടുവായിട്ടു. പിന്നെ നീങ്ങിക്കിടന്നു. ''അതൊരു നീണ്ട കഥയാണ്. സത്യമായും നീണ്ട കഥ. ഇപ്പോൾ എനിക്ക് ക്ഷീണം തോന്നുന്നു. നാളെ, വെള്ളിയാഴ്ചയല്ലേ. പട്ടണത്തിലേക്ക് നമ്മൾ പോകുമ്പോൾ അതെല്ലാം ഞാൻ പറയാം.'' ഖലീൽ പറഞ്ഞു

5

ജുമുഅ നിസ്കാരത്തിനു പോയതിനു ശേഷം അങ്ങാടിയിലൂടെ നിശ്ശബ്ദമായി അലഞ്ഞ് തുറമുഖത്തിനരികിലുള്ള മതിലിൽ ഇരിക്കുമ്പോഴാണ് ഖലീൽ സംസാരിച്ച് തുടങ്ങിയത്. ''ശ്രദ്ധിച്ച് കേൾക്കണം നീ. നീ വളരെ ക്ഷമയുള്ളവനായാണ് ഇതുവരെ കാണപ്പെട്ടിട്ടുള്ളത്. ഇതൊക്കെ നിനക്കറിയാമോ എന്ന് എനിക്കറിയില്ല. നിനക്കെത്ര

മനസ്സിലായിട്ടുണ്ടാകും എന്നും അറിയില്ല. അതിനാൽ തുടക്കം മുതലുള്ള കാര്യങ്ങൾ ഞാൻ പറയാം. നീ ഇപ്പോൾ ഒരു കൊച്ചുകുട്ടിയൊന്നുമല്ലല്ലോ. അതിനാൽ ഇതൊക്കെ നിന്നോട് പറയാതിരിക്കുന്നതും ശരിയല്ല. നമ്മളൊക്കെ ഇങ്ങനെയാണ്. ഈ രഹസ്യങ്ങളുമതെ. പന്ത്രണ്ട് വർഷം മുമ്പാണ് സയ്യിദ് യജമാനത്തിയെ വിവാഹം കഴിക്കുന്നത്. അതുവരെ അദ്ദേഹം ഒരു ചെറിയ വ്യാപാരിയായിരുന്നു. ഇവിടെ നിന്ന് സാൻസിബർ വരെ നടന്ന് സാധനങ്ങൾ വിറ്റിരുന്ന ഒരു വ്യാപാരി. അവിടെ നിന്ന് തുണി, ഉപകരണങ്ങൾ, പുകയില, ഉണങ്ങിയ മീൻ എന്നിവയൊക്കെ കൊണ്ടുവരും. അവിടേക്ക് ആടുമാടുകളേയും വിറകും കൊണ്ടുപോകും. അവരാകട്ടെ ആയിടെ വിധവയായി. ധനികയാണവർ. അവരുടെ മുൻ ഭർത്താവിന് ഒരുപാട് പായ്ക്കപ്പലുകളുണ്ടായിരുന്നു. അതിൽ പലവിധ ചരക്കുകൾ പല പ്രദേശങ്ങളിലേക്കെത്തിച്ചിരുന്നു.

പെംബയിൽ നിന്ന് ധാന്യങ്ങൾ, അരി, തെക്കുനിന്ന് അടിമകൾ, സുഗന്ധവ്യഞ്ജനങ്ങൾ, സാൻസിബറിൽ നിന്ന് എള്ള്, അങ്ങനെയങ്ങനെ. അവർ അപ്പോൾ യൗവ്വനം പിന്നിട്ടിരുന്നു എങ്കിലും പല പ്രശസ്ത കുടുംബങ്ങളിൽ നിന്നുള്ളവർക്കും അവരെ വിവാഹം കഴിച്ചാൽ കൊള്ളാമെന്ന ആഗ്രഹമുണ്ടായിരുന്നു. അതിനു കാരണം അവരുടെ കൈവശമുള്ള ധനം തന്നെയാണെന്ന് പറയേണ്ടതില്ലല്ലോ. ഒരു വർഷത്തോളം അവർ എല്ലാ വിവാഹാലോചനകളും നിരസിച്ചു. അങ്ങനെ വിവാഹം നിരസിക്കുന്നവൾ എന്നൊരു ഖ്യാതിയും വന്നു. സ്ത്രീകൾ തുടർച്ചയായി വിവാഹാന്വേഷണങ്ങളോട് മുഖം തിരിച്ചാൽ എന്ത് സംഭവിക്കും എന്ന് നിനക്കറിയാമല്ലോ. ആ സ്ത്രീക്ക് എന്തോ കുഴപ്പമുണ്ട് എന്ന് ആളുകൾ പറയും. ചിലർ അവർ രോഗിയാണെന്ന് പറഞ്ഞു. മറ്റ് ചിലർ ഭർത്താവ് മരിച്ചപ്പോൾ ഭ്രാന്തിയായെന്നും. അവർക്ക് കുഞ്ഞുങ്ങളുണ്ടാകില്ല, മച്ചിയാണെന്നും ഒരു സംസാരമുണ്ടായി. മറ്റൊന്ന് അവർക്ക് പുരുഷന്മാരേക്കാൾ ഇഷ്ടം സ്ത്രീകളോടാണെന്നായിരുന്നു. അവർക്ക് വിവാഹാലോചനകളുമായി വന്ന് അവരുടെ ഉത്തരം കേട്ട് മടങ്ങിയ സ്ത്രീകളിൽ പലരും ഇത്രയും വിരൂപയായ ഒരു സ്ത്രീ എന്തിനിങ്ങനെ പൊങ്ങച്ചം കാണിക്കുന്നു എന്ന് മനസ്സിലാകുന്നില്ല എന്നും അഭിപ്രായപ്പെട്ടു.

''അങ്ങനെയിരിക്കെയാണവർ സയ്യിദിനെക്കുറിച്ച് കേൾക്കുന്നത്. സയ്യിദ് അവരേക്കാൾ വളരെ ചെറുപ്പമാണ്. വ്യാപാര ഇടപാടുകൾക്കിടയിൽ നടക്കുന്ന കൊച്ചുവർത്തമാനങ്ങളിലൂടെയാണവർ സയ്യിദിനെക്കുറിച്ച് കേൾക്കുന്നത്. അക്കാലത്തും സയ്യിദിനെക്കുറിച്ച് എല്ലാവർക്കും നല്ലതേ പറയാനുണ്ടായിരുന്നുള്ളൂ. അതിനാൽ, ഇതിലും മികച്ച വിവാഹാലോചനകൾ നിലവിലുണ്ടായിരുന്നു എങ്കിലും അവർ സയ്യിദിനെ തിരഞ്ഞെടുത്തു. അദ്ദേഹത്തിനു രഹസ്യദൂതു പോയി.

ചില സമ്മാനങ്ങൾ കൈമാറപ്പെട്ടു. ഏതാനും ആഴ്ചകൾക്കകം വിവാഹവും നടന്നു. പരസ്പരമുള്ള കരാർ എന്തായിരുന്നു എന്നൊന്നും എനിക്കറിയില്ല. പക്ഷേ വ്യാപാരം അതിനുശേഷം സയ്യിദ് ഏറ്റെടുത്തു. അത് കൂടുതൽ പുരോഗതി പ്രാപിച്ചു. പായ്ക്കപ്പലുകളിലൂടെയുള്ള സാധനങ്ങളുടെ കടത്ത് എന്ന വ്യാപാരത്തിൽ നിന്ന് അദ്ദേഹം പുറത്ത് വന്നു. ആ വള്ളങ്ങളും കപ്പലുകളുമെല്ലാം വിറ്റു. അതിനുശേഷമാണദ്ദേഹം ഇന്ന് നമ്മളറിയുന്ന സയ്യിദായത്. വ്യാപാരാവശ്യങ്ങൾക്കായി ഉൾനാടുകളിലേക്ക് യാത്ര ചെയ്യുന്നവനായത്.

“ബാഗമോയൊയുടെ തെക്ക്, ബ്രീമ തീരത്ത് എന്റെ ബായ്ക്ക് ഒരു ചെറിയ കടയുണ്ടായിരുന്നു. അത് ഞാൻ നിന്നോട് മുമ്പും പറഞ്ഞിട്ടുണ്ട്. അവിടെ എന്റെ മാ യും രണ്ട് ജ്യേഷ്ഠസഹോദരന്മാരും ഒരു അനുജത്തിയുമുണ്ടായിരുന്നു. ദരിദ്രമായ ജീവിതമായിരുന്നു ഞങ്ങളുടേത്. എന്റെ ജ്യേഷ്ഠന്മാർ പലപ്പോഴും വള്ളങ്ങളിൽ പണിയന്വേഷിച്ച് പോകാറുണ്ട്. സയ്യിദ് ഞങ്ങളെ വന്ന് കാണാറുള്ളതൊന്നും എനിക്ക് ഓർമ്മയില്ല. ഒരു പക്ഷേ അന്ന് ഞാൻ വളരെ ചെറുപ്പമായതിനാലാകാം. ഒരു ദിവസം ഞാൻ അദ്ദേഹത്തെ കണ്ടു. ബാ അദ്ദേഹത്തിനോട് സംസാരിച്ചു നിൽക്കുന്നത് കണ്ടു. അതുപോലെ വികാരവിവശനായി ബാ സംസാരിക്കുന്നത് ഞാൻ അതിനു മുമ്പ് കണ്ടിട്ടില്ല. എന്നോട് ആരും ഒന്നും പറഞ്ഞില്ല. ഞാൻ വളരെ ചെറിയ ഒരു കുഞ്ഞല്ലേ. അതൊരു ചെകുത്താന്റെ മകനാണെന്നും ഇപ്പോൾ ഇബ്ലിസിന്റെ മകൾ കൂടെക്കൂടിയിരിക്കുന്നു എന്നും മാ പറയുന്നത് ഞാൻ കേട്ടു. ഒരുപക്ഷേ അതിലും മോശമായതെന്തെങ്കിലുമാകും കൂടെക്കൂടിയിരിക്കുന്നതെന്നും മാ പറഞ്ഞു. അയാളൊരു നായയാണ്. വൃത്തികെട്ട തെരുവു പട്ടി. മന്ത്രവാദിയാണ്. കൂടോത്രം ചെയ്യുന്നവനാണ് എന്നൊക്കെ മാ തുടർന്നു. ഭ്രാന്തമായ സംസാരങ്ങൾ പിന്നെയുമുണ്ടായി. മാസങ്ങൾക്ക് ശേഷം സയ്യിദ് വീണ്ടും വന്നപ്പോൾ അദ്ദേഹം ഞങ്ങൾക്കൊപ്പം രണ്ട് ദിവസം ചിലവിട്ടു. എനിക്ക് ഒരു സമ്മാനവുമായാണ് അദ്ദേഹം വന്നത്. ചന്ദ്രക്കലയുടേയും മുല്ലപ്പൂവിന്റേയുമൊക്കെ ചിത്രങ്ങൾ തുന്നിപ്പിടിപ്പിച്ച ഒരു തൊപ്പി. അതിപ്പോഴും എന്റെ കൈവശമുണ്ട്. എന്നാൽ അപ്പോഴേക്കും ബായുടെ സംസാരത്തിൽ നിന്ന് അദ്ദേഹം സയ്യിദിൽ നിന്ന് നല്ലൊരു തുക കടം വാങ്ങിയിരുന്നു എന്നും അത് എന്റെ ജ്യേഷ്ഠസഹോദരന് തന്റെ ഒരു സുഹൃത്തിനൊപ്പം വ്യാപാരം ആരംഭിക്കാനായിരുന്നു എന്നും ആ വ്യാപാരം വലിയ പരാജയമായിരുന്നു എന്നും ഞാൻ മനസ്സിലാക്കിയിരുന്നു. എന്റെ ജ്യേഷ്ഠനും ചില സുഹൃത്തുക്കളും പങ്കാളികളായി മികോകോനിയിൽ ഒരു ബോട്ട് വാങ്ങിയിരുന്നു. മീൻ പിടിക്കാനുള്ള ബോട്ട്. അതൊരിക്കൽ ഒരു പാറക്കൂട്ടത്തിൽ ചെന്നിടിച്ചു. കടം വാങ്ങിയ പണം തിരിച്ച് നൽകാവുന്നത്ര വരുമാനമൊന്നും

ഞങ്ങളുടെ കടയ്ക്കില്ലായിരുന്നു. രണ്ട് ദിവസം കഴിഞ്ഞപ്പോൾ സയ്യിദ് തിരിച്ച് പോയി. യാത്രയായപ്പോൾ എന്റെ ബാ പല തവണ അദ്ദേഹത്തിന്റെ കൈ പിടിച്ച് ചുംബിക്കുന്നത് ഞാൻ കണ്ടു. സയ്യിദ് എനിക്കരികിൽ വന്ന് എനിക്കൊരു നാണയം തന്നു. ബായുടെ നന്ദി പ്രകടനം സയ്യിദ് കൂടുതൽ സമയം അനുവദിച്ചതിനാലായിരുന്നു എന്ന് എനിക്ക് തോന്നുന്നു. പക്ഷേ അന്ന് എനിക്കതൊന്നും മന സ്സിലാക്കാനുള്ള പ്രായമില്ലായിരുന്നു. എന്നോട് അവരൊന്നും ഒന്നും പറഞ്ഞതുമില്ല. അതിനു ശേഷം ബാ എങ്ങനെ പരവശനായി, ക്ഷിപ്ര കോപിയായി എന്ന് കാണുക തന്നെ വിഷമിപ്പിക്കുന്നതായിരുന്നു. എപ്പോഴും ബഹളം വയ്ക്കുമായിരുന്നു. മണിക്കൂറുകളോളം നിസ്കാര പ്പായയിൽ ചിലവിടുമായിരുന്നു. ഒരിക്കൽ ഒരു വിറകു കൊള്ളി യെടുത്ത് ജ്യേഷ്ഠനെ തല്ലുന്നത് ഞാൻ കണ്ടു. ആരും അരുതെന്ന് പറയുകയോ അദ്ദേഹത്തെ തടയുകയോ ചെയ്തില്ല. അമ്മയും രണ്ടാ മത്തെ ജ്യേഷ്ഠനും പിന്നെ ഒരുവിധത്തിൽ ബായെ പിടിച്ച് നിർത്തി. അപ്പോൾ അദ്ദേഹം വാവിട്ട് കരയാൻ തുടങ്ങി. ആ കരച്ചിലിനിടയിൽ വീണ്ടും മർദ്ദനവും തുടങ്ങി.

‘‘പിന്നെയൊരു ദിവസം ആ ചെകുത്താനെത്തി. മൊഹമ്മദ് അബ്ദുള്ള. അയാൾ എന്നെയും എന്റെ അനുജത്തിയേയും ഇവിടേക്ക് കൊണ്ടു വന്നു. ബാ എന്ന് കടം തിരികെ കൊടുക്കുന്നോ അതുവരെ ഞങ്ങൾ റെഹാനി, പണയം, ആയിരിക്കും എന്ന് പറഞ്ഞു. ബാ, എന്റെ പാവം ബാ, പിന്നെ അധിക ദിവസം ജീവിച്ചില്ല. മായും സഹോദരങ്ങളും അറേബ്യയിലേക്ക് പോയി. ഞങ്ങളെ ഇവിടെ ഉപേക്ഷിച്ചു. അവർ ഞങ്ങളെ മറന്നു.’’

ഖലീൽ നിശ്ശബ്ദനായി. അവൻ കടലിലെ തിരകളെണ്ണുകയാ ണെന്ന് തോന്നി. ഉപ്പുവെള്ളം തന്റെ കണ്ണിലടിക്കുന്നത് യൂസുഫ റിഞ്ഞു. കുറച്ച് കഴിഞ്ഞപ്പോൾ ഖലീൽ തലയാട്ടി. പല തവണ തല യാട്ടി. കഥ തുടരാൻ തയ്യാറെടുത്തു.

‘‘ഞാൻ സയ്യിദിനൊപ്പമായിട്ട് ഒമ്പത് വർഷമായി. ഞങ്ങൾ ഇവിടെ യെത്തിയപ്പോൾ കടയിൽ ഒരാളുണ്ടായിരുന്നു. ഇപ്പോൾ എനിക്കെത്ര പ്രായമുണ്ടോ അത്രയും പ്രായമുള്ള ഒരാൾ. അയാളെന്നെ ജോലി യൊക്കെ പഠിപ്പിച്ചത്. മൊഹമ്മദ് എന്നായിരുന്നു അയാളുടെ പേര്. സന്ധ്യയ്ക്ക് കടയടച്ചാൽ അയാൾ ഒന്നിനുപുറകെ ഒന്നായി പല തവണ ഹാഷിഷ് വലിക്കും. അതിനുശേഷം സ്ത്രീകളെ അന്വേഷിച്ച് പോകും. എന്റെ അനുജത്തി യജമാനത്തിയുടെ പരിചാരികയായി. അന്ന് അവൾക്ക് ഏഴ് വയസ്സ്. യജമാനത്തി അവളെ എപ്പോഴും ഭീഷണിപ്പെടുത്തും.’’ ഖലീൽ നിർത്തി. പെട്ടെന്ന് ഉറക്കെ ചിരിച്ചു. തുടയിൽ ആഞ്ഞടിച്ചു. ‘‘മാശ അല്ലാഹ്, അവൾ കുറേ കരഞ്ഞു. അവളെ ശാന്തമാക്കാൻ പലപ്പോഴും അവർ എന്നെ വിളിക്കും.

അങ്ങനെ എന്റെ ഉറക്കം ആ വീട്ടിലേക്ക്, വീടിന്റെ മുറ്റത്തേക്ക് മാറ്റി. മഴ പെയ്താൽ ഞാൻ കലവറയിൽ കിടക്കും. കടയടച്ച്, മൊഹമ്മദ് തന്റെ കാര്യങ്ങൾക്കിറങ്ങിപ്പോയാൽ, ഞാൻ ഉറങ്ങാനായി അവിടേക്ക് പോകും. യജമാനത്തിക്കന്നേ ഭ്രാന്തായിരുന്നു. അവർക്ക് ചില രോഗങ്ങളുണ്ടായിരുന്നു. മുഖത്ത് വലിയൊരു പാടുണ്ടായിരുന്നു. ഇടത്തേ കവിൾ മുതൽ കഴുത്തുവരെ. ഞാൻ അടുത്ത് ചെന്നാൽ അവർ ഒരു ഷാളെടുത്ത് മുഖം മറയ്ക്കും. പക്ഷേ എന്റെ അനുജത്തി എന്നോട് അത് പറഞ്ഞു. യജമാനത്തി പലപ്പോഴും കണ്ണാടിയിൽ നോക്കി നിന്ന് കരയാറുണ്ടായിരുന്നു എന്ന് പറഞ്ഞു. ഞാൻ മുറ്റത്ത് കിടക്കുമ്പോൾ പലപ്പോഴും അവർ വന്ന് എന്നെ നോക്കി നിൽക്കും. ഞാൻ ഉറക്കം നടിക്കും. പ്രാർത്ഥന ചൊല്ലിയാണവർ വീടിനകത്ത് നടക്കുക. തന്റെ വേദനകൾ ശമിപ്പിക്കണേ. എന്ന് അല്ലാഹുവിനോട് പ്രാർത്ഥിച്ചുകൊണ്ട്. സയ്യിദ് വീട്ടിലുള്ളപ്പോൾ അവർ തികച്ചും ശാന്ത പ്രകൃതയാകും. അവരുടെ ദുരിതങ്ങളെല്ലാം എനിക്കും ആമിനയ്ക്കും മേൽ ചൊരിയും. എല്ലാതിനും കാരണം ഞങ്ങളാണെന്ന് കുറ്റപ്പെടുത്തും. വൃത്തികെട്ട വാക്കുകൾ ഉപയോഗിച്ച് ഞങ്ങളെ അധിക്ഷേപിക്കും. സയ്യിദ് വീട്ടിലില്ലെങ്കിൽ അവർക്ക് വീണ്ടും ഭ്രാന്ത് കയറും. ഇരുട്ടിൽ അലഞ്ഞ് നടക്കാൻ തുടങ്ങും.

''അപ്പോഴാണ് നീ വരുന്നത്.'' ഖലീൽ യൂസുഫിന്റെ കവിളിൽ പിടിച്ച് അവന്റെ തല ഇരുവശത്തേക്കുമാട്ടി.

''മൊഹമ്മദിനെന്തുപറ്റി?'' യൂസുഫ് ചോദിച്ചു.

''ഒരു ദിവസം സയ്യിദ് അയാളെ തല്ലാൻ കയ്യോങ്ങി. കണക്കിൽ ചില പാകപ്പിഴകൾ കണ്ടതായിരുന്നു കാരണം. അന്ന് അയാൾ ഇവിടം വിട്ടുപോയി. ഒന്നും പറയാതെ അപ്പോൾ ഇറങ്ങിപ്പോകുകയായിരുന്നു. അയാൾ ബന്ധുവാണോ എന്നൊന്നും എനിക്കറിയില്ല. കടയിലെ കാര്യങ്ങളല്ലാതെ അയാൾ മറ്റൊന്നും എന്നോട് സംസാരിക്കാറില്ല. സയ്യിദ് അപ്പോൾ ഏതാനും ദിവസത്തെ യാത്രയ്ക്ക് പോയി. തിരിച്ചെത്തിയപ്പോൾ നീ കൂടെയുണ്ടായിരുന്നു. നീ, പാവം മസ്വാഹിലി പയ്യൻ. എന്റെ ബായെപ്പോലെ തീർത്തും വിഡ്ഢിയായ ഒരു ബായുള്ളവൻ. ഞാൻ അദ്ദേഹത്തിനു വേണ്ടി ജോലി ചെയ്യുന്നത് ഉപേക്ഷിച്ചാൽ കട നടത്താൻ ഒരാൾ വേണമെന്നേ അദ്ദേഹത്തിനുണ്ടായിരുന്നുള്ളൂ എന്നെനിക്ക് തോന്നുന്നു. അങ്ങനെയാണ് നീ എന്റെ കൊച്ചനുജനാകുന്നത്.'' ഖലീൽ വീണ്ടും യൂസുഫിന്റെ കവിളിലേക്ക് കൈ നീട്ടി. യൂസുഫ് തടഞ്ഞു.

''ബാക്കി പറയ്.''

''യജമാനത്തി ജനങ്ങൾക്ക് മുന്നിൽ വരില്ല. ഒളിച്ചിരിക്കും. ഒരിക്കലും പുറത്തിറങ്ങില്ല. അവരെ സന്ദർശിക്കാനെത്തുന്ന അപൂർവ്വം

സ്ത്രീകൾ അവരുടെ ബന്ധുക്കളാകും. അല്ലെങ്കിൽ അവർക്ക് ആട്ടിപ്പുറത്താക്കാൻ പറ്റാത്ത അത്ര അടുപ്പമുള്ളവർ. വൃക്ഷങ്ങളിൽ അവർ കണ്ണാടികൾ ഞാത്തിയിട്ടത്, പൂന്തോട്ടത്തിലേക്കിറങ്ങാതെ പൂന്തോട്ടം കാണാനായിട്ടായിരുന്നു. അങ്ങനെയാണവർ നിന്നേയും കണ്ടത്. നീ പൂന്തോട്ടത്തിൽ പണിയെടുക്കുന്നത് അവർ ആ കണ്ണാടികളിലൂടെ കണ്ടു. നിന്നെ കണ്ടപ്പോൾ മുതൽ അവർക്ക് ഭ്രാന്ത് വർദ്ധിച്ചു. പണ്ടത്തേതിനേക്കാൾ ഉന്മത്തയായി. അല്ലാഹുവാണ് നിന്നെ അവർക്ക് അരികിലേക്കയച്ചത് എന്നായി. അവളുടെ രോഗം സുഖപ്പെടുത്താൻ അയച്ചതാണെന്നുമായി.''

യൂസുഫ് ചിന്തയിലാണ്ടു. ദീർഘനേരം അവൻ നിശ്ശബ്ദനായി. അത്ഭുതത്തിനും പരിഹാസത്തിനുമിടയിലായി അവൻ. ചിരിയും വരുന്നുണ്ടായിരുന്നു. ''എങ്ങനെ?'' കുറേ കഴിഞ്ഞപ്പോൾ അവൻ ചോദിച്ചു.

''ആദ്യമൊക്കെ അവർ പറഞ്ഞത് നീ അവർക്ക് വേണ്ടി പ്രാർത്ഥിച്ചാൽ അവരുടെ രോഗം സുഖപ്പെടും എന്നാണ്. പിന്നെ നീ അവരുടെ ശരീരത്തിലേക്ക് തുപ്പണം എന്നായി. ദൈവം അനുഗ്രഹിച്ചവരുടെ ഉമിനീരിന് വളരെ കരുത്തുള്ള ഗുണങ്ങളുണ്ടെന്ന് അവർ പറഞ്ഞു. ഒരു ദിവസം നീ ഒരു റോസാപ്പൂവുമായി പൂന്തോട്ടത്തിൽ നിൽക്കുന്നത് അവർ കണ്ടു. രണ്ടുകൈകളും കുമ്പിൾപോലെയാക്കിയാണത്രെ ഈ ആ റോസാപ്പൂ പിടിച്ചിരുന്നത്. അപ്പോൾ നീയൊന്ന് സ്പർശിച്ചാൽ അവർ സുഖപ്പെടും എന്നായി. ആ റോസാപ്പൂ പിടിച്ചതുപോലെ നീ അവരുടെ മുഖം പിടിച്ചാൽ മതിയെന്ന്. നീ അവിടേക്ക് പോകുന്നത് തടയാൻ ഞാൻ ശ്രമിച്ചു. പക്ഷേ നിനക്ക് തോട്ടം എന്നത് ഒരു മാറാവ്യാധിയായിട്ടുണ്ടായിരുന്നു. സയ്യിദ് തിരിച്ചെത്തിയപ്പോൾ തന്റെ ഭ്രാന്ത് തന്നിലൊതുക്കി നിർത്താൻ യജമാനത്തിക്കാകാതായി. അവർ സയ്യിദിനോട് എല്ലാം പറഞ്ഞു. ആ സുന്ദരന്റെ ഒരു സ്പർശം തന്റെ ഹൃദയത്തിലെ മുറിവുണക്കും എന്ന് പറഞ്ഞു. അതിനാലാണ് ആ യാത്രയിൽ സയ്യിദ് നിന്നെ കൂടെക്കൂട്ടിയത്. മലനിരകളിലേക്ക് കൊണ്ടുപോയതും അവിടെ ഉപേക്ഷിച്ചതും. നിനക്കതിൽ സംശയമൊന്നും തോന്നിയില്ലേ? നീ പൂന്തോട്ടത്തിലെത്തിയാൽ യജമാനത്തി ആ ചുമരിനിപ്പുറത്ത് വന്ന് നിൽക്കാറുണ്ട് എന്ന് ആമിന എന്നോട് പറയുകയുണ്ടായി. നിന്റെ ഒരു നോട്ടം ലഭിക്കാൻ. നിനക്ക് അവരോട് ഒരു അനുകമ്പ തോന്നാൻ. അവർ നിന്നെ വിളിക്കാറുണ്ടായിരുന്നു എന്നും അവൾ പറഞ്ഞു. നീ കേൾക്കാറില്ലേ?''

യൂസുഫ് തലയാട്ടി. ''എന്തൊക്കെയോ ശബ്ദം കേൾക്കാറുണ്ട്. അവർ എന്നെ കണ്ട് മുറുമുറുക്കുകയാണെന്നാണ് ഞാൻ കരുതിയത്. എന്നോട് പോകാൻ പറയുകയാണെന്ന്. ചിലപ്പോൾ അവർ പാടാറുമുണ്ട്.''

"'അവർ പാടാറില്ല.'' ഖലീൽ നീരസപ്പെട്ടു. ''അവർ പാടുന്നത് ഞാനിതുവരെ കേട്ടിട്ടില്ല.''

''എങ്കിൽ ഞാനങ്ങനെ ഊഹിച്ചതാകും. ആ തോട്ടത്തിൽ നിന്ന് സംഗീതം വരുന്നു എന്നെനിക്ക് തോന്നിയ രാവുകളുണ്ട്. ഹമീദിനെ സന്ദർശിച്ച യാത്രകളിൽ ഒരാൾ ഒരിക്കൽ ഒരു കഥ പറയുകയുണ്ടായി. ഹെരാതിലെ ഒരു പൂന്തോട്ടത്തിന്റെ കഥ. സുന്ദരമായ ഒരു പൂന്തോട്ട മായിരുന്നു അത്. അത് സന്ദർശിച്ചവർക്കെല്ലാം അതിനകത്തെവിടെ നിന്നോ സംഗീതം വരുന്നു എന്ന തോന്നലുണ്ടാകുമായിരുന്നു. അവ രുടെ ആനന്ദമാണതിനു കാരണം എന്നാണത്രെ ഒരു കവി വിശദീ കരിച്ചത്. അതേ ആശയം എന്നെ പിടികൂടിയിരിക്കാം.''

''ആ മലനിരകളിലെ അന്തരീക്ഷം നിന്നെ ഉന്മത്തനാക്കി എന്ന് തോന്നുന്നു.'' ഖലീൽ കുപിതനായി തുടർന്നു. ''ഒച്ചയും ബഹളവു മുള്ള നിന്റെ സ്വപ്നങ്ങൾ മാത്രമല്ല ഇപ്പോഴിതാ, സംഗീതവും കേട്ടു തുടങ്ങിയിരിക്കുന്നു. എനിക്കിപ്പോൾ രണ്ട് ഭ്രാന്തരെ കൈകാര്യം ചെയ്യണം. എന്തൊരു ഭാഗ്യമാണെന്റേത്. നിന്നെ ഇവിടെ അവർ ക്കരികിൽ ഉപേക്ഷിച്ച് പോകുന്നതിൽ അസ്വസ്ഥനായിരുന്നു സയ്യിദ്. അതേ സമയം ഈ യാത്രയിൽ നിന്നെ കൂടെ കൊണ്ടുപോകാനും അദ്ദേഹത്തിനാകില്ലായിരുന്നു. ഒരുപക്ഷേ അദ്ദേഹം നിന്റെ ബായെ കാണാനുദ്ദേശിക്കുന്നുണ്ടാകാം. അവിടെ വെറുതെ ഒരു രംഗം സൃഷ്ടി ക്കണ്ട എന്ന് കരുതിക്കാണും. അതല്ലെങ്കിൽ അദ്ദേഹം എന്തൊരു കഴുത്തറുപ്പനാണെന്ന്, നിഷ്ഠൂരനാണെന്ന്, നീ അറിയണ്ട എന്ന് കരുതിക്കാണും. ഇപ്പോൾ ഇതാ യജമാനത്തി നിന്നെ വിളിക്കുന്നു. ഭാഗ്യവാനാണ് നീ. ഭാഗ്യമുള്ള ചെകുത്താൻ. നിന്നെ ഇവിടെ നിന്ന് കൊണ്ടുപോയതിനുശേഷം തോട്ടത്തിലെ വൃക്ഷശിഖരങ്ങളിൽ ഞാത്തിയിട്ടിരുന്ന കണ്ണാടികളെല്ലാം അഴിച്ചുമാറ്റാൻ സയ്യിദിന്റെ ഉത്തരവുണ്ടായിരുന്നു. അതഴിച്ചുമാറ്റിയതിനാൽ നിന്നെ അവർക്ക് കാണാനായില്ല. പക്ഷേ നിന്റെ സ്വരം അവർ കേൾക്കുന്നു.''

''ഇന്നലെ വാതിൽക്കൽ നിന്നെന്നെ നോക്കുന്നുണ്ടായിരുന്നു.''

''എനിക്കങ്ങനെ തോന്നുന്നില്ല. അവർ അത് പറഞ്ഞില്ല. പക്ഷേ സയ്യിദിനൊപ്പം നമ്മൾ ഭക്ഷണം കഴിച്ചുകൊണ്ടിരിക്കുമ്പോൾ നിന്നെ അവർ കണ്ടു. ഇപ്പോൾ അവരിൽ ഒരു പുതിയ ഭ്രാന്ത് ഉരുത്തിരി ഞ്ഞിരിക്കുന്നു. അപകടകാരിയായ ഒരു ഭ്രാന്ത്. നിനക്കും വലിയ അപകടമാണത്. നീ ശ്രദ്ധിച്ച് കേൾക്കണം. അവരിപ്പോൾ പറയു ന്നത്. നീ ഇതാ ഒരു പുരുഷനായിരിക്കുന്നു. ഇനി അവരെ സുഖ പ്പെടുത്താനുള്ള മാർഗം അവരുടെ ഹൃദയം നിന്റേതാക്കുകയാണെ ന്നാണ്. മനസ്സിലാകുന്നുണ്ടോ നിനക്ക്? അവരുടെ മനസ്സിലുള്ളത് എനിക്കങ്ങനെ പറയാനാകില്ല, പക്ഷേ നിനക്കത് മനസ്സിലായി എന്ന്

തോന്നുന്നു. അവർ ഏത് ദിശയിലാണ് സഞ്ചരിക്കുന്നതെന്ന് മനസ്സിലായി എന്ന്. അതോ മനസ്സിൽ കളങ്കമില്ലാത്ത ചിന്തകൾ മാത്രമാണോ ഇപ്പോഴും നിനക്കുള്ളത്. അതിനുള്ള പ്രായത്തിൽ തന്നെയാണോ നീ ഇപ്പോഴും?''

യൂസുഫ് തലയാട്ടി. ആ പ്രതികരണം ഖലീലിനെ പൂർണ്ണ തൃപ്തനാക്കിയില്ല. ഒരു നിമിഷം കഴിഞ്ഞപ്പോൾ അവനും തലയാട്ടി. 'അവർക്ക് നിന്നെ കാണണം എന്നാവശ്യപ്പെട്ടു. എന്നോട് ഉത്തരവിട്ടു. യാചിച്ചു. ഉച്ചത്തിലലറി. ഞാൻ നിന്നെ അവർക്കരികിലെത്തിക്കണം എന്നാവശ്യപ്പെട്ടു. ഞാൻ നിന്നെ കൊണ്ടുവന്നില്ലെങ്കിൽ അവർ പുറത്ത് വന്ന് നിന്നെ പിടിച്ചുകൊണ്ടു പോകും എന്നായി. സയ്യിദ് തിരിച്ചെത്തുന്നതുവരെ അവരെ ശാന്തയായി നിർത്താൻ നമ്മൾ എന്തെങ്കിലും ചെയ്തേ മതിയാകൂ. അവരെ എങ്ങനെ കൈകാര്യം ചെയ്യണം എന്ന് അദ്ദേഹത്തിനറിയാം. ഇന്ന് നിന്നെ കൊണ്ടു ചെല്ലാം എന്ന് ഞാൻ വാഗ്ദാനം ചെയ്തു. അവരിൽ നിന്ന് എത്ര അകന്ന് നിൽക്കാമോ അത്രയും ദൂരം പാലിക്കുക. അവർ എന്ത് ചെയ്താലും അവരെ സ്പർശിക്കരുത്. എനിക്കരികിൽ നിൽക്കുക. അവർ അരികിലേക്ക് വരികയാണെങ്കിൽ നിങ്ങൾ ഇരുവർക്കുമിടയിൽ ഞാനുണ്ടെന്ന് ഉറപ്പ് വരുത്തുക. തിരിച്ചെത്തിയാൽ സയ്യിദ് എന്ത് ചെയ്യും എന്നെനിക്കറിയില്ല. പക്ഷേ യജമാനത്തിയെ സ്പർശിക്കുകയോ അവർക്ക് മാനഹാനിയുണ്ടാക്കുകയോ ചെയ്താൽ നിന്റെ ജീവൻ അപകടത്തിലാകും എന്നെനിക്ക് ഉറപ്പുണ്ട്. അതല്ലാതെ മറ്റൊരു മാർഗ്ഗം പിന്നെ സയ്യിദിനുണ്ടാകില്ല.''

''എനിക്കെന്തുകൊണ്ട് അവരെ കാണാൻ വിസ്സമ്മതിച്ചുകൂടാ?'' യൂസുഫ് ചോദിച്ചു തുടങ്ങി.

''അങ്ങനെ ചെയ്താൽ അവരുടെ പ്രതികരണം എന്താകും എന്ന് എനിക്കറിയില്ല.'' ഖലീലിന്റെ സ്വരം ഉയർന്നു. അതിൽ യാചനയുടെ ലാഞ്ഛനയുണ്ടായിരുന്നു. ''വളരെ മോശമായ എന്തെങ്കിലുമൊക്കെ അവർ ചെയ്തെന്നിരിക്കും. എന്റെ സഹോദരി അവർക്കൊപ്പമുണ്ട്. നിനക്കൊപ്പം എപ്പോഴും ഞാനുണ്ടാകും.''

'''ഇതൊന്നും എന്നോട് മുന്നേ പറയാതിരുന്നതെന്തേ?''

''നീ അറിയാതിരിക്കുന്നതാകും നല്ലതെന്ന് തോന്നി. അപ്പോൾ നീ നിഷ്കളങ്കനാണെന്നും തെറ്റായി ഒന്നും ചെയ്തിട്ടില്ലെന്നും ഉറപ്പാകും എന്ന് കരുതി.''

യൂസുഫ് ഒരു നിമിഷം കാത്തു. ''ഇന്നലെ വാതിൽക്കൽ നിന്ന് എന്നെ നോക്കിയത് നിന്റെ സഹോദരിയാണോ? വിചിത്രമായ എന്തോ സംഭവിക്കുന്നു എന്നെനിക്ക് തോന്നി. അത് മറ്റൊരു വശത്തു നിന്ന് വന്ന സ്വരമായിരിക്കാം. നിന്റെ അനുജത്തി എന്ന് പറഞ്ഞപ്പോൾ

എന്റെ മനസ്സിൽ ഒരു കൊച്ചുകുട്ടിയുടെ രൂപമായിരുന്നു. പക്ഷേ അതവളായിരിക്കും എന്ന് ഞാനിപ്പോൾ മനസിലാക്കുന്നു.''

''അവളിപ്പോൾ വിവാഹിതയാണ്.'' ഖലീൽ പറഞ്ഞു.

യൂസുഫിനു പെട്ടെന്നത് ഉൾക്കൊള്ളനായില്ല. ''അസീസ് അമ്മാവൻ?'' അവൻ ചോദിച്ചു.

ഖലീൽ അടക്കിപ്പിടിച്ചൊന്ന് ചിരിച്ചു. ''നീ ഈ അമ്മാവൻ ഇടപാടവസാനിപ്പിക്കുകയില്ല അല്ലേ? അതെ. അസീസ് അമ്മാവൻ കഴിഞ്ഞ വർഷം അവളെ വിവാഹം കഴിച്ചു. അതിനാൽ അദ്ദേഹം ഇപ്പോൾ എന്റെ സഹോദരീ ഭർത്താവാണ്. നിന്റെ അമ്മാവനും. നമ്മളിവിടെ ഈ പറുദീസയിൽ ഒരൊറ്റ കുടുംബമായിരിക്കുന്നു. ബായുടെ കടം വീടുന്നത് അവൾ വഴിയാണ്. അവളെയെടുത്തപ്പോൾ അദ്ദേഹം ആ കടം മാപ്പാക്കി.''

'''അതിനർത്ഥം നീ സ്വതന്ത്രനായി എന്നല്ലേ, നിനക്ക് എവിടേക്ക് വേണമെങ്കിലും പോകാം എന്നല്ലേ?''

''എവിടേക്ക് പോകാൻ? എനിക്ക് പോകാനൊരു ഇടമില്ല. മാത്രമല്ല, എന്റെ അനുജത്തി ഇപ്പോഴുമിവിടെയുണ്ട്.''

6

തന്നെ കണ്ടാലുടൻ ഒച്ചയിടുന്ന, ചപ്രച്ച ഒരു സ്ത്രീയെയാകും കാണുന്നത് എന്നാണ് അവൻ പ്രതീക്ഷിച്ചത്. കണ്ട മാത്രയിൽ തനിക്കരികിലേക്കോടിയെത്തി ഗ്രഹിക്കാനാകാത്ത ആവശ്യങ്ങൾ ഉന്നയിക്കുന്ന ഒരുവളെ. ഒരു വലിയ മുറിയിലാണ് യജമാനത്തി അവരെ സ്വീകരിച്ചത്. അതിന്റെ ജാലകങ്ങൾ മുറ്റത്തേക്ക് തുറന്ന് കിടക്കുന്നു. ആ മുറ്റം അടച്ചുകെട്ടിയിട്ടുണ്ട്. നിലത്ത് കനമുള്ളതും അലങ്കരിച്ചതുമായ പരവതാനി വിരിച്ചിട്ടുണ്ട്. ചുമരിനോട് ചേർന്ന് തുന്നൽപ്പണികൾ ചെയ്ത കുഷ്യനുകൾ നിരത്തിയിട്ടിട്ടുണ്ട്. ഖുർആൻ വചനങ്ങളും കാ അബയുടെ ഒരു ചിത്രവും ചുമരിൽ തൂക്കിയിട്ടിട്ടുണ്ട്. അവർ ചുമർ ചാരി നിവർന്ന് ഇരുന്നു. വാതിലിന്നഭിമുഖമായി ഇരുന്നു. അവർക്കരികിൽ ഒരു തളികയുണ്ട്. മഞ്ഞൾ നിറമുള്ള ഒരു തളിക. അതിൽ ചന്ദനത്തിരി എരിയുന്നു. ഒരു പാത്രത്തിൽ പനിനീർവെള്ളം വച്ചിരിക്കുന്നു. അന്തരീക്ഷത്തിലും സുഗന്ധമുണ്ട്. ഖലീൽ അവരെ അഭിവാദ്യം ചെയ്തു. അവരിൽ നിന്ന് ഏതാനും അടി ദൂരെ മാറി ഇരുന്നു. യൂസുഫ് അവനരികിലും.

ഒരു കറുത്ത ഷാൾ കൊണ്ടവർ മുഖം പാതി മറച്ചിരുന്നു. അവർക്ക് മങ്ങിയ ചെമ്പിന്റെ നിറമാണെന്നും അവരുടെ കണ്ണുകൾ അവർ

ഇരുവരേയും നോക്കി തിളങ്ങുകയാണെന്നും അവൻ കണ്ടു. ഖലീലാണ് ആദ്യം സംസാരിച്ചത്. അവൻ പറഞ്ഞവസാനിപ്പിച്ചതിനൊരു നിമിഷം കഴിഞ്ഞാണവർ മറുപടി പറഞ്ഞത്. ആ മുറിയിൽ അവരുടെ സ്വരം നിറഞ്ഞ് നിന്നു. സംസാരിച്ചപ്പോൾ അവിടവിടെ വരുത്തിയ സ്വരത്തിലെ വ്യതിയാനങ്ങൾ അതിനൊരു ആധികാരികതയും ഉറപ്പും നൽകി. സംസാരിക്കുന്നതിനിടയിൽ അവർ മുഖത്തെ ഷാൾ ഒന്ന് ശരിക്കിട്ടു. അപ്പോൾ ആ മുഖത്തെ വര അവൻ കൃത്യമായി കണ്ടു. കൊത്തിവച്ചതുപോലെ ഒരു വര. അത് ആ മുഖത്തിനൊരു ജാഗ്രതയുടെ ഭാവം നൽകുന്നു. അതിനോടൊപ്പം നിശ്ചയദാർഢ്യത്തിന്റേയും. അതവൻ പ്രതീക്ഷിച്ചിരുന്നില്ല. ഖലീൽ വീണ്ടും സംസാരിക്കാനൊരുങ്ങിയപ്പോൾ അവർ തടഞ്ഞു. യൂസുഫിനെ നോക്കി. യൂസുഫ് അവന്റെ കണ്ണുകൾ പിൻവലിച്ചു. അവളുടേതിൽ കൊളുത്തിപ്പിടിക്കാതിരിക്കാൻ ശ്രദ്ധിച്ചു.

''നിനക്ക് സുഖമല്ലേ എന്നാണവർ ചോദിക്കുന്നത്. ഇവിടേക്ക് വീണ്ടും സ്വാഗതം എന്നും പറയുന്നു.'' ഖലീൽ അവനിലേക്ക് പാതി തിരിഞ്ഞ് പറഞ്ഞു.

യജമാനത്തി വീണ്ടും സംസാരിച്ചു. ''നിന്റെ മാതാപിതാക്കൾക്ക് സുഖം തന്നെയെന്ന് കരുതുന്നു എന്നാണവർ പറയുന്നത്. അല്ലാഹു അവർക്ക് എല്ലാവിധ സൗഖ്യങ്ങളും നൽകട്ടെ. അടുത്ത തവണ അവരെ കാണുമ്പോൾ തന്റെ സ്നേഹം അറിയിക്കണം. നിന്റെ പദ്ധതികളെല്ലാം അനുഗൃഹീതമാകും. നിന്റെ ആഗ്രഹങ്ങളെല്ലാം നടക്കും എന്നൊക്കെയാണവർ പറയുന്നത്. ദൈവം നിനക്ക് അനേകം കുഞ്ഞുങ്ങളെ നൽകി അനുഗ്രഹിക്കട്ടെ എന്നും പറയുന്നു.''

യൂസുഫ് തലയാട്ടി. എന്നാൽ ഇത്തവണ അവരുടെ കണ്ണുകളിൽ നിന്ന് കണ്ണെടുക്കാൻ വൈകി. അവരുടെ കണ്ണുകളിൽ ചില തീവ്രഭാവങ്ങളുണ്ട്. അത് അവനെ അളന്നെടുക്കുകയാണ്. അവൻ കണ്ണെടുത്തില്ല എന്ന് കണ്ടപ്പോൾ അതൊന്ന് തിളങ്ങി. അവർ സംസാരിക്കാൻ തുടങ്ങിയപ്പോൾ യൂസുഫ് കണ്ണെടുത്തു. താഴേക്ക് നോക്കി. അവർ തുടർച്ചയായി ഏതാനും നിമിഷം സംസാരിച്ചു സ്വരം ഉയർന്നും താണുമിരുന്നു. അങ്ങനെ സംസാരത്തിലൊരു വശ്യത വരുത്താൻ അവർ ശ്രമിച്ചു.

''നമുക്ക് തുടങ്ങാം അനുജാ.'' ഖലീൽ പറഞ്ഞു. അവനൊന്ന് നിശ്വസിച്ച് തയ്യാറായി. ''നീ പൂന്തോട്ടത്തിൽ ജോലി ചെയ്യുന്നത് കണ്ടു എന്നവർ പറയുന്നു. നിനക്ക് ചില അനുഗ്രഹങ്ങളുണ്ട് എന്ന് കാണുന്നു. ദൈവത്തിന്റെ അനുഗ്രഹത്താൽ സമ്മാനിതനാണ് നീ എന്ന്. നിന്റെ സ്പർശം ആഡംബരവും പുഷ്ടിയും കൊണ്ടുവരും. ദൈവം നിനക്ക് ഒരു മാലാഖയുടെ രൂപം നൽകിയിരിക്കുന്നു. നല്ല പ്രവൃത്തികൾ ചെയ്യാനാണ് നിന്നെ ഇവിടേക്ക് അയച്ചിരിക്കുന്നത്.

ഇത് ദൈവനിന്ദയല്ല, എന്നവർ പറയുന്നു. നിന്നെ അല്ലാഹു എന്തിനായി അയച്ചോ അത് ചെയ്യാതിരുന്നാലാണ് ദൈവനിന്ദയാകുക. ഇതൊക്കെയാണവർ പറഞ്ഞുകൊണ്ടിരിക്കുന്നത്. ഞാനീ പറഞ്ഞത് കൂടാതെ പിന്നെയും പലതും അവർ പറയുന്നുണ്ട്.''

യൂസുഫ് തലയുയർത്തിയില്ല. യജമാനത്തി വീണ്ടും സംസാരിക്കുന്നത് കേട്ടു. അവർ യാചിക്കാൻ തുടങ്ങിയിരിക്കുന്നു. അല്ലാഹു എന്ന വാക്ക് പലതവണ ആവർത്തിക്കുന്നു. സംസാരിച്ചുകൊണ്ടിരിക്കുന്നതിനിടയിൽ അവർക്ക് നിയന്ത്രണം വീണ്ടുകിട്ടി. അഭിവാദ്യം ചെയ്യുമ്പോഴുണ്ടായിരുന്ന അതേ ധ്വനിയിലേക്കെത്തി.

''താൻ ക്രൂരമായ ഒരു രോഗത്താൽ പീഡിതയാണെന്ന് അവർ പറയുന്നു. ഇത് പല തവണ ആവർത്തിക്കുകയുണ്ടായി. എന്നാൽ അതിനെക്കുറിച്ച് പരാതിപ്പെടാനൊന്നും ഒരുക്കമല്ല എന്നും പറയുന്നു. അതും പലതവണ ആവർത്തിച്ചു. താൻ ഒരു രോഗത്താൽ പീഡിതയാണ്. എന്നാൽ പരാതിപ്പെടാൻ ഒരുക്കമല്ല, അങ്ങനെയങ്ങനെ. എല്ലാവിധ മരുന്നുകളും പ്രാർത്ഥനകളും പരീക്ഷിച്ചു എങ്കിലും ഫലം കണ്ടില്ല. അതിനു കാരണം അവരിൽ ദൈവത്തിന്റെ അനുഗ്രഹമില്ല എന്നതാണെന്ന് ജനങ്ങൾ കരുതുന്നു. നിനക്ക് ഇത് സുഖപ്പെടുത്താനാകുമോ എന്നാണവർ ചോദിക്കുന്നത്. അതിനു പകരമായി നിനക്ക് ഈ ലോകം തന്നെ തരാൻ അവർ ഒരുക്കമാണ്. അടുത്ത ജന്മത്തിൽ ഇതിലും കുലീനമായ സമ്മാനങ്ങൾ നിനക്ക് ലഭിക്കും എന്നും പറയുന്നു. നീ ഒരക്ഷരം മിണ്ടരുത്.''

യജമാനത്തി പെട്ടെന്ന് മുഖത്തെ ഷാൾ മാറ്റി. മുഖത്ത് വീണു കിടന്നിരുന്ന മുടിയൊതുക്കി. മുഖം സുന്ദരമായിരുന്നു. അവരുടെ ഇടതുകവിളിൽ ഇളംചുവപ്പ് നിറത്തിൽ ഒരു പാടുണ്ട്. ആ പാട് മുഖത്തിനൊരു കോപപരിവേഷം നൽകുന്നു. സമതുലിതമല്ലാത്ത ഭാവം നൽകുന്നു. അവർ ശാന്തമായി യൂസുഫിനെ നോക്കി. അവന്റെ കണ്ണിൽ ഭീതി നിറയുന്നതിനായി കാത്തു. അവനു ഭയമൊന്നും തോന്നിയില്ല. യജമാനത്തി ഇത്രയൊക്കെ തന്നിൽ നിന്ന് പ്രതീക്ഷിക്കുന്നല്ലോ എന്ന ദുഃഖമാണ് തോന്നിയത്. കുറച്ച് കഴിഞ്ഞപ്പോൾ അവർ ഷാൾ പഴയതുപോലെയിട്ട് മുഖം മറച്ചു. സംസാരിക്കാൻ തുടങ്ങി.

''ഇതാണവരുടെ....'' ഖലീൽ ശരിയായ വാക്കുകൾക്ക് പരതി. അത് ലഭിക്കാതായപ്പോൾ തന്നോട് തന്നെ കോപിച്ചു.

''ക്ലേശം.'' പുറകിൽ നിന്ന് മറ്റൊരു സ്വരം വന്നു. യൂസുഫ് അവിടേക്ക് ഒളികണ്ണിട്ട് നോക്കി. അവിടെ ഒരു രൂപമുണ്ടെന്ന് കണ്ടു. അത് അവൻ പ്രതീക്ഷിച്ചതായിരുന്നു. പക്ഷേ അങ്ങോട്ടിതുവരെ നോക്കിയിരുന്നില്ല. ഇപ്പോൾ അവനൊന്ന് തിരിഞ്ഞ് നോക്കി. അവിടെ ഒരു യുവതി നിൽക്കുന്നു. വെള്ളിനൂലുകൊണ്ട് ചിത്രപ്പണികൾ ചെയ്ത തവിട്ടുനിറമുള്ള നീളൻ വസ്ത്രം ധരിച്ച ഒരു സ്ത്രീ. അവരും ഒരു

ഷാൾ ധരിച്ചിരിക്കുന്നു. പക്ഷേ മുഖവും മുടിയിൽ പാതിയും കാണാവുന്ന വിധത്തിലാണത് പുറകിലേക്ക് വലിച്ചിട്ടിരിക്കുന്നത്. ഇതാണ് ആമിന. അവൻ ഊഹിച്ചു. അവനു പുഞ്ചിരിക്കാതിരിക്കാനായില്ല. ഇവൾക്ക് ഖലീലിന്റെ ഛായയേയില്ലല്ലോ എന്നും അവന്റെ മനസ്സ് പറഞ്ഞു. വൃത്താകൃതിയിലുള്ള മുഖം. ഖലീലിനേക്കാൾ ഇരുണ്ട നിറം. മുറിയിലെ വെളിച്ചത്തിൽ അവളുടെ ചർമ്മം തിളങ്ങുന്നു. അവൻ അവളിൽ നിന്ന് കണ്ണുകളെടുത്ത് യജമാനത്തിയിലേക്ക് വന്നപ്പോഴും ആ മുഖത്തെ പുഞ്ചിരി മാഞ്ഞിരുന്നില്ല. യജമാനത്തി തന്റെ ഷാളിനകത്തേക്ക് കൂടുതൽ വലിഞ്ഞു. അവനപ്പോൾ അവരുടെ കണ്ണുകളല്ലാതെ മറ്റൊന്നും കാണാനാകുന്നില്ലെന്നായി. ഖലീൽ അവരോട് സംസാരിച്ചു. സംസാരിച്ചത് യൂസുഫിനു വിവർത്തനം ചെയ്തുകൊടുത്തു.

''അവർക്ക് പറയാനുള്ളതൊക്കെ നീ കേട്ടുവെന്നും, അവർ കാണിച്ച രോഗം കണ്ടുവെന്നും ഞാനവരോട് പറഞ്ഞു. അവരുടെ ഇപ്പോഴത്തെ അവസ്ഥയിൽ നിനക്ക് ദുഃഖമുണ്ട്. എന്നാൽ രോഗത്തിന്റെ കാര്യത്തിൽ നിനക്ക് ഒന്നും ചെയ്യാനാകില്ല. എന്തെങ്കിലും സഹായം നിനക്ക് ചെയ്യാനാകും എന്ന് തോന്നുന്നില്ല, എന്നും പറഞ്ഞു. ഇതിലുപരി, ഇതിലും കഠിനമാക്കാൻ നിനക്കെന്തെങ്കിലും കൂട്ടിച്ചേർക്കാനുണ്ടോ?''

യൂസുഫ് തലയാട്ടി.

ഖലീൽ പറഞ്ഞ് നിർത്തിയപ്പോൾ യജമാനത്തി ഉഗ്രമായി കോപിച്ചു. ഏതാനും നിമിഷങ്ങൾ അവർ തമ്മിൽ വാഗ്വാദമുണ്ടായി. അതൊന്നും വിവർത്തനം ചെയ്യാൻ ഖലീൽ മിനക്കെട്ടില്ല.

''നിന്റെ ജ്ഞാനമല്ല നിന്നിലുള്ള അനുഗ്രഹമാണവരെ സുഖപ്പെടുത്താൻ പോകുന്നത് എന്നാണവർ പറയുന്നത്. നീ പ്രാർത്ഥിക്കണം എന്നവർ ആവശ്യപ്പെടുന്നു. മാത്രമല്ല. നീ അവരെ സ്പർശിക്കണം എന്നും. അത് ചെയ്യരുത്. അവരെന്ത് പറഞ്ഞാലും അത് ചെയ്യരുത്. നിനക്കറിയാമെങ്കിൽ പ്രാർത്ഥിച്ചോളൂ. പക്ഷേ അവരെ സ്പർശിക്കരുത്. അവർക്കരികിൽ പോകരുത്. നീ അവരുടെ ഹൃദയത്തിൽ സ്പർശിക്കണം എന്നാണവർ ആവശ്യപ്പെടുന്നത്. അങ്ങനെ തന്നിലെ മുറിവ് ഉണക്കണം എന്ന്. നീ ഒരു പ്രാർത്ഥന ചൊല്ല്. എന്നിട്ട് നമുക്ക് ഇവിടെ നിന്ന് ഇറങ്ങാം. പ്രാർത്ഥിക്കാൻ അറിയില്ലെങ്കിൽ പ്രാർത്ഥിക്കുന്നതായി അഭിനയിക്ക്.''

യൂസുഫ് തല താഴ്ത്തി. തനിക്കറിയാവുന്ന പ്രാർത്ഥനകളിൽ നിന്നൊന്ന് പിറുപിറുക്കാൻ തുടങ്ങി. അന്ന് ആ പള്ളിയിലെ ഇമാം പഠിപ്പിച്ചു തന്നതിൽ ഒന്ന്. വിഡ്ഢിത്തമാണിത് എന്നവനറിയാമായിരുന്നു. അവൻ ആമിൻ പറഞ്ഞപ്പോൾ ഖലീലും അത് പ്രതിധ്വനിച്ചു.

യജമാനത്തിയും ആമിനയും അതാവർത്തിച്ചു. ഖലീൽ എഴുന്നേറ്റു. യൂസുഫിന്റെ കൈപിടിച്ച് അവൻ എഴുന്നേൽക്കുന്നു എന്നുറപ്പ് വരുത്തി. അവർ ഇറങ്ങുന്നതിനു മുമ്പ് യജമാനത്തി ആമിനയോട് അവരുടെ കൈകളിൽ പനിനീർ തളിക്കാനും ചന്ദനത്തിരിയിൽ നിന്ന് വരുന്ന പുക അവരിലേക്കെത്തിക്കാനും ആവശ്യപ്പെട്ടു. ആമിന അടുത്തെത്തിയപ്പോൾ കണ്ണുകൾ താഴോട്ടിടാൻ യൂസുഫ് മറന്നു. അതോർമ്മ വരുന്നതിനു മുമ്പ് അവളുടെ കണ്ണിൽ തിളങ്ങിയ ജിജ്ഞാസയും ഔത്സുക്യവും അവൻ കണ്ടു.

7

"ആരോടും പറയരുത്." ഖലീൽ മുന്നറിയിപ്പ് നൽകി. പിറ്റേന്ന് അവരെ വീണ്ടും വിളിച്ചു. പക്ഷേ ഖലീൽ മാത്രമാണ് പോയത്.

"ഇനിയും അതിനാകില്ല. നമുക്കിത് പറ്റില്ല." അവൻ പറഞ്ഞു. ചർച്ച കുറച്ച് സമയം നീണ്ടു. ഒരു മണിക്കൂറോളം നീണ്ടു. മുഖം വീർപ്പിച്ച് പരാജിതനായാണവൻ തിരിച്ചെത്തിയത്. 'നാളെ നീ ചെന്ന് വീണ്ടും പ്രാർത്ഥന ചൊല്ലും എന്ന് ഞാൻ ഉറപ്പ് നൽകിയിട്ടുണ്ട്. സയ്യിദറിഞ്ഞാൽ എന്നെ കൊല്ലും."

"കുഴപ്പമില്ല. ഞാൻ പെട്ടെന്നൊരു പ്രാർത്ഥന പൂർത്തിയാക്കാം. രോഗശാന്തി അടുത്തെത്തിയിട്ടുള്ളപ്പോൾ രോഗിണിയായ ഒരു പാവം സ്ത്രീയെ ശ്രദ്ധിക്കാതെ വിടരുത്. നാളത്തെ പ്രാർത്ഥനയിൽ ഞാൻ ധാരാളം കരുത്ത് ഉൾപ്പെടുത്താം. എന്തായാലും അത് ഇമാമിന്റെ ഏറ്റവും കരുത്തുള്ള..."

"വെറുതെ വിഡ്ഢിവേഷം കെട്ടരുത്." ഖലീൽ കോപിച്ചു. "ഇത് തമാശയല്ല. നീ ശ്രദ്ധിച്ച് നീങ്ങിയില്ലെങ്കിൽ കാര്യങ്ങളെല്ലാം വലിയ കുഴപ്പത്തിലാകും."

"നിനക്കിത് എന്തുപറ്റി? അവർക്ക് പ്രാർത്ഥനയാണ് വേണ്ടതെങ്കിൽ നമുക്കത് ചെയ്തുകൊടുക്കാം. ദൈവം അവരിലേക്കയച്ച സമ്മാനം നീ എന്തിനില്ലാതാക്കണം?"

"നീ ഇങ്ങനെ വിഡ്ഢിവേഷം കെട്ടുന്നത് എനിക്കിഷ്ടപ്പെടുന്നില്ല. ഇത് വളരെ ഗൗരവമുള്ള ഒരു കാര്യമാണ്. അല്ലെങ്കിൽ അധികം താമസിയാതെ ഗൗരവമുള്ളതാകും. പ്രത്യേകിച്ചും നിനക്ക്. അവരുടെ മനസ്സിലുള്ളതിനെക്കുറിച്ചാലോചിക്കുമ്പോൾ എനിക്ക് ഭയം തോന്നുന്നു."

"എന്താണത്?" ഖലീലിന്റെ ജിജ്ഞാസ കണ്ട്, പുഞ്ചിരിച്ച് യൂസുഫ് ചോദിച്ചു.

''അവരുടെ ഭ്രാന്തമായ മനസ്സിൽ എന്താണെന്ന് ആർക്കറിയാം? പക്ഷേ ഞാൻ വളരെ മോശം കാര്യങ്ങളാണൂഹിക്കുന്നത്. അവർക്ക് അവർ ചെയ്യുന്നതെന്തോ അതിൽ ഭയമില്ലായിരിക്കാം. വന്യമായ ഈ പുകഴ്ത്തലുകളൊക്കെ അതുകൊണ്ടാണ്. ഭയമില്ലായ്മകൊണ്ട്. നീ ദൈവത്തിന്റെ മാലാഖയാണത്രെ! ഇതെല്ലാം ഭ്രാന്താണ്. നീ ഒരു മാലാഖയൊന്നുമല്ല. നിനക്ക് അത്തരം ദൈവാനുഗ്രഹങ്ങളുമില്ല. ഇതിൽ നിനക്കിത്തിരി ഭയമൊക്കെ തോന്നിത്തുടങ്ങുന്നത് നന്നായിരിക്കും.''

പിറ്റേന്ന് അവർ ചെന്നപ്പോൾ യജമാനത്തി പുഞ്ചിരിച്ചു. മദ്ധ്യാഹ്നം കഴിഞ്ഞിരുന്നു. മുറ്റത്ത് ചൂടുണ്ടായിരുന്നു. അവർ ഇരുന്ന മുറിയിൽ കനം കുറഞ്ഞ പർദ്ദകളിലൂടെ വെയിൽ അകത്തേക്ക് വരുന്നുണ്ടായിരുന്നു. ഒരു പാത്രത്തിൽ അകിലിന്റെ തുണ്ടുകളിട്ട് പുകയ്ക്കുന്നുണ്ടായിരുന്നു. ആദ്യസന്ദർശനത്തെ അപേക്ഷിച്ച് അവരിലെ ആകാംക്ഷയ്ക്കിത്തിരി കുറവുണ്ടെന്ന് തോന്നി. അവർ കുഷ്യനിൽ ചാരി ഇരുന്നു. ആ കണ്ണുകൾ തിളങ്ങുന്നുണ്ടായിരുന്നു. ആമിന പതിവ് സ്ഥലത്ത് തന്നെയായിരുന്നു. യൂസുഫ് അവളെ നോക്കിയപ്പോൾ അവളൊന്ന് പുഞ്ചിരിച്ചു. യൂസുഫ് കൈകൾ കുമ്പിളാക്കി. മുറി നിശ്ശബ്ദമായത് അവനറിഞ്ഞു. എല്ലാവരും പ്രാർത്ഥനയിലേക്ക് നീങ്ങുകയാണെന്നും. പുറത്തെ തോട്ടത്തിൽ നിന്നൊരു കിളി പാടാൻ തുടങ്ങി. നീർച്ചാലുകളിലൂടൊലിക്കുന്ന വെള്ളത്തിന്റെ സുന്ദരസ്വരം വന്നു. അവൻ തന്നിലെത്തിയ പുഞ്ചിരി അമർത്തിപ്പിടിച്ചു. തനിക്കാവുന്നത്ര അപ്പോഴുള്ള നിശ്ശബ്ദതയെ നീട്ടിക്കൊണ്ടുപോയി. അതിനു ശേഷം പ്രാർത്ഥന പിറുപിറുത്തു. അവന്റെ ആമിനിന് ഉച്ചത്തിൽ പ്രതിധ്വനികളുണ്ടായി. അവൻ യജമാനത്തിയെ നോക്കി. അവർ ഉടൻ സംസാരിക്കാൻ തുടങ്ങി. അവരുടെ കണ്ണുകളിലെ ആനന്ദം അവൻ കണ്ടു. ആ കണ്ണുകളിലെ തിളക്കവും കണ്ടു.

''ആദ്യ പ്രാർത്ഥനയിൽ തന്നെ ഗുണമുണ്ടായി എന്നാണവർ പറയുന്നത്.'' ഖലീൽ നീരസം മറയാക്കൻ ശ്രമിച്ചു. യജമാനത്തി അതിൽ കൂടുതൽ പറഞ്ഞിരുന്നു. ഖലീലിന്റെ വിവർത്തനം ഹ്രസ്വമായിരുന്നു എന്ന് കണ്ട് യജമാനത്തി ആമിനയിലേക്ക് തിരിഞ്ഞു. ഇതെന്ത് എന്നൊരു ഭാവം ആ നോട്ടത്തിലുണ്ടായിരുന്നു.

''നിങ്ങൾ വീണ്ടും വരണം എന്നാണവർ പറയുന്നത്.'' ഖലീൽ ഒട്ടൊന്ന് ശങ്കിച്ച് തുടർന്നു. ''എന്നിട്ട് ഇവിടെ നിന്ന് ഭക്ഷണം കഴിക്കണം. നമ്മൾ ഇരുവരും. നമ്മൾ നായ്ക്കളെപ്പോലെ, വീടില്ലാത്ത തെണ്ടികളെപ്പോലെ, പുറത്തിരുന്നാണ് ഭക്ഷണം കഴിക്കുന്നത് എന്നാണവർ പറയുന്നത്. നീ ഇനി മുതൽ എന്നും ഇവിടെ വന്ന് ഭക്ഷണം കഴിക്കണം. ഇതെന്തോ ആപത്താകും എന്നെനിക്ക് തോന്നുന്നു.

നിനക്കിത് അസാധ്യമാണെന്ന് പറഞ്ഞേക്ക്. അല്ലെങ്കിൽ, അല്ലെങ്കിൽ നിനക്കിപ്പോൾ ലഭിച്ചിരിക്കുന്ന ഈ സമ്മാനം വലിയ ആപത്തിലേക്കെത്തിക്കും.''

''നീ പറഞ്ഞോളൂ.''

''ഞാൻ പറഞ്ഞു. പക്ഷേ നീ തന്നെ അത് പറയണം എന്നാണ് അവർ ആവശ്യപ്പെടുന്നത്. നീ പറഞ്ഞാൽ ഞാൻ വിവർത്തനം ചെയ്യാം. എന്തെങ്കിലും പറയ്. പക്ഷേ ഇടയ്ക്കിടെ തലയാട്ടണം. പറ്റില്ല എന്ന് പറയുന്നതുപോലെ തലയാട്ടണം. അതല്ലെങ്കിൽ വെറുതെ തലയാട്ടിയാലും മതി. ഒന്നും പറയണ്ട.''

''അവരുടെ വീട്ടിൽ നിന്ന് ഭക്ഷണം കഴിക്കുക എന്ന ചർച്ച വിഡ്ഢിത്തമായി എനിക്ക് തോന്നുന്നു. അത് അസാധ്യമാണ് എന്ന് പറയ്.'' യൂസുഫ് പറഞ്ഞു. പുറകിൽ ഇരിക്കുന്ന ആമിന അത് കേട്ട് പുഞ്ചിരിക്കുന്നുണ്ടാകും എന്ന് ഊഹിച്ചു. ഖലീൽ അവനെയൊന്ന് നോക്കി.

പിറ്റേന്നും അവർ പോയി. അതിന്റെ പിറ്റേന്നും. അതിനടുത്ത ദിവസവും. കടയിൽ ജോലി ചെയ്തുകൊണ്ടിരിക്കുന്നതിനിടയിൽ അവർ യജമാനത്തിയെക്കുറിച്ച് സംസാരിച്ചതേയില്ല. എന്നാൽ അവരുടെ മുറിവുണക്കാൻ പ്രാർത്ഥന ചൊല്ലിക്കഴിഞ്ഞാൽ പിന്നെ ഖലീലിന് മറ്റൊന്നും സംസാരിക്കാനില്ലാതാകും. യൂസുഫ് അവനെ കളിയാക്കി. അവന്റെ ആകാംക്ഷ ശമിപ്പിക്കാൻ ശ്രമിച്ചു. പക്ഷേ ഖലീലിന്റെ ജല്പനങ്ങളും അസ്വസ്ഥതകളും ഇല്ലാതാക്കാനായില്ല. ആ ഭ്രാന്തിപ്പെണ്ണിന്റെ പുകഴ്ത്തലുകൾ ആസ്വദിക്കുകയാണ് നീ എന്ന് അവൻ യൂസുഫിനെ കുറ്റപ്പെടുത്തി. അവൻ അകപ്പെട്ടിരിക്കുന്ന അപകടമെന്തെന്ന് മനസ്സിലാക്കുന്നില്ല എന്ന് കുറ്റപ്പെടുത്തി. ഈ വികൃതിക്കൊക്കെ കാരണം ഞാനാണെന്ന് സയ്യിദ് പറയും. എന്നെ കുറ്റപ്പെടുത്തും. സയ്യിദ് എന്തൊക്കെ ചെയ്യും എന്ന് നിനക്ക് മനസ്സിലാകുന്നില്ലേ?

യൂസുഫിനു വീണ്ടും പൂന്തോട്ടത്തിൽ പണി ചെയ്ത് തുടങ്ങാൻ കുറച്ച് സമയമെടുത്തു. അവിടേക്ക് പോകരുതെന്ന് ഖലീൽ അവനോട് ആവശ്യപ്പെട്ടിരുന്നു. എന്നാൽ കുറച്ച് ദിവസം കഴിഞ്ഞപ്പോൾ പോയി തുടങ്ങാൻ യൂസുഫ് തന്നെ തീരുമാനിച്ചു. അത് ഖലീലിനിഷ്ടപ്പെട്ടില്ല. അവൻ നീരസം മറച്ചുപിടിച്ചുമില്ല. നീ എന്തിനാണവിടേക്ക് പോകുന്നത്? അവൻ ചോദിച്ചു. നിനക്ക് വേണെങ്കിൽ ഇവിടെ ഒരു പൂന്തോട്ടം നിർമ്മിച്ചുകൂടേ? രഹസ്യങ്ങളെല്ലാം അറിയുകയും അതിൽ തനിക്കുള്ള ഭാഗമറിയുകയും ചെയ്തപ്പോൾ ആദ്യമൊക്കെ ഒരു അമ്പരപ്പ് തോന്നിയിരുന്നു. യജമാനത്തി തന്നെ തുറിച്ച് നോക്കി മനോരാജ്യങ്ങളിലേർപ്പെടുന്നു എന്നത് അവനിൽ അലോസരമുണ്ടാക്കി

യിരുന്നു. മസി ഹംദാനി അവന്റെ അസാന്നിദ്ധ്യം ശ്രദ്ധിച്ചേയില്ല. അവൻ തിരിച്ചെത്തി എന്നതും ശ്രദ്ധിച്ചില്ല. അയാളുടെ പ്രാർത്ഥനാ ഗീതങ്ങൾ കൂടുതൽ വ്യസനത്തോടെ പനമരത്തിനു ചുവട്ടിൽ നിന്നുയർന്നു.

ഒരു ദിവസം കടയിൽ അധികം ജോലിയില്ലാത്ത സമയത്ത് ഖലീൽ ആകെ അസ്വസ്ഥനായി കാണപ്പെട്ടു. യൂസുഫ് അവനെ അവഗണിച്ച് പൂന്തോട്ടത്തിലേക്ക് നീങ്ങി. മസി ഹംദാനി നിശ്ശബ്ദം അവനെ സ്വീകരിച്ചു. സാധാരണയിൽ കൂടുതൽ സമയം അവനരികിൽ ചിലവിട്ടു. യൂസുഫ് കുളം വൃത്തിയാക്കി. പുല്ലു മുളച്ചതൊക്കെ പിഴുത് കളഞ്ഞു. യാത്രയ്ക്കിടയിൽ പഠിച്ച ഒരു ഗാനം മൂളി. വീട്ടിൽ നിന്ന് മുറ്റത്തേക്കിറങ്ങുന്ന വാതിൽക്കലേക്ക് കണ്ണ് പാളാതിരിക്കാൻ അവൻ തനിക്കാകാവുന്നത് ശ്രമിച്ചു. ആരെങ്കിലും തന്നെ നോക്കുന്നുണ്ടോ എന്ന് ശ്രദ്ധിക്കാതിരിക്കാൻ. പക്ഷേ കുറച്ച് കഴിഞ്ഞപ്പോൾ സ്വാഭാവികമായും കണ്ണവിടേക്കെത്തി. അവനിൽ എന്തോ ഒരു പ്രതീക്ഷ യുണ്ടായിരുന്നു.

''നീ ഇന്ന് പൂന്തോട്ടത്തിൽ ജോലി ചെയ്യുന്ന സ്വരം കേട്ടു എന്ന് അവർ പറയുന്നു. അവിടെ ഇടയ്ക്കിടെ വരണം എന്നവർ പറയുന്നു. എപ്പോൾ വേണമെങ്കിലും നിനക്കവിടേക്ക് വരാമെന്ന്.'' ഖലീൽ അന്ന് വിവർത്തനം തുടങ്ങി.

യജമാനത്തി എന്നോട് കുറേ സംസാരിച്ചു. ''നിന്നിൽ ഒരു ദിവ്യത്വ മുണ്ട്. ഒരു അനുഗ്രഹം. അവർ പറഞ്ഞു. അതങ്ങനെ ആവർത്തിച്ചു കൊണ്ടേയിരുന്നു. ഇതല്ലാതെ ഇപ്പോൾ അവർ ഒന്നും പറയുന്നില്ല. നിനക്കൊരു അനുഗ്രഹം ലഭിച്ചിട്ടുണ്ട്. ഒരു ദിവ്യത്വമുണ്ട്.'' ഖലീൽ ഒന്ന് ശങ്കിച്ചു. ശരിയായ വാക്കുകൾ തിരയുന്നതുപോലെ ശങ്കിച്ചു. ''ആ പൂന്തോട്ടം നിന്നെ തൃപ്തിപ്പെടുത്തുന്നു എങ്കിൽ... ശരി... എങ്കിൽ... ഇത്...''

''അവർക്ക് ആനന്ദമാകും.'' ആമിന പറഞ്ഞു.

ആമിന അധികം സംസാരിക്കാറില്ല. ഖലീൽ വാക്കുകൾക്കായി വിമ്മിട്ടപ്പെടുമ്പോൾ മാത്രം അവൾ ഇടപെടും. ആമിന എപ്പോഴും അവർക്കരികിലുണ്ടെന്ന ബോധ്യം യൂസുഫിനുണ്ടായിരുന്നു.

''നിന്റെ പാട്ടും അവർക്കിഷ്ടമാണ്.'' ഖലീൽ തലയാട്ടി. തനിക്കത് വിശ്വസിക്കാനാകുന്നില്ല എന്ന മട്ടിൽ തലയാട്ടി. ''ഞാനിവിടെ യിരുന്ന് കച്ചവടം ചെയ്യുന്നുണ്ടെന്ന് എനിക്ക് വിശ്വസിക്കാനാകുന്നില്ല. ഇതൊരു തമാശയാണെന്ന് നീ കരുതിയോ? നിന്റെ സ്വരം അവരുടെ ഹൃദത്തിനൊരു സാന്ത്വനമാകുന്നു എന്നാണവർ പറയുന്നത്. നിനക്ക് സംഗീതം തന്നത് ദൈവമാണെന്ന്. നീ രോഗശാന്തി വരുത്തുന്ന ഒരു മാലാഖയാണത്രെ.''

ഖലീലിന്റെ അസ്വസ്ഥത കണ്ട് യൂസുഫ് ചിരിച്ചു. അവൻ യജ

മാനത്തിയെ നോക്കി. അവരും ചിരിക്കുകയായിരുന്നു. അവരുടെ മുഖത്ത് സന്തോഷമുണ്ടായിരുന്നു. അത് ആ മുഖത്തെ വല്ലാതെ മാറ്റിമറിച്ചിരുന്നു. പെട്ടെന്ന് അവൾ കൈമാടി അവനെ വിളിച്ചു. വളരെ കൃത്യമായി. വളരെ ലളിതമായി. യൂസുഫിനൊന്ന് എതിർക്കാൻ പോലുമാകാതെ. അവൻ എഴുന്നേറ്റ് അവർക്കരികിലേക്ക് നീങ്ങി. അവനരികിലെത്തിയപ്പോൾ അവർ തന്റെ ഷാൾ നീക്കി. തിളക്കമാർന്ന നീല നിറത്തിലുള്ള ഒരു ബ്ലൗസായിരുന്നു അവരുടെ വേഷം. കഴുത്ത് ചതുരാകൃതിയിൽ വെട്ടിയത്. അതിന്റെ അരിക്കുകളിൽ വെള്ളിക്കൊലുസുകൾ തുന്നിയിരിക്കുന്നു. അവൾ കവിളിലെ തന്റെ പാടിൽ തൊട്ടു. അതിലേക്ക് ചൂണ്ടി. യൂസുഫിനെ അവിടെ സ്പർശിക്കാൻ ക്ഷണിക്കുന്നതുപോലെ ചൂണ്ടി. അവർ പുഞ്ചിരിക്കുന്നുണ്ടായിരുന്നു. യൂസുഫിനു ഒരു കൂസലില്ലായ്മ, വീണ്ടുവിചാരമില്ലായ്മ തന്നെ ആക്രമിക്കുന്നതായി തോന്നി. തന്റെ കൈകളിൽ ഭാരം തൂങ്ങുന്നു. അത് ചലിക്കാൻ ശ്രമിക്കുന്നു. അരുത്, അരുത് എന്ന് ഖലീൽ പുറകിൽ നിന്ന് മൃദുസ്വരത്തിൽ നിർദ്ദേശിക്കുന്നുണ്ട്. യജമാനത്തി വീണ്ടും ഷാൾ പഴയപടിയാക്കി. അൽഹം ദുലില്ലാഹ് എന്ന് പറഞ്ഞു. യൂസുഫ് അവരിൽ നിന്ന് ഒരടി പുറകിലേക്ക് മാറി. ഖലീൽ പുറകിൽ നിന്ന് നിർദ്ദേശങ്ങൾ കൊടുത്തുകൊണ്ടിരുന്നു.

''ഇനി ഒരിക്കലും അവർക്കരികിലേക്ക് പോകരുത്.'' പിന്നീട് ഖലീൽ അവനോട് നിർദ്ദേശിച്ചു. ''നിനക്ക് ഭയം തോന്നുന്നില്ലേ? എന്തൊക്കെ സംഭവിക്കാം എന്ന് മനസ്സിലാക്കുന്നില്ലേ? ആ പൂന്തോട്ടത്തിൽ നിന്നും നീ അകന്ന് നിൽക്കുന്നതാണ് നല്ലത്. പാട്ടും നിർത്തണം.''

പക്ഷേ അവനത് അനുസരിച്ചില്ല. ഖലീലിന് അവന്റെ ചെയ്തികളിൽ സംശയം ജനിച്ചു തുടങ്ങി. അവർ യൂസുഫിനെ പിന്നെയും താക്കീത് ചെയ്തു. തർക്കിച്ചു. കലഹിച്ചു. യൂസുഫ് കൂടുതൽ സമയം പൂന്തോട്ടത്തിൽ ചിലവിട്ടു. കണ്ണും കാതും തുറന്ന് വച്ചു. ചലനങ്ങളെല്ലാം പിടിച്ചെടുത്തു. മസി ഹംദാനി അവനായി ജോലികൾ നീക്കി വച്ചു തുടങ്ങി. അയാൾ കൂടുതൽ സമയവും ദൈവത്തെ പ്രകീർത്തിക്കാനും പ്രാർത്ഥിക്കാനുമായി ചിലവിട്ടു. ചിലപ്പോൾ ആമിന പാടുന്നത് യൂസുഫ് കേട്ടു. അതവന്റെ മനസിൽ ഒരു ഉത്കർഷേച്ഛ ജനിപ്പിച്ചു. അവൻ സ്വമേധയാ വിളിച്ചുവരുത്തിയതല്ല അത്. എന്നാൽ വന്നപ്പോൾ അതിനെ എതിർത്തുമില്ല. ചിലപ്പോൾ വാതിൽ സ്വല്പം തുറന്ന് അവിടെ ഒരു നിഴൽ പ്രത്യക്ഷപ്പെടും. ഒരു രഹസ്യപ്രണയത്തിന്റെ ആനന്ദമെന്തെന്നിപ്പോൾ താനറിയുന്നു എന്ന് അവൻ ചിന്തിച്ചു. സായാഹ്നമായാൽ വീടിനകത്തേക്കുള്ള ക്ഷണം ലഭിക്കാൻ ആകാംക്ഷയുള്ളവനാകും അവൻ. എന്നാൽ ഖലീൽ ഓരോ ദിവസം കഴിയു

മ്പോഴും കൂടുതൽ അസ്വസ്ഥനായിക്കൊണ്ടിരുന്നു. അവിടേക്ക് പോകാൻ അവന് വിരക്തി തോന്നിത്തുടങ്ങി. ഒരു ദിവസം വിളി വന്നിട്ടും ഖലീൽ അതിനോട് പ്രതികരിച്ചില്ല.

''നശിക്കട്ടെ അവർ. നമ്മളിന്ന് പോകുന്നില്ല. ഇത്രയൊക്കെ മതി.'' അവൻ ഒച്ചയിട്ടു. ''ഇതൊക്കെ ആരെങ്കിലും കണ്ടെത്തിയാൽ നമ്മളെക്കുറിച്ച് അനേകം തമാശകളുണ്ടാകും. അതിലും മോശം കാര്യങ്ങളും സംഭവിക്കും. നമുക്ക് ഭ്രാന്താണെന്നെല്ലാവരും കരുതും. അവിടെ കിടക്കുന്ന ആ അഴുകിയ പച്ചക്കറി പോലെയാകും നമ്മൾ. സയ്യിദിനു നമ്മളുണ്ടാക്കുന്ന നാണക്കേടിനെക്കുറിച്ചൊന്ന് ആലോചിച്ച് നോക്കി.''

''അങ്ങനെയെങ്കിൽ ഞാൻ തനിയെ പോകാം.'' യൂസുഫ് പറഞ്ഞു.

''എന്തിന്? എന്താണീ സംഭവിക്കുന്നതെന്ന് നിനക്ക് മനസ്സിലാകുന്നില്ലേ?'' ഖലീൽ ചോദിച്ചു. അവന്റെ സ്വരത്തിൽ വേദനയുണ്ടായിരുന്നു. അവനെഴുന്നേറ്റു. യൂസുഫിനെ ഒരുപക്ഷേ അവൻ മർദ്ദിച്ചേക്കും എന്ന് തോന്നി. ''അവർ നിന്ദ്യമായ പലതും ചെയ്യും. എന്നിട്ട് നിന്നെ കുറ്റപ്പെടുത്തും. ഇതൊരു തമാശയാണെന്ന് നീ കരുതുന്നത് എനിക്ക് ഇഷ്ടപ്പെടുന്നില്ല. നീ ചെന്നായമനുഷ്യരുടെ നാടു കണ്ടിട്ടുള്ളവനാണ്. വന്യമായ സ്ഥലങ്ങൾ കണ്ടിട്ടുള്ളവനാണ്. എന്തിനാണിങ്ങനെ ഒരിക്കലും മായാത്ത ഒരു ലജ്ജ തലയിൽ വച്ചുകെട്ടുന്നത്?''

''ഇതിൽ ലജ്ജിക്കാനൊന്നുമില്ല.'' യൂസുഫ് ശാന്തമായി പറഞ്ഞു. ''അവർക്ക് എന്നെ യാതൊരു വിധത്തിലും ഉപദ്രവിക്കാനാകില്ല.''

ഖലീൽ തലയിൽ കൈകൊടുത്ത് ഇരുന്നു. കുറേ നേരം അവർ ഇരുവരും നിശ്ശബ്ദത പാലിച്ചു. പിന്നെ ഖലീൽ തലയുയർത്തി യൂസുഫിനെ വിചിത്രമായി നോക്കി. ആ നോട്ടത്തിലെ അമ്പരപ്പ് നിമിഷം പ്രതി വർദ്ധിച്ച് വന്നു. അവൻ കുപിതനായി. കണ്ണുകൾ ചുവന്നു. അവന്റെ ഹൃദയം വേദനിച്ചു. ചുണ്ട് വിറച്ചു. ഒന്നും പറയാതെ അവൻ പായയിൽ ഇരുന്നു. മുന്നിലേക്ക് തുറിച്ച് നോക്കി. അകത്ത് പോകാനായി യൂസുഫ് എഴുന്നേറ്റു. അപ്പോൾ അവൻ തിരിഞ്ഞ് നോക്കി.

''നീ ഇരിക്ക്. പോകരുത്.'' യൂസുഫ് നടന്ന് തുടങ്ങിയപ്പോൾ അവൻ പറഞ്ഞു. ''ഇവിടെയിരിക്ക്. നമുക്ക് ഇതിനെക്കുറിച്ച് കൂടുതൽ സംസാരിക്കാം. വെറുതെ നാണക്കേടുണ്ടാക്കരുത്. നിന്റെ മനസ്സിലെന്താണെന്ന് എനിക്കറിയില്ല. പക്ഷേ ഇതിന്റെ അവസാനം വളരെ മോശമാകും. ഇതൊരു യക്ഷിക്കഥയൊന്നുമല്ല. നിനക്ക് മനസ്സിലാകാത്ത പലതും ഇനിയും ഇവിടെയുണ്ട്.''

''എങ്കിൽ അതെന്താണെന്ന് പറയ്.' യൂസുഫ് അവിടെ നിന്നു.

ഖലീൽ തലയാട്ടി. അവനു ദേഷ്യം വന്നു. ''അങ്ങനെ പെട്ടെന്ന് പറയാനാകാത്തതാണതൊക്കെ. നീ ഇരിക്ക്. നമുക്ക് സംസാരിക്കാം.

അതല്ല നീ പോകാൻ തന്നെയാണുദ്ദേശിക്കുന്നതെങ്കിൽ അതവസാനം നിനക്ക് ലജ്ജയല്ലാതെ മറ്റൊന്നും കൊണ്ടുവരില്ല. നിനക്ക് മാത്രമല്ല നമുക്കെല്ലാവർക്കും.''

യൂസുഫ് ഒരക്ഷരം പറയാതെ പൂന്തോട്ടത്തെ ലക്ഷ്യമിട്ട് നടന്നു. തിരിച്ചുവരാനുള്ള ഖലീലിന്റെ ക്രൂദ്ധമായ, വന്യമായ ബഹളത്തെ അവഗണിച്ചു.

8

''സുലേഖ എന്നാണവരുടെ പേര്. അവരുടെ പേര് നിനക്കറിയാം എന്നുറപ്പാക്കുകയാണവർ.'' ആമിന പറഞ്ഞു. അവനു മുന്നിൽ കുറച്ച് വലത് മാറിയാണവൾ ഇരുന്നത്. യജമാനത്തിയിൽ നിന്ന് അകലെ. അവൾ പറയുന്നത് ശ്രദ്ധിക്കുകയാണെന്ന മട്ടിൽ അവൻ ആ മുഖം നിരീക്ഷിച്ചു. അവൻ മുമ്പൊക്കെ തിരക്കിട്ടൊളികണ്ണാൽ നോക്കിയപ്പോൾ കരുതിയിരുന്നതിനേക്കാൾ വൃത്താകൃതിയുണ്ടാ മുഖത്തിന്. ആ കണ്ണുകളിൽ അശ്രദ്ധമായ ഒരു പ്രസന്നതയുണ്ട്. ഒരു ആഹ്ലാദം. അവൻ തലയാട്ടി. അവൾ അത് കണ്ട് പുഞ്ചിരിച്ചു. പക്ഷേ യജമാനത്തിയുടെ കണ്ണുകൾ അവനിൽ തന്നെയാണെന്ന വനുറപ്പുള്ളതുകൊണ്ട് തിരിച്ച് പുഞ്ചിരിച്ചില്ല.

''ഖലീൽ നിന്നോട് എല്ലാം പറയാറില്ലായിരുന്നു എന്നവർ പറയുന്നു.'' ആമിന തുടർന്നു. ''അതവർക്കറിയാം. അവനാവശ്യമുള്ളത് മാത്രമാണവൻ പറഞ്ഞിരുന്നത്. പലപ്പോഴും അവന്റെ കൈവശം മതിയായ വാക്കുകളുമില്ലായിരുന്നു. പ്രത്യേകിച്ചും അവർ വിഷമം പിടിച്ച് ഭാഷ ഉപയോഗിക്കുമ്പോൾ.''

''നീ അവനേക്കാൾ നന്നായി സംസാരിക്കുന്നു. അത് ഞാൻ അവനോട് പറയാം. അവനെന്നോട് പറയാതിരുന്നതെന്തൊക്കെയാണ്?'' യൂസുഫ് ചോദിച്ചു.

ആമിന ആ ചോദ്യം അവഗണിച്ചു. യജമാനത്തിയിലേക്ക് തിരിഞ്ഞു. അവർ സംസാരിക്കാനായി കാത്തു. യജമാനത്തി ചുരുങ്ങിയ വാക്കുകളിൽ, മൃദുത്വത്തോടെ, ഒരു ലാളനയുടെ സുഖത്തിൽ എന്തോ പറഞ്ഞു. അതിനു ശേഷം ആമിനയിൽ നിന്ന് മുഖമെടുത്ത് അവനെ നോക്കി.

''തന്റെ ഹൃദയം ലജ്ജയാലും വേദനയാലും മുറിവേറ്റിരിക്കുന്നു എന്ന് ഖലീൽ നിന്നോട് വിശദീകരിച്ചില്ല. വേദന അവരുടെ പേശികളേയും ഞരമ്പുകളേയും വളച്ചുതിരിക്കുന്നുണ്ടെങ്കിലും പലപ്പോഴും അത് സന്തോഷം തരുന്നു. നിന്റെ പ്രാർത്ഥന അവർക്ക് ഗുണം ചെയ്തിരിക്കുന്നു എന്ന് ഞാൻ കരുതുന്നു. ചെയ്തിരിക്കുന്നു എന്ന് തന്നെ

യാണവർ പറയുന്നത്.''

യൂസുഫിന് പ്രതിഷേധിക്കണം എന്ന് തോന്നി. അതൊന്നും ശ്രദ്ധിക്കേണ്ടതില്ല എന്ന് പ്രതിഷേധിക്കണമെന്ന്. അവൻ യജമാനത്തിയെ നോക്കി. അവരുടെ കണ്ണ് നിറഞ്ഞിരിക്കുന്നതും അത് തിളങ്ങുന്നതും കണ്ടു. അവൻ പെട്ടെന്ന് തല താഴ്ത്തി പ്രാർത്ഥന ചൊല്ലിത്തുടങ്ങി. അവൻ ഏതോ ആഴങ്ങളിലേക്ക് വീണുകൊണ്ടിരിക്കുകയാണെന്ന് അവനുറപ്പായിരുന്നു.

''സായാഹ്നത്തിൽ നീ വീടിനകത്ത് വന്ന് ഭക്ഷണം കഴിക്കണം എന്നവർ ആഗ്രഹിക്കുന്നു. നിനക്ക് വേണമെങ്കിൽ ഇവിടെ ഈ മുറ്റത്ത് കിടന്നുറങ്ങാം.'' ആമിന പറഞ്ഞു. പറഞ്ഞവസാനിപ്പിച്ചപ്പോൾ അവൾ പുഞ്ചിരിച്ചു. ''വീടിനകത്തുറങ്ങാൻ ഖലീൽ നിന്നെ സമ്മതിക്കില്ല. അവൻ ബഹളം വച്ച് അത് തടയും. പക്ഷേ നിനക്കെപ്പോൾ തോന്നുന്നോ അപ്പോഴൊക്കെ നീ ഇവിടെ വരണം എന്നാണവർ ആഗ്രഹിക്കുന്നത്. ഒരു ക്ഷണത്തിനായൊന്നും കാത്തിരിക്കേണ്ടതില്ല എന്ന്.''

''അവരോടെന്റെ നന്ദിയറിയിച്ചേക്കൂ.''

''നന്ദിയുടെ ആവശ്യമില്ല.'' ആമിന ശാന്ത സ്വരത്തിൽ അറിയിച്ചു. അവളപ്പോൾ യജമാനത്തിക്ക് വേണ്ടിയാണത് പറഞ്ഞത്. ''നിന്റെ സാന്നിദ്ധ്യം അവർക്ക് സന്തോഷം തരുന്നു. അതിനാൽ നന്ദി പറയേണ്ടത് അവരാണ്. നീ സംസാരിച്ച് കാണാൻ അവർ ആഗ്രഹിക്കുന്നു. നീ എവിടെ നിന്ന് വന്നു, എവിടേക്കാണ് പോയത് എന്നൊക്കെ അറിയാൻ അവർ ആഗ്രഹിക്കുന്നു. അങ്ങനെയാകുമ്പോൾ നിന്നെ അവർക്ക് കൂടുതലറിയാനാകും. പകരം, നിന്റെ ജീവിതം കൂടുതൽ സന്തുഷ്ടമാക്കാനായി അവർക്കെന്തെങ്കിലും ചെയ്യാനാകുമെങ്കിൽ അത് പറയണം.''

''ഇത്രയും ചുരുങ്ങിയ വാക്കുകളിൽ ഇത്രയധികം കാര്യങ്ങൾ അവർ പറഞ്ഞുവോ?''

''അതും ഖലീൽ നിന്നോട് പറയാത്ത പലതും അവർ പറയുകയുണ്ടായി. അവരുടെ വാക്കുകൾ അവനെ ഭയപ്പെടുത്തി.'' ആമിന അറിയിച്ചു.

''നിന്നെ ഭയപ്പെടുത്തിയില്ലേ?''

ആമിന ചിരിച്ചു. മറുപടിയൊന്നും പറഞ്ഞില്ല. യജമാനത്തി എന്തോ ചോദിച്ചു. പുഞ്ചിരി അതുപോലെ നിർത്തിക്കൊണ്ട് ആമിന അവരുടെ മുഖത്തേക്ക് നോക്കി. അവൾ പറഞ്ഞത് കേട്ട് യജമാനത്തിയും പുഞ്ചിരിച്ചു. അവരെ നോക്കിയിരുന്നപ്പോൾ യൂസുഫിന്റെ ഉള്ളൊന്ന് വിറച്ചു. അവൻ എഴുന്നേറ്റു. പോകാൻ തയ്യാറെടുത്തു. യജമാനത്തി മുമ്പ് ചെയ്തപോലെ അവനെ മാടിവിളിച്ചു. തന്റെ

ഷാൾ നിക്കി, മുഖം കാണിച്ചു. അവൻ അവരുടെ മുഖത്തെ പാടിൽ സ്പർശിച്ചു. അതിനു ചൂടുണ്ടെന്ന് അവനു തോന്നി. ഇനിയും സ്പർശിക്കാൻ ആവശ്യപ്പെട്ടാൽ അവൻ അതനുസരിക്കും എന്ന് അവനുറപ്പുണ്ടായിരുന്നു. അവർ ഒന്ന് ഞരങ്ങി. ദൈവത്തിനു നന്ദി പറഞ്ഞു. ആമിന നിശ്വസിച്ചതും അവൻ കേട്ടു. ആമിന എഴുന്നേറ്റു. അവനൊപ്പം വാതിൽ വരെ നടന്നു. അവൻ പൂന്തോട്ടത്തിലേക്കി റങ്ങി. അവൾ വാതിൽ പെട്ടെന്നടച്ചില്ല. അവൻ തിരിഞ്ഞ് നിന്ന് അവളോട് സംസാരിച്ചു. അവളുടെ മുഖം അവനു കാണാനില്ലായിരുന്നു. എന്നാൽ ഉദിച്ചുതുടങ്ങിയ നിലാവിൽ അവളുടെ രൂപം വ്യക്തമായി കാണാനുണ്ടായിരുന്നു.

''സഹോദരീ സഹോദരന്മാർ എന്ന നിലയിൽ നോക്കിയാൽ രൂപത്തിൽ നീയ്യും ഖലീലും തമ്മിൽ വളരെ വ്യത്യാസമുണ്ട്.'' അവൻ പറഞ്ഞു. അവരുടെ രൂപസാദൃശ്യത്തിലായിരുന്നില്ല അവനു താത് പര്യം. അവളെ കുറച്ച് സമയം കൂടി അവിടെനിർത്തുക എന്നതി ലായിരുന്നു.

അവൾ മറുപടിയൊന്നും പറഞ്ഞില്ല. അവൾ അനങ്ങാതെ നിൽ ക്കുന്നത് കണ്ടപ്പോൾ മറുപടി പറയാനുള്ള ഉദ്ദേശവുമില്ല എന്ന് തോന്നി. അവൻ പൂന്തോട്ടത്തിലേക്കിറങ്ങി. നടന്ന് നീങ്ങി. അവൾ തന്നെ തിരിച്ച് വിളിക്കുമോ എന്നറിയാനായി സാവധാനത്തിൽ നടന്നു.

''ചിലപ്പോഴൊക്കെ ഞാൻ ഇവിടെ നിന്ന് നിന്നെ നോക്കാറുണ്ട്.'' അവൾ പറഞ്ഞു

അവൻ തിരിഞ്ഞ് നിന്നു. അവൾക്കരികിലേക്ക് സാവധാനത്തിൽ നടന്നു.

''നീ ഈ ജോലി ആസ്വദിച്ച് ചെയ്യുന്നതുപോലെ തോന്നുന്നു.'' അവൾ പറഞ്ഞു. വാക്കുകളിൽ ഒരിടത്തും ഊന്നൽ കൊടുക്കാതെ പറഞ്ഞു. ''അത് കണ്ട് നിൽക്കുമ്പോൾ എനിക്ക് അസൂയ തോന്നും. നീ ആ നീർച്ചാലുകൾക്കാഴം കൂട്ടുന്നത് കണ്ടപ്പോൾ എന്തൊരു ഭംഗിയിലാണ് ജോലി ചെയ്യുന്നതെന്ന് തോന്നി. ചിലപ്പോൾ ഞാൻ രാത്രിയിൽ പൂന്തോട്ടത്തിലുലാത്തും. അദ്ദേഹം ഇവിടെയില്ലാത്ത പ്പോൾ. ഒരിക്കൽ നിനക്കൊരു ഏലസ്സ് കിട്ടി...''

''ഉവ്വ്.'' അവൻ കുപ്പായത്തിൽ സ്പർശിച്ചു. ആ ഏലസ്സ് അവന്റെ കഴുത്തിൽ ഒരു ചരടിൽ ഞാന്ന് കിടപ്പുണ്ടായിരുന്നു. ''അതിൽ അമർത്തി തിരുമ്മിയാൽ എനിക്ക് ഒരു ജിന്നിനെ വരുത്താനാകും എന്ന് ഞാൻ കണ്ടെത്തി. ഞാനെന്താവശ്യപ്പെടുന്നോ അത് ചെയ്യുന്ന ഒരു ജിന്ന്.''

അവൾ ചിരിച്ചു. സ്വരം താഴ്ത്തി ചിരിച്ചു. വീണ്ടും നിശ്വസിച്ചു. ''നിന്റെ ആ ജിന്ന് ഇതുവരെ നിനക്ക് എന്തൊക്കെ തന്നു?''

''ഇതുവരെ ഒന്നും ചോദിച്ചിട്ടില്ല. എന്തൊക്കെ ചോദിക്കണം

എന്നാലോചിച്ചുകൊണ്ടിരിക്കുകയാണ്. വെറുതെ നിസ്സാരകാര്യങ്ങൾക്കായി അവനെ അവന്റെ തിരക്കിട്ട ജീവിതത്തിൽ ബുദ്ധിമുട്ടിക്കുന്നത് ശരിയല്ല. മാത്രമല്ല, വളരെ നിസ്സാരമായതൊക്കെ ചോദിച്ചാൽ അവൻ കോപിക്കാനും സാധ്യതയുണ്ട്. പിന്നെ വിളിച്ചാൽ വരാതാകും.''

''ഞാനിവിടെ വന്ന കാലത്ത് എന്റെ കൈവശം ഒരു ഏലസ്സുണ്ടായിരുന്നു. അത് ഞാൻ ആ മതിലിനപ്പുറത്തേക്കെറിഞ്ഞു.''

''ഒരുപക്ഷേ ഇതുതന്നെയാകാം.''

''അതിലുരസിയാൽ ജിന്നൊക്കെ വരുമെങ്കിൽ അതാകില്ല.''

''എന്തിനാണത് എറിഞ്ഞുകളഞ്ഞത്?''

''അതെന്നെ തിന്മകളിൽ നിന്ന് സംരക്ഷിക്കും എന്നാണെന്നോട് പറഞ്ഞിരുന്നത്. അങ്ങനെയൊന്നുമുണ്ടായില്ല. നിന്റെ കൈവശമുള്ള ഏലസ്സിന് ഞാൻ എറിഞ്ഞ് കളഞ്ഞതിനേക്കാൾ കരുത്തും ധാർമ്മികതയുമുണ്ടാകും എന്ന് ഞാൻ കരുതുന്നു. എന്നെ സംരക്ഷിച്ചതിൽ നിന്ന് വ്യത്യസ്തമായി അത് നിന്റെ കാര്യങ്ങളിൽ കരുതലെടുക്കും എന്നും.''

''ഒന്നിനും തിന്മയിൽ നിന്ന് നമ്മെ സംരക്ഷിച്ച് നിർത്താനാകില്ല.'' അവൻ വാതിൽക്കലേക്ക് നടക്കാൻ തുടങ്ങി. ആമിന പുറകിലേക്ക് മാറി. വാതിലടച്ചു. അവനപ്പോൾ ഏതാനും അടി മാത്രം ദൂരെയായിരുന്നു.

അവൻ തിരിച്ചെത്തിയപ്പോൾ കട അടഞ്ഞ് കിടക്കുകയായിരുന്നു. ഖലീലിനെ അവിടെയൊന്നും കണ്ടില്ല. അവർ ഇരുവരുടേയും പായ് വിരിച്ചിട്ടുണ്ടായിരുന്നു. യൂസുഫ് നിവർന്ന് കിടന്നു. ഖലീൽ തിരിച്ചെത്തിയാൽ ഉന്നയിക്കേണ്ട ചോദ്യങ്ങൾ തയ്യാറാക്കി. അവൻ വരാനായി ക്ഷമയോടെ കാത്തു. പ്രതീക്ഷിച്ചതിലും കൂടുതൽ സമയം തനിക്കൊറ്റയ്ക്കാകാനായതിൽ സന്തോഷിച്ചു. പക്ഷേ ആ കാത്തിരിപ്പിനു നീളം വർദ്ധിച്ചപ്പോൾ ഒരു ആകാംക്ഷ പെരുത്തുതുടങ്ങി. അവനെവിടെ പോയിരിക്കും? നിലാവുദിച്ചിരിക്കുന്നു. ചന്ദ്രൻ വളരെ അടുത്തുള്ളതുപോലെ. ഇരുണ്ട മേഘങ്ങൾ ഓടി നടക്കാനുമാരംഭിച്ചിരിക്കുന്നു. അവ പലവിധ രൂപങ്ങൾ പ്രാപിച്ചുകൊണ്ടിരിക്കുന്നു. മേഘങ്ങൾ ആകാശം നിറഞ്ഞ് തുടങ്ങി. നക്ഷത്രങ്ങളെ മൂടിത്തുടങ്ങി.

പെട്ടെന്ന് അവനുണർന്നു. ശക്തമായൊരു കാറ്റിന്റെ ചാട്ടയടി കൊണ്ടാണെഴുന്നേറ്റത്. മഴയും തുടങ്ങിയിരിക്കുന്നു. കാറ്റ് മഴയെ അതിശക്തമായി പ്രഹരിക്കുന്നു. ചന്ദ്രൻ മറഞ്ഞുപോയിരിക്കുന്നു. കുത്തിയൊലിച്ച് വീഴുന്ന മഴവെള്ളത്തിനു പക്ഷേ ഒരു തിളക്കമുണ്ട്. കുറ്റിച്ചെടികളുടെയും വൃക്ഷങ്ങളുടേയും നിഴലുകൾ കടൽക്കരയിലെ വലിയ പാറക്കല്ലുകളുടെ രൂപം പ്രാപിച്ചിരിക്കുന്നു.

കട്ടപിടിച്ച രക്തം

1

"**അ**വൾക്ക് വേണ്ടി അവൾ തന്നെ സംസാരിക്കട്ടെ." യൂസുഫ് ആമിനയെക്കുറിച്ച് ചോദിച്ചപ്പോൾ ഖലീൽ പറഞ്ഞു.

കൊടുങ്കാറ്റ് വീശിയ രാത്രിയും കഴിഞ്ഞ് പ്രഭാതമായപ്പോഴാണ് അവൻ വന്നത്. വല്ലാതെ ക്ഷീണിതനായിരുന്നു അവൻ. മുടിയെല്ലാം ജട പിടിച്ച് അലങ്കോലമായിട്ടുണ്ടായിരുന്നു. അതിൽ ചെറിയ പുൽ നാമ്പുകളും ചുള്ളിക്കമ്പുകളും പറ്റിപ്പിടിച്ചിരുന്നു. അവൻ ശ്രദ്ധയോടെ കട തുറന്നു. നാടകങ്ങൾക്കൊന്നും നിന്നു കൊടുത്തില്ല. അതേസമയം തന്റെ അസാന്നിദ്ധ്യത്തിന് വിശദീകരണവും നൽകിയില്ല. പ്രത്യേകിച്ച് ദ്വേഷങ്ങളൊന്നും പ്രകടമാക്കാതെ അവൻ യൂസുഫിൽ നിന്ന് ഒരു അകലം പാലിച്ചു. അന്ന് മുഴുക്കെ, യൂസുഫ് സൗഹൃദം പുതുക്കാനെത്തിയപ്പോഴൊക്കെ, അവൻ അതിനെ അവഗണിച്ചു. നിശ്ശബ്ദത പാലിച്ചു. ആദ്യ വർഷങ്ങളിലെപ്പോലെ മൂകതയുടെ സൗമ്യതയിലേക്കും സ്നേഹത്തിലേക്കും മടങ്ങിപ്പോയി. കാറ്റും മഴയുമുണ്ടായിട്ടും നനയാതിരുന്നതെങ്ങനെ എന്ന് യൂസുഫ് ചോദിച്ചു. ഖലീൽ അത് കേട്ടതായി ഭാവിച്ചില്ല. ഖലീലിനെ ശാന്തനാക്കാൻ യൂസുഫ് പലതും ശ്രമിച്ചു. അവസാനം എല്ലാ ശ്രമങ്ങളും ഉപേക്ഷിച്ചു.

സായാഹ്നത്തിൽ ഖലീൽ തന്നെയാണവർക്കുള്ള ഭക്ഷണത്തിനായി പോയത്. തിരിച്ച് വരുമ്പോൾ അവന്റെ മുഖത്തൊരു പുഞ്ചിരിയുണ്ടായിരുന്നു. അവന്റെ ക്ലേശങ്ങൾക്കോ കോപത്തിനോ മറയ്ക്കാനാകാത്ത ഒരു പുഞ്ചിരി.

"നീ സംസാരിക്കാത്തതെന്താ?" യൂസുഫ് ചോദിച്ചു.

ഖലീൽ ഭക്ഷണത്തളികയിലേക്ക് ചൂണ്ടി. ഭക്ഷണം കഴിക്കാൻ തുടങ്ങി. അവർ നിശ്ശബ്ദം കഴിച്ചു. അതിനു ശേഷം യൂസുഫ് തളിക തിരികെ ഏല്പിക്കാനും യജമാനത്തിയേയും ആമിനയേയും കാണാനുമായി എഴുന്നേറ്റു. ഖലീൽ അകത്ത് പോയപ്പോൾ അവരോട് എന്തെങ്കിലും പറഞ്ഞിട്ടുണ്ടാകും എന്നവൻ കരുതി. അവൻ ചില

നിരോധനങ്ങൾ പ്രഖ്യാപിക്കുകയോ ഭീഷണികൾ മുഴക്കുകയോ ചെയ്തിരിക്കും. ഖലീൽ അവനെ തടയും എന്നാണ് കരുതിയത്. ചിലപ്പോൾ ബലമായി പിടിച്ച് നിർത്താനും സാധ്യതയുണ്ട് എന്ന്. യൂസുഫ് അകത്ത് പോകാനായി എഴുന്നേറ്റപ്പോൾ ഖലീൽ പക്ഷേ അവനെയൊന്ന് നോക്കിയതുപോലുമില്ല.

പുഞ്ചിരിച്ചുകൊണ്ടാണ് യജമാനത്തി അവനെ സ്വാഗതം ചെയ്തത്. അവരുടെ കൂർത്ത സ്വരം സംഗീത ധ്വനികൾ പോലെ ഉയർന്നും താഴ്ന്നും വന്നുകൊണ്ടിരുന്നു. അത് മുറി നിറഞ്ഞു. അവർക്ക് സംസാരിക്കാനുള്ള വ്യഗ്രത അധികമായി കണ്ടു. അവർ ഈ വീട്ടിൽ വന്നതിനെക്കുറിച്ച് പറഞ്ഞു. ആദ്യ ഭർത്താവിനൊപ്പം ഇവിടെ വന്നതിനെക്കുറിച്ച്. അദ്ദേഹത്തിൽ എന്നെന്നും ദൈവത്തിന്റെ കാരുണ്യമുണ്ടാകട്ടെ. കുറച്ച് പ്രായമൊക്കെയുള്ള വ്യക്തിയായിരുന്നു അദ്ദേഹം. അമ്പതെങ്കിലും കാണും. അവർക്കാകട്ടെ പതിനഞ്ചേ ആയിട്ടുണ്ടായിരുന്നുള്ളൂ. ആ വിവാഹത്തിനേ ഏതാനും മാസങ്ങൾക്ക് മുമ്പാണ് അദ്ദേഹത്തിന്റെ ഭാര്യയും നവജാത ശിശുവും മരിച്ചത്. മറ്റുള്ളവരുടെ അസൂയയിൽ നിന്നുണ്ടായ അസുഖമായിരുന്നു മരണകാരണം. ഈ ശിശു മാത്രമാണ് അദ്ദേഹത്തിനു ജനിച്ച മക്കളിൽ ഏതാനും ആഴ്ചകളെങ്കിലും ജീവിച്ചത്. മറ്റുള്ളവർ നാമകരണ കർമ്മം വരെയൊക്കെ ജീവിച്ചിട്ടുണ്ട്. അവരെയൊക്കെ ഭർത്താവിനോർമ്മയുണ്ടായിരുന്നു. അവസാന ദിവസങ്ങൾ വരെ അദ്ദേഹം തന്റെ ഭാര്യയേയും കുട്ടികളേയുമോർത്ത് കണ്ണീർ വാർക്കാറുണ്ടായിരുന്നു. അവരിൽ എന്നെന്നും ദൈവത്തിന്റെ കാരുണ്യമുണ്ടാകട്ടെ.

യജമാനത്തി പട്ടണത്തിൽ വളർന്നവളാണ്. ഭർത്താവിന്റെ ദുഃഖം അവർക്കറിയാവുന്നതായിരുന്നു. അത് അദ്ദേഹത്തിനു ഗുണകരമായി എന്ന് എല്ലാവരും കരുതി. പലവിധ ഭാരങ്ങൾ അദ്ദേഹത്തിലുണ്ടായിരുന്നു എങ്കിലും അവരോട് അദ്ദേഹം എപ്പോഴും സ്നേഹത്തോടേയും കരുണയോടേയും പെരുമാറി. അവസാനത്തെ ഒന്ന് രണ്ട് വർഷം മാത്രമായിരിക്കും അതിനൊരു അപവാദം. അപ്പോഴേക്കും അദ്ദേഹം രോഗിയായിട്ടുണ്ടായിരുന്നു. രോഗം അദ്ദേഹത്തെ ക്ഷിപ്രകോപിയാക്കിയിരുന്നു. അങ്ങനെയാണവർ ഈ വീട്ടിൽ താമസത്തിനെത്തിയത്. ഇവിടേക്ക് വരുമ്പോൾ മസി ഹംദാനിയെ അവർ ഒപ്പം കൂട്ടി. അന്നൊന്നും അദ്ദേഹത്തിനിത്ര പ്രായമായിട്ടില്ലല്ലോ.

ഹംദാനിയാണീ പൂന്തോട്ടം നിർമിച്ചത്. തീർത്തും ശൂന്യതയിൽ നിന്നൊന്നുമല്ല. ചില വൃക്ഷങ്ങളൊക്കെയുണ്ടായിരുന്നു. നിലമൊക്കെ വൃത്തിയാക്കി കുളമുണ്ടാക്കി. പകൽ മുഴുക്കെ ഒരു കൊച്ചുകുഞ്ഞിനെപ്പോലെ അവിടെ കളിച്ച് നടന്നു. അയാൾ പാട്ടുപാടും. അത് കേട്ടാൽ ഭർത്താവിനു ഭ്രാന്ത് പിടിക്കും അതിനാൽ പാടുന്നതിൽ നിന്ന് അവൾ

അയാളെ വിലക്കി. അയാളെയാണ് അച്ഛൻ തനിക്ക് വിവാഹസമ്മാന മായി നൽകിയത്. തന്റെ കുട്ടിക്കാലം മുതൽ അയാളെ അറിയാമാ യിരുന്നു. അയാളെയും ഷെബെ എന്ന് പേരുള്ള മറ്റൊരു അടിമയേയും. ഷെബെ വർഷങ്ങൾക്ക് മുമ്പ് മരിച്ചുപോയി. ദൈവത്തിന്റെ കാരുണ്യം അയാളിൽ എന്നുമുണ്ടാകട്ടെ.

പത്ത് വർഷം മുമ്പായിരുന്നു സയ്യിദുമായുള്ള വിവാഹം. ആ വിവാഹസമയത്ത് മസി ഹംദാനിയെ അവൾ സ്വതന്ത്രനാക്കി. അതും ഒരു സമ്മാനമായിരുന്നു. അക്കാലത്തെ നിയമം ആളുകളെ വിൽക്കു ന്നതും വാങ്ങുന്നതുമെല്ലാം വിലക്കിയിരുന്നു എങ്കിലും, അടിമകളാ യിരുന്നവരെ അവരുടെ കടമകളിൽ നിന്ന് സ്വതന്ത്രനാക്കണം എന്നൊന്നും അത് പറഞ്ഞിരുന്നില്ല. മസി ഹംദാനിക്ക് സ്വാതന്ത്ര്യം കൊടുത്തപ്പോൾ അയാൾ അത് സ്വീകരിച്ചില്ല. അയാൾ ഇവിടെ തന്നെ തുടർന്നു. ഈ പൂന്തോട്ടത്തിൽ. തന്റെ ഗാനങ്ങളുമാലപിച്ച്. പാവം വൃദ്ധൻ.

"അയാൾക്ക് ഹംദാനി എന്ന് പേരുവരാൻ കാരണമെന്തെന്ന് അറിയാമോ എന്നവർ ചോദിക്കുന്നു." ആമിന പറഞ്ഞു. അവളുടെ കണ്ണിലപ്പോൾ തിളക്കമുണ്ടായിരുന്നില്ല. "അയാളുടെ അമ്മയാണ തിനു കാരണം. അമ്മ ഒരു അടിമയായിരുന്നു. അവർക്ക് കുറേ വയ സ്സായതിനു ശേഷമാണീ കുഞ്ഞ് പിറന്നത്. അതിന്റെ നന്ദിസൂചക മായാണമ്മ ഹംദാനി എന്ന് വിളിച്ചത്. അമ്മ മരിച്ചപ്പോൾ യജമാനത്തി യുടെ പിതാവ്, ഹംദാനിയെ, അവരുടെ ഉടമയായിരുന്ന കുടുംബ ത്തിൽ നിന്ന് വാങ്ങി. അതൊരു ദരിദ്ര കുടുംബമായിരുന്നു. കടത്തിൽ മുങ്ങിക്കിടക്കുകയായിരുന്നുവർ."

മൂവരും നിശ്ശബ്ദരായി. ആ നിശ്ശബ്ദതയിൽ യജമാനത്തി യൂസു ഫിനെ നിരീക്ഷിച്ചു. സന്തോഷത്തോടെ പുഞ്ചിരിച്ചു. കഥ തുടരു മ്പോഴും ആ പുഞ്ചിരി മാഞ്ഞില്ല. എന്നാൽ ഇത്തവണ സംസാരം ദീർഘിപ്പിച്ചില്ല.

"അടുത്ത് വന്ന് ഇരിക്കാമോ എന്ന് അവർ ചോദിക്കുന്നു." ആമിന പറഞ്ഞു.

അവളുടെ കണ്ണിൽ നോക്കി എന്ത് വേണം എന്ന ചോദ്യമെറി യാൻ അവനൊന്ന് ശ്രമിച്ചു. പക്ഷേ അവൾ അവനെ നോക്കിയില്ല. യജമാനത്തി അവരിരിക്കുന്നതിൽ നിന്ന് ഒരടി ദൂരെ കമ്പളത്തിൽ ഒന്ന് തട്ടി. അവനെ നോക്കി പുഞ്ചിരിച്ചു. അവന്റെ ലജ്ജ മാറ്റാ നെന്നതുപോലെ പുഞ്ചിരിച്ചു. അവൻ അവിടേക്ക് നീങ്ങിയിരുന്നു. അവർ അവന്റെ കൈ പിടിച്ചു. അത് തന്റെ മുഖത്തെ മുറിവിൽ വച്ചു. അതിനു മുകളിൽ തന്റെ കയ്യും വച്ചു. അവർ കണ്ണടച്ച്, ചീറ്റുന്നതു പോലെ ഒരു സ്വരമുണ്ടാക്കി. ആശ്വാസത്തിനും ആനന്ദത്തിനും ഇട യിലുള്ള ഒരു സ്വരം. അവർക്കരികിലിരുന്നപ്പോൾ അവരുടെ മുഖവും

കഴുത്തും നനഞ്ഞിരിക്കുന്നത് കണ്ടു. നല്ല ഉറച്ച മാംസപേശികളാണ വിടെയുള്ളത് എന്നും കണ്ടു. ഒരു നിമിഷം കഴിഞ്ഞപ്പോൾ അവർ കൈ വിട്ടു. അവൻ ഉടൻ എഴുന്നേറ്റ് പഴയ സ്ഥാനത്തേക്ക് നീങ്ങി.

‘‘നീ പ്രാർത്ഥിച്ചില്ല എന്നാണവർ പറയുന്നത്.’’ ആമിന സ്വരം താഴ്ത്തി പറഞ്ഞു. അങ്ങ് ദൂരെ എവിടെനിന്നോ ആണ് ആ സ്വരം വരുന്നതെന്ന് തോന്നി. അവൻ പതിവുപോലെ എന്തൊക്കെയോ പിറുപിറുത്തു. മാറി ഇരുന്നു. യജമാനത്തിയുടെ മുഖത്തിന്റെ ചൂട് അവന്റെ കൈകളിൽ നിന്ന് അകന്നുപോയിരുന്നില്ല.

അതിനു ശേഷമാണ് അവൻ ഖലീലിനോട് ആമിനയെക്കുറിച്ച് ചോദിച്ചത്. ഖലീൽ കുറച്ച് നേരം അവനെ തുറിച്ച് നോക്കി. ആ നോട്ടത്തിൽ നിറയെ വെറുപ്പായിരുന്നു. അവന്റെ മെലിഞ്ഞ മുഖം പുളയുന്നത് കണ്ടു. നിന്ദയുടെ വെറുപ്പിന്റെ വിദ്വേഷത്തിന്റെ പുള ച്ചിൽ. അവൻ തന്റെ മുഖത്ത് തുപ്പിയേക്കാം എന്ന് യുസൂഫിനു തോന്നി.

‘‘അവൾക്ക് വേണ്ടി അവൾ തന്നെ സംസാരിക്കട്ടെ.’’ ഖലീൽ പറഞ്ഞു.

കൗണ്ടറിനു മുകളിൽ പഞ്ചസാരപ്പൊതികൾ അടുക്കിവയ്ക്കുക യായിരുന്നു അവൻ. അത്രയും പറഞ്ഞ് ആ ജോലിയിലേക്ക് മടങ്ങി. അവർക്കിടയിൽ പിന്നെയും നിശ്ശബ്ദത സ്ഥാനം പിടിച്ചു. ആ ദിവസം മുഴുക്കെ അത് തുടർന്നു. അതിനെ ലംഘിക്കാൻ യൂസുഫിനൊട്ടും ഉദ്വേഗം തോന്നിയില്ല. ചില നിമിഷങ്ങളിൽ ഖലീൽ സംസാരിക്കാ നൊരുമ്പെടുകയാണെന്നൊരു തോന്നൽ അവനിലുണ്ടായി. അവന്റെ കോപത്തിനും ആകാംക്ഷയ്ക്കും ഒരു ബഹിർഗമനമാർഗ്ഗമൊരുക്കാ നൊരുങ്ങുകയാണെന്ന്. താൻ ചെയ്തുകൊണ്ടിരിക്കുന്നതിൽ അവ നപ്പോൾ ഒരു വാശി തോന്നി. ഒരു മർക്കടമുഷ്ടി. എത്ര ദൂരം അതെത്തു മെന്നറിയില്ലെങ്കിലും താൻ പിന്മാറാൻ ഒരുക്കമല്ല എന്നൊരു മർക്കട മുഷ്ടി. ചുരുങ്ങിയത് ചില രഹസ്യങ്ങളും മന്ത്രണങ്ങളും എന്തു കൊണ്ടെന്ന് അവനിപ്പോൾ അറിയാം. അല്ലെങ്കിൽ അറിയാനാകും. അതിലുപരി ആമിനയെ കാണുന്നതിൽ വിശദീകരിക്കാനാകാത്ത ഒരു ആനന്ദവും അവനിലുണ്ട്. ഇങ്ങനെയൊക്കെ പ്രവർത്തിക്കാ നുള്ള ധൈര്യം എവിടെ നിന്ന് ലഭിച്ചു എന്നവനറിയില്ല. ഖലീൽ എന്ത് പറഞ്ഞു എന്നത് കണക്കിലെടുക്കാതെ, തനിക്കെന്തെറിയാം താൻ സ്വയം എന്ത് പറഞ്ഞു എന്നൊന്നും കണക്കിലെടുക്കാതെ, എപ്പോഴൊക്കെ അകത്തേക്ക് വിളിച്ചോ അപ്പോഴൊക്കെ താനിനിയും പോകും എന്ന് അവൻ ഉറപ്പിച്ചു.

പിറ്റേന്ന് അവൻ മസി ഹംദാനിക്കരികിലെത്തി. ഹംദാനി തന്റെ പ്രാർത്ഥനാപുസ്തകങ്ങളുമായി ഈന്തപ്പനമരച്ചുവട്ടിലായിരുന്നു. അവൻ അരികിൽ വന്നത് വൃദ്ധനിഷ്ടമായില്ല. അയാളൊന്ന് തുറിച്ചു

നോക്കി. എഴുന്നേറ്റ് മറ്റൊരിടത്തേക്ക് മാറിയിരിക്കാൻ തയ്യാറെടുക്കുകയാണെന്ന പോലെനോക്കി.

"അവിടെയിരിക്കൂ." യൂസുഫ് സ്നേഹത്തോടെ പറഞ്ഞു.

ആ സ്വരം കേട്ടപ്പോൾ അയാൾ അവിടെ തന്നെയിരുന്നു. മസി ഹംദാനി ഒരു നിമിഷം കാത്തു. അയാളുടെ മുഖത്തെ വലിഞ്ഞ് മുറുകിയ മാംസപേശികൾ അയഞ്ഞു. എന്നിട്ടും അയാൾ അക്ഷമയോടെ തന്നെയാണ് തലയാട്ടിയത്. മറ്റൊരാളുടെ വാക്ക് കേൾക്കാൻ താനിനി തയ്യാറില്ല എന്ന മട്ടിൽ. എന്താണെന്ന് വച്ചാൽ വേഗം പറയൂ എന്ന ഭാവത്തിൽ.

"യജമാനത്തി സ്വാതന്ത്ര്യം അനുവദിച്ചിട്ടും അത് സ്വീകരിക്കാതിരുന്നതെന്തുകൊണ്ടാണ്?" യൂസുഫ് ചോദിച്ചു. ആ സ്വരത്തിൽ അപ്പോഴുണ്ടായിരുന്നത് നീരസമാണ്.

വൃദ്ധൻ ഒന്നും മിണ്ടാതെ കുറേ നേരമിരുന്നു. നിലത്തേക്ക് നോക്കി ഇരുന്നു. കുറച്ച് കഴിഞ്ഞപ്പോൾ പുഞ്ചിരിച്ചു. പ്രായാധിക്യത്താൽ മഞ്ഞച്ചുപോയ പല്ലുകൾ കാണിച്ച് ചിരിച്ചു. ഈ ജീവിതം എന്നെ കണ്ടെത്തിയതു തന്നെ ഇങ്ങനെയല്ലേ?

അത് ഒരു ഒഴിഞ്ഞുമാറാലാണെന്ന് യൂസുഫ് കരുതി. അതിനാൽ ആ ചോദ്യത്തിൽ, ആ ഉത്തരത്തിൽ അവൻ സംതൃപ്തനായില്ല. അവൻ തലയാട്ടി. "നിങ്ങൾ അവരുടെ അടിമയായിരുന്നു. ഇപ്പോഴു മതെ. അങ്ങനെത്തന്നെ തുടരണമെന്നാണോ ആഗ്രഹിക്കുന്നത്? അവർ സ്വതന്ത്രയാക്കിയിട്ടും അത് സ്വീകരിക്കാഞ്ഞതെന്തേ?"

മസി ഹംദാനി നിശ്വസിച്ചു. "നിനക്കൊന്നും അറിയില്ലേ?" പരുഷ സ്വരത്തിലായിരുന്നു ആ ചോദ്യം. അതിനുശേഷം അയാൾ ഒന്നും പറഞ്ഞില്ല. അയാൾക്കൊന്നും പറയാനുമില്ല എന്ന ഭാവം വരുത്തി. പക്ഷേ കുറച്ച് കഴിഞ്ഞപ്പോൾ വീണ്ടും സംസാരിച്ചു.

"ഒരു സമ്മാനം എന്ന നിലയിൽ അവർ എനിക്ക് സ്വാതന്ത്ര്യം അനുവദിച്ചു. ശരിയാണ്. അവരത് ചെയ്തു. അവരത് ചെയ്യണം എന്ന് ആരാണ് പറഞ്ഞത്? നീ പറയുന്ന ഈ സ്വാതന്ത്ര്യം എന്തെന്ന് എനിക്കറിയാം. ജനിച്ച നിമിഷത്തിൽ തന്നെ എനിക്കതുണ്ടായിരുന്നു. നീ എന്റേതാണ്, എനിക്ക് നിങ്ങളോട് കടപ്പാടുണ്ട് എന്നൊക്കെ ഇവർ പറയുന്നത് മഴ പെയ്തുപോകുന്നതുപോലെയാണ്. അതല്ലെങ്കിൽ അസ്തമയം പോലെ. സൂര്യൻ പ്രഭാതമായാൽ വീണ്ടും ഉദിക്കും. അവർക്കിഷ്ടപ്പെട്ടാലും ഇല്ലെങ്കിലും ഉദിക്കും. സ്വാതന്ത്ര്യവും അങ്ങനെ തന്നെ. അവർക്ക് ഒരാളെ അടച്ചിടാനാകും. ചങ്ങലയ്ക്കിടാനാകും. നിങ്ങളുടേതായ എല്ലാവിധ ചെറിയ ഇഷ്ടങ്ങളേയും അപമാനിക്കാനാകും. പക്ഷേ സ്വാതന്ത്ര്യം അപഹരിക്കാനാകില്ല. നിങ്ങളുമൊത്തുള്ള അവരുടെ എല്ലാ ഇടപാടുകളും അവസാനിച്ചാലും നിങ്ങളെ

സ്വന്തമാക്കുന്നതിൽ നിന്ന് വളരെ ദൂരെയാകും അവർ. നിങ്ങൾ ജനിച്ച അന്ന് എങ്ങനെയായിരുന്നോ അതുപോലെ. ഞാൻ പറയുന്നത് നിനക്ക് മനസിലാകുന്നുണ്ടോ? എന്നെ ഏല്പിച്ചിരിക്കുന്ന ജോലി ഇതാണ്. ഇതിലും സ്വതന്ത്രമായ ഒന്ന് അതിനകത്തിരിക്കുന്നവർക്ക് എനിക്ക് തരാനാകുമോ?'

ഇതൊരു വൃദ്ധഭാഷണം മാത്രം എന്ന ചിന്തയാണപ്പോൾ യൂസുഫിലുണ്ടായത്. അതിൽ ജ്ഞാനമുണ്ടെന്നതിൽ സംശയമില്ല. എന്നാൽ അത് ഷണ്ഡത്വത്തിന്റെ സഹനശീലത്തിന്റെ ജ്ഞാനമാണ്. അതിന്റെ മാർഗ്ഗത്തിലൂടെ നോക്കിയാൽ ഒരു പക്ഷേ ഈ ജ്ഞാനം പ്രകീർത്തിക്കപ്പെടേണ്ടതാകാം. പക്ഷേ മുറാളർ ഇപ്പോഴും നിങ്ങളെ കാത്ത് ഇരിക്കുമ്പോൾ അല്ല. അവർ അവരുടെ വൃത്തികെട്ട, നാറുന്ന, ഉച്ഛ്വാസങ്ങൾ നിങ്ങളിലേക്കെത്തിക്കുമ്പോഴല്ല. അവൻ നിശ്ശബ്ദത പാലിച്ചു. വൃദ്ധനെ താൻ ദുഃഖിതനാക്കി എന്നവനറിയാമായിരുന്നു. തന്നോട് അയാൾ ഇതുവരെ ഇത്രയും ദീർഘം സംസാരിച്ചിട്ടേയില്ല എന്നും അവനറിയാം. താനത് ചെയ്യരുതായിരുന്നു എന്നൊരു ചിന്ത അവനിലുണ്ടായി.

''നാടെവിടെയാണ്?'' യൂസുഫ് ഫോദിച്ചു.

അയാളെ ഒന്ന് സമാധാനിപ്പിക്കാനും സന്തോഷിപ്പിക്കാനുമായാണ് അത് ചോദിച്ചത്. അയാളുടെ അമ്മയെക്കുറിച്ചറിയാനുള്ള താത്പര്യവും അതിനു പുറകിലുണ്ടായിരുന്നു. തനിക്ക് എന്ത് സംഭവിച്ചു എന്ന് മസി ഹംദാനിയോട് പറയണം. തനിക്ക് തന്റെ അമ്മയെ നഷ്ടപ്പെട്ടതെങ്ങനെ എന്ന്. മറുപടിയൊന്നും പറയാതെ മസി ഹംദാനി തന്റെ പുസ്തകമെടുത്തു. ഒരു നിമിഷം കഴിഞ്ഞപ്പോൾ യൂസുഫിനോട് തന്നെ വെറുതെ വിടണം, നീ പോകണം, എന്ന് ആംഗ്യം കാണിച്ചു.

2

മൂന്ന് ദിവസം അവൻ എന്നും സായാഹ്നത്തിൽ അകത്ത് പോയി. ഖലീലിന്റെ നിശ്ശബ്ദ അധിക്ഷേപത്തെ ധീരമായി നേരിട്ടു. ഖലീലിനെക്കൊണ്ട് സംസാരിപ്പിക്കാനുള്ള അവന്റെ എല്ലാ ശ്രമങ്ങളും പരാജയപ്പെട്ടു. ഇടപാടുകാരും വ്യഗ്രതയോടെ അവർക്കിടയിൽ എന്താണ് പ്രശ്നം എന്ന് ചോദിക്കാൻ തുടങ്ങി. മൂന്നാം ദിവസം യൂസുഫ് പൂന്തോട്ടത്തിലേക്കുള്ള ഇരുട്ടിലേക്കിറങ്ങിയപ്പോൾ ഖലീൽ അവനെ വിളിച്ചു. യൂസുഫ് ഒരു നിമിഷം നിന്നു. പിന്നെ ആ വിളി അവഗണിച്ചു. എന്നിട്ട് നടന്ന് നീങ്ങി. തനിക്കായി തുറന്ന് കിടക്കുന്ന വാതിൽക്കലേക്കുള്ള ഇരുട്ടുവഴിയിലൂടെ നടന്നു. യജമാനത്തിയുടെ ചോദ്യങ്ങൾക്കെല്ലാം ഉത്തരം പറഞ്ഞു. തന്റെ അമ്മയെക്കുറിച്ച്. ഉൾനാടുകളിലേക്കുള്ള യാത്രയെക്കുറിച്ച്. ആ മലനാട്ടിൽ അവൻ ചിലവഴിച്ച

കാലങ്ങളെക്കുറിച്ച്. അവർ ചുമർ ചാരി നിന്നു. അവൻ പറയുന്നത് കേട്ട് പുഞ്ചിരിച്ചു. ആമിന വിവർത്തനം ചെയ്തുകൊണ്ടിരുന്നപ്പോഴും അവരുടെ കണ്ണുകൾ അവനിലായിരുന്നു. ചിലപ്പോഴൊക്കെ അവരുടെ ഷാൾ ചുമലിലേക്ക് വഴുതി വീഴും. അവരുടെ ക്ഷതമേറ്റ കഴുത്തും മാറിടവും വെളിപ്പെടുത്തും. അത് തിരികെ സ്ഥാനത്തിടാൻ അവർക്കൊരു വ്യഗ്രതയുമുണ്ടായില്ല. അവർ ചാരിയിരിക്കുന്നത് കാണുമ്പോഴൊക്കെ അവനിൽ തണുത്ത ഏകാന്തത പടരാൻ തുടങ്ങി. അവനും ചോദ്യങ്ങളുമായെത്തിത്തുടങ്ങി. ചോദ്യങ്ങൾ ആമിനയോടായിരുന്നു. അവളത് നീളൻ മറുപടികളോടെ വഴിതിരിച്ച് വിട്ടു. ആ മറുപടിയിൽ യജമാനത്തിയെക്കുറിച്ചുള്ള വിശദവിവരങ്ങളാകും. അതെല്ലാം കേട്ട് ഇരിക്കുന്നതിൽ അവന് സന്തോഷമേയുണ്ടായിരുന്നുള്ളൂ.

“വളരെ ചെറുപ്പത്തിലേ ഈ മുറിവ് അവരിലുണ്ട്. ആദ്യ ഭർത്താവുമായി വിവാഹം കഴിഞ്ഞ അവസരം മുതൽ.” ആമിന പറഞ്ഞു. “ആദ്യമൊക്കെ വെറുതെ ഒരു ചെറിയ പാട് മാത്രമായിരുന്നു. എന്നാൽ കാലം ചെന്നപ്പോൾ അതിന്റെ വലിപ്പം വർദ്ധിച്ചു. അതൊരു മുറിവായി തുടങ്ങി. ആ മുറിവിന്റെ ആഴം വർദ്ധിച്ചു. അങ്ങനെ അത് അവരുടെ ഹൃദയം വരെയെത്തി. വലിയ വേദനയാണത് നൽകുന്നത്. ജനങ്ങൾക്കിടയിൽ ഇറങ്ങാൻ അവർക്കാകാത്തത്ര വേദന. ജനങ്ങളാകട്ടെ, അവരുടെ ഈ വൈരൂപ്യത്തെ കളിക്കാക്കുന്നതിലാണ് കൂടുതൽ ഔത്സുക്യം കാണിച്ചത്. അവർ തീവ്രവേദനയാൽ കരഞ്ഞാൽ അവർ കൂടുതൽ കളിയാക്കും. പരിഹസിക്കും. പക്ഷേ ഇപ്പോൾ നീ നിന്റെ പ്രാർത്ഥനകളാലും സ്പർശത്താലും അവരെ സുഖപ്പെടുത്തിക്കൊണ്ടിരിക്കുന്നു. ആ ആശ്വാസം അവർക്ക് അനുഭവപ്പെടുന്നുണ്ട്.”

“നീ ഇവിടെ ആദ്യമെത്തിയപ്പോൾ അതെങ്ങനെയുണ്ടായിരുന്നു? നീ എന്താണതിനെക്കുറിച്ച് ചിന്തിച്ചത്? നീ എന്താണിവിടേക്ക് വന്നതെന്നതിനെക്കുറിച്ച് എന്തെങ്കിലും ചിന്ത നിന്നിലുണ്ടായോ?” അവൻ ആമിനയോട് ചോദിച്ചു.

“അതൊന്നും ആലോചിക്കാനുള്ള പ്രായം എനിക്ക് അപ്പോൾ ആയിട്ടുണ്ടായിരുന്നില്ല. ഞാനാകട്ടെ സംസ്കാരമുള്ളവർക്കിടയിൽ നിന്നാണ് വന്നത്. അതുകൊണ്ട് ഭയമുണ്ടായിരുന്നില്ല. എന്റെ അമ്മായി, സുലേഖ, അവരുടെ ദയയ്ക്കും ഭക്തിക്കും പേരുകേട്ടവളായിരുന്നു. ഈ പൂന്തോട്ടവും വീടുമെല്ലാം എനിക്ക് പറുദീസ പോലെയായിരുന്നു. പ്രത്യേകിച്ചും നാട്ടിൻ പുറത്തുകാരിയായ ഒരു ദരിദ്രയ്ക്ക്. ജനങ്ങൾ സന്ദർശനത്തിനെത്തിയാൽ ഈ പൂന്തോട്ടത്തിന്റെ ഭംഗി കണ്ട് അസൂയപ്പെടാറുണ്ട്. ഞാൻ പറഞ്ഞത് വിശ്വാസമാകുന്നില്ലെങ്കിൽ പട്ടണത്തിലുള്ള ആരോട് വേണമെങ്കിലും ചോദിച്ചോളൂ. എല്ലാ വർഷവും സക്കാത്തിന്റെ സമയത്ത് സുലേഖ അമ്മായി പാവങ്ങൾക്ക് വാരിക്കോരി കൊടുത്തു. ഈ വീട്ടിൽ വന്നവരാരും വെറും കയ്യുമായി

മടങ്ങിയിട്ടില്ല. സയ്യിദിന്റെ ഇടപാടുകൾക്കെല്ലാം എന്നും ദൈവാനുഗ്രഹമുണ്ടായിരുന്നു. പക്ഷേ യജമാനത്തി വിചിത്രമായ ഈ രോഗത്തിനടിമയായി. അല്ലാഹുവിന്റെ മാർഗ്ഗങ്ങൾ അങ്ങനെയൊക്കെയാണ്. അവന്റെ ജ്ഞാനത്തെ അളക്കാൻ നമ്മളാരുമല്ല.''

അവന് പുഞ്ചിരിക്കാതിരിക്കാനായില്ല.

''ഞാൻ ലളിതമായ എന്തെങ്കിലും ചോദിച്ചാൽ നീ എന്താണിങ്ങനെ വിചിത്രമായി പ്രതികരിക്കുന്നത്?''

പെട്ടെന്ന് യജമാനത്തി സംസാരിക്കാൻ തുടങ്ങി. അവരുടെ സ്വരം നിയന്ത്രണത്തിന്റെ അതിരു ലംഘിക്കാൻ തുടങ്ങിയിരുന്നു. ഒരു നിമിഷത്തിനു ശേഷം അതൊന്ന് തണുത്തു. മൃദുവായി. ആമിന ഒരു ഇടവേളയെടുത്തത് യൂസുഫറിഞ്ഞു. വിവർത്തനം ചെയ്യുന്നതിനു മുമ്പ് ഒന്ന് ശങ്കിച്ചത്.

''ഞാനിത്രയധികം സംസാരിക്കുന്നത് കേൾക്കാൻ അവർക്ക് താത്പര്യമില്ല എന്നാണവർ പറയുന്നത്. നീ പറയുന്നതാണവർക്ക് കേൾക്കേണ്ടത്. നീ എത്ര സുന്ദരമായാണ് സംസാരിക്കുന്നത് എന്നവർ പറയുന്നു. നീ പറയുന്ന വാക്കുകൾ അവർക്ക് മനസിലാകുന്നില്ലെങ്കിലും നിന്റെ സംസാരം സുന്ദരമാണെന്ന്. നീ വെറുതെയിരിക്കുമ്പോൾ പോലും നിന്റെ കണ്ണുകൾ തിളങ്ങുന്നു. നിന്റെ മുഖം തിളങ്ങുന്നു. എന്ത് ഭംഗിയാണ് നിന്റെ മുടി കാണാൻ.''

യൂസുഫ് അത്ഭുതത്തോടെ യജമാനത്തിയെ നോക്കി. അവരുടെ കണ്ണ് നിറഞ്ഞിരിക്കുന്നത് കണ്ടു. പക്ഷേ ആ മുഖത്തൊരു നിശ്ചയദാർഢ്യമുണ്ട്. അതിന്റെ തിളക്കമുണ്ട്. അവൻ ആമിനയെ നോക്കി. അവൾ പക്ഷേ മുഖം താഴ്ത്തി ഇരിക്കുകയായിരുന്നു.

''നിന്റെ ശ്വാസം അവരുടെ മുഖത്ത് പതിപ്പിക്കാനും അങ്ങനെ അവരെ സൗഖ്യപ്പെടുത്താനും അവർ ആവശ്യപ്പെടുന്നു.''

''ഞാനിപ്പോൾ പോകുന്നതാകും നല്ലതെന്ന് തോന്നുന്നു.'' കുറേ ആലോചിച്ചതിനു ശേഷം യൂസുഫ് പറഞ്ഞു. അവൻ ഭയന്നു.

''നിന്നെ കാണുന്നതേ ആനന്ദം നൽകുന്നു എന്നാണവർ പറയുന്നത്. ആ ആന്ദവും ചിലപ്പോൾ വേദനയാകുന്നു എന്ന്.'' ആമിന മുഖം താഴ്ത്തി തന്നെ പറഞ്ഞു. എന്നാൽ ആ സ്വരത്തിലെ ചിരി വ്യക്തമായിരുന്നു.

യജമാനത്തി കോപിച്ച് സംസാരിച്ചു. യൂസുഫിന് അതിലെ ഒരക്ഷരം പോലും മനസ്സിലായില്ലെങ്കിലും അവർ ആമിനയോട് അവിടെ നിന്നെഴുന്നേറ്റ് പോകാനാവശ്യപ്പെടുകയാണെന്ന് മനസ്സിലായി. ആമിന പോയ അതേ നിമിഷത്തിൽ അവനും എഴുന്നേറ്റു. എങ്ങനെ പുറത്ത് പോകണം എന്ന് നിശ്ചയമില്ലാതെ ഒരു നിമിഷം ശങ്കിച്ചു. യജമാനത്തി കോപാകുലയായി നിവർന്ന് ഇരിക്കുന്നുണ്ടായിരുന്നു.

അവരുടെ മുഖത്ത് ശോകത്തിന്റെ അലകളുണ്ട്. അവരിലെ കോപ ത്തിന്റെ കുമിളകൾ സാവധാനത്തിൽ ഇല്ലാതായി തുടങ്ങി. അവർ അവനെ അടുത്തേക്ക് വിളിച്ചു. മുറിയിൽ നിന്ന് പുറത്തിറങ്ങുന്നതിനു മുമ്പ് അവൻ അവരുടെ മുഖത്തെ ഇളം ചുവപ്പ് നിറമുള്ള മുറിവിൽ കൈവച്ചു. തന്റെ കൈവെള്ളയിൽ അത് കിടന്ന് തുടിക്കുന്നതായി അവനു തോന്നി.

മുറ്റത്തേക്കിറങ്ങുന്ന വാതിലിന്റെ നിഴലിൽ ആമിന അവനെ കാത്ത് നില്പുണ്ടായിരുന്നു. അവൾക്ക് മുന്നിൽ അവൻ നിന്നു. അവളിലേക്ക് ഒരു കൈ നീട്ടണം എന്നവൻ ആഗ്രഹിച്ചു. പക്ഷേ അങ്ങനെ ചെയ്താൽ അവൾ പിന്നെ ഒരിക്കലും അവനരികിൽ വരില്ല എന്ന് ഭയന്നു.

‘‘എനിക്ക് തിരിച്ച് പോകണം.’’ സ്വരം വളരെ താഴ്ത്തി അവൾ പറഞ്ഞു. ‘‘പൂന്തോട്ടത്തിൽ എന്നെ കാത്ത് നിൽക്കണം. കാത്ത് നിൽ ക്കണം.’’

അവൻ അതനുസരിച്ചു. എന്തിനായിരിക്കും അവളിത് ആവശ്യ പ്പെട്ടതെന്ന ചിന്തയോടെ കാത്ത് നിന്നു. ഒരു കാറ്റ് വീശി. അതിലാടി ക്കളിക്കുന്ന വൃക്ഷശിഖരങ്ങളുടെയും ചെറുപൂച്ചികളുടേയും സ്വരം അന്തരീക്ഷത്തിൽ നിറഞ്ഞു. പൂക്കളുടെ സുഗന്ധം എല്ലായിടത്തു മുണ്ടായിരുന്നു. യജമാനത്തിയെക്കുറിച്ച് അവൾ അവനു താക്കീത് തന്നേക്കാം. ഖലീലിന്റെ മുന്നറിയിപ്പുകളും നിരോധങ്ങളും അവൾ പ്രതിധ്വനിച്ചേക്കാം. അതല്ലെങ്കിൽ തനിക്കരികിലിരിക്കാനാണവൻ എന്നും സായാഹ്നത്തിലെത്തുന്നതെന്ന് അവൾക്കറിയാം എന്ന് പറ ഞ്ഞേക്കാം. അവനൊരു പച്ചപ്പരമാർത്ഥിയാണല്ലോ.

സമയം കടന്നുപോയപ്പോൾ അതൊരു അനന്തമായ കാത്തു നില്പാണെന്ന് അവനു തോന്നിത്തുടങ്ങി. അവന്റെ ആകാംക്ഷ വർ ദ്ധിച്ചു. രാത്രിയിൽ പൂന്തോട്ടത്തിൽ ഒളിച്ചു കളിക്കുന്ന അവനെ ആരെങ്കിലും കണ്ടെത്തിയേക്കാം. അവൻ മോഷണത്തിനു പദ്ധതി യിടുകയാണെന്ന് ആരോപണമുണ്ടായേക്കാം. പെട്ടെന്ന് ഒരു സ്വരം കേട്ടു. ഖലീൽ തന്നെ തിരഞ്ഞെത്തിയതാണെന്നും അവനിപ്പോൾ അനാവശ്യമായി ഒരു രംഗം സൃഷ്ടിക്കുമെന്നും അവനുറപ്പായി. പൂന്തോട്ടത്തിൽ നിന്ന് തിരിച്ച് നടക്കാൻ പല തവണ അവൻ തയ്യാ റെടുത്തു. അവസാനം വാതിൽ തുറക്കുന്ന സ്വരം വന്നു. അവൻ അതിനരികിലേക്ക് ആശ്വാസത്തോടെ നീങ്ങി.

അവനരികിലെത്തിയപ്പോൾ ശബ്ദമുണ്ടാക്കരുത് എന്ന് ആമിന ആംഗ്യം കാണിച്ചു.

‘‘എനിക്കധികനേരം ഇവിടെ നിൽക്കാനാകില്ല. അവരെന്താണ് ചെയ്യാനുദ്ദേശിക്കുന്നതെന്ന് ഇപ്പോൾ നിനക്ക് മനസ്സിലായിട്ടുണ്ടാകു മല്ലോ. അവർക്കിത് ഒരു ഒഴിയാബാധയായിരിക്കുന്നു. നീ ശ്രദ്ധി ക്കണം. അവരിൽ നിന്ന് അകന്ന് നിൽക്കണം.’’

“അവരിൽ നിന്ന് അകന്ന് നിന്നാൽ പിന്നെ എനിക്ക് നിന്നെ കാണാനാകില്ല.” അവൻ പറഞ്ഞു. ഇരുവരും നിശ്ശബ്ദരായി. “എനിക്കാകട്ടെ ഇടക്കിടെ നിന്നെ കാണണം. എന്റെ ചോദ്യങ്ങൾക്കൊന്നും നീ ഉത്തരം നൽകിയില്ലെങ്കിലും നിന്നെ കാണണം.” അവനറിയിച്ചു.

“എന്ത് ചോദ്യങ്ങൾ?” ആ ഇരുട്ടിലും അവളുടെ പുഞ്ചിരി അവൻ കണ്ടു. “ഇപ്പോൾ ചോദ്യങ്ങൾക്കൊന്നും സമയമില്ല. അവർ കേൾക്കും.”

“പിന്നിടൊരിക്കൽ...” അവൻ പറഞ്ഞു. അവന്റെ ശരീരത്തിൽ നിന്ന് വരെയപ്പോൾ സംഗീതമുതിർന്നു. “അവർ ഉറങ്ങിക്കഴിഞ്ഞാൽ നിനക്ക് പൂന്തോട്ടത്തിൽ ഉലാത്താനിറങ്ങാം.”

“അവർ കുപിതയാണ്. ഞങ്ങൾ ഒരേ മുറിയിലാണുറങ്ങുന്നത്. അവർ കേൾക്കും.”

“ഞാനിവിടെ കാത്ത് നിൽക്കാം.”

“വേണ്ട. എനിക്കറിയിയല്ല.” ആമിന വാതിലടച്ചു. ഏതാനും നിമിഷങ്ങൾ കഴിഞ്ഞപ്പോൾ അവൾ വീണ്ടുമെത്തി. “അവർ ഉറക്കം തൂങ്ങുകയാണ്. അല്ലെങ്കിൽ അങ്ങനെ അഭിനയിക്കുകയാണ്. എന്താണ് നിന്റെ ചോദ്യങ്ങൾ?”

എന്താണ് ചോദ്യങ്ങൾ എന്നതിൽ അവനും താത്പര്യമില്ലാതായിരിക്കുന്നു. അവളെ ഒന്ന് സ്പർശിക്കാൻ ശ്രമിച്ചാൽ പിന്നെയവൾ ഒരിക്കലും തനിക്കരികിൽ വരില്ല എന്ന് അവൻ ഭയന്നു.

“നീയും ഖലീലും തമ്മിൽ ഇത്ര വ്യത്യാസമെന്തുകൊണ്ട്? നിന്റെ സംസാരവും വ്യത്യസ്തമാണ്. നിങ്ങൾ സഹോദരിയും സഹോദരനുമാണെന്ന് തോന്നുകയേയില്ല. നിങ്ങൾ വ്യത്യസ്തങ്ങളായ ഭാഷയാണ് സംസാരിക്കുന്നതെന്ന് പോലും ചിലപ്പോൾ ചിന്തിക്കാറുണ്ട്.”

“ഞങ്ങൾ സഹോദരിയും സഹോദരനുമല്ല. അത് അവൻ നിന്നോട് പറഞ്ഞില്ലേ? അവനെന്തുകൊണ്ടാണത് നിന്നോട് പറയാതിരുന്നത്. രണ്ട് കൊച്ചു പെൺകുട്ടികളെ ഒരു വള്ളത്തിലേക്ക് വലിച്ചു കയറ്റാൻ ചിലരൊക്കെ ബുദ്ധിമുട്ടുന്നത് അവന്റെ പിതാവ് കണ്ടു. അവർ അധികം ആഴമില്ലാത്ത ഒരിടത്തുകൂടെ ക്ലേശിച്ച് മുന്നോട്ട് പോകുകയായിരുന്നു. ആ പെൺകുട്ടികൾ ഉച്ചത്തിൽ കരയുന്നുണ്ടായിരുന്നു. അവന്റെ പിതാവ് ബഹളം വച്ച് വെള്ളത്തിലേക്കിറങ്ങി. തട്ടിക്കൊണ്ടുപോകുന്നവർ അതിൽ ഒരു പെൺകുട്ടിയെ ഉപേക്ഷിച്ചു. പക്ഷേ മറ്റേകുട്ടിയുമായി രക്ഷപ്പെടുന്നതിൽ അവർ വിജയിച്ചു. അദ്ദേഹം എന്നെ വീട്ടിൽ കൊണ്ടുപോയി. എന്നെ പുത്രിയാക്കി ദത്തെടുത്തു. അതിനാൽ ഞങ്ങൾ സഹോദരിയും സഹോദരനുമായി വളർന്നു. പക്ഷേ ഞങ്ങൾ തമ്മിൽ രക്തബന്ധമൊന്നുമില്ല.”

“ഇത് അവൻ എന്നോട് പറഞ്ഞിട്ടില്ല. അപ്പോൾ മറ്റേ കുട്ടി? രണ്ടാമത്തെ പെൺകുട്ടി?”

''എന്റെ സഹോദരിയോ? അവൾക്കെന്ത് പറ്റി എന്നെനിക്കറിയില്ല. എന്റെ അമ്മയെക്കന്തു പറ്റി എന്നും അറിയില്ല. അച്ഛനെക്കുറിച്ച് എനിക്ക് ഓർമ്മകളൊന്നുമില്ല. ഒന്നും. ഉറങ്ങിക്കിടക്കുമ്പോഴാണ് ഞങ്ങളെ എടുത്തുകൊണ്ടുപോയതെന്നോർമ്മയുണ്ട്. കുറേ ദിവസം നടന്നതും ഓർമ്മയുണ്ട്. ഇനിയെന്തെങ്കിലും ചോദ്യങ്ങളുണ്ടോ?'' അവൾ പരിഹാസ സ്വരത്തിൽ ചോദിച്ചു. ആ ഇരുട്ടിൽ ആ വാക്കുകൾ വളരെ വ്യക്തമായി കേട്ടു. അവൻ കണ്ണടച്ചു.

''നിന്റെ വീട് ഓർമ്മയുണ്ടോ? എവിടെയാണത് എന്നോ മറ്റോ?''

''വുംബ... എന്നോ... ഫുംബ എന്നോ മറ്റോ വിളിക്കപ്പെട്ട ഒരു ഗ്രാമത്തിലായിരുന്നു എന്നോർമ്മയുണ്ട്. കടൽക്കരയിലായിരുന്നു അത്. അന്നെനിക്ക് മൂന്നോ നാലോ വയസ്സ് പ്രായം കാണും. എന്റെ അമ്മയുടെ മുഖം പോലും എനിക്കിപ്പോൾ ഓർമ്മ വരുന്നില്ല. എനിക്ക് പോകണം.''

''ഒരു നിമിഷം.'' അവൻ പറഞ്ഞു. എന്നിട്ട് കൈ നീട്ടി അവളെ തടയാൻ ശ്രമിച്ചു. അവളുടെ കൈ പിടിച്ചു. അവൾ ആ പിടിയിൽ നിന്ന് മുക്തയാകാൻ ശ്രമമൊന്നും നടത്തിയില്ല. ''അദ്ദേഹം നിന്നെ വിവാഹം കഴിച്ചതാണോ? അദ്ദേഹം നിന്റെ ഭർത്താവാണോ?''

''അതെ.''

''അല്ല.'' അവന്റെ ആ വാക്കിൽ വേദനയല്ലാതെ മറ്റൊന്നുമില്ലായിരുന്നു.

''അതെ.'' അവൾ ആവർത്തിച്ചു. ''അതും നിനക്കറിയില്ലായിരുന്നോ? അതങ്ങനെയാണെന്ന് എല്ലാവരും മനസ്സിലാക്കുന്നു. ഞാനിവിടെ ആദ്യം വന്നപ്പോൾ തന്നെ അവരെനിക്ക് അത് വിവരിച്ച് തന്നു. നീ കണ്ടെത്തിയ ആ ഏലസ്സ് ഖലീലിന്റെ പിതാവ് എന്നെ ദത്തെടുത്തപ്പോൾ എനിക്ക് തന്നതാണ്. ഒരാൾ വന്ന് ദത്തെടുക്കുന്നതിനുള്ള കടലാസുകളെല്ലാം ശരിയാക്കി. എനിക്കായി ഈ ഏലസ്സും നിർമ്മിച്ചു. അതെന്നെ എല്ലായിപ്പോഴും സംരക്ഷിക്കും എന്നദ്ദേഹം പറഞ്ഞു. അതുണ്ടായില്ല. ചുരുങ്ങിയ പക്ഷം എനിക്കെന്റെ ജീവനെങ്കിലും ലഭിച്ചുവല്ലോ. അത് ശൂന്യമായതിനാലാണ് എനിക്ക് ലഭിച്ചത് എന്നെനിക്കറിയാം. എനിക്ക് നിഷേധിക്കപ്പെട്ടതെന്തോ അതാണീ ജീവിതമെന്നതിനാൽ. സയ്യിദ്, അദ്ദേഹം, പറയുന്നത് സ്വർഗ്ഗത്തിലുള്ളവരിൽ അധികമാളുകളും ദരിദ്രരാണെന്നാണ്. അതുപോലെ നരകത്തിലധികവും സ്ത്രീകളാണെന്നും. ഭൂമിയിൽ ഒരു നരകമുണ്ടെങ്കിൽ അതിതാണ്.''

എന്ത് പറയണം എന്നവനറിയില്ലായിരുന്നു. കുറച്ച് കഴിഞ്ഞപ്പോൾ അവൻ അവളുടെ കൈ വിട്ടു. അവൾ തന്റെ പരാജയത്തെക്കുറിച്ചും ജീവിതത്തിലനുഭവിക്കുന്ന കയ്പ്പുരസത്തെക്കുറിച്ചും ഇത്രയും ശാന്തമായി പറഞ്ഞുവല്ലോ എന്ന ചിന്തയിൽ പരവശനായി. അവളുടെ

മുഖത്തെപ്പോഴും കാണുന്ന ശാന്തമായ പുഞ്ചിരികളിൽ നിന്നും ആത്മവിശ്വാസമുള്ള നിശ്ശബ്ദതകളിൽ നിന്നും അവൾ ഇത്രയധികം ക്ലേശങ്ങൾ പേറുന്നവളാണെന്ന് അവനൊരിക്കലും ഊഹിക്കാനാകില്ലായിരുന്നു.

''നീ തോട്ടത്തിൽ ജോലി ചെയ്യുന്നത് ഞാൻ കാണാറുണ്ട്. ഖലീൽ നിന്നെക്കുറിച്ച് പറഞ്ഞിരുന്നു. നീ എങ്ങനെ ഇവിടെയെത്തി എന്നും പറഞ്ഞിരുന്നു. ഈ പൂന്തോട്ടത്തിലെ തണലും വെള്ളവും മണ്ണുമെല്ലാം നിന്നെ ആ വേദനയിൽ നിന്ന് മുക്തനാക്കാൻ സഹായിക്കുന്നുണ്ടാകും എന്ന് ഞാൻ കരുതി. നിന്നിൽ നിന്ന് എന്തൊക്കെ മോഷ്ടിച്ചെടുക്കപ്പെട്ടോ അത് നൽകിയ വേദനയിൽ നിന്ന്. എനിക്ക് നിന്നോട് അസൂയയായിരുന്നു. ഒരു ദിവസം, വാതിൽക്കൽ നിൽക്കുന്ന എന്നെ നീ കാണുമെന്നും എന്നെ നിർബന്ധപൂർവ്വം പുറത്തെത്തിക്കുമെന്നും ഞാൻ കരുതി. പുറത്തിറങ്ങി കളിക്കാൻ പറയുമെന്ന്. അങ്ങനെ നീ പറയുന്നത് ഞാൻ ഭാവനയിൽ കണ്ടു. അതിനിടയിലാണ് അവർ നിന്നെ ഇവിടെ നിന്നകറ്റിയത്. അതിനു കാരണം യജമാനത്തി നിന്നെപ്രതി ഉന്മത്തയായി തുടങ്ങിയതായിരുന്നു. എന്തായാലും ഇത്രയൊക്കെ മതി. ഇനി എന്തെങ്കിലും ചോദ്യങ്ങളുണ്ടോ? ഇല്ലെങ്കിൽ എനിക്ക് പോകണം.''

''ഉവ്വ്. നീ അയാളെ ഉപേക്ഷിക്കുമോ?''

അവൾ ചിരിച്ചു. അവന്റെ കവിളിൽ തലോടി. ''നീ ഒരു സ്വപ്നാടകനാണെന്ന് എനിക്കറിയാമായിരുന്നു. തോട്ടത്തിൽ നീ നടക്കുന്നത് കണ്ടപ്പോഴേ എനിക്കത് മനസ്സിലായിരുന്നു. അവർ വീണ്ടും ബഹളം തുടങ്ങുന്നതിനു മുമ്പ് ഞാൻ തിരിച്ച് പോകുന്നതാകും നല്ലത്. അവരിൽ നിന്ന് അകന്ന് നിൽക്ക്. മനസ്സിലായോ?''

''ഒരു നിമിഷം, അപ്പോൾ ഞാൻ എങ്ങനെ നിന്നെ കാണും? ഇവിടെ വരാതെ?''

''വേണ്ട. കാണാനൊക്കെ എന്തിരിക്കുന്നു, എനിക്കറിയില്ല.''

അവൾ പോയപ്പോൾ അവളുടെ വിരൽപ്പാടുകൾ തന്റെ കവിളിൽ പതിഞ്ഞിട്ടുണ്ട് എന്നവനു തോന്നി. അവൻ അവളുടെ വിരൽസ്പർശമേറ്റിടത്ത് തലോടി. അവിടം ജ്വലിക്കുന്നുണ്ടെന്നവനു തോന്നി.

3

''നീ എന്തിനാണിങ്ങനെ എല്ലാം ഇത്ര നിഗൂഢമായി വച്ചതും വല്ലാതെ രോഷം കാണിച്ചതും? എല്ലാം ലളിതമായി പറയാമായിരുന്നല്ലോ.' ഖലീലിനരികിലിരുന്ന് യൂസുഫ് പറഞ്ഞു. ഖലീൽ അപ്പോൾ പായയിൽ നിവർന്ന് കിടക്കുകയായിരുന്നു.

“എനിക്കതിനായില്ല.” ഒട്ടൊന്ന് മടിച്ചാണ് ഖലീൽ അത് പറഞ്ഞത്.

“എന്തുകൊണ്ട്?”

ഖലീൽ എഴുന്നേറ്റ് ഇരുന്നു. പുതപ്പെടുത്ത് പുതച്ച് കൊതുകുകളുടെ ആക്രമണത്തിൽ നിന്ന് രക്ഷപ്പെടാൻ ശ്രമിച്ചു. കൊതുകുകൾ അവർക്ക് ചുറ്റിലും ഓരിയിട്ട് വട്ടം ചുറ്റുന്നുണ്ടായിരുന്നു. “അതത്ര ലളിതമല്ലാത്തതിനാൽ. ഒന്നും ലളിതമല്ല. എനിക്ക് പെട്ടെന്ന് നിന്നോട് പറയാനാകുന്ന ഒന്നല്ല അത്. ഇതാ... ഇതൊന്ന് ശ്രദ്ധിക്ക്, എന്ന മട്ടിൽ പറയാവുന്നതല്ല. നീ എന്നോട് ഇത്ര കോപമെന്തിനെന്ന് ചോദിച്ചുവല്ലോ. അതിനു കാരണം നിന്നെയോർത്ത് ഞാൻ പലപ്പോഴും ലജ്ജിച്ചു എന്നതാണ്.”

“ശരി. അതിൽ ഞാൻ ക്ഷമ ചോദിക്കുന്നു. ഇനിയെങ്കിലും ലളിതമല്ലാത്തതിലെ ചിലതൊക്കെ എന്നോട് പറയാമല്ലോ.”

“അവൾ നിന്നോട് എന്തെങ്കിലും പറഞ്ഞുവോ? അവളെക്കുറിച്ച്.”

“അവളെ ആരൊക്കെയോ തട്ടിക്കൊണ്ടുപോകാൻ ശ്രമിച്ചപ്പോൾ നിന്റെ ബാ രക്ഷപ്പെടുത്തി എന്നും അതിനു ശേഷം അവളെ ദത്തെടുത്തു എന്നും പറഞ്ഞു.”

“അത്ര മാത്രമേ പറഞ്ഞുള്ളൂ? അതുകൊണ്ടായില്ല.” ഖലീൽ പിന്നെയും ദുർമുഖം കാണിച്ചു. “മെലിഞ്ഞ് നീണ്ട ആ വൃദ്ധൻ കടയുടമയ്ക്കതിനൊക്കെ ധൈര്യം എവിടെ നിന്ന് ലഭിച്ചു എന്ന് എനിക്കറിയില്ല. അവരുടെ കൈവശം തോക്കൊക്കെയുണ്ടായിരുന്നിരിക്കാം. ഒരുപക്ഷേ ഉണ്ടായിരുന്നിരിക്കാം. അയാൾ വെള്ളത്തിലേക്കെടുത്ത് ചാടി ബഹളം വച്ചു. കുട്ടികളെ വിടാൻ ആക്രോശിച്ചു. അയാൾക്കാകട്ടെ നീന്തൽ പോലുമറിയില്ലായിരുന്നു.

ഞങ്ങൾ ഒരു ചെറിയ പട്ടണത്തിലാണ് താമസിച്ചിരുന്നത്. ഇവിടെ നിന്ന് കുറേ തെക്ക്. ദരിദ്രമായിരുന്നു അവിടം. അതൊക്കെ ഞാൻ പറഞ്ഞിട്ടുണ്ടല്ലോ. കടയിൽ വരുന്നവർ അധികവും മുക്കുവരോ ചെറിയ കർഷകരോ ആകും. അവരുടെ കൈവശമുള്ള പച്ചക്കറിയും മുട്ടയുമൊക്കെ വിറ്റ്, കുറേ ആണിയോ അല്ലെങ്കിൽ കുറച്ച് തുണിയോ പഞ്ചസാരയോ വാങ്ങും. ഇടയ്ക്ക് എന്തെങ്കിലും കള്ളക്കടത്ത് സാധനങ്ങൾ ലഭിച്ചാലായി. അതിനും സ്വാഗതമുണ്ടായിരുന്നു. അവളും അത്തരത്തിൽ ഒരു വില്പനച്ചരക്കായിരുന്നു. എവിടേയോ വിൽക്കാനായി തട്ടിക്കൊണ്ടുപോന്നവൾ. അവളുടെ സഹോദരിയെ വിറ്റതുപോലെ. അവൾ വന്നത് എനിക്കോർമ്മയുണ്ട്. കരഞ്ഞ്, മുഖം വീർത്ത്, മേലാകെ അഴുക്കായി... ഭീകര രൂപത്തിൽ. അവളുടെ കഥ ആ പട്ടണത്തിലുള്ളവർക്കെല്ലാം അറിയാം. ആരും അവളെ അന്വേഷിച്ചെത്തിയില്ല. അതിനാൽ അവൾ ഞങ്ങൾക്കൊപ്പം ജീവിച്ചു. ബാ അവളെ കിഫ ഉറോൻഗൊ എന്ന് വിളിച്ചു. കൃമികീടം എന്ന്.” ഖലീൽ ഒന്ന് പുഞ്ചിരിച്ചു.

''പ്രഭാതത്തിൽ പ്രാതലിനു തയ്യാറായാൽ ബാ അവളെ വിളിക്കും. അവളായിരിക്കും റൊട്ടി കൊണ്ടുവരുന്നത്. അവൾ ബായ്ക്കരികിലിരിക്കും. ബാ റൊട്ടിത്തുണ്ടുകൾ അവൾക്ക് കൊടുക്കും. ഒരു കൊച്ചു പക്ഷിയെപ്പോലെയായിരുന്നു അവൾ. എന്നും ചാമ കൊണ്ടുള്ള റൊട്ടിയും നെയ്യും. ബാ അവൾക്കായി പൊട്ടിക്കുന്ന ചെറുതുണ്ടുകൾക്കായി അവൾ അരികിൽ വാ പൊളിച്ച് ഇരിക്കും. അമ്മ ജോലിയിലായിരിക്കുമ്പോൾ അമ്മയ്ക്ക് പുറകിൽ നടക്കും. ഞാൻ പുറത്ത് പോകുമ്പോൾ എനിക്കൊപ്പം വരും. പിന്നെയൊരു ദിവസം അവൾക്കും നമ്മുടെ പേരുകൊടുക്കണം എന്ന് ബാ പറഞ്ഞു. അങ്ങനെ അവൾ ഞങ്ങളിൽ ഒരുവളായി. ദൈവം നമ്മെയെല്ലാം രക്തത്തിന്റെ തുള്ളികളിൽ നിന്നാണ് നിർമ്മിച്ചത്. കട്ടപിടിച്ച രക്തം. അദ്ദേഹം പറയാറുണ്ടായിരുന്നു. ഞങ്ങളേക്കാൾ നന്നായി സംസാരിക്കാൻ അവൾക്കാകുമായിരുന്നു. നിന്നെപ്പോലെ അവളും മസ്വാഹിലിയാണ്. എന്നാൽ നിന്നിൽ നിന്ന് കുറച്ച് വ്യത്യസ്തമാണവളുടെ സംസാരം എന്നു മാത്രം.

അപ്പോഴാണ് സയ്യിദ് വരുന്നത്. ആ ഭാഗം ലളിതമാണ്. അന്നവൾക്ക് എഴു വയസ്സ്. എന്റെ പാവം ബാ, വിഡ്ഢിയായ ബാ, അദ്ദേഹത്തിൽ അല്ലാഹുവിനു കരുണയുണ്ടാകട്ടെ, താൻ കൊടുക്കാനുള്ള പണത്തിനു പകരമായി അവളെ നൽകാം എന്ന് സയ്യിദിനോട് പറഞ്ഞു. ഞാൻ പണയവസ്തുവായി. അവൾക്ക് വിവാഹപ്രായമാകുന്നതുവരേക്കുള്ള പണയവസ്തു. അതല്ലെങ്കിൽ അതിനു മുമ്പ് കടം വീട്ടി എന്റെ ബാ എന്നെ മോചിപ്പിക്കണമായിരുന്നു. അതായിരുന്നു വ്യവസ്ഥ. പക്ഷേ ബാ മരിച്ചു. മായും സഹോദരങ്ങളും അറേബ്യയിലേക്ക് പോയി. എന്നെ ഞങ്ങളുടെ നാണക്കേടിന്റെ ഭാഗമായി ഇവിടെ ഉപേക്ഷിച്ചു. മൊഹമ്മദ് അബ്ദുള്ള ഞങ്ങളെ കൊണ്ടുവരാനായെത്തിയപ്പോൾ അയാൾ അവളുടെ വസ്ത്രമെല്ലാം ഉരിഞ്ഞെറിഞ്ഞു. അയാളുടെ അഴുകി വൃത്തികെട്ട കൈകൾ കൊണ്ട് അവളെ തടവി.''

ഖലീൽ തേങ്ങിക്കരയാൻ തുടങ്ങി. അവന്റെ കവിളിലൂടെ കണ്ണുനീരൊഴുകി.

''എനിക്ക് വേണമെങ്കിൽ ഇവിടെ തന്നെ തുടരാം എന്ന് വിവാഹശേഷം സയ്യിദ് എന്നോട് പറഞ്ഞു. അതിനാൽ ഞാനിവിടെ തുടർന്നു. ബാ വിറ്റ അവൾക്ക് വേണ്ടി. അവളെ സേവിക്കാനായി. അല്ലാഹു ബായുടെ ആത്മാവിനു നിത്യശാന്തി നൽകട്ടെ.''

''പക്ഷേ നിങ്ങളിരുവരും ഇനിയും ഇവിടെ തുടരേണ്ടതൊരു ആവശ്യമൊന്നുമല്ലല്ലോ. അവൾക്ക് വേണമെങ്കിൽ അവിടെ നിന്നിറങ്ങിപ്പോരാം. അവളെ തടയാൻ ആർക്കാകും?'' യൂസുഫ് ചോദിച്ചു.

''നീ വലിയ ധീരനാണ് അനുജാ.'' ഖലീൽ ചിരിച്ചു. കരച്ചിലിനിടയിലും ചിരിച്ചു. ''നമുക്കൊക്കെ വേണമെങ്കിൽ ഇവിടെ നിന്നോടി

പ്പോയി ഏതെങ്കിലും മലനിരകളിൽ ജീവിക്കാം. വിട്ടുപോകണോ വേണ്ടയോ എന്ന് അവൾ തീരുമാനിക്കേണ്ടതാണ്. സയ്യിദിന്റെ സമ്മത ത്താലല്ലാതെ അവൾ വിട്ടുപോകുന്നു എങ്കിൽ ഞാൻ വീണ്ടും പണയ വസ്തുവാകും. അതല്ലെങ്കിൽ ഞാൻ കടം വീട്ടണം. അതാണ് കരാർ. അതാണ് അഭിമാനം ആവശ്യപ്പെടുന്നതും. അതിനാൽ അവൾ പോകില്ല. അവൾ ഇവിടെയുള്ളിടത്തോളം കാലം ഞാനുമുണ്ടാകും.''

''അഭിമാനത്തെക്കുറിച്ചൊക്കെ എങ്ങനെ സംസാരിക്കാനാകുന്നു?''

''അതല്ലാതെ ഞാൻ എന്തിനെക്കുറിച്ച് പറയണം? എന്റെ പാവം ബായും... അല്ലാഹു അദ്ദേഹത്തിനോട് കരുണയുള്ളവനാകട്ടെ, സയ്യിദും ചേർന്ന് എന്നിൽ നിന്ന് എല്ലാമെടുത്ത് മാറ്റി. അവരല്ലെ ങ്കിൽ പിന്നെ ആരാണെന്നെ നീ ഇപ്പോൾ കാണുന്ന തരത്തിലുള്ള, ഒന്നിനും കൊള്ളാത്ത ഭീരുവാക്കി മാറ്റിയത്? ഒരുപക്ഷേ എന്റെ പ്രകൃതം അതായിരിക്കാം. അതല്ലെങ്കിൽ നമ്മളൊക്കെ ജീവിക്കുന്ന തങ്ങനെയാകാം. നമ്മുടെ ആചാരം. രീതി. പക്ഷേ അവളുടെ കാര്യമോ? അവർ അവളുടെ ഹൃദയം തകർത്തു. അതിനെക്കുറിച്ചൊക്കെ എന്ത് പറയാനാണ്? അതിനെ അഭിമാനം എന്ന് വിളിക്കാൻ നീ ആഗ്രഹി ക്കുന്നില്ലെങ്കിൽ നിനക്കിഷ്ടമുള്ള പദമുപയോഗിച്ച് വിളിച്ചോളൂ.''

''നിന്റെ അഭിമാനത്തിലൊന്നും എനിക്ക് താത്പര്യമില്ല.'' യൂസുഫ് കോപിച്ചു. ''ഒളിച്ചിരിക്കാൻ പറ്റിയ മറ്റൊരു കുലീന വാക്ക് മാത്രമാ ണത്. ഞാനവളെ ഇവിടെ നിന്ന് കൊണ്ടുപോകുന്നു.''

ഖലീൽ പായയിൽ നിവർന്ന് കിടന്നു.

''സയ്യിദ് അവളെ വിവാഹം കഴിച്ച രാത്രിയിൽ ഞാൻ സന്തോഷ വാനായിരുന്നു. അന്ന് നമ്മൾ കണ്ട ആ ഇന്ത്യക്കാരുടെ വിവാഹം പോലെ അത്ര വലിയ ഒരു കാഴ്ചയൊന്നുമായിരുന്നില്ല അത്. എങ്കിലും ഞാൻ സന്തോഷവാനായി. ഈ വിവാഹത്തിൽ സംഗീതമോ ആഭ രണങ്ങളോ ഉണ്ടായിരുന്നില്ല. അതിഥികൾ പോലുമുണ്ടായിരുന്നില്ല. അവളിനിയും കൂട്ടിലടച്ച പക്ഷിയാകില്ല എന്ന് ഞാൻ കരുതി. പൊട്ടിയ ഗാനശകലങ്ങൾ പാടുന്നവളാകില്ല എന്ന്. ചില രാത്രികളിൽ അവൾ പാടുന്നത് നീ കേൾക്കാറുണ്ടോ? വിവാഹം അവളുടെ ലജ്ജ ഇല്ലാതാക്കും. തുടച്ച് നീക്കും, എന്ന് ഞാൻ കരുതി. അവൾക്കെപ്പോൾ വേണമെങ്കിൽ അതിൽ നിന്ന് വിട്ടുപോരാം. ഇത്രയും വർഷം നിന്നെ ആരെങ്കിലും തടഞ്ഞ് നിർത്തിയോ? അവളേയും കൊണ്ട് നീ എവിടെ പോകും? നിന്നെ ഇല്ലാതാക്കാൻ സയ്യിദിനൊരു ചെറുവിരൽ പോലും അനക്കേണ്ടി വരില്ല. ജനങ്ങൾക്ക് മുന്നിൽ നീ ശപിക്കപ്പെട്ടവനാകും. ഒരു കുറ്റവാളിയാകും. ഈ പട്ടണത്തിൽ തുടർന്നാൽ പിന്നെ നിനക്ക് സുരക്ഷ എന്നൊന്നില്ലാതാകും. അവൾ നിന്നോട് എന്തെങ്കിലും പറഞ്ഞോ? അവൾ നിന്നോടൊപ്പം വരാമെന്ന് സമ്മതിച്ചോ?''

യൂസുഫ് മറുപടി പറഞ്ഞില്ല. എന്നാൽ അവനിലെ ധാർമ്മികരോഷം അടങ്ങുന്നതവനറിഞ്ഞു. ഒരാശ്വാസം ലഭിക്കുന്നത്. തന്റെ മുൻവിചാരമില്ലാത്ത തീരുമാനം വെല്ലുവിളിക്കപ്പെടുന്നു. അതിൽ ഒരുപക്ഷേ തനിക്കൊന്നും ചെയ്യാനാകില്ലായിരുക്കാം. ആമിന മുൻവാതിൽക്കൽ, ഇരുട്ടിൽ, നിൽക്കുന്ന ഓർമ്മ ഇപ്പോഴും അതേ ഊഷ്മളതയോടെ അവന്റെ മനസ്സിൽ തങ്ങിനിൽക്കുന്നു. അത് നിഷ്ക്രിയമായ എന്തോ ആയി തണുക്കുന്നത് അവനറിഞ്ഞു. നിശ്ശബ്ദമായ ഒരു നിമിഷത്തിൽ അഴിച്ചെടുക്കേണ്ടുന്ന ഒരു നിധിയായി. അവളുമൊത്ത് ഇവിടെ നിന്ന് പോകുന്നതിനെക്കുറിച്ചവനെങ്ങനെ സംസാരിക്കാനായി? അവളറിഞ്ഞാൽ അവന്റെ മുഖത്ത് നോക്കി പരിഹസിക്കും. സഹായത്തിനാളെക്കൂട്ടും. അസീസ് അമ്മാവനെക്കുറിച്ച് സംസാരിച്ചപ്പോൾ അവളുടെ വാക്കുകളിൽ വന്ന നീരസം, ഇഷ്ടക്കേട്, അവനോർമ്മ വന്നു. നരകതുല്യമായ ജീവിതം വർണ്ണിക്കുന്നതുപോലെയായിരുന്നു അത്. അവളുടെ കൈകൾ തന്റെ കവിൾ തടവുന്നു എന്നവനു തോന്നി. അതങ്ങനെ തടവിക്കൊണ്ടേയിരിക്കുന്നു. അസീസ് അമ്മാവനെ വിട്ട് തനിക്കൊപ്പം ഇറങ്ങിവരാമോ എന്ന തന്റെ ചോദ്യം കേട്ട് അവൾ ചിരിക്കുന്നു.

''ഇല്ല. അവളൊന്നും പറഞ്ഞില്ല. ഞാനൊരു സ്വപ്നാടകനാണെന്നാണവൾ കരുതുന്നതെന്ന് തോന്നുന്നു.'' കുറേ നേരം നിശ്ശബ്ദമായിരുന്നതിനു ശേഷം യൂസുഫ് പറഞ്ഞു. ഒരു നിമിഷം കഴിഞ്ഞപ്പോൾ ഖലീൽ നിശ്വസിക്കുന്നതും ഉറങ്ങാൻ തയ്യാറെടുക്കുന്നതും കേട്ടു.

രാത്രി മുഴുക്കെ ഉറക്കം ശരിയാകാത്തതിനാൽ ഉണർന്നപ്പോഴും യൂസുഫിന് ക്ഷീണം തോന്നിയിരുന്നു. കാര്യങ്ങളൊക്കെ ഇവിടെ ഇങ്ങനെ ഉപേക്ഷിക്കണോ അതോ ആമിനയോട് സംസാരിച്ച് അവളെ നിർബന്ധിക്കണോ എന്നതിനെക്കുറിച്ചുള്ള ആലോചനയിലായിരുന്നു അവൻ. വെറുപ്പോടെ, ധിക്കാരത്തോടെ, അവൾ തന്നിൽ നിന്ന് തിരിഞ്ഞ് നടക്കില്ല എന്നവൻ കരുതി. അവൾ അവളുടെ ജീവിതത്തെക്കുറിച്ചും അവന്റെ ജീവിതത്തെക്കുറിച്ചും പറഞ്ഞതും അവനെ നിരീക്ഷിച്ചുകൊണ്ടിരുന്നതും ഒന്നിച്ചൊരു ജീവിതം കൊണ്ടുപോകുന്നതിനെക്കുറിച്ചുള്ള ചിന്തകൾ അവനിൽ വരുത്തി. അവന് അവളോടുള്ള ഇച്ഛയിൽ അങ്ങനെയെന്തൊക്കെയോ ഉണ്ടായിരുന്നു. തന്റെ ആ ഇച്ഛയെക്കുറിച്ച് സംസാരിക്കാനുള്ള വാക്കുകൾ അവന്റെ കൈവശമില്ല. എന്നാൽ അത് തന്റെ ഇഷ്ടപ്രകാരം തന്നിൽ ഉയിർത്തതല്ല എന്നവനറിയാം. അവൾ സമ്മതമറിയിക്കുകയാണെങ്കിൽ ഉണ്ടായേക്കാവുന്ന ശബ്ദകോലാഹലത്തെ അപേക്ഷിച്ച് ഇതെല്ലാം ചെറിയ മർമ്മരങ്ങൾ മാത്രം. എന്തായാലും അവളോട് സംസാരിക്കണം എന്ന തീരുമാനത്തിൽ അവനെത്തി.

''ഇതാണ് നരകമെങ്കിൽ ഇവിടം വിട്ടുപോകണം. ഞാൻ ഒപ്പം വരാം. അവർ നമ്മെ ഭീരുക്കളും അനുസരണയുള്ളവരുമാക്കിയാണ് വളർത്തിയത്. നമ്മെ ദുരുപയോഗം ചെയ്യുമ്പോഴും അവരെ ബഹുമാനിക്കാനായിട്ടാണത് ചെയ്തത്. നീ വിട്ടുപോരൂ. ഞാൻ ഒപ്പം വരാം. നമ്മൾ ഇരുവരും തീർത്തും ശൂന്യതയുടെ നടുക്കാണ്. ഇതിലും മോശമായ ഒരിടം ഇനിയെവിടെയുണ്ടാകാനാണ്. ഇതിലും മോശമായ ഒരു അവസ്ഥ ഇനിയുണ്ടാകുമോ? നമ്മൾ എവിടേക്ക് പോയാലും അവിടെ ചുറ്റിലും മതിലുള്ള പൂന്തോട്ടമൊന്നുമുണ്ടാകില്ല. ആരോഗ്യമുള്ള സൈപ്രസ് മരങ്ങളും വെറുതിയിരിക്കാൻ മടിച്ച് എപ്പോഴും തലയാട്ടുന്ന കുറ്റിച്ചെടികളും പഴങ്ങൾ വിളയുന്ന വൃക്ഷങ്ങളും തിളങ്ങുന്ന പൂക്കളുമൊന്നുമുണ്ടാകില്ല. പകൽ, ഓറഞ്ച് ചെടിയുടെ ഇത്തിരി പുളിച്ച ഗന്ധം വരില്ല. രാത്രിയിൽ മുല്ലപ്പൂ മണം വരില്ല. മാതളനാരക വിത്തുകളുടെ സുഗന്ധമുണ്ടാകില്ല. ഒഴുകുന്ന ജലത്തിന്റെ സംഗീതമോ ഭംഗിയുള്ള കുളമോ ഉണ്ടാകില്ല. വെയിൽ കത്തിയെരിയുമ്പോൾ ഈന്തപ്പനകളുടെ തണലുണ്ടാകില്ല. ഇന്ദ്രിയങ്ങൾക്ക് സുഖം പകരുന്ന സംഗീതമുണ്ടാകില്ല. ഒരു തിരോധാനം പോലെയാകുമത്. പക്ഷേ അതെങ്ങനെ ഇതിലും മോശമാകും?''

അപ്പോൾ അവൾ പുഞ്ചിരിക്കും. അവന്റെ കവിളിൽ തലോടും. അവന്റെ കവിൾ അപ്പോൾ ജ്വലിക്കും. നീ ഒരു സ്വപ്നാടകനാണ്, അവൾ വീണ്ടും പറയും. എന്നിട്ട് ഇതിലും സുന്ദരമായ, ഇതിലും പൂർണ്ണമായ ഒരു പൂന്തോട്ടം നമ്മൾ ഒന്നിച്ച് നിർമ്മിക്കും എന്ന് വാഗ്ദാനം ചെയ്യും.

മാതാപിതാക്കളെക്കുറിച്ച് പിന്നെയവൾ പശ്ചാത്തപിക്കില്ല. അവനുമില്ല. അവരൊക്കെ അവനെ വർഷങ്ങൾക്ക് മുമ്പ് ഉപേക്ഷിച്ചതാണ്. സ്വന്തം സ്വാതന്ത്ര്യത്തിനായി അവനെ ഉപേക്ഷിച്ചതാണ്. ഇനി അവൻ അവരെ ഉപേക്ഷിക്കും. താൻ ബന്ധനസ്ഥനായതിനാൽ എന്തെങ്കിലും ആശ്വാസം ലഭിച്ചിട്ടുണ്ടെങ്കിൽ, താൻ സ്വയമൊരു ജീവിതം കെട്ടിപ്പെടുക്കാനിറങ്ങുമ്പോൾ അവർക്കത് നഷ്ടപ്പെടും. സമതലങ്ങളിലവൻ സ്വതന്ത്രനായി അലയുമ്പോൾ അവരെ ചെന്ന് കണ്ട്, തനിക്കൊരു ജീവിതം കെട്ടിപ്പെടുക്കാനുതകുന്ന പാഠ്യങ്ങൾ തന്നതിനു നന്ദി പറയാനും സാധ്യതയുണ്ട്.

4

അന്ന് കടയിൽ നല്ല തിരക്കുണ്ടായിരുന്നു. ഖലീൽ സന്തോഷത്തോടെ ജോലി ചെയ്തുകൊണ്ടിരുന്നു. അവന്റെ ചേഷ്ടകൾ ഏറ്റവും വിഷണ്ണരായ ഇടപാടുകാരെപ്പോലും ചിരിപ്പിച്ചു. അവൻ തന്റെ പഴയ

ഊർജ്ജസ്വലത വീണ്ടെടുത്തിരിക്കുന്നു എന്നവർ പറഞ്ഞു. ദൈവത്തിനു സ്തുതി. പരിഹാസങ്ങൾക്ക് പുതിയ പരിധികൾ നിശ്ചയിക്കപ്പെട്ടിരിക്കുന്നു. ചിലപ്പോൾ അത് അപഹാസ്യവുമാകുന്നു. എന്നാൽ അവന്റെ ആ പ്രകടനങ്ങളോട് എതിർപ്പ് പ്രകടിപ്പിക്കണം എന്ന് ആർക്കും തോന്നിയില്ല.

''ഇവനെന്ത് പറ്റി?'' ഇടപാടുകാർ ചോദിച്ചു.

യൂസുഫ് അത് കേട്ട് ചുമലൊന്ന് കുലുക്കി. പുഞ്ചിരിച്ചു. അതിനു ശേഷം ഇടത്തേ നെറ്റി തടവി. പല വിശദീകരണങ്ങളും വന്നു. യുവത്വത്തിന്റെ ആവേശം. അസ്ഥാനത്തെങ്കിലും ആരോഗ്യപരമായ സന്തോഷം. ജീവിതം നിന്നെ കെട്ടിയിടുന്നതിനു മുമ്പ് ആവോളം ആസ്വദിക്ക്, ആവോളം ചിരിക്ക്. ഹാഷിഷ് ചെയ്ത ചില കൈവേലകൾ... എന്നിങ്ങനെ പലതും. ഒരു പക്ഷേ ഇതൊന്നും അവനു ശീലമില്ലാത്തതായതിനാൽ ആ മനസ്സിൽ ഒരു പനി കയറിയതുമാകാം. തലയിൽ തേയ്ക്കാൻ ഒരു കുമ്പിൾ വെളിച്ചെണ്ണയ്ക്കായി ഒരു സ്ത്രീയെത്തി. അവൾക്ക് ഖലീൽ അനിയന്ത്രിത ആവേശത്തോടെ ഒരു തിരുമ്മൽ തന്നെ നടത്തികൊടുത്തു. ഈ യുവാവിന്റെ ലിംഗത്തിൽ ആരെങ്കിൽ കുരുമുളകരച്ച് തേച്ചോ എന്നാ സ്ത്രീ ന്യായമായും സംശയിക്കുകയുമുണ്ടായി. മട്ടുപ്പാവിലിരുന്ന വൃദ്ധർ ഇതൊക്കെ കണ്ട് ആസ്വദിച്ചു. ഖലീൽ യൂസുഫിനെ നേരിട്ട് നോക്കാൻ മടിച്ചുവെങ്കിലും അവൻ ഒളികണ്ണിടുന്നതും അവനിലെ ഉല്ലാസം നിറഞ്ഞ ഭ്രാന്തും യൂസുഫ് ശ്രദ്ധിക്കുന്നുണ്ടായിരുന്നു.

മദ്ധ്യാഹനത്തിൽ ആളൊഴിഞ്ഞപ്പോൾ ഖലീൽ ആഡംബരത്തോടെ കടയുടെ മൂലയിലേക്ക് ഒരു പെട്ടി തള്ളി നീക്കി അതിൽ ഇരുന്ന് ഉറക്കം തൂങ്ങാൻ തുടങ്ങി. അതിനു മുമ്പ് അവനങ്ങനെ ചെയ്തതായി യൂസുഫിന്റെ ഓർമ്മയിലില്ല. അതവന്റെ ഭ്രാന്തിന്റേയും ഉന്മത്തമായ കോപത്തിന്റേയും മറ്റൊരു ഭാവമാണെന്ന് യൂസുഫിനു മനസ്സിലായി. മസി ഹംദാനി ബക്കറ്റിൽ വെള്ളവുമായി നീങ്ങുന്നത് കണ്ടു. അയാൾ തന്റെ ചെറുകുളത്തിൽ വെള്ളം നിറയ്ക്കുകയാണ്. ബക്കറ്റിന്റെ ഇരുവശത്തുകൂടിയും വെള്ളം തുള്ളിത്തെറിക്കുന്നുണ്ട്. അതുമായി നടക്കാൻ ആ വൃദ്ധൻ ബുദ്ധിമുട്ടുന്നുണ്ട്. അയാൾ നടക്കുന്നിടത്ത് വെള്ളം വീണ് ചളിയാകുന്നുണ്ട്. അസൂയയോടെ, അസ്വസ്ഥതയോടെ അവൻ അയാളെ നോക്കി ഇരുന്നു. പക്ഷേ സഹായിക്കാനായി അയാൾക്കരികിലേക്ക് നീങ്ങാൻ തോന്നിയില്ല. വൃദ്ധനാകട്ടെ എല്ലായ്പ്പോഴുമെന്ന പോലെ തിരക്കിലായിരുന്നു. യൂസുഫ് ചുറ്റുവട്ടത്തുണ്ടെന്നത് ശ്രദ്ധിച്ചേയില്ല. കുറച്ച് കഴിഞ്ഞപ്പോൾ ഒന്ന് തിരിഞ്ഞു പോലും നോക്കാതെ അയാൾ അവിടെ നിന്ന് പോയി. ഒരു തേരട്ടയുടെ വേഗത്തിൽ, ആ തുറസ്സ് കടന്ന് പോയി. പ്രാർത്ഥനയ്ക്കിടയിൽ ഇടയ്ക്കിടെ അയാളുടെ സ്വരം ഉയർന്നു. എന്നിട്ടും മറ്റുള്ളവർക്ക്

ആ പ്രാർത്ഥനയിൽ അയാൾ പറയുന്നതെന്തെന്ന് കേൾക്കാനുണ്ടായിരുന്നില്ല. വാക്കുകൾ തലതിരിച്ചിട്ടാണയാൾ ചൊല്ലുന്നതെന്ന പ്രതീതി ആ ജല്പനങ്ങൾ നൽകിക്കൊണ്ടിരുന്നു.

സായാഹ്നത്തിൽ പതിവു സമയത്ത് യൂസുഫ് അകത്ത് ചെന്നു. ഇതായിരിക്കും അവസാന തവണ എന്ന് അവൻ സ്വയം പറഞ്ഞു. യജമാനത്തിക്ക് വേണ്ടി എളുപ്പത്തിൽ ഒരു പ്രാർത്ഥന ചൊല്ലും. ആമിനയെ കാണും. എന്നിട്ട് അവളോട് തനിക്കൊപ്പം വരാൻ ആവശ്യപ്പെടും. അതിനുള്ള ധൈര്യമുണ്ടെങ്കിൽ വരാൻ. മുൻവാതിൽ തുറന്ന് കിടക്കുകയായിരുന്നു. അവൻ അകത്ത് കയറി. താനെത്തിയിരിക്കുന്നു എന്നറിയിക്കാൻ ശബ്ദമുണ്ടാക്കി. വിളിച്ചു. മുറിയിൽ ചന്ദനത്തിരിയുടെ ഗന്ധമുണ്ടായിരുന്നു. യജമാനത്തി അവനെ കാത്ത് ഏകയായി ഇരിക്കുന്നുണ്ടായിരുന്നു. അവർ ആഡംബരമായി വസ്ത്രം ധരിച്ചിരിക്കുന്നു എന്നവൻ കണ്ടു. ചന്ദനനിറമുള്ള തിളങ്ങുന്ന ഒരു നീളൻ വസ്ത്രം. ചുവപ്പു നൂലുകൊണ്ട് തുന്നിയെടുത്തത്. അവർ ഷാൾ നീക്കി. മുന്നോട്ടാഞ്ഞ് ഇരുന്നു. അവനെ അരികിലേക്ക് മാടി വിളിച്ചു. തിരക്കിലായിരുന്നു അവരെന്ന തോന്നൽ ആ വിളിയിലുണ്ടായി. അവൻ രണ്ടടി മുന്നിലേക്ക് നടന്നു. നിന്നു. അവന്റെ ഹൃദയം അതിശക്തമായി മിടിക്കാൻ തുടങ്ങി. താനിപ്പോൾ ഇവിടെ നിന്ന് പോകണം എന്നത് പറയുന്നുണ്ടായിരുന്നു. അവർ ശാന്തമായി അവനോട് സംസാരിക്കാനാരംഭിച്ചു. വികാരങ്ങളാൽ ധന്യമായിരുന്നു ആ സ്വരം. സംസാരിച്ചുകൊണ്ടിരുന്നപ്പോൾ അവരുടെ പുഞ്ചിരിയുടെ മൃദുത്വം വർദ്ധിച്ചു. അവൻ എന്ത് ചെയ്യണം എന്നാണവർ ആഗ്രഹിക്കുന്നതെന്ന് യൂസുഫിനു മനസ്സിലായില്ല. എന്നാൽ അവരുടെ മുഖത്തെ ഉത്കർഷേച്ഛയും തീവ്രാഭിലാഷവും അവനു മനസ്സിലാക്കുന്നുണ്ട്. അവർ അവരുടെ കൈകൾ മാറിൽ അമർത്തി. എഴുന്നേറ്റു. ഒരു കൈ അവന്റെ ചുമലിൽ വച്ചു. അവൻ വിറച്ചു. അവൻ പിൻവാങ്ങാനൊരു ശ്രമം തുടങ്ങി. അവർ ഒപ്പം നടന്നു. തിരിഞ്ഞോടാൻ അവൻ ശ്രമിച്ചു. അവർ പുറകിൽ നിന്ന് അവന്റെ കുപ്പായത്തിൽ പിടിച്ചു. കുപ്പായം കീറിയത് അവനറിഞ്ഞു. അവൻ മുറിയിൽ നിന്ന് പുറത്തേക്കോടി. അവർ വേദനയാൽ അലറുന്നത് അവൻ കേട്ടു. പക്ഷേ അവനൊന്ന് തിരിഞ്ഞ് നോക്കുക പോലും ചെയ്തില്ല.

ഇരുട്ട് പടരുന്ന തോട്ടത്തിൽ ഖലീലിനെ കടന്നോടിയപ്പോൾ 'നീ എന്താണീ ചെയ്യുന്നത്' എന്ന് ഖലീൽ ചോദിച്ചത് അവൻ കേട്ടു. യൂസുഫ് മട്ടുപ്പാവിലിരുന്നു. അവനാകെ മരവിച്ചിരുന്നു. നിരാശനായിരുന്നു. ആ അവസ്ഥയുടെ നികൃഷ്ടത അവനു സഹിക്കാനാകുന്നുണ്ടായിരുന്നില്ല. അവനങ്ങനെ മണിക്കൂറുകളോളമിരുന്നിട്ടുണ്ടാകും എന്നവനു തോന്നി. ലജ്ജയും കോപവും അവനെ പരവശനാക്കി. ഒരുപക്ഷേ അവൻ ഉടൻ അവിടെ നിന്ന് പോകുന്നതാകും നല്ലത് എന്നൊരു

ചിന്ത അവനിലുണ്ടായി. സംഭവിച്ചതിന്റെ അലങ്കോലമായ അനന്തര ഫലങ്ങൾക്ക് തുടക്കമാകുന്നതിനു മുമ്പ് അവിടെ നിന്ന് രക്ഷപ്പെടുന്നതാകും നല്ലത് എന്ന്. പക്ഷേ അവൻ ലജ്ജാകരമായി യാതൊന്നും ചെയ്തിട്ടില്ല. തന്റെ ജീവിതം ഇങ്ങനെയാകണം എന്ന് അവരെല്ലാം കൂടി നിർബന്ധപൂർവ്വം തീരുമാനിക്കുകയായിരുന്നു. ലജ്ജാകരമായി ജീവിക്കണം എന്ന്. അവരുടെ ഉപജാപങ്ങളും വെറുപ്പും പ്രതികാര ദാഹവും ചെറിയതും ലളിതമായതുമായ ധാർമ്മികതകളെപ്പോലും പരസ്പര കൈമാറ്റങ്ങളാക്കി മാറ്റിയിരുന്നു. അവൻ ഇവിടെ നിന്ന് പോകും. അതിലും ലളിതമായ മറ്റൊരു മാർഗ്ഗമില്ല. തനിക്കുമേലുള്ള അടിച്ചമർത്തലിന്റെ ധ്വനിയുള്ള അവകാശവാദങ്ങളിൽ നിന്ന് രക്ഷപ്പെടാനാകുന്നിടത്തേക്ക് പോകും.

അതേ സമയം തന്റെ ഹൃദയത്തിലെന്നോ ഏകാന്തതയുടെ ഒരു ചെറുകണം രൂപപ്പെട്ടിരിക്കുന്നു എന്നവനറിയാം. ഒരു ചെറിയ സൗഖ്യത്തിനായി എന്തിനേയും ഇല്ലാതാക്കാൻ കെല്പുള്ള ഒരു ചെറിയതും സുഖകരമായതുമായ രൂപം. അവനു വേണമെങ്കിൽ മലനിരകളിലെ ആ പട്ടണത്തിലേക്ക് പോകാം. അവിടെയെത്തിയാൽ ഹമീദ് ധാർമ്മിക ചോദ്യങ്ങളുയർത്തി അവനെ പീഡിപ്പിക്കും. കാലാസിംഗ അയാളുടെ ഭ്രമചിന്തകളുപയോഗിച്ച് അവന്റെ ശ്രദ്ധയെല്ലാം വ്യതിചലിപ്പിക്കും. അതല്ലെങ്കിൽ മലനിരകളിലെ ആ ഏകാന്ത സ്ഥലത്തേക്ക് നീങ്ങാം. അവിടെയെത്തിയാൽ ചെറിയൊരു സന്തോഷവും സംതൃപ്തിയുമൊക്കെ അനുഭവപ്പെടും എന്നുറപ്പ്. അതുമല്ലെങ്കിൽ ചാതുവിന്റെ ഗ്രാമത്തിലേക്ക് പോകാം. അവിടെ ചെന്ന് കോമാളി വേഷം കെട്ടാം. ഇനിയും വേണമെങ്കിൽ വീറ്റുവിൽ പോകാം ഹഷീഷ് വലിക്കുന്ന മൊഹമ്മദിന്റെ അമ്മയെ കണ്ടെത്താം. അയാൾക്ക് നഷ്ടപ്പെട്ട സുന്ദരമായ ഭൂമി കണ്ടെത്താം. എവിടെ ചെന്നാലും തന്റെ മാതാപിതാക്കളെക്കുറിച്ചുള്ള ചോദ്യങ്ങളുണ്ടാകും. സഹോദരങ്ങളെക്കുറിച്ചുള്ള ചോദ്യങ്ങളുണ്ടാകും. അവനെന്ത് കൊണ്ടുവന്നു എന്നും അവനിവിടെ നിന്ന് എന്ത് കൊണ്ടുപോകാൻ ആഗ്രഹിക്കുന്നു എന്നുമുള്ള ചോദ്യങ്ങളുമുണ്ടാകും. ഈ ചോദ്യങ്ങളിൽ നിന്നെല്ലാം ഒഴിഞ്ഞ് മാറുകയല്ലാതെ കൃത്യമായ ഉത്തരമുണ്ടാകില്ല. സുഗന്ധ ദ്രവ്യങ്ങൾ വാരിപ്പൊത്തി സയ്യിദിന് വിചിത്ര ഭൂമികളിലേക്ക് യാത്ര ചെയ്യാം. നിസ്സാരവസ്തുക്കൾ മാത്രം കൈവശം വച്ച് യാത്ര ചെയ്യാം. അയാളുടെ അധീശത്വവും പ്രാധാന്യവുമെന്തെന്ന് അയാൾക്കറിയാവുന്നതിനാലാണത്. തങ്ങളുടെ കൊടിക്കൂറയ്ക്ക് കീഴെയിരിക്കുമ്പോൾ വെള്ളക്കാർ ഒന്നിനേയും ഭയക്കാറില്ല. അവർക്ക് ചുറ്റിലും ആയുധധാരികളായ പട്ടാളക്കാർ കാവൽ നിൽക്കും. യൂസുഫിനാകട്ടെ ഇങ്ങനെയൊരു ധാർമ്മിക ജ്ഞാനമോ അധീശത്വമോ, പ്രാധാന്യമോ, കൊടിക്കൂറയോ ഒന്നുമില്ല. തനിക്കറിയാവുന്ന ആ കൊച്ചു ലോകം മാത്രമേ തന്റേതായി തനിക്കുള്ളൂ എന്നവൻ മനസ്സിലാക്കുന്നു.

ഇരുട്ടിൽ നിന്ന് ഖലീൽ പ്രത്യക്ഷപ്പെട്ടു. അവനെ മർദ്ദിക്കാനെന്ന പോലെ കൈ ഉയർത്തിയാണവനെത്തിയത്.

''ഇത് വലിയ ആപത്തിലെത്തും എന്ന് ഞാൻ പറഞ്ഞിരുന്നതല്ലേ?'' അവൻ കോപിച്ചു. അവനെ വലിച്ചെഴുന്നേല്പിച്ചു.' 'നമുക്ക് ഇവിടെ നിന്ന് പുറത്ത് കടക്കാം. പട്ടണത്തിലേക്ക് പോകാം വിഡ്ഢി. പമ്പര വിഡ്ഢി. അവരെന്താണ് പറയുന്നതെന്ന് നിനക്ക് കേൾക്കണോ? നീ അവരെ ആക്രമിച്ചു എന്ന്. നീ ആക്രമിക്കാൻ ചെന്നപ്പോൾ അവർ നിന്റെ വസ്ത്രം വലിച്ച് കീറി എന്ന്. അതും അവർ ഇത്രയൊക്കെ ദയ കാണിച്ചതിനു ശേഷമാണ് നീ ഇങ്ങനെ അവരോട് പെരുമാറിയ തെന്ന്. അവരെന്നോട് പട്ടണത്തിൽ പോയി ആളുകളെ വിളിച്ചു കൊണ്ടുവരാൻ ആവശ്യപ്പെട്ടിരിക്കുന്നു. പരാതി ബോധിപ്പിക്കാനും സാക്ഷികൾക്കുമായി. അവർ നിന്നെ തല്ലിച്ചതയ്ക്കും. പിന്നെ... പിന്നെയെന്തൊക്കെയുണ്ടാകും എന്ന് നിനക്ക് തന്നെയറിയാം.''

''ഞാനവരെ സ്പർശിച്ചിട്ടില്ല.''

ഖലീൽ അവനുമേലുള്ള പിടി വിട്ടു. അവനെ മർദ്ദിക്കാൻ തുടങ്ങി. ഖലീലിനു കോപം സഹിക്കാനാകുന്നുണ്ടായിരുന്നില്ല.

''എനിക്കറിയാം. എനിക്കതറിയാം. നീ എന്തുകൊണ്ട് ഞാൻ പറഞ്ഞതൊന്നും അനുസരിച്ചില്ല?'' അവൻ അലറി. ''ഞാനവരെ സ്പർശിച്ചിട്ടില്ല. ഇതൊന്ന് നീ അവർ വിളിച്ചുകൂട്ടാനൊരുങ്ങുന്ന ജനക്കൂട്ടത്തിനോട് പറഞ്ഞ് നോക്ക്.''

''എന്ത് സംഭവിക്കും?'' യൂസുഫ് ഖലീലിനെ കോപത്തോടെ തള്ളിമാറ്റി.

''നീ ഇപ്പോൾ ഇവിടെ നിന്ന് പോകണം.''

''ഒരു കുറ്റവാളിയെപ്പോലെയോ? ഞാൻ എവിടേക്ക് പോകും? എനിക്കെപ്പോൾ പോകണം എന്ന് തോന്നുന്നുവോ അപ്പോൾ പോകും. ഇവിടെ നിന്ന് പോയതിനു ശേഷം അവരെന്നെ കണ്ടെത്തിയാൽ എന്ത് സംഭവിക്കും?''

''എല്ലാവരും അവർ പറയുന്നതേ വിശ്വസിക്കൂ. അവർ ആരെ യൊക്കെ പട്ടണത്തിൽ നിന്ന് കൊണ്ടുവരാൻ ആവശ്യപ്പെട്ടോ അവരെ ഞാൻ അന്വേഷിക്കാം എന്ന് പറഞ്ഞിട്ടുണ്ട്. അതല്ലെങ്കിൽ അവര വിടെ ഒച്ചയും ബഹളവും തുടങ്ങും. അവരൊക്കെ യജമാനത്തി പറഞ്ഞതേ വിശ്വസിക്കൂ. ഒരുപക്ഷേ നമ്മൾ അവഗണിച്ചാൽ നാളെ പ്രഭാതമാകുമ്പോഴേക്കും അവരൊന്ന് ശാന്തമായേക്കും. അതിനുള്ള സാധ്യത കുറവാണെന്ന് എനിക്ക് തോന്നുന്നു. നീ ഇപ്പോൾ പോകുന്ന താണ് നല്ലത്. ഇവരുടെയൊക്കെ സ്വഭാവം നിനക്കറിയാവുന്നതല്ലേ? അവർ നിന്നെ കൊല്ലും.''

“അവർ പുറകിൽ നിന്ന് പിടിച്ച് വലിച്ചാണെന്റെ കുപ്പായം കീറിയത്. അതിനർത്ഥം ഞാൻ അവരിൽ നിന്ന് ദൂരേക്കോടുകയായിരുന്നു എന്നല്ലേ?”

“അസംബന്ധം പുലമ്പുന്നത് നിർത്ത്.” ഖലീലിനു വിശ്വസിക്കാനായില്ല. അവനൊന്ന് ചിരിച്ചു. ‘ഇതൊക്കെ ചോദിക്കാൻ ആർക്ക് സമയം ലഭിക്കും? ആരിതൊക്കെ ശ്രദ്ധിക്കും? പുറകിൽ നിന്ന്...’’ അവൻ യൂസുഫിനെ നോക്കി. ചിരി ഒതുക്കാനായില്ല. ഒരു നിമിഷം അവൻ ചിന്തയിലാണ്ടു. എന്തോ ഓർത്തെടുക്കാൻ ശ്രമിച്ചു.

അവർ കടൽക്കരയിലേക്ക് നീങ്ങി. ഇരുണ്ട ഒരു സ്ഥലം കണ്ടെത്തി. അവിടെയിരുന്ന് മണിക്കൂറുകളോളം സംസാരിച്ചു. ആ രാത്രിയിൽ അവിടെ നിന്നു പോകാൻ യൂസുഫ് ഒരുക്കമല്ലായിരുന്നു. ഒരു കുറ്റവാളിയെപ്പോലെ ഒളിച്ചോടാൻ. ഖലീൽ എത്ര നിർബന്ധിച്ചിട്ടും അവനതിനു സമ്മതിച്ചില്ല. താൻ കുറ്റാരോപണം വരുന്നതുവരെ കാത്തിരിക്കും എന്നവൻ ശാഠ്യം പിടിച്ചു. അങ്ങനെയാകുമ്പോൾ ഇവിടെ നിന്ന് പോകുന്നതിനു മുമ്പ് തനിക്കൊരു പ്രതിരോധം തീർക്കാനെങ്കിലുമാകും. ഒന്ന് വാദിച്ചുനോക്കാനെങ്കിലുമാകും.

“വേണ്ട, അത് വേണ്ട.” ഖലീൽ അവനെ ശകാരിച്ചു.

അവരിരുന്ന മതിലിലേക്കടിച്ചു കയറിക്കൊണ്ടിരുന്ന തിരമാലകളേക്കാൾ ഉച്ചത്തിലാണപ്പോൾ ഖലീൽ അത് പറഞ്ഞത്.

അർദ്ധരാത്രി കഴിഞ്ഞിട്ടാണവർ കടയിൽ തിരിച്ചെത്തിയത്. പട്ടണം നിശ്ശബ്ദമായിരുന്നു. ഉറക്കത്തിലായിരുന്നു. ഒറ്റപ്പെട്ട തെരുവ് നായ്ക്കൾ അലഞ്ഞ് നടക്കുന്നു. ഇതേ നായ്ക്കളാണ് യൂസുഫിന്റെ സ്വപ്നങ്ങളിൽ കയറി വരാറുണ്ടായിരുന്നത്. കടയിൽ തിരിച്ചെത്തിയപ്പോൾ അന്തരീക്ഷത്തിൽ ചില മാറ്റങ്ങളുണ്ടെന്ന് യൂസുഫിനു തോന്നി. അവർ അവിടെയില്ലാത്തപ്പോൾ എന്തോ സംഭവിച്ചിരിക്കുന്നു. ഒരു നിമിഷം ആലോചിച്ചപ്പോൾ അതെന്താകും എന്നവനു മനസ്സിലായി. അസീസ് അമ്മാവന്റെ സാന്നിദ്ധ്യമറിയിക്കുന്ന സുഗന്ധം അന്തരീക്ഷത്തിൽ തങ്ങി നിൽക്കുന്നു. അവൻ ഖലീലിനെ നോക്കി. അവനും അത് തിരിച്ചറിഞ്ഞിരിക്കുന്നു. ഫറോവ തിരിച്ചെത്തിയിരിക്കുന്നു.

“സയ്യിദ്...” ഖലീൽ മന്ത്രിച്ചു. “സായാഹ്നത്തിൽ എത്തിക്കാണും. ഇനി നിന്നെ ആല്ലാഹുവിനു മാത്രമേ രക്ഷിക്കാനാകൂ.”

യൂസുഫിനാകട്ടെ അതിൽ സന്തോഷമാണ് തോന്നിയത്. ഒരു രോമാഞ്ചം. തനിക്ക് വ്യാപാരിയെക്കുറിച്ചോർത്ത് ഭയമൊന്നും തോന്നുന്നില്ല എന്നത് അവനെ അത്ഭുതപ്പെടുത്തി. ഈ ആരോപണങ്ങളെക്കുറിച്ച് അസീസ് അമ്മാവൻ എങ്ങനെ സംസാരിക്കും എന്നൊരു ആകാംക്ഷയുണ്ട്. ആ ജിന്ന് മരംവെട്ടിയോട് ചെയ്തതുപോലെ അവനെ ഒരു കുരങ്ങനാക്കി ആൾപ്പാർപ്പില്ലാത്ത മലനിരകളിലേക്ക്

അയയ്ക്കുമോ? അവനെ കാത്തിരിക്കുന്ന ഭീകരമായ വിധിയെക്കുറിച്ച് ഖലീൽ സംസാരിച്ചുകൊണ്ടേയിരുന്നു. യൂസുഫ് പായ നിവർത്തി. അതിൽ കിടന്നു. ശാന്തമായി കിടന്നു. അവന്റെ ശാന്തത ഖലീലിനെ നിശ്ശബ്ദനാക്കി.

5

പ്രഭാതത്തിന്റെ ആദ്യ കിരണങ്ങൾക്കൊപ്പം അസീസ് അമ്മാവൻ പുറത്തിറങ്ങി. അദ്ദേഹം പ്രത്യക്ഷപ്പെട്ടപ്പോൾ ഖലീൽ വ്യാപാരി ക്കരികിലെത്തി പതിവ് ആചരണങ്ങളിലേർപ്പെട്ടു. കൻസുവും പാദ രക്ഷകളും ധരിച്ചാണദ്ദേഹം പ്രത്യക്ഷപ്പെട്ടത്. തൊപ്പിയില്ലായിരുന്നു. അത് ഒരു അനൗപചാരികത നൽകി. അദ്ദേഹത്തെ കരുണയുള്ള വനെന്ന് തോന്നിപ്പിച്ചു. എന്നാൽ യൂസുഫിലേക്ക് അയാൾ തിരിച്ച മുഖത്ത് തികഞ്ഞ ഗൗരവമാണുണ്ടായിരുന്നത്. പതിവനുസരിച്ച് അവനും ചുംബിക്കാനായി കൈ നീട്ടിക്കൊടുക്കേണ്ടതായിരുന്നു. അതുണ്ടായില്ല.

''എന്തൊക്കെ വിചിത്രമായ സ്വഭാവരീതികളും പെരുമാറ്റരീതി കളുമാണീ ഞാൻ കേൾക്കുന്നത്?'' യൂസുഫിനോട് ഇരിക്കാൻ ആംഗ്യം കാണിച്ച് അദ്ദേഹം ചോദിച്ചു. ''നിനക്കെന്താ ഭ്രാന്ത് പിടിച്ചോ. എന്തെ ങ്കിലും വിശദീകരണം നൽകാനുണ്ടോ നിനക്ക്.''

''ഞാനൊരു തെറ്റും ചെയ്തിട്ടില്ല. എന്നെ അകത്തേക്ക് ക്ഷണിച്ച തിനാലാണ് ഞാൻ അവിടെ കയറി ഇരുന്നത്. എന്റെ കുപ്പായം പുറകിൽ നിന്നാണ് വലിച്ച് കീറിയത്.'' യൂസുഫിന്റെ സ്വരത്തിൽ വിറയലുണ്ടായിരുന്നു. ''അതിനർത്ഥം ഞാനവിടെ നിന്ന് ഓടിപ്പോരിക യായിരുന്നു എന്നാണ്.''

അസീസ് അമ്മാവൻ പുഞ്ചിരിച്ചു. പിന്നെ ചിരിച്ചു. അദ്ദേഹത്തിന് ആ ചിരി തടയാനായില്ല. ''എന്റെ യൂസുഫ്... നിന്റേതൊരു അടി സ്ഥാന പ്രകൃതമാണെന്ന് ഞാൻ പറഞ്ഞിരുന്നുവല്ലോ.'' അദ്ദേഹം കളിയാക്കുന്നതുപോലെ പറഞ്ഞു. ''ഇനിയും നീ എന്തിനാണതൊക്കെ വീണ്ടും ആലോചിക്കുന്നത്? നിന്നെക്കുറിച്ച് അങ്ങനെയൊക്കെ കരു താൻ ആർക്കെങ്കിലുമാകുമോ? പുറകിൽ നിന്നോ? അതപ്പോൾ തെളി വാകുന്നു. നിന്റെ കുപ്പായം പുറകിൽ നിന്നാണ് കീറിയതെന്നതിനാൽ നീ യാതൊരുവിധ ഉപദ്രങ്ങൾക്കും കോപ്പുകൂട്ടിയിരുന്നില്ല എന്നും ചെയ്തിട്ടില്ല എന്നും വ്യക്തമാകുന്നു.''

ഖലീൽ അറബിയിൽ വിശദീകരണങ്ങൾ തുടങ്ങി. കുറച്ച് നേരം അസീസ് അമ്മാവൻ അതൊക്കെ കേട്ടു. അതിനു ശേഷം അവനോട്

നിശ്ശബ്ദത പാലിക്കാൻ ആവശ്യപ്പെട്ടു. അവൻ സംസാരിക്കട്ടെ എന്ന് പറഞ്ഞു.

''ഞാനൊന്നും ചെയ്തില്ല.'' യൂസുഫ് ആവർത്തിച്ചു.

''നീ ഇടയ്ക്കിടെ വീടിനകത്ത് കയറാറുണ്ടായിരുന്നു.'' അസീസ് അമ്മാവന്റെ മുഖം വീണ്ടും ഗൗരവത്തിലായി. ''ഇത്തരം സ്വഭാവങ്ങളൊക്കെ എവിടെ നിന്നാണ് നീ പഠിച്ചത്? ഞാൻ എന്റെ വീട് നിനക്കായി ഒഴിച്ചിട്ടു. നീയ്യാകട്ടെ അത് കൊച്ചുവർത്തമാനങ്ങൾക്കും അവമതിക്കും കാരണമാക്കുകയും ചെയ്തു.''

''എന്നെ അകത്തേക്ക് വിളിച്ചു. അവർ വിളിച്ചതുകൊണ്ട് മാത്രമാണ് ഞാൻ പോയത്. എന്നോട്... അവരുടെ മുറിവ് ഉണങ്ങാൻ പ്രാർത്ഥിക്കണം എന്ന് പറഞ്ഞ് വിളിച്ചു.''

അസീസ് അമ്മാവൻ നിശ്ശബ്ദനായി. അവനെ നോക്കി ഇരുന്നു. ഇനിയെന്ത് പറയണം എന്നാലോചിച്ചു. ഉൾനാടുകളിലേക്കുള്ള യാത്രയ്ക്കിടയിൽ യൂസുഫ് കണ്ട് പരിചയിച്ച അതേ നോട്ടം. അതേ ഇരിപ്പ്. അങ്ങനെ ദീർഘനേരം ആലോചിച്ചതിനു ശേഷം മിക്കപ്പോഴും കാര്യങ്ങളെ അതിന്റെ വഴിക്ക് വിടാം എന്ന തീരുമാനത്തിലാകും വ്യാപാരി എത്തിച്ചേരുന്നത്. അതല്ലാതെ അതിൽ ഇടപെടാനല്ല. തലച്ചോറിനുള്ളിൽ കൊടുങ്കാറ്റ് വീശാൻ അദ്ദേഹം അനുവദിക്കുന്ന നിശ്ശബ്ദ നിമിഷങ്ങളാണത്.

''നിന്നെ ഞാൻ ഒപ്പം കൊണ്ടുപോകണമായിരുന്നു.'' അവസാനം അദ്ദേഹം പറഞ്ഞു. 'ഞാനിത് പ്രതീക്ഷക്കണമായിരുന്നു. യജമാനത്തിക്ക് സുഖമില്ല. അപമാനമായി ഒന്നും സംഭവിച്ചിട്ടില്ലെങ്കിൽ പിന്നെ ഇനി ഇതിനെക്കുറിച്ച് നമ്മൾ കൂടുതൽ ചർച്ച ചെയ്യേണ്ടതില്ല. ഇവിടെ വച്ചവസാനിപ്പിക്കാം. പ്രത്യേകിച്ചും നിന്റെ കുപ്പായം പുറകിൽ നിന്ന് കീറിയതിനാൽ... എന്നാൽ ഇതൊന്നും പുറത്താരോടും സംസാരിക്കരുത്. എന്തൊക്കെയായാലും ഇടയ്ക്കിടെ നീ അകത്ത് പോയത് ശരിയായ കാര്യമായിരുന്നില്ല.''

ഖലീൽ വീണ്ടും അറബിയിൽ സംസാരിക്കാൻ തുടങ്ങി. അസീസ് അമ്മാവൻ ഒന്ന് രണ്ട് തവണ തലയാട്ടി. അറബിയിൽ തന്നെ മറുപടി പറഞ്ഞു. കുറച്ച് കഴിഞ്ഞപ്പോൾ അസീസ് അമ്മാവന് കടയിലേക്ക് ചൂണ്ടിക്കാണിച്ചു. താടിയൊന്നിളക്കി കടയിലേക്ക് പോകാൻ ഖലീലിനോട് ആവശ്യപ്പെട്ടു.

''നീ എന്തിനാണിടയ്ക്കിടെ വീടിനകത്ത് കയറിയത്?'' ഖലീൽ കടയിലേക്ക് പോയപ്പോൾ അസീസ് അമ്മാവൻ ചോദിച്ചു.

മറുപടിയൊന്നും പറയാതെ യൂസുഫ് വ്യാപാരിയെ നോക്കി. ഖലീൽ കിടന്നിരുന്ന പായയിൽ ഇരിക്കുകയാണ് അസീസ് അമ്മാവൻ.

ഒരു കാൽ മടക്കി വച്ചാണിരിക്കുന്നത്. തന്റെ ഭാഗം കേൾക്കാനായി ഇരിക്കുകയാണദ്ദേഹം എന്ന് യൂസുഫിനു മനസ്സിലായി. അദ്ദേഹ ത്തിന്റെ മുഖത്ത് ആ പഴയ, ശാന്തമായ, പുഞ്ചിരിയുണ്ടായിരുന്നു.

"ആമിനയെ കാണാൻ." യൂസുഫ് പറഞ്ഞു. ആ വാക്കുകൾ പുറത്ത് വരാൻ കുറേ സമയമെടുത്തു. അസീസ് അമ്മാവന്റെ പുഞ്ചിരി വിശാല മാകുന്നത് അവൻ കണ്ടു. വ്യാപാരി കടയിലേക്കൊന്ന് ഒളികണ്ണിട്ട് നോക്കി. യൂസുഫ് ആ കണ്ണുകളെ പിന്തുടർന്നു. ഖലീൽ കൗണ്ടറിൽ തന്നെയുണ്ടായിരുന്നു. അവരെ തുറിച്ച് നോക്കുന്നുണ്ടായിരുന്നു. ആ നോട്ടത്തിൽ കോപവും വെറുപ്പുമുണ്ട്. അവൻ പെട്ടെന്ന് തിരിഞ്ഞ് ബാക്കി ഷട്ടറുകൾ തുറക്കാൻ തുടങ്ങി.

"അതല്ലാതെ എന്തെങ്കിലും?" അസീസ് അമ്മാവൻ യൂസുഫി ലേക്ക് തിരിഞ്ഞു. "നീ വല്ലാത്തൊരു ധീരൻ തന്നെ. കഴിഞ്ഞ ഏതാനും ആഴ്ചകൾക്കുള്ളിൽ നീ സ്വയം വിശിഷ്ടനായിരിക്കുന്നു."

അതിനു മറുപടി പറയാൻ യൂസുഫ് കുറേ സമയമെടുത്തു. എന്ത് പറണം, തന്റെ വാക്കുകൾ എന്തൊക്കെ വ്യത്യാസങ്ങളുണ്ടാക്കും എന്ന് അളന്നെടുക്കുകയായിരുന്നു അവൻ. ആ കാലവിളംബം കണ്ട് അസീസ് അമ്മാവൻ വീണ്ടും സംസാരിച്ച് തുടങ്ങി. "ഈ യാത്ര യ്ക്കിടയിൽ ഞാൻ നിന്റെ ആ പഴയ പട്ടണം സന്ദർശിക്കാനിടവന്നു. നിന്റെ പിതാവിനെ കണ്ടു. അദ്ദേഹവുമൊത്ത് ഒരു കരാറുണ്ടാക്കുക യായിരുന്നു ലക്ഷ്യം. ആ പണം തിരികെ നൽകുന്നതിനു പകരം നിന്നെ ഇവിടെ തന്നെ നിർത്തി ജോലി ചെയ്യിപ്പിക്കാമെന്നൊരു കരാർ. അങ്ങനെയെങ്കിൽ അയാൾ എനിക്ക് തരാനുള്ളതൊക്കെ എഴുതിത്തള്ളാം എന്ന് ഞാൻ പറയാം എന്നാഗ്രഹിച്ചു. പക്ഷേ അതി നെനിക്കായില്ല. നിന്റെ പിതാവ് ജീവിച്ചിരിപ്പില്ല. അല്ലാഹു അയാളുടെ ആത്മാവിനു ശാന്തി നൽകട്ടെ. നിന്റെ അമ്മ ഇപ്പോൾ അവിടെയല്ല താമസിക്കുന്നത്. അവർ എവിടേക്ക് പോയി എന്ന് ആർക്കുമറിയില്ല. ഒരു പക്ഷേ അവർ ജനിച്ച പട്ടണത്തിലേക്ക് മടങ്ങിപ്പോയിക്കാണും. അതെവിടെയാണ്?"

"എനിക്കറിയില്ല." യൂസുഫ് പറഞ്ഞു. എന്തെങ്കിലും നഷ്ടപ്പെട്ടു എന്നൊരു ചിന്ത അവനിൽ വന്നില്ല എന്നാൽ അമ്മയും ഇപ്പോൾ എവിടേയോ ഉപേക്ഷിക്കപ്പെട്ട അവസ്ഥയിലാണെന്നതിന്റെ ഒരു ചെറിയ ദുഃഖം തികട്ടി വന്നു. അതവന്റെ കണ്ണ് നനയിച്ചു. ആ ദുഃഖം താൻ അംഗീകരിക്കുന്നു എന്ന മട്ടിൽ അസീസ് അമ്മാവൻ തലയാട്ടി.

വ്യാപാരി മൗനിയായി. കാര്യങ്ങൾ എത്ര വരെ പോകും എന്ന് യൂസുഫ് ഒരു തീരുമാനത്തിലെത്തട്ടെ എന്ന മട്ടിൽ മൗനിയായി. ആ ദീർഘമൗനത്തിനിടയ്ക്ക് തന്നിൽ തിളച്ച് മറിഞ്ഞിരുന്ന വാക്കു കൾക്ക് സ്വരം കൊടുക്കാൻ യൂസുഫിനായില്ല.

''എനിക്കവളെ കൊണ്ടുപോകണം. നിങ്ങൾ അവളെ വിവാഹം ചെയ്തത് തെറ്റാണ്. ഒന്നും അവളുടേതല്ല എന്ന മട്ടിൽ അവളെ അധിക്ഷേപിക്കുകയും ദുരുപയോഗം ചെയ്യുകയുമാണ്. ഞങ്ങളെയൊക്കെ വിലക്കെടുത്ത് സ്വന്തമാക്കിയതുപോലെ സ്വന്തമാക്കിയിരിക്കുകയാണ്.''

അസീസ് അമ്മാവൻ എഴുന്നേറ്റു. യൂസുഫിന് തന്റെ ആദരം കാണിക്കാനായി കൈ നീട്ടി, ചുംബിക്കാൻ അനുവദിച്ചു. ആ കൈകളിലേക്കൊന്ന് വളഞ്ഞപ്പോൾ അവനിലേക്ക് പലവിധ നറുമണങ്ങൾ ഒന്നിച്ചെത്തി. അസീസ് അമ്മാവൻ അവന്റെ തലയിൽ കുറച്ച് നേരം കൈവച്ചു. പിന്നെ പുറത്തൊന്ന് തട്ടി.

''കാര്യങ്ങളൊക്കെ നമുക്ക് പിന്നെ സംസാരിക്കാം. എനിക്ക് വേണ്ടി നിനക്കേറ്റവും നന്നായി ചെയ്യാവുന്ന ജോലിയേതെന്ന് കണ്ടെത്താം. എനിക്ക് ഈ യാത്രകളെല്ലാം വലിയ ക്ഷീണം നൽകുന്നു. അതിൽ ചിലത് എനിക്ക് വേണ്ടി നിനക്ക് നടത്താം. ചിലപ്പോൾ നിനക്ക് നിന്റെ ആ പഴയ സുഹൃത്തിനെ വീണ്ടും കണ്ടുമുട്ടാനായി എന്നും വരും. ചാതുവിനെ. എന്തായാലും നിങ്ങൾ രണ്ടു പേരും സ്വന്തം കാര്യങ്ങൾ നല്ലവണ്ണം ശ്രദ്ധിക്കണം. ഖലീൽ, നീയും. ജർമ്മനിക്കാരും ഇംഗ്ലീഷുകാരും തമ്മിൽ അങ്ങ് വടക്കൻ അതിർത്തിയിൽ യുദ്ധം തുടങ്ങി എന്നൊരു വാർത്ത വരുന്നുണ്ട്. പട്ടണത്തിലെ വ്യാപാരികളാണെന്നോട് അത് പറഞ്ഞത്. ഇന്നലെ ഉച്ചയ്ക്ക് ഞാൻ ഇവിടേക്ക് വരുന്ന വഴി അറിഞ്ഞ വാർത്തയാണ്. ഇനി എന്ന് വേണമെങ്കിലും ജർമ്മനിക്കാർ ഇവിടെയുള്ളവരെ തട്ടിക്കൊണ്ടുപോയി അവരുടെ പട്ടാളത്തിന്റെ ചുമട്ടുകാരാക്കാൻ സാധ്യതയുണ്ട്. അതിനാൽ കണ്ണ് തുറന്ന് വയ്ക്കണം. അവർ വരുന്നത് കണ്ടാൽ ഉടൻ കടയടച്ച് എവിടേക്കെങ്കിലും അപ്രത്യക്ഷമാകണം. ഈ ജർമ്മനിക്കാർക്ക് എന്തൊക്കെ ചെയ്യാനാകും എന്ന് നിങ്ങളും കേട്ടിരിക്കുമല്ലോ. ശരി ശരി. നിങ്ങളുടെ ജോലി തുടരട്ടെ.''

6

''**അ**ദ്ദേഹത്തിന് നിന്നെ ഇഷ്ടമാണ്.' ഖലീൽ സന്തോഷവാനായി. 'ഞാനിത് പറഞ്ഞതല്ലേ. സയ്യിദ് ചാമ്പ്യനാണ്. അക്കാര്യത്തിൽ ഒരു സംശയവും വേണ്ട. അദ്ദേഹം തിരിച്ചെത്തി, യജമാനത്തിയെ ഒന്ന് നോക്കിയപ്പോൾ തന്നെ ''എന്റെ സുന്ദരൻ പയ്യനെ ഈ ഭ്രാന്തത്തി വല്ലാതെ ബുദ്ധിമുട്ടിച്ചു. ഈ പെണ്ണുങ്ങൾ എന്നും ശല്യം മാത്രം തരുന്നവരാണ്. എന്റേതാകട്ടെ ഒരു തനി കുരങ്ങത്തിയും നശിക്കട്ടെയവൾ'' എന്ന് മനസ്സിൽ പറഞ്ഞിട്ടുണ്ടാകും. അവർക്ക് ഭ്രാന്താണെന്ന്

ആർക്കും മനസ്സിലാകും. ആ കൂർത്ത സ്വരവും മുറിവിനെക്കുറിച്ചുള്ള വർത്തമാനവുമെല്ലാം അതിന്റെ ലക്ഷണങ്ങളാണ്. പിന്നെ നിന്റെ ആ കീറിയ കുപ്പായം. എന്തൊരു കഥയാണത്. നിന്റെ കാര്യം ശ്രദ്ധിക്കുന്ന ചില നല്ല മാലാഖമാർ നിനക്ക് കൂട്ടായുണ്ട് എന്ന് തോന്നുന്നു. ഇനി സയ്യിദ് നിനക്ക് പറ്റിയ ഒരു പെണ്ണിനെ അന്വേഷിച്ച് കണ്ടെത്തും. അപ്പോൾ പിന്നെ നീ എല്ലാ പ്രശ്നങ്ങളിൽ നിന്നും മോചിതനാകും.

ഏതെങ്കിലും കടയിൽ ജീവിക്കുന്ന ഒരു സുന്ദരിക്കുട്ടി. അദ്ദേഹത്തിന്റെ മനസ്സിൽ ആരോ ഉണ്ട് എന്നാണെനിക്ക് തോന്നുന്നത്. ഇവിടെ നിന്ന് പോകുന്നതിനു മുമ്പ് തന്നെ അങ്ങനെയൊരു ചിന്ത അദ്ദേഹത്തിലുണ്ടായിരുന്നു എന്ന് തോന്നുന്നു. ഒരുപക്ഷേ എനിക്ക് വേണ്ടിയും അദ്ദേഹം ഒരു പെണ്ണിനെ വാങ്ങുമായിരിക്കും. അങ്ങനെയെങ്കിൽ രണ്ട് കല്യാണങ്ങളും ഒന്നിച്ച് നടത്താം. ഒരു പക്ഷേ അവർ സഹോദരിമാരുമാകും. രണ്ടാളെ ഒരുമിച്ചെടുത്താൽ ചിലവ് കുറയുമായിരിക്കും. പിന്നെ കല്യാണച്ചിലവും പപ്പാതിയാകുമല്ലോ. വിവാഹം കഴിഞ്ഞുള്ള വൃത്തിയാക്കലുകൾക്കും ചിലവ് കുറയും. ഒറ്റത്തവണ വൃത്തിയാക്കിയാൽ മതിയല്ലോ. ആ വഴിയുടെ അപ്പുറത്തുള്ള വീടുകളിലൊന്ന് വാടകയ്ക്കെടുത്ത് നമുക്കൊന്നിച്ച് താമസിക്കാം. നമ്മുടെ ഭാര്യമാർ ഇരട്ടകളാകും. വീട്ടുവേലകളിലൊക്കെ അവർ പരസ്പരം സഹായിക്കും. നമുക്ക് ഒരു പായയിലിരുന്ന് എന്തെങ്കിലുമൊക്കെ സംസാരിക്കാനുമാകും. ഈ ലോകത്തിന്റെ അവസ്ഥയെക്കുറിച്ചോ അങ്ങനെയെന്തെങ്കിലും. അതെന്തായാലും ഗംഭീരമാകും. ദൈവത്തിന്റെ വാഗ്ദാനങ്ങൾ നിറവേറ്റുന്നതുപോലെയാകും. എന്നിട്ട് നേരം വെളുത്താൽ ഇവിടെയെത്തി നമ്മൾ സയ്യിദിന്റെ വ്യാപാരകാര്യങ്ങൾ ശ്രദ്ധിക്കും. നിനക്കെന്ത് തോന്നുന്നു?''

അവർ ഇരുവരുടേയും വിവാഹം ഒന്നിച്ച് നടത്താൻ തീരുമാനിച്ചിരിക്കുന്ന വിവരം ഖലീൽ ഇടപാടുകാരോടൊക്കെ പറഞ്ഞു. സയ്യിദ് ഒരു വിരുന്ന് വാഗ്ദാനം ചെയ്തിരിക്കുന്നു എന്നു പറഞ്ഞു. ആ വിരുന്നിലേക്ക് എല്ലാവരേയും ക്ഷണിച്ചു. സയ്യിദിനെ നിങ്ങൾക്കെല്ലാം അറിയാമല്ലോ. അദ്ദേഹത്തിന്റെ രീതികളുമറിയാം. ഭക്ഷണമൊക്കെ ഹലാലാകും. ശുദ്ധം. ആഘോഷങ്ങളെന്തൊക്കെ എന്നും അവൻ വർണ്ണിച്ചു. നൃത്തമുണ്ടാകും. സംഗീതവും. പൊയ്ക്കാലിൽ നടക്കുന്നവർ വരും. സുഗന്ധം നിറച്ച തളികയുമേന്തി ഒരു പറ്റം ബാലികാബാലകന്മാർ തെരുവിലൂടെ ഘോഷയാത്ര നടത്തും. അതിനു ചുറ്റിലും ഒരു പറ്റം യുവാക്കൾ പനിനീർ തളിക്കാനുണ്ടാകും. എല്ലാവിധ ഭക്ഷണങ്ങളും നിറച്ച് വിരുന്നുണ്ടാകും. രാത്രി മുഴുക്കെ നീളുന്ന സംഗീത സദസ്സുമുണ്ടാകും. മറ്റുള്ളവർക്കൊപ്പം യൂസുഫും ഇതൊക്കെ കേട്ട് പുഞ്ചിരിച്ചു. ചിരിക്കാതിരിക്കാൻ അവർക്കാകില്ലായിരുന്നു.

ഖലീൽ കണ്ടെത്തിയ, ഉന്മത്തമായ, അലംകൃതമായ, ധാരാളിത്തം. ഇടപാടുകാർ യൂസുഫിനോട് ഇതൊക്കെ ശരിയാണോ എന്ന് ചോദിച്ചു. ഖലീലിന്റെ മാനസിക വിഭ്രാന്തി എന്നവൻ ഉത്തരം നൽകി.

''പനി പിടിച്ച് പിച്ചും പേയും പറയുന്നതാണ്. അതൊന്നും ശ്രദ്ധിക്കണ്ട. ഒന്നും എതിർത്ത് പറയുകയും വേണ്ട. പറഞ്ഞാൽ അവന്റെ പിരിമുറുക്കം വർദ്ധിക്കും. കാര്യങ്ങൾ കൂടുതൽ മോശ മാകും.''

മസി ഹംദാനി തോട്ടത്തിലെ ജോലികളുമായെത്തിയപ്പോൾ ഖലീൽ ഉറക്കെ വിളിച്ചു. ''വാലീ.. എന്റെ പ്രിയ സന്ന്യാസീ... ഞങ്ങ ളുടെ വിവാഹമാണ്. ഞങ്ങൾ രണ്ടുപേരുടേയും. നിങ്ങൾക്കത് കേട്ട് അത്ഭുതം തോന്നുന്നില്ലേ? സയ്യിദ് ഞങ്ങൾക്ക് ഒരു ജീവിതം തരുന്നു. ഞങ്ങൾക്ക് വേണ്ടി പ്രാർത്ഥിക്കണേ. ഞങ്ങൾക്കിങ്ങനെയൊരു ഭാഗ്യം ലഭിക്കും എന്ന് ആരെങ്കിലും കരുതിയിരുന്നോ? ഇനി ഇവനെ ആ തോട്ടത്തിലെ പണിക്കൊന്നും കിട്ടില്ല. ഇവന് ഉഴുത് മറിക്കാൻ മെത്ത വേറെ കിട്ടും. വെട്ടിയൊതുക്കാനുള്ള കുറ്റിച്ചെടികളും ലഭിക്കും.''

കാര്യങ്ങൾ കരുതിയതുപോലെ മോശമാകാത്തതിന്റെ സന്തോഷ ത്തിൽ ഖലീൽ കോമാളി വേഷം കെട്ടുകയാണെന്നാണ് ആദ്യം യൂസുഫ് ചിന്തിച്ചത്. യജമാനത്തിയുടെ പരാതിയെ വളരെ ലളിത മായി അസീസ് അമ്മാവൻ തള്ളിക്കളഞ്ഞിരിക്കുന്നു. യൂസുഫാകട്ടെ ആമിനയ്ക്ക് മേൽ അവകാശവാദം എന്ന വെല്ലുവിളി ഉയർത്താൻ തയ്യാറായതുമില്ല. അങ്ങനെ ചെയ്യാൻ അവനായാൽ, അതിനുതകുന്ന വിധത്തിൽ അസീസ് അമ്മാവൻ അവനെ കൈകാര്യം ചെയ്യും. പക്ഷേ പിന്നീടാണ് ഖലീൽ തന്നെയാണ് കളിയാക്കുന്നതെന്ന് മന സ്സിലായത്. പരിഹസിക്കുകയാണെന്ന്.

ആദ്യമൊക്കെ നടത്തിയ ധീരമായ ഭാഷണങ്ങൾക്ക് ശേഷം, പരാജിതന്റെ നിശ്ശബ്ദതയോടെയാണവൻ വ്യാപാരിയുടെ ക്ഷണം സ്വീകരിച്ചത്. അവരിപ്പോൾ എന്താണോ അതായി തുടരുന്നു. ഇരു വരും വ്യാപാരിയുടെ സൗജന്യ വേലക്കാരായിരിക്കുന്നു. കൈകൾ ചുംബിക്കുന്നവരായിരിക്കുന്നു. ഈ അധഃപതനത്തിന്റെ വിശദീകരണ മാണ് ഖലീൽ ഇങ്ങനെ പുറപ്പെടുവിക്കുന്നത്. ആമിനയോട് തന്റെ പിതാവ് ചെയ്ത തെറ്റിനു പ്രായശ്ചിത്തം ചെയ്യുകയാണിപ്പോൾ താൻ എന്ന വിശദീകരണം. എന്നാൽ വ്യാപാരിയുടെ സേവനത്തിൽ തുട രുന്നതിന് യൂസുഫിനൊരു വിശദീകരണമില്ലായിരുന്നു.

''സയ്യിദ്... ഇനിയെങ്കിലും അങ്ങനെ പറയാൻ നീ പഠിക്കണം.'' ഖലീൽ ചിരിച്ചു.

7

ചിലയാളുകൾ കടയ്ക്കരികിലൂടെ ഓടിപ്പോകുന്നത് കണ്ടപ്പോഴാണവർ പട്ടാളക്കാരെക്കുറിച്ച് ആദ്യമറിയുന്നത്. സായാഹ്നത്തിനോടടുക്കുന്ന സമയമായിരുന്നു അത്. ജനങ്ങൾ വെറുതെ തെരുവിൽ ഉലാത്തുന്ന സമയം. ഒന്ന് കാറ്റുകൊള്ളാനിറങ്ങുന്ന സമയം. സുഹൃത്തുക്കളുമൊത്ത് സംസാരിക്കാനിറങ്ങുന്ന സമയം. പെട്ടെന്ന് ആ ചെറുസംഘങ്ങൾ കൂട്ടം പിരിയാൻ തുടങ്ങി. അവർ നാലുഭാഗത്തേക്കും ഓടാൻ തുടങ്ങി. പട്ടാളക്കാർ എന്ന് വിളിച്ചുകൂവിയോടാൻ തുടങ്ങി. ഖലീൽ വീടിനകത്തേക്കോടിക്കയറി. മുന്നറിയിപ്പിനായി വിളിച്ചു കൂവി. യൂസുഫ് തനിക്കാകാവുന്ന വേഗത്തിൽ കടയ്ക്കകത്ത് കയറി. നിലവറപോലെ തോന്നിപ്പിച്ച കടയ്ക്കകത്ത്, വാതിലുകളെല്ലാം അടച്ച്, പരസ്പരം പല്ലിളിച്ച് കാണിച്ച്, ഭയത്താൽ ഹൃദയമിടിപ്പ് വർദ്ധിച്ച് അവരിരുന്നു. ആദ്യമൊക്കെ അവിടെ സൂക്ഷിച്ചിരുന്ന സാധനങ്ങളുടെ ഗന്ധം അവരെ ശ്വാസം മുട്ടിച്ചു എങ്കിലും പിന്നെ ആ അന്തരീക്ഷവുമായി അവർ പൊരുത്തപ്പെട്ടു. ശ്വാസമെടുക്കുക അത്ര ബുദ്ധിമുട്ടില്ലാത്തതായി.

വാതിലിന്റെ വിടവിലൂടെ അവർക്ക് വഴിയുടെ ചില ഭാഗങ്ങൾ കാണാമായിരുന്നു. കുറച്ച് കഴിഞ്ഞപ്പോൾ ഒരു പറ്റം പട്ടാളക്കാർ ഒട്ടും തിരക്കില്ലാതെ, എന്നാൽ വലിയ കൃത്യതയോടെ, യൂറോപ്യൻ ഓഫീസർക്ക് പുറകെ മാർച്ച് ചെയ്യുന്നത് അവർ കണ്ടു. വെളുത്ത വസ്ത്രത്തിലായിരുന്നു ആ ഓഫീസർ. ആ സംഘം അടുത്തെത്തിയപ്പോൾ അതിന്റെ ഓഫീസർ, ജർമ്മനിക്കാരൻ, നല്ല ഉയരമുള്ള, മെലിഞ്ഞ ഒരു മനുഷ്യനാണെന്ന് കണ്ടു. അയാൾ പുഞ്ചിരിക്കുന്നുണ്ടായിരുന്നു. അവരിരുവരും പരസ്പരം പുഞ്ചിരിച്ചു. ഖലീൽ കുറച്ച് പുറകിലേക്ക് മാറി, ചുമർ ചാരി, നിശ്വസിച്ച്, ഇരുന്നു.

അസ്കാരികൾ എന്നറിയപ്പെടുന്ന കൂലിപ്പട്ടാളക്കാർ, നഗ്നപാദരായിരുന്നു. പക്ഷേ അവരും കൃത്യതയോടെ തന്നെയാണ് മാർച്ച് ചെയ്തത്. ഓഫീസർ കടയ്ക്ക് മുന്നിലുള്ള തുറസ്സിലേക്ക് നീങ്ങി. സംഘാംഗങ്ങൾ ഒപ്പം ചെന്നു. അവിടെയെത്തിയപ്പോൾ പട്ടാളം ചരടുപൊട്ടിയ മാല പോലെ അഴിഞ്ഞ് വീണു. അവർ എവിടെയൊക്കെ തണൽ കണ്ടോ അവിടേക്ക് മാറിയിരുന്നു. പുറകിൽ കെട്ടിഞ്ഞാത്തിയിരുന്ന സഞ്ചി നിലത്തിട്ടു. വിശാലമായി പുഞ്ചിരിച്ചു. നിശ്വസിച്ചു.

ഓഫീസർ ഏതാനും നിമിഷം നിശ്ചലനായി നിന്നു. അടഞ്ഞ് കിടക്കുന്ന കടയും അതിനു മുന്നിലുള്ള വീടും നിരീക്ഷിച്ചു. പിന്നെ, പുഞ്ചിരി മായ്ക്കാതെ, ഒട്ടും തിരക്കില്ലാതെ അവർ ഇരുവരും

ഇരുന്നിരുന്ന കടയിലേക്ക് അലസം നടന്നടുത്തു. ഓഫീസർ അവർ ക്കരികിൽ നിന്ന് നീങ്ങിയപ്പോൾ പട്ടാളക്കാർ പരസ്പരം സംസാരി ക്കാൻ തുടങ്ങി. അവരിലൊരുവൻ ഉച്ചത്തിൽ തെറി വിളിച്ചു.

അവർ കാഴ്ച കണ്ടുകൊണ്ടിരുന്ന ദ്വാരത്തിൽ നിന്ന് യൂസുഫ് കണ്ണെടുത്തില്ല. പുഞ്ചിരിക്കുന്ന ജർമ്മനിക്കാരനെ അവൻ ഭയത്തോടെ നോക്കി ഇരുന്നു. മട്ടുപ്പാവിനരികിലെത്തിയപ്പോൾ ഓഫീസർ നിന്നു. പിന്നെ യൂസുഫിനയാളെ കാണാനാകതായി. അയാൾ എന്തൊ ക്കെയോ ഉത്തരവുകൾ ഉച്ചത്തിൽ അലറി. ഒരു കസേരയും മേശയും മട്ടുപ്പാവിലെത്തി. ഓഫീസർ ഇരുന്നു. അയാളപ്പോൾ അടഞ്ഞ വാതി ലിൽ നിന്നും ഏതാനും ഇഞ്ചുകൾ മാത്രം ദൂരെയായിരുന്നു. അപ്പോൾ മാത്രമാണ് ദൂരെ നിന്ന് കണ്ടപ്പോൾ യൂസുഫ് കരുതിയതുപോലെ അത്ര ചെറുപ്പമല്ല ഈ ഓഫീസർ എന്നവൻ തിരിച്ചറിഞ്ഞത്. അയാ ളുടെ മുഖത്തെ ചർമ്മവും മാംസപേശികളും വലിഞ്ഞ് മുറുകിയിരി ക്കുന്നു. തീപൊള്ളിയതുപോലെ. അല്ലെങ്കിൽ എന്തോ രോഗം ബാധിച്ചതുപോലെ. അയാളുടെ പുഞ്ചിരി വൈരൂപ്യത്തിന്റെ സ്ഥായി യായ ഗോഷ്ടിയായിരുന്നു. മുഖത്ത് വലിഞ്ഞ് മുറുകി നിൽക്കുന്ന മാംസം അഴുകാൻ തുടങ്ങിയിരിക്കുന്നു എന്നപോലെ പല്ലുകൾ പുറത്ത് കാണുന്നു. ഒരു ശവത്തിന്റെ മുഖത്തേക്ക് നോക്കുന്നതു പോലെയുണ്ടായിരുന്നു അത്. ആ വിരൂപതയും അതിലെ ക്രൂരതയും കണ്ട് യൂസുഫ് ഞെട്ടി.

ഒരു സർജന്റ് അധികം താമസിയാതെ അസ്കാരികളോട് എഴു ന്നേറ്റ് നിൽക്കാൻ ആവശ്യപ്പെട്ടു. നല്ല കരുത്തുള്ള ആ സർജന്റിനെ കണ്ടപ്പോൾ യൂസുഫിന് സിംബ മവേനെയെ ഓർമ്മ വന്നു. അക് സാരികൾ അസന്തുഷ്ടിയോടെ അടുത്ത ഉത്തരവിനായി കാത്തു. അവരെല്ലാം ആ ജർമ്മനിക്കാരനെ നോക്കുന്നുണ്ടായിരുന്നു. അയാളാ കട്ടെ വെറുതെ മുന്നിലേക്ക് തുറിച്ച് നോക്കി ഇരിക്കുന്നു. ഇടയ്ക്ക് മുന്നിലിരിക്കുന്ന ഗ്ലാസൊന്ന് ചുണ്ടിലേക്കെത്തിക്കും. പക്ഷേ ആ ഗ്ലാസിൽ നിന്ന് ഒരിക്കൽപോലും അയാൾ മൊത്തിക്കുടിച്ചില്ല. ചുണ്ടിൽ ഗ്ലാസു വച്ച് വായ്ക്കകത്തേക്ക് ഒഴിക്കുകയായിരുന്നു. അവസാനം അയാൾ പട്ടാളക്കാരെ നോക്കി. അയാൾ തല കുലുക്കിയത് യൂസുഫ് കണ്ടു.

സർജന്റ് ഉത്തരവ് നൽകിത്തീരുന്നതിനു മുമ്പേ അക്സാരികൾ കർമ്മനിരതരായി. എന്തൊരു വേഗതയും കൃത്യതയുമാണവർക്ക്. എത്ര പെട്ടെന്നാണവരെല്ലാം അറ്റൻഷനിൽ നിന്നത്. എത്ര പെട്ടെ ന്നാണവർ മൂന്നുപേരുടെ സംഘമായി വിവിധ ദിശകളിലേക്കോടി യത്. മൂന്ന് പേർ മാത്രം അവരുടെ നേതാവിനെ സംരക്ഷിക്കാൻ അവിടെ നിന്നു. കടയുടെ മുന്നിൽ, ഇരുവശത്തും ഓരോ അസ്കാരി കൾ നിലയുറപ്പിച്ചു. മൂന്നാമൻ കടയെ വട്ടം ചുറ്റി, പൂന്തോട്ടത്തിന്റെ

വാതിൽക്കലെത്തി. അത് തള്ളിത്തുറന്നു. ഓഫീസർ വീണ്ടും തന്റെ ഗ്ലാസുയർത്തി, ചുണ്ടിൽ മുട്ടിച്ചു. തുറന്ന വായിലേക്ക് അത് കമിഴ്ത്താൻ തയ്യാറെടുത്തു. ആർത്തിപിടിച്ചതുപോലെയാണയാൾ അത് വായിലൊഴിക്കുന്നത്. ആ പ്രയത്നം അയാളുടെ മുഖത്തിനൊരു ചുവപ്പ് നിറം നൽകി. വെളുത്ത നിറത്തിലുള്ള ഒരു ദ്രാവകം കവിളിലൂടെ ഒഴുകി. അയാൾ അത് കൈതടം കൊണ്ട് തുടച്ചു.

പൂന്തോട്ടത്തിൽ കയറിയ അസ്കാരി തിരിച്ചെത്തി തന്റെ റിപ്പോർട്ട് സമർപ്പിച്ചു. അയാൾ കിസ്വാഹിലിയിലാണ് സംസാരിക്കുന്നതെന്ന് മനസ്സിലാക്കാൻ യൂസുഫിനൊരു നിമിഷമെടുത്തു. ആ തോട്ടത്തിൽ ഏതാനും പഴങ്ങളുണ്ട്. അല്ലാതൊന്നുമില്ല എന്നാണയാൾ പറഞ്ഞത്. വീടിന്റെ വാതിൽ താഴിട്ടിരിക്കുന്നു. ഓഫീസർ ആ പട്ടാളക്കാരനെ നോക്കിയില്ല. അയാൾ തനിക്ക് പറയാനുള്ളതെല്ലാം പറഞ്ഞ് കഴിഞ്ഞപ്പോൾ മരത്തണലിലേക്ക് തിരിച്ച് പോയി. ഓഫീസർ എഴുന്നേറ്റ് തനിക്ക് പുറകിലുള്ള കടയുടെ ബോർഡിലേക്ക് തുറിച്ച് നോക്കി. അയാൾ തന്റെ കണ്ണിലേക്കാണിപ്പോൾ നോക്കി നിൽക്കുന്നതെന്ന് യൂസുഫിനു തോന്നി.

അസ്കാരികൾ തിരിച്ചെത്താൻ സമയമേറെയെടുത്തു. അവർ പാടിയും ബഹളം വച്ചുമാണ് തിരിച്ച് വന്നുകൊണ്ടിരുന്നത്. ഒരുപറ്റമാളുകളെ ഓരോ അസ്കാരി സംഘവും ബന്ദികളായി പിടികൂടിയിരുന്നു. കടയ്ക്ക് മുന്നിലെ തുറസ്സിൽ അങ്ങനെ ബന്ദികൾ നിറഞ്ഞു. ജർമ്മനിക്കാരൻ എഴുന്നേറ്റു. മട്ടുപ്പാവിന്റെ ഒരരികിലേക്ക് നടന്നു. കൈകൾ പുറകിൽ കൂട്ടിക്കെട്ടി. ഗോഗുകളും മഗോഗുകളും. ഖലീൽ യൂസുഫിന്റെ കാതിൽ മന്ത്രിച്ചു. ബന്ദികളിൽ മിക്കവരും ഭയന്ന് വിറയ്ക്കുന്നുണ്ടായിരുന്നു. അവർ അപരിചിതമായ സാഹചര്യങ്ങളിലാണെന്ന് വ്യക്തം. നിശ്ശബ്ദമായി അവർ അവിടെ ഇനി നടക്കാനിരിക്കുന്നതെന്താകും എന്നത്ഭുതപ്പെടുന്നു. മറ്റ് ചിലർ പക്ഷേ സന്തോഷത്തിലാണ്. അവർ സ്വയം സംസാരിക്കുന്നു. അസ്കാരികളെ തെറി വിളിക്കുന്നു. അസ്കാരികൾ പക്ഷേ അതൊന്നും കേട്ടതായി പോലും ഭാവിക്കുന്നില്ല. അവർ ഏതാനും നിമിഷം അങ്ങനെ നിന്നു. പിന്നെ കോമാളികളെപ്പോലെയുള്ള ആ ജനങ്ങൾക്കിടയിലൂടെ നടന്നു. സംസാരിച്ചുകൊണ്ടിരുന്നവരുടെ മുഖത്ത് ആഞ്ഞടിച്ച് നിശ്ശബ്ദരാക്കി. ചിരിക്കാൻ ശ്രമിച്ചവർക്കും അത് തന്നെ സംഭവിച്ചു.

അസ്കാരികളെല്ലാം തിരിച്ചെത്തിയപ്പോൾ, ബന്ദികളെ മദ്ധ്യത്തിൽ നിർത്തി അവർ ഒരു വൃത്തമുണ്ടാക്കി. സർജന്റ് മട്ടുപ്പാവിലേക്ക് അടുത്ത ഉത്തരവെന്തെന്നറിയാൻ മാർച്ച് ചെയ്തെത്തി. ജർമ്മൻ ഓഫീസർ തലയാട്ടി. സർജന്റ് സംതൃപ്തിയോടെ കുരച്ചു. തന്റെ യാളുകളിലേക്ക് തിരിഞ്ഞു. ബന്ദികളെ രണ്ടു വരിയായി നിർത്തി. പട്ടാളം അവരേയും കൊണ്ട് പട്ടണത്തിന്റെ ദിശയിലേക്ക് മാർച്ച്

ചെയ്തു. ജർമ്മൻ ഓഫീസർ ഏറ്റവും മുന്നിൽ നടന്നു. നിവർന്ന് നടന്നു. പക്ഷേ അയാളുടെ നടത്തത്തിനൊരു ഭംഗിയില്ലായിരുന്നു. മങ്ങുന്ന വെളിച്ചത്തിൽ അയാളുടെ വെളുത്ത യൂണിഫോം തിളങ്ങി.

സംഘം കാഴ്ചയിൽ നിന്ന് മറയുന്നതിനു മുമ്പ് ഖലീൽ കടയിൽ നിന്ന് വഴുതിയിറങ്ങി. വീടിനകത്തെല്ലാം സുരക്ഷിതമാണോ എന്നറിയാൻ ഓടി. പൂന്തോട്ടം പൂർണ്ണ നിശ്ശബ്ദതയിലായിരുന്നു. പതിവ് രാത്രി സംഗീതം വിഷണ്ണതയിലലിഞ്ഞിരിക്കുന്നു. അസ്കാരികൾ സംഘം ചേർന്നിടത്തെ അവശിഷ്ടങ്ങൾ യൂസുഫ് പരിശോധിച്ചു. ശ്രദ്ധിച്ചാണവൻ നീങ്ങിയത്. അവർ കടന്നുപോയതിന്റെ നിഷ്ഠൂര അടയാളങ്ങൾ അസ്കാരികളവിടെ ഉപേക്ഷിച്ചിട്ടുണ്ടാകും എന്നവന് അറിയാം. നിലമാകെ അവർ ചവുട്ടി മെതിച്ചിരിക്കുന്നു. അന്തരീക്ഷത്തിൽ പൊടിയും ഒരു അസ്വസ്ഥതയും നിറഞ്ഞിരിക്കുന്നു. സൂഫി മരത്തിനപ്പുറത്ത്, മലം കുന്നുകൂടി കിടക്കുന്നു. നായ്ക്കൾ സന്തോഷത്തോടെ അതിനു ചുറ്റിലും വട്ടമിടുന്നു. അവനെ കണ്ടപ്പോൾ നായ്ക്കൾ സംശയത്തോടെ തലയുർത്തി. കണ്ണിന്റെ കോണിലൂടെ അവനെന്താണുദ്ദേശ്യം എന്ന് നോക്കി. അവരുടെ ഭക്ഷണം അവന്റെ കൊതിയൂറുന്ന നോട്ടത്തിൽ നിന്ന് സംരക്ഷിക്കാൻ ശരീരമൊന്നുയർത്തി. വൃത്തികെട്ട ഈ തിരിച്ചറിവ് അവനെ അത്ഭുതപ്പെടുത്തി. തീട്ടം തിന്നുന്ന ഒരുവനെ കണ്ടാൽ നായ്ക്കൾക്ക് പെട്ടെന്ന് തിരിച്ചറിയാനാകും എന്ന തിരിച്ചറിവ്.

ആ നിലാവിൽ തന്റെ ഭീരുത്വത്തിന്റെ മറുപിള്ള വീണ്ടും തിളങ്ങുന്നത് അവൻ കണ്ടു. അത് ശ്വസിക്കുന്നത് താൻ കണ്ടതാണല്ലോ എന്നോർത്തു. തന്നെ ഉപേക്ഷിച്ചപ്പോഴുണ്ടായ ആദ്യഭീതിയുടെ ജനനമായിരുന്നു അത്. ഇപ്പോൾ അവൻ മറന്നുപോയെന്ന് കരുതിയ, നായ്ക്കളുടെ തരം താണ വിശപ്പ് വീണ്ടും നിരീക്ഷിച്ചിരിക്കുന്നു. അതിനി എന്തിലേക്ക് വളരും എന്നവനറിയാം. പൂന്തോട്ടത്തിനു പുറകിൽ വാതിൽ അടയുന്ന സ്വരം പോലെയെന്തോ കേട്ടപ്പോൾ, പട്ടാളം അടിവച്ചടിവച്ച് മുന്നോട്ട് പോകുന്ന ദൃശ്യം കണ്ണിൽ നിന്ന് മാഞ്ഞിരുന്നില്ല. അവൻ ഒന്ന് തിരിഞ്ഞ് നോക്കി. പിന്നെ വേദനയുളവാക്കുന്ന കണ്ണുകളോടെ ആ പട്ടാളത്തിനു പുറകെ ഓടി.

■

www.ingramcontent.com/pod-product-compliance
Lightning Source LLC
LaVergne TN
LVHW060221051026
849517LV00005B/1468
* 9 7 8 9 3 9 1 0 7 2 5 1 3 *